भारतीय इतिहासाचा अभ्यास

(An Intro. to Study of Indian History)

लेखक
श्री. डी. डी. कोसंबी
अनुवादक
श्री. दि. का. गर्दे

डायमंड पब्लिकेशन्स

भारतीय इतिहासाचा अभ्यास
डी. डी. कोसंबी, अनुवादक : दि. का. गर्दे

An Introduction to Study of Indian History
D. D. Kosambi, Trans. D.K. Gadre

© भारतीय इतिहास अनुसंधान परिषद, दिल्ली
© (Indian Council of Historical Research, Delhi)

ISBN 81-89724-01-0

मराठी प्रथम आवृत्ती : २००६

मुखपृष्ठ : शाम भालेकर

प्रकाशक
डायमंड पब्लिकेशन्स
२६४/३ शनिवार पेठ, ३०२ अनुग्रह अपार्टमेंट
ओंकारेश्वर मंदिराजवळ, पुणे-४११ ०३०
☎ ०२०-२४४५२३८७, २४४६६६४२
info@diamondbookspune.com

ऑनलाईन पुस्तक खरेदीसाठी भेट द्या
www.diamondbookspune.com

प्रमुख वितरक
डायमंड बुक डेपो
६६१ नारायण पेठ, अप्पा बळवंत चौक
पुणे-४११ ०३० ☎ ०२०-२४४८०६७७

Preface

The Council with the view to providing adequate historical meterial in different Indian languages for students, teachers, research scholars, etc., had initiated a programme of translating core books of History into regional languages. The basic idea was to reach out to scholars in their mother tongue. The selection of the titles was made after applying two principles, namely (i) to what extent the historian has used the modern historical and scientific methodology; and (ii) to what extent the work was an authentic piece of research.

We are really proud to present the work of D. D. Kosambi entitled 'An Intro. to Study of Indian History'

We are extremely grateful to Professor A. R. Kulkarni who has made this publication possible. I also would like to extend my thanks to the publisher, Shri Pashte Dattraya G. for making an attempt to publish this important work into Marathi

D. N. Tripathi
(Chairman)
I. C. H. R.
New Delhi

प्रकाशकीय निवेदन

सदर ग्रंथ वाचकांच्या हाती देत असताना 'डायमंड प्रकाशन'ला विशेष आनंद होत आहे. इंडियन कौन्सिल ऑफ हिस्टॉरिकल रिसर्च आणि डायमंड प्रकाशन यांच्या संयुक्त विद्यमाने मराठीत प्रथमच एवढ्या मोठ्या प्रमाणावर हा प्रकल्प अस्तित्वात येऊ शकला. अत्यंत चांगले संदर्भग्रंथ अभ्यासकांच्या हाती उपलब्ध करून देण्याची संधी आम्हाला मिळाली, याबद्दल कृतज्ञता आणि आनंदसुद्धा !

इतिहास विषयाचे प्रमाणभूत संदर्भग्रंथ मराठीत आणणे हे एक आव्हानच होते. परंतु सर्वांच्या सहकार्याने आम्हा हा अकरा पुस्तकांचा प्रकल्प पूर्णत्वास नेतो आहोत, ही गोष्ट मराठी सारस्वताला ललामभूत आहे. 'याचसाठी केला होता अट्टाहास...' अशीच आमची याविषयी भावना आहे.

या निमित्ताने अधिकाधिक अनुवाद मराठीत आणण्याचा प्रयत्न आम्ही करीत आहोत.

सदर प्रकल्प अस्तित्वात येण्यासाठी इतिहासतज्ज्ञ प्रा. अ. रा. कुलकर्णी (माजी कुलगुरू, टि. म. वि., सुप्रतिष्ठ प्राध्यापक इतिहास विभाग, पुणे विद्यापीठ) यांचे मार्गदर्शन मोलाचे ठरले. त्यांच्याच पुढाकारामुळे हे काम घडून आले. डॉ. राजा दीक्षित यांची मदत या कामी अमूल्य होती. त्यांचेही विशेषत्वाने आभार. आमचे समन्वयक श्री. अनिल किणीकर, या संपूर्ण प्रकल्पाचे संपादक आणि प्रा. गणेश द. राऊत, भारतीय इतिहास अनुसंधान परिषदेच्या प्रकाशन विभागाचे अध्यक्ष श्री. डी. एन्. त्रिपाठी, सेक्रेटरी डॉ. प्रभातकुमार शुक्ला, डेप्युटी डायरेक्टर इंदिरा गुप्ता, मुद्रक, चित्रकार, आमचा कर्मचारी वर्ग यांच्याच सहकार्याने हा प्रकल्प अस्तित्वात येऊ शकला.

डायमंड पब्लिकेशन्स

भाषांतर योजनेविषयी थोडेसे

'भारताचा इतिहास' या विषयाच्या, संशोधन, अध्ययन आणि अध्यापन यांना उत्तेजन देण्याच्या उद्देशाने तत्कालीन शिक्षणमंत्री प्रा. नुरूल हसन यांच्या प्रयत्नामुळे 'भारतीय इतिहास अनुसंधान परिषदेची' स्थापना २७ मार्च १९७२ रोजी झाली. या परिषदेने आपल्या कार्यक्रमपत्रिकेत, भारतातील ज्येष्ठ इतिहासकारांनी इंग्रजीत लिहिलेल्या इतिहासावरील काही मूलभूत ग्रंथांचा परिचय प्रादेशिक भाषांतून इतिहासाच्या अभ्यासकांना प्रादेशिक भाषांत होणे आवश्यक आहे, असा विचार करून भारताच्या इतिहासावर विविध कालखंडातील राजवटींवर लिहिलेल्या ग्रंथांचे भाषांतर करण्याचा धोरणात्मक निर्णय घेतला. त्यानुसार काही प्रसिद्ध निवडक इतिहासग्रंथांची एक प्राथमिक यादी तयार केली. त्यात प्रामुख्याने डी. डी. कोसंबी, सुशोभन सरकार, रजनी पाम दत्त, जदुनाथ सरकार, रामशरण शर्मा, एस्. गोपाल, एच्. सी. रायचौधरी, डब्ल्यू. एच. मूरलँड, डी. सी. सरकार, रोमिला थापर, एन. ए. सिद्दिकी इत्यादी सिद्धहस्त इतिहासकारांच्या ग्रंथांची निवड करून, भारतातील प्रमुख विद्यापीठांच्या सहकार्याने ही योजना कार्यान्वित करण्याचे ठरविले.

या योजनेनुसार परिषदेचे पहिले अध्यक्ष प्रा. रामशरण शर्मा आणि मानद सचिव श्रीमती दोरायस्वामी यांनी, मराठी भाषांतराचे काम पुणे विद्यापीठाकडे सोपविले. भारतीय इतिहास अनुसंधान परिषदेचा महाराष्ट्राचा प्रतिनिधी, सदस्य आणि पुणे विद्यापीठाचा इतिहास विभागप्रमुख या दुहेरी नात्याने ही कामगिरी माझ्याकडे आली. तज्ज्ञांच्या सहकार्याने ग्रंथाची आणि अनुवादकांची निवड करण्यात आली आणि तीन-चार वर्षांच्या कालावधीत काही भाषांतरे मान्यवर व्यक्तींकडून तयार करून घेण्यात आली.

परंतु या कामास मराठी प्रकाशकांकडून योग्य तो प्रतिसाद न मिळाल्याने ज्या हेतूने हे अत्यंत जिकिरीचे आणि कष्टाचे काम करून घेण्यात आले होते, तो हेतू सफल झाला नाही.

तथापि, भारतीय इतिहास अनुसंधान परिषदेचे सचिव डॉ. प्रभातकुमार शुक्ला आणि प्रकाशन विभागप्रमुख श्रीमती इंदिरा गुप्ता यांनी रेंगाळत पडलेल्या या योजनेचे पुनरुज्जीवन करण्याचे ठरविले. पुण्यातील **डायमंड पब्लिकेशन्स** या प्रकाशन संस्थेच्या **श्री. दत्तात्रय गं. पाष्टे** यांनी विशेष पुढाकार घेऊन आम्हाला मदत करण्याचे ठरविले आणि पुस्तकांच्या प्रकाशनाची मोठी जबाबदारी स्वीकारली. पुण्यातील इतर मान्यवर प्रकाशकांनीही मदतीचा हात पुढे केला आणि या सर्वांच्या सहकार्यामुळे पंधरा महत्त्वाचे इंग्रजी भाषेतील ग्रंथ मराठीत लवकरच उपलब्ध होणार आहेत आणि मराठी माध्यमातून अध्ययन, अध्यापन करणाऱ्या महाविद्यालयीन विद्यार्थी, प्राध्यापक यांची एक महत्त्वाची गरज पूर्ण होईल अशी उमेद आहे.

पुणे

२६ जानेवारी, २००६

अ. रा. कुलकर्णी

सुप्रतिष्ठ प्राध्यापक

पुणे विद्यापीठ

प्रस्तावना

हे पुसत भारताचा इतिहास आहे असा लेखकाचा दावा नाही, तर भारताच्या इतिहासाच्या अध्ययनाचा तो केवळ एक आधुनिक दृष्टिकोन आहे. ते लिहिताना अशी आशा बाळगली आहे की, वाचकांना त्या इतिहासाचा स्वत:च अभ्यास करण्याची प्रेरणा व्हावी किंवा निदान स्वदेशाकडे अधिक सहानुभूतीने व समजूतदारपणाने तो आकलन करण्यासाठी त्याकडे दृष्टिक्षेप करण्याची त्यांना समज यावी. या उद्देशाने येथे दिलेली उदाहरणे व्यापक असण्यापेक्षा अर्थपूर्ण आहेत. त्यांपैकी प्रत्येक उदाहरण एखादा सामान्य मुद्दा स्पष्ट करणारे असले तरी ती उदाहरणे अत्यंत साधी व कोणत्याही प्रामाणिक क्षेत्रीय संशोधनातून निष्पन्न होऊ शकणारी आहेत. वाचकाला आपल्या शेजाऱ्यांच्या जीवनातून व रीतिभातीतून तसेच आपल्या विशिष्ट स्थानिक प्राचीन अवशेषांतून याहून अधिक समर्पक उदाहरणे नि:संशय मिळू शकतील. मात्र सामान्य लोकांपर्यंत जाऊन पोहचणे, ही साधी गोष्ट नाही. आधीच पिढ्यान् पिढ्या अत्यंत दारुण दारिद्र्य व शोषणामुळे मानसिक अडथळे निर्माण झालेले असतात. त्यातच ऊन, धूळ आणि अनारोग्यकारक परिस्थितीची भर पडते. परंतु हे कर्तव्य योग्य प्रकारे केल्यास ज्यांची सहनशीलता टेकीस आली आहे, व ज्यांचे सांधे वयोमानाने आखडून दुखू लागले आहेत, अशांना देखील उत्साह देणारे ठरू शकेल. अशी क्षेत्रीय पहाणी (संशोधन) चिकित्सक- दृष्टिने कोणतीही गोष्ट गृहीत न धरता, अथवा श्रद्धेने परंतु अहंगंड, भावनाशील सुधारणवाद अथवा भ्रष्ट नेतृत्व न अंगीकारता करण्यात आली पाहिजे. नाहीतर फक्त सामान्य क्रमिक पुस्तकात आढळणाऱ्या गोष्टीखेरीज आपणास इतर काहीही शिकणे कठीण होऊन बसेल.

भारतातील संवेदनशील व गूढ विचारसरणी, देहदंड लादणारे धर्म, अलंकारिक वाङ्मय, गुंतागुंतीची शिल्पे, भरपूर असलेली स्मारके व मुलायम संगीत या सर्वांचा उगम कोठे आहे हा विचार केल्यास असे दिसून येते की, तो एका ऐतिहासिक प्रक्रियेत आहे. ह्याच प्रक्रियेतून खेडुताची भूकग्रस्त उदासीनता (तथाकथित) ‘सुसंस्कृत’

थरातील लोकांचा मूर्ख संधिसाधूपणा व अवास्तव हावरेपणा, श्रमिकांमधील उदास परंतु असंघटित असंतोष, सर्वसामान्य नीतिभ्रष्टता, दु:ख, अमंगलता व अवनतिकारक अंधश्रद्धा निर्माण झाल्या आहेत. किंबहुना पहिली मालिका दुसरीचा परिणाम आहे अथवा दुसरी पहिलीचा आविष्कार आहे. अत्यंत आदिम स्वरूपाची अवजारे वापरल्यामुळे जादा उत्पन्नाचे प्रमाण अत्यल्प राहिले व ते देखील एका तुलनेने कालबाह्य झालेल्या सामाजिक यंत्रणेने शोषून घेतले. परिणाम असा झाला की, मूठभर लोक फुरसतीच्या वेळेत निर्माण झालेल्या संस्कृतीत मशगूल राहिले व ती संस्कृती म्हणजे खातेऱ्यात लोळणाऱ्या बहुसंख्य लोकांहून आपण जन्मजात श्रेष्ठ असल्याची निशाणी मानू लागले. इतिहास म्हणजे केवळ आवारात घडणाऱ्या घटनांची एक मालिका नसून, मानवप्राण्याने आपल्या दैनंदिन गरजा भागविण्यासाठी केलेला प्रयत्न आहे. हे खरे असले तर ते समजण्यासाठी वरील गोष्टींची जाणीव ठेवणे भाग आहे. इतिहासात मानवाने इतर मानवांच्या सहकार्याने आपल्या गरजा भागविताना केलेल्या प्रगतीचे इतिहासात प्रतिबंब पडले पाहिजे. केवळ काहीजणांनी आपल्या अनेक साथीदारांचा बळी देऊन आपला तळीराम शांत करण्यात मिळविलेल्या विजयाचे नव्हे. तरच तो इतिहास आकर्षक ठरू शकेल. इतर देशांत मानवाने जे तथाकथित विजय हस्तगत केले, त्यांची किंमत फाटक्या विजारी घालून 'दारोदार हिंडणाऱ्या' समाजसेवकांनी आपाल्या पायपिटीत दिलेली आहे. भारतात मात्र अशा लोकांना स्वत:साठी विजारी अथवा जोडे देखील मिळणे कठीण होऊन बसले.

इतिहास अशा मागासलेल्या, अडाणी, सामान्यजनांनीच नेहमी निर्माण केला आहे व तेच त्याला भावी काळातही वळण देऊ शकतील. धर्मगुरू, झगझगीत वेषातील हुकूमशहा, युद्धखोर सरदार, पुंजीपती आणि धंदेवाईक वक्ते नव्हेत – असे म्हणणे धाडसीपणाचे वाटेल, परंतु ते खरे आहे. वर्गयुक्त समाजातील इतिहासाचा योग्य अभ्यास करावयाचा म्हटले म्हणजे वरच्या थरातील वर्गांचे व इतरेजनांचे हितसंबंध कसे वेगळे होते, याचे विश्लेषण आलेच. उदयास आलेल्या एखाद्या नव्या वर्गाने सत्तासोपान चढताना समाजास नव्याने काय दिले व (कालांतराने) आपले हितसंबंध सांभाळण्यासाठी त्याने केव्हा पगडी फिरवली (अथवा फिरवणे शक्य आहे) याचा देखील विचार करावा लागेल.

काही वाचक असा आग्रह धरतील की, माणूस केवळ भाकरीवर जगत नाही तर व्यक्तीने आपल्या चिरंतन आत्म्यावर कितपत नियंत्रण प्राप्त केले यावर इतिहास तसेच समाज अवलंबून असतात. ते असेही म्हणतात की, जडवादामुळे अखिल

मानवी मूल्ये नष्ट होतात. दुर्दैवाची गोष्ट अशी की, मानवाला भाकरीशिवाय (अथवा तिच्या पर्यायाखेरीज) जगताच येत नाही; त्याला आपले शरीर व (बाळगण्याची ऐपत असेल तर) आत्मा एकत्र ठेवण्यासाठी भाकरीची गरज असतेच. अखेर समाज म्हणजे मानवी प्राण्यांचा समूह. परंतु त्या मानवी प्राण्यांत काहीतरी संबंध असावेच लागतात. मुख्य संबंध केवळ रक्ताचेच नसतात, तर त्याहून व्यापक असतात. ते उत्पादन व वस्तूंच्या परस्पर विनिमयातून निर्माण होतात. कोणत्याही समाजाला कोणत्या गोष्टी आवश्यक वाटतात यावरून त्याचे विशिष्ट स्वरूप ठरते. वस्तू कोण गोळा करतो अथवा निर्माण करतो व त्या कोणत्या अवजारांनी निर्माण करतो व त्यासाठी तो कोणत्या (दैवी अगर कायदेशीर) हक्काचा, पूजापंथाचा,कायद्यांचा आधार घेतो ह्या सर्व गोष्टी समाजाने निर्माण केलेल्या असतात. अवजारे, जमीन कधीकधी तर उत्पादकाचे शरीर व मन यावर कोण मालकी गाजवितो, या सर्व गोष्टींवरून त्या समाजाचे चित्रण करता येते. खरे पाहिले तर उत्पादननिर्मित बंधनांनी समाज एकत्र ठेवला जातो. जडवादामुळे मानवी मूल्ये नष्ट होण्याचे दूरच राहून ती मूल्ये समकालीन सामाजिक परिस्थितीशी कशी निगडित आहेत, किंबहुना मूल्यांची प्रचलित संकल्पना काय आहे हे दिसून येते. मूल्याप्रमाणेच भाषादेखील जडवस्तूंच्या विनिमयात्मक संबंधापासून निर्माण होते. कारण वस्तुविनिमयातून विचारविनिमय व त्यातून भाषा वाढीस लागते. (व भाषेशिवाय तर आदर्शवादी विचारवंतास आपल्या आत्म्याची कल्पनाही सुचू शकत नाही). दोन हजार वर्षांपूर्वी बैलगाडीच्या युगात वाढलेल्या 'सनातन' विचारसरणीच्या साह्याने तत्त्वचिंतक व्यक्तीला आपल्या मर्जीनुसार एका सुनियंत्रित जगाची निर्मिती करता येणार नाही.

आता भारतात सर्वश्रेष्ठ सत्तासूत्रे ज्याच्या हाती आहेत, तो म्हणजे भारतीय मध्यमवर्ग होय. मुख्यत: ऐतिहासिक कारणामुळे या वर्गाच्या अंगी काही विशिष्ट लक्षणे आहेत. भारतीय मध्यमवर्ग तंत्रदृष्ट्या मागासलेला आहे. त्याची उत्पादनप्रक्रिया (व म्हणून मनोवृत्ती) अद्याप मुख्यत: किरकोळ मध्यमवर्गाच्या (Petty bourgesosie) धाटणीची आहे. भांडवली संपत्तीची सर्वंकष मालकी व मनाप्रमाणे एकाधिकार प्राप्त करून घेण्याची शक्ती, यामुळे त्याच्या शासनाला अतुलनीय महत्त्व प्राप्त झाले आहे. ह्या सर्वंकष सत्तेला देशाच्या वास्तव गरजा व स्वत:चा तथाकथित समाजवादी आदर्श यांच्यात तडजोड करावीच लागते. मग तिच्या सत्ताधारी वर्गात क्षुद्र मध्यमवर्गीय व लुटारू (tucoon) गटांचा हवा तसा हैदोस चालत असतो. आणखी एक गोष्ट म्हणजे हा वर्ग काहीसा उशिराच सत्तेवर आला कारण त्या अगोदरच जगात आंतरराष्ट्रीय क्षेत्रात मध्यमवर्गीयांचे अपयश व त्यावरील आपत्ती दिसू लागल्या

होत्या. प्रस्तुत पुस्तकात या मुद्यांचा ऊहापोह व ऐतिहासिक घडामोडींवरील त्याचे संभाव्य परिणाम यांची चर्चा करणारे एक अकरावे प्रकरण घालावयाचे होते, परंतु नाइलाजाने वगळावे लागले.

सरकारी आकड्यांवरून भारतीय प्रौढांच्या दरडोई दैनिक अन्नाच्या गरजा पुढीलप्रमाणे दिसून येतात. (आपले आकडे औंसात असून त्यापुढील कंसात प्रत्यक्ष उपलब्ध असणाऱ्या परिणामांचा निर्देश केला आहे.)

अन्नधान्ये १४ (१३.७१), डाळी ३ (२.१), दूध १० (५.५), फळे ३ (१.५), भाज्या १० (१.३), साखर २ (१.६), मासे व मांस ३ (०.३), अंडी (संख्या) १ (०), वनस्पती तेले व तूप २(१), (इंडिया १९५४ पृ. २९५ १९५५, पृ. ४१३, १९५६ ह्या ग्रंथातही माहिती नाही) अलीकडील सरकारी घोषणांवरून भारतातील अन्नाचा उपभोग (आहाराचे परिमाण) कमी कमी होत असल्याचे दिसते. जणू प्रत्येक तपशिलात अन्नातील इतकी भिकार उणीव दाखवणारी ही दयनीय कथा पुढील वस्तुस्थितीवरून आणखीच भीषण ठरते. सांख्यिकी सरासरीवरून उपलब्ध असलेले अन्नपदार्थ देखील विकत देऊ शकणारा भारतीय सुद्धा दुर्मीळच आहे. आता प्रश्न असा आहे की, क्षुधा व रोग यांस जनता बळी पडण्याची ही परिस्थिती कायमच रहणार आहे की, भारतीय समाज अशा पायाभूत संकटातून आपली सुटका करून घेऊ शकेल? सर्वसामान्य माणसाला आधारासाठी इतका निकृष्ट आहार मिळत असताना कोणताही देश लोकशाही म्हणून किती काळ नांदू शकेल? याचे उत्तर योग्य विचारनेच शोधता येईल व त्याकरिता इतिहासाचा अभ्यास अत्यंत अपरिहार्य आहे.परंतु त्यानंतर याचे उत्तर योग्य कृतीतून वास्तव स्वरूपात परिणत झाले पाहिजे. याचाच अर्थ असा की, आपणास केवळ गतकाळाच्या अध्ययनापलिकडे पाऊल टाकले पाहिजे. पिढ्यान् पिढ्या भारतीय जीवनात मुरलेल्या निष्क्रिय दैन्यातून इतिहासावर नियंत्रण कसे मिळविता येणार? म्हणून आता इतिहास घडविण्याची वेळ येऊन ठेप ली आहे. त्यासाठी त्याचा गंभीरपणे विचार झाला पाहिजे. आशियात व इतरत्र जगात शांतता नांदविण्यासाठी सुद्धा काहीतरी योजना आखण्यात आली पाहिजे.

आता काही तांत्रिक बाबींचा उल्लेख करतो. प्रथम पुरुषी एकवचनी सर्वनामाचा निर्देश असे सुचवितो की, संबंधित विधान लेखकाने आपल्या वैयक्तिक जबाबदारीवर केले आहे. 'आम्ही' या सर्वनामाने बहुधा एखाद्या विचारप्रक्रियेत वाचकाने सहकार्य मागितले आहे. ज्या वाचकास रूढ (सांकेतिक) इतिहासाची पुरेशी माहिती नसेल त्याने पहिल्या प्रकरणातील पहिल्या टीपेत दिलेल्या काही ग्रंथांतून ती मिळविण्यात

हयगय करू नये. भारतीय भाषांतील नावांचे व शब्दांचे लेखन करताना नेहमीची रोमन पद्धती अंगीकारली आहे. ('सी'चा उच्चार नेहमी 'च' असा करावा) परंतु बरेच शब्द आधीपासूनच विशिष्ट प्रकारे लिहिले जात असल्यामुळे, तसे नेहमीच मात्र केलेले नाही. अन्यथा त्यांच्या लेखनात फारच बदल करावे लागले असते. वाचकाला शुद्धलेखनातील पर्यायांची सवय करावी लागेल. संस्कृतातील राजगृह हिंदीत 'राजगीर' असे लिहिले जाते. मला जेथे जेथे मूळ भाषा अवगत होती, तेथे देखील प्रकाशित अनुवादांचा उपयोग केला आहे. परंतु तो आवश्यक वाटलेल्या सुधारणा करून. याचे कारण असे की मूळ पाठात आपले पूर्वग्रह घुसडून देण्याची अनुवादकांची प्रवृत्ती धोकादायक असते. त्यामुळे काहींना ऋग्वेदात व अर्थशास्त्रात सरंजामी गुलाम दिसतात, परंतु त्यामुळे तत्कालीन समाजाचे चित्र पूर्णपणे बदलून जाते. त्याचा ऐतिहासिक पद्धतीवर घातक परिणाम होतो. येथे जर कोणती धोक्याची सूचना देणे अपरिहार्य असेल तर ती ही की कथांना (मिथ) एकदम चपखल सयुक्तिक स्वरूप देऊ नये. ह्याला ग्रीकमध्ये 'युहेमेरिझम' म्हणतात. एका ग्रीक पंडिताने आपल्या लोकांत प्रचलित असलेल्या कथांना असे स्वरूप दिले, त्यावरून हे नाव पडले आहे. एखाद्या कथेतील सत्यांश समजणे कठीण आहे व तिच्यातून प्रत्यक्ष ऐतिहासिक माहिती मिळवणे तर आणखीनच दुर्मीळ आहे. भारतीय ऐतिहासिक व्यक्ती व घटना दुर्दैवाने अंधुक सृष्टीत वितळून जाताना दिसतात व त्यामुळे कालांतराने त्यांना केवळ दंतकथांसारखे स्वरूप येते.

ग्रंथ तयार करीत असताना मला ज्यांनी ज्यांनी उत्तेजन व साहाय्य दिले त्या सर्वांविषयी मी येथे आपली कृतज्ञता व्यक्त करतो.

डेक्कन क्वीन
७ डिसेंबर, १९५६.

डी. डी. कोसंबी

कालनिर्देशाची रूपरेषा

पहिल्या दोन प्रकरणांत कालगणनेचा काहीही संबंध येत नाही.

प्रकरण ३ : सिंधू संस्कृतीतील शहरांची स्थापना अंदाजे ख्रि. पू. ३०००; मेसोपोटेमियातील जमदेत-नस्त्र कालाशी समकालीन, (आवृत्ती ६ पाहा) हम्मोराबीचा काळ ख्रि. पू. १७२८-१६८६ हा धरला जातो.

प्रकरण ४ : पहिले आर्य आक्रमण अंदाजे ख्रि. पू. १७५०. मुख्य ऋग्वेदकाल अंदाजे ख्रि. पू. १५०० आर्य आक्रमणाची दुसरी लाट अंदाजे ख्रि. पू. ११००.

प्रकरण ५ : यजुर्वेदाची समाप्ती. ख्रि. पू. ८०० शतपथ ब्राह्मण अंदाजे ख्रि. पू. ६००.मात्र या दोहोतील नंतरचे प्रासंगिक प्रक्षेप विचारात घेतलेले नाहीत.

प्रकरण ६ : कोसल व मगध राज्यात चांदीच्या नाण्यांचा नियमित उपयोग.

ख्रि.पू. वे ातक बुद्ध व पसेनदी यांचे मृत्यू. (दोन्ही मृत्यू वयाच्या ८०व्या वर्षी अंदाजे ख्रि. पू. ४८३) महावीर बुद्धापूर्वी काही वर्षे निधन पावला. (कदाचित अंदाजे ख्रि. पू. ४६८) मगधाच्या बिंबिसाराच्या कारकीर्दीचा प्रारंभ अंदाजे ख्रि. पू. ५४०; अजातशत्रू ख्रि. पू. ४९२; महापद्मनंद ख्रि. पू. ३५०.

प्रकरण ७ : अलेक्झांडरचे भारतातील आक्रमण ख्रि. पू. ३२७च्या उत्तरार्धात; बियास नदीवरून पीछेहाट ख्रि.पू. जुलै ३२६. बॉबिलोनमध्ये मृत्यू. ख्रि. पू. ३२३ चंद्रगुप्तपासूनचे मौर्य सम्राट अंदाजे ख्रि. पू. ३२१-१८४ अशोक अंदाजे राजे : थिऑस ॲन्टिओगस दुसरा. (सिरिया ख्रि. पू. २५८-२४७) ॲन्टिगोनास गोनाटास (मॅसेडॉन ख्रि. पू. २७८-२४२ अथवा २३९); माग राजे (सायरिन, मृत्यू ख्रि. पू. २५८); एपिरसचा अलेक्झांडर अंदाजे ख्रि.पू. २७२-२५८.

प्रकरण ८ : आधीचे शातवाहन राजे-अंदाजे ख्रि.पू. २००, गिरनार येथील रुद्रदामनचा पुरालेख इ.स. १५० सीरियाचा ऑन्टिओकस तिसरा याचे भारतावरील आक्रमण ख्रि.पू. २०६. इंडो ग्रीक राजे ख्रि.पू. २००-५८. यापैकी यूथिडेमॉस वंशाने काहूल श्वासातव बॅक्ट्रियाच्या आणि भारताच्या बदलत्या भागावर राज्य केले; युक्रेटायरिस व त्याचे वंशज ख्रि. पू. १६५-२५. पंजाबवरील शक पहल व अंमल ख्रि.पू. ७५ ते इ.स. ५०. कनिष्काने कुषाण साम्राज्याची स्थापना केल्यापासून इ.स. ७८मध्ये शक कालगणना सुरू झाली. शेवटचा कुषाण सम्राट वासुदेव याचे राज्य अंदाजे इ.स. २००. तथापि ह्या राजवंशाच्या 'देवपुत्र' ह्या पदावर (चिनी 'स्वर्गपुत्र' यावरून आलेल्या) गुप्तांच्या काही शत्रूंनी इ.स. ४थ्या शतकाइतक्या अलीकडील काळात देखील दावा सांगितला होता व त्यांचे वंशज इ.स. ८व्या

शतकाच्या अखेरीपर्यंत काबूल येथे राज्य करीत होते, हे संभवनीय आहे.

प्रकरण ९ : गुप्त शकाची सुरुवात सम्राट चंद्रगुप्त याच्या हस्ते इ.स. ३१९-२०; त्याचा पिता घटोत्कच व आजा श्रीगुप्त हे फैजाबाद-प्रयाग विभागात प्रमुख सरदार होते. त्याचे प्रमुख वंशज सिंहासनावर बसलेल्या तारखा अंदाजे पुढीलप्रमाणे – समुद्रगुप्त इ.स. ३३०; चंद्रगुप्त दुसरा इ.स. ८३०; कुमारगुप्त पहिला इ.स. ४१५; स्कंदगुप्त इ.स ४५५; बुधगुप्त याने उत्तरेत अंदाजे इ.स. ५१५ पर्यंत राज्य केले. भटार्कोने बलभी राजवंश इ.स. ४८० मध्ये स्थापन केला व तो इ.स. ७०० पावेतो टिकला. तोर्माण व मिहिरगुल ह्या हुणांनी मारल्यावर इ.स. ५०० पासून इ.स. ५२८ पर्यंत वर्चस्व गाजविले; हर्ष अंदाजे इ.स. ६०५-६०६ ते इ.स. ६४७. हर्षाचा शत्रू नरेंद्रगुप्त शशांक हा उत्तरेकडील शेवटला गुप्त नृपती. होयन फाहियानची भारतयात्रा इ.स. ४०५. ह्यूएनत्संग अंदाजे इ.स. ६२९ ते ६४५ आता कदंब राजा मयूरशर्मा याचा काल इ.स. ४थे शतक मानतात.

प्रकरण १० : मार्कोपोलोने भारतास दोनदा (इ.स. १२८८ व इ.स. १२९२-३) भेट दिली. मिंगनवदल अधिकारी चेंगहो याने इतिहासात ज्ञात असलेले सर्वात मोठे चीनी आरमार इ.स. १४०५ ते इ.स. १४३३च्या दरम्यान भारतीय सागरी हद्दीत आणले. त्याचे शेवटचे चार जलप्रवास आफ्रिकन तीरावरील ओरमुझपर्यंत झाले. (पहा. चायना रिकन्स्ट्रक्टस ५.७, जुलै १९५६, पृ. ११-१४). पहिल्या मुस्लिम (अरब) स्वाऱ्या अंदाजे इ.स. ६३७ पासून सुरू झालेल्या दिसतात. महम्मद इका अल्कासीमने दाहिरवरील मिळविलेल्या विजयापासून (इ.स. ७१२) कायम (लष्करी) अंमलाखाली ठेवावयाचा मुलुख कमीकमी होत गेला. त्यामुळे मुल्तान व दक्षिणेकडील संबंध सिंधूखोरे मुस्लिम अमलाखाली आले. गजनीचा महमूद इ.स. १०३० मध्ये मृत्यू पावला. त्याने लागोपाठ स्वाऱ्या करून उदभांड (उंड) येथील शाही वंशाचा नायनाट केला. तसेच कनोजच्या प्रतिहारांचा नायनाट केला. गुर्जर प्रतिहारांचे (परिहार) राज्य कोणा नागभटाने अंदाजे इ.स. ७२५ मध्ये स्थापन केले. त्यानेच नंतर कनोज तेथे आपली राजधानी केली व राज्यपालाचा नाश केला. महमूदच्या पराभवानंतर हा राज्यपाल इस. १०२० मध्ये मारला गेला. बिहार व पश्चिम बंगालच्या पाल राजवंशाचा प्रारंभ अंदाजे इ.स. ७५० मध्ये गोपाल नामक स्थानिक सरदारापासून झाला व इ.स. ११७५च्या सुमारास त्यांचे वर्चस्व कमी झाले. तथापि या वंशातील काही राजे निदान इ.स. १५०० पर्यंत टिकून राहिले. त्यांच्या बहुतेक मुलखावर सुमारे इ.स. ११०८ पासून सेनानी वर्चस्व गाजविले. ते त्या शतकाच्या अखेरीस महम्मद बीन बख्त्यार खलजीची स्वारी होईपर्यंत. प्रतिहारांचा

९व्या शतकात पराभव करून आदिवासी (गोंड) सरदारांनी आपले स्वत:चे राज्य स्थापिले तेव्हापासून चंडेल राजवंशाची सुरुवात झाली व त्यांनी बुंदेलखंडावर (जेजाकूभूकूटी) १२व्या शतकाच्या अखेरपर्यंत राज्य केले. गाहडवाल (राठोड) राजे कनौजच्या सिंहासनावर आले व इ.स. १०९० मध्ये चंद्रदेवापासून व इ.स. ११९४ मध्ये महम्मद घुरी याने त्यांचा नायनाट केला. व घुरीनेच त्यापूर्वी एक वर्ष चौहान (चाहमान) राजा पृथ्वीराज याचादेखील पराभव केला होता. (दख्खनच्या) द्वीपकल्पात बदामी येथे अंदाजे इ.स. ५५० मध्ये पहिल्या पुलकेशीपासून चालुक्य राजवंशास सुरुवात झाली. व इ.स. ७५७मध्ये त्यातील कियुक्तीवर्मन राजाचा राष्ट्रकुटांनी पराभव करून त्यांचे राज्य संपुष्टात आणले. पूर्वेकडील चालुक्य वंश इ.स. १०७० पर्यंत चालू राहिला व त्यावर्षी चोल (कुलोत्तुंग) वंशातील राजेंद्र तिसरा याने दोन्ही घराण्यांचा वंशज म्हणून ही दोन्ही राज्ये एक केली. राष्ट्रकुटांचा पहिला प्रमुख राजा हा त्या वंशातील चवथा ज्ञात राजा असून त्याने इ.स. ७६८ ते इ.स. ७७२ पर्यंत राज्य केले. या वंशाची कारकीर्द इ.स. ९८२ मध्ये संपुष्टात आली. कल्याणीच्या चालुक्याने इ.स. ६९६ पासून इ.स. १२०० पर्यंत, पल्लवांनी ४थ्या शतकापासून नवव्या शतकापर्यंत व चोलांनी इ.स. ८४६ ते इ.स. १२७९ पर्यंत राज्य केले.

दिल्लीच्या मुस्लिम गुलाम वंशास महम्मद घुरीचा गुलाम कुत्बउद्दीन ऐबक याच्यापासून इ.स. १२०६ मध्ये प्रारंभ होऊन त्या वंशाची कारकीर्द इ.स. १२९० पर्यंत टिकली. खिलजी सुल्तानांची करकीर्द इ.स. १२९० ते इ.स. १३८०पर्यंत राहिली. (अल्लाउद्दिन इ.स. १२९६ ते १३१६); तुघलक इ.स. १३२० ते १४१३ (फिरुझ १३५१ ते १३८८). सय्यद इ.स. १४१४ ते १४५१; लोदी इ.स. १४५१ ते १५२६; मुगलवंश इ.स. १५२६ ते १८५८ पर्यंत राहिला. परंतु औरंगजेब (इ.स. १६५८ ते १७०७) होऊन गेल्यानंतर आलेले राजे नाममात्र होते. (बहुतांशी गुलबर्गा येथे नांदले) बहामनी घराणे दख्खनेत इ.स. १३४७ ते १५२६; तथापि इ.स. १५१८ मध्ये ५ वेगवेगळ्या सुभेदारांनी आपापली स्वतंत्र राज्ये स्थापली. यांपैकी सर्वांत महत्त्वाचे विजापूर येथील आदिलशाहीचे होते. त्याचा औरंगजेबाने इ.स. १६८६मध्ये नायनाट केला. विजयनगरचे हिंदू राज्य इ.स. १३३६ मध्ये स्थापन होऊन वरील ५ दख्खनी मुसलमानी राज्यांपैकी चौघांच्या राजमंडळाने तालिकोट येथील लढाईत (जानेवारी २६, १५६५) त्याचा नाश केला . तथापि त्यातील काही वंशज स्थानिक म्हणून टिकून राहिले.

❖

अनुक्रमणिका

प्रकरण एक
व्याप्ती व पद्धती

भारतात काही प्रसंग घडले असले तरी त्याला इतिहास मात्र मुळीच नाही. अशी उथळ उपहासोक्ती सांगून भारताच्या भूतकाळाविषयी परकीय लेखकांत आढळून येणाऱ्या अध्ययनाच्या, आकलनाच्या व बुद्धिमत्तेच्या अभावाचे समर्थन केले जाते. तथापि या ग्रंथात मांडण्यात येणाऱ्या विचारावरून असे सिद्ध होईल की, भारतीय साधनांत नेमक्या अशा प्रसंगांचीच वाण आहे. असे प्रसंग म्हणजे वंशावली, (विशिष्ट) राजे व प्रासंगिक कथांचे तिखटमीठ लावलेल्या व ज्यांची शाळकरी क्रमिक पुस्तकात रेलचेल असते अशा युद्ध व चकमकीविषयीच्या हकिकती होत. येथे मात्र आपणास प्रथमच अशा प्रसंगविरहित इतिहासाची पुनर्रचना करावयाची आहे ; याचा अर्थ असा की, हा इतिहास युरोपीय परंपरेत बसणाऱ्या नेहमीच्या पठडीचा होणे शक्य नाही ? [१]

१.१ – भारताच्या इतिहासाच्या अध्ययनासाठी आवश्यक असलेल्या विशिष्ट पद्धती

या ग्रंथासाठी इतिहासाची अशी व्याख्या केली आहे की, तो उत्पादन प्रक्रियेतील साधनांत व संबंधात कालानुक्रमे लागोपाठ ज्या घडामोडी झाल्या त्या सादर करण्याचा प्रकार आहे. या व्याख्येचा आशय काय व त्याच्या यथार्थ उपयोगासाठी वापरावयाचे तंत्र कोणते असावे यांचा विचार करण्यापूर्वी या व्याख्येची गरज का भासते हे आधी पाहू या.

भारताचा वाङ्मयीन वारसा कितीही महान असला तरी हेरोडोटस्, थूसिडिडिंस, पॉलीबियस, लिव्ही व टॅसिटस अशासारख्या इतिहासकारांशी तुल्यबळ असे इतिहासलेखक त्यात निर्माण झाले नाहीत. मध्ययुगातील बरेचसे भारतीय राजे (उदा. हर्ष, अंदाजे इ.स.६००-६४०) शिक्षणाने व साहित्यिक पात्रतेने त्यांच्या युरोपीय समकालीन राज्यकर्त्याहून कितीतरी श्रेष्ठ होते. त्यांनी घनघोर युद्धात व्यक्तिश: प्रचंड सैन्यानिशी विजय मिळविलेले होते. असे असले तरी सीझरच्या 'कॉमेंटरीज' अथवा झेनोफोनच्या 'ॲना बासिस' सारखे वृत्तांत लिहून घेण्याची त्यांच्यापैकी एकाला देखील कधी कल्पनाही सुचली नाही असे दिसते. येथिल परंपरेत शालीन दरबारी नाटके, देवांचे एखादे प्रासंगिक स्तवन अथवा सुभाषित एवढ्याच गोष्टी असू शकत होत्या. कल्हण नावाच्या काश्मिरी लेखकाचा राजतरंगिणी ग्रंथ [२] ११४९-५० मध्ये संस्कृत श्लोकात रचलेला असून तोच काय तो भारतीय ऐतिहासिक लेखनाचा नाव घेण्यासारखा एकुलता एक नमुना आहे. आणखी दोन लेखकांनी तीच परंपरा चालू

ठेवली होती. मात्र ह्या इतिहासलेखनात संस्कृत काव्यातील साचेबंद संकेतांचे भरपूर दोष आढळून येतात. विशेषत: त्यातील श्लोकांच्या घातुक सवयीमुळे ग्रंथकार झाकोळला जातो. हा काळ मध्यवर्ती सत्ता व काश्मिरातील सरंजामी सरदार यांच्यामधील निकराच्या लढ्याचा होता. परंतु थुसिडिंसने दिलेल्या पेलोपेनोशियन युद्धाच्या वृत्तांतातील गुणवत्ता, गंभीरता व आशय यांची सर ह्या (भारतीय) ग्रंथातील स्थलकाल निर्देशक भागाला देखील येत नाही. मुसलमानी युगापर्यंत देशाच्या इतर भागात तर आपणास कल्हणाइतपत चांगले असलेले कोणतेही लिखाण आढळत नाही. (कल्हण काश्मीर दरबाराच्या अगदी निकट असून त्याला सर्व प्रकारची दप्तरी साधने उपलब्ध होती.) खुद्द कल्हण देखील आपल्या मातृभूमीतील सातव्या शतकाचा वृत्तांत सांगताना दंतकथा, पुराणकथा अगर रोमहर्षक कथा यांच्या मोहात सापडतो. (व इतिहासकाराच्या भूमिकेपासून दूर जातो.) यापूर्वीच्या काळासाठी असलेली साधने तर आता पुराणे म्हणूनच टिकून आहेत. (पुराण शब्दाचा अर्थ 'प्राचीन गोष्टी' असा आहे) व त्यांच्या सध्याच्या पेहरावात केवळ धार्मिक गोष्टींचा ढोंगीपणा भरलेला आहे; कधी काळी अशा ग्रंथात जो काही ऐतिहासिक आशय असेल तो देखील पुराणकथा व अर्धवट धार्मिक भाकडकथांनी पुरेपूर मढविलेला असून असंख्य निष्काळजी 'लेखकूंनी' वारंवार नकलून घेताना पुसून टाकला गेला आहे. त्यामुळे अगदी साध्या राजांच्या नामावळ्या [३] देखील तयार करण्यास मोठी अडचण पडते. बाणाकृती (uneiform) साधने– त्यात सुमेरियन साधनेही आली– आपापल्या विशिष्ट देशातील विशेषत: सामाजिक परिस्थितीबाबत कितीतरी अधिक माहिती पुरवितात.

आपणास युरोपीय इतिहासलेखनप्रकाराशी तुलना करण्यासारखे इतिहास लेखन करावयाचे असल्यास काय करावे लागेल याचे एक छोटे उदाहरण देऊन स्पष्टीकरण करता येईल.[४] जेएएसबी ७२ (१९०३) पृ.१–१३ मध्ये सेसिलबेंडॉलने नेपाळच्या एका हस्तलिखितातील रामायण या संस्कृत महाकाव्याच्या एका भागाचे वर्णन केले आहे. त्याच्या शेवटच्या नामनिर्देशावरून (colophon) एका अनिर्दिष्ट कालगणनेच्या १०७६ व्या वर्षी गांगेयदेवनायक राजाच्या कारकिर्दीत तिरहूत (बिहार) येथे ते नकलला गेल्याचे दिसून येते. या राजाचे गौड–ध्वज 'बंगालचे निशाण (ध्वज)' असे वर्णन केलेले आहे. बेंडॉलने व इतरांनी ह्या राजाचे आल्बिरुणीच्या किताब-उल–हिंद [५] (लेखनकाळ अदमासे इ.स.१०३०) मधील दक्षिण कलचुरी राज्यकर्ता गांगेयदेव याच्याशी ऐक्य प्रतिपादिले आहे. नेहमीप्रमाणे याबाबत शंका व्यक्त करण्यात आली. कलचुरी राजाच्या टिकून राहिलेल्या दोन संस्कृत पुरालेखात या खास उपपदाचा अथवा त्या विजयाच्या पुराव्याचा समावेश नाही. इ.स.१९४० मधील लाहोर येथे प्रदर्शित झालेल्या जुन्या हस्तलिखित ग्रंथाच्या (codex) एका

चांगल्या छायालेखावरून तेथे असलेल्या एका विद्वानाने हा अंतिम निर्देश चुकीचा वाचला गेल्याचे निदर्शनास आणले : त्यातील बरोबर असलेले पद गरुडध्वज होते ('गौड-ध्वज' नव्हे) त्यास एकाच अक्षराचा फरक असला तरी त्याचा आशय पूर्णपणे पालटून गेला. संबंधित इसम बंगालचा विजेता तर नव्हताच ; तो फार तर पौराणिक गरुडावर बसणाऱ्या विष्णुदेवाचा एक अनुयायी होता व म्हणून त्याच्या निशाणावर गरुडाचे प्रतीक होते. आजचे सर्वांत पटण्यासारखे स्पष्टीकरण एवढेच आहे की, येथे आपणास दक्षिणेतील (राष्ट्रकूट वंशाच्या) एका किरकोळ, कनिष्ठ टोळीप्रमुखाचा आपले पाय मजबूतरीत्या रोवत होते. त्या काळात त्याने (इ.स.१०१९-२०) बिहारच्या एका छोट्याशा भागावर राज्य केले असावे. तुलनात्मकदृष्ट्या अलीकडच्या साधनसंपन्न काळातील अशा भिकार साधनांची देखील इतक्या विस्ताराने चर्चा करावी लागते. या प्रकारावरूनच भारतात चांगल्या इतिहासकारास कोणकोणत्या अडचणीतून जावे लागते, हे अधिक चर्चा न करता सहज दिसून येईल.

तथापि केवळ अभिजात युरोपीय ऐतिहासिक साधनांवरूनच वाचकास (इतिहासाचा) पूर्ण बोध होतो अथवा त्यावरून संतुलित इतिहास तयार करता येतो असे मात्र नाही. पॉलिबियस लिव्ही अथवा हॅसिटस यांचे चांगले अनुवाद, स्पष्ट शैली, भाटगिरीतील संयम व अलंकारिक नसलेले वृत्तांत या लक्षणामुळे ते वाचताना कोणालाही आनंद होतो. असे असले तरी रोमचा खरा इतिहास समजण्यासाठी कोणालाही थिओडोर मॉमसेनचे रोमिश गेशिक्ट अथवा केंब्रिज हिस्टरीच्या संबंधित खंडांचे वाचन करावेच लागेल. त्यातील अभिजात संहिता व तिचे आधुनिक भाष्यकार यात फरक आढळलाच तर त्याचा अत्यल्प भाग भिन्न लेखकांच्या तुलनेतून उद्भवलेला असतो. अथेन्सच्या लोकशाहीचे जे संयमशील, शानदार शैलीतील स्थायी महत्त्वाचे उपयुक्त विश्लेषण ग्रोटच्या 'हिस्टरी ऑफ ग्रीस'मध्ये आढळते. त्यात अंतर्गत व बाह्य संहिताचिकित्सेचा सर्वोत्कृष्ट नमुना पहावयास मिळतो. एडवर्ड मेयरच्या 'गेशिक्ट देस आल्टेर टुंक्स' सारख्या गौरवशाली वैयक्तिक प्रयत्नांची महानता व शास्त्रीयता ही केवळ संहितेच्या विद्वत्तापूर्ण चिकित्सेतून निर्माण झालले नाही; मग आता प्राचीन इतिहासावर प्रमाणभूत मानल्या गेलेल्या सहकारपूर्ण विद्वतेतून निर्माण झालेल्या ग्रंथांची गोष्टच सोडा. यातील फरक एवढाच की, पूर्वीच्या लिखित साधनात घातली आहे. कारण पूर्वीच्या वृत्तांतास पुराविज्ञानाने केवळ दुजोराच दिला नाही तर प्राचीन काळातील भौतिक अवशेषांचा नक्की आशय काय हे विशद केले. कोरीव लेख, नाणी, सामान्यत: पुरालेख यांनी लिखित वृत्तांत व इतिहासास पूर्णता आणली. दोन भाषांत लिहिलेल्या अभिजात इतिहास ग्रंथामुळे (cuneiform tablets) व इजिप्शियन चित्रलिपी यांचे वाचन शक्य झाले आहे व लिखित पुराव्यात महत्त्वाची भर पडली आहे. प्राचीन रोमन इतिहासातही ट्रोजन व मार्कस् ऑरेलियस्चे

लष्करी स्तंभ, विजयाच्या कमानी, दगडी प्रेतवाहकपेटी (sarcophagi) व इतर मूर्तिकलेमुळे काही तांत्रिक संज्ञांचा (उदा.टेस्ट्डो व ॲगर) अर्थ समजणे शक्य झाले. एरवी प्राचीन अभिजातयुग व प्रबोधनयुग यामधील काळात या तांत्रिक संज्ञांचे अर्थ विसरले गेले होते. अनेक सम्राटांच्या अस्तित्वाची माहिती त्यांच्या नाण्यांमुळे पक्की झाली. याउलट लेखी पुरावा तपासून पहाण्यासाठी व्यवस्थित पुरावैज्ञानिक संशोधन करणे शक्य झाले ; उदा. आलेशियास सीझरने दुहेरी वेढा घातला यावर विश्वास बसत नव्हता. परंतु आलिस-स्टे-राहून येथील उत्खननामुळे त्याचा प्रत्यक्ष पुरावाच मिळाला. एट्रस्कन सारख्या पुरातन युगासंबंधीची साधने पुरेशी नाहीत व त्यातील भाषाही स्पष्टपणे वाचता येत नाही. त्यासंबंधीचे पुराविज्ञान, त्याची एरवी कितीही छाप पडली तरी प्रमुख समस्या सोडविण्याइतपत व्यापक झालेले नाही व म्हणून आपणास त्या काळासंबंधी अद्याप बऱ्याच शंका आहेत. तथापि भारतात झाली, त्यामानाने रोमन इतिहासात या काळातही कितीतरी अधिक प्रगती झाली आहे. उत्खननामुळे पॉसनियसने केलेले ग्रीसचे वर्णन खरे ठरले असून तो ग्रंथ आता मोलाचा मार्गदर्शक ठरला आहे; आतापर्यंत होमरच्या काव्यातील ट्रॉयच्या कथेची निव्वळ कल्पित म्हणून संभावना होत असे, परंतु श्लिमनने हिसारलिक येथे उत्खनन केल्यामुळे तिची पूर्ण सत्यता प्रत्ययास आली आहे. बायबल हा धर्मग्रंथ असूनही त्यासारख्या कोणत्याही भारतीय ग्रंथापेक्षा ऐतिहासिक व पुरावैज्ञानिकदृष्ट्या अधिक मोलाचा आहे, कारण ज्यांच्यापासून तो पिढ्यान्‌पिढ्या (शतकानुशतके) प्रसृत झाला त्यांचा त्या भूमीशी सतत संपर्क राहिला व एखाद्या व्यापाऱ्याच्या अचूकपणाने त्यांनी त्यातील स्थलांचे व घटनांचे वर्णन करून ठेवले. (याच्या उलट) आपल्या साहित्यावरून रामायण व महाभारत यांसारख्या दोन महाकाव्यांच्या कथाविषय झालेल्या लढाया कोठे लढल्या गेल्या हे सांगणेही अजून अशक्य आहे. व-जर त्यात प्रातिनिधिक ऐतिहासिक घटना असल्याच तर-त्या केव्हा झाल्या हे सांगणे दूरच राहिले. गुगलीएल्मो फेरेरो [६] च्या कल्पक तथापि अगदी वाजवी वृत्तांतावरून रोमन लोकसत्ताकाच्या शेवटच्या घटना अगदी दैनंदिन स्वरूपात देखील पुन्हा मांडता येतात; सुएटोनियस व प्रॉपोकोपियसचे शुष्क वृत्तांत देखील रॉबर्ट ग्रेव्हजमुळे परत जिवंतपणे चितारले गेले आहेत. आपण भारतीय लोक मात्र एखादा विक्रम राजा- ज्याच्या ख्रि.पू.५७ मधील विजयाच्या अथवा राज्याभिषेकाच्या घटनेपासून तथाकथित प्रारंभ झालेला विक्रम शक अद्याप चालू आहे- खरोखरीच अस्तित्वात होता की, नाही हे अद्याप सिद्ध करू शकत नाही. हा कथाविषयक झालेला राजा खरोखरी अस्तित्वात नसून पूर्वीच्या एका किरकोळ परंतु लोकप्रिय जमाती शकाचे परिवर्तन करणाऱ्या गुप्तांच्या साम्राज्य वैभवाचेच एक प्रतिबिंब होते. हे आज अधिक संभवनीय वाटते.

ह्यावरून (इतिहास लेखनाची) प्रत्यक्ष पद्धती प्राचीन भारताच्या बाबतीत किती निष्फळ ठरेल हे दिसून येते. कारण येथे स्वत: सिद्धमूल असलेली आधारसामग्री (उदा. दोन महाकाव्यांत मिळणारी) निकृष्ट दर्जाची आहे व त्याच्यात भर घालण्यासारखे ऐतिहासिक मूल्य असलेले साहित्य पुराविज्ञानाने मुळीच पुढे आणलेले नाही. होमरच्या महाकाव्यातील ॲकिलिस व ऑडेस्यूस सारख्या व्यक्ती ज्यांचे निव्वळ अस्तित्व सिद्ध करण्यासाठी देखील पुरावा सापडला आहे अशापैकी आहेत. तर हिहाईट पुरालेखातील टवगलवस [७] मध्ये ज्याचा चेहरामोहरा दिसून येतो असे इटिओक्लिस सारखे एखादे किरकोळ पात्र असते. शानसाँ-द-रोलॉ काहीही म्हणो, रोलाँ हा काही शार्लमानचा सर्वांत महत्त्वाचा सेनाधिकारी नव्हता. तसेच रोनसेजव्हाल येथील पराभव ही काही त्याच्या कारकीर्दीतील कलाटणी देणारी लष्करी घटना नव्हती. रोमन साम्राज्याचे काही काळ तुकडे करणाऱ्या थिओडोसियसचा प्रतिस्पर्धी मॅक्सिमस (इ.स.३८३ ते ८८) याबद्दल आपणास लिखित इतिहाससाधने व पुराविज्ञान या दोहोंपासूनही बरीच माहिती उपलब्ध होते; मॅक्सेन ब्लेडिगच्या 'वेलँडस्मिथ सागा' अथवा वेल्श भाषेतील माविनोजियनप्रमाणे त्याच्या बाबतीत देखील ऐतिहासिक वास्तवतेची (तो एक ऐतिहासिक व्यक्ती असल्याची) फारच पुसट जाणीव होती. नीबेलुँगेन लीड [८] मधील एट्झेल व डिस्ट्रीचपासून ॲटिला व थिओडेरिक या राजासंबंधी काहीही माहिती मिळत नाही. रोमन सैन्ये ब्रिटनमधून परत आल्यापासून तोतहत सॅक्सन विजयापर्यंतच्या कालखंडात होऊन गेलेला राजा ऑर्थर हा अद्याप जवळजवळ निखालस दंतकथा विषय आहे; रॉबिनहूड जरी मूळ ऐतिहासिक व्यक्तीवरून घेतलेले असले तरी लोककथांमधील सामान्य संसारी व्यक्ती समजली जाते. आपण प्रमुख भारतीय साधनांवर विश्वास ठेवला तरी येथे उल्लेखिलेल्या अद्भुत कथांइतकेही साहित्य आपल्या हाती लागणार नाही.

इतस्तत: झालेल्या पुराविज्ञानविषयक संशोधन कार्यातून निष्पन्न झालेली दुय्यम साधने म्हणजे अनेक संशोधित पुरालेख; परंतु एखादी वंशावळ वाजवीरीतीने परिपूर्ण करण्यास, कारकिर्दीची वर्षे ठरविण्यास अथवा ज्या भारतीय राजांची नावे टिकून राहिली आहेत, त्यांच्या ताब्यातील समग्र मुलुख निश्चित करण्यास दुय्यम साधनेदेखील पुरी पडत नाहीत. त्यामुळे काही इतिहासकार उदा.एफ.ई.पार्जिटचे एन्शंट इंडियन हिस्टॉरिकल ट्रॅडिशन (ऑक्सफर्ड, १९२२) पहा. शुद्ध ऐकीव कथांना सयुक्तिक स्वरूप देऊन इतिहासाच्या पुनर्रचनेचे असंभवनीय धाडस करतात. ऐतिहासिक साधने विरहित कालखंडासाठी एक उपलब्ध पर्याय म्हणजे भाषाशास्त्राचा आधार घेणे. इंडोयुरोपीय भाषांतील रक्त संबंधदर्शक अगदी तेच अगर सारखे शब्द धुंडाळून, आर्यांच्या मूलस्थानातून त्यांचे अनेक जमातीगट पृथक् होऊन त्यांनी वेगवेगळ्या दिशांनी स्थलांतर करण्यापूर्वी त्यांची सामाजिक संघटना काय असावी

व्याप्ती व पद्धती / ५

याबाबत जास्तीत जास्त माहिती गोळा करण्याचा प्रयत्न झाला. परंतु प्रत्यक्ष आर्य लोकांनी भरपूर प्रवास न करतादेखील त्यांच्या सामाजिक संस्था व नातेसंबंधांच्या संकल्पनांबरोबर तद्विषयक शब्दांचेही स्थलांतर होऊ शकले असेल या शक्यतेकडे कोणी गंभीरपणे लक्षच दिले नाही. 'डॉटर' हा इंग्रजी, 'टोख्ट इ' हा जर्मन, 'थायगाटेर' हा ग्रीक, 'डियर' हा आयरिश, 'दुवट' हा लिथुआनियन, 'दोख' हा रशियन हे सारे शब्द संस्कृत 'दुहित्र' प्रमाणे एका समान धातूपासून उपपत्ती झालेले आहेत. 'दुह' ह्या संस्कृत धातूचा अर्थ दोहणे अथवा दूध काढणे असल्यामुळे या सिद्धान्तानुसार 'दोग्ध्री' या मूळ शब्दाचा अर्थ दूध काढणारी असा असून तो आदिम आर्य कुटुंबव्यवस्थेतील गाईचे दूध काढणाऱ्या मुलीचा वाचक असावा, असे प्रतिपादिले गेले. हे मनोरम शब्दचित्र प्रथम लासेन याने काढले, मॅक्समुलरने ते संमत व उद्धृत केले. त्याचेच वाङ्मयचौर्य विविध भारतीय लेखकांनी केले व त्यांचे मराठीवरून पुन्हा संपादिलेले लिखाण दुर्लक्षित राहिले, ते योग्यच झाले. परंतु आता अशा शेवटल्या पुनरावृत्तीचा [१] रशियनमध्ये अनुवाद होताच त्याचे अपूर्व स्तोम माजले आहे. त्याचा परिणाम असा झाला आहे की, 'डाव्या बुद्धिवंतांना' इतर काही वाचण्याची तसदी देण्याची अगर स्वत:साठी विचार करण्याची गरज राहिली नाही. दुर्दैवाने ह्या आकर्षक वाटणाऱ्या तर्कामुळे देखील काही गोष्टींचे स्पष्टीकरण होऊ शकत नाही. उदा- आर्य भाषांत 'दोहणारी' साठी समान शब्द टिकून राहिला तसा एखादा शब्द दुधासाठी का राहिला नाही? जाताजाता एक गोष्ट ध्यानात ठेवली पाहिजे. पशुपालन संबंधीचे जीवन पितृसत्ताक असणे हे मान्य झाले आहे. तथापि सामूहिक जीवनात गुरांच्या कळपांच्या स्वरूपात पुरुषाची संपत्ती तुलनेने बऱ्याच उशिरा अस्तित्वात आली व गाई दोहणे त्या अवस्थेतच संभवते. (त्यापूर्वी नाही.) म्हणून हा प्रकार आदिम आर्यजीवनातील असू शकत नाही. तसेच ते प्रथम स्त्रीचेही काम नव्हते. कुचेष्टेखोर भाषाशास्त्रज्ञांनी असे म्हटले आहे की (तथाकथित) इंडोयुरोपीय भाषांत 'पाया' साठी समानार्थक पद आहे पण 'हाता'साठी नाही. हेच तर्कट अखेरपर्यंत नेटाने चालविले तर असा निष्कर्ष काढावा लागेल की, आर्य लोक एकत्र असताना त्यांना पाय होते परंतु हात नव्हते व ते अर्थात आर्यांचे गट वेगळे झाल्यानंतर उगवले !

१.२ – उपलब्ध साहित्य

अशा प्रकारे आपणास उत्पादनाच्या साधनांत व संबंधात कालक्रमानुसार एकामागून एक झालेल्या घडामोडींकडे अपरिहार्यतेने वळावे लागते. कारण त्यामुळेच एका विशिष्ट कालखंडात लोक कशा प्रकारे रेहात हे सांगता येते. शास्त्रीय म्हणण्यासारख्या कोणत्याही दृष्टिकोनाप्रमाणे हा दृष्टिकोन देखील पूर्णपणे जडवादी

आहे. मानव आपल्या सभोवतालच्या परिस्थितीचा उपयोग करून उत्तरोत्तर अधिक चांगले आयुष्य कंठण्यासाठी अवजारांचा उपयोग करून आपले जीवन घडवितो.[१०] ह्या त्याच्या यशाची एकमेव प्रायोजिक कसोटी अशी आहे की, त्यामुळे उत्पादन साधनांत कोणताही महत्त्वाचा व पायाभूत असा शोध लागला की, तुलनात्मकदृष्ट्या लोकसंख्येत एकाएकी वाढ होते. उत्पादनाच्या साधनामुळे शक्य होईल त्यापेक्षा सामाजिक संघटन अधिक पुढारलेले असू शकत नाही. विशेषत: मानवाने पशुसदृश अन्नसंचायक अवस्थेपासून तो अन्नउत्पादक अवस्थेपर्यंत प्रगती केली तेव्हाच त्याला पशूपेक्षा वरचे स्थान प्राप्त करून घेता आले. या व्याख्येचा एक निश्चित फायदा आहे. तिच्यामुळे आपणास जातिव्यवस्थेसारख्या अथवा अलीकडील काही बुद्धिमंतांचे अपवाद सोडल्यास ऐतिहासिक जाणिवेच्या लक्षणांची कारणमीमांसा करावी लागते. सामान्यत: 'इतिहासपूर्व' म्हटल्या जाणाऱ्या म्हणजेच माणूस लिहिण्या-वाचण्यास शिकला त्यापूर्वीच्या कालाचा संयुक्तिकरीत्या बोध होण्यासाठी तर ही एकच व्याख्या उपयुक्त ठरेल हे मात्र निश्चित. ही व्याख्या प्रत्यक्ष उपयोगात आणण्याचे तंत्र वापरावयाचे असेल तर, आपणास लिखित साधनांची पुराविज्ञानाशी सांगड तर घालावी लागेलच परंतु त्याशिवाय यांपैकी प्रत्येकास मानववंशविषयक सामग्रीचीही जोड देऊन तिचा अर्थ लावावा लागेल. कोणत्याही अभिजात वाङ्मयाचे अस्तित्व समाजाची वर्गीय विभागणी दर्शविते. अगदी प्राचीन काळी साक्षरता म्हटली की तिच्या आधी काही गोष्टी आल्याच म्हणून समजावे. उदा. एखादे देऊळ धर्मगुरु व्यवसाय, नागरी जीवन व समाजाची दोन गटात विभागणी, एक गट उत्पादकांचा व दुसरा गट तुलनेने अल्प प्रमाणात असलेले जादा उत्पादन शोषून घेणाऱ्यांचा- यापैकी आज इतिहासकाराला साधनीभूत असलेले पुरालेख फक्त या शोषक गटांनी निर्माण केलेले आहेत. कारण उत्पादक गटाला तितपत शिक्षण घेण्यास अवसरच नव्हता. भूतकाळात जितके डोकावून पाहावे तितकी उत्पादन साधनासंबंधीची अधिकाधिक माहिती मिळते. त्या काळची घरे, थडग्यात वापरलेले सामान, अवजारे व भांडी यांच्या साह्याने पुराविज्ञाते त्यापूर्वीच्या उत्पादनविषयक संबंधाकडे वळतात; ते वर्गामधील व गटांमधील संबंध अभ्यासू लागतात व त्यासाठी मानववंशशास्त्राची गरज भासते. आधुनिक पुराविज्ञाते या तत्त्वाचा आश्रय करून व आधुनिक परंतु तरीही आदिम स्वरूपातील आफ्रिकन व ऑस्ट्रेलियन जमातींविषयी झालेल्या अध्ययनांचा उपयोग करून युरोपीय अवशेषांचे मूल्यमापन करतात. उदा. मृतांना एकत्र पुरण्याच्या काही प्रकारावरून तत्कालीन समाज मातृसत्ताक, पितृसत्ताक अथवा पूर्वोक्ताकडून उत्तरोक्ताकडे परिवर्तन होणारा अथवा दोहोंच्याही पूर्वीच्या, कुले निर्माण होण्याआधीच्या अवस्थेतील होता की काय याचा मागोवा घेता येतो.

भारतीय परंपरेचे आकलन व्हावयास हवे असेल तर आपणास याहूनही खोलवर जावे लागेल. येथे इतर देशातील आदिम जमाती कोणत्या होत्या अथवा खसिया,

नाग, ओरावो, भिलु, तोडा व कादर यांसारख्या सीमारेषेवरील आदिम भारतीय जमाती कशा टिकून राहिल्या आहेत त्याला इथे फारसे महत्त्व नाही. शहरात व त्या सभोवती म्हणजे पूर्ण विकसित विभागांच्या बालेकिल्ल्यात देखील टिकून राहिलेल्या सामूहिक पुंजक्यांचा (social clusters) अमोल पुरावा म्हणून उपयोग करून त्यावरून एखाद्या प्राचीन लिखित साधनावर अगर पुरावैज्ञानिक संशोधनावर प्रकाश टाकता येतो. कारण काही जमाती गटांना आत्मसात करून पूर्वीच जातियुक्त समाजाच्या थराप्रत पोहचलेले गटही अशा पुंजक्यांच्या जोडीनेच नांदताना आढळतात. असे पुंजके मागासगट म्हणून कसे टिकून राहिले हे ऐतिहासिक विकासाचा मागोवा घेत विशद करणे हा खरा यक्षप्रश्न आहे. जेथे अनेक गोष्टी दीर्घकाल टिकून राहिल्या आहेत असा हा भारत देश आहे. येथे अणुयुगातील जनता, ताम्रयुग (Chalicolithic) काळातील लोकांशी खांद्याला खांदा भिडवून उभी आहे. ग्रामीण भागातील बहुसंख्य दैवते अद्याप ज्या शेंदराने माखलेली असतात तो फार पूर्वीच लुप्त झालेल्या रक्तरंजित बळींचा पर्याय असतो. आज प्रचारात असलेले काही पूजाविधी तर अगदी पाषाणयुगापासूनचे आहेत, मात्र बहुधा आधुनिक शिक्षा विभूषित असलेल्या त्यांच्या पाईकांना ते विश्वासही बसणार नाही इतक्या पूर्वीपासून चालत आले आहेत याची जाणीवही नसते. ब्राह्मणी ग्रंथात अशा प्रथांना आधार नसेलही परंतु काही संस्कृत धर्मविधीविषयक लिखाणातील काही भाग असे दाखवितो की, बहुधा सर्वच वेगवेगळ्या कालखंडात- अगदी गेल्या शतकापर्यंत देखील- अशाच प्रकारचे आदिम स्वरूपाचे संस्कार त्यात सामावलेले होते. ऋग्वेदातील सूत्रे तर आता जवळजवळ ३ हजार वर्षानंतर देखील जुन्या पद्धतीच्या उच्चवर्णीय हिंदू वैवाहिक व अंत्येष्टी विधीत अद्याप म्हटली जातात; तथापि त्याच विधीतील काही लक्षणे अशी आहेत की, वेदातून त्यांचे समर्थन होऊ शकणार नाही. मात्र आधारभुत वैदिक संहितां इतक्याच निष्ठेने व प्रामाणिकपणे त्याचा विनियोग केला जाईल व असे करताना त्या पुजकास यत्किंचितही विसंगती अथवा अंतर्विरोध जाणवत नाही.

धर्म, अंधश्रद्धा अगर पूजाविधी यांच्यावरच लक्ष केंद्रित केल्यास आपण मूळ इतिहासापासून दूर भरकटतही जाऊ शकतो ; परंतु त्यांच्या अभ्यासाकडे अजिबात दुर्लक्ष केल्यास (सामाजिक) आधारातील खरेखुरे बदल दाखविणाऱ्या त्यावरील संस्थांची अमोल लक्षणे आपण पायदळी तुडविल्यासारखे होईल. या गोष्टी टिकून राहिल्या याचाच अर्थ असा की, त्या विशिष्ट बाबतीत कोणताही संघर्ष प्रत्ययास आला नाही अथवा त्यावरील संस्थांतील महत्त्वाच्या, गुंतागुंतीच्या व क्लेशदायक घडामोडीतून देखील आदिम उत्पादन साधने (कशीबशी का होईना) टिकून राहिली आहेत. स्पेनमधील धर्मच्छल करणाऱ्यांनी (आपल्या बंदुकांनिशी तसेच देवीच्या साथीनिशी) दक्षिण अमेरिकेतील जमाती संस्कृतीशी विघातक अंत:कलह केला;

अथवा कित्येक साऊथ- सी बेटांवरील पूर्वीच्या निरोगी जनतेत व्यापाऱ्यांनी बाहेरुन उपदंश, क्षय, गोवर अल्कोहोल आयात केले. तशासारखा प्रकार भारतात झालेला दिसत नाही. एकीकडे अत्यंत आदिम स्वरूपाच्या व दुसरीकडे अत्यंत विकसित असलेल्या भारतीय समाज घटकात कटु व हिंसात्मक असा संघर्ष घडून आल्याची उदाहरणे क्वचित आढळतात. पाश्चात्य देशात रोमन सैन्यांच्या व सावकारांच्या आक्रमणामुळे आल्प्स्, गॉल (फ्रान्स) मध्ये, अथवा मध्ययुगीन ख्रिश्चन धर्मप्रसारकामुळे, जर्मन जमाती धर्मगुरुंवर जो विघातक परिणाम घडून आले तसे कोणत्याही भारतीय स्वारीमुळे झाले नाही.

१.३ – त्यातील मूलभूत विचारसरणी (तत्त्वज्ञान)

प्रस्तुत दृष्टिकोनात विरोधविकासी भौतिकवाद, ज्याला या विचारसरणीच्या संस्थापकावरून मार्क्सवाद असेही नाव आहे. या नावाने प्रचलित असलेला इतिहासाचा सिद्धान्त अनुस्यूत आहे. आम्हास नेमकी कशाची जरुर आहे याचे उत्कृष्ट विवरण कार्ल मार्क्सने आपल्या क्रिटिक ऑफ पोलिटिकल इकॉनॉमी [१२] (१८५९) ह्या आपल्या ग्रंथातील प्रस्तावनेत पुढीलप्रमाणे केले आहे.

‘‘मानवांच्या निर्वाहसाधनांच्या सामाजिक उत्पादनात त्यांना आपल्या इच्छाशक्तीच्या निरपेक्ष, निश्चित व आवश्यक अशा संबंधांचा अंगीकार करावा लागतो. हे संबंध उत्पादनाबाबत असून त्यांच्या भौतिक उत्पादक शक्तीच्या विकासातील एका निश्चित अवस्थेशी निगडित असतात. अशा उत्पादनविषयक संबंधांची बेरीज (agrigate) म्हणजेच त्या समाजातील आर्थिक रचना होय. ही आर्थिक रचना म्हणजेच समाजाचा खराखुरा आधार असून त्याच्यावरच कायदेविषयक व राजकीय संस्थांचा डोलारा उभा रहातो व त्याच्याशीच विशिष्ट स्वरूपाची सामाजिक जाणीव निगडित असते. किंबहुना निर्वाहाच्या भौतिक साधनांच्या निर्मिती प्रकारावरूनच सामाजिक, राजकीय व बौद्धिक जीवनाची समग्र प्रक्रिया ठरत असते. म्हणजे मानवांच्या जाणिवेवरून त्यांचे अस्तित्व ठरत नाही तर याच्या अगदी उलट त्यांच्या सामाजिक अस्तित्वावरून त्यांची जाणीव आकार घेते. समाजातील भौतिक उत्पादक शक्तींचा विकासाच्या एका विशिष्ट अवस्थेत प्रचलित उत्पादक संबंधांशी संघर्ष येतो. अथवा हेच कायदेशीर भाषेत सांगावयाचे तर त्या शक्ती आतापर्यंत ज्या संपत्तीविषयक संबंधांत कार्य करीत आल्या त्या (संपत्तिविषयक) संबंधांशीच त्यांना टक्कर द्यावी लागते. उत्पादक शक्तींच्या विकासाचे जे स्वरूप असेल त्यामुळे हे संबंधच पालटून आता त्यांना बेड्यांप्रमाणे जखडून टाकतात. व तेव्हापासून सामाजिक क्रांतीचे युग सुरु होते. अर्थात आर्थिक पायामध्ये बदल झाला की, त्यावर रचलेल्या समग्र संस्थात्मक डोलाऱ्याचे त्वरित रूपांतर

होऊ लागते. अशा क्रांतींचा विचार करताना दोन गोष्टीतील फरक ध्यानात बाळगणे आवश्यक आहे: एक उत्पादनातील आर्थिक परिस्थितीत होणारी भौतिक क्रांती- ह्या क्रांतीचे सूक्ष्मतेने निदान करता येते- व दुसरी कायदेविषयक, राजकीय, धार्मिक, सौंदर्यशास्त्रविषयक व तांत्रिक क्रांती-निराळ्या शब्दांत सांगावयाचे तर ज्यांच्यामुळे मानवांचा या संघर्षाची जाणीव होते व ते तो अखेरपर्यंत निकराने चालवितात. असे सर्व वैचारिक आविष्कार एखादी सामाजिक व्यवस्था काही उत्पादकशक्तींना सामावून घेण्यासाठी पुरेशी असते व त्या साऱ्या शक्तींचा परिपूर्ण विकास जोपर्यंत घडून येत नाही तोपर्यंत ती कधीही नष्ट होत नाही; त्याचप्रमाणे जुन्या समाजाच्या पोटातच नवे उच्च प्रकारचे उत्पादकतेचे संबंध निर्माण करण्यास लागणारी भौतिक परिस्थिती पूर्णतेप्रत गेल्याखेरीज तसे संबंध कधीही निर्माण होत नाहीत. परिणाम असा होतो की, आपणास जेवढे प्रश्न सोडविता येण्याची कुवत आहे तेवढेच प्रश्न सोडवण्याचा मानवजात उपक्रम करते; कारण अधिक खोलवर पाहिल्यास आपणास नेहमी असे आढळून येईल की, एखादा प्रश्न निर्माण होण्यासाठी सुद्धा त्याची सोडवणूक करण्यास लागणारी भौतिक परिस्थिती आधीच तयार असावी लागते. निदान ती लवकरच अस्तित्वात येण्यासारखी स्थिती असावी लागते. स्थूलमानाने असे म्हणता येईल की, आशियाई प्राचीन सरंजामशाही व आधुनिक मध्यम वर्गीय उत्पादनपद्धती म्हणजे एक प्रकारे समाजांतर्गत आर्थिक व्यवस्थेच्या प्रगतीतील एका पुढील एक टप्पेच कालखंड होत [१३]. या मध्यमवर्गीय सामाजिक व्यवस्थेबरोबरच मानवी समाजाची इतिहासपूर्ण व्यवस्था संपुष्टात येते''.

हे स्फूर्तिदायक उद्‌गार भारतीय समस्येस लागू करताना एक गोष्ट लक्षात ठेवलीच पाहिजे ती ही की, मार्क्स अखिल मानव जातीबद्दल बोलत आहे. व आपण त्यापैकी एका छोट्याशा भागाचा विचार करीत आहेत. मर्यादित स्थानात अल्पकाळासाठी एखादी प्रक्रिया काही अंशी बधिर झाल्यामुळे संपुष्टात येऊ शकते. तिची परागती होऊ शकते अथवा विकास होऊ शकतो. परंतु अशा प्रकारात एकूण मानव जातीची प्रगती रोखण्याची शक्ती नसते. त्याप्रमाणेच अण्वस्त्र युद्धांनी संपूर्ण संहार होण्याच्या धोक्यामुळे देखील तिची प्रगती अडून राहू शकत नाही. कधीकधी वैचारिक डोलाऱ्यावर उमटलेल्या खुणांच्या अवशेषांवरून आपणाला एखाद्या कालखंडात घडून आलेल्या भौतिक परिवर्तनाची पुनर्रचना करावी लागेल. परंतु हे लक्षात ठेवले पाहिजे की, मार्क्सवादाचे विरोधक नेहमी मार्क्सवाद म्हणजेच आर्थिक नियतीवाद असे मानण्याची चूक करतात. परंतु तो (मार्क्सवाद) त्याहून (आर्थिक नियतीवादाहून) फार वेगळा आहे. विचारांनीच (यात अंधश्रद्धाही येतात) समाजमनावर एकदा पकड मिळाली की, लगेच त्यांना शक्तीचे स्वरूप येते, त्यांच्यापासून झालेल्या आविष्कारात मानवांना आपल्या संघर्षाची जाणीव होते व ते संघर्ष ते नेटाने व निकराने चालवितात.

म्हणून कोणत्याही इतिहासकाराने विचारांना अशी पकड कोणत्या कारणामुळे कशा प्रकारे व केव्हा प्राप्त झाली हे दाखवून दिल्याखेरीज त्याने आपली कामगिरी पूर्ण केली असे मानता येणार नाही. मार्क्सचा सिद्धांत स्वीकारणे म्हणजे नेहमीच त्याचे सर्व निष्कर्षाची आंधळेपणे पुनरुक्ती करीत बसणे नव्हे. मार्क्सच्या ह्या ग्रंथात असे दाखविण्यात येईल की ग्रीस अथवा रोमच्या अर्थाने भारतात एका ठराविक साच्याची, गुलामगिरीची अर्थव्यवस्था कधीही नव्हती काही. लोक मुक्त नव्हते, त्यात कोणत्या ना कोणत्या प्रकारची दासप्रथा होती असा साचेबंद युक्तिवाद येथे लागू पडणार नाही. खरा प्रश्न गुलामगिरी होती की, नाही असा नसून तिचे निश्चित संख्यात्मक स्वरूप काय होते असा आहे. कारण संख्येमुळे (अवाढव्य स्वरूपाच्या बदलामुळे) गुणवत्तेत देखील पालट होतो. 'आशियाई उत्पादन प्रक्रिया' [१४] याची मार्क्सने स्पष्ट व्याख्या केव्हाही केलेली नाही व या शब्द संहितेचा नेमका अर्थ काय हाच खरोखरी जटिल प्रश्न आहे. सांस्कृतिक दृष्ट्या आशियात चीन व भारताचा प्रभाव पडलेला आहे. चीनमधील विस्तृत वृत्तांत (Annals) दरवाटांची व घराण्यांची लिखित साधने, कोरीव लेख व आता उत्खननामुळे त्यांच्या जोडीस उपलब्ध झालेली नाहीत. या सर्वांमुळे सुमारे ख्रि.पू.१००० पासूनच्या चीनच्या पुढील इतिहासाचे चित्र भरगच्च असून त्याच्या तोडीचे चित्र भारतात आपण केव्हा तरी निर्माण करण्याची आशा करू शकू असे दिसत नाही. पुढे -मागे केव्हातरी पुरेसा पुरावा प्रकाशात येऊन भारताच्या इतिहासातील प्रदीर्घ पोकळ्या भरल्या जातील अशी अपेक्षा बाळगणे व्यर्थ आहे. कारण अप्रकाशित संस्कृत ग्रंथांचे ढीगच्या ढीग तपासून पाहिले तरी त्यात ऐतिहासिकदृष्ट्या भरगच्च असे काहीही हाती लागत नाही. भारताबद्दल मार्क्सने स्वत:च जे लिहून ठेवले [१५] ते देखील आहे त्या स्वरूपात मान्य करता येत नाही.

''ह्या छोटेखानी व अत्यंत प्राचीन भारतीय ग्रामीण समाज (community) - व त्यापैकी काही तर आजतागायत टिकून आहेत- पुढील गोष्टींवर आधारलेले आहेत. जमिनीची सामाईक मालकी, शेती व हस्तव्यवसायांची सरमिसळ व सहसा न बदलता येण्यासारखा श्रमविभाग कोणताही नवीन समाज अस्तित्वात यावयाचा तर वरील कडक व साचेबंद आराखड्याचा नमुन्यासारखा उपयोग होतो. अशा समाजाने व्यापलेली जागा शंभरपासून कित्येक हजार एकरापर्यंत असते व असा प्रत्येक गट आपणास लागणाऱ्या सर्व वस्तू निर्माण करण्याइतपत आटोपशीर व स्वयंपूर्ण असतो. त्यात निर्माण होणाऱ्या बहुतेक प्रमुख वस्तू त्या समाजाच्या प्रत्यक्ष उपयोगासाठीच असतात व त्यांना मालाचे (विनिमयासाठी निर्मिलेल्या वस्तूंचे) स्वरूप नसते. एकूण भारतीय समाजात जो श्रमविभाग दिसून येतो त्यामुळे वस्तुविनिमयाने एकूण भारतीय समाजात निर्माण होणाऱ्या श्रमविभागाचा व उत्पादनाचा अर्थाअर्थी संबंध नसतो. त्यामुळे जादा उत्पादन झालेल्या वस्तूच 'माल'

ठरतात व हे केव्हा घडते तर ह्या मालाचा देखील काही भाग राज्याच्या (राज्यकर्त्यांच्या) हातात जाऊन पोहचतो तेव्हा; पुरातन काळापासून जमिनीचे भाडे वस्तूंच्या स्वरूपात (रोखीऐवजी) घेण्याची पद्धत असल्यामुळे हा माल राजकर्त्यांच्या हातात जातो.... अशा स्वयंपूर्ण समाजातील उत्पादनाच्या संघटनांच्या साधेपणा वरूनच आशियातील समाजांच्या अपरिवर्तनीयतेचा उलगडा होतो. हे समाज पुन: पुन्हा त्याच स्वरूपात निर्माण होतात. त्यातील काही आपापत: नष्ट झाले तरी त्यांच्या जागी तशाच स्वरूपाचे नवे समाज निर्माण होत असतात. आशियाई समाजातील ही अपरिवर्तनीयता व आशियाई राज्ये सतत नष्ट होण्याची व पुन: निर्माण होण्याची (व त्यातील राजवंश सतत बदलण्याची) प्रक्रिया या दोहोत कमालीचा विरोध दिसून येतो. समाजातील आर्थिक घटकांची रचना जशीच्या तशीच रहाते व तिला राजकीय नभातील वादळी ढगांचा स्पर्श देखील होत नाही.'' (कॅपिटल, आय, ३९१ व पुढे)

हे उद्गार अचूक व बुद्धिमत्ता निदर्शक असले तरी दिशाभूल करणारे आहेत. बऱ्याच खेड्यात धातू अथवा मीठ या आवश्यक गोष्टींपैकी काहीही निर्माण होत नसल्यामुळे, ते विनिमयाने बाहेरुन आणावे लागे. याचाच अर्थ असा की, थोड्या तरी वस्तुविनिमयार्थ निर्माण कराव्या लागत. त्यांचा विनिमय प्रत्यक्षात कोण करीत असे ही बाब वेगळी. जादा उत्पादन झालेल्या वस्तू प्रत्यक्ष राज्यकर्त्यांच्या हाती पडेपर्यंत त्यांना मालाचे (विनिमयार्थ निर्माण झालेल्या वस्तूचे) स्वरूप येत नसे. हे मार्क्सचे विधान काही कालखंडापुरते तरी समर्थनीय होते. मात्र 'अत्यंत पुरातन काळापासून खेडी अस्तित्वात नव्हती. भारतातील जमाती नांगराचा उपयोग करून ग्रामीण कृषी व्यवस्थेने केलेली प्रगती हे एक अत्यंत मोठे ऐतिहासिक यश मानले पाहिजे. दुसरी गोष्ट अशी की, खेड्याचा आकार न बदलता अगदी तसाच राहिला तरीसुद्धा ह्या घटकातील दृढतेमुळे घडून आलेले कार्य अत्यंत महत्त्वाचे होते. भूभाग तोच राहिला तरी त्याला दोन अथवा दोनशे अथवा वीस हजार खेडी असल्यामुळे त्यावरील (संस्थात्मक) डोलाऱ्याचा नमुना मात्र तोच राहिला असे म्हणता येत नाही. अथवा त्याचे शोषण करणारी राज्ययंत्रणा तशाच स्वरूपाची राहिली असे म्हणता येत नाही. याच्या उलट ह्या डोलाऱ्याच्या सतत होणाऱ्या प्रगतीचा परिणाम होऊन खेड्यातील जमिनीच्या मालकीचे स्वरूप मात्र बदलत राहिले. संख्यात्मक परिवर्तनाचा अखेरीस गुणात्मक परिवर्तनात बदल होतोच. त्या प्रमाणेच मार्क्सच्या पुढील विधानास आव्हान दिल्याखेरीज आपणास रहावत नाही. 'भारतीय समाजास इतिहास असा नाहीच. निदान ज्ञात इतिहास तरी नाहीच. आपण ज्याला त्याचा इतिहास म्हणतो तो केवळ त्याच्या लागोपाठ आलेल्या आक्रमकांचा मात्र इतिहास आहे. त्यांनी (आक्रमकांनी) प्रतिकार न करणाऱ्या व परिवर्तनही न होणाऱ्या निष्क्रिय

ग्रामीण समाजाच्या पायावरच त्यांनी आपापली साम्राज्ये स्थापली.' खरे पाहिले तर भारताच्या इतिहासातील मौर्य, सातवाहन, गुप्त इत्यादी राजवटींचे कालखंड सर्वांत महत्त्वाचे मानले जातात. परंतु त्यात आक्रमकांचा काही भाग नाही, मात्र त्यात मूलभूत ग्रामीण समाजाची जडणघडण व विस्तार, तसेच नवनव्या व्यापारी केंद्रांचा विकास याला महत्त्व आहे.

ते काही असले तरी मला ह्या पद्धतीचे जितपत आकलन झाले आहे त्यावरून ह्याचा (परिवर्तनाचा, पाया मार्क्सवादीच आहे हे सत्य उरतेच. मला असे दिसते की, प्रत्येक इतिहासकाराचा स्वत:चा असा एखादा सिद्धान्त असतो- मग तो व्यक्त असो की अध्याहृत असो- व त्यावरच त्याचे लिखाण आधारलेले असते. ज्याने शुद्ध निर्हेतुक कथनाचा आदर्श घालून दिला ('ईश वेर्ड एस ग्लॉस झागेन, वुई एस् आयगेनलिश गेवेसेन ईस्ट') अशा रांके नामक इतिहासकाराला देखील आपल्या जागतिक इतिहासात (वेल्टगेशिक्ट) जर्मन राष्ट्रीय भावनेचा स्वत:वरील प्रभाव रोखता आला नाही. मॉमसेननामक रोमन इतिहासकाराने आपल्या आयुष्यातील सुरुवातीच्या संस्कारक्षम काळात स्पष्टपणे दिसू लागलेला भांडवलदार व श्रमिक वर्गामधील संघर्ष थेट भांडवलशाही पूर्व रोमन काळापर्यंत नेऊन पोहचला [१६]. वेरनेर सोम्बार्टला तर जणू आधीच स्वप्न पडले असावे. त्याने बुद्ध्याच पुढील दहा वर्षात जर्मनी हा कदाचित शत्रू सैन्याचा एक तळ होऊन बसेल ही नजीकच्या काळातील शक्यता देखील आपल्या विचाराबाहेर ठेवली [१७]. असे उद्‌गार काढले आहेत. श्पेग्लर ह्या इतिहासविवेचकाने आपल्या 'उंटेरगागदेस आबेन्डलान्डेस' ह्या ग्रंथात आपल्या काळी शब्दांची जी आतषबाजी करून एक सनसनाटी विचारसरणी निर्माण केली ती इतिहासात मार्गदर्शक आहे असे आज कोणीही गंभीरपणे मानीत नाही [१८]. मी आर्नोल्ड टॉयम्बीचे ग्रंथ वाचले आहेत. तथापि माझ्या देशबांधवांपैकी काही जण ज्या पुढील अतर्क्य गोष्टी इतिहासकारास आवश्यक मानतात त्या हाताळणे मला कठीण वाटते : उदा. 'भारतीय आत्मा', 'वांशिक स्मरणशक्ती', 'आदर्शांचा विजय', 'चातुर्वर्ण्य पद्धतीचा 'जन्म जात गौर' व इ. मार्क्सचा सिद्धान्त देखील शास्त्रीय होता. गॉस, मॅक्सवेल, डार्विन, मेन्डेलिव्ह इ. त्याच्या अन्य क्षेत्रातील समकालिनांच्या सिद्धांताप्रमाणेच त्याची व्याप्ती वाढविणे भाग पडेल. तथापि प्रत्यक्ष जीवनात पडताळून पहाण्यासारखे भविष्यकथन करण्याचा गुण ही त्यात अद्याप आहे. भारतातील ब्रिटिश राज्याचे भावी कालातील मूलभूत परिणाम त्याने एकट्यानेच यथार्थरीत्या निदर्शित केले : (त्याने असे म्हटले की) लोहमार्गांच्या व यांत्रिक निर्मितीच्या परिणामामुळे जुनी ग्रामीण अर्थव्यवस्था कोलमडून पडेल. व एक नवी मध्यमवर्गीय नोकरशाही निर्माण होईल. तसेच श्रमिक वर्गाचा प्रादुर्भाव होऊन त्याचे अखेरचे पर्यवसान ब्रिटिश राज्यातून भारत फुटून निघण्यात होईल.

''इंग्रजांच्या मध्यमवर्गाला जे काही करणे भाग पडेल त्यामुळे सामान्य जनता दास्यमुक्त होणार नाही अथवा तिच्या सामाजिक परिस्थितीत लक्षणीय सुधारणाही होणार नाही. कारण ह्या गोष्टी केवळ उत्पादक शक्तीच्या विकासावरच अवलंबून नसतात, तर लोक त्यांचा कितपत उपयोग करून घेऊ शकतात यावरून ठरतात. परंतु जी गोष्ट करण्यास ते चुकणार नाहीत ती म्हणजे वरील दोन्हींसाठी आवश्यक अशा भौतिकपूर्व परिस्थितीचा पाया मात्र ते घालतील. तसे म्हटले तर मध्यमवर्गाचे याहून जास्त असे कधी काय केले आहे? रक्तपातातून, घाणीतून, दुःखदैन्यातून व अवनतीतून व्यक्तींना तसेच जनतेला रखडत ओढून नेल्याशिवाय त्याने कधीतरी प्रगती साधली आहे काय? खुद्द ग्रेट ब्रिटनमध्येच सध्याच्या सत्ताधारी वर्गाचे उच्चाटन होऊन त्यांच्या जागी औद्योगिक कामगारवर्ग येईपर्यंत, अथवा ब्रिटिश अधिराज्याचे जोखड संपूर्णपणे फेकून देण्याइतपत खुद्द हिंदूच पुरेसे शक्तिमन होईपर्यंत, ब्रिटिश मध्यमवर्गाने भारतीय समाजाच्या नवीन घटकात इतस्तत: विखरुन दिलेली फळे भारतीयांच्या हाती लागणार नाहीत. काही झाले तरी कालान्तराने का होईना ह्या विशाल व मनोवेधक देशास उर्जितदशा आलेली पहाण्याची आपण अपेक्षा धरता येईल हे मात्र निश्चित....'' (न्यूयॉर्क डेली ट्रिब्यून ऑगस्ट ८,१९५३. 'भारतातील ब्रिटिश राज्याचे भावी परिणाम)

जमाती संघटनेचे स्वरूप व अवनती याबाबत मार्क्सपासून प्रत्यक्ष प्रेरणा घेऊन त्याचा सहकारी एंगेल्स याने नंतर जो अभ्यास केला त्याचे समालोचन आता करणे अगत्याचे आहे. ह्या अध्ययनातील निष्कर्ष त्या क्षेत्रातील आधुनिक संशोधनास लागू केल्यास आपणास नवे निष्कर्ष उपलब्ध होतील.

म्हणून एखाद्या मुलुखाचा कोण राजा होता अथवा एखाद्या मुलुखात राजा होताच की, नाही हे महत्त्वाचे प्रश्न नाहीत. तर त्याकाळी तेथील लोक हलका अथवा अवजड नांगर वापरीत ही गोष्ट महत्त्वाची आहे. संपत्तिविषयक संबंध कसे होते व जादा उत्पादन किती होते व त्याची वासलात कशी लागत होती यावरच राजपदाचा प्रकार अवलंबून असतो त्यामुळे तो अखेर कृषिपद्धतीवर विसंबून असतो. हा कार्यकारण संबंध याच्या उलट नसतो. जमाती गटांचे विघटन करून ते समाजाशी जोडून घेण्यात जातिसंस्थेची कोणती भूमिका होती? (समाजात आवश्यक असणारे) धातू कोठून प्राप्त होत होते? नारळासारख्या विनिमयार्थ वस्तूंची पैदास केव्हा महत्त्वाची झाली ? सामुदायिक व खाजगी जमीनमालकीशी त्या गोष्टींचा काय संबंध होता? अभिजात (सुवर्ण) युगात आपणाकडे मोठ्या प्रमाणावर (गुरासारखी) गुलामगिरी कां नव्हती ? सरंजामशाही काळात जमिनीवर राबणाऱ्या गुलामांची रीतसर प्रथा कां नव्हती? अगदी आजतागायत सर्व वर्गात मध्य युगातील (mesolithic) पूजाविधी व पाषाणयुगातील दैवतांची पूजा सातत्याने टिकून असण्याची कारणे काय? नव्या

दृष्टिकोनाचा स्वीकार करावयाचा असल्यास हे सर्व प्रश्न निदान उपस्थित केले पाहिजेत व त्यांची उत्तरे शक्यतो शोधून काढली पाहिजेत. राजवंशातील महत्त्वाच्या बदलामुळे तसेच विशाल प्रमाणावरील धार्मिक उलथापालथीमुळे उत्पादन प्रक्रियेच्या आधारातील महत्त्वाचे बदल सामान्यत: सूचित होतात. म्हणून त्यांचाही या दृष्टीने अभ्यास केला पाहिजे. एका कधीही न बदलणाऱ्या खालच्या रचनेतील केवळ वरवरच्या थरावरील किरकोळ अर्थशून्य हालचाली म्हणून त्यांची संभावना करता कामा नये. वर निर्देशिलेल्या पद्धतींची शास्त्रीयता अनुभवाने सिद्ध झालेली असल्यामुळे त्यांचा आता साक्षेपाने उपयोग केला पाहिजे.

प्रस्तुत ग्रंथाचे असे स्वरूप असल्यामुळे तो सर्वव्यापक असू शकणार नाही., हे क्षेत्र अतिविशाल असून कोणत्याही एका व्यक्तीच्या आवाक्यापलीकडचे आहे. तथापि जिच्या चतु:सीमेत तपशीलवार निष्कर्ष अपेक्षिता येतील अशा एका विशाल चौकटीचा निर्देश करण्याची मात्र मला आशा आहे. असे करीत असता अशा संशोधनातील अपेक्षित परिणाम उपलब्ध करून देणाऱ्या पद्धतीही मी दाखवू शकेन. मात्र त्यासाठी वाचकासही काही पूर्वीची माहिती असली पाहिजे अथवात याने आपले अध्ययन वाढवीले पाहिजे. विशेषकरून भारतातील तीन प्रमुख भौगोलिक बिभाग (यात अलीकडील पाकिस्तानच्या विलगीकरणाचा विचार केलेला नाही.) कशाप्रकारे वसविले गेले व त्यात संस्कृती कशी निर्माण झाली हे दाखविणाऱ्या विविध प्रकारांची पुनर्रचना केल्याचे येथे वाचकास आढळून येईल. ते प्रमुख भौगोलिक विभाग म्हणजे सिंधूखोरे, गंगाखोरे व दखखनचे द्वीपकल्प कोणत्याही एका काळी संबंध देशात कोणताही एक प्रकार एकसारखाच अंमलात नव्हता. म्हणून एखाद्या काळी उत्पादनावर विशेष परिणाम घडवून आणण्यासारखा व अत्यंत शक्तिशाली असा विशिष्ट प्रकार कोणता होता हे पाहून तो अभ्यासाठी निवडला पाहिजे. बाह्यदृष्ट्या इतर जुने कितीही उत्पादन प्रकार टिकून राहिलेले असले तरी ज्याचा अपरिहार्यतेने देशाच्या बहुतांश भागात प्रसार झाला अशा उत्पादन प्रकारावरच लक्ष केंद्रित करणे आवश्यक आहे.

टीपा व संदर्भ

१. वाचकांसाठी (काही काळजी घेऊन) पुढील पुस्तकांची शिफारस करता येईल. विन्सेंट स्मिथची भारतीय इतिहासावरील कालबाह्य पुस्तके दुर्दैवाने अत्यंत अपूर्ण असलेले केंब्रिज एन्शंट हिस्टरी ऑफ इंडिया, लुई द ला व्हाले पुसँ याचे लँद ओताँ दे मौर्याज (पॅरिस १९३०) व दि नास्तीज एईस्टवार द प्लॅन (पॅरिस १९३५) या ग्रंथांत औपचारिक इतिहासातील प्रमुख बाबी तसेच अनिर्णित समस्या बऱ्याच स्पष्टतेने व संक्षेपाने दिलेल्या आहेत व त्यानंतर बरेच संशोधन झाले असले तरी हे ग्रंथ अजून

उपलब्ध आहेत. मुंबईच्या भारतीय विद्याभवनाने भारताच्या एका दशखंडात्मक इतिहासाची योजना आखली असून त्यातील पहिले चार उपलब्ध आहेत व त्यातील पहिल्या तीन खंडांवर, 'व्हॉट कॉन्स्टिटच्यूटस् इंडियन हिस्टरी' शीर्षक लेखात (एबीओआरआय, ३५,१९५५, १९५-२०१) मी टीका केली आहे. एल् रेनू जे फिलिओझा व इतरांनी लिहिलेल्या लँद ग्लासिक (पॅरिस खंड १. १९४७, खंड २. १९५३) पुस्तकाची सामान्य सांस्कृतिक सर्वेक्षणासाठी शिफारस करता येईल. ए.एल्.बॅशमचे 'दि वण्डर दॅट वॉज इंडिया' आतापर्यंतच्या स्वीकृत निष्कर्षाचे सावधरीत्या केलेले संकलन आहे. ह्या पुस्तकात साधनसामग्रीची चांगली यादी व आधारग्रंथसूची आहे. डब्ल्यू रुबेनचे 'आईन श्युसंग ईम इंडियेन कुंड' ह्या पुस्तकावरून मार्क्सवादाचे नीट आकलन न झाल्यामुळे एखादा चांगला संस्कृततज्ज्ञ देखील कसा चुका करू शकतो हे दिसून येते.

२. एम. ऑरेल स्टाईनचे कल्हणाज राजतरंगिणी, ए क्रॉनिकल ऑफ दि किंग्ज ऑफ कश्मीर (२ खंड लंडन, १९००) हे अतिशय उपयुक्त टीपासहित असलेले उत्कृष्ट भाषांतर आहे.

३. एफ.ई.पार्जिटर : दि पुराण टेक्स्ट ऑफ दि डायनॅस्टिज ऑफ दि कलिएज (ऑक्सफर्ड १९१३) हे पुराणावरील एक अत्यंत मोलाचे अध्ययन आहे व त्यात उपलब्ध माहितीचे संकलन व विश्लेषण आहे. खुद्द पुराणांच्या- विशेषत: अवाढव्य भविष्य पुराणाची चिकित्सक आवृत्त्या अद्याप निघावयाच्या आहेत.

४. व्ही.व्ही.मिराशींचा वृत्तांत पहा. (एबीओरआरआय २३.१९४२, २९१-३०१)

५. एडवर्ड सारुऊ अनुवादित व संपादित : अल्बिरुणीज इंडिया (२ खंड, लंडन १९१०)

६. गुगली एल्मो फेरेरो : ग्रॅन्डेझ्सा ए डिकाडेन्झा दि रोमा (५ खंड, १९०२-५. पुनर्मुद्रण मिलानो १९२७- २९)

७. ओ.आर.वुडने : दि हिहाईटस (पेलिकन बुकस् ए२५९, लंडन १९५२) यात समतोल विवेचन आहे. ह्या साधनात इलिऑसचा एक ॲलेक्झांडर (पॅरिस) सापडू शकेल.

८. एफ्. मॅक्समुलर : चीफस फ्रॉम ए बर्मन वर्कशॉप (२ खंड, लंडन १८६८) द्वितीय खंड, पृ.२२ ते २६.

९. एस्.ए.डांगे : इंडिया फ्रॉम प्रिमिटिव्ह कम्युनिझम टू स्लेव्हरी (मुंबई १९४९); याच्या चिकित्सक परीक्षणासाठी पहा. एबीओआरआय २९ (१९४९) पृ. २७१-२७७.

१०. व्ही. गॉर्डन चाइल्ड : मॅन मेकस् हिमसेल्फ (लंडन १९३६; काहीसे सुधारित

पुनर्मुद्रण : थिंकर्स लायब्ररी १९४१); व्हॉट हॅपन्ड इन हिस्टरी (पेलिकन बुकस् ए १०८, सुधारित आवृत्ती, लंडन १९५४). यात एका पुराविज्ञानाने, आपल्या पुराव्याच्या आधारे, सुसंगतरीत्या भौतिक आधारावर मानवी प्रगतीचे मूल्यमापन केलेले आढळेल.

११. १९५१ पूवीचे भारतीय दशवार्षिक शिरगणतीचे अहवाल उपयोगी आहेत. १९५१ साली जातिनिहाय वर्गीकरणाची एकूण संकल्पनाच जातिभेद नष्ट करण्याच्या साळी (cannut) पद्धतीचा निदर्शक म्हणून सरकारीरीत्याच त्याग करण्यात आला. त्याच्या जोडीस देशाच्या बहुतेक भागासंबंधीचे मानववंशशास्त्र विषयक अहवाल आहेत. त्याखेरीज एकेका जमातीवर एकेक प्रबंध आहेत. पहा- थर्स्टन व रंगाचारी ट्राइब्ज अँड कास्टस् ऑफ साऊथ इंडिया एच.एच.रिस्टले. ट्राइब्ज अँड कास्टस् ऑफ बेंगॉल (एफ नोग्राफिक ग्लॉसरी, २ खंड, कलकत्ता, १८९१) आर.व्ही व हिरालाल ट्राईब्ज अँड कास्टस् ऑफ दि सेंट्रल प्रॉव्हिनसेस आर.ई.एन्थोव्हन- ट्राइब्ज अँड कास्टस् ऑफ बॉम्बे (३ खंड, मुंबई १९२२) व्हेरियर एलव्हिनचे दि बायगाज व दि म्युरिया अँड देअर घोटल व एस्.सी.रॉयचे दि ओराओज ही अधिक अलीकडील संशोधनाची उदाहरणे आहेत. ओ.आर.एरे नफेल्सच्या काही पुस्तकांत काही वस्तुनिष्ठ आधारावरून काढलेल्या उथळ निष्कर्षांनी व तशाच इतर संशोधनांनी वाचकाने आपली दिशाभूल होऊ देऊ नये.

१२. मार्क्सवादी लिखाणासंबंधी बहुतेक निर्देश एमिलबर्नस्ट संपादित हँडबुक ऑफ मार्क्सिझम (लंडन १९३५) मध्ये सापडतील.

१३. कार्ल मार्क्सच्या शिकवणुकीवरील आपल्या बुद्धिमत्तानिदर्शक निबंधात लेनिनने ह्या उताऱ्याचा व निष्कर्षांचा पुनरुच्चार केला आहे. मात्र स्टॅलिनने डायलेक्टिकल अँड हिस्टॉरिकल मटिरिॲलिझम (हिस्टरी ऑफ दि सी.पी.एस.यू. short course मधील प्रकरण ४ विभाग २, मॉस्को १९५०, पृ.१२८-१६१, विशेषत: पृ.१५१) ह्या लिखाणात स्टॅलिनने ह्या अवस्थांच्या यादीत फरक केला आहे. त्याने मार्क्स व एंगेल्सच्या नंतरच्या लिखाणात गर्भित असलेला आदिम जमाती प्रकार घातला आहे. तसेच अगदी अलीकडे अस्तित्वात आलेला समाजवादी प्रकार देखील समाविष्ट केला आहे. परंतु आशियाई प्रकार अजिबात गाळून टाकला आहे.

१४. आता अस्तंगत झालेल्या पॉड इनामेनेम मार्क्ससिझ्मा मध्ये उत्पादनाचा आशियाई प्रकार याचा अर्थ काय याबाबत काही अनिर्णायक चर्चा आली होती. भारतात दिसून येणाऱ्या समान्तर प्रकारांची मालिका आधीच वर्गीकरणात नेमकी बसविता येत नाही. कारण येथे गुलामगिरीवर आधारलेला प्रकार आढळत नाही व

येथील सरंजामशाही भूदास प्रथा व भूधारकाची अर्थव्यवस्था यांनी युक्त असलेल्या युरोपीय प्रकाराहून अगदी वेगळी आहे.

१५. मार्क्स व एंगेल्स यांच्या भारतविषयक मतांच्या अभ्यासासाठी त्यांच्या ब्रिटनविषयक उद्गारांची काळजीपूर्वक संपादिलेली आवृत्ती उत्कृष्ट ठरेल. (मॉस्को, १९५३) १९३४ व १९३८ च्या दरम्यान अलाहाबादहून, 'सोशियालिस्ट बुक क्लब पब्लिकेशन्सचा' चौथा अंक म्हणून मुल्कराज आनंदच्या नावाखाली निघालेली सटीक आवृत्ती सामान्य असून तिच्यावर सन देखील दिलेला नाही. आर.पामदत्त, एरगेल रिकवर्ड, पंडित जवाहरलाल नेहरु, सज्जाद जहिर, पी.सी.जोशी व झेड.ए.अहमद यांनी संपादकास मदत केली होती हे आज वाचून तरी आश्चर्य वाटते. ह्या क्लबच्या संस्थापक सदस्यांत सुभाषचंद्र बोस, नरेंद्र देव, जयप्रकाश नारायण, एम्.आर.मसानी व राममनोहर लोहिया हे होते. त्यापैकी कोणालाही वाचकास असे बजावून सांगण्याची जरुरी वाटली नाही की मार्क्स व एंगेल्सच्या आदिम समाजावरील नंतरच्या अध्ययनाची जोड दिल्याखेरीज हा ग्रंथ अपूर्ण राहिल. ह्या सरमिसळ झालेल्या विचित्र गटावर नंतर कोसळलेल्या राजकीय संकटांचे मूळ कारण ह्या उथळपणात (सखोल अध्ययनाच्या अभावात) आढळू शकेल.

१६. पहा- बेंजामिन फॅरिग्टंन मॉडर्न क्वार्टर्ली ७, १९५१- ५२ पृ.८३-८६

१७. वेरनेर सोम्बार्ट : 'ए न्यू सोशल फिलॉसॉफी (अनुवाद : प्रिन्स्टन १९३७) हे अवतरण बर्लिन येथून १९३४ मध्ये प्रकाशित झालेल्या (मूळ ग्रंथातील) प्रस्तावनेच्या पृ.११ वरील आहे.

१८. श्पेंग्लरने आपल्या प्रॉयसेटम् उंड सोत्सीआलिस्मस् (म्युनूशेन, १९२०) ह्या ग्रंथात अशा प्रकारची नमुनेदार खिचडी केलेली आहे. तथापि एच.ए.एल.फिशरच्या हिस्टरी ऑफ युरोप मधील विचारसरणी देखील तितकीच दयनीय आहे; व आर्नोल्ड टॉयन्बीच्या इतिहासाच्या तत्वज्ञानावरील १० खंडात तर मुळी इतिहासालाच जागा ठेवली नाही. (इतिहास असला काय नसला काय सारखेच असा प्रकार केला आहे.)

१९. विशेषकरून दि ऑरिजिन ऑफ दि फॅमिली, प्रायव्हेट प्रॉपर्टी अँड दि स्टेट पहा. शेतकऱ्यांच्या गटांचा (कम्युन्स) मार्क्सचा स्वतःचा अभ्यास (दि मार्क) देखील मोलाचा आहे.

◆ ◆ ◆

प्रकरण दोन
वर्गपूर्व समाजाचा वारसा

२.१ – प्रागैतिहासिक पुरातत्त्वविज्ञान

आपणास जो इतिहास वाचण्याची सवय आहे त्यात 'अवजारे वापरणारा प्राणी' जो मानव, त्याच्या सामूहिक विकासात बऱ्याच काळानंतर अस्तित्वात आलेल्या सामाजिक प्रकाराबाबत माहिती असते. या अलीकडील समाजांचे एक सामाजिक लक्षण म्हणजे त्यांची वर्गनिहाय विभागणी होय. याचा अर्थ केवळ श्रमविभाग नव्हे तर दोन प्रधान घटकांच्या अस्तित्वामुळे निर्माण झालेला एक मूलभूत तणावही होय. ह्या दोन घटकांपैकी एकाने केलेल्या जादा उत्पादनावर दुसऱ्यांचे कोणत्या ना कोणत्या प्रकारे नियंत्रण असते. हे नियंत्रण एका विशिष्ट मानवी समाजाने वेळोवेळी लादलेल्या सांपत्तिक संबंधामुळे निर्माण होणाऱ्या मालकी हक्कावरून उत्पन्न झालेले असते. आपणास हे ठाऊक आहे की (सर्वत्रच नव्हे तर खास भारतातही) कोणतेही खरेखुरे उत्पादन शक्य होण्यापूर्वी देखील स्त्री-पुरुषांचे विविध समूह अस्तित्वात होते; ही स्थिती, हवा-पाण्याप्रमाणे सुलभतेने उपलब्ध नसलेले परंतु अपरिहार्य असलेले जे अन्न ते मानवी प्राण्यांनी उत्पादन करावयास प्रारंभ करण्यापूर्वी देखील होती. याचा अर्थ असा की, अन्नोत्पादक समाजापूर्वी अस्तित्वात असलेले अन्नसंचायक लोक देखील अनेक कुटुंबांच्या गोत्रसदृश समूहात एकत्र (पुंजके करून) राहात होते. मात्र कुटुंबाची अथवा वैयक्तिक पितृत्वाची संकल्पना त्या अवस्थेत नेहमीच विकास पावलेली असेल असे नाही.

ही माहिती आपणास दोन भिन्न साधनावरून मिळते. एकतर आज देखील भारतात सर्वत्र आढळणाऱ्या अवशेष व टोळ्या- आळस, जमातीतील दृढता समान आचारविधी यांच्या प्रभावामुळे- चिवटपणे अन्नसंचायक अवस्थेतच आहेत[१]. अव्याप्त भूमी, शिकार, नैसर्गिक उत्पन्न इत्यादींच्या वाढत्या टंचाईमुळे त्यांना विकसित भागात स्थलांतर करावे लागले तरी ते भीक मागून अथवा भुरट्या चोऱ्या करून सामान्यत: अन्नसंचयन चालू ठेवतात. अशा जमातींच्या चालीरीतीवरून असे दिसून येते की, पूर्वी त्यांच्या अन्नसंचयनाच्या पद्धती वेगळ्या होत्या. ते शिकार करीत अथवा सावज पकडीत अथवा जंगलात मिळेल ते भक्षण करीत. उपासमारीमुळे किंचितकाळ शेतीचे अगर इतर प्रकारचे श्रम[२] करावे लागले तरी ते वापरीत असलेली अवजारे थोडी व साधी असतात. आता ही अवजारे लोखंडी अथवा पोलादी असली तरी ते वापरणारे लोक त्यांची निर्मिती करू शकत नाहीत हे उघड आहे. भूतकाळात

देखील आपल्या जीवनक्रमात मूलभूत बदल केल्याखेरीज त्यांना अशा अवजारांची निर्मिती करणे शक्य झाले नसते. आधुनिक सर्वसमावेशक व अत्यंत प्रगत समाजात धातू व अवजारे उपलब्ध होतात. ह्या अवस्थेत आपल्या माहितीचा दुसरा आधार- पुरातत्त्वविज्ञान- पुढे येऊन आपणास असे सांगतो की, भूतकालाचे उत्खनन करीत असताना आपण अशा एका विशिष्ट (चलपद) पातळीप्रत नाहीत. तथापि धातुयुगातील या थराखाली असे अवशेष आढळतात की, ज्यावरून दगडी अवजारे वापरणाऱ्या मानवी प्राण्यांचे व्यवसाय स्पष्ट होतात. कोरण्याची, फोडण्याची साधने हात परशू वापरणारे, सुऱ्यासारख्या चकत्या, बाणांची टोके, वापराचा निश्चित पुरावा नसलली पाषाणयुगीन छोटी अवजारे (microlith) ह्या सर्व साधनांवरून मानवी हस्तकौशल्य नि:संशयपणे आढळून येते. यांपैकी बऱ्याच साधनांवरून लाकडाचे इतर उपयोगही लक्षात येतात : - उदा.बाणाची टोके, लाकडी मुठीत बसविलेले कोयत्याचे पाते असावीशी वाटणारी पाषाणयुगीन छोटी अवजारे (microlith) व इतरही अशी साधने आढळतात. ह्या पुरातत्त्वीय थरांचा निश्चित कालनिर्णय करणे सोपे नाही [३]. परंतु त्या थरातील कालाचे पौर्वापर्य मात्र सुस्पष्ट आहे. इतिहासपूर्वकालाचा अभ्यास करण्याची एक पद्धत म्हणजे त्यांचे अनेक निरनिराळ्या ठिकाणाहून संचयन करणे [४] ही दोन्ही तंत्रे भूगर्भ शास्त्रातून पुरातत्त्व विज्ञानात आली आहेत.

स्थलकालाच्या दृष्टीने मागे जात जात अवजारांचा कालक्रम पाहिला तर लोहयुग, ब्रान्झ युग, अश्ममिश्रित ताम्रयुग, नवपाषाणयुग, मध्यपाषाणयुग व पूर्वपाषाण युग असा क्रम लागतो. सर्वांत पूर्वीच्या अवस्थेत हे वर्गीकरण एकसारखे नाही व युरोपीय वर्गीकरण भारतास जसेच्या तसेच लागू करणे नेहमीच समर्थनीय वाटत नाही. सर्वात जुन्या काळी असलेले वेळापत्रक दीर्घसूत्री आहे. भारतापुरते बोलावयाचे तर अक्षुण्ण भूमीपर्यंत केलेल्या व्यापक व पद्धतशीर संशोधनाच्या अभावामुळे उपलब्ध होणारे चित्र इतर देशाच्या मानाने आणखीच सदोष व गोंधळात टाकणारे आहे. ज्यांचे स्पष्टीकरण देता येत नाही. असे सामाजिक अचेतन अवशेष (Dead Ends) सापडतात. कधीतरी अधिक प्राथमिक (सामाजिक) प्रकार तुलनात्मक दृष्ट्या विकसित संस्कृतींच्या नंतर आलेले आढळतात. अज्ञात उगम असलेल्या मुळांची गुंतागुंत त्याच ठिकाणी पुन्हा पुन्हा झालेली आढळते. देशाच्या अफाट विस्तारात अपरिहार्य असलेले अगणित स्थानिक बदल [५] लक्षात घेता उपलब्ध सामग्री तोकडी आहे. तंत्रात कमालीची सरमिसळ झालेली दिसते. द्वीपकल्पात ताम्रयुग अत्यंत अल्पकालीन असावेसे वाटते. कदाचित बऱ्याच भागात लोकांनी अश्मयुगातून परस्पर लोहयुगापर्यंत मजल मारली असावी. समुद्रात घुसणाऱ्या भारतीय त्रिकोणातील चुनखडीवरून व अग्निशैल (Traprock) भरपूर प्रमाणात उपलब्ध असलेल्या

प्राथमिक अवजारावरून बरीच सामग्री उत्पन्न होते. त्याखेरीज आज देखील जवळजवळ मुळीच उत्खनन न करता जाड पापुद्रे उपलब्ध होणाऱ्या धारवाडसारख्या भागात बरीच लोहयुक्त साधने सापडतात. त्यांचे सपाट तुकडे करून ते कोळशावर भाजून व हातोडीने घण मारून त्यांची कांडी अथवा अवजारे बनविता येतात. म्हैसूरातील भद्रावती अथवा चिपळूणजवळ हेळवाक येथील प्राथमिक स्वरूपाच्या स्थानिक घडणीची अशी भांडी आजही विकत घेता येतात. हैद्राबादमधील जनमपेठजवळील [६] विस्तृत स्मशान भूमीतील उघडलेल्या काही थडग्यांतून दगडी शवपेटी (sarcphagi) व टाक्या लोहयुक्त अवजारासकट असलेल्या आढळून आल्या आहेत. कोलार येथील सोन्याच्या सर्वांत जुन्या खाणी व हैद्राबादेत येथील सुवर्ण कारागिरीचे नमुने ह्या दगडी अवजारांच्या काळातील आहेत.

उत्तर सिंधमधील रोहरीसारख्या [७] जागी फरशीखाली झाकलेले जमिनीचे विस्तीर्ण तुकडे दगडी अवजारांच्या निर्मितीच्या खुणा दाखवतात व मानवी श्रमविभाग सूचित करतात. आपण तयार केलेली अवजारे सर्वस्वी स्वत:साठीच वापरण्याऐवजी त्यांचा इतर जीवनावश्यक वस्तूंच्या मोबदल्यात ते संभवत: विनिमय करीत असावेत. म्हैसूर संस्थानातील परित्यक्त धान्यकोठारे ही [८] चुनखडीचे पातळ परंतु ओबडधोबड मोठमोठ्या चिरेबंदी (स्लॅब) चे जणू अस्तर असलेले खळगेच असून ऐतिहासिक कालापर्यंत त्यांचा उपयोग होत आलेला दिसतो; त्यांची रचना उपयोग होत असलेल्या काळी झाली असणे शक्य आहे. मात्र त्यात सामान्यत: फक्त दगडी हातोड्या व बाणाची टोकेच आढळतात. तथापि म्हैसूरकडे जाणाऱ्या रस्त्याच्या बाजूस बंगलोरपासून २६ मैल अंतरावर एका प्रचंड दगडात दडलेल्या एका गुहेत [९] लोखंडाच्या लांब सळ्या आहेत व तिला औपचारिक महत्त्व होते हे निर्विवाद.

२.२ – जमाती समाज

दाट लोकवस्ती असलेल्या भागात (उदा.पंजाब, गंगेचे खोरे व द्वीपकल्पाची समुद्रकाठची किनार) अश्मयुगापासून तो आतापर्यंतच्या विकासाचा सर्वसामान्य कालक्रम अद्यापही प्रस्थापित करणे शक्य झाले नाही. यांपैकी प्रत्येक भागात लक्षणीय खुणा असल्याचे नंतर दाखविण्यात येईल. तथापि भारतात कमालीचे संस्कृतिसातत्य आढळून येते. राजकीय व धार्मिक संस्थापक संरचनेत ज्ञात स्वरूपात टिकून राहिलेल्या काही विधींच्या सातत्यात खंड पडल्यामुळे अशा विधींना अधिकृत ब्राह्मणी ग्रंथात मान्यता नाही व त्यांचा प्रारंभ मानवी समाजाच्या प्रत्येक आदिम अवस्थेतच झाला असणे संभवते. त्याप्रमाणेच हिंदू धर्मग्रंथावरून व त्यातल्या त्यात ब्राह्मणी धर्मामुळे पावित्र्य व प्रतिष्ठा पावलेल्या काही पूजाविधींवरून (observances) स्थानिक व ब्राह्मणेतर पूजा प्रकारांचा (Local rites) स्वीकार झालेला आढळतो. सारांश ही

वर्गपूर्व समाजाचा वारसा / २१

समावेशक प्रक्रिया उभयपक्षी झालेली होती व भारताचे ते एक लक्षणीय वैशिष्ट्य आहे. आपल्या अध्ययनाच्या आधारासाठी संस्कृत साहित्यिक ग्रंथ घेणाऱ्यांनी ह्या गोष्टीकडे पूर्ण दुर्लक्ष केलेले आहे व ऐतिहासिक भासणाऱ्या आधारांची एक काल्पनिक परंपरा प्राचीन काळापासून तो आधुनिक काळापर्यंत केवळ लिखित वाङ्मयाच्या आधारावर निर्माण केलेली आहे. अशा प्रकारच्या 'युक्तिवादा'त एका गोष्टीकडे नेमके दुर्लक्ष होते ती ही की, वरिष्ठ वर्ग व ब्राह्मण पुरोहित ज्यांना 'शुद्ध' स्वरूपाचे विधी समजतात, त्यांच्याकडे जनतेतील बहुसंख्य लोक जवळपास लक्षही देत नाहीत.

विशेषत: जेथे काही अवशेष (पुराणविषयक) चिकाटीने टिकाव धरुन राहिले अशा भारतासारख्या देशात दगडी अवजारांच्या प्रासंगिक उपयोगावरून वर्गहीन समाजच सूचित होतो असे नाही. हेस्टिंग्जच्या लढाईत काही सॅक्सन लोकांनी दगडी परशू वापरले होते. मेक्सिको, ग्वाटेमाला व पेरु येथील मोठमोठी विजयपूर्व स्मारके, इजिप्तच्या मोठमोठ्या पिरॅमिडस् प्रमाणेच दगडी अवजारांनी बांधलेली होती. तथापि (त्या काळी) नावे माहीत होती. सोने शुद्ध करीत असत व बऱ्याच प्रमाणात त्याचा संग्रह करीत असत. नांगरांची शेती नसली तरी दक्षिण अमेरिकन समाजात काहीशी गुंतागुंतीची धर्मविधियुक्त पंचांग (कालदर्शिका), विस्तृत प्रमाणावर नरमेध, सरदारवर्ग व श्रमिक वर्ग यात समाजाची विभागणी व नव्याने मुलुख जिंकण्यासाठी लढाया झालेल्याही आढळून येतात. म्हणून कोणत्याही अवस्थेत (समाजाचे)पूर्ण चित्र लक्षात घेणे आवश्यक आहे. भोवतालच्या भूभागात क्रमिक पुस्तकात मान्य होण्यासारखा इतिहास घडत असता केवळ एखाद्या एकाकीपणे तग धरून राहिलेल्या गुराख्यांच्या व टोळीवाल्यांच्या अवजारावर लक्ष केंद्रित करून चालणार नाही. वस्तुस्थिती अशी आहे की जेव्हा भारतीय द्वीपकल्पात आदिम समाज राज्य करीत होता, पंजाबात शहरी संस्कृती व अवनतीचे पूर्ण युग उलटून गेले होते व गंगेच्या खोऱ्यात धार्मिक वाद-विवाद व मोठमोठ्या साम्राज्यांचा उदय प्रत्ययास आला होता. म्हणून ह्या प्रारंभिक समाजात कशा प्रकारची वर्गपूर्व सामाजिक संघटना प्रकट झाली होती व अल्पविकसित घटकांत किती प्रमाणात टिकून होती व त्याला आपण अधिकृत हिंदुधर्म मानतो त्यावर तिचा काय ठसा उमटत होता याचा आपण विचार केला पाहिजे.

आपण जेव्हा एकूण समाजाचाच विचार करू लागतो तेव्हा असे आढळते की, वर्गपूर्व समाज जमातीत संघटित झालेला होता. व्यक्तीस त्याचा पूर्ण सदस्य होण्यासाठी जन्म हीच पुरेशी गुणवत्ता होती. ती व्यक्ती वयात आल्यानंतर कोणत्या ना कोणत्या संस्काराच्या स्वरूपात तिला दीक्षा देणे आवश्यक होते. जमातींच्या सदस्यांच्या दृष्टीने समाजाचा प्रारंभ व अंत त्या त्या जमातीतच साठवलेला होता. इतर जमातींच्या सदस्यांना मानवी प्राणी म्हणून देखील जेमतेम मान्यता मिळत

असे. निदान एखाद्या परकीयाला ठार मारणे अगर लढून जिंकणे हा (जमातींच्या सदस्यांबाबत मानला गेला असता तसा) अपराध न मानला जाता एक कर्तव्यच मानले जाई. तथापि परकीयांच्या टोळीत सदस्यत्वाचा पूर्ण हक्कासह समावेश करून घेणे शक्य होते. जमातींची परस्परांशी विवाह संबंध करू न शकणाऱ्या घटकात उपविभागणी असे. अन्न दुर्मीळ असे तेव्हा एखाद्या कुलाची पाच-सहा अथवा त्याहून कमी गटात अन्न संग्रहासाठी उपविभागणी झालेली असे. प्रारंभी प्रत्येक कुलाची एका विशिष्ट प्रकारच्या अन्नाशी सांगड घातलेली असे. हे अन्न त्याचे सत्त्व मानले जाई व त्यामुळे त्यांच्यात विशिष्ट प्रकारची एकी निर्माण होई. हे अन्न एखादे खाद्य, फळ, कीटक अथवा प्राणी या स्वरूपात असे व जमातीची विशिष्ट प्रकृती सामान्यत: एखादे झाड अथवा प्राणी या स्वरूपात असे. असेही शक्य आहे की अनेक कुले (संभवत: अन्नप्रकाराच्या विनिमयामुळे) एकत्र आल्यामुळे जमाती अस्तित्वात आल्या. (मात्र कधी कधी एखाद्या जमातीचे अशा घटकात विभाजन होत असे. परंतु सामान्य प्रवृत्ती कधी कधी विशाल स्वरूपाच्या जमाती निर्माण होण्याकडे होती.) ह्या अवस्थेत हे विशिष्ट प्रतीकात्मक फळ अथवा प्राणी भक्षण करणे (खास समारंभाचे प्रसंग सोडले तर), या जमातीच्या सदस्यांना निषिद्ध होते. उदाहरणार्थ तोडा जमातीचे काही मंत्र अगदी अलीकडे बदलण्यात आले आहेत. कारण त्यांचा प्रारंभीचा आशय रेड्यांचा बळी देणे व त्याला भक्षण करणे अशा स्वरूपाचा होता. आधुनिक स्वरूपाचा सर्वात परिचित असा निषिद्धाचार म्हणजे गोमांस भक्षणावरील प्रतिबंध होय. (याचा प्रारंभ पशुपालनयुगापासून झाला असला तरी पुढे त्याला हिंदू धर्मांच्या एका मूलभूत तत्त्वाचे स्वरूप आले.) त्याच सुमारास अन्नाबरोबरच निरनिराळ्या कुलातील मानवी प्राण्यांची अदलाबदल घडून आली. आदिम विवाहाचा अर्थ म्हणजे त्याच जमातीचे परंतु आपल्या कुलाबाहेरील व्यक्तींशी स्त्री-पुरुष संबंध घडवून आणणे व त्याद्वारे दोन कुल घटकांत दृढता निर्माण करणे. प्रारंभीचे विवाह हे (व्यक्तीत नसून) गटांत असत. प्रारंभीची कुले मातृसवर्ण होती. वंशपरंपरा व तिच्याशी संबंधित असलेले संपत्तीचे पिढ्यान् पिढ्या संक्रमण मातृसवर्णावरून होत असे व त्यात पित्याच्या जननकार्याचाही [१०] विचार होत नसे. जेथे नांगराची अर्थव्यवस्था सर्वांत शेवटी प्रचारात आली अशा विभागात (उदा. त्रावणकोर - कोचीन व काही जमातीत) तेथे मातृसत्ताक संस्था अद्यापही तग धरून आहेत. याचे कारण असे की, त्यांच्यात प्रारंभी आपल्या व्यक्तिमत्त्वाचा आविष्कार असलेली थोडीशी अवजारे सोडली तर संपत्तीची संकल्पनाच मुळात अस्तित्वात नव्हती. 'भूमी' शब्दाचा अर्थ त्यांच्या दृष्टीने एवढाच होता. त्यात 'संपत्ती' हा अर्थ नव्हता. शिकार व अन्न एकत्रित होऊन सर्वांत विभागले जाई. अगदी प्रारंभीचा श्रमविभाग पुरुष व स्त्री यांमध्येच होता. पहिल्या मडकी घडविणाऱ्या, टोपी

विणणाऱ्या व शेती करणाऱ्या व्यक्ती स्त्रियाच होत्या. फावडे (Hoe) अथवा खोदण्याची काठी ही त्यांची अवजारे [११] होती. जेव्हा खाद्यवस्तूत धान्याचा प्रतिष्ठितपणे समावेश झाला तेव्हा त्याच्या संग्रहासाठी मडकी अथवा टोपली त्याचप्रमाणे दळण्यासाठी जात्याची जरुरी भासू लागली. परंतु आता अन्न केवळ संग्रह करावयाचे नसून त्याची निर्मिती करावयाची होती. त्यासाठी पुरुषी श्रमांची आवश्यकता जाणवून पुरुषी वर्चस्वही निर्माण झाले. पूर्वी पशुसंग्रह मांसार्थ होत असे. त्यानंतर तो दूधदुभते व कालांतराने विनिमयार्थ वापरण्यात आलेल्या कातड्यासाठी होत असे. परंतु नंतर त्यांचा उपयोग शेतीसाठी व वाहतुकीसाठी होऊ लागला. या प्रक्रियेत भोवतालच्या वातावरणावर मात करून लोक अधिकाधिक कार्यक्षमतेने जीवन व्यतीत करू लागले. केवळ आपणा स्वत: साठीच आवश्यक होते, त्याहून अधिक शिलकी साठा शेती करणाऱ्या व्यक्तीने निर्माण केला. अशाप्रकारे पितृसत्ताक व्यवस्था, वैयक्तिक मालमत्ता, वर्गभेद या गोष्टी हळूहळू अपरिहार्य नव्हत्या तरी शक्यतेच्या कोटीत झाल्या. पशूंचे कळप गुलाम पाळू शकत. त्यांचा शेतीसाठी उपयोग होता. परंतु गुलामगिरीच्या संस्थांमुळे युद्धसंस्था निर्माण झाली. त्याचा आशय असा की, आतापर्यंत केवळ शिकारीत अथवा मासेमारीत उपयोजिण्यात आलेले बाण अथवा शस्त्रे आता मानवी प्राण्याविरुद्ध उपयोगात येऊ लागली. धातूंच्या (विशेषत: दुर्मीळतेमुळे लढाऊ वर्गास एकाधिकार मिळवून देणाऱ्या तांब्याच्या व ब्रान्झच्या) उपयोगाने या प्रक्रियेस वेग आला व सरदारवर्ग अथवा उमराववर्ग निर्माण झाला. लोखंडाचा उपयोग होऊ लागला तसे धातू स्वस्त मिळून विशाल प्रमाणावर शेती होऊ लागली. तर त्यापूर्वीच बहुसंख्य जनता शारीरिक परिश्रमात गाडली गेली व तिच्या जोरावर श्रममुक्त झालेला मूठभर लोकांचा मालकवर्ग अस्तित्वात आला. नियमित शेती सुरू होताच शेतखतामुळे, जुन्या जमातींच्या धोपटण्याच्या व जाळण्याच्या प्रथांमुळे नापीक बनत चाललेली जमीन सुपीक बनली. भूमीवरील कायम स्वरूपाचे परिश्रम ही नित्याची गोष्ट होऊन बसली व जमिनीच्या स्वरूपात खाजगी मालमत्ता निर्माण झाली. असे असले तरी अगदी नवीन स्वरूपाचे अन्नोत्पादक प्रकार सर्वमान्य होत नाहीत तोवर एखाद्या समाजात भिन्न स्वरूपाच्या चालीरीती टिकून राहू शकतात. उदा. काही बालटू गटात पितृसावर्ण्याने पुरुषांनी संग्रहित केलेले पशू, धन वंशपरंपरेने वंशजास मिळते. परंतु त्याच गटात (अगदी अलीकडच्या काळापर्यंत केवळ स्त्रियांनीच खोदावयाच्या जड काठ्यांच्या साह्याने लागवडीस आणलेली) भूमी मात्र मातृसावर्ण्याने खालच्या पिढीकडे जाते.

समाजात वर्गांचा विकास होण्यापूर्वी धर्मविधी व यज्ञांच्या संकल्पना देखील वाढीस लागतात; गूढ वातावरणावर आपल्या तर्कशुद्ध व तांत्रिक शक्तींच्या

आवाक्याबाहेरील नियंत्रण मिळविण्याचा तो पहिला मानवी प्रयत्न असतो. शिकार केलेल्या पशूंच्या अनुकरणामुळे शिकारीचे तंत्र सुधारले. परंतु हे सुधारलेले तंत्र जणू त्या पशूंवर ताबा मिळवून देण्याच्या प्रकाराला सहानुभूतिपूर्ण जादूमय स्वरूप आले. आपल्या गुहातील (उदा. मध्य भारतातील मिर्झापूर जवळील) शिकारीचे देखावे हे केवळ भूतकाळातील वृत्तांत नसून शिकारीत भर टाकण्याची जादूपूर्ण तंत्रे आहेत. अशा प्रकारे धर्म, नृत्ये, लेखनकला, काव्य व संगीत यांचा प्रादुर्भाव झाला. प्राचीन अश्मयुगातील आदिवासीयांनी देखील संभवत: वापरलेला अग्नी पेटवण्यास व तेवत ठेवण्यास इतका दुष्कर होता की त्यासाठी यज्ञ करावे लागले व कुमारिका समर्पण कराव्या लागल्या. यज्ञातील मूळ कल्पना आपणास स्पष्टपणे समजत नाही; परंतु परी आदिम मानवाच्या असे लक्षात आले असावे की, गेल्या हंगामात भक्षण करून उरलेल्या ह्या हंगामातील दुसरा भोक्तव्य (खाण्यायोग्य) पशू निर्माण होतो; (गेल्या हंगामातील फेकून दिलेल्या) अभुक्त बीजातून धान्याच्या पुढील पिकांचे मोड निर्माण होतात. त्यामुळे यज्ञाचे मूळ म्हणजे पद्धतशीर शेतीच्या व पशुपालनाच्या आधीची जादूपूर्ण पायरी आहे असा अर्थ लावणे शक्य आहे. याचे पर्यवसान एखादे बोट कापण्यात, मस्तकाच्या कवटीतील हाडांचे तुकडे करण्यात (trephining) अथवा मानव प्राण्यांचा बळी देण्यात का व्हावे – हे रक्ताच्या जादुमय प्रभावाची कल्पना सामान्यत: आली असली तरी समजू शकत नाही. अशा प्रकारच्या गर्भाधानविधींच्या बरोबरच काही अत्यंत वैषयिक भासणारे अनाचार देखील अस्तित्वात आले. परंतु जेमतेम पोटापुरते अन्न व अनिश्चित उपजीविका असलेल्या काळात ते फार दुष्कर असले पाहिजेत व त्यांचा उद्देश निसर्गानेही मानवाशी समरस होऊन निर्मितीस उत्तेजन द्यावे असा असला पाहिजे. युरोपातील अश्मयुगीन लोकांनी चकमकीच्या दगडांची संख्या वाढविण्यासाठी प्रचारात आणलेले गर्भाधानविधी आता आपणास हास्यास्पद वाटतात. रजस्रावाबद्दल एक रहस्यमय भीती निर्माण झाली होती– स्त्रीच्या न धुतलेल्या कपड्यांना पुरुषाने योगायोगाने देखील स्पर्श करण्याबाबत भारतीय खेड्यातून अद्यापही प्रतिबंध लादलेला आहे– त्यातूनच शक्तिदेवीच्या पूजेबाबत व मानवी मादीच्या रजस्रविक आवर्तनाबरोबरच ज्याची गती पालटते अशा चंद्राबद्दलही अशीच रहस्यमय भीती निर्माण झाली होती. तांत्रिक विधीचे देखील नंतरच्या रहस्यमय पद्धतीने उदात्तीकरण झालेले. परंतु अत्यंत अश्लील व अत्यंत बीभत्स व किळसवाण्या तपशिलांची लेखी नोंद करणारे आदिम स्वरूपाचे गर्भाधानविधी आढळून येतात. याहून काहीशा कमी महत्त्वाच्या विधींच्या दुसऱ्या प्रकारात अंत्यविधी येतात. त्यात मृत्यूला दीर्घ निद्रेचे अथवा धरणीमातेच्या गर्भाशयात परत जाण्याचे स्वरूप दिलेले आढळते व मृतदेह पुरण्याच्या चालीरीतीत त्यातील संकल्पना प्रतिबिंबित झालेल्या दिसतात. पोटाशी पाय दुमडून (crouch) मध्ये पुरण्याची

प्रथा संदिग्ध स्वरूपाची आहे कारण आदिम मानव शेकासाठी त्या अवस्थेत (crouch) झोपत असे व त्याचे गरीब वंशजही नंतर तसेच करीत. अशुद्ध लोहाचे शुद्धीकरण करण्याच्या शोधापूर्वीच मानवाच्या नश्वर शरीराचे भाग शुद्ध करून घेऊन पवित्र अग्नीत दहन करण्याची प्रथा सुरु झाली. (मानवी शरीराचा उर्वरित भाग अस्थिकलशा (urn) मध्ये पुरण्यात येऊ लागला. आजच्याप्रमाणे पवित्र नद्यांच्या पात्रात सोडण्यात येऊ लागला. एखाद्या प्राचीन संस्कृतीतील उत्पादनसाधने व मानवी संबंध यांच्याबाबत अधिक माहिती पुराविज्ञान व वंशविज्ञान यांच्या योगाने मिळू लागल्यापासून या गोष्टी आपणास महत्त्वाच्या वाटू लागल्या आहेत. नंतरच्या वर्गीय समाजात हे विधी औपचारिक स्वरूपात टिकून राहिले तरी त्यातील आशय पूर्णपणे बदलतो. सामान्यत: उत्पादनशील समाजात पुरोहित वर्गाची आपल्या लाभावरच दृष्टी असल्यामुळे ते काही विधी आवश्यक असल्याचे प्रतिपादितात परंतु खोलवर पाहिल्यास, अतोनात वाढलेल्या धार्मिक विधींमुळे नंतरच्या समाजात ताठरपणा येतो. नवनिर्माणाची प्रवृत्ती नष्ट होते; वर्गीय रचना व आहे तीच परिस्थिती सांभाळून ठेवण्याकडे प्रवृत्ती होते. ह्यामुळेच काही जमाती आज देखील अन्न संकलक अवस्थेतच निष्क्रिय झालेल्या दिसतात. प्रथम अवस्थेत पुरोहित हा पितृसत्ताक गटात एक तर जमातीचा पुढारी, कुलप्रमुख अथवा आपल्या पेशास पूर्णपणे वाहिलेला समर्पित वृत्तीचा वैद्य असे अथवा मातृसत्ताक व्यवस्थेत ती एक देवतेची प्रमुख चारिणी अथवा भिक्षुणीसंघाची सदस्या असे.

२.३ – जमाती अवशेष

भारतात अद्यापही जमातयुक्त समाजाचे अवशेष असून वर-वर पहाणाऱ्यासही ते अविकसित अथवा तत्सम भागात ठळकपणे दिसून येतात. आसामसारख्या छोटेखानी प्रांतात कमीत कमी १७५ भाषा व उपभाषा आहेत. प्रत्येक भाषा एका विशिष्ट वांशिक गटाची असून तिने आपली रचना व आपल्या चालीरीती जपून ठेवलेल्या आहेत. त्यापैकी नागा, अवोर, गारो इ. जातींचा वंशशास्त्रज्ञांनी अभ्यास केलेला आहे. त्यांपैकी काही आता स्वयंनिर्णयाचा हक्क मागू लागले आहेत. त्यापैकी काही मस्तकाची करतात तर काही पशुपालनाबरोबरच अल्प प्रमाणावर शेती करतात. तर बरेच आता प्रासंगिक श्रमिकांच्या बाजारात दाखल झालेले आहेत. मध्य भारतात व किनारपट्टीवर असलेल्या जंगलपट्ट्यात - अगदी निलगिरी व मलबारपर्यंत जमातविषयक अवशेष आढळून येतात. उदा. मुंडा, ओरावो, भिलु, तोडा, कादर हे सगळे आता शांततामय जीवनक्रम जगताना दिसतात. त्यापैकी काही प्रसंगी दंगल करणारे संथाळ व भिलुसारखे गट शस्त्रबळाने दडपून टाकले गेले आहेत ते आदिम स्वरूपाचे आहेत. त्यांचे निर्जिवीकरण होण्याचे कारण त्यापैकी

प्रत्येक छोट्या गटाने अन्ननिर्मितीचा व्यवस्थित मार्ग स्वीकारण्याचे नाकारले व सभोवतालच्या समाजातील उत्पादन व्यवस्थित समाविष्ट होऊन त्यांचा उपयोग करून घेण्याचेही नाकारले. ते आपल्या जीवनरहाटीच्या अन्नसंकलन आधारासही तसेच त्यावरील सांघिक रचनेच्या आदिम स्वरूपाच्या बाह्यप्रकारास अगतिकपणे चिकटून राहिले आहेत. कारण त्यांच्या अंधश्रद्धांमुळे ते प्राचीन जीवित रहाटीस जखडले गेले आहेत. असे असले तरी भारताच्या अशा घनदाट जंगलातच जमाती समाजाची लक्षणे दिसून येतात. बहुतेक प्रत्येक ठिकाणी छोटे छोटे जमातीगट अगदी सुविकसित आधुनिक शहरांच्या परिसरातील आपल्या प्राचीन चालीरीतीस शक्यतो चिकटून राहिले. पोलिसांकडून संशयित दृष्टीने पाहिले जाणारे व पैशाच्या अर्थव्यवस्थेनुसार जगणाऱ्या पुढारलेल्या समाज घटकांच्या दबावाखाली असणाऱ्या जमातींचे छोटे छोटे गट आढळून येतात. ह्या गटांचा एक लक्षणीय विशेष म्हणजे त्यांचे सामाजिक व आर्थिक दर्जातील संबंध; ते संपत्ती मिळवू लागण्याइतपत सामाजिक उत्पादनात भाग घेऊ लागले म्हणजे या दोहोत वाढ होते. जमातीस आवश्यक असलेल्या व्यवहारापलीकडे सामान्य समाजासाठी काही निर्माण करावयाचे नाकारले की, ते जणू संभवत: अपराधी असल्यासारखी अनुदार वागणूक त्यांना मिळते. भारतीय इतिहासाच्या एकूण वाटचालीत जमाती घटक एकूण सर्वसामान्य समाजात विलीन होण्याची प्रक्रिया आढळून येते. भारतीय समाजाचे अत्यंत वैशिष्ट्यपूर्ण लक्षण जी जात तिच्या मुळाशी देखील हाच प्रकार आढळतो. ही प्राचीन भारतीय इतिहासातील एक आधारभूत घटना आहे. जमाती गटांचे ज्या प्रकारे सामाजिकीकरण झाले अथवा पूर्वीच्या समाजात विलिनीकरण झाले ते प्राथमिक वांशिक साहित्य कोणत्याही खऱ्या इतिहासकारास महत्त्वाचे आहे.

अशा प्रकारचे व्यापक निष्कर्ष काढीत गेल्यास आपण प्रस्तुत ग्रंथाच्या कक्षेपलीकडे आणि त्याच्या रास्त मर्यादेबाहेर जाण्याची भीती आहे. तथापि या पुस्तकाचा एक उद्देश असा आहे की, वाचकाने आपले स्वत:चे स्वतंत्रपणे अध्ययन करून; निश्चित लिखित पुराव्याच्या अभावी, औद्योगिकीकरणामुळे अजिबात नाहीशी होण्यासारखी देखील उरणार नाही अशी माहिती गोळा करावी. म्हणून वाचकाने पुणे शहराच्या वेशीवर असणाऱ्या माझ्या घराच्या किंचित पलीकडे एका छोट्या सहलीसाठी मजबरोबर यावे. (म्हणजे याचा उलगडा होईल.) हा भाग म्हणजे (ब्रिटिशोत्तर कायदा इंग्रजीत शिकविणाऱ्या) लॉ कॉलेजच्या वास्तूचा होय. जवळच संस्कृत हस्तलिखितांचा संग्रह व महाभारताची आवृत्ती असलेली अशी जगभर सुविख्यात भांडारकर प्राच्यविद्या संशोधन संस्था आहे. पलीकडे फर्ग्युसन कॉलेज आणि मुंबईतील कित्येक दशलक्षाधिशांची निवासस्थाने आहेत व एका आधुनिक मेंढीपालनाचे शास्त्रीयधर्तीवर चालविलेले फार्मकेंद्र आहे. त्यात देशीविदेशी,

Crossbread चे नमुने आहेत. परंतु स्थानिक शेतकरी अथवा खाटिक यांनी पाळलेल्या अगर विकत घेतलेल्या पशुसंपत्तीवर त्याचा काहीही परिणाम होत नाही. ह्या मर्यादित परंतु सखोल अध्ययनातील उदाहरणावरून पहिल्या प्रकरणातील पद्धतीचा उलगडा होईल व नंतरच्या प्रकरणात अबोलरीत्या वापरण्यात येणाऱ्या महत्त्वाच्या खुणाही (Clues) त्यावरून प्राप्त होतील. हे निवडलेले ठिकाण भारतातील इतर कोणत्याही ठिकाणासारखेच असून त्या दोहोमधील फरक असलाच तर तपशिलाचा असेल, तत्त्वाचा नाही. या दोहोतही समाजाच्या अस्तंगत व आधुनिक प्रकारच्या परस्पर प्रतिक्रिया दिसून येतील; तसेच ऐतिहासिक प्रक्रियांचे उदाहरण उपलब्ध होईल व ह्या प्रकियातून टिकून राहिलेल्या वांशिक गटांचाही परिचय होईल.

माझ्या वास्तूच्या निकटच तंबूत राहणाऱ्या भटक्या रासफासेपारध्यांचा गट आहे. त्यातील पुरुषांचा मुख्य वेष म्हणजे कमरेस एक साधी लंगोटी एवढाच आहे. ते कधीही स्नान करीत नाहीत. परंतु वन्य पशूंची स्वाभाविक स्वच्छता, गतिशीलता व ज्ञानेंद्रियांची श्रेष्ठता त्यांनी टिकवलेली आहे. त्यांच्यात परस्परांशी विवाह न करू शकणारे सहा गट अगर कुले असून त्यांच्या नावापासून सरंजामशाही मराठा कुटुंबांची पुढील आडनावे बनली आहेत. भोसले, चव्हाण, जाधव, शिंदे व काळे. यांपैकी शेवटचे तर चित्पावन ब्राह्मण जातीचे आडनाव आहे. अलीकडे ग्वाल्हेरचे राज्य उदयाला येऊन त्याला प्रतिष्ठा प्राप्त होईपर्यंत या पूर्वीच्या नावाचा एकाकाळी पित्याचा निर्देश न करता दासीपुत्र असा उल्लेख होत होता. ही नावे मराठा वर्चस्वाच्या काळात घेतली गेली हे त्या जमातीच्या गुजराथी उपभाषेवरून दिसून येते. हे पारधी भीक मागतात, भुरट्या चोऱ्या करतात व पाखरे पकडण्यात पटाईत आहेत. ते अद्यापही शक्तिमातेचे उपासक आहेत. परंतु तिची मुख्य प्रतिमा आता चांदीच्या पत्र्यावर उठवलेली व ब्राह्मणी मूर्तीसारखी आहे. त्यांपैकी काहीजण ती तुळजापूरची देवीच आहे असे सांगतात. जमातप्रमुखाचे अथवा गटप्रमुखाचे काम म्हणजे त्या देवीसमोर सणासुदीच्या प्रसंगी नृत्य करणे हे आहे परंतु असे करण्यासाठी त्याला स्त्रीचा लेहेंगा व उपवस्त्र परिधान करावे लागते. त्या उपवस्त्रावरील नक्षी देशाच्या ह्या भागात परिचित नाही व ह्या जमातीतील स्त्रिया ती नक्कीच वापरीत नाहीत. तो म्हणतो, 'पहा मीच देवी आहे'. ह्या गटातील इतर लोक नर्तकाची साथ करीत गातात. आपण देवी असल्याचा दावा तो आपला उजवा हात उकळत्या तेलात बुचकळण्याचे दिव्य करून सार्थ करतो. तो अशा आवेशात असतो की, त्याला उकळत्या तेलाची जाणीवही होत नाही व त्याच्या त्वचेवर त्यानंतर त्याची निशाणीही राहात नाही. जर हातावर फोड आलेच तर देवीने त्या उपासकाचा अगर विधीचा निषेध केल्याचे गमक समजले जाते. हे प्रसंगी तीन दिवसही चालते व त्याच्या जोडीस देवीस अत्यंत प्रिय असलेल्या वासराचा अगर रेडकूचा देवीस बळी देण्यात येतो. या विधीचा

उद्दिष्टहेतू शिकारीत व अन्नात भर टाकण्याचा असून तो पुरुषांनी स्त्रियांकडून घेतला असावा असा अर्थ उघड आहे. (या जमाती आता भोवतालच्या समाजासारख्याच पितृप्रधान बनल्या असल्या तरी) त्यांच्यात वधूपित्याला अद्याप द्यावी लागणारी वधूची भारी किंमत [१२] – प्रसंगी ८०० ते १००० रुपये देखील– पाहता त्यांच्यातील मूळ मातृप्रधान पद्धती स्पष्टपणे सिद्ध होते; वधूपिता ज्या मानाने गरीब असेल त्या मानाने वधूची किंमत वाढत असते. ही किंमत प्रासंगिक मजुरी, शिकारीच्या व अन्य फळांची विक्री करून मिळवावी लागते. कारण हे लोक तुकडे मागून आपली उपजीविका करतात व कोणत्याही प्रकारचे भाडे अथवा कर देत नाहीत. ह्या निरक्षर जमातीत दरसाल दर शेकडा २५ पर्यंत जबर व्याज आकारण्यात येते. (अक्षरश: '१६:२०' अशी त्यांची परिभाषा आहे.) व्याज देण्याचे नाकारल्यास त्यातून झगडे होऊ शकतात. १९५४ साली अशा एका झगड्यातून दोन खून झाले होते. त्यावेळी देखील त्यांनी पोलिसांसमोर साक्ष देण्याचे नाकारले. त्या जमातीच्या संपूर्ण गटाची एक खाजगी सभा भरून त्यातील प्रमुखापुढे (ह्याला पटेल म्हणतात) नेहमीप्रमाणे तो खटला चालला. पुरावा सादर करण्यात आला. परंतु आरोपीने गुन्हा नाकारल्यामुळे तापून लाल झालेल्या लोखंडाचे अगर उकळत्या तेलाचे दिव्य सांगण्यात आले. तेही करण्यास त्याने नाकारल्यामुळे त्याचे अपराधित्व गृहीत धरण्यात आले व त्याला रीतीनुसार शिक्षा झाली. ह्या जमातीत मृत शरीरास स्पर्श करीत नाहीत. वस्तीत कोणीही गेल्यास व मृत शरीर शक्य असल्यास तेथेच टाकून देण्यात येते व तंबूत (पालात) राहणाऱ्या कुटुंबांचा सगळ्याच्या सगळा गट घाईघाईने स्थलांतर करतो. त्यामुळे प्रत्येक अपराध्यास कोणीही शिक्षा करू शकत नाही. फारतर त्याचे हातपाय तोडण्यात येतात व त्याला जंगलात मरणाच्या दारी सोडून देण्यात येते. आजकाल पोलिसांमुळे अशी कारवाई करणे कठीण जाते. त्यामुळे अपराध्यास जमातीचे नियम ध्याब्यावर बसवणे शक्य होते. ही जमात आता नष्ट होण्याच्या मार्गावर आहे. परंतु त्यांची श्रद्धा अशी आहे की, पूर्वापार चालत आलेले दैवी नियम (अर्थात जमातीच्या प्रथा) आता पाळल्या जात नसल्यामुळे त्यांच्या दैवतातील सत्त्व नाहीसे झाले आहे. या जमातीत ठराविक आकार घेऊन परकीयास प्रवेश देण्याची प्रथा असल्यामुळे वंशशुद्धीचा प्रश्न कधीच नव्हता. तेव्हा जमातीची जीवनप्रणाली सोडून देण्याची त्यांच्या आताच्या तयारीचे खरे मूळ कारण हेच की, तसे करणे आता दुष्कर होत आहे. शिकारीचा परवाना मिळण्यात ऐक्य नसल्यामुळे तोही उपजीविकेचा मार्ग नाहीसा होत आहे. सतत परिश्रम करण्यास अतीच्छुक असल्यामुळे त्यांना उपाशी राहाणे हाच पर्याय उरलेला दिसतो, कारण भिक्षेवर उपजीविका चालवणे अधिकाधिक अनिश्चित होत आहे. त्यांच्यातील उर्वरित लोकांनी नोकऱ्या पाहिल्या आहेत. त्यांची सूक्ष्मदृष्टी व स्मरणशक्ती –तिच्यामुळे

त्यांना पाखरे मारता येतात व शेजाऱ्यांच्या कोंबड्या रात्री अलगद चोरता येतात— तथापि हे पारधी सशाहून मोठी शिकार करू शकत नाहीत, कारण त्याच्याजवळ तशी साधनेच नाहीत. चांभाराच्या आचाराच्या एका साध्या चाकूचा उपयोग करून हलक्या फळास भोके पाडू शकतात. इतर कोणत्याही अवजारांचा ते उपयोग करीत नाहीत. निशाणबाजी, टोपल्या विणणे, मडकी घडविणे, चामड्याचे काम अथवा शेती असे कोणतेही व्यवसाय ते करीत नाहीत. सुरुवातीस ते जरी धांड्या (Sorgham) ने बनविलेली आश्रयस्थाने निर्माण करीत होते, तरी आता त्यांचे तंबू विकत घेतलेल्या कनातीचे असतात. पाखरे पकडण्यासाठी अथवा ठेवण्यास व सामान हलविण्यास वापरण्यात येणारी गुरे हलक्या दर्जाची, दुबळ्या अवलादीची असून (Scrawnu breed) शेतीस निरुपयोगी, वासरांचेही पोषण करण्याइतपत दूध न देणारी व दुसऱ्यांच्या जमिनीवर चरणारी अशी असतात. याचा अर्थ असा की, त्यांनी आसमंतातील परिसरातून बरेच मिळविलेले असले तरी जमिनीची अथवा उत्पादन साधनांची मालकी मिळवलेली नाही व मानव स्वत:साठी सर्व परिस्थिती निर्माण करतो ह्या आपल्या सिद्धान्ताचे हे प्रत्यक्ष उदाहरण आहे. त्यांना वसविण्याचे अलीकडील प्रयत्न यशस्वी झाले तर ते श्रमिक वर्गात सामील होतील. आता त्यांची स्थिती छोट्या समाजशोषक गटाची असून तो क्रमाक्रमाने समाजशोषित अशा मोठ्या गटात मोडू पाहात आहेत.

एकाच ठिकाणच्या तीन शेजारी जमाती गटातील कमालीची तफावत पहाण्यासारखी आहे. यापैकी रामोशींची अदमासे वीस घरे असून ते १८३० च्या सुमारास इनामी जमिनीवर स्थायिक झाले त्यावेळी त्यांचे स्वरूप रानटी दरोडेखोर जमातीचे होते. आज त्यांची वेगळी जात बनली असून त्यांच्यात व सामान्य मराठा शेतकऱ्यात वेष, भाषा अगर धार्मिक विधींबाबत कोणताही फरक दाखविता येत नाही. ते नांगरांचा व कुळवाचा (Harrow) चा उपयोग करून उपजीविका करतात व दुभती गुरे पाळतात. पलीकडचेच एक खेडे वैदूंच्या गटाचे आहे. मुळात ते जमाती शेतकरी असून त्यांना अजूनही दारुचे व शिकारीचे व्यसन आहे व काळाच्या ओघात त्यांनी भोळसर गिऱ्हाईकांना, आपला साधी व गुप्त औषधे विकणाऱ्या श्रीमन्त औषध-विक्रेत्यांचा एक व्यावसायिक गट बनला आहे. त्यांना पैसे बरेच मिळतात व सणासुदीत दाखविण्यासाठी नाग पकडून आपल्या मिळकतीत भर टाकतात. ते टगे, उर्मट व भांडखोर असून कधीही चोरटा धंदा न करण्याबद्दलच्या आपल्या प्रसिद्धीचा त्यांना अभिमान आहे. त्यांना आपल्या वैयक्तिक मालकीच्या भक्कम दिसणाऱ्या तथापि कशाबशा उभारलेल्या व अनारोग्यकारक वस्त्यांचाही अभिमान आहे. त्यांची मूळची भाषा तेलगूची उपभाषा असून ते आपसांत ह्या उपभाषेतच बोलतात. त्यांची स्वत:ची अशी एक देवी असून मृतांना एका विशिष्ट (कमरेत

वाकवलेल्या) स्थितीत पुरण्याचा त्यांचा रिवाज आहे. त्यात मृत शरीर भारतीय पद्धतीने मांडी घालून बसलेल्या स्थितीत पुरतात, थडग्यात प्रेताच्या डोक्यासमोर थोडी मोकळी जागा, बहुधा श्वास घेण्यासाठी सोडण्यात येते. थडग्यावरील अश्मपेटीवर (cist) वर वर्षातून एकदा अन्न ठेवण्यात येते. पुरण्याचा प्रकार दक्षिणेतील पूर्वअश्मयुगीन (megalithic) थडग्यासारखा व अश्मपेटीसारखा (cist) आहे. *

खाजगी किफायतीच्या धंद्यासाठी त्यातील काही व्यक्ती मुंबईपर्यंत देखील जातात. त्यामुळे त्यांच्यात नेता अगर व्यावसायिक गटरचना नसून त्यांचे स्वरूप व्यावसायिक व बंदिस्त अशा जातीय गटाप्रमाणे आहे. आणखी एक शेजारचा तेलगू भाषी जमाती घटक वडारांचा असून त्यालाही असेच व्यावसायिक स्वरूप आले आहे. बांधकामासाठी दगड घडविणारे ते गवंडी आहेत. त्यातील स्त्रिया (त्या पारधी व वैदूसारख्या परंतु रामोशांसारख्या नाहीत) अजून एक वस्त्रांकित साधा वेष वापरतात,

* जास्त जुन्या मृताच्या वैदूंमध्ये मृतांच्या कपाळावर व कधी कधी खांद्यास- जो चुना फासला जातो. त्यामुळे तर हे साम्य अधिक उठून दिसते. पूर्वअश्मयुगीन (megalithic) अश्मपेटी (cist) व गोल खडे (ए,आय, ४.१९२, १९६) प्रवेशद्वार बंद करण्यासाठी चुन्याचा उपयोग केला जात असल्याचे दर्शवितात. महार लोक मृतास पुरलेल्या भूमीवर नेहमी चुना शिंपडतात. ती वरील प्रकाराशी जुळणारी अगदी अलीकडची प्रथा होय. मांग - गारुड्यांनी तसेच महारांनी बांधलेल्या थडग्यातील मधला दगड शेंदराने अगर चुन्याने माखलेला असतो. व त्यावर वेळोवेळी नव्याने हात फिरविला जातो.कित्येक वरिष्ठ जातीत स्मशानयात्रेत प्रेतावर एखादे लाल रंगाचे द्रव्य (गुलाल अगर कुंकू) उधळले जाते परंतु चुन्याचा उपयोग केलेला आढळत नाही. अत्यंत निकृष्ट जातीत फक्त मृत अर्भके पुरण्यापूर्वी मडक्यात ठेवली जातात. परंतु हे नित्य घडते असे नाही. मात्र बऱ्याच विधीत ब्राह्मणीकरणाचे स्तोम असून देखील भारतात सगळीकडे अंत्यविधीच्या वेळी (व कधीकधी लग्नप्रसंगी देखील) पौरोहित्य अथवा निदान त्यात साहाय्य करण्यासाठी कुंभाराची उपस्थिती सामान्यतः दिसून येते. त्यामुळे त्यांचा प्राचीनकाळी मृतांना मडक्यात घालून पुरण्याच्या प्रथेशी संबंध असावा असे वाटते. हेही खरे की जाळण्यापेक्षा पुरणे कमी खर्चाचे असल्यामुळे देवी, महारोग अथवा इतर साथींमुळे मरणाऱ्यांची शरीरे पुरणे अथवा नदीत फेकून देणे एरव्ही दहनविधी पाळणाऱ्या जातींस देखील गरिबीमुळे भाग पडले असावे. त्याचप्रमाणे मूलतः मृतास पुरणाऱ्या जाती श्रीमंत झाल्यानंतर आपल्या मृतांचे दहन करू लागलेल्या दिसतात. महारांच्या काही पोटजातीत देखील मृतास बसलेल्या स्थितीत पुरण्याचीही प्रथा आढळते; एरवी ते मृतांस निजलेल्या स्थितीत पुरत असत. चुना वापरण्याला पावित्र्यदर्शक महत्त्वही आले असणे शक्य आहे.

दररोज लाकडे, काटेरी झुडपे अगर पालापाचोळा पूर्वी जंगलातून आणीत असत तसेच गोळा करतात; त्यातील पुरुषांनी सर्वसाधारण कनिष्ठ मध्यम वर्गाचा पोशाख (टोपी, सदरा व धोतर) स्वीकारला आहे. ते दगड फोडण्यासाठी वैयक्तिक कंत्राटे घेतात. तथापि त्यातून कमावलेला बराच पैसा देखील आपले आरोग्य अथवा जीवनमान सुधारण्यासाठी उपयोग करण्यास ते अजून शिकले नाहीत. एका पिढीपूर्वी त्यांची सर्व कंत्राटे त्यांच्या प्रमुखामार्फत केली जात व पैसेही त्याच्यामार्फत दिले जात. ज्या त्या कुटुंबाच्या गरजेनुसार तो त्यांच्यातले पैसे हवे तसे वाटून देई. जमिनीदेखील हा नेता स्वत:च्या नावावर मिळवी. परंतु त्यामुळे भांडणे होत. त्यातील मुकादम पुढाऱ्याने आपल्या स्वत:च्या खाजगी मध्यमवर्गीय जायदादीसाठी बरीच मोठी रक्कम स्वाहा करण्याचा प्रयत्न फसल्यामुळे त्याला ती रक्कम परत करावयास लावली तेव्हा एक सहकारी गृहरचना संस्था निर्माण झाली. गवंडीकाम करणाऱ्या वैयक्तिक वडार कुटुंबांनी आता बरीच कमाई केली असल्यामुळे त्यांच्या व्यावसायिक गटाचे आता जवळजवळ विसर्जन झाले असून केवळ बेटी व्यवहारापुरता जातीच्या स्वरूपातच त्यांचा आकृतिबंध उरला आहे. (याच्या अगदी उलट पारध्यांचे उदाहरण आहे. त्यांचा पैसा अद्यापि अन्नपदार्थ विकत घेण्यासाठी वापरला जात नाही.) शेजारीच वडारांची शाखा खोदकाम करणाऱ्यांची असून (त्यांचे पूर्वज देशभर भटकून उत्तर प्रदेशातील प्रत्येक खेड्यासाठी पाण्याचे तलाव खणीत) आता रोजगार मिळणे दुर्लभ झाल्यामुळे ऱ्हास पावून ती विलीन होण्याच्या मार्गावर आहे. हा विशिष्ट गट मात्र आता चोरटी दारू, वेश्याव्यवसाय व काही किरकोळ कामावर जगत आहे. जवळजवळ पारध्यांप्रमाणेच जेमतेम गुजराण करून अत्यंत निकृष्ट दर्जाच्या खोपटातून रहात आहे. मात्र बाहेरून डोकावणाऱ्या परक्यांशी- विशेषत: पोलिसांशी- अथवा ते विनापरवाना राहात असलेल्या जमीनमालकांशी झगडा करताना त्यांच्यात एकजूट दृष्टोत्पत्तीस येते. या एकमेव गोष्टीवरून त्यांच्या मूळ जमातीजीवनाची आठवण होते. आता नगरपालिकेच्या हद्दीत मतदार म्हणून नोंद झाल्यामुळे व राजकीय लटपटी- खटपटीसाठी (Chicaneru) घाऊक गठ्ठेबाज मते देण्याच्या त्यांच्या उपयुक्ततेमुळे त्यांना संरक्षण मिळते. पुण्याजवळील आणखी एका निमभटक्या वडारांच्या गटात जास्त कामगार आढळतात व जमाती जातीपासून ते औद्योगिक कामगार जातीपर्यंतच्या प्रत्यक्ष परिवर्तनात एका विशिष्ट अवस्थेत असल्याचे ते आढळून येतात. ह्या वस्त्यांची आता झोपडपट्ट्यात अवनती झाली असून त्यांचे प्रश्न पुणे नगरपालिकेपुढे आहेत. त्यातच काही गोष्टींमुळे गुंतागुंत निर्माण झाली आहे. एकतर त्यांच्यात बेकारी आहे. शिवाय नाल्या व पाणीपुरवठ्यासारख्या य:कश्चित गोष्टीसाठी कर भरण्यास वैदू व गवंडी, वडार जाती नाराज असतात. त्याखेरीज आपल्या झोपड्या पूर्वाभिमुख व एकच रांगेत बांधण्यावर त्यांचा भर

असून त्यात कोणताही फरक करणे त्यांना धर्मविधि दृष्ट्या अयोग्य वाटते. रामोशींच्या इनामजमिनी झोपडपट्टी निर्मूलनाच्या योजनेत संपादन करण्यात आल्या. परंतु त्यांना उपजीविकेचे इतर कोणतेही साधन न दिल्यामुळे त्यांचाही प्रश्न मुख्यत: याहून चांगल्यारीतीने सुटलेला नाही. पुणे हे महत्त्वाचे लष्करी ठाणे आहे. एकीकडे थेट डोक्यावर आधुनिक बाँबफेकी विमाने सरावाच्या उड्डाणात गर्जत असतात. तर दुसरीकडे अव्याप्त, निकृष्ट जमिनीत देखील मालक असू शकतो, एवढी जाणीव सुद्धा नसलेली आदिम जनता येथे आहे हे पाहून निरीक्षकाचा जीव अस्वस्थ झाल्यास नवल नाही. कधी कधी सात मातृदेवतांच्या एखाद्या ओबडधोबड झोपडीवजा वडुर देवळाचे घेतलेले छायाचित्र अगदी लक्ष्याच्या (फोकसच्या) दिशेने घरघरणाऱ्या अवजड रणगाड्यांनी उडविलेल्या धुळीत खराब होते, तेव्हादेखील तो अस्वस्थ होतो.

समाजशास्त्रज्ञाला या गोष्टी मनोरंजक वाटल्या तरी आपल्याला त्यांचे महत्त्व जमातीपासून व्यावसायिक गटांकडे व जातींकडे होणाऱ्या वाटचालीचे उदाहरण म्हणून आहे. समग्र भारतात जी ऐतिहासिक प्रगती घडून आली तिची ही वाटचाल म्हणजे प्रमुख लक्षण आहे. कातकरी जमातीच्या लोकात विशिष्ट दिवशी कोडी घालून गटस्पर्धा होत असतात. त्यात पराभव झाल्यास जबर शिक्षा अथवा त्याग-ही अटळ असे. महाभारत व जातककथावरून 'यक्ष-प्रश्ना'तील कोडी सोडवण्यात अपयश येणे म्हणजे (इजिप्तमधील स्फिंक्सप्रमाणे) मरण पत्करणेच होते असे दिसून येते. महाराष्ट्रातील शेतकरी कुटुंबाच्या आडनावावरून असे दिसून येते की, जमाती नष्ट होऊन त्या जातीत अगर पोटजातीत समाविष्ट झाल्यानंतर देखील कुलांचे प्रतीक असणारी देवळे टिकून राहतात. ही कुलनामे आडनावात रूपांतरित झाली की हे प्रतीकात्मक आचारात त्या कुटुंबातील व्रते होऊन बसतात. उदा.पडवळ नावाचे शेतकरी त्या नावात निर्दिष्ट झालेली फळभाजी खाणार नाहीत. मोऱ्यांना मोराचे मांस वर्ज्य आहे. शेलारांना बकऱ्याचे मांस वर्ज्य आहे. चतुऱ्यांना चतुराचे मांस चालत नाही. गोडांबे आंब्याचे सरपण वापरू शकत नाही व दर बलिप्रतिपदेच्या दिवशी त्यांना आंब्याच्या डहाळीची पूजा करावी लागते. असे जमाती घटक ज्या समकालीन समाजात विलीन झाले असतील त्यांच्या उत्पादक रचनेनुसार ह्या विलिनीकरणाचा तपशील बदलता राहील. उदा. आजच्या प्रमाणे चहाचे मळे, कारखाने, नियमित रोजमुरा मिळणाऱ्या नोकऱ्या या अलीकडील गोष्टी आहेत. जमाती लोकांना सामावून घेण्यास अशा गोष्टी इ.स.४००च्या सुमारास उपलब्ध नव्हत्या. त्या वेळी नव्याने सामिलीकरण झालेल्या लोकात सामान्य एकी पाळली जाई व अशा उत्पादक घटकांचा एक गतिबद्ध गट म्हणून आविष्कार होई. तथापि मुळाशी अशा परिवर्तनाची कारणे तशा प्रकारचीच होती. अन्ननिर्मिती ही

अन्नसंकलनाहून अधिक कार्यक्षम असते व सुस्थित, कृषिजीवन हे जमाती मृग या जीवनाहून कमी अनिश्चित असते; कारण उपरोक्त जीवनात निसर्गातील उत्पादन ओरबाडून काढावे लागते व परिस्थितीशी झगडणारा मानव त्यात असाहाय्य ठरतो. जून १९५५ च्या सुमारास पारध्यांना जेव्हा कुटुंबामागे २५०० चौ.फू. सरंजामी जमीन देण्यात आली तेव्हा त्यांनी प्रथमच आपल्या हक्काच्या पट्ट्यात भाजीपाला लावण्यास प्रारंभ केला. जेव्हा एका दांडग्या शेजाऱ्याने ही जमीन आपली असल्याचा दावा केला तेव्हा त्यांनी– एका वरिष्ठ अधिकाऱ्याने हस्तक्षेप करीपर्यंत– त्याला भाडेपट्टी देण्यासाठी पैसा उभारला. नियमित रोजगारामुळे त्यांना आता समाजाचे नियमित सदस्य म्हणून नवजीवन लाभले आहे व आता ह्या बदलामुळे ते स्वच्छतेसाठी साबणही वापरू लागतील अशी आशा निर्माण झाली आहे.

२.४ – वेताळ पंथ

या लोकांनी पूजलेल्या दैवतांची गोष्टही न्यारी आहे. उदाहरणादाखल आपण ह्याच भूभागातील दैवतांचा विचार करू. पुण्यात जुन्या दगडी पुलाच्या शेवटी असलेले व टिकून राहिलेले सर्वांत जीर्ण देऊळ तेराव्या शतकातील यादवी बांधणीचे आहे. होरुसल्लाहा हा दर्गा त्याच्याच अवशेषावर व त्याच्याच दगडांनी उभारला आहे. त्या थडग्यात काही दगडी खांब दिसू शकतात व लाकडी खांबांचे पीठस्तंभ (pedestals) अंगणात दिसतात. मूळचे देऊळ अल्लाउद्दिन खिलजीच्या सैनिकांनी चौदाव्या शतकाच्या सुरुवातीस पाडले असावे. केंद्रीय हवामान खात्याच्या वेधशाळेमागील पाताळेश्वराचे (अक्षरशः पाताळाच्या देवाचे) देऊळ हे नवव्या शतकातील अर्धवट बांधलेल्या शंकराचे गुहामंदिर आहे व त्यातील शिवलिंग केवळ एका पिढीपूर्वी स्थापन करण्यात आले आहे. ही गुहा जरी 'संरक्षित वास्तू' असली तरी अगदी अलीकडे १९४६ साली एका युद्धकालीन काळा बाजार करणाऱ्या उदार कंत्राटदाराच्या हस्ते ह्या मंदिराची जमीन नीट करण्यात आली. पेशवाईच्या अस्तकाली ह्या गुहात नाना फडणीसाने पाठलाग करणाऱ्यापासून बचावण्यासाठी आसरा घेतला होता अशी एक दंतकथा आहे. ह्या गुहातून उकरून काढलेल्या दगडांची एका टेकडीइतकी रास तिच्या बाजूस असून वाऱ्याने सतत उडणाऱ्या धुळीमुळे ती झाकली गेली आहे. तिच्यातच काही झाडे उगवली आहेत. आज या कृत्रिम टेकडीवर एकोणिसाव्या शतकातील संन्याशाच्या स्मृतिप्रीत्यर्थ एक देऊळ बांधले असून त्याला अनेक देणग्या मिळून ते लोकप्रिय व संपन्न स्थितीत आहे. हा संन्यासी येथेच राहात असे व मरणोत्तर त्याला 'जंगली महाराज' असे सन्मान्य नाव प्राप्त झाले. फर्ग्युसन कॉलेजच्या मागेपर्यंत त्याच्याच जमिनीवर आणखी पाच गुहा आहेत. येथून ४० मैलावरील कार्ले व भाजे येथे तसेच त्या मार्गावरील शेजारवाडीच्या तुकाराम

गुहेसारख्या ह्या बौद्ध भिक्षूंच्या वास्तू असून त्यांच्या गेल्या शतकाच्या अखेरीस अनेक विशिष्ट पंथांच्या मूर्तींच्या देवळात परिवर्तन झाले आहे. १९३० पर्यंत ह्यात प्रसंगी भटके, चोर व फसवे आश्रय घेत. ह्याच खोऱ्याच्या दुसऱ्या तोंडास चतु:श्रृंगीचे देऊन असून त्याच्याजवळ काही खोदलेल्या अर्ध्याकच्च्या गुहा आहेत. यापैकी कशातूनही आपणास खरी माहिती मिळू न शकली तरी पुराविज्ञान दृष्टीच्या प्रेक्षकाच्या नजरेतून त्या सुटणार नाहीत. आता आपण याहून अधिक साध्या पंथाकडे वळू.

माझ्या घरापासून सुमारे शंभर यार्डावर, एका नव्या घराच्या वास्तूच्या कोपऱ्यावर दगडांची एक रास व लाल रंग दिलेल्या विटा चुन्याचे ढीग आहेत. या वेताळाचा लोकांना एरवी विसर पडला आहे. परंतु प्रसंगी काही अज्ञात पूजकांकडून जेव्हा त्याची पूजा केली जाते तेव्हा त्याला नवलाई प्राप्त होते. परंतु अगदी अलीकडे १९३९ सालापर्यंत हे ढीग, एका नजरेत भरणाऱ्या, जुन्या कंगोरे आलेल्या बोराच्या झाडाखाली असून त्या खाली कधी कधी एखादा बकरा अगर कोंबडे बळी देण्यात येई. हे झाड आता नाहीसे झाले आहे. तेथे नव्याने बांधलेल्या घराच्या मालकाने ह्या पंथांच्या खुणा काही फूट अंतरावर सन्मानपूर्वक नेऊन टाकण्याची काळजी घेतली इतकेच. पलीकडील वैदू वस्तीच्या खोऱ्याजवळ गेल्यावर कोणासही असाच लाल रंग दिलेल्या दगडांचा ढीग दिसतो व त्यावर पणती लावण्यासाठी एक ओबडधोबड दगड ठेवलेला दिसतो. या मध्यवर्ती निराकार दगडाभोवती तसेच इतर (त्याचा प्रभाव दाखवणारे) दगड असून त्यांची एका म्हाताऱ्याकडून लाडूभाई म्हणून पूजा करण्यात येते. या शेतकऱ्याच्या पणजाने दख्खनच्या पूर्वभागातून हा पंथ आणला व तेथे तो चालू आहे. ह्याच्या व माझ्या घराच्या दरम्यान अशीच इतर पंथीय प्रतीके असून त्यांपैकी रामोशी वस्तीच्या नजीक एका छप्पर नसलेल्या ओट्यावर स्थापिलेला वेताळ (Cacodaemon) सर्वांत प्रमुख आहे. हा जादूमय (baetylic) दगड शिवलिंगासारखाच दिसतो. (वेताळाशी त्याचे भाषाशास्त्रीय नाते दाखवण्याची गरज नाही.) शिवलिंगाशी असलेले हे साम्य त्याच्या समोरील छोट्या दगडी नंदीमुळे आणखी दृढावते. तथापि येथे नेहमीच्या शैवपंथाहून भिन्न अशी एक गोष्ट आहे: दगडी नंदी व वेताळ या दोहोस लाल रंग दिलेला आहे. ह्या जागी सरंजामी युगात एक लहानसे देऊळ होते. ते कदाचित पेशवाईतील एखाद्या मृत योद्ध्याच्या अंत्येष्टीचे स्मारक असावे. मूळ वेताळपंथाच्या जागी हे देऊळ झाले असावे. परंतु नंतर ते मोडकळीस आले असावे. एक देवाची व एक देवीची अशा दोन छोट्या ओळखू येणार नाहीत इतक्या पुसट झालेल्या अनेक बाहूंच्या उठावदार मूर्ती ह्या मंदिराच्या बांधकामाच्या ढिगाऱ्याच्या एका बाजूस टिकून राहिल्या आहेत. त्यांनाही किंचित लाल रंग दिलेला आहे; तर ढाल-तलवार घेतलेली एक बरीच मोठी हनुमान मूर्ती- ती एका मृत योद्ध्याचे स्मारक असल्याचे दिसून येते- ह्या मूर्तीच्या समोरच आहे.

या हनुमान मूर्तीवर तशाच इतर हनुमान मूर्तीप्रमाणे दाट शेंदरी पुटे चढवलेली दिसतात. तसे म्हटले तर फर्ग्युसन कॉलेज टेकडीवरील परिवर्तन झालेल्या भिक्षूंच्या लेण्यांनाही अगदी १९४३ साली एका नव्या हनुमानाचे स्वरूप आहे. हा नवा हनुमान मुख्य प्रवेशद्वाराच्या डावीकडे असलेल्या एका जुन्या हनुमानावरच कोरला गेला आहे.

ह्या विशिष्ट वेताळाला कोणत्याही अमावस्येला कोंबड्याचा अथवा बकऱ्याचा , क्वचित पौर्णिमेलाही बळी देण्यात येतो. बळी देणारे लोक बहुधा पुण्यातील पहिलवान असतात. आगामी कुस्त्यात विजय निश्चित करण्यासाठी अथवा जुना नवस फेडण्यासाठी ते बळी दिलेला प्राणी कापतात, शिजवितात, भक्षण करतात व त्याच्या रक्ताचा एक छोटासा ठिपका वेताळाच्या दगडावर ठेवतात. त्यामागील टेकडीवरील वेताळ हा भाऊ असून हा एक वेताळ त्याचा छोटा भाऊ आहे. व तो त्याच्यातर्फे नैवेद्य ग्रहण करतो.

हा जुना वेताळ राष्ट्रीय रासायनिक प्रयोगशाळेच्या मागे समुद्रसपाटीपासून २३६५ फूट उंचीवर असलेल्या एका टेकडीवरील पठारावर अगदी टोकास भोवतालच्या पाच खेड्यांच्या सामायिक हद्दीवर आहे. त्याच्या समोर ३८' X २२' आकाराचे मोकळे पटांगण असून त्याच्यावर झिलई असलेल्या पन्हळी (corrugated galvanized) लोखंडी पत्र्याचे छप्पर असून भोवती तिन्ही बाजूस कोरलेल्या दगडांच्या तीन फूट उंच भिंती आहेत. काही खेडूत निराशेने परंतु अभिमानाने असे सांगतात की, अगदी अलीकडे पहिल्या जागतिक महायुद्धानंतर एका कृतज्ञ परंतु अविचारी शिपायाने ह्या मंदिरावर छप्पर चढविले पण उद्देश चांगला असूनही त्या भ्रष्टाचाराचा परिणाम व्हावयाचा तो झालाच, म्हणजे त्या शिपायाच्या सगळ्या कुटुंबाची वाताहात झाली कारण खरे पाहिले असता वेताळाच्या डोक्यावर मोकळे आकाशच पाहिजे. मुख्य वेताळाच्या भोवती कमी-जास्त लाल रंग दिलेले पन्नासहून जास्त दगड असून ती त्याची सेना समजली जाते. त्यांपैकी फारच थोडे दगड देवळात आहेत. काहींच्या लालरंगावर पांढरे ठिपके दिलेले आहेत. छपराच्या तुळ्यांवरून, पूजकांनी आपले आगमन सूचित करण्यासाठी बऱ्याच घंटा टांगलेल्या होत्या. परंतु दुसऱ्या महायुद्धात धातू दुर्मीळ झाले तेव्हा एक सोडून बाकी सगळ्या चोरून विकल्या गेल्या. खोऱ्यातील 'छोट्या भावाच्या' सुंदर घंटेचीही तीच गती झाली. काही काळ दगडी देवाभोवती मानवी आकाराची एक भयानक मूर्ती होती. शहरातील वेताळ मंदिरातही एक अशीच मूर्ती होती. परंतु संतप्त भक्तांनी तिचा निकाल लावला. आता सुमारे ५० सें.मी.उंचीचा मूळ दगड बहुतेक सपाट परंतु वरच्या टोकास निमुळता व जवळजवळ लिंगाच्या आकाराचा असून आदिम साधेपणाने तेथे उभा आहे. तो काही अंशी मूळ खडकात कोरलेला व काही अंशी सुमारे ५.$\frac{१}{२}$चौ.फू. दगडी बांधणीतील ओट्यावर आहे. विशिष्ट आकार नसलेल्या, दैवत्व दिलेल्या (aniconic) मूर्तीला असलेले डोळे

दगडातील नसून सुमारे ३० मि.मी.जाडीच्या तांबड्या पुटांचे आहेत. येथेसुद्धा २ मैल झुडपातून चालत जाऊन टेकडीवर चढण्याचे परिश्रम करण्यास न कचरणाऱ्या भक्तांकडून प्रसंगी बळी देण्यात येतात. या स्थानास आश्चर्य वाटण्याइतके पावित्र्य होते. कारण चैत्र पौर्णिमेस म्हणजे वेताळाच्या जन्मदिवशी (हा कोणत्याही वेताळाचा जन्मदिवस असतो, केवळ ह्याच वेताळाचा नव्हे) बरेच लोक लांब लांब अंतरावरून त्याची पूजा करण्यास येतात, केवळ खेडूतच नव्हे तर अगदी इंग्रजी बोलणारे अधिकारी सुद्धा दम लागेतो चढण्याची धडपड करतात. टेकडीच्या टोकापर्यंत तांब्याच्या घागरीत चार गॅलन पाणी वाहून व फुले घेऊन ते येतात. ते देवाला स्नान घालून तेल शेंदराची आणखी पुटे चढवितात व पूजाविधी पार पाडतात.

हा वेताळ नक्कीच लॉ कॉलेजवळील १९३४ च्या सुमारास स्थापन केलेल्या एका मध्यमवर्गीय हनुमान मंदिराहून जुना आहे; तो मुद्दाम लावलेल्या एका वडाच्या झाडाखाली असलेल्या वेताळापूर्वीचा आहे. तसेच तो चुना दिलेल्या सुमारे २४ दगडांच्या मांगचेड्याहूनही जुना आहे. शेजारच्या टेकडीवरून ते अभिचारमंत्र उच्चारून (imprecations) दगड लोटीत. शत्रूचे नाव उच्चारले की, त्यांचा नाश हमखास ठरलेलाच. (अशी या मांगचेड्यांबद्दल समजूत आहे.) मला असे कळले आहे की १९२५ नंतर या जागी खुनाचा बदला घेण्यासाठी किमान दोन खून करण्यात आले आहेत. खून झालेल्या व्यक्ती काही अंतरावर पकडल्या गेल्या. (बहुधा देवासमोर मारल्या गेल्या) त्यांची शरीरे ह्याच आवारात टाकण्यात आली. हे मला समजले तेव्हा केवळ वेशीवरील देवतेपेक्षा ह्या जागेच्या भोवती अधिक कल्पनांचे साहचर्य असले पाहिजे. असे मला वाटले. टेकडीच्या शिखराभोवती नजर टाकली असता एक गोष्ट निदर्शनास आली , नंतरच्या पाषाण युगातील काही दगडी अवजारे टेकडीवर वेताळाच्या देवळाभोवती बऱ्याच संख्येने आढळली. ह्या पातळ धारदार त्रिकोणाकृती दगडाची टोके एकामागून एक अशी तोडून टाकून बनविण्यात आली असावीत. म्हणजे खालच्या बाजूस एक व वरच्या बाजूस दोन अगर अधिक थरी होतात. अधिक मोठ्या आकाराची अवजारे बनविण्याइतके मोठे तुकडे ह्या सामग्रीतून आढळत नाहीत. परंतु या धारी मात्र काचेच्या उभ्या कापा (slivers) इतक्या धारदार असतात. प्रथमदर्शनी वाटते त्यापेक्षा अशी अवजारे तयार करण्याच्या तंत्रात डोळ्यांचे व हाताचे एकसमयावच्छेदे करून काम असते. इतकेच नव्हे तर त्यात स्पर्शाचा हळुवारपणाही लागतो. वेताळापासून ५० मीटरच्या त्रिज्येपलीकडे ह्या मानवनिर्मित कोरीव कामाचा (chalcelony) व अकीकाचा (Agate) प्रसार एकाएकी दसपट तरी वाढलेला दिसतो. व दख्खन पठाराच्या आधारशैलाच्या अरुंद फटीतून ही प्रक्रिया सतत चालते. ह्या जागेचा नंतरच्या अश्मयुगाशी निकटचा संबंध आहे, हे अगदी स्पष्ट आहे. माझे अनुमान असे आहे: अश्मयुगात देखील ज्यावेळी या

टेकडीच्या शिखरावर आजच्याप्रमाणे कळप चरत होते. (आणि सीएफ्.आयएआर. १९५५ पृ.५९, या लेखात मंदिर व त्याजवळील दगडी अवजारे यामधील संबंधाकडे दुर्लक्ष करण्यात आले आहे.) व खोदण्याच्या काठीने अगर हलक्या नांगराने शेतीस प्रारंभ झाला होता. त्यावेळी हे एकपंथीय पूजास्थान होते. या खोऱ्यात फक्त सुपीक असलेली जमीन (युक्रेनमधील चेरनो झेमप्रमाणे) अत्यंत जड असून आधुनिक पोलादी नांगर वापरलेली तरीही सहा किंवा आठ बैलांशिवाय नांगरणे अशक्य आहे. त्यामुळे टेकडीच्या माथ्यावर असलेल्या लांब अरुंद पठारावरच शेतीचा पहिला प्रयोग झाला असला पाहिजे.

२४०४ फूट उंचीच्या ५ मैलांवर असलेल्या डोंगरमाथ्यावरील पठाराच्या त्याच वळणावरील पुढच्या टेकाडाचे निरीक्षण केल्यास ह्या अनुमानास बळकटी येते. तेथे सरंजामकालीन भैरवाचे छोटेसे देऊळ बांधले आहे. भैरवाचे मुख्य देऊळ बावधान गावाच्या पातळीपर्यंत खाली बांधले गेले आहे. परंतु टेकाडाच्या माथ्यावरील देवच मूळचा आहे याची सर्वांस जाणीव आहे. मागे सांगितलेल्या खोप्यातील वेताळबंधूंच्या सारखीच ही गोष्ट आहे. (त्याखेरीज भैरवाच्या देवळाजवळील टेकडीवरील बहुधा ही अवजारे येथेच करण्यात आली असावीत.) अथवा बळी देणाऱ्यांच्या अंतिम उपयोगासाठी एकमेकातील देवघेवीने आणली असावीत. असे शक्य आहे की, ह्या जागा आधी आदिम लोकांच्या वस्तीच्या असून शेतीच्या जसजसा विकास झाला तसतसे ते लोक खोऱ्यात राहावयास गेले. महाराष्ट्रात अशाच पठारावरील अधिक मोठी मंदिरे असलेल्या व अधिक परिचित असलेल्या अशा पंथांची एक समग्र मालिकाच आहे. (मात्र त्यात पुराविज्ञानास प्रवेश वर्ज्य आहे.) पुण्यात अगदी जवळचे असे पर्वती देऊळ असून ते आता सन्मान्य ब्राह्मणी देवांना वाहिले आहे. परंतु इतर बऱ्याच देवळांत अधिक पुरातन व कांही अंशी ब्राह्मणाळलेल्या देवता असून त्यांना प्रत्यक्ष अगर त्यांच्या प्रतिनिधिक कनिष्ठ देवतांमार्फत दर वर्षी रक्तरंजित बळी दिला जातो. ह्या प्रश्नाचा उलगडा होण्यापूर्वी बऱ्याच क्षेत्रिय संशोधनाची आवश्यकता आहे. संबंधित दोन्ही ठिकाणी खडकावर फारच थोडी माती असल्यामुळे उत्खननाने आणखी काही मिळणार नाही. घरांचे कोणतेही अवशेष अस्तित्वात नाहीत. कारण टेकडीच्या माथ्यावर झरे अथवा पाण्याचे कोणतेही सोयीचे साधन नाही. कोणतीही (पुरातन) भांडी उपलब्ध नाहीत. आहेत ती अलीकडे घडविलेली बहुधा चोरटी दारू गाळणाऱ्यांच्या पालातील, कारण अशी टेकडी अशा लोकांनाच आदर्श ठरणारी आहेत. काही वेळेला मळक्या भगव्या वेशातील दाढी वाढलेले व बेकायदा भागीदारीतून नगद वसूल करणारे फकीर या जागी वास्तव्य करतात व जंगलातील देवतांची सेवा करून पुण्यही मिळवतात. देशाचा हा भाग बऱ्याच अलीकडच्या काळातून तो थेट अश्मयुग – लोहयुगापर्यंत जणू एकदम उडी मारून

आल्यासारखा वाटतो. तांब्याची कोणतीही अवजारे येथे आढळत नसल्यामुळे मध्य ताम्र पाषाण युगीन अवशेष (Chalcoli thic intermediaru) ही आढळत नाहीत. मागेच सांगितल्याप्रमाणे येथून जवळच जमिनीचे पापुद्रे भाजून लोह मिळवता येत असे. जवळपास तांब्याचे थर नाहीत. किनारपट्टीचा विकास झाल्यानंतर पुण्यातून गेलेले मोठे व्यापारी मार्ग तुलनात्मकदृष्ट्या अगदी अलीकडचे वाटतात.

२.५ – वरच्या दर्जाचे स्थानिक पंथ

आपल्याला पुराविद्या संशोधनाच्या दिशेने नेणाऱ्या ह्या देवदेवतांचा व पंथांच्या शोधाचा आजही एका दिशेने लिखित साधनांशी संबंध जोडता येतो. मात्र यापैकी बरीच साधने भारतात धार्मिक स्वरूपाची आहेत. भक्तांकडून मिळणारी माहिती सोडली तर कनिष्ट दैवते परस्परांपासून वेगळी ओळखू येत नाहीत. वेताळ (संस्कृत वेताळ, हिंदी बेताल), म्हसोबा (एक दैत्य), काळूबाई (काळी स्त्री), देवीमातेचे एक सर्वसामान्य स्वरूप (हीच पुढे शिवाची सहचरी काली बनली), मरीअम्मा * (महामारीची मृत्युदेवता.)

सगळ्या देवतांना शेंदूर फासला जातो. डोळ्यांना सर्व सात्त्विक दिसतात. त्यामुळे एखादा दगड देव आहे की देवी आहे हे सुद्धा सांगता येत नाही. उदा. वरीलपैकी शेवटली मरीअम्मा मूलत: कनिष्ठ, अस्पृश्य, मांग जमातीकडून पूजिली जाते. (मांग हे ऐतिहासिक मातंग जमातीपासून आलेले दिसतात.) ही मांग जात बऱ्याच अंशी अद्याप टोळीच्या अवस्थेत आहे ; या विशिष्ट देवस्थानाला वरच्या जातीकडून देणग्या मिळतात व त्यातील देवतेची चोरून पूजाअर्चाही होते ; मात्र जमीन मालकाने या देवस्थानाशी संबंधित असलेले एक बाभळीचे झाड, भिंत बांधण्यास जागा हवी असल्यामुळे तोडले; व आपल्यावर संकट कोसळू नये म्हणून, देवीसाठी त्या नुकसानभरपाई दाखल एक छोटे विटांच्या बांधणीचे देऊळ उभारले. तसे म्हटले तर इतर वृक्षस्थ देवता अधिक माहितीच्या आहेत. सबंध भारतात, बुद्धाला त्याच्या फांद्यांखाली साक्षात्कार होण्याच्याही आधीपासून, पिंपळाच्या झाडाची पूजा प्राग्-ऐतिहासिक कालापासून सतत व अविरत चालत आली आहे. पिंपळाच्या झाडाचे

---

* ह्या वास्को द गामाने व त्याच्या सहकाऱ्यांनी या देवतेस केलेला आहेर काहीसा विनोदी व अभावित वाटला तरी ऐतिहासिक दृष्ट्या समर्थनीय ठरतो. ते स्थानिक मरीअम्मा मंदिरात शिरले. त्यांच्यावर तेथील पुरोहितांनी पवित्र उदक शिंपडले. त्यांनी मूर्तीसमोर गुडघे टेकले परंतु ते करीत असता आपण कुमारी मेरीसमोर अभिवादन करीत आहो अशीच त्यांची समजूत होती. त्या समग्र गटात फक्त ज्यो आवोद साला याच्याच मनात या कृतीविषयी काही शंका उद्भवल्याचे दिसते. (Var.infr.lvi)

स्थानिक नाव मुंजाबा असे आहे. मुंज व्हावयाच्या छोट्या मुलांचा देव असा त्याचा अर्थ आहे. आपल्या पतीला मरणाच्या दारातून परत आणणाऱ्या सती सावित्रीशी वडाचा संबंध आहे. त्यामुळे ते झाड सत्पत्नीचे अधिष्ठान दैवत बनले आहे. रानटी अंजिरांची दोन झाडे खाद्य प्रतीके होती. हीच गोष्ट त्याहून खुसखुशीत व पचण्यास अधिक सोप्याशा ह्याच प्रकारातील उदुंबराची आहे. पैपलाद (पिंपळाची पाने खाणारा). औदुंबर (उदुंबराचे वंशज) व अशीच नावे एका सुविख्यात ऐतिहासिक जमातीत आहेत व त्यांच्या नाण्यांवर त्या त्या वृक्षांची चित्रे कोरली आहेत. रोगप्रतिबंधक दैवतात गौरावा म्हणजे गोवराची देवता. तिचे प्रतीक हळदी कुंकू फासलेला चिरपरिचित सपाट देवत्व दिलेला (aniconic) दगड हे असते. शितळादेवी (शितलता देणारी देवता) ही देवीच्या साथीचे दैवत आहे. (तिचे प्रतीक नदीतील बिलोरी दगड (quartz) असून बर्फाच्या लाद्या मिळू लागण्यापूर्वी रोगाचे शरीर थंड ठेवण्यासाठी त्याचा उपयोग होई.) व तिची पूजास्थाने प्रत्येक खेड्यात असतात. पुणे शहराची वाढही अनेक खेड्यांपासून झालेली असल्यामुळे त्या शहरात अशी खंडीभर पूजास्थाने सहज असतील. शितळादेवीला आता, देवी काढल्यानंतर दहाव्या अगर बाराव्या दिवशी श्रद्धाळू मातांच्याकडून देणग्या मिळत असल्यामुळे, तिला देवीच्या साथीपासून संरक्षण देणारी प्रभावी देवता मानली जाते. विशेषत: ज्यांना, जेनरचे नावही ऐकले नसल्यामुळे देवी टोचणे हा एक नव्या धर्तीचा रक्तरंजित विधी वाटतो, अशा लोकांची ही भावना आहे. पुण्याच्या प्रत्येक गल्ली - बोळात असे डझनावारी पंथ आहेत. ह्यापूर्वीच्या देवळांचा उगम पेशवाईच्या भरभराटीत ह्या शहरात येऊन वसलेल्या ब्राह्मणांनी स्थापिलेल्या कुलदैवतात आढळतो. इतर ओबडधोबड दैवते आजूबाजूस टिकाव धरून आहेत. कधीकधी एखादा स्थानिक पूजा-पंथ निसर्गपूजेत नमूद असलेल्या दैवतात विलीन होतो अथवा त्यातून निर्माण होतो. उदा. विठोबा हे प्रमुख महाराष्ट्रीय दैवत विष्णूचेच एक रूप असून त्याची सहचरी दक्षिणी समजली जाते.

आपण पुन्हा वेताळाकडे वळू. समग्र अभिजात संस्कृत साहित्यात एक प्रकारचे दैत्य अथवा राक्षसी प्राणी आहेत. विक्रमकथांच्या आवर्तातील ते एक प्रधान पात्र आहे. त्याचे मूर्तिदृष्ट्या ज्याच्याशी बरेच साम्य आहे असा शिव त्याहून जुन्या मोठ्या वेताळासारखा आहे. - तो सगळ्या भुतांचा प्रमुख (भूतेश) आहे. परंतु

शिवमूर्ती अगर तिचे लिंगात्मक प्रतीक यांनी कधी * शेंदूर फासलेला आढळत नाही. वेताळासारखा स्थानानिविष्ट असलेला भैरव हा शिवाचाच अंश आहे. शिव आणि वेताळाप्रमाणेच बळींचा स्वीकार करणारे ते मृत्युदैवत आहे.

तथापि शिवाचे लग्न कालीमातेशी अथवा दुर्गेशी (दुर्गा म्हणजे पर्वतकन्या) झाले असून तिचे स्वतंत्र अस्तित्व व शेंदूर नाहीसा झाला. तथापि बऱ्याच ठिकाणी तिच्यासमोर रक्तरंजित बळी देण्याची प्रथा टिकून आहे, येथे मारुती (वायुपुत्र) म्हटला जाणारा हनुमान शेतकऱ्यांकडून स्वतंत्रपणे पूजिला जातो. त्याला अनेक कनिष्ठ पारंपरिक दैवतांप्रमाणेच शेंदूर फासला जातो. तो ब्रह्मचारी असून एक प्रकारचे मृत्युदैवतही आहे. शिव व भैरवाप्रमाणे त्याची बहुधा स्मशानघाटावर वस्ती असून दहनासाठी प्रेते नेल्यावर त्यापुढे काही विधी पार पाडले जातात. एक लक्षात ठेवण्यासारखी गोष्ट अशी की माकडाचा चेहरा व शेपटी असणारा तोही एक प्रतीक आहे. परंतु वेताळासारखाच कुस्तीगीरांचा तो खास देव आहे व त्याचा व वेताळाचा जन्मदिनही एकच आहे. शेवटी उल्लेखिलेल्या या गोष्टीचा उलगडा करणे पूजकांना कठीण जाते व ते त्याला शिवाचा अथवा भैरवाचा नसला तरी वेताळाचा अंश, भाऊ अथवा पर्यायी आविष्कार मानतात. मोठाल्या देवळात हा हनुमान रामाचा नम्र सेवक बनतो व त्याच्यापुढे आदराने वाकून हात जोडतो. ह्या मूर्ती रहस्याचा उलगडा रामायण या महाकाव्यातून होतो. कारण त्यात विष्णूचा अवतार असलेल्या रामाचा हनुमान हा एक निष्ठावान वानररूपी सेवक असून हरण केलेल्या नायिकेचा (सीतेचा)

---

* पिंपळोली खेडे व बेडसा यांच्या मधोमध वाघोबाचा एक स्थानिक पंथ आढळून येतो. त्याची दैवत्व दिलेली (aniconic) मूर्ती वर्तुळाकार व पोकळी (socketed) असलेली शिवलिंगासारखी आहे. परंतु तिच्यावर शेंदराचा (ininum) चा जाड थर दिलेला असून त्यात डोळ्यासाठी दोन खाचा बसविल्या आहेत. शिवाच्या प्रतीकाप्रमाणेच या देवासमोरही एक दगडी नंदी उभा आहे. परंतु याठिकाणी त्याची वंशावळ दाखविणारे, देवाकडे तोंड करुन एका रांगेत ठेवलेली बैलाची छोटी छोटी डझनावारी प्रतीके आहेत. ह्या व्याघ्र देवतेता नियमितपणे बैलाचा बळी देण्याची मूळची प्रथा अगदी स्पष्ट दिसून येते; त्याच्या जागी नंतर बैलांची दगडी प्रतीके आली. त्यानंतर ब्राह्मणी प्रभावाखाली तो शिवास अर्पण करण्याची प्रक्रिया स्वाभाविकच घडली; वाघाचा आकार लहान होत गेला, कारण जंगलात चरणाऱ्या जनावरांवर वाघाने हल्ला करण्याचे प्रकारही कमी होत गेले. याच्या उलट भोर घाटात याचा पर्यायी पंथ म्हणजे वाघजई नावाच्या व्याघ्र देवतेचा होय. (इतरत्र ती 'सात बहिणींपैकी केवळ एक असते.); अलीकडे तिला एक घंटा असलेले बंदिस्त मंदिर मिळाले असून तिची शानदार पूजा तर होतेच परंतु जवळून जाणाऱ्या मुंबई-पुणे राजमार्गावरील प्रवाशांकडून देणग्याही मिळतात.

शोध करण्याच्या कामी तो त्याला साहाय्य करतो. अशा प्रकारे उत्तरेकडे स्थानिक शेतकऱ्यांनी पूर्वी रामाप्रमाणेच पूजिलेल्या ह्या शेतकऱ्यांच्या देवाचे जमीन मालकाच्या देवाच्या सेवकात रूपांतर होते. या अवस्थेत हनुमानाचा शेंदरी लेपदेखील जातो. अशा प्रकारे याच श्रेणीत त्याची प्रगती होत असताना त्याच्या प्रतीकात मूर्तिकलेच्या दृष्टीनेही सुधारणा होत जाते. त्याच्यावरचे शेंदूरलेपन नाहीसे होत जाते आणि तिचा धर्मशास्त्राशी संबंध जोडला जातो. अधिकृत सिंदुरलेपन होत आलेले हिंदूंचे सर्वश्रेष्ठ दैवत म्हणजे गणेश. हत्तीचे मस्तक असलेला हा देव दुर्गेचा पुत्र आहे. गणेश हे लेखकांचे दैवत आहे. तो लहान मोठी विघ्ने निर्माण करणारा व नष्ट करणाराही आहे. त्यामुळे शिवाच्या कुटुंबात त्याचा समावेश हा एक स्वतंत्र पंथ आत्मसात करण्याचा, शुद्ध सर्वसंग्राहकत्वाचा, धर्मसमन्वयाचा (Syncratism) प्रकार आहे. अगदी तसाच प्रकार शिवाचे वाहन जो नंदी किंवा वृष त्याबाबत घडला आहे. निदान नवपाषाणयुगातील वन्य लोकांनी शिवाचे नावही जेव्हा ऐकले नव्हते तेव्हा- म्हणजे त्यापूर्वी सुमारे २०० वर्षे शिवाने स्वत: नंदीची पूजा केली आहे. हा प्राणी शिवाचे वाहन असून लिंगपुराणानुसार तो शिवाचे चरतत्त्व होते. म्हणून तो त्याचे प्रतीक समजला जाई. आदिम पूजा प्रकारातील नंतरच्या निरनिराळ्या मिश्र धार्मिक पंथांत समाविष्ट झालेला नाग हे आणखी असेच उदाहरण आहे. हा नाग शिवाच्या मानेभावेती विळखा घालून त्याचे प्रतीक असलेल्या लिंगावर फणा उभारतो व विष्णू त्याच्यावर पसरून आपली शाश्वत निद्रा घेतो. गणेशाचे सिंदुरलेपन चालू राहाण्याचे कारण त्याच्या कथेवरून समजते. हत्तीचे मस्तक असलेल्या ह्या देवाने सिंदूर नामक असुराचा वध केला व अत्यंत आनंदाने तो त्याच्या रक्तात न्हायला. त्यामुळे रक्तास पर्याय म्हणून त्याला सिंदूर फासला पाहिजे. रक्त हे गूढ श्वसनात्मक जीवसत्त्व असून सिंदूर हा त्याचा पर्याय आहे. ही गोष्ट (गणेशासाठी कधीही न करण्यात येणाऱ्या) रक्तरंजित यज्ञावरून अनुमानिता येते. परंतु येथे ती स्पष्टपणे नमूद केलेली आहे. पुण्यातील ज्येष्ठ दैवत, नगराचा सर्वांत जुना भाग असलेल्या कसबा पेठेतील गणपती आहे. त्याची मूर्ती जवळजवळ १५० मि.मी. जाड शेंदराच्या थराखाली दिसेनाशी झाली आहे. तिच्यात दोन चांदीचे डोळे मात्र बसविले आहेत. हे डोळे वेताळाच्या अगर नवपाषाणयुगातील कोणत्याही आदिम मूर्तींच्या डोळ्यांसारखे आहेत. पुण्यात कोणत्याही लग्नाची अक्षता निघाली की पहिले निमंत्रण त्याला (कसब्याच्या गणपतीला) द्यावे लागते. त्याचे पुजारीपद एकाच कुटुंबाच्या वंशजांत विभागले गेले आहे. त्यांपैकी प्रत्येक पुजाऱ्यास भरपूर उत्पन्न असून त्यात विविध देणग्या, बाहेरच्या भिंतीवरील भिकार जाहिरातींचे उत्पन्न (प्रचलित भांडवलशाही युगात वावरणाऱ्या पुण्यातील कोणत्याही देवळाची अशीच स्थिती आहे.) देवळास मिळालेल्या जमिनीचे उत्पन्न व त्याच्या आवारातील दुकानांचे भाडे यांची भर पडते.

पुण्याची सर्वश्रेष्ठ देवी जोगेश्वरी असून तिचा पंथही असाच सुस्थित असून पुजाऱ्यांना उत्पन्नाच्या दृष्टीने आकर्षक वाटावा असा आहे. पहाटे पाच वाजता उठून तिला वेष चढवून नैवेद्य दाखवला की तेव्हापासून जवळजवळ मध्यरात्रीच्या सुमारास तिला अधिकृतरीत्या शेजारती होईपर्यंत तिच्यापुढे भक्तांचे अविरत लोंढे, निरनिराळ्या भेटी (यात रोख पैसे, फुले, नारळ इ. येतात.) आणीत असतात. दर्शन घेणाऱ्यांना चांदीचा ठसठशीत मुखवटा तेवढा दिसू शकतो. परंतु जेव्हा अमावास्येस अप्रतिहत परंपरेनुसार देवीला पोशाख घालावयाचा नसतो तेव्हा ओबडधोबड आकार असलेली, लांब हाताची परंतु नग्न नव्हे अशा देवीमातेची मूळची प्रतिमा दर्शन घेणाऱ्यांना दिसू शकते. सिंदुरलेपित असलेल्या खऱ्या मूर्तीला ह्या तिथीस पुनर्लेप दिला पाहिजे ही प्रथा लक्षणीय आहे. ही देवता एका अत्यंत आदिम स्वरूपाच्या पंथाची तेव्हापासून आताच्या सुप्रतिष्ठित अवस्थेपर्यंत ती चालू ठेवण्यात आली असून मूळच्या रक्तरंजित यज्ञाची तिची आता पुसटशी स्मृती राहिली आहे. तिला अजूनही सहचर नाही. तिचा पती म्हणून एका महादेवमूर्तीची काही काळ स्थापना केली गेली होती. मूर्तीचे माहात्म्य कमी झाले असून तिची पूजाअर्जा होत नाही व ती देवळाच्या आवाराच्या एका कोपऱ्यात पडून राहिलेली अजून दिसून येते. विकसित स्वरूपात असलेल्या आणखी दोन देवीमूर्ती कसब्यात असून त्यांना केवळ 'देवी' अथवा कासारांनी पूजिलेल्या दोन मूर्तीप्रमाणेच 'कालिका' म्हणतात. उत्तरोत्तर मूर्तीवरील सिंदुरलेपन स्त्रीच्या कुंकवाप्रमाणे कपाळावर होत असलेले आढळते. परंतु इ.स. ५०० व इ.स.१००० च्या दरम्यान लिहिलेल्या कालिकापुराणावरून ही देवी रक्तरंजित बळी – विशेषत: नरबळी घेण्यात विशेष आनंद मानत असे, असे दिसते. (अध्याय ७१, श्लोक १८, १९ व ११४-११६) ब्राह्मण देवतांचे स्वरूप गुंतागुंतीचे असते. पण अपार अंधश्रद्धांच्या आवरणाखाली अत्यंत आदिम व भयंकर पूजाप्रकार आत्मसात करण्याचा व त्यांना सुधारित स्वरूप देण्याचा प्रयत्न याबाबतीत दिसून येतो. ज्याप्रमाणे, ह्या पंथाच्या लोकांना अत्याचारी संघर्ष न करता सांभाळून घेण्यात आले त्याप्रमाणेच त्यांच्या दैवतांनाही सामावून घेण्यात आले [१३]. पेशवाईच्या उत्कर्षकाळी बांधलेल्या देखण्या पर्वती देवळाच्या पायथ्याशी आजदेखील आदिम स्वरूपातील म्हसोबाची पूजा होत असल्याचे आढळते. मध्य युरोपातील ख्रिश्चन प्रार्थना मंदिराच्या समोर त्या स्थानी असलेला मूळ नवपाषाणयुगीन पूजाप्रकार अजूनही चालू ठेवण्यासारखीच ही गोष्ट आहे. उत्पादनाची साधने व परस्परसंबंध यात जी ऐतिहासिक परिवर्तने घडून आली ती भारतीय विकासात नेहमी आढळणाऱ्या धर्म सहिष्णुतेच्या मुळाशी आहेत. स्थानिक दैवतांना ब्राह्मणी देवदेवतांचे नातेवाईक, केवळ अवतार असे पर्यायी प्रकार म्हणून सामावून घेण्यात आले जेव्हा ह्या वस्त्यांचे उत्पादन-क्षेत्रात अथवा व्यापार-क्षेत्रात परिवर्तन झाले तेव्हा बनारस, मथुरा, नाशिक इ. धार्मिक यात्रांची मोठमोठी केंद्रे उदयाला आली.

वर्गपूर्व समाजाचा वारसा / ४३

२.६ – सण व विधी

१९४१ च्या शिरगणतीवर आधारलेल्या व मुंबई सरकारने प्रसिद्ध केलेल्या खेडेगावाविषयक पुस्तिकेमधील पुढील माहिती उद्धृत करता येईल. आधी खेड्याचे नाव दिले असून नंतर तालुका व जिल्हा कंसात दिला आहे. त्यानंतर लोकसंख्या, (चांद्रकाल गणनेनुसार) वार्षिक सणांचा अंदाजे महिना व त्यात हजर राहणाऱ्या लोकांची अंदाजे संख्या असा तपशील पुढे दिला आहे.

विवळवेढे (डहाणू, ठाणा) २८६ महालक्ष्मीदेवीची यात्रा ४५,००० म्हसे (मुरबाड, ठाणा) ५३९ (जमातविषयक १५९) जानेवारी ५०,००० सप्तशृंगी–गड (कोळवण, नासिक) १५५ (जमातविषयक, ५३) एप्रिल ५०,००० नैतळे (निफाड, नासिक) ७७८ मळवलीयस जानेवारी ५०,००० वरखेड (नेवासा, अहमदनगर) ६४१ लक्ष्मीदेवीची यात्रा, एप्रिल ५०,००० येरड (पाटण सातारा) ८९८ येरडोबादेव, एप्रिल १,००,००० यापैकी महाल– बागायत (विजापूर) सारख्या काही ठिकाणी गुरांचे अगर शेतमालाचे प्रदर्शन अशासारखी जास्तीची आकर्षणेही आहेत; इतर काही ठिकाणी उदा. यमनूर (नवलगुंद, धारवाड) येथील मार्चमधील उरसासारख्या इतर काही उत्सवास एखाद्या साधुसंताच्या स्मृतीची जोड दिलेली असते. यमनूर येथे पीरराजे बक्शरच्या सन्मानार्थ उरसास एक लाख लोक जमतात. पुण्याजवळ आळंदीस पूजनीय संत ज्ञानेश्वर यांच्या स्मृतीप्रीत्यर्थ नोव्हेंबरात लाखावर यात्रा कदाचित जमत असावी. तथापि त्याहून किती तरी अधिक लोकप्रिय असलेल्या तुकारामाच्या सन्मानार्थ ह्याच छोट्या (इंद्रायणी) नदीच्या काठी वरच्या अंगास नोव्हेंबर व फेब्रुवारीमध्ये भरणाऱ्या यात्रेस प्रत्येकी वीस हजाराहून अधिक लोक जमत नाहीत. म्हणून आळंदीचे महत्त्व केवळ ज्ञानेश्वरांपासूनच नसून एखाद्या प्राचीन पंथापासून निर्माण झाले असावे असे वाटते. अशा यात्रांमुळे शेतीतील वाटचाल आपणास समजून येते. कारण धान्य हे उपजीविकेचे प्रधान साधन बनले तसे लागवडीसाठी डोंगरमाथ्याकडून नदीच्या खोऱ्याकडे वाटचाल सुरू झाली. अद्यापही जमातीच्या अवस्थेत असलेल्या वस्त्यातील यात्रांवरून या सणांचे मूळ जमातीत असल्याचे (वर उल्लेखिलेल्या निमजमातीत म्हसे गावाची यात्रा सोडली तर) सूचित होते.

अक्कलकुवा बुद्रुक (मे वासी प.खा.)	१९७ – फेब्रुवारी १५,०००
मणीबेली (कित्ता)	१९८ – एप्रिल १६,०००
मूळगी (कित्ता)	६८१ – मार्च १०,०००
सारंगखेडे (शहादा, पू.खा.)	२०९१ – (जमातविषयक २८७), फेब्रुवारी ५०,०००

येथे मुख्य मुद्दा असा की, शेतीसाठी जमात-जीवनाचा त्याग केला तर त्याचा अर्थ लोकसंख्येत अतोनात भर पडली असा होतो. हा बदल शांततापूर्ण असला तर सर्वसंमत पंथीय स्थानातील जुनी दैवते नंतरही स्मरली व मोठ्या वार्षिक यात्रात पूजिली जातात. मात्र जवळ जवळ प्रत्येक खेड्यात नेहमीच्या पंथीय (सांप्रदायिक) पूजेस शेंदराने माखलेले दगड असतातच. सर्वच यात्रास्थाने यात्रेकरूंना जाण्यास अत्यंत कष्टदायक छोट्या खेड्यांच्या स्वरूपात राहिली आहेत असे नाही. विठोबा हे दैवत तर म्हटल्याप्रमाणे विष्णूचाच स्थानिक आविष्कार असल्याचे दिसते. तरीही महाराष्ट्रात पंढरपूर हे वैष्णव पावित्र्याच्या अधिकृत केंद्रात परिणत झाले आहे. हे स्थळ जुने व्यापारी मार्ग जेथून जातात अशा जागी आहे. जुन्या यात्राकेंद्रांचे माहात्म्य महाभारत व पुराणात प्रक्षिप्त झाले. त्यामुळे त्यांना अधिक पावित्र्य आले आहे. भारतीय यात्रेकरू, पंथीय स्थानांच्या व व्यापाराच्या शोधार्थ बाहेर गेलेले होते. केवळ अंधश्रद्धांचा, सांकेतिक विधींचा व यज्ञांचाच (Fetish) अभ्यास करीत गेल्यास आपण भरकटत जाऊ. परंतु त्यावरून आपणास आदिम अवजारे कशी टिकून राहिली आहेत हे दाखवता येईल. खोगीरात लादून नेण्याचा पाटा (Soddle quern) प्राग्-ऐतिहासिक उत्खननात जगभर सापडतो. परंतु आज, स्वयंपाक विजेच्या, रॉकेलच्या स्टोव्हवर होत असला तरी त्याचा उपयोग भारतीय स्वयंपाकघरात टिकून राहिला आहे. आज त्याचा उपयोग जेवणासाठी धान्य दळण्याकरिता होत नाही. कारण त्याची जागा गोल फिरणारे जाते अथवा पिठाच्या यांत्रिक गिरणीने घेतली आहे. त्याचा आकार देखील पूर्ण पालटला आहे. जुने जाते (आकृती ५) अरुंद व टोकदार असून वापरणारीकडे उतरते होते. कारण तिला ते निमुळते टोक आपल्या गुडघ्यात पकडून ठेवावे लागे. ह्या उतारामुळे वाटण्यात अधिक व सारखा दाब देता येई. आजच्या सपाट खोगीरात लादून नेण्याच्या पाट्याला (saddle quern) समुद्रातील मिठाखेरीज इतर कोणताही कठीण पदार्थ वाटावा लागत नाही व ते मीठही मोठ्या चकचकीत (custal) व स्वयंपाकाच्या भांड्यात अगर टेबलावर ठेवण्यासाठी त्याची पूड करावी लागते. ह्या सपाट पाट्याचा उपयोग मऊ पालेभाज्या, खोबरे, भारतीय पालेभाज्यात वापरावयाचे मसाले कुटणे एवढाच आहे; त्यातही आंध्र प्रदेशात खलबत्त्यासारखे दिसणारे एक अधिक उपयुक्त भांडे - रगाडा - वापरण्यात येते. त्यातील बत्ता जवळजवळ सबंध खलास व्यापून असतो व त्याचा उपयोग शेवटी गोळा एकत्र न करता, मधे मधे न उचलता वाटण्याकरिता होतो. उत्तरेकडील लोकांपेक्षा दाक्षिणात्य लोक कठीण वस्तूंची पूड करण्यासाठी पाट्याचा उपयोग बऱ्याच नंतरच्या काळपर्यंत करीत राहिले कारण वरवंटा (mealie Stone) टोकास पकडल्याने अधिक सहजतेने वापरता येतो. (पाषाणयुगाच्या शेवटाच्या पूर्वी शेतीत वापरताना विकसित झालेल्या) अवजारांच्या बरोबरच एक विधी

ब्राह्मणातही अस्तित्वात आहे. परंतु जन्मापासून मृत्यूपर्यंतच्या समग्र विधींच्या तपशिलासकट वर्णन करणाऱ्या ब्राह्मणी ग्रंथात त्याला मान्यता मिळालेली आढळत नाही. मुलाच्या बारशाच्या दिवशी अगर तत्पूर्वी वरवंट्यास पोशाख घालून, मूळ असलेल्या पाळण्याभोवती तो हातोहात फिरविला जातो व शेवटी पाळण्यात ठेवण्यात येतो याचा उलगडा करण्यासाठी एका चमत्कृतिमय सहभावनेचा उल्लेख करण्यात येतो. म्हणजे मूलदेखील वरवंट्याप्रमाणे बळकट व निष्कलंकपणे वाढीस लागावे व त्याच्यासारखेच दीर्घायुषी व कमजोरीपासून मुक्त असावे. वरवंट्याचा पोशाख बाळाच्या कुंचीच्या स्वरूपात असतो. परंतु त्याखाली त्याला हळदी-कुंकू लावून माळही घालतात. मात्र त्याचा बाळासाठी उपयोग करीत नाहीत. हा प्रतीकवाद इतर अनेक आदिम विधींप्रमाणेच अनेकरूपी आहे व वरंवटा हे एकसमयावच्छेदेकरून देवी मातेचे तसेच मुलास आशीर्वाद देणाऱ्या अप्सरेचेही प्रतीक आहे. ह्या समारंभास फक्त स्त्रिया असतात व त्यांपैकी सर्वांत वयस्क व लेकुरवाळी सुवासिनी त्यात पुढाकार घेते. याचा अर्थ असा की, एक पाषाणयुगीन विधी तत्कालीन अवजारासह आजतागायत चालत आला आहे व भोवतालाच्या समाजातून ब्राह्मण कुटुंबांनी तो उसना घेतला आहे. असे पाटे-वरवंटे वैदिक सोमरस काढण्यासाठी उपयोगात होता काय किंवा केवळ दोन सपाट दगडात दाबून सोमाचा रस काढला जात असे काय? हा अद्याप अनुमानाचा विषय आहे.

कुंभाराच्या तंत्रावरूनही असेच प्राचीन अवशेष दिसून येतात. पुण्यात सर्व प्रकारची मडकी मोठ्या प्रमाणावर घडविण्यासाठी एका मोठ्या चाकाचा उपयोग करतात. परंतु जास्तीत जास्त कुंभारकाम स्त्रियाच कुंभाराच्या मंदगामी चाकावर ओबडधोबड स्वरूपात करतात. पुरुष त्याचा कधीही उपयोग करीत नाहीत. ही ओबडधोबड मडकी दाबून त्यांना योग्य आकार देण्याचे काम कुंभार पुरुष करतात. त्यावेळी ते मडक्याच्या आतल्या बाजूस भाजलेल्या मातीचा गिलावा देतात व वरील बाजूस लाकडी पाय पात्याचा (Paddle) उपयोग करतात. मडके धरून ते कौशल्याने फिरवतात अथवा ते फार मोठे असल्यास स्वत: कुंभार त्याभोवती फिरतात. मोठमोठ्या माठांच्या मानेभोवतीची वेडीवाकडी नक्षी आदिम स्वरूपाची आहे. इतर देशात देवीमातेच्या गळ्याभोवतीच्या माळेसारखे तिचे स्वरूप आहे. पुण्यातील मोठ्या चाकावरील कुंभारकाम देखील अशाच प्रकारे पुरे केले जाते. मुळात छोटी, जाड थराची पायाने घडविलेली अशी मडकी हातकाम करून सुटसुटीत, घडईस पातळ, मूळच्या आकाराच्या चौपट अशी घडविली जातात. मात्र त्यांचे तोंड तसेच ठेवले जाते. याचे तांत्रिक कारण असे की, पुण्याभोवतालचा चिखल काही मैलांच्या अंतरावरून आणलेला अथवा स्थानिक नद्यांच्या संगमातून मिळवलेला असला तरी निकृष्ट दर्जाचा आहे, कुंभाराच्या चाकाचा केवळ स्त्रियाच उपयोग करतात.

त्यावरून तंत्रास आलेली अवकळा नव्हे तर प्राचीन काळचा एक अवशेष सूचित होतो. उत्तर प्रदेशात अशा चाकावरून सुंदर, मजबूत, पातळ थराची मडकी बनवतात कारण तेथील मातीत वालुकामय क्षाराचे (silicate) प्रमाण जास्त असते. ही उत्तरेकडील मडकी मोठ्या व कायम स्वरूपाच्या आव्यात भाजली जातात तर पुण्याकडे ती अगदी साध्यासुध्या उघड्या खळग्यातील आव्यात भाजली जातात. कारण तेथील आवा पाला-पाचोळा, चारा इत्यादींचा वापर करून पेटवून तयार करतात. प्राग् ऐतिहासिक उत्खननावरूनच असे दिसते की, कुंभाराचे चाक अगदी प्राचीन स्वरूपात वापरण्यात येते व अगदी पूर्वी हातांनी मडकी करीत त्या वेळच्या आदिम तंत्राचे अवशेष पुण्यातील कुंभारांनी जपून ठेवलेले दिसतात. त्या काळचे आदिम विधी मात्र शिल्लक राहिले नाहीत. मारुती, विठोबा-रखुमाई यांची हे कुंभार उपासना करीत. ती ते प्रत्यक्ष आपणच अथवा मराठा गुरव किंवा ब्राह्मणासारख्या जातीच्या लोकांना पैसे देऊन त्या करवी करतात. संबंध देशातील बऱ्याच खेड्यात कुंभार जातीतील पुरुष विवाह, अंत्येष्टी या संस्कारात विशेषत: मृतांना पुरण्याच्या विधीत आणि तत्सम महत्त्वाच्या धार्मिक विधीत महत्त्वाचा भाग घेतात अथवा त्यास साहाय्य करतात. शेतीनिष्ठ जातीत ब्राह्मण पुरोहितास आमंत्रण दिलेले नसते. तेव्हा देखील कुंभाराची कामगिरी महत्त्वाची समजली जाते. (हे विशेष होय) ग्रामीण भागात मातीच्या मडक्याऐवजी अधिक टिकणारी पत्र्याची अगर स्वस्त धातूची भांडी वापरात येऊ लागली, तेव्हा ऱ्हास होत चाललेल्या ग्रामीण अर्थव्यवस्थेमुळे ही कुंभार कुटुंबे पुण्याकडे वळली. कुंभारवेस शेखसल्ल्याच्या दर्ग्याच्या रस्त्याच्या पलीकडे आहे. एका जुन्या ओसाड टेकाडावर ती वसलेली आहे. तेथे कुंभाराच्या चाकाखेरीज जुन्या खिडक्यांच्या अगर दारांच्या कमानी अजूनही दिसून येतात. कुंभाराच्या कलेतील एकेकाळी अत्यंत किफायतशीर असलेल्या गोष्टी आर्थिक दडपणाखाली नाहीशा झाल्या आहेत. आता कौले भाजण्याऐवजी लोहमार्गाने येणारी यंत्राने दाबलेली मंगलोरी कौले आली आहेत. भांडवल असलेल्या कोणाचाही, थोड्या पैशातून मजुरी देऊन विटा घडविणे हा सर्वमान्य धंदा बनला आहे. परंतु केवळ दोन पिढ्यापूर्वीच ही कला कुंभारपोटजातीची एकमेव मिरास होती.

या उदाहरणावरून असे दिसून येते की, भारतातील सांस्कृतिक परिवर्तन ही कित्येक हजार वर्षापासून चालत आलेली एक सातत्याची प्रक्रिया असून त्यामुळेच तिचा कालनिर्णय करणे कठीण आहे. मुळात ती एक हिंसात्मक क्रिया नव्हती. कारण पुढारलेल्या व मागासलेल्या अशा दोनही समाजघटकांनी नवसमाज निर्मितीत परस्परांपासून बऱ्याच गोष्टी उसन्या घेतल्या आहेत. हा सर्व तपशील योग्य ऐतिहासिक पार्श्वभूमीसह देता येणार नाही. परंतु त्याकडे पूर्ण दुर्लक्ष करणे अथवा हा तपशील गंभीर इतिहासकाराने लक्ष देण्यास योग्य नाही म्हणून त्याची उपेक्षा करणे म्हणजे येथे

दिग्दर्शित केल्याप्रमाणे इतिहासाची साधने व साहित्य हे दोन्ही दोन कापून टाकण्यासारखे आहे.

टीपा व संदर्भ

१. एन्. थॉवन् आणि इतरांच्या कामात (पुस्तकात.) टोळ्यांबाबत माहिती सापडेल. सीएफ् प्रकरण १, टीप ११.

२. डांगी (लोक) लाकूड कापतात, कातकरी कोळसा जाळतात आणि पगार म्हणून भुसा (कोंडा) मिळविण्यासाठी तांदुळाची झोडपणी करतात; आसाममधील चहाचे मळेवाले, आजूबाजूच्या टेकड्यांवरीलच नव्हे, तर छोटा नागपूरसारख्या दूरच्या प्रदेशातील टोळीवाल्यांपैकीच बऱ्याच जणांना मजूर म्हणून नेमतात. त्यांच्यापैकी कोणालाच अखंड काम (श्रम) आवडत नाही. ज्यांनी असे काम घेतले (अखंड काम केले), त्यांची अनेक पिढ्यांपूर्वीच शेतकरी किंवा धंदेवाईक अशी जातच निर्माण झाली; परंतु (आता) दरवर्षी अशा शक्यता कमीकमी होत आहेत आता टोळीवाल्या माणसाला व्यक्तिश: शेतकऱ्यांच्या (जातीच्या) सर्वात खालच्या वर्गात दाखल व्हावे लागते.

३. निरनिराळ्या स्मारकातील लाकूड कामात वृक्ष वलयामध्ये (treerings) होत जाणाऱ्या बदलांच्या मोजमापास (Dendrochronography) असे नाव आहे. वाळवी आणि हवामान यामुळे हे भारतात कठीण होते. कार्बन १४ ही कसोटी फारशी अचूक नसली तरी उपयुक्त पद्धत आहे. प्रायोगिक उद्देशांकरिता करण्यात येणाऱ्या अणुस्फोटांच्या संसर्गामुळे हवा दूषित होत असल्यामुळे हे (मोजमाप) जरासे अवघड झाले आहे.

४. हेन्री फ्रँकफूर्ट : "Studies in the early pottery of the near East" (R.Anther. Inst; London, occasional papers, 6 (1925), 8 (1927) यांनी मेसोपोटेमियात जेथे मातीची भांडी तयार केली जातात, त्या त्या ठिकाणांची तयार केलेली सूची अजूनही स्वीकारली जाते. आर.इ.एम्.व्हीलर यांनी इ.स.१९४५ मध्ये अरिकामेढ (Arikamdu) येथे जमिनीतील नैसर्गिक गुहांवरून (गुहांची पहाणी करून) ही सूचि शक्य केली आणि भारतीय जमिनीत अँरेटाइन (इटालियन) मातीची भांडी असल्याची दखल घेऊन ही पद्धती भारतापर्यंत आणून पोहचविली. मेसोपोटेमियातील पुराणवस्तुइतिहास अध्ययनाकरिता (archaology) सीएफ् सेटन् लॉइड: 'Foundations in the Dust' (पेलिकन बुक्स.अे.३३६) जार्मो (Jarmo) व मेलेफात (Melefaat) येथील जमिनीतील गुहा आणि सर्वात जुनी हसुना (Hassuna) मातीची भांडी यांची तुलना केल्यास मातीच्या भांड्यांपूर्वीच्या स्थितीपासून ते मेसोपोटेमियातील सुशिक्षित, शहरी संस्कृतीपर्यंत

जोडलेली साखळी स्पष्ट होते. (प्रस्थापित होते.).

५. भारत सरकारने प्रसिद्ध केलेल्या Archaology in India (1950) & AI ह्या पुस्तकात यांचा चांगला आढावा घेतले दिसतो. 'अेन्शंट इंडिया' मधील विशेष लेख (लिहिण्याच्या वेळी त्यापैकी ११ नंबर्स उपलब्ध होते.) हे सुद्धा आधुनिक दृष्टिकोन ठेवून लिहिल्यामुळे मौलिक आहेत. एफ.आर.आल्विन यांची टीप (भाषांतर All India oriental conference, 1955) : " Neolithic culture in India : a resurvey of evidence" म्हणजे सर्व उपलब्ध माहितीचा सारांश होय. मी शोधून काढलेल्या अश्मयुगातील हत्यारांची सत्यता ज्यांनी पडताळून पाहिली आणि जुन्या पद्धतीचा शब्दकोशही ज्यांनी दुरुस्त केला व ज्यांच्याबरोबर मी उपयुक्त अशा चर्चा केल्या त्या श्री व सौ आल्विन यांच्याबद्दल येथे कृतज्ञता व्यक्त करीत आहे.

६. सी. एफ्. खवाजा मुहम्मद अहमद "preliminary excavations at pre-historic sites near Janampet" दिनांक नसलेली, निष्काळजीपणाची बातमी, निरनिराळी महाविद्यालये व विश्वविद्यालये यांच्या कृपाछत्राखाली करण्यात येणारे अव्यवस्थित काम हेही तितकेच खेदजनक आहे, स्वत: संशोधन करण्याची इच्छा आहे, अशा वाचकाने प्रथम एल् वुले (L. Wooley) यांच्या "Digging up the past" (पेलिकन ए.४) याचा आणि व्हीलरच्या "Archaology from the earth" पेलिकन, ए ३५६) याचा अभ्यास करावा कारण भारतातील उत्खननात त्यांना विशेष महत्त्व आहे. आणखी एक इशारा दिला पाहिजे. तो असा की, सध्या प्रचलित असलेल्या भारतीय पद्धतीचाही (उदा. मातीच्या भांड्यांबद्दल) अभ्यास केला पाहिजे.

७. H.de Terra & T.T.Parterson यांच्या "Studies in the ice age in India and associated human cultures" या ग्रंथामध्ये याचे उत्कृष्ट वर्णन आहे. त्या सर्वांत प्राचीन स्थळाचे सर्वेक्षण आहे.

८. मला सर्वांत चांगले माहीत असलेले (धान्याचे कोठार) हे इ.स.१९३१ मध्ये, बंगलोर ते मागडी रस्त्यावर, मॅक इसाक्स (MCI sacs) यांच्या मालकीच्या शेतात होते,

९. मला माहिती पुरविणारे डॉ.सी.व्ही.नटराजन् यांनी या खडकाचा प्रत्यक्ष निर्देश केला, पण मी ती गुहा तपासली नाही व तिचे कोठे वर्णन केलेलेही मला आढळले नाही.

१०. मानववंशशास्त्राच्या दृष्टीने अगदी स्वैर असलेल्या To Tem and Tabu ह्या ग्रंथातील फ्रॉइडच्या सिद्धांताचे खंडन आणि फोलपणा सिद्ध करण्यासाठी हे पुरेसे आहे. बी.मॅलिनोवस्की यांनी आपल्या "Dynamics of Cultural change" मध्ये असे दाखवून दिले होते की मातृसत्ताक समाजात Oedipus comple व त्याला अनुसरून येणारे ''नातेवाइकांमधील बाद केलेले लैंगिक उपभोग'' या गंडांची जागा (दुसऱ्या समस्या) घेतात. उदा. आपल्या समाजात पित्याला जे अधिकाराचे स्थान देण्यात आले आहे, ते घरात व मुलांवर अधिकार गाजवून मामा मिळवतो.

११. घनदाट लोकवस्ती असलेल्या बारदेझ (गोवा) येथील स्त्रिया जमिनीचे छोटे तुकडे अद्याप खुरपतात. भाड्याने नांगर घेणे त्यांना परवडत नाही. कारण परप्रांतात त्यातील पुरुष जाऊन तेथे पैसे मिळवून घरी पाठवितात. खुरपणीने केलेली लागवड ही एक अव्याहत चालत आलेली प्रथा नसून जुन्या प्रथेचे पुनरुज्जीवन मात्र आहे. याउलट दुसऱ्या बाजूला गोव्याजवळील टेकड्यांवर अजूनही कापणे व जाळणे या पद्धतीने शेती होते. जंगल साफ करण्यासाठी जाळले जाते. खुरपणीने ढेकळे उलथली जातात व अशाप्रकारे जमीन सुपीक केली जाते व 'नाचणी' हे धान्य पेरले जाते. जमिनीचा सुपीकपणा कमी कमी होत गेल्यामुळे एक – दोन वर्षात सोडून द्यावा लागणाऱ्या, जमीन साफ करण्याच्या व रोपे लावण्याच्या ह्या पद्धतीला 'कुंभेर' म्हणतात. मुख्यत: आदिम 'गावडे ह्या पद्धतीचा वापर करतात. त्यांच्यामधून शेतमजुरांचाही पुरवठा होतो. नवीन पद्धतींनी नांगरटी व मशागत कशी करायची, हेही त्यांना ठाऊक असते.

१२. महाराष्ट्राच्या लोकसंख्येपैकी जवळजवळ ८५% समाजात वधूमूल्य करण्याची पद्धत अत्यंत प्रभावीपणे अस्तित्वात असल्याचे दिसते. तसेच पतीने पत्नीचे पोषण न केल्यास घटस्फोटाची व विधवापुनर्विवाहाची प्रथा अस्तित्वात आहे. ब्राह्मणांच्या नेतृत्वाखालील उच्च वर्गीयांना शेवटच्या दोन पद्धतींचा राग आला व त्यांनी (वधूऐवजी) वराला हुंडा दिला. आधुनिक कायद्याने (हुंडा व वधूमूल्य) ह्या दोन्ही गोष्टी काही अंशी निश्चितच बदनाम झाल्या आहेत.

१३. बस्तर राज्यासारख्या शेजारच्या प्रदेशात असलेली नरबळीची प्रथा अनेक शतकांपासूनची असून ती या शतकापर्यंत चालत आलेली आहे. धार्मिक कृत्यांकरिता खून झाल्याची बातमी जवळजवळ दरवर्षी येते. धार्मिक कृत्यांकरिता अशा रीतीने मानवहत्या करण्याच्या जोडीला ठगांनी आपल्या फायद्याकरिता दरोडेखोरी सुरू केली; आणि त्यामुळे ठगप्रथेची धोकादायक वाढ झाली आणि ती लवकरच दडपून टाकण्यात आली. सर जे. वुड्रॉफ 'शक्ती आणि शाक्त' (मद्रास व लंडन,१९२०, पृ.६१) मध्ये बातमी देतात: उदा. मनुष्यबळीचा धार्मिक विधी घ्या. 'कालिकल्पकता' (तांत्रिक) मध्ये म्हटले आहे की फक्त राजाच हा विधी करू शकतो (राजा नखलिम् दद्यान् नान्योऽपि परमेश्वरी) तन्नसारांत म्हटल्याप्रमाणे ब्राह्मण यात भाग घेऊ शकत नाही. (ब्राह्मणांना नर–बलिदाने नाधिकारा:) ह्या सर्वांकरिता स्कंदपुराणाचा सह्याद्री

खंड (संपादक ग. Gerson de c - capunha, Bombay, 1877, पृ.३०६) सांगतो की, कोयना संगमाच्या दक्षिणेकडील कऱ्हाडे ब्राह्मणात देवीला ब्राह्मण बळी देण्याची प्रथा होती. (ब्राह्मणांना अशी सवय होती.) गेल्या शतकापर्यंत त्यांच्यामध्ये ही गाढ अंधश्रद्धा होती. (विल्सन: 'Indian castes', २,२२; डब्ल्यू. क्रू.क. "The popular religion and folk lore of Northern India, लंडन १८९६, २, १६९- १७९) हे (टिकून राहिलेले) अवशेष, अधिक मानवतापूर्ण अशा धार्मिक आचारावर ब्राह्मण पुरोहितवर्गाचा असलेला मोठा प्रभाव तसेच उच्च वर्गाचे प्रासंगिक अधिकार कमी होण्यास कारणीभूत असणारी विशिष्ट प्रकारची भागीदारी. ह्या दोन गोष्टीच सिद्ध करतात. मूळ मुद्दा हा की, जोपर्यंत उत्पादनाची साधने आदिम स्वरूपातीलाच राहिली. तोपर्यंत अशा विचारसरणीच्या उच्च पातळीवर कोणताही बदल होणे अवघड होते. म्हणूनच विचारसरणीतील ही अदलाबदल अमोल होती; समाजाने आत्मसात करण्याच्या यंत्रणेचा तो एक भाग होता.

♦ ♦ ♦

प्रकरण तीन

सिंधू-खोऱ्यातील समाजधारणा व रानटीपणा

सुमेरियन लोकांनी आपली संस्कृती सिंधूतीरापर्यंत वाढविली असेल ह्या एच्.आर.हॉल्फ यांच्या मतावर टीका करताना ए.बेरिडल कीथ यांनी पुढील स्वरूपाचे भाष्य केले होते: ''सुमेरी जर मूळचे द्राविडी असतील व त्यांनी सिंधू खोऱ्यात उच्च प्रकारची समाजधारणा प्रस्थापित केली असेल तर भारतात ह्या उच्च समाजधारणेची खूणही सापडू नये हे लक्षणीय आहे. कारण आपल्या मतानुसार सेमाईट लोकांकडून भारताने ख्रिस्तपूर्व ८०० नंतर लेखनकला प्राप्त करून घेतली व ऋग्वेद युगानंतर बऱ्याच कालाने [१] दगडी घरबांधणीस व नागरी वसाहतीस प्रारंभ केला.'' ह्या निष्काळजी ग्रंथचिकित्सकाने वरील ओळी लिहिण्याच्या सुमारास सिंधू खोऱ्यातील पुराविद्यात्मक संशोधनामुळे सुमेरी संस्कृती - सदृश-तेही दगडातील नव्हे तर विटातील प्रचंड नागरी अवशेष सापडावेत हे विरोधालंकाराचे समर्पक उदाहरण आहे !

३.१- सिंधू खोऱ्यातील शहरे

सिंधू खोऱ्यातील मुख्य शोधाचा विषय असलेल्या दोन शहरांत [२] विलक्षण साम्य होते. विटा चोरणाऱ्यांमुळे निष्काळजीपणे केलेल्या उत्खननामुळे उद्ध्वस्त झालेल्या या भागात देखील भूभागाचा नकाशा, बांधणी, विस्तार व शिल्प याबाबतीत कमालीचे साम्य आढळते. ही शहरे सरळ रेषेत अंतर मोजल्यास एकमेकांपासून जवळजवळ चारशे मैल दूर असूनही असे साम्य आढळते. पंजाबातील माँटगोमरी जिल्ह्यात वसलेले हरप्पा हे उत्तरेकडील शहर एकदा रात्री नदीच्या पुरात वाहून गेले होते तर दक्षिणेकडील सिंधमधील लारकाना जिल्ह्यातील डोकरी गावापासून सात मैल असलेले मोहेंजदारो हे शहर सिंधू नदीच्या काठी आहे. हिमालयाच्या उंचीत व त्यामुळे त्याखाली सपाट प्रदेशाच्या उतारात [३] झालेल्या फरकामुळे तिने आपला प्रवाह बदलला. ह्या वास्तव अवशेषांवरून असे दिसून येते की, ही मूळची शहरे प्रत्येकी १ चौ.मैल क्षेत्राची असावीत. तथापि वारा,पाणी व मानवी हस्तक्षेपामुळे, झालेल्या विध्वंसातून बचावलेल्या सध्याच्या सगळ्याच टेकाडांचे उत्खनन झाले नाही. शंभर वर्षांपूर्वी देखील हरप्पाच्या सुमारे अर्धा चौ.मैल आकाराच्या व मध्ययुगीन बांधणीच्या भिंतीने वेढलेल्या भागाचे दर्शन होत असे. मोहेंजदारोच्या भिंतीचे तसेच नदीस वेगळे वळण लावण्यासाठी बांधलेल्या तटबंदीचे अवशेषही इथे सापडले आहेत. ते अर्थातच मूळचे आहेत. प्रत्येक शहर दाटवस्तीचे

असून अलीकडच्या भाषेत ज्याला 'फुफ्फुस' म्हणता येईल असे मोकळे मैदान त्यात नव्हते. तथापि ते एका काळजीपूर्वक केलेल्या नियोजनानुसार वसविले गेले होते. त्यातील रस्ते एकमेकांस काटकोन करून आखलेले होते. त्यामधील अनेक बोळही सरळ रेषेत काटलेले होते. हरप्पा तर फारच उद्ध्वस्त झालेले होते. परंतु मोहेंजदारो येथील उत्खनन झालेली घरे बहुधा मोठ्या आकाराची असून पेठात दाटीवाटीने वसविलेली होती. मॅकेने ज्याला मोहेंजदारोचा महाल म्हटले आहे (D.K. क्षेत्रातील भाग) ते १८०' X ७०' आकाराचे एका व्यापाऱ्याचे घर असून सभोवतीच्या इतर व्यापाऱ्यांच्या घरांच्या मानाने ते किंचित मोठे आहे. त्याची उत्तरेकडील भिंत अथपासून इतिपर्यंत भाजलेल्या विटांनी भरगच्च बांधली गेलेली असून काही ठिकाणी तर सात फुटांइतकी जाड आहे. अशा प्रचंड भिंती सामान्यत: तेथील बांधकामाच्या वैशिष्ट्याच्या निदर्शक आहेत. त्यामुळे – विशेषत: जिन्यांचा विचार केला असता असे दिसून येते की, तेथे एक अगर अधिक वरचे मजले असावेत. तेथील जमिनींना (अथवा सपाट गच्च्यांना) दुरुन आणलेल्या हिमालयातील इमारती लाकडाच्या जड तुळयांचा आधार दिलेला आहे. बहुतेक प्रत्येक मोठ्या घरात एक उत्तम फरशी केलेले अंगण, स्वत:ची विहीर, स्नानगृह व शौचगृह आहे. याखेरीज मेसोपोटेमियातील शहराहून वेगळे भासणारे आणखी एक वैशिष्ट्य आहे. ते म्हणजे पावसाचे पाणी. स्नानाचे पाणी व घरातील सांडपाणी चरात वाहून नेण्यासाठी असलेली उत्तम सांडपाण्याची व्यवस्थाही दिसते. चरदेखील नियमितपणे साफ केले जात असले पाहिजेत. या शहराच्या वस्तीच्या वेळी अर्थात जमिनीची पातळी ३० ते ५० फूटपर्यंत उंच असावी व हा वस्तीचा काळ ५०० वर्षांहून कमी नव्हे व कदाचित १५०० वर्षांपूर्वीचा असावा, कारण त्याकाळी सामान्यत: चिखलाच्या विटा वापरात नसत. (चिखलाच्या विटांमुळे अधिक माती वाहून झाडाखाली साचते.) घरांचे नकाशेसुद्धा बदलले गेले असले पाहिजेत. तथापि त्यांच्या भिंती कायम राहिल्या. आता उत्खनन झालेल्या अंगणात भिंतींच्या बांधकामातील कडा (curbs) उंच उठून दिसतात. मेसोपोटेमिया, ग्रीस व रोम याहून ठळकपणे वेगळा असा आणखी एक विशेष म्हणजे कित्येक शतकांच्या या काळात रस्त्याच्या सीमांवर अतिक्रमण झालेले दिसत नाही. वर वर्णन केलेल्या मोठ्या खोऱ्यांइतकी सर्वच खोरी संपन्न नव्हती. एकूण १२' x २०' आकाराची, एकाहून अधिक म्हणजे न पेलण्याइतक्या पातळ भिंतींची एकजात दोन खोल्यांची अशी गटागटाने बांधलेली घरे दुसऱ्या टोकास येतात. संशोधकांनी त्यांना 'मजुरांच्या वस्त्या' असे नाव दिले होते. त्यांनी मोठ्या हुशारीने रस्त्यांना आधुनिक नावे दिली असली तरी त्यांच्या कल्पनाशक्तीची मजल साम्राज्यशाही ब्रिटिशांच्या कल्पनाशक्तीपलीकडे जाऊ शकली नाही. ते आपल्याला असे सांगतात की, ही दोन शहरे एका राज्याच्या साम्राज्याचा भाग

असून त्यात नोकरशाही धर्मगुरुवर्ग, मध्यमवर्ग, बाजारपेठा इत्यादी संस्था होत्या. याला एकुलता एक आधार काय? प्रत्येक शहरावर एका वेगळ्या, किल्ल्यांच्या परिसराच्या स्वरूपाची छाप होती; इमारती बहुधा पूजाविधीसाठी वापरल्या जात असाव्यात. त्यांची तटबंदी नंतरच्या काळात झाली असावी. चिखलाने व भाजलेल्या विटांनी बांधलेले ओटे ५० फूट उंचीवर असून बाकीचे पूर्वेकडे पसरत गेलेले शहर हे खालच्या थरावर राहिले होते. शेती न केलेल्या मूळ जमिनीपर्यंत फक्त हरप्पाच्या एका भागात उत्खनन झाले आहे. त्यावरून अशी माहिती मिळते की, शहरांची पूर्ण स्वरूपात वाढ झालेली होती. नागरी संस्कृतीची महत्त्वाची लक्षणे त्यांच्या अस्तित्वाच्या सबंध काळात अबाधित राहिली होती. याला अपवाद म्हणजे अकस्मात आलेल्या हिंसात्मक आक्रमणामुळे त्वरेने झालेली अंतर्गत पडझड. त्याचा पुरावा म्हणजे काही घरात व रस्त्यांवर, कत्तल झालेल्या रहिवाशांचे आढळलेले उर्वरित सांगाडे!

ह्या ग्रंथात सुचविलेल्या पद्धतीची कसोटी या शहराला उत्तम लागू शकते. तेथे आता उरला आहे तो केवळ पुरातत्त्वविषयक पुरावा. तोही पूर्ण अथवा समाधानकारक नाही. या शहरात आढळलेल्या काही अवशेषांवरून आपणांस नंतरच्या 'हिंदू' मूर्तिकलेचे अथवा चालीरीतींचे स्मरण होते. परंतु त्यांच्या सातत्यात आकस्मिक व हिंसात्मक खंड पडला हे उघड आहे. भारतातील प्रत्यक्ष अशी नागरी वस्ती ऋग्वेदोत्तरकाली झाली हा कीथचा अभिप्राय तत्त्वत: खरा आहे ; म्हणून मेसोपोटेमियामधील समांतर घटनांवरून, प्रकाशात आलेल्या उत्पादक अवजारांवरून व अवशेषात सापडणाऱ्या त्यांच्या परिणामांवरून आपणास योग्य ते निष्कर्ष काढले पाहिजेत. त्या काळी लेखनकला अस्तित्वात होती. मेसोपोटेमियातील सरगोनिड युगापेक्षाही ही शहरे जुनी आहेत हे दाखविता येईल. जमिनीखाली सोनेचांदी, जडजवाहिर पुरलेले आढळून आलेले आहे. (व एका उदाहरणात तरी ते मजूर वस्तीतील एका रहिवाशाने चोरलेले आहे !) या लोकांना तांब्याच्या व ब्राँझच्या अवजारांचा उपयोग माहीत होता. नीटनेटकी दगडी अवजारेही त्यांच्या उपयोगात होती. बऱ्याच प्रमाणात कापसाचे कापड तयार होत असल्याचा व ते रंगविले जात असल्याचा पुरावा मिळतो. कुंभाराच्या चाकावर (तबकडीवर नव्हे) तयार झालेले सुंदर, आकाराच्या दृष्टीने दर्जाबरहुकूम, उपयुक्तता प्रधान, नावालाच नक्षीकाम असलेले अथवा मुळीच नक्षीकाम नसलेले व घाऊक उत्पादन असलेले मातीकाम आपणास पाहावयास मिळते. येथील रहिवाशांना बारली, गहू, तांदूळ, तीळ या धान्यांचा उपयोग माहीत होता. (आजपावेतो तीळ हे उत्तर भारतातील खाद्यतेलाचे एक महत्त्वाचे साधन आहे.) वशिंड असलेली गुरे, मेंढ्या, बकरे ही उघड उघड माणसाळविलेली होती. भरीव चाकांच्या गाड्यांना गुरे जुंपली जात हे मातीच्या व

ब्रॉन्झच्या नमुन्यांवरून सिद्ध होते. प्रतिकृती- चित्रणावरून तेथील शिक्क्यांवर रेड्याची व हत्तीची चित्रे आहेत असे दिसते. ही जनावरे माणसाळलेली होती की नाही हा प्रश्न वेगळा. कारण तसे म्हटले तर तोच निष्कर्ष वाघांना व पाणघोड्यांनाही लागू करावा लागेल. या शिक्क्यांवर हत्ती, बैल, बोकड, वाघ, मासे इत्यादींवरून बनविलेले संमिश्र काल्पनिक प्राणीही पहावयास मिळतात. त्यामुळे त्यांच्या समकालीन वस्तुस्थिती विषयीची विधाने तार्किकदृष्ट्या स्वीकारणे तितकेसे सुरक्षित नाही. या स्थळाच्या समग्र पुराविज्ञानात्मक इतिहासात अविचलित राहिलेल्या सुंदर प्रमाणित वजनांवरून या शहरात व्यापार चालू होता हे निर्विवाद आहे. काही वजने तर इतकी लहान आहेत की त्यांचा उपयोग मूल्यवान वस्तू काळजीपूर्वक तोलण्यासाठीच केला असणे शक्य आहे. वजनांच्या कोष्टकावरून चार व दहा या आकड्यावरून गणना* करण्याची एक मूलभूत व्यवस्था असावी असे आढळते. बॅबिलोनियन व्यवस्थेत सहा व दहाचा असाच उपयोग केला जात असे. ह्या स्थिरपद सिंधू संस्कृतीचा सर्वात लक्षणीय विशेष म्हणजे तिची प्रसरणविषयक असमर्थता. गंगेच्या खोऱ्यात अथवा (दक्षिण भारतीय) द्वीपकल्पात सिंधू संस्कृतीसारख्या वस्त्या मुळीच नव्हत्या. कारण त्या असत्या तर जंगले साफ करणे भाग पडले असते. प्रत्यक्ष सिंधूखोऱ्यात देखील बहुतेक वस्त्या छोट्या खेड्यांच्या अथवा वाड्यांच्या होत्या. त्यामुळे सिंधुतीरी देखील वसाहतीचा प्रसार मर्यादित होता असा निष्कर्ष काढता येईल.

३.२ : सिंधू खोऱ्यातील व्यापार व धर्म

मानवी जीवनासाठी ऋतूवर अवलंबून न राहता होऊ शकणारा सततचा पाणी पुरवठाही एक मूलभूत गरज आहे. त्यामुळे प्राचीन काळी लोकवस्तूंचे केंद्रीकरण अर्थातच नद्यांच्या खोऱ्यापुरतेच मर्यादित राहात असे. भारतासारख्या मान्सून प्रभावित देशात ऑक्टोबरच्या मध्यास संपणाऱ्या अठरा आठवड्यांच्या पावसाचे पाणी मिळू शकते. ही गोष्ट खरी आहे. प्रमुख नद्यांपैकी ब्रह्मपुत्रा ही देशाबाहेर उंच पर्वतातून

---

* चतुर्थांश व दशांशाच्या साह्याने मोजण्याची पद्धत (quadragesinal system) आजतागायत रुपया, मण, शेर इ.च्या पोटविभागात अस्तित्वात आहेत; त्याचप्रमाणे हिशेबाच्या एका विशिष्ट मांडणीत चारचारच्या पटीत आलटून पालटून उभ्या -आडव्या रेषांनी ती दर्शविता येते; तसेच चार बोटे व प्रत्येक बोटाची पेरी (तीन) व टोक अशा प्रकारे देखील चारचारची पट दाखविता येते. त्यात अंगठ्याचा उपयोग केवळ मोजण्यासाठी करण्यात येतो. ही पद्धत काही भारतीय बाजारपेठात गुप्तरीत्या घासाघीस करण्याच्या हाट नामक पद्धतीत अजून अस्तित्वात आहे.

वाहणारी आहे. उत्तरेकडे सिंधू व गंगा यांचा प्रभाव आहे; द्वीपकल्पाच्या पायाला नर्मदा व महानदी पाण्याचा पुरवठा करतात तर कृष्णा-गोदावरी त्या त्रिकोणात्मक द्वीपकल्पास छेदून जातात; आणखी दक्षिणेकडे कावेरी ही सर्वांत मोठी नदी आहे. तथापि उर्वरित देशात थोडी रानटी लोकवस्ती अन्नसंपादन करून जेमतेम आपली उपजीविका करू शकत असता, केवळ सिंधुतीरीच एक विशाल नागरी स्वरूपाची संस्कृती विकास पावू शकली. नाईल व मेसोपोटेमिया ही अशीच विशाल संस्कृतीची आणखी समांतर उदाहरणे आहेत. मिसिसिपी गेल्या शतकापर्यंत अस्थिर होती. ॲमेझॉनच्या काठचा प्रदेश तर अद्याप अविकसित राहिला आहे. अर्थात केवळ नदी हे एकच साधन असणे पुरेसे नाही. अगदी प्राचीन नदीकाठच्या नागर संस्कृतीचा एक समान विशेष असा आहे की, या नद्या वाळवंटातून वाहणाऱ्या होत्या. ॲमेझॉनच्या काठची जंगले आधुनिक अवजड यंत्रसामग्रीशिवाय तोडून साफ करणे अशक्य होते तर मिसिसिपी काठच्या विशाल मैदानातील प्रचंड मातीची ढेखळे ज्या अवजड नांगरांनी प्रथम मोडली ते तर ह्या भागात गेल्या शतकापर्यंत आणण्यात आले नव्हते. त्यामुळे त्या दोन नद्यांच्या दोन्ही काठांवरील आदिम मानव अनियमित अन्नसंकलनाच्या अवस्थेतून बाहेर पडून मोठ्या प्रमाणावर अन्नउत्पादन करू शकेल अशी शक्यता नव्हती. वाळवंटाची जरुरी अशासाठी की, तेथे दाट जंगले तोडून साफ करण्याचा प्रश्न नसतो. याला एक पर्याय म्हणजे डॅन्यूब तीरासारखा चिकणमातीचा पट्टा (loess corridor) तेथे प्राग् ऐतिहासिक काळी बरीच प्रगती झाली असली तरी पूर्णतया नागरी संस्कृती उदयास येऊ शकली नाही. नवपाषाणयुगीन मानव, विशेषत: गंगेच्या खोऱ्यासारख्या भुसभुशीत जमिनीवरील मोठमोठी उष्णकटीबंधीय जंगले केवळ दगडी अवजारांनी साफ करू शकत नव्हता. त्यामुळे भरगच्च शिलकी पिके देणारी खरीखुरी शेती केवळ वाळवंटातच शक्य व आवश्यक झाली. तिच्यामुळेच इमारती लाकूड व धातू यांसारख्या साहित्याच्या शोधास उत्तेजन मिळाले. नद्यांनीच पुरविलेल्या व्यापारमार्गावरून वस्तूंचा विनिमय शक्य झाला. त्यामुळेच रानटी पशूपासून उत्तम संरक्षण मिळू शकले. त्यांचे लष्करी तंत्र ओसाड भूमी ओलांडून पलीकडे जाण्याइतके पुरेसे पुढारले नव्हते. तोवर त्यांना रानटी टोळ्यांपासून (वाळवंटापलीकडील) संरक्षण मिळू शकले. ह्यावरून सिंधुतीरी झालेल्या प्रजेच्या विकासाचे स्पष्टीकरण होते.

सिंधू व मेसोपोटेमियाच्या नदीखोऱ्योतील [४] संस्कृतीत सांस्कृतिक व तांत्रिक स्वरूपाचा एक समान पाया - स्तर आढळतो व तो मापनविज्ञान (metrology) व काही बोधचिन्हात्म प्रतिमाने (motifs) वरून व्यक्त होतो. उदा. उघड्या अंगाचा, दाढी वाढलेला, सिंहास मारणारा मेसोपोटेनियातील गिलगमेश हा वीरपुरुष ग्रीक हेरॅक्लिसच्या धर्तीचा असून त्याचाच एक प्रतिनिधी सिंधू खोऱ्यातील विशिष्ट छापासह

आढळतो. ह्या वीर पुरुषाचा मित्र एंकिंडू (अथवा इयाबानी) हा वृषपुरुष देखील स्थानिक आविष्कारात एका सिंधू संस्कृतीतील शिक्क्याचा आढळतो. जेमदेतनास्त्र काळी आपणास आढळणारा वृषहस्तियुक्त प्राणी (अर्धे शरीर बैलाचे व अर्धे हत्तीचे असलेला) (आकृती ६ अ) हा सिंधू संस्कृतीतील चित्रावरून, एका मेसोपोटेमियन कलाकाराने स्थानिक शैलीचे नकललेला आढळतो. हे संमिश्र प्रतीक भारतात युगायुगे चालत आले असून इतिहासकाळी त्याला गूढ गुणवत्ता असलेल्या तांत्रिक गजवृषभाचे स्वरूप आले होते. सिंधू संस्कृतीतील कलेचा व चित्रलिपीचा बराच भाग इ.स.च्या सहाव्या शतकात नोंदल्या गेलेल्या हिंदू धर्मातील तांत्रिक प्रतीकांशी निकटपणे संबंधित आहे असे मानण्यास सबळ पुरावा आहे. तोपर्यंत तो अत्यंत गूढ रहस्याच्या स्वरूपात जपून ठेवण्यात आला होत. ह्या प्रतीकांचे गूढत्व आजपर्यंत केव्हाही नाहीसे झालेले नाही. सिंधू संस्कृतीतील शिक्क्यातील चतुर्बाहू मानवी प्रतीक अद्याप देखील हिंदू मूर्तिकलेत ओळखता येते. तथापि सुमेरियन व हिहाईट अवयवदर्शक अक्षर मालिकेच्या (sullabaru) च्या साहाय्याने सिंधू संस्कृतीतील शिक्क्यांबाबतच्या कथा उलगडण्याचा प्रयत्न सफल झाला नाही [६]. तसेच ईस्टर आयलंडच्या अथवा माओरीच्या खुणांशी त्यांचे साम्य प्रस्थापित झाले नाही. उपलब्ध साधने शिक्क्यावरील लघु पुराणकथांच्या स्वरूपाची असून त्यांचा उलगडा झाला तरी त्यापासून फारच थोडी माहिती मिळू शकते. साधनांच्या तोकडेपणाचे एक स्पष्टीकरण असे देण्यात येते की, सिंधू संस्कृतीचे लोक लेखनासाठी झाडाची पाने वापरीत. त्यात कोणत्याच प्रकारचे दीर्घ पुरालेख [७] अथवा द्विभाषिक शिक्के नाहीत. सिंधू संस्कृतीतील लेखन व अशोककालीन ब्राह्मणी लिपी [८] यामधील दुवा होऊ शकेल असे एकच उदाहरण नमूद आहे. म्हणून पुराविज्ञान व पुरालेख यांचा एकत्र उपयोग करण्याची महत्त्वाची शक्यता नष्ट झाली आहे.

विसाव्या शतकातील समाजवादी क्रांत्या होईपर्यंत वर्गभेद नसलेले कोणतेही शहर सांस्कृतिक इतिहासास ज्ञात नाही. म्हणून ऐतिहासिक लिखाणाचे साहाय्य न घेता आपणास सिंधू संस्कृतीतील शहराची वर्गरचना व उत्पादन- संरचना प्रत्यक्ष पुराव्यावरूनच शोधून तर्कदृष्ट्या सिद्ध करावी लागेल. हरप्पा व मोहेंजोदारो येथे तीव्र वर्गीय भेद होता हे उत्खनन झालेल्या निरनिराळ्या घरांच्या निरनिराळ्या प्रकारांवरून स्पष्ट होते. विशेषत: संस्थांच्या जवळ व मंदिराच्या जवळ मोठमोठे धान्यसाठे असून ते दळण्याचे ओटेही त्यांच्याशी संलग्न होते. तेथे आढळून आलेल्या लाकडी उखळाच्या अवशेषांवरून तण किंवा तसू असलेले धान्य कुटणीवरूनही हे दिसून येते. पीठ दळण्याचे काम ह्या प्रचंड धान्य साठ्यांच्या जागी होत नसून प्रत्येक घरी आढळणाऱ्या जात्यावरून (soddle quern) होत असे. ह्या मोठ्या साठेघरांबरोबरच बराकीसारखी छोटी छोटी घरे असून मेसोपोटेमियातील उत्खननात

आढळणाऱ्या अशाच उदाहरणांवरून ती गुलामांची खोपटी असली पाहिजेत. मेसोपोटेमियातील बारीक पाट्या किंवा फलकांवर दिसून येणाऱ्या पुराव्याप्रमाणेच सिंधू संस्कृतीतही मंदिरातील गुलाम असावेत. कुंभारांचा बराच मोठा वर्ग अस्तित्वात असल्याखेरीज प्रमाणित नमुन्याची मातीच्या भांड्यांची चाकावरून केलेली घाऊक निर्मिती शक्य दिसत नाही. पूर्वीच्या कालखंडात शहराच्या चतु:सीमेवर व नंतरच्या दीर्घ– ऱ्हासळात अगदी शहराच्या मधोमध आढळलेल्या भट्ट्यांवरून अशा कुंभारांचे अस्तित्वच सूचित होते. काही दगडांची परंतु बरीच तांब्यांची व ब्रान्झची उत्तम नमुन्याची साधने व अवजारे त्या तंत्रातील उच्च दजाचे विशेषीकरण दाखवितात. विटा भाजणे, बांधकाम करणे व शहरातील इतर सीमांकडे सेवा उपलब्ध करणे यात बऱ्याच लोकांचा काळ खर्च होत असणार तसेच दूरदूरच्या अंतरावरून व्यापार होत असल्याचा निर्णायक पुरावा आपणास उपलब्ध आहे. विशिष्ट प्रकारच्या व्यापाऱ्यांनी आणलेल्या विनिमयात भारतातून तांबे समुद्रमार्गे बेहरीन बेटात (Tiled moon) नेले जात असे. यापूर्वीच्या काळात व्यापाऱ्यांच्या संघटनांना उर्गच्या नंबोसारख्या प्रचंड देवळाकडून असा आश्रय मिळत असावा. वरील देवळातील साठ्यातूनच सर्व सामग्री व आर्थिक साहाय्यही प्राप्त होत असे. बॅबिलोनियातून भविष्यातील धोक्यांबद्दलची कर्जे, नफ्यातील हिस्सा याविषयी बरीच माहिती [९] मिळते. तशीच बेहरीनच्या एकाधिकारी आलिकहिलमून व्यापाऱ्यांकडूनही ती मिळते. नंतरच्या कालखंडात विशेष आश्रय असा ॲसिरियाच्या राजाकडून मिळालेला आढळतो; हा राजा व्यापारी संघाचा ज्येष्ठ भागीदार म्हणावयास हरकत नाही. चित्रलिपी साधनावरून ते लोक (भारतातून) तांबे, हस्तिदंत, माकडे, मोती (त्यांना 'माशाचे डोळे' असे अभिधान दिले होते) व अशाच नवलाईच्या वस्तू आयात करीत; ह्या सर्व वस्तू काही ना काही प्रमाणात भारतातून आणल्या जात. बॉबिलोनियन साधनात उल्लेखिलेल्या हस्तिदंती फण्या मोहेंजोदारो येथे आढळलेया आहेत. (आकृती ७) मोहेंजदारोलाच बॅबिलोनियन भाषेत मेलुह असे नाव आहे. सिंधू संस्कृतीतील व्यापारी अथवा त्यांचेच निकटचे प्रतिनिधी मेसोपोटेमियामध्ये छोट्या वस्तू तयार करीत होते असे त्यांच्या पंथीय वस्तूंवरून व शिक्क्यांवरून दिसून येते. (आकृती ८) ते कापसाचे कापड व कदाचित मेंढीच्या लोकरीचे उत्तम कापड निर्यात करीत असण्याचीही बरीच शक्यता आहे; आलिकटिलमूनकडून विनिमयार्थ येणाऱ्या प्रत्येक किंमती मालपैकी अत्यंत सुलभतेने वाहून नेता येण्यासारखा माल कापड हाच होता. भारतीय तेथून कोणत्या वस्तू आणीत हे निश्चित नसले तरी त्यापैकी एक रुपे होते हे निर्विवाद आहे. हा धातू भारतात तुलनेने दुर्मीळ होता. मोहेंजोदारो येथे [१०] आढळलेले वजनाचे प्रमाण स्थानिक स्वरूपाचे दिसत नाही. यापैकी (नियमित नाणी सुरू होण्यपूर्वी विनिमयार्थ वापरलेली) एक वजन चांदीच्या गोळ्यातून सुबकपणे तोडले असून

त्याच्या दोन्ही बाजूस चित्रलिपीच्या खुणाही खोदल्या आहेत. नौकानयन पद्धतीबाबत बोलायचे तर एका अलीकडील साधनावरून, एका फार पूर्वीपासून चालत आलेल्या प्रथेचा अंदाज करता येतो. या प्रथेनुसार मोसमी वाऱ्यांचा तथाकथित शोध लागण्याच्या व त्याचा हडपालसकडून पुन:शोध लागण्याच्या कितीतरी अगोदर काही (अनुकूल) दिवसांची नोंद आढळते. त्यावरून वर्षातून एकदा लाल समुद्रापासून (भारतापर्यंत) व परत लाल समुद्रापर्यंत -थेट व त्वरित सफरी शक्य होत असत. बाव्हेरु जातकावरून [११] आपणांस असे कळते की, भारतीय प्रवासी किनाऱ्याकिनाऱ्याने जात व ज्ञात खुणांच्या मर्यादेबाहेर भरकटून एखादे जहाज चुकून दिसेनासे झाल्यास नजीकच्या भूमीची दिशा कळण्यासाठी एक कावळा सोडून ते त्याचा उपयोग करीत. एका फारा शिक्क्यावर [१२] चित्रित केलेला. जहाजाभोवती आधाराशिवाय व निश्चित उद्दिष्टाशिवाय भिरभिरत राहणारा एक पक्षी (आकृती ९) कोण होता हे यावरून ताडता येईल. काही पुराविज्ञात्यांना सिंधूच्या मुखाशी असलेले एक बंदर कोठे असावे ह्याबद्दल बराच विचार करावा लागेल. परंतु ते बंदर बहुधा मोहेंजोदारोच असले पाहिजे. तसेच त्या काळच्या लहान लहान जहाजांसाठी, दुसऱ्या टोकास ऊर हे बंदर असले पाहिजे. माणूस वल्हवत असलेली अथवा त्याच्या पायाने चालत जाणारी व मध्यभागी कोणत्या ना कोणत्या प्रकारची रचना असलेली नाव सिंधू संस्कृतीच्या प्रतीकात असल्याचे सर्वांस ठाऊक आहे. दुसऱ्या एका शिक्क्यावरची (आकृती १०) एका मोठ्या जहाजाची अथवा नावेची ओळख पटलेली दिसत नाही. ते चित्रच मुळी उलट (खाली डोके वर पाय अशा रीतीने) छापले गेले आहे. तथापि शिक्क्यावरील विचारलिपी नेहमी वरच्या टोकास असते व तिच्यावरील अक्षरांच्या आकाराची नेहमी येथे दाखवल्याप्रमाणे उजव्या बाजूस तोंड करून असते. या गोष्टीवरून चित्राची यथार्थ बाजू कोणती हे दिसून येईल.

ह्या विदेशी व्यापाराचा एक अंतर्गत भाग होता. सिंधू संस्कृतीतील शहरात तयार केलेली (शुद्ध) धातूंची अवजारे व अशुद्ध धातूंपासून केलेली भांडी काही अंतरावर सापडली आहेत. आणखी काही अंतरावर हस्तिदंत व माकडेही आढळत असली पाहिजेत. हा सगळाच व्यापार केवळ सिंधू नदीच्या- ह्या प्रचंड वाहिकेमार्फतच - होत असावा. राजस्थान, काठियावाड व शेजारील अहमदाबाद जिल्ह्यातील लोथलच्या (आय.ए.आर. १९५५ पृ. ९-१२) विभागापर्यंत सिंधू संस्कृतीचे अवशेष सापडले आहेत. परंतु त्यावरून व्यापाराच्या समस्येचा विशेष प्रमाणात उलगडा झालेला नाही. म्हणून येथे असे सुचवावेसे वाटते की (प्रत्यक्ष सिंधू संस्कृतीचे व्यापारी नसले तरी) त्यांच्या व्यापाराचा नवपाषाणयुगीन दख्खनमध्ये प्रवेश झाला असला पाहिजे. आपणास हे ठाऊक आहे की, भारतीय द्वीपकल्पाच्या अंतर्गत भागात सोन्याचे उत्पादन होत होते व तेही अशा काळापासून की, जेव्हा त्याच्या रानटी

उत्पादकांना त्याचा काही उपयोग नव्हता. गुळगुळीत केलेली दगडी अवजारे व मोठ्या पात्याची दगडी अवजारे दख्खनच्या पाषाणयुगीन छोट्या अवजाराच्या (microluth) उद्योगात भोके पाडण्यासाठी वापरली जात, असे वाटते. यापैकी पूर्वोक्त अवजारे सिंधू संस्कृतीतील ब्रॉन्झ व तांब्याच्या अवजारांची नक्कल असावी. अगदी असेच उदाहरण म्हणजे स्कँडिनेव्हियापर्यंत पोहचलेले मध्ययुरोपीय गुळगुळीत दगडी परशू ही नवपाषाणयुगीन साधने निकट पूर्वेतील तांब्याच्या व ब्रॉन्झच्या अवजारावरून सुचलेली असावीत. दख्खनमधील मोठी, पात्यासारखी दगडी अवजारे सिंधू संस्कृतीतील लोकांपासून अनुकरणाने घेतली गेलेली असणार हे निश्चित. मोठमोठ्या जथ्यातील, डोक्यावरून सामान वाहून नेणाऱ्या मजुरांच्या खुणांवरून विशेषत: त्या मार्गाभोवती चार मैलपर्यंत आढळणारे अश्मपेटी ठेवण्याचे (cairn) खांब अथवा डोक्यावरील बोजे ठेवण्याच्या दगडाच्या कपारी (ledges) वरून हे प्राचीन मार्ग ओळखता येतात.

३.३ : वर्गीय रचनेची जपणूक

येथे मुख्य प्रश्न असा आहे की, ही वर्गरचना कशी जोपासली गेली? ह्या लोकांना खाऊ कोण घालत असे? संपत्ती निर्माण करणाऱ्यांकडून होणाऱ्या उठावाविरुद्ध संपत्तीमान वर्गास संरक्षण देण्याची पद्धती कशी होती? याचे विश्लेषण केल्यास असे आढळून येते की प्रत्येक वर्गीय विभागाची मदार शक्तीच्या उपयोगावर अवलंबून असते. त्यामुळे एका वर्गाच्या लोकांनी केलेल्या उत्पादनाचा शिलकी भाग राज्यकर्ता अल्पसंख्य वर्गास लुबाडून घेता येतो; जर उत्पादक वर्गास वरिष्ठ वर्गाच्या आदेशाशिवाय आपली उपजीविका करण्याचा कोणताही मार्ग उपलब्ध नसेल तर हिंसा करण्याची किमान गरज उरते. बऱ्याच वेळा हे धर्माच्या साहाय्याने करता येते. कारण त्यामुळे श्रमिक वर्गाने आपले शिलकी उत्पादन देऊनच टाकल्यास अतिमानवी शक्ती गूढ साधनांच्या साहाय्याने त्याचा नि:पात करील अशी धर्माच्या द्वारे श्रमिक वर्गाची खात्री पटविता येते. शोषण जितके कठोर स्वरूपाचे तितकीच त्या दमन शक्तीची जास्त गरज भासते. कारण कोणतीही तक्रार न करता लोक शांतपणे उपाशी राहतील हे नेहमीच शक्य नाही. म्हणून अंधश्रद्धेला प्रबल निषिद्धचारांची जोड दिली जाते. पुराविज्ञानाच्या पुराव्यात शस्त्रांच्या स्वरूपातील शक्तिसाधने लपून राहू शकत नाहीत. मूर्तीच्या व धार्मिक उपयोगासाठी बांधलेल्या खास इमारतीच्या स्वरूपात अंधश्रद्धा व्यक्त होते.

जरी ही शहरे अतिप्राचीन काळी नष्ट केली गेली असली आणि त्यानंतर खजिने धुंडणारे, विटा खोदणारे, वाट चुकलेले पुरातत्त्वज्ञ, या सर्वांनी त्यांची लूटमार केली असली तरी त्या काळी विपुल संपत्ती अस्तित्वात होती हे निर्विवाद आहे. सोने,

रुपे, जडजवाहिर यांनी भरलेले त्यातील खजिने प्रकाशात आले आहेत. मोठ्या इमारतींना चोरीपासून सुरक्षित ठेवण्यासाठी बांधलेल्या भाजलेल्या विटांच्या भिंती आहेत. घराचे प्रवेशद्वार जवळजवळ नेहमीच एका अरुंद बोळात असे. त्याच्या अगदी जवळच द्वाररक्षकास जागा असे. अंगणातच विहिरी असल्यामुळे ही घरे घरमालकांच्या सुरक्षित गढ्याच होत्या. तथापि मूलत: विजेत्यांच्या द्रव्यलोभाचे अथवा व्यापाऱ्यांच्या गावंढळ छानछोकीचे विविध सामग्रीतील आविष्कार तेथे विपुलतेने आढळत नाहीत. यामध्ये नक्षीकाम, स्मारके, खोद लेख, मोठमोठे पुतळे, विटांचे नक्षीदार बांधकाम, फरशा, रंगीत गिलाई अथवा देवळे इ. स्वरूपातील साधन सामग्रीचे सार्वजनिक आविष्कार येतात. हे खजिने अत्यंत खाजगी मालकीचे होते. जो काही पाऊस पडे त्यामुळे रस्ते ओलांडणे कठीण जात असे. अशा रस्त्यांवर विटांची अगर धातुमळी (slag) ची फरशी घालण्याइतपत नगर रचनेची मजल पोचलेली होती. शेवटची गोष्ट अशी की, आपण ज्याला राज्य संस्था असे नाव देतो त्या त्यांच्या समर्थ सामाजिक यंत्रणेबाबत प्रत्यक्ष असा काहीही पुरावा उपलब्ध नाही. त्यामुळे त्यांची हिंसक साधने देखील अत्यंत कमजोर असावीत हे एक आश्चर्यच आहे. सिंधू संस्कृतीतील शहरात आढळलेली शस्त्रे अत्यंत किरकोळ आहेत; विशेषत: पोकळ, शिरा नसलेल्या पानासारखी पाती असलेले आणि एकाच धक्क्याने मुटकुळे बनतील असे भाले त्यात आढळून येतात. सिंधूच्या मुख्य स्तरात तलवारीसारखे कोणतेही शस्त्र नाही. चित्रलिपीत दाखवणारे धनुर्धारी तसेच दगडी व तांब्याच्या बाणांची टोके आढळतात. धनुष्य हा शिकारी युगातील अवशेष असला पाहिजे. मात्र लोहाची माहिती नसल्यामुळे अल्पसंख्य गटाच्या हातातील अशी मोजकीच शस्त्रे पुरेशी पडत असली पाहिजेत. त्यांच्या तुलनेने जी जुनी परंतु मजबूत उत्कृष्ट अवजारे आढळून येतात, त्यावरून शस्त्रांचा उपयोग त्याकाळी फारसा महत्त्वाचा नसावा असे सिद्ध होते. म्हणून कोणत्याही स्वरूपात असलेल्या राज्ययंत्रणेबरोबर, किमान प्रमाणावर हिंसा ठेवण्यासाठी आणखी काहीतरी प्रभावी साधन असले पाहिजे. शहरांची भिस्त लढण्यावर नसून व्यापारावर होती. सैन्य अथवा नगररक्षक प्रबळ नव्हते त्यामुळे व्यापाऱ्यांना आपला विषम नफा चालू ठेवण्यास कशाची मदत झाली असावी ?

याचे उत्तर धर्मात सापडेल असे वाटते. जरी देवतांच्या मूर्ती मोठ्या नसल्या तरी त्याला गढीचे टेकाड म्हणतात. मेसोपोटेमियातील मंदिर- शिक्कूरातच्या संस्थेसारखे- हे टेकाड आहे यात संशय नाही. ही सबंध इमारत पुरापासून सुरक्षित अशा किमान ३० फूट उंचीच्या विटांच्या ओट्यावर उभी होती. समग्र इमारतींचे हे कोंडाळे भिंतींनी वेढलेले होते. नंतरच्या काळात ते गढीसारखे सुरक्षिततेसाठी वापरले गेले होते. तथापि गुंतागुंतीच्या रचनेचा व रुंद प्रवेशद्वार असलेल्या जिन्यांचा संरक्षणासाठी

सिंधू-खोऱ्यातील समाजसुधारणा व रानटीपणा / ६१

उपयोग नसल्यामुळे हे भाग उत्सवासाठी उपयोगात आणले जात असले पाहिजेत असे स्पष्टीकरण देता येईल. हरप्पा येथील जागा लुटून नेल्यामुळे ओसाड पडली आहे. मोहेंजदारो येथील पवित्र प्रांगणातील एका मोठ्या इमारतीचे अवशेष कुशाण स्तूपाखाली झाकले गेले आहेत; तथापि त्या स्तूपाशेजारचे मोठे स्नानघर * हे धार्मिक विधीसाठी वापरण्यात आलेले टाके असले पाहिजे. कारण इजिप्त, मेसोपोटेमिया अथवा प्राग-ऐतिहासिक काळातील कोणत्याही जागेहून या शहराचे वेगळेपण दाखविणाऱ्या प्रत्येक घरातील सुंदर बांधणीची व उत्तम रीतीने उपयोग केलेली न्हाणीघरे हे येथील खास वैशिष्ट्य आहे. नदीपर्यंत गेलेल्या गढीत स्नान करणाऱ्या माणसाला देखील भिंतीतील पायऱ्या सहज उतरून जाता आल्या असत्या. नंतरच्या काळातील कमल पात्रांच्या पवित्र सरोवराचीच ही आधीची प्रतिकृती असली पाहिजे असे स्पष्टीकरण मी यापूर्वी दिलेले आहे. (पुष्कर जेवीआरएस २७ (१९५१) २२-३०). आपणास ज्ञात असलेल्या कोणत्याही भारतीय राजास युरोपप्रमाणे, तेलाने माखण्यात येत नसे, अशा पवित्र स्थळी त्याच्यावर अभिषेक करण्यात येत असे. या लेखात मी पुढे असे सुचविले आहे की, ती जागा देवीमातेच्या पूजेसाठी अर्पण केलेली असावी; ह्या गर्भाधान संस्काराच्या (fertility ritual) एक भाग असा होता की पुष्करातील तिच्या मंदिरातील जिवंत दासाशी (hieroduleo) समागम करणे; मेसोपोटेमियातील इज्पलच्या मंदिरातील पवित्र वेश्या समागमाशी याचे साम्य दाखवता येते. ह्या अवशेषात पक्ष्यांची डोकी असलेल्या स्त्रियांच्या बाहुलीसदृश प्रतिमा भरपूर आढळून येतात. ह्या स्त्रिया नर्तिका अथवा पूज्य पदाधिकारी असून, शिरोभूषण म्हणून त्या एक खास मुखवटा घालताना दिसतात. कुल्ली (kulli) प्रमाणे अल्पविकसित नमुन्याच्या अशाच संस्कृतीच्या अवशेषातही हाच प्रकार आढळतो. येथे पंथीय मूर्तींचा अभाव का याचा उलगडा दीर्घकाळ जतन झालेल्या पंथांच्या आजच्या जिवंत प्रतिनिधींकडून होऊ शकेल. येथील मुद्रांकित शिक्क्यांवर पशूतील नरांच्या पंथीय प्रतिमांखेरीज इतर काही नाही. त्यामुळे तो पुरावा गोंधळात टाकणारा आहे. शिक्क्यावर उपलब्ध झालेल्या ज्या थोड्या मानवी आकृती त्यादेखील नरांच्याच दिसतात. त्यांपैकी एक दैवत तीन तोंडे व दाढी असलेले असून त्यात नंतरच्या काळातील हिंदू देवाची काही लक्षणे आढळतात. तसे पाहिले तर सिंधू संस्कृतीतील प्रतिमायुक्त (icontropic) शिक्के त्रिशंकूसारख्या [१३]

---

* एका शेजारच्या खास विहिरीतून परिश्रमपूर्वक हाताने काढलेल्या पाण्याने हे घर भरले जात असे. विटांच्या थरामध्ये पाणी जाऊ नये म्हणून ते शिलाजिताने सुंदर बांधणी केलेले होते; त्यातील पाणी वाहून जाण्याची सोय होती व त्याच्या तीन्ही बाजूस खोल्या होत्या.

उत्तरकालीन हिंदू धर्मातील बऱ्याच कथांचा उलगडा करू शकतील. आज भारतात पूज्य असलेला पिंपळवृक्ष या शिक्क्यावर त्याच्या विशिष्ट ओळखू येणाऱ्या पानांसह दाखवला आहे. (आकृती ११) ते अर्थात पाच हजार वर्षांपूर्वीही पंथीय प्रतीक असले पाहिजे. तथापि परस्परांशी कोणताही संबंध नसलेल्या दोन गोष्टीतील- देवीमातेची आकृती व पुरुष पंथीय प्रतीके असलेला प्राणी- नाते आपणास स्पष्ट सांगता आले पाहिजे. पंथीय पूजेखेरीज या शिक्क्यांचा काही एक खास उद्देश असला पाहिजे तो असा की व्यापारी मालावर संरक्षक निशाणी उठवणे. मंदिरातील देवता व मंदिरातील संपत्ती यांच्याव्यतिरिक्त व्यापारी आपला स्वत:चा माल वेगळ्यापणे तयार करीत असले तर त्यांना त्या मालाच्या संरक्षणासाठी वेगळ्या प्रकारची आकृती का तयार करावी लागली त्याचा खुलासा होऊ शकेल.

ही संस्कृती किमान ५०० वर्षे अथवा त्याहून अधिक- कदाचित त्याच्या तिप्पट वर्षे- परिवर्तन न होता अशी राहू शकली हे धर्माच्या प्रभावावरून समजून येईल. सिंधू संस्कृतीपूर्व झोपड्यांच्या जागी वसलेल्या अतिप्राचीन हरप्पाच्या अवस्थेपासून तो त्या संस्कृतीच्या विनाशाच्या अवस्थेपर्यंत आपणास ऱ्हास दिसून आला तरी त्यात महत्त्वाचा असा कोणताही बदल आढळून येत नाही. सिंधू संस्कृतीतील शहरांचे हे विशिष्ट लक्षण इजिप्त व मेसोपोटेमिया येथील संस्कृतीच्या अगदी उलट आहे. परकीय आक्रमकांनी जिंकून घेण्याच्या काळापर्यंत मातीकामाचे नमुने व तंत्रे अगदी एकाच साच्याची आहेत. ब्रॉन्झच्या अवजारात देखील जुनाच नमुना अपरिवर्तित स्वरूपात कायम ठेवलेला आहे; उदा. परशू व कापऱ्याच्या अवजारा (adzes) साठी असलेले, दांड्यासाठी भोके नसलेली कुऱ्हाडीसारखी अवजारे (bar celts) (आकृती – १२). दांड्यासाठी भोके असती तर ते अधिक कार्यक्षम झाले असते. समकालीन सुमेरियन लोकांना ते ज्ञातही होते. परंतु हे अवजार परकीय तांब्यानंतरच्या काळात व अगदी वरच्या रीतीने आढळतात (आकृती १३) त्यानंतरच्या भारतात, देशातील प्रत्येक भागातच नव्हे तर प्रत्येक शतकात त्यांची अशी विशिष्ट लिपी विकास पावत गेली. मात्र सिंधू संस्कृतीतील लिपीत प्रारंभापासून शेवटपर्यंत आढळणाऱ्या थरात यत्किंचितही बदल झालेला दिसत नाही. इजिप्तच्या चित्रलिपीचे (hierogruphics) आकार कित्येक शतके तसेच कायम राहिले परंतु इजिप्तमधील (hieratic) धार्मिक व लौकिक (demotic cursive writtiring) लेखन पद्धतीचा विकास झाला. मेसोपोटेमियात देखील बऱ्याच प्राचीन काळी चित्रलिपी (hierogruphic) च्या ऐवजी बाणाकृती (cuneiform) मुळाक्षरे व अवयव दर्शका अक्षरमालिका (sulla bary) दिसून येतात. त्याप्रमाणे आपणांस व्यापाराच्या असंख्य पाट्या, हमूरब्बीची विधिसंहिता पुतळ्यांना अर्पण करणारे, जमिनीच्या हस्तांतराचे, गुलामांच्या विक्रीचे, मंदिरातील गीतांचे व महाकाव्याचे खोदीव लेख

मिळू शकतात. मोहेंजोदरो येथे मात्र आपणास शिक्क्यावरील तुरळक ओळी अथवा मडक्यावरील कोरलेल्या लेखांखेरीज दुसरे काहीही हाती लागत नाही. असेही शक्य आहे की, व्यापारी ज्यांच्यावर लिहीत असतील असे खळ लावलेले कपडे, कातडी, ताडपत्रे अथवा भूर्जपत्रे इत्यादी नाशवंत साहित्य आता शिल्लक राहिले नसेल. फार तर कदाचित शाई म्हणून वापरलेले सामग्रीचे काळे ढीग शिल्लक राहिले असतील. तथापि मातीवर विरून जाणार नाही अशा पद्धतीने अक्षर काढण्यास ते समकालीन सुमेरियनांपासून का शिकेल नाहीत यासाठी सबळ कारण दिसत नाही. या सर्वांचा निष्कर्ष असा की, दीर्घकाळ टिकणारे लेख त्यांना आवश्यक वाटले नसावेत. त्यांचा एकाधिकार अत्यंत सुरक्षित राहिला व त्यांच्या स्थिर परंपरेमुळे त्याचे सातत्यही टिकून राहिले. नफ्याच्या वर्गीय एकाधिकारावर व धर्म आधारलेल्या पुराणप्रियतेमुळे त्यांच्या लिपीतील अपरिवर्तनशीलतेचा असा उलगडा होतो. हे जसे त्याचप्रमाणे मंदिरांच्या प्रभावाखालील शहराच्या भूमीच्या नकाशाचेही येथे आपणास जे चित्र पाहाण्यास मिळते ते एका ठराविक वर्गाचे व्यापाऱ्यांचे देवीमातेच्या मंदिराच्या संरक्षणाखाली असलेल्या व्यापाऱ्यांचे. ह्या मंदिरास ते जो करभार देत त्यामुळे स्वत:च्या साचत गेलेल्या अपार संपत्तीत फरक पडत नसे. येथे मुद्दा असा आहे की, श्रमजीवी लोकांना देखील आपल्या क्रमप्राप्त जागी खिळून राहण्यासाठी पुरेशी धार्मिक कारणे गवसली असली पाहिजेत. मंदिरसंस्कृतीच्या अनुषंगाने येणारी साम्ये काहीही असोत. खाण्डियनांच्या उरसासारख्या शहरात कितीतरी अधिक लष्करी सामग्री व देवतांवर सर्वस्वी अवलंब्नन राहतात तिचा उपयोग करणाऱ्या राजाचे अवशेष दिसून येतात. सिंधू खोऱ्यात तसे दिसत नाहीत.

३.४ : अन्नोत्पादन

आता आपण मूळ प्रश्नाकडे वळू. शहरातील लोकांच्या- मंदिरातील दास, कामकरी, कारागीर, व्यापारी अथवा पुरोहित- उपजीविकेसाठी आवश्यक असणाऱ्या जादा धान्याचे उत्पादन शेतकरी कसे करीत? व्यापार व धर्माच्या साह्याने आपल्याजवळील जादा धान्य देण्याविषयी शेतकऱ्याचे मन ते (शहरातील लोक) वळवू शकत असे गृहीत धरले तरी अन्नधान्य कशी टिकविली जात? आपण प्रथम हे लक्षात ठेवले पाहिजे की, सिंधू खोऱ्यातील जमीन काळी भुसभुशीत असून जगातील इतर भागांइतकीच सुपीक आहे. त्या काळी सिंधू खोऱ्यात निश्चितपणे अधिक जोराचा मोसमी पाऊस पडत असल्यामुळे अधिक पीक येऊ शकत असे हे अनुमान काहीसे असंभाव्य आहे. टेकड्यांच्या बाजूबाजूने विस्तृत प्रमाणावर जंगले तोडून टाकल्यामुळे विनाशक स्वरूपाचे पूर आले असतील हे समजू शकते. पावसाचे मान कमी कमी होऊन आज तेथे अधिक ओसाड प्रदेश निर्माण झाला असावा.

तथापि ह्या घटना एकाएकी घडून आल्या असे दाखवण्यासाठी, आपणापुढे जो पुरावा देण्यात येतो, तो अत्यंत कमकुवत आहे. एक तर मेसोपोटेमियासारख्या देशाच्या उन्हात वाढविलेल्या विटांच्या बांधणीऐवजी (येथील) भाजलेल्या विटांची बांधणी असे सूचित करते की– आज शेजारच्या झाडाझुडपातून मिळते त्याहून – कितीतरी अधिक सरपण त्याकाळी उपलब्ध होत असले पाहिजे. तथापि हेच लेखक असेही म्हणतात की, छपरांच्या तुळयांसाठी वापरलेले येथील लाकूड हे हिमालयाच्या पायथ्याकडील टेकड्यातून नदी मार्गे आणले गेले असले पाहिजे. परंतु विटा भाजण्याचा आवा व अशा व्यापक आव्यात विटा भाजल्यामुळे साचणारे [१५] जळक्या चुऱ्याचे ढीग सिंधू खोऱ्यातील शहरांजवळ अद्याप मुळीच आढळले नाहीत. त्या विटा सरपणाच्या जागेजवळ – येथून काही अंतरावर– का भाजल्या नसाव्यात? नदीमार्गे जसे सरपण आणले गेले असावे असे दिसते तशा या विटा का आणल्या गेल्या नसाव्यात? याला काही कारण नाही. हिमालयातील लाकूड बियास नदीपर्यंत जलमार्गे आणून त्यातून अलेक्झांडरचे आरमार बांधण्यात आले असे नमूद आहे. (स्ट्राबो १५.१.२९) युक्तिवादाची दुसरी दिशा अशी की, येथील शिक्क्यांवर गेंडे, वाघ, पाणरेडे, हरणे इत्यादी प्राण्यांची चित्रे आहेत. ते प्राणी उत्तम पाणी पुरवठा असणाऱ्या जंगली मुलूखात असू शकतात. म्हणजे ज्या शिक्क्यांचा मुलूख उत्तम पाणी पुरवठा असलेल्या जंगलाच्या स्वरूपात असला पाहिजे तथापि ह्या युक्तिवादात काहीशी विसंगती आहे. कारण बऱ्याच शिक्क्यांवर संकरित प्राण्यांची (chimaeras) अंशत: बैल व अंशत: हत्ती, अंशत: बकरा व अंशत: मासा– चित्रे आढळतात; काही वेळा तर तीन अगर चार प्राण्यांची संकरित चित्रेही आढळतात. एखादा अर्धा वाघ व अर्धा माणूसही आढळतो. ह्यावरून नंतरच्या काळातील विष्णूच्या नरसिंह अवताराची उपपत्ती लागू शकते. सुसंगतता पाहावयाची तर आपणास असे गृहीत धरावे लागेल की ह्या मुलूखात असे विचित्र प्राणी असले पाहिजेत. आपल्या दृष्टीने शिक्क्यावरील प्राणी कृषिपूर्व पातळीवरील मूलभूत प्रतीके असावीत. अशी प्रतीके शिकारभूमीत असू शकतात आणि असली पाहिजेत. संकरित प्राण्यांमुळे समाहर्क गोत्रे व त्यांची संकरित प्रतीके अथवा संयुक्त जमातींचे पंथही सूचित होतात.

आपण प्रथम हे लक्षात ठेवले पाहिजे की, सिंधू संस्कृतीतील जमीन सुपीक असली तरी तिच्यामधून निघणारे जादा धान्य मेसोपोटेमियाच्या अथवा नाईल नदीच्या खोऱ्याच्या मानाने बरेच कमी होते. याचा पुरावा असा की, ९०० मैल लांब व त्याच्या निम्मी रुंदी असणाऱ्या ह्या मुलूखात मोठी शहरे फार थोडी असून इतरत्र अगदीच किरकोळ वस्त्या आहेत. ह्यानंतरची सर्वांत मोठी वस्ती चांदहूदारोत तर २५ एकराहून कमी आहे. संशोधनाने अधिक माहिती मिळू शकेल अशा दोन टेकड्या तेथे आहेत. पण त्या मोठ्या शहराच्या जागी असतील असे वाटत नाही. कारण

अशा जुनाट टेकडीच्या (tell) पायाजवळची रुंदी हजारो वर्षांतील पावसाच्या माऱ्याने पसरलेली घाण व पडिक मार्ग सूचित करते. मेसोपोटेमियाच्या याहून नक्कीच लहान असलेल्या भागात आपणास परस्परांशी व्यापार व युद्धेही करीत असलेली अनेक नगरराज्ये आढळतात. अगदी प्राचीन काळीही मेसोपोटोमियात सात मोठी शहरे होती. त्यांच्या पालक देवतांपासून 'सात ऋषींच्या कथेचा' उदय झाला असावा. (H. Zimmern; zeit Assuriologie 1923-24, पृ.151-154) ह्या सातांचे प्रतिबिंब सिंधूकालीन शिक्क्यांवर तसेच नंतरच्या पारंपरिक ब्राह्मणांच्या सात गोत्रांच्या सिद्धांतावर पडलेले दिसते. परंतु हा सिद्धांत कोणत्याही काळी नमूद असलेल्या गोत्रांच्या संख्येशी जुळत नाही. सिंधू खोऱ्यात अधिक दाट शहरी वस्ती का नव्हती याचे एकमेव संभवनीय उत्तर असे की, तिच्यातील कृषिपद्धतीमुळे मेसोपोटेमियाशी तुलना करण्याइतके जादा धान्य तेथे निर्माण होऊ शकत नव्हते.

आणखी एक अडचण अशी की, आपणास (त्या काळी) प्रत्यक्षात वापरल्या गेलेल्या शेतीविषयक पद्धतीची समकालीन माहिती मिळत नाही. असे असले तरी सिंधू खोऱ्यातील लोकांजवळ (मेसोपोटेमियन शिक्क्यांवर चित्रित केलेले; आकृती (१४) नांगर नव्हते, तर केवळ एक दाते असलेला कुळव (harrow) असून तो सिंधू कल्पनाचित्र (ideogram) लिपीतील एका आकृतीवरून ओळखता येतो. त्यांची शेती अधिक पावसावर अवलंबून असणाऱ्या जातीची असणे शक्य नव्हते. (कारण अधिक पाऊस म्हटला की दाट जंगल आलेच.) ही शेती बऱ्याच अंशी पाणीपुरवठ्यावर अवलंबून असली पाहिजे. तथापि हा पाणीपुरवठा मेसोपोटेमियात अथवा उत्तर कालीन भारत व आधुनिक पंजाबच्या धर्तीचा नियंत्रित कालव्यातून होणारा पाणीपुरवठा नसावा. पंजाबात सिंधच्या मानाने अधिक पाऊस पडत असला तरी अशा प्रकारच्या पाणीपुरवठ्याशिवाय केवळ पावसावरच आज देखील पंजाबच्या लोकवस्तीच्या केवळ एक अल्पांशच पोसला जाईल. नैसर्गिक पुरामुळे नद्यांच्या काठी साचलेल्या सुपीक गाळाच्या उपयोगाखेरीज नद्यांच्या छोट्या छोट्या प्रवाहावर बंधारे बांधण्याची ही सिंधू संस्कृतीकालीन पाणीपुरवठ्याची पद्धती असल्याचे दिसते. आजदेखील स्वाभाविक पुरातून साचलेल्या गाळामुळे सिंध व पंजाबातील जमिनी

सर्वांत सुपीक होतात असा अनुभव आहे. (अशा पुरामुळे पाणीपुरवठा * होणाऱ्या जमिनींना 'सैलाब' अशी विशेष संज्ञा आहे.) सिंधू खोऱ्यातील अशा जमिनीवरील वस्त्या तुलनात्मकदृष्ट्या तात्पुरत्या असाव्यात. कारण तेथे नद्यांचे पूर अनियमित व नद्यांची पात्रे बदलती असत. बांधामुळे (barrier dam) पाणी दोन्ही किनाऱ्यांवर पसरण्यास मदत होत असे. या दोन्ही उदाहरणांत, साचलेला, जमीन सुपीक करणारा गाळ कुळवाच्या (harrow) साहाय्याने कालवला जात असे त्यामुळे नियमित पीक आले तरी ते कालव्याने मिळालेल्या पाण्यामुळे व खोलवर नांगर पोहचल्यामुळे येणाऱ्या पिकांच्या मानाने मर्यादित प्रमाणात असे. मेसोपोटेमियामध्ये कालवे खणण्यापूर्वी- हे कालवे सर्गोनिड युगाच्या पूर्वीही वापरात असावेत- सुमेरियन लोकदेखील पिकासाठी पुरामुळे साचलेल्या गाळावर अवलंबून राहात. इजिप्तमध्ये पाऊस किरकोळ असल्यामुळे तेथील लोकांनी शेतीची स्वाभाविक पद्धती कायम ठेवून तिला खोल कालव्यांची जोड दिली. नाईल नदीच्या खोऱ्यामुळे सिंधू खोऱ्यातील धरणांच्यापेक्षा कितीतरी अधिक सुपीक मातीची भर नियमितपणे पडत असे. ह्यामुळे या दोन जुळ्या नगरांचा मूळातील चेहरामोहरा फारसा का बदलला नाही व त्यांचा

---

* ''कालव्याच्या पाण्याच्या क्षेत्राशिवाय, विशेषत: सिंधमधील शिकारपूर जिल्ह्यातील बऱ्याचशा भूप्रदेशात स्वाभाविक पुरामुळे लागवड होऊ शकते. हे पूर नियंत्रणापलीकडचे असून त्यापासून नेहमी फायद्यापेक्षा नुकसानच अधिक होते; परंतु कराची जिल्ह्यातील मंचर तळ्याप्रमाणे जेव्हा असे पूर येणार हे बरेचसे निश्चित असते तेव्हा रब्बी अथवा वसन्तऋतूतील पिकांच्या वाढीसाठी ते फार उपकार ठरतात. विशेषत: तात्पुरत्या पाण्याखाली येणाऱ्या जमिनीत गव्हाचे पीक काढण्यास त्यांचा उपयोग होतो. म्हणून जमाबंदी (महसूल निश्चिती) करताना पाणीपुरवठ्याच्या तीन प्रकारात वर्गीकरण करावे लागते. प्रवाहाचे (मोकी), चढविलेले (चरखी) व पुरोच (सैलाबी) व प्रवाह पुरेसा व सतत चालू राहणारा आहे की नाही, पाणी चढवून शेतापर्यंत आणण्याकरिता किती खर्च येतो तसेच पुराची निश्चितता व तो टिकून राहण्याचा काल यावरून त्याचे पुन्हा वर्गीकरण करावे लागते.'' (बी...पी. ३. ३.३-८ हा १८७५ च्या अहवालातील उतारा आहे.) पंजाबच्या दक्षिणेकडील जिल्ह्याबाबत - यातच हरप्पाचा समावेश असलेला मॉंटगोमरी जिल्हा येतो. हाच ग्रंथकार असे म्हणतो की, तेथील पाऊस अत्यंत थोडा असल्यामुळे येथील सगळी लागवड नद्यांवरच अवलंबून असते- म्हणजे त्यांचे पात्र दुथडी भरून वाहण्यावर, त्यांचे पाणी ओसंडून कालव्यातून वाहण्यावर तसेच ओलसर जमिनीतील अथवा कालव्याजवळच्या विहिरींचा कितपत उपयोग होतो यावर ती अवलंबून असते. अशा दुर्मीळ संधी सोडल्यास पावसामुळे येणारी पिके जवळजवळ नाहीतच....'' (बी.....पी. २.५.३-७)

सिंधू-खोऱ्यातील समाजसुधारणा व रानटीपणा / ६७

अत्यंत मंद गतीने का ऱ्हास झाला याचे मूळ कारण सापडू शकेल. ख्रि.पू.तिसऱ्या सहस्रकात शेतीची ही जुनी पद्धतच शक्य होती. निश्चितपणे अधिक जादा धान्य साठवण्यासाठी कोणताही वास्तविक शोध लावावयाचा म्हटल्यास बरोबरच लोकवस्तीत व शहरांच्या वास्तुशिल्पात तशीच क्रान्ती व्हावयास पाहिजे. कोणत्याही जमिनीचे डिखळे फोडून शकणारा खरा नांगर (आकृती १५) केवळ लोहयुगातच वापरात आला. अजूनही (पूर्वी नांगर वापरून न उकरलेल्या) भारतातील भुसभुशीत मातीत लागवड करण्यासाठी कुळवाचा (harrow) उपयोग करतात. त्याचा उपयोग हलक्या उथळ मातीच्या जमिनीत होतो. पश्चिम किनाऱ्यावरील खझांची खोलमऊ माती देखील मान्सूनमध्ये अशाच प्रकारे उकरली जाते. परंतु तीच जमीन पूर्णपणे वाळल्यानंतर दुसऱ्या पिकांसाठी खोलवर नांगरूनच उपयोगात आणता येते.

सिंधू खोऱ्यातील हवामानाची व पुराने पाणीपुरवठा होणाऱ्या जमिनीतील शेतीची सर्वांत जुनी माहिती ॲलेक्झांडरच्या कप्तानाकडून मिळते. ती विशेष महत्त्वाची मानण्याचे कारण असे की (स्ट्राबोला १५.१.१७-१८) वरच्या पंजाबातील व खालच्या सिंधू खोऱ्यातील परिस्थितीमधील उघड उघड विसंगतीमुळे गोंधळात पडल्यासारखे झाले होते. ॲरिस्तेबुलोस म्हणाला होता की, त्याने सिंधू नदीच्या मुखाकडे केलेल्या जलप्रवासात दहा महिने घालवले परंतु एतेशियन वारे अत्यंत जोरात वाहात असतानाही त्याला पाऊस कधीही आढळला नाही. नद्या मात्र भरलेल्या असून दोन्ही बाजूस मैदानावर त्यांचे पाणी पसरलेले होते. वारे प्रतिकूल असल्यामुळे समुद्रात नौकानयन शक्य नव्हते. परंतु त्यानंतर जमिनीवरून वारे वाहत नव्हते. नीअरकोस्ट्रस् अशाच आशयाचे निवेदन करतो. परंतु उन्हाळ्यातील पावसाविषयी त्याचा ॲरिस्ट्रोबुलोसशी मतभेद आहे. कारण तो असे म्हणतो की, मैदानास उन्हाळ्याच्या पावसाचे पाणी मिळते; परंतु हिवाळ्यात तेथे पाऊस नसतो. दोन्ही लेखक नद्यांच्या पुराविषयी लिहितात. नीअरकोस्ट्रस् म्हणतो की जेव्हा त्याने अशेसिनिस (चिनाब) जवळ तळ ठोकला तेव्हा त्यांना आपली वस्ती नदीची पूर्वीची पातळी वाढताच उंचावर न्यावी लागली. ही पातळी ४० हात होती व त्यापैकी २० हात पाणी भरताच नदीचा पाट काठोकाठ भरला व उरलेले २० हात पाणी मैदानात पसरले. टेकाडावर बांधलेली शहरे (इजिप्त व इथिओपियाप्रमाणे) बेटांसारखी होती. आर्ट्यूरसच्या (Arturus) च्या अस्तानंतर पाणी उतरले म्हणजे पूर ओसरतो असे सांगण्यात या दोघांचे एकमत आहे. दोघेही असे म्हणतात की, जमीन अर्धवट कोरडी असतानाच तिची लागवड होते. जरी कोणाही सामान्य मजुराने तिच्यावर वरवर जरी खणले तरी तिची लागवड पूर्णपणे होते व तिच्यातून उत्तम प्रतीचे पीक येते.''

"Scratched into furrows by any common labourer" 'कोणत्याही श्रमिकाने खाचा पाडलेली' ह्याचा केवळ असाच अर्थ होतो की, त्याकाळी जमिनीची

लागवड नांगराने होत नव्हती. ती उकरलीही जात नव्हती. तर ओबडधोबड रीतीने कुळवणी (harrowed) केली जात होती. अद्यापही भारतीय शेतकरी चांद्रकालगणनेच्या आधार वर्णन करतात. त्यासाठी सौरकालगणनेचा आश्रय घेतात. नगरे (cities) याचा अर्थ जुनाट टेकडी (tells) वरील भिंतींनी वेष्टित असलेली मूळची गावे; त्यांच्या सभोवती हंगामी व झोपड्यातील समूहांच्या बदलत्या वस्त्या होत्या. यांनाच ग्रीक लोक 'खेडी' म्हणत. सिंधू खोऱ्यातील बंधाऱ्यांचा येथे उल्लेख नाही. ते आधी आर्यांनी नष्ट केले असावेत. त्या सुमारास आर्य सिंधच्या पश्चिम किनाऱ्यावर अफगाणिस्थान व पूर्व प्रशियाच्या भागापर्यंत ह्याच नावाने प्रत्यक्षपणे स्थायिक झाले असावेत. (Arioi, Arianoi ; स्ट्राबो १५.२.१, १५.२.९) ह्या शेवटच्या देशास त्यांनी आरियाना हे नाव दिले असावे.

कुळवाने (harrow) व पुराने होणारा पाणीपुरवठा याबद्दलचा आपला युक्तिवाद अगदी सोपा आहे. सिंधू संस्कृतीतील लिपीत कुळव (harrow) किंवा झुकाव (rake) ही एक चित्रमय खूण होऊन बसली आहे. परंतु जिचा अर्थ नांगर असा करता येईल. * अशी एकही खूण तिच्यात नाही. जेथे नांगर अगर नांगराचा कुळव (harrow) नाही अशा खेळण्याचा नमुन्यात बैलगाड्या आढळून येतात, त्यांची पाणीपुरवठ्याची पद्धती आपणास कळून येते. मात्र ती सिंधू संस्कृतीचा नाश करणाऱ्या शत्रूमार्फतच हे (शत्रू) आर्य असून त्यांची लिखित साधने अतिप्राचीन संस्कृत ग्रंथांच्या, विशेषत: ऋग्वेदाच्या स्वरूपात आहेत. त्यात आपणास आर्यांची प्रमुख देवता जी इंद्र, तिच्याबद्दल माहिती मिळते. ब्रॉन्झ युगातील पुढाऱ्याचा तो एक नमुना असून देवांवर विश्वास न ठेवणाऱ्यांचे साठवून ठेवलेले खजिने लुटण्यात तो मग्न असे त्यात आढळून येते. (निधीन् अदेयान् आम्रुणान् अथास्थ:)

---

* तथापि हे लक्षात ठेवले पाहिजे की एस्.लँगडनला (मार्शल २.४.३-७, खूण ६८ पट) नांगरासाठी सुमेरियन प्रतीक असलेले एक सिंधू संस्कृतीतील प्रतीक आढळले आहे. मात्र भारतीय अनुभवावरून आपणापैकी कोणासही त्या वैचारिक प्रतीकात तसा अर्थ लावण्यासारखे काही सापडणार नाही. आता मुंबईतील प्रिन्स ऑफ वेल्स वस्तुसंग्रहालयात असणारी एक भाजलेल्या मातीची वस्तू (ही उघड उघड मॅके प्लेट सीव्ही ३.३, असावी.) मोहेंजदारोच्या येथील खालच्या थरातील असून तिचा विविध प्रकारे अर्थ लावण्यात आला आहे- कोणी म्हणतो ती खुर्चीची आकृती आहे. ती नांगराच्या फाळाची आकृती असणे अत्यंत असंभवनीय आहे. कारण नांगराला एखादा लवचिक नसलेला जूसारखा खांब अथवा एक पकड जोडणे कोणत्याही प्रकारे शक्य नव्हते. अशा वस्तूप्रमाणे असणारा कोणताही फाळ लाकडाचा असता तर मोडला असता; व लोखंड तर त्यावेळी उपलब्धच नव्हते व ब्राँझ अतिशय महाग पडले असते.

सिंधू-खोऱ्यातील समाजसुधारणा व रानटीपणा / ६९

(क्र.१०.१३८.४) हा संदर्भ सिंधू खोऱ्यात वसलेल्यांसाठी असून त्याचा दोन संज्ञांनी निर्देश केला गेला आहे. दस्यू व नंतर दास- म्हणजे चुकलेले लोक व पणिक याचा अर्थ-व्यापारी किंवा त्यांचेच वंशज अथवा आधुनिक बनिया; अभिजात संस्कृतात पण म्हणजे नाणे व पण्य म्हणजे बाजारात आणलेली वस्तू. संभवत: सिंधू खोऱ्यातील लोकांचे हे दोन प्रमुख वर्ग होते. आपणास येथे शेती कशी उद्ध्वस्त झाली याचा विचार करावयाचा आहे. मेसोपोटेमियात एकामागून एक असे बरेच आक्रमक एक तर हाकलले गेले अथवा सत्ताधीश वरिष्ठ स्थाने बळकावून बसले. तळाशी असलेला जनतेतील उत्पादक वर्ग शतकानुशतके आपले काम करीत राहिला. आर्यांच्या नंतर सिंधू संस्कृतीतील शहरे व एकूण नागरी जीवनच पूर्णपणे नाहीसे झाले. हरप्पा येथील लोकवस्तीचा अगदी वरचा थर स्पष्टपणे परकीय आहे. त्याचप्रमाणे त्याच्याशी संबंधित असे एच् हे कबरस्तान तेथे आहे. (व्ही.जी.चाईल्ड यांनी तात्पुरते ('आर्य' म्हणून ते दाखवलेले आहे.) या शहरांच्या हरिभूमीय नावाने त्याने दाखवलेले आहे.) या शहरांचा हरिभूमीय नावाने त्याने हरियूपीय (क्र.६.२७.५) उल्लेख केला आहे. 'सोन्याच्या यज्ञीय खांबांचे शहर' हे अर्थात एका आर्यपूर्व नावाचे उघड उघड संस्कृतीकरण आहे. ते पुरेसे संशोधन न झालेल्या भारतीय विशेषनाम कोषामधील (onomasticon) मधील बराच काळ टिकून राहिलेले आणखी एक नाव आहे. आपणास आणखी असे सांगण्यात येते की, तेथे इंद्राने उरल्यासुरल्यावर शिखांच्या एखाद्या मडक्याप्रमाणे ठिकऱ्या उडविल्या. वृषिवंतांची १३० कवचबद्ध (panoplied) योध्यांची बिनी (पुढील रांग) विदीर्ण केली. त्यानंतर ते पळून गेले व त्यांनी अभ्यावर्तीन छायमान राजास विजय मिळवून दिला. व्ययावत्ती (रावी ?) नदीच्या तीरावरील ही लढाई आर्य व आर्यपूर्व पक्षात होती की, दोन आर्य टोळ्यांत होती हे स्पष्ट होत नाही. यापैकी पूर्वोक्त पर्याय अधिक संभवनीय आहे कारण त्यानंतर वृषिवंतांचे नावही ऐकू येत नाही. परंतु अभ्यावर्तीन छायमानाचे प्रजानन त्या भागात शिल्लक राहिले. लिखित दंतकथा व पुराविज्ञानविषयक पुरावा यांची सांगड चांगली जमते. म्हणून ती शहरे नामशेष होताना या भागातील आर्यपूर्व कृषी व व्यापार कसे नष्ट करण्यात आले याचे संशोधन करणे पूर्णपणे समर्थनीय ठरते. लोक हरप्पा येथे आले तसेच मोहेंजदारो येथे पोहचले की नाही हे स्पष्ट होत नाही. परंतु असा संभव आहे की, अग्नी या देवाने उजळून काढल्याचा ज्या शहराचा उल्लेख आहे ते नार्मिणी शहर (क्र.१.१.४९.३) बहुधा जाळून टाकण्यात आले असावे. (लुडविग यांनी आपले ऋग्वेदाचे भाषांतर व विश्लेषण यात हेच दाखविले आहे.) हे नार्मिणी शहर मोहेंजदारोच असण्याचा संभव आहे. ऋग्वेदात शहरे अशी मुळीच आढळत नाहीत. केवळ या दोहोंचाच उल्लेख आहे. कित्येक शतकांनंतर जी नवी शहरे वाढली. ती

खेड्यांपासून अनियोजित रीतीने भरमसाट वाढत गेली; त्यात नियमित आखणी किंवा सांडपाण्याची व्यवस्था नव्हती; ती अगदी नवीन स्थानी वाढली,

हरप्पा येथील एच्.कबरस्थानचे मुख्य लक्षण असे की, (मोहेंजदारो येथे कोणतेही कबरस्थान आढळले नाही.) तेथील प्रौढ मृतांच्या हाडांचे अवशेष कलशात पुरण्यात आले; पक्ष्यांनी अगर हिंस्र पशूंनी त्यांच्या हाडापासून मांस काढल्यानंतर (काही वेळा हाडासकट देखील) हा विधी करण्यात आला. क्वचित आगीने विध्वंस झाल्यानंतरही तो करण्यात आला. लहान मुलांचे दफन करण्यात आले. तसे करताना गर्भाशयातील बालकाप्रमाणे ती कलशात कोंबण्यात आली त्यामुळे त्यांचे सांगाडे (आता) पूर्ण स्वरूपात काढले गेले. परंतु याच्या उलट, त्यांच्या वाढ झालेल्या वडिलधाऱ्यांचे सांगाडे अशा स्वरूपात मिळू शकले नाहीत. त्यांची काही हाडेच हाती लागली. कलशात पुरण्याची प्रथा गर्भाशयात परत जाण्यासारखी आहे.

रांजणा (cist) मध्ये पुरणे अथवा थडग्या (mastabes) मध्ये पुरणे अथवा दीर्घ सूपात (barrows) मध्ये पुरणे यासारखे त्यांचे स्वरूप आहे. थडग्यावरील मातीकामाच्या तंत्राप्रमाणेच खालील थरावरील थडग्यांचे तंत्र व स्वरूप आहे. (उदा.हरप्पा येथील आर.३७ हे एक कबरस्थान) परंतु एकाच ठिकाणच्या ह्या दोन कबरस्थानांत दोन महत्त्वाचे फरक आहेत. आर.३७ मध्ये मृतांना शरीर नष्ट (decarnate) न करता झोपण्याच्या स्थितीत ठेवलेले आहे; निदान एकाला तरी अवगुंठनात अथवा शवपेटीत पुरले आहे. त्याखेरीज एच्.कबरस्थानातील कलशात अलंकरणाचे अत्यंत अभिनव व कल्पक नमुने असून त्यावर पक्षी व परशू दाखवले आहेत. तसे पशू-पक्षी आर.३७ मध्ये तुलनात्मकदृष्ट्या साध्या मातीकामात आढळत नाहीत. म्हणून दफनात आढळणाऱ्या या मूलभूत फरकांचा केवळ अंतर्गत बंडाळीमुळे उलगडा होत नाही. अधिक उद्दाम, युद्धखोर, रानटी अशा लोकांकडून झालेल्या आक्रमणांचा मात्र त्यामागे भक्कम पुरावा आहे. वरच्या थरात अगदी प्रथमच परशूंच्या दांड्याची भोके व कापण्याची अवजारे (adzes) आढळतात. फक्त मोहेंजदारोच्या वरच्या थरात घोड्याचा (गाढवाचा?) नमुना आढळतो. यावरून असा तर्क करता येतो की या दोन शहरांचा हळूहळू होणारा ऱ्हास त्यानंतरच्या काळात, हरप्पा येथील गढीस (टेकडावरील किल्ल्यास) (ज्यांच्याकडून अगर ज्याच्याविरुद्ध) डागडुजी करण्यात आली त्यांच्याकडून थांबविण्यात आला. (मोहेंजदारो येथील पूर्वीच्या रहावयाच्या जागी विटांच्या भट्ट्या उपयोगात येऊ लागल्या होत्या.) मोहेंजदारो अगर चांदहूदारो येथे अगदी एकाच प्रकारच्या आक्रमकांनी प्रवेश केला अथवा ताबा घेतला असे दाखविण्यास काही पुरावा नाही. मात्र मोहेंजदारोच्या रस्तोरस्ती अथवा खोल्यांत अथवा जिन्याच्या पायऱ्यांवर पडलेल्या रहिवाशांच्या प्रेतामुळे व चांदहूदारोच्या काही भागावर रानटी परकीयांच्या असलेल्या ताब्याच्या खुणांमुळे

सिंधू-खोऱ्यातील समाजसुधारणा व रानटीपणा / ७१

दोन्हीही बाबतीत झालेले आक्रमण अथवा हल्ले सारख्या प्रकारचे असावेत असे दिसते. उत्खननावरून एक गोष्ट स्पष्ट होते ती ही की, नवागतांनी आपले स्वत:चे असे काहीही लिखाण आणलेले नव्हते; शहरात महत्त्वाच्या बांधणीची अशी काही भर त्यांनी टाकली नाही. (हरप्पा येथील विटा पळवून नेल्यामुळे अशी भर टाकली गेली असल्यास तीच नाहीशी झाली असल्यास तो भाग वेगळा) त्यांच्या आगमनानंतर हजारो वर्षे टिकून राहिलेली ही शहरे नाहीशी झाली. अन्नोत्पादनाची मूलभूत पद्धतीदेखील त्याच वेळी नष्ट झाली असल्याशिवाय या घटनांचा उलगडा होणे शक्य नाही. आक्रमकांनी एक तर जुन्या तऱ्हेची शेती– ती कोणत्याही प्रकारची असो– चालू ठेवली नाही, अगर त्यांना ती चालविता आली नाही. दुसरे, त्यांच्याजवळ त्याहून सुधारलेली अशी कोणतीही पद्धती नव्हती. येथे सिंधू संस्कृती व मेसोपोटेमिया यांत एक महत्त्वाचा फरक आहे. उपरोक्त संस्कृतीत जुनी शहरे नष्ट न होता नवी उदयास आली. एकामागून एक आक्रमकांस आश्रय देण्यात आला. त्यांपैकी काहींनी (हम्मुराबींच्या वंशानी) मेसोपोटेमियातील शहरावर तसेच जागतिक समाजधारणेच्या इतिहासावर आपली छाप ठेवली. ऊरसारख्या शहराच्या विनाशानंतरच्या ॲसिरियन व पर्शियन कालखंडातील पाणीपुरवठ्याच्या पद्धतीकडे झालेल्या दुर्लक्षाशी यांचा संबंध जोडता येतो. वैदिक इंद्राच्या पुन: पुन: आलेल्या वर्णनावरून तो जलप्रवाह मोकळा करताना दिसतो. मॅक्समुलरच्या काळी ही एक निसर्गकथा समजली गेली. ढगात कोंडलेले पाणी पावसाच्या देवाने मोकळे केले असा त्याचा काव्यमय आविष्कार केला गेला. ह्या शौर्याच्या वर्णनाचा लिखित परंतु दुर्लक्षित तपशील पाहिल्यास हे स्पष्टीकरण संभवनीय वाटते. इंद्राने वृत्त नामक राक्षसाच्या पकडीतून नद्यांना मुक्त केले. इराणी व संस्कृत साहित्यांचे परिशीलन केलेल्या दोन अत्यंत अधिकारी भाषाविज्ञात्यांनी या शब्दांचे विश्लेषण केले आहे. परंतु या संदर्भात उत्पादन साधनांबाबत कोणताही सिद्धान्त काढण्याची तसदी त्यांनी घेतली नाही. केवळ भाषाशास्त्राच्या दृष्टीने त्यांनी काढलेला निष्कर्ष असा की, वृत्त म्हणजे एखादा राक्षस नसून अडथळा, बंधारा अथवा अडसर. ऋग्वेदात देखील प्रत्येक वर्णनात हा अर्थ स्वतंत्रपणे देखील अगदी खरा असल्याचे दिसते. हा राक्षस पर्वतांच्या उतारावर एखाद्या कृष्णसर्पाप्रमाणे पसरला होता. त्याने नद्यांचे प्रवाह थांबविले होते. (तस्तस्थाना:), ह्या राक्षसावर इंद्राच्या वज्राचा आघात झाला. जमीन हादरली, दगड रथाच्या चाकाप्रमाणे गडगडत गेले, अस्ताव्यस्त झालेला जलप्रवाह या राक्षसाच्या पडलेल्या शरीरावरून वाहत सुटला. (ऋ. ४.१९ ४–८; २.१५.३) पिगॉल्ट म्हणतो, त्याप्रमाणे हे किनाऱ्यावरील तटबंदीचे वर्णन असले तरी ते धरणे फोडल्याचे उत्तम वर्णन आहे. आपण ज्याचा विचार करीत आहोत त्या

विभागाच्या पश्चिम भागात बऱ्याच जलप्रवाहावर अद्यापही गेब्र बंद म्हटले जाणारे प्राग् ऐतिहासिक बंधारे आहेत. इंद्राने बंधारे फोडल्याचा पुरावा हे केवळ वृत्तकथेचे तर्कशुद्ध स्पष्टीकरण नव्हे, (क्र.२.१५.८ रिजग् रोधांसी कृत्रिपाणी = 'त्याने कृत्रिम अडथळे दूर केले') याचा अर्थ स्पष्ट आहे. रोधस म्हणजे बंधारा हा अर्थ ऋग्वेदात इतरत्र व नंतरच्या संस्कृत वाङ्मयात आढळतो. आपल्या किनाऱ्यावरील जमिनी पुराने भरून टाकणाऱ्या विबाली नदीचा नैसर्गिक मार्ग पूर्ववत् करणाऱ्या इंद्राची स्तुती करण्यात आली आहे. याचा अर्थ असा की, आर्यपूर्व कृषिपद्धती दोन गोष्टींवर अवलंबून होती. एक म्हणजे नैसर्गिक पुराने जमीन भिजणे व दुसरी म्हणजे पक्की बांधणी नसलेले हंगामी बंधारे घालून अडविलेल्या पाण्याने छोट्या नदीकाठच्या जमिनी भिजविणे कुळवाच्या (harrow) साहाय्याने जमीन सुपीक करणाऱ्या गाळाचे थर ढवळण्यात येत. आर्यांनी ही बंधारापद्धती मोडून टाकली. त्याबरोबरच त्या विभागातल्या शेतीचा विनाश केला. शहरी जीवन दीर्घकाळ टिकून राहण्याची अथवा शहरी वस्ती पोसली जाण्याची शक्यता नाहीशी केली. ह्या विनाशाच्या या घटना नाकबूल करण्यासारख्या नाहीत. उपलब्ध असलेल्या पुराव्यावरून त्याची कारणे शोधावी लागतील. त्यात मोहेंजदारोच्या उत्खननात दिसून येणाऱ्या महापुरांच्या गाळांचे कित्येक थर हेही एक कारण असू शकेल. ज्या पुरामुळे शहरे व खेटी धोक्यात आली, त्याच पुरामुळे, त्यांच्या रहिवाशांच्या उपजीविकेसाठी असणारी शेतीही शक्य झाली होती.

ह्या विखुरलेल्या युक्तिवादातून निघणाऱ्या निष्कर्षाचा सारांश असा सांगता येईल : सिंधू संस्कृतीतील लोकांना परशू (shalt hoe axes) पाती असलेले भाले, तलवारी, कालवे, नांगर, लेखनासाठी जवळजवळ चिरस्थायी असलेल्या मातीच्या पाट्या जर वापरता आल्या नसतील तर त्याचा एकच अर्थ होऊ शकतो. परदेशी शेतीच्या श्रेयस्कर पद्धतीतून आलेला (सत्ताधारी) वर्ग व देशात असलेला उत्पादकांचा वर्ग या दोघांना सांधणारा दुवा या संस्कृतीत नव्हता; जीवनक्रमात बदल घडवून आणणाऱ्या काहीही प्रेरणा त्यांच्याजवळ नव्हत्या. याचा अर्थ असा की, सिंधूवरील उत्पादनाचा नफा ज्या वर्गाच्या पदरात पडत असे, त्याची शोषित जादा संपत्तीवर पूर्ण पकड होती. समाजांतर्गत अगर बाहेरची चढाओढ त्याच्या दृष्टीने उपेक्षणीय होती. कितीतरी काळपर्यंत त्यांना आपल्या स्वत:च्या लोकांच्या विरोधाचे अथवा परकीय आक्रमणांचे भय नव्हते. सिंधू खोऱ्यातील संस्कृतीस जगाच्या दुसऱ्या एखाद्या भागातील बीजभूत केंद्रापासून प्रारंभ झाला. या संस्कृतीत व सुमेरियात- याचे मूळ भारतीय असणे शक्य आहे- अथवा वरच्या हिलमंड खोऱ्यातील संस्कृतीत समान दुवे होते. ख्रि.पू.३१०१ ह्या भारतीय समजुतीनुसार

सिंधू–खोऱ्यातील समाजसुधारणा व रानटीपणा / ७३

कलियुगास प्रारंभ झाला. त्याचा ह्या दोन शहरांच्या प्रतिष्ठापनेखेरीज इतर कोणत्याही गोष्टीशी संबंध नाही. येथील रहिवाशांनी एका वेगळ्या प्रकारच्या लोकांशी एकत्र होऊन एक मंदिर बांधले, कालवे खणण्यापूर्वीच्या, पूर्व हॅरो पद्धतीची शेती उपलब्ध केली. शिक्कापूर्व विनिमय पद्धतीचा व्यापार केला. हे सर्व ''ऊर'' चे तीन वंश येण्यापूर्वी घडले. त्यांच्या पद्धतीवर अगदी प्रारंभापासून नियंत्रण असल्याचे दिसून येते. हे नियंत्रण बहुधा मंदिरातून होत असावे. त्यांना तीव्र स्पर्धेमुळे मिळणाऱ्या प्रेरणा लाभल्या नाहीत. किती तरी काळ इतिहास लिहिण्याची आवश्यकता त्यांना भासली नाही. बंधारे हे जीवनातील या कोंडीची कितपत प्रतीके अथवा कारणे होती हा अद्याप तर्काचा विषय आहे. रानटी आक्रमकांनी जेव्हा वाळवंट ओलांडून या लोकांवर स्वारी केली तेव्हा ही शहरे उद्ध्वस्त झाली. ज्या पद्धतीमुळे संपत्तीच्या मालकाविरुद्ध हिंसा करण्यास बंदी होती, त्याच पद्धतीमुळे गरज पडली तेव्हा (त्या शहरांचे) संरक्षण करणेही या लोकांना शक्य झाले. तथापि ज्या रानटी आक्रमकांनी या शहरांची धूळधाण उडवली. त्यांनीच ही कोंडी फोडली. जमिनीचे नवे भाग लाभ लागवडीखाली आणले. नवीन मुलूखात प्रवेश केला व पूर्वेकडील जंगलातील सामग्रीचा उपयोग केला. कसे ते आपण पुढे बघू.

टीपा व संदर्भ

१. 'रिलिजन अँड फिलॉसॉफी ऑफ दि वेद' (हॉरवर्ड ओरिएन्टल सीरीज ३१–३२). केंब्रिज एम् एस् एस् १९२५, पृ.१०.

२. सिंधू खोऱ्याचे स्थान योग्य त्या पुराविज्ञानाच्या संदर्भात निश्चित करणारा सर्वोत्कृष्ट उपलब्ध आढावा व्ही. गॉर्डन चाइल्ड यांनी घेतला आहे : न्यू लाईट ऑन द मोस्ट एन्शन्ट ईस्ट (लंडन, १९३५, दुसरी संपादित आवृत्ती १९५२), आर.इ.एम्. व्हीलर यांनी केंब्रिज इतिहासाच्या प्रास्ताविक खंडात त्याची उत्कृष्ट चर्चा केली आहे : दि हिन्दुज सिव्हिलाइझेशन इन एन्शन्ट इंडिया ३, (१९४७), पृ.८१ एफएफ (एकीकडे आपल्या पूर्वजांच्या अपूर्ण आणि शोचनीय कामावर टीका करता करता (दुसरीकडे) त्यांनी आर्यांचा हराप्पावरील विजय व ताबा याबद्दलच्या पुराविज्ञानाच्या पुराव्याची चर्चा केली आहे. (त्यांनी टीका केलेले ग्रंथ) जे मार्शल 'मोहेंजोदरो अँड द हिन्दुज कल्चर, २ खंड (लंडन, १९३१) इ.जे.एच्.मॅके : फर्दर एक्सकॅव्हेशन्स अॅट मोहेंजदरो २ खंड (दिल्ली १९३८) हराप्पाकरिता पाहा : एम्.एस्.वॅटस् 'एक्सकॅव्हेशन्स अॅट हराप्पा (दिल्ली, १९४०) एस्.पिगॉट यांचा वाचनीय सारांश : ''प्रीहिस्टॉरिक इंडिया (पेलिकन् बुकस्, अे २०५, लंडन १९५०) हा वैदिक काळांबद्दलचा (केवळ कर्तव्य म्हणून) काढलेला सारांश निष्काळजीपणाचा द्योतक

होय. ह्या सर्व ग्रंथांत हत्यारे आणि भांडी ज्या तंत्राने (ज्या पद्धतीने) तयार केली जात होती आणि वापरली जात होती. त्या तंत्राचा काळजीपूर्वक अभ्यास केलेला आढळत नाही. ज्यांनी प्रथम स्तूपांचे शिखर खणून काढले आणि पूर्वी ज्ञात असलेल्या गूढ शिक्क्यांचे मूळ म्हणजे हीच जागा असे ज्यांनी ओळखले ते आर.डी.बॅनर्जी आणि ज्यांनी सर्व प्रथम ती जागा खणून काढली ते के.एन्.दीक्षित (हे दोघेही) म्हणत असत की त्यांच्या पूर्वीच्या एका अधिकाऱ्याच्या आळशीपणामुळे सिंधू संस्कृतीचा शोध उशिरा लागला. ह्या अधिकाऱ्याने आपल्याकडे (जवळ जवळ ब्रिटिश आकाराचे) सिंधू खोऱ्यातील जे विटांचे तुकडे आणून दिले त्यांच्या आधारे असा अहवाल दिला की, आपण तपासून पाहिलेल्या अवशेषांवरून ते आधुनिक आहेत एवढाच निष्कर्ष निघू शकतो. गंगाखोऱ्यात अशोकापूर्वीच्या काळापासून तो नंतरच्या मोगलकाळापर्यंत सातत्याने कमी कमी होत गेलेला विटांचा आकार हे एक उपयुक्त गमक आहे.

३. मला जेवढे माहीत आहे, तेवढ्यावरून ही सूचना केली आहे. झोगिला खिंडीतील (Zogila pass) अश्मयुगातील हत्यारे बर्फापासून दूर असलीच पाहिजेत, असा युक्तिवाद करून आणि बर्फापासून दूर असल्यामुळे जेव्हा प्रथम ती हत्यारे तयार करण्यात आली, तेव्हा ते (दगड) कमी उंचीवर होते, अशी नोंद दिवंगत बिरबल सहानी यांनी सर्वप्रथम केली होती. याचा अर्थ असा होतो की, हिमालयाच्या रांगा इतिहासपूर्वकाळात उदयास आल्या होत्या.

४. सी.जे.गॅड : Proc. Brt. Acad १८,१९३२ पृ.१९१–२१०; हेन्री फ्रँकफोर्ट : सिलिंडर सीलस् (लंडन, १९३९) पृ.३०४–३०७; हेन्री फ्रँकफोर्ट जराशा अनिच्छेनेच त्याच्या बातमीत (ॲन्युअल बिब्लीओग्राफी इंडिया आर्कियालॉजी (लंडन, १९३४) पृ.११.तर्कशुद्ध समारोपाचा मागोवा न घेता तारीख (काल) निश्चित करण्याचा कोणताही प्रयत्न आता डब्ल्यू.एच.अल्बराइटच्या हम्मुराबीला २०० ते ३०० वर्षे अलीकडे न ठेवता ख्रि,पू.१७२८–१६२६ ह्या वर्षात नेऊन ठेवणाऱ्या कालानुक्रम सूचीवरून दुरुस्त करून घेतल्या पाहिजेत. सीएफ बी एएस्टओआर,१२६, पृ. २०–२६; ८८.२८.३६.

५. प्राणनाथ : इंडियन हिस्टरी क्वार्टली ७.१९३१, १–५२; यांनी प्रथम एका पत्रकाद्वारे हे दृष्टीस आणून दिले. त्यांनी तसे केले नसते तर वाचकाचा गोंधळ होतो.

६. एल्.ए.वॅडेल इन्डो– सुमेरियन सीलस् डेसिफ्रेड (लंडन १९२५) बी.हरॉन्झी Die atteste Geschichte Vorderasiens Und Indiens (Prag Melartnich 1941-3) आपल्या स्वतःच्या ग्रंथाचा सारांश सांगताना एच.हेरास यांनी आपल्या 'स्टडीज इन प्रोटो इन्डोमेडिटरेनियम कल्चर' खंड पहिला, मुंबई,

सिंधू–खोऱ्यातील समाजसुधारणा व रानटीपणा / ७५

१९५३ (तसेच पहा- Ampurias (Barcelona, 1940) नं.१, पृ.५-८१), या ग्रंथात ही चिन्हे प्राग् (proto) द्रविडियन अशीच वाचली. इतर (दुसऱ्या) संदर्भाकरिता पाहा- ए.एल.बॅशम, बीएसओएएस, १३ (१९५१), १४०-५ हे टीकात्मक परीक्षण त्याच्याच जोडीला जी. पिक्कीओली आयए ६२.१९३३, २१३-५ समांतर Etruscan करीता : डॉ.बॅशम स्वत:च जे.क्यू.विव्हेस यांच्या Aportaciones a la interpretasion de la escritura proto-Indica, Madrid-Barcelona, 1946, याची जोड देतात.

७. दिवंगत आर.डी.बॅनर्जी आपल्या मित्रांना सांगत असत की, मोहेंजदरो येथे आपण (त्यांनी) एक दंतवर्णीय लिपी शोधून काढली होती. पण इतरांची अकार्यक्षमता उघड करण्यासाठी त्यांनी ती झाकून ठेवली; योग्य वेळी (योग्य तारखेला) ती पुन्हा शोधून काढण्याचा त्यांचा विचार होता; परंतु त्यांचे हे विधान ऐकलेल्यांनी त्याची गंभीर दखल घेतली नाही.

८. ही स्वामी ज्ञानानंद यांनी शोधून काढलेली अत्यंत संशयास्पद अशी विक्रम खोल अशी लिपी आहे.

९. ए.एल.ओपनहेम The Seataring Merchants of Ur (जेएओएस, ७४, १९५४, पृ.६-१७) एच्.एच्.फिगुल्ला व डब्ल्यु.जे.मार्टिन यांच्या 'लेटर्स अँड डाक्यूमेंटस् ऑफ दि ओल्ड बॅबिलोनियन पीरियड (लंडन, १९५३, वुलेच्या यूआर गुहांवरील पुस्तकाच्या पाचव्या खंडाप्रमाणे) दोन्ही संदर्भ व बरीच जास्तीची माहिती मला ब्रिटिश म्युझियमच्या आर.डी.बार्नेट यांच्याशी झालेल्या मोलाच्या चर्चेवरून मिळाली. याबद्दल मी त्यांचा ऋणी आहे.

१०.''ओरिजिन अँड डेव्हलपमेंट ऑफ सिल्व्हर कॉईनेज इन इंडिया'' यावरची माझी टीप पाहा. (करंट सायन्स, सप्टें. १९४१, पृ.३९६) ओ न्युगेबौर यांनी पर्शियन व असेरियनच्या पाचरीच्या (wedge) आकाराच्या खुणा वाचल्या, पण त्यांचा अर्थ शोधून काढणे त्यांना शक्य झाले नाही; त्या खुणा पर्शियन व असेरियन पाचरीच्या (wedge) आकाराच्या आहेत किंवा नाहीत, याबद्दल श्री.बार्नेट साशंक आहेत. पण चांदीचे मूळ तुकडे पाहणे कोणालाच शक्य झाले नाही. (चांदीच्या तुकड्यांची) प्रसिद्ध केलेली छायाचित्रेही माझी सुद्धा - तितकीशी चांगली नाहीत.

११. फौजबॉल, अनुक्रम ३३९; अत्युकृष्ट अनुवाद जे. द्युत्वा यांचा जर्मनमधील आहे. (लाईपझिंग, १९२५) ह्या ठिकाणाला बावेरु) (=बॉबिरुश= बॉबिलॉन) अत्यंत दुर्मीळ (प्राणी) म्हणून भारतीय व्यापाऱ्यांनी प्रथम कावळ्यांची विक्री केली. नंतर, आणखी जास्त फायदा व्हावा, म्हणून दुसऱ्या प्रवासात त्यांनी मोर आणला. समुद्र पर्यटनाला मदत करणारा म्हणून 'जातक' ३८४ मध्ये दिशादर्शक (compass)

कावळ्याचा निर्देश केलेला आहे. आणि पुन्हा डीएन् ११ (केवट्टहासूत्त) मध्ये एक प्रसंग म्हणून (compass) कावळ्याचा निर्देश केला गेला आहे. प्लिकी (हिस्टरी नेट ६) दिशादर्शक (compass) पक्ष्यांचा सिलोनमध्ये समुद्रपर्यटनाकरिता म्हणून उल्लेख करतो. अर्थात 'जातक कथा' हा भारत- बॅबिलोनियातील व्यापाराचा तोकडा पुरावा आहे.

१२. एच्.फ्रँक फोर्ट : 'सिलेंडर सीलस् (लंडन, १९३९), प्लेट १, एम्.तो त्या शिक्क्यावर, गळा दाबून ठार केलेल्या गिल्गमेश सिंहाचे चित्र दिलेले आहे. एच्.हेरास यांनी नोहाच्या जहाजाच्या संदर्भात ह्याचा अर्थ सांगितला आहे (द क्रो ऑफ नोहा, कैथोलिक बिब्लीकल क्वार्टर्ली १०, १९४८, पृ.१३१-१३९); नोहाचे, जमिनीकडे (जाणारी) सर्वांत जवळची दिशा शोधून काढण्याकरिता कावळ्याला पाठविणे आणि त्याच्या पाठोपाठ संदेश पोहचविण्यास शिकवलेल्या पक्ष्यास जमीन अरण्यमय आहे की नाही, याची खात्री करून घेण्यासाठी पाठविणे हे जुन्या काळातील समुद्रपर्यटनाचे व (जहाजसंबंधीचे) उत्कृष्ट उदाहरण आहे.

१३. सात तपस्वी- एक मोठी आकृती काही धर्मकृत्ये करीत आहे. आणि दुसरी, स्वर्ग व पृथ्वी यांच्यामध्ये तरंगत आहे, असे चित्र असलेले 'बळी' चा शिक्का हा नक्कीच विश्वामित्राच्या दंकथेचे मूळ असावे. ह्या दंतकथेत, कृतज्ञतेपोटी, त्या तपस्व्याने राजा त्रिशंकूला, केवळ देवांनी त्याला खाली फेकावे म्हणूनच (जणू) त्याला स्वर्गाकडे चढविले. समेट म्हणून तो दुर्दैवी राजपुत्र आकाशातच तारकापुंजासारखा लटकत राहिला. ज्यावर तीन टोके असलेली मुकुट घातलेली आकृती अधांतरी तरंगते, असे झाड, पिंपळ अशी पाने असलेले दाखविले आहे. (Ficus religiosa)

१४. सिंधू खोऱ्यात सापडलेल्या शिक्क्याच्या मागच्या (विरुद्ध) बाजूला कोणतीही गाठीची अगर सामानाची खूण दिसत नसल्यामुळे हे ठामपणे नाकारण्यात आले आहे. तरीपण मेसोपोटेनियातील धार्मिक शिक्के हे व्यापारातील शिक्क्यांपेक्षा चित्रांच्या बाबतीत वेगळे नसून फक्त आकारातच वेगळे होते, हे सर्वश्रुत आहे. पूर्वीच्या काळी व्यापारी मालाच्या संरक्षणार्थ असलेली शिक्के मारण्याची कला ही सुद्धा एक धार्मिक कृतीच होती. मोहेंजदारोच्या गुहांच्या उत्खनन करणाऱ्या संचालकांपैकी एकाने मला काही छायाचित्रे दाखविली होती, त्याच्या मते, ती कदाचित शिक्के मारलेल्या एखाद्या झुडपांच्या गठ्ठ्याची असावीत; व्यापारी मालाच्या बांधणीसाठी असणारे शिक्के आणि राज्याच्या परवान्यावर असणारे शिक्के यांची ख्रि.पू.४ थ्या शतकापासून पुढे नियमित तपासणी होत असे. पण त्या काळातच एकाएकी जकात खाते निर्माण झाले, असा विश्वास बाळगण्याचे मुळीच कारण नाही.

सिंधू-खोऱ्यातील समाजसुधारणा व रानटीपणा / ७७

१५. बनारसच्या हिंदू विश्वविद्यालयाच्या मैदानावर नंतर पसरलेली अवजड विटांची (clinker) टेकडी माझ्या म्हणण्याचा अर्थ स्पष्ट करते. त्या जागेवर, पिढ्यान्पिढ्या घंटेच्या धातूपासून भांडी, पेले (cups) व ताटल्या (plates) तयार करणाऱ्या कासार कुटुंबाच्या ह्या कामात (त्या टेकडीचे) तिचे मूळ आहे. जाताजाता हे सांगितले पाहिजे की, हिन्दू विश्वविद्यालयाच्या आसमंतातील नगवा व लंका ही आधुनिक ग्रामनामे गोविंदचंद्र गाहडवालाच्या (इ.स.११४१-४२) कमौली दानपत्रात (ई.आय.४.११३) ओळखू येतात. मात्र संपादकाला हे निश्चित करता आले नाही; त्याकाळची मुख्य वस्ती धातुकाम करणाऱ्यांची होती हे दाखविण्यास मात्र काहीही पुरावा नाही.

१६. सी.बेनव्हेनिस्ट व एल.रेनाऊ : Vrtra et Vrthragna (पॅरिस, १९३४). विशेषत: पृ. १९६.

♦ ♦ ♦

प्रकरण चार

सात नद्यांच्या (सप्तसिंधू) देशातील आर्यलोक

वेदांचा पवित्र ग्रंथ म्हणून उपयोग करणारे, संस्कृत भाषा प्रथम बोलणारे व इंद्रादी देवतांच्या विशिष्ट गटाची पूजा करणारे लोक स्वत: आर्य म्हणवीत. तीच संज्ञा नंतरच्या संस्कृत भाषातून तिच्यापासून निघालेल्या भाषांमध्ये टिकून राहिली असून तिचे एका आदरयुक्त अभिवादनात रूपांतर झाले आहे. दरम्यानच्या काळात 'आर्य' संज्ञा 'उदात्त', 'उच्च वर्णात जन्मलेले', 'मुक्त' अशा अर्थाने वापरल्या गेल्या आहेत. एकोणिसाव्या शतकापासून पाश्चात्त्य विद्वानांनी 'आर्य' संज्ञेचा उपयोग संस्कृत, ग्रीक, लॅटिन, ट्यूटॉनिक, स्लाव्ह व रोमन ह्या वर्गांच्या परस्परसंबंध निकटवर्ती भाषांच्या मोठ्या गटाकरिता केला आहे. काही काळपर्यंत 'आर्यवंश' ही संकल्पना पृथुकपाल शास्त्राइतकीच (Brachucephalic Grammer) इतकीच हास्यास्पद समजली जात असे. फार प्राचीन काळी आर्य लोक असे नव्हतेच. परंतु हा निष्कर्ष अजूनही स्वीकारार्ह असला तरी तो तेवढ्याच कारणासाठी नाही. एकूण वंशाची संकल्पनाच (विशेषत: सांगाड्याची मोजमापे, केसांचा वर्ण, कातडीचा रंग, डोळ्यांचा वर्ण इत्यादी लक्षणांवर आधारित) आता जनन-शास्त्रविषयक तर्क सुसंगततेच्या दृष्टीने वादग्रस्त समजली जात आहे, हेही त्याचे कारण आहे. असे असले तरी प्राचीन काळी भारताबाहेरील काही जमाती आपण आर्य असल्याचा दावा करीत असे आढळून आले आहे. त्यातच ज्ञात आर्यन भाषांच्या जोडीस हिहाईटची भर पडल्यामुळे इतिहासातील आर्यांबद्दल अधिक माहिती उपलब्ध झाली आहे. विविध भाषांच्या तुलनेमुळे त्या काळी आर्यपंथ व राजे ज्यामुळे ओळखू येत अशा देवांची व माणसांची काही विशिष्ट नावे उपलब्ध झाली आहेत. ही गोष्ट सगळ्याच आर्यन भाषा बोलणाऱ्या लोकांबाबत खरी होती असे नाही, परंतु वेदिक व इराणी आर्यांना एकाच वर्गात घालण्याइतपत त्यात समानता आहे. रक्तसंबंधविषयक परिभाषेमुळे काही अंशी रोमन, ग्रीक, स्लाव्ह व ट्यूटान्स यांच्यात मुळात खोलवर साम्य असावे असे दिसते. जेव्हा हे लोक इतिहासात प्रथमच दृग्गोचर झाले तेव्हा मेसोपोटेमिया, इजिप्त, भारत व त्याहून कितीतरी कमी विकसित असलेले डॅन्यूब खोरे व स्कँडिनेव्हिया (परशू संस्कृती - batteleate fock) या प्रदेशातील लक्षणीय राजकीय उलथापालथींशी त्याचे प्रत्यक्ष संबंध जोडण्यात आले.उदा. जुन्या करारातील गोशन हे स्थानविषयक नाम हिब्रू नसून आर्यन आहे. हे त्याच्या आपत्तीवरून कळून येईल. गो-गुरे ; त्यावरून एका नवीन पशुपाल (pastoral) आक्रमकाकडून कॅनानचे आक्रमण झाले होते हे सूचित होते.

४.१ : भारताबाहेरील आर्य

सिंधू संस्कृतीतील शहरे नष्ट करणारे आर्य, प्रथम ख्रि.पू. २००० च्या सुमारास आढळतात. भूमध्य समुद्राच्या पूर्व टोकाकडील 'सुपीक वर्तुळात स्थायिक झालेल्या आर्यांचे स्वतंत्र गट ख्रि.पू. १५०० च्या सुमारास सुमेरियन व सेमिटिक संस्कृतीचे वारस म्हणून आढळून येतात. इजिप्तमधील बाविसाव्या व तेविसाव्या राजवंशांच्या फॅरोहमध्ये सुपरिचित असलेला शशांक या नावाचा उच्चार निश्चितपणे आर्यन आहे. (संस्कृतातील शशांक हा शब्द प्रसिद्ध आहे.) ह्या वंशांचे पूर्वज तीऱ्हेनियन सार्डीनियन ह्या आर्य लक्षणांनी युक्त अशा जमातींशी संबंध आलेले देशांतरित लोक होते. तथापि पुराविज्ञात्यांच्या भाषेत आर्य हे एकाच संस्कृतीचे पाईक नव्हते. त्यामुळे मागील प्रकरणात वापरलेल्या पद्धतीहून एखादी निराळी अभ्यासपद्धती त्यांचा अभ्यास करताना उपयोगात आणली पाहिजे. ज्यांना आर्य लक्षणांनी युक्त म्हणता येईल. अशा मातीकाम, अवजारे, शस्त्रे इत्यादी गोष्टी आहेत, असे आढळत नाही. आर्य ज्या लोकांच्या संपर्कात आले त्यांच्यातून त्यांनी आपणास सोईस्कर होतील अशा गोष्टींचा नियमितपणे पूर्ण स्वीकार केला. आर्य हे जननशास्त्राच्या दृष्टीने अथवा इतर प्रकारच्या संपर्कामुळे असो – त्यांच्याशी नंतर विवाह व आदान – प्रदान नेहमी होत गेले. बरेच विद्वत्ताप्रचुर लिखाण झाले असले तरी आर्यांच्या मस्तकांचा असा सिद्ध झालेला नमुना नाही. नाकाची मोजमापे थडग्यातील अवशेषांना लागू पडत नाहीत. या दोहोत काही पिढ्यांतच जीवनातील परिस्थितीनुसार फरक पडतो तसाच एकाच वर्गयुक्त समाजातील वर्गावर्गांतही हा फरक पडतो. असे असले तरी समग्र इंडो-युरोपीय गटातील काही जमातींना आपण वंशीय दृष्टीने आर्य असल्याची जाणीव होती. उदा. पर्शियाचा पहिला डेरियस आपल्या थडग्यावरील शिलालेखात (ख्रि.पू.४८०) आपण 'पार्श्य पार्सश्य पुथ्र आर्यचिथ्र' = "पर्शियन, पर्शियाचा मुलगा आर्यवंशातील" असल्याचे ओरीने इराणच्या (एरियाना) काही भागाचा व सिंधूपर्यंतचा अफगाणिस्तानचा ताबा घेतला होता. (स्ट्राबो १५.२.९) टॅसेटस या रोमन इतिहासकाराने 'ऐरिआय' ही जर्मनीमधील अत्यंत भीतिदायक जमात असून युद्धात अनुपम असली तरी आपले श्रेष्ठत्व सिद्ध करण्यात काहीशी मंद होती, असे म्हटले आहे. ह्या अकरणात्मक संज्ञांवरून असा निष्कर्ष निघतो की, 'आर्यन' यांचा अर्थ मुख्यत: बोलण्यातील व जीवनातील एक नूतन मार्ग असावा.

ऐतिहासिक आर्यन गटांपैकी बरेच गट (उदा. कास्साईट व हिहाईट) मर्यादित विभागावरील मित्र प्रकारच्या राज्यसत्ता होत्या. ग्रीकांप्रमाणे स्वाऱ्या करून ते स्थायिक झाले होते. प्राग् ऐतिहासिक काळातील त्यांची समान लक्षणे निश्चितपणे सांगता येतील; ते ब्रॉन्झ युगातील अत्यंत अष्टपैलू; योद्धे, पितृसत्ताक जमातींचे होते. गुरे

पाळणे हे त्यांचे मुख्य उपजिविकेचे साधन होते. लोहाचा उपयोग त्यांनी फार पूर्वीच शिकून प्रसृत केला. त्यांच्यामुळेच (विशेषत: कास्साईट लोकांमुळे) लढाईत घोड्यांना महत्त्व आले. परंतु त्या घोड्यांचा उपयोग आर्यांच्या रथाला जुंपण्यासाठी केला जाई, आरूढ होण्यासाठी नव्हे. राजांच्या रथासाठी सुमेरियन लोकांनी गाढवे वापरली होती. परंतु तीही मोठ्या प्रमाणावर नव्हती. त्यांचे खोगीर अकार्यक्षम होते. त्यामुळे घोडा गुदमरे. कारण अवजड गाड्यांना व नांगरांना जुंपलेल्या बैलासाठी दीर्घकाळ वापरल्यानंतर ते घोड्यांसाठी वापरण्यात येई. घोड्यांचा बसण्यासाठी लष्करी लोकांनी उपयोग केला. तो काही शतकानंतर, ॲसिरियन घोडदळ त्या काळात सर्वोत्कृष्ट होते. नांगरासाठी घोड्याचा उपयोग विशेषत: उत्तर युरोपीय शोध समजला जातो. केवळ लष्करासाठी घोड्यांचा उपयोग केल्यामुळे समाजावर परिणाम घडून आला. समाजात एक नवीन वरिष्ठ वर्ग निर्माण झाला व तो घोडे बाळगणाऱ्यांचा व उपयोगात आणण्याचा ज्यांचा अधिकार होता अशांचा - ज्याप्रमाणे सुधारणा (Civilization) हा शब्द नागरी जीवनापासून निर्माण झाला. त्याप्रमाणे राजपक्षाच्या समर्थक सरदार (Cavelier) व सरदार वर्गाची (Chivalry) या संज्ञा घोड्यांच्या युगाची आपणास देणगी होय.

इराणी व इंडो - आर्यन लोकांत समान नावे, पंथ व वैशिष्ट्ये आढळतात. समान उत्पादन साधनांमुळे उपजीविका करणारे लोक आदिम काळी समान विधींचा अवलंब करीत. परंतु समान नावांमुळे त्यांच्यातील संपर्क सूचित होतो. प्रेते जाळण्याची प्रथा मोठ्या प्रमाणावर आर्यांतच प्रथम दिसून येते. धातूंच्या युगापूर्वी हा विधी माहीत असला तरी त्याला इतकी मान्यता मिळालेली नव्हती. ज्याप्रमाणे अग्नीत तावून निघाल्यावर अशुद्ध धातूतील मूळ धातुसत्त्व शिल्लक राहते, त्याप्रमाणे दहनामुळे शरीरातील दूषित होण्यासारखा मळ बाहेर काढून टाकला जातो. अग्नी पवित्र असल्यामुळे प्रमुख वैदिक देव व इराण्यांचे पूजास्थान म्हणून तो मान्यता पावला होता. अपवित्र प्रेताचा त्याला स्पर्श होऊ देणे म्हणजे आदिम विचारातील तरी एक क्रांतिकारक परिवर्तन होते. अखेरीस इराणी लोकांनी मांसभक्षक पक्षाकडून व पशूकडून (मृत शरीराचे) लचके तोडणे मान्य केले तरी दरूमा (इराणातील प्रेत ठेवण्याचा मनोरा) याचा मूळ अर्थ दहनस्थान असाच होता. अगदी इ.स. च्या दहाव्या शतकापर्यंत भारतात देखील आर्य म्हणविणाऱ्या लोकांत प्रेत असे उघड्यावर ठेवण्याची प्रथा होती. सुरुवातीस दहनविधी अग्निहोत्र्यांकरिता किंवा जमात प्रमुखांकरिताच राखून ठेवलेले असे ; तो कनिष्ठ वर्गीय लोकांसाठी हळूहळू प्रचारात आला. मांस काढून नेल्यानंतर शिल्लक उरलेली हाडे व राख यांच्यासाठी भारतात एक दुसरा और्ध्वदेहिक विधी करण्यात येई. एकाकाळी ते कलशात अगर रांजणात पुरण्यात येत असे. नंतरच्या प्रथेनुसार हे अवशेष पवित्र नदीच्या पात्रात विसर्जित करण्यात येत.

सात नद्यांच्या (सप्तसिंधू) देशातील आर्यलोक / ८१

या सर्व गोष्टींवरून असे दिसते की, आर्यांमध्ये आपापसात बरेच भेद होते. तथापि भारतावर परिणाम घडवून आणणाऱ्या आर्यांच्या उपगटाच्या ऐतिहासिक हालचाली खोरेझ्म विभागातील पशुपाल जमातीच्या दोन आक्रमणांच्या स्वरूपात आढळून येतात. पहिल्याची सुरुवात सुमारे ख्रि.पू. २००० च्या सुमारास तर दुसऱ्याची या कालखंडाच्या अखेरीस झाली. इराणच्या सिम राजाचे (याचेच पुढे भारतीय यम अथवा मृत्युदेवतेत रूपांतर झाले) निवासस्थान उष्णता, थंडी, भूक, मृत्यू इ.पासून (यास्न ९.४-५) मुक्त असलेला पौराणिक प्रदेश असे समजले जाई. आता उत्खननामुळे हा प्रदेश निश्चित झाला आहे. तो एका दगडी आवारात उन्नत असून = त्यात गुरे मोकळी असत आणि माणसे भिंतीतील खोऱ्या राहात. हेरॅक्सेस यांनी साफ केलेले औनियन राजाचे तबेले अशाचा स्वरूपात असावेत. ह्या देशांतरास का प्रारंभ झाला हे स्पष्ट होत नाही. कारण तेथे कोणत्याही अंतर्गत उलथापालथीचा पुरावा नाही. कदाचित लोकसंख्येत सतत होणारी वाढ एवढेच कारण पुरले असावे. हे पशुपाल भटके लोक होरेझ्मापासून विजेते म्हणून रशियातील मैदानाकडे गेले. तेथून दुसऱ्या कॅश्चियनला वळसा घालून आशिया मायनरमध्ये गेले. डॅन्यूब खोरे व वरचा यम यातील परशुधारक लोक हा आर्यांचा आणखी एक गट असावा. ग्रीकांप्रमाणेच त्यांची परिवर्तनशीलता त्यांच्या समुद्रावरील धाडसी प्रवासावरून दिसून येते. ऋग्वेदात मूलत: वरच्या पंजाबाचे वर्णन असून क्वचित प्रसंगी शंभर शंभर वल्ही असणाऱ्या व नजीकच्या किनाऱ्यापासून तीन दिवसांच्या अंतरावर भटकणाऱ्या जहाजांचाही उल्लेख येतो. (१.११६.४-५)

एकच गट म्हणून आर्य वागले याचे एक उत्तम कारण म्हणजे त्यांचे ऐतिहासिक पराक्रम आणि अनेक विविध आदिम स्थितिशील शेतकरी समाजातील भेदाभेद नष्ट करण्याचे त्यांचे कार्य. ह्या प्रत्येक समाजाने आपापली प्राचीन अवजारे व श्रद्धाही वेगवेगळ्या जतन करून ठेवल्या होत्या. सुमारे दोन हजार वर्षांनंतर अरबांनीही एका भिन्न सामाजिक स्तरावर असेच कर्तृत्त्व - यात भाषिक बदलही झाले - दाखविले. असे लोक आपण स्वत: नामशेष होण्याच्या अवस्थेपर्यंत जाऊनसुद्धा आपली स्थितिशीलता टिकवू शकत हे सर्वश्रुत आहे. उदा. मृत समुद्राशेजारील घासूलिचन व तत्सदृश छोटे छोटे वेगवेगळे गट. हे गट केवळ त्यांच्या अत्यंत गुंतागुंतीच्या नक्षीकामावरून ओळखू येतात. काहीसे मोठ्या प्रमाणावर ब्रिटन, ऐबेरिया अथवा दक्षिण भारत येथील मॅगॅलिथिक प्रतिष्ठापकांच्या एका कृतीचे या बाबतीत उदाहरण देता येईल. त्यांनी आपली तुलनात्मकदृष्ट्या अल्प असलेली शिल्लक मृतांच्या संप्रदायातच खर्च केली. त्यामुळे समाजाच्या प्रगतीस काहीही मदत झाली नाही. पाषाण युगाच्या अखेरीस माल्टा हे एक पवित्र बेट होते. त्यांनी व्यापारास धर्माची जोड देऊन आपले अस्थिग्रहातील (Ossuarial) अवशेष सोडून दिले. मानवी

समाजास पूर्वोक्त लोकांकडून जे काही फायदे मिळू शकले असते ते यामुळे नाहीसे झाले. मेसोपोटेमियन व सिंधू नदीचे खोरे यांत हीच प्रक्रिया अगदी वरच्या स्तरावर घडून आली. परंतु तिचे पर्यवसान एका कोंडीमध्ये झाले. सिंधू खोऱ्यातील शहरे स्थापणाऱ्या लोकांची अधिक वरच्या दर्जाची अवजारे निर्माण करण्याची व आपल्या तांत्रिक ज्ञानाच्या कक्षेत असलेल्या अन्नोत्पादनाच्या रीती पत्करण्याची अपात्रता आपण यापूर्वीच पाहिली आहे. इजिप्तने याहून मोठ्या जादा संपत्तीचा साठा प्रचंड दगडी पिरॅमिड बांधण्यात खर्च केला. त्यात घड्याळजीची सूक्ष्म दृष्टी त्यांनी वापरली (परंतु) संबंध देश मृत पंथीयांच्या व त्यांच्या पुरोहित वर्गाच्या भक्ष्यस्थानी पडला. आर्य लोकांनी अलग पडलेल्या कित्येक आदिम गटांना व त्यांच्या श्रद्धांना ठोकरून लावले. त्यामुळे त्या अवशेषांकडून एका नव्या धर्तीची समाजरचना उभी राहण्यासाठी आवश्यक ती परिस्थिती निर्माण केली. असा समाज निर्माण करण्याची त्यांची जाणीवपूर्वक इच्छा नव्हती अथवा तितकी दानतही त्यांच्यात नव्हती. ते केवळ त्वरित मिळणाऱ्या फायद्यांसाठी, आपल्या विशेष विध्वंसक व आक्रमक पद्धतीने वागले म्हणून आर्यांची मुख्य देणगी ही जीवनाच्या गुणवत्तेत महत्त्वाचे परिवर्तन होऊ शकेल, इतक्या प्रमाणावर उत्पादनविषयक नवीन संबंध त्यांनी निर्माण केले ही होय. पूर्वी अलग असलेले बरेच लोक अळेबळे ह्या नव्या धर्तीच्या सामाजिक संघटनेत ओढले गेले व गुंतवले गेले. याचा पुरावा हाच की, सर्व प्रकारची कुशल अवजारे, उत्पादनतंत्रे जी आतापर्यंत स्थानिकरीत्या गुप्त राखण्यात आली होती ती आता सर्वांस उपलब्ध झाली. याचाच अर्थ असा की, त्यांच्यात नवस्वीकारामागील लवचिकपणा व साध्यसाधन स्वीकारातील (म्हणजे उपलब्ध परिस्थितीतून आपल्या ध्येयासाठी योग्य साधने निर्माण करण्याच्या पद्धतीतील) बहुढंगीपणा होता. त्यातून एका नव्या प्रकारचा विनिमय व यासाठी वस्तूंचे उत्पादनही सुरू झाले. याचा परिणाम असा झाला की, आपल्याच परिसरात दंग असलेल्या स्थानिक सामाजिक गटांनी ज्या पद्धती स्वप्नातही वापरल्या नव्हत्या त्या वापरात आणून त्यांनी नवी दालने खुली केली. हे एका दूरवर विखुरलेल्या पुराविज्ञानात्मक पुराव्यावरून पाहता येईल. ह्या पद्धतीने जे नवे प्रयोग सुरू केले ते हिंसात्मक होते. परंतु त्यामुळे पूर्वी व्यापार, युद्धे अथवा विधियुक्त हत्येमुळे झाल्या नव्हत्या इतक्या सुधारणा तरी निदान होऊ शकल्या. सारगॉनच्या युगापासून ते नंतरचा ॲसिरियन राजाच्या काळापर्यंत आपणास निकट पश्चिमेकडील देशात वाढत्या प्रमाणात व वाढत्या क्रूरतेने युद्धे झालेली आढळतात पण या नुकसानीची भरपाई करण्याची सुधारणा काही हाती लागलेल्या आढळत नाहीत. मेसोपोटेमियातील पाणी नष्ट केल्यामुळे त्या मुलूखाची वाताहत झाली. अशा (मानवनिर्मित) दुष्काळांशी अशा विजयांची तुलना करता येईल. नव्या वाढीस उत्तेजन देण्यासाठी जमीन सुपीक करणाऱ्या संहारक पुराची आर्यांना

उपमा देता येईल. काहीशा फाजील वाढ झालेल्या धार्मिक विधींचे व मृत संप्रदायांचे एकमेव सामाजिक कार्य म्हणजे त्यांनी होती ती परिस्थिती जपून ठेवली. पण त्यामुळे नवे शोध लागण्यास उत्तेजन मिळाले नाही व मानसिक संवेदनाही नष्ट झाल्या. आर्यांच्या आक्रमणामुळे नव्या वर्गाचे व त्यांच्या धार्मिक विधींचेही पूर्णपणे उच्चाटन झाले.

अशा प्रकारे नाहीसे केलेले अडथळे पुन्हा कधीही प्रभावीरीत्या निर्माण करता आले नाहीत कारण आर्यांनी परस्पर संसूचनांचे एक अमोल साधन म्हणून जो वारसा मागे ठेवला तो म्हणजे एका विशाल भूभागावर प्रसृत झालेली अत्यंत सोपी भाषा. त्यांना स्वत:ची अशी मुळाक्षरे नव्हती. परंतु चित्रलिपी व फिनिशियन लिपी यातून जी लिपी उपलब्ध झाली तिला त्यांनी सोपे रूप दिले. ती आपल्यासारखी घडवून घेतली व तिचा प्रसार केला. त्यामुळे एक परिवर्तन घडून आले, ते असे की आता साक्षरता हा पुरोहितांचाच अथवा धंदेवाईक लेखकांच्या अन्य वर्गाचा अथवा संकुचित बंद मनाच्या व्यापारी गटाचा एकाधिकार राहिला नाही. याच्या उलट एकीकडे त्यांच्यामुळे, जो काही होता तो जुना पुरावा नाहीसा झाला. दुसरीकडे ठराविक भागातील पुराविज्ञानविषयक पुरावाही कमी झाला. आर्यांच्या वस्त्या सतत स्थलांतरे करीत राहिल्या. स्थिर स्वरूपाच्या सिंधू संस्कृतीच्या मानाने आर्यांनी मागे ठेवलेले अवशेष त्यामुळे कितीतरी कमी स्थायिक स्वरूपाचे आहेत. वैदिक पुराव्यावरून सापेक्ष कालगणनादेखील करता येत नाही. भारतीय समाजातील एखादा विशिष्ट घटक आर्यन आहे की नाही हे ठरविण्यातील अडचणीत आणखी एका गोष्टीची भर पडते. ती गोष्ट म्हणून शतकानुशतके शब्दांचे अर्थच पालटत जातात. विधीदेखील, उत्पादनसाधने बदलली की बदलत जातात. एखादे लक्षण इराणी व इंडिक आर्यांना समान असले तरी ते पूर्वीच्या समाजातून उभयतांनी घेतले असेल की नाही हे कधी कधी संशयास्पद असते. कारण पूर्वीच्या समाजात बऱ्याच गोष्टी परस्परसदृश होत्या ; उदा. सिंधू खोऱ्यातील व सुमेरियामधील शहरी संस्कृती, नंतरच्या अनार्य भारतीयांना, आर्यांनी आपल्या जीवन पद्धतीत व भाषाव्यवहारात समाविष्ट करून घेतले. त्यामुळे मातृसत्ताक व्यवस्थेचे पितृसत्ताक व्यवस्थेत पर्यवसान होण्याच्या नेहमीच्या प्रक्रियेत विक्षेप घडला. स्त्री-धनासारखी मातृसत्ताक समाजाची लक्षणे (आईकडून मुलीकडे जाणारी छोटी वैयक्तिक मिळकत) भारतीय परंपरेत काहीशी उशिरा, पुन: दिसू लागतात. अशा लक्षणांचे स्पष्टीकरण करण्याचा दुसरा कोणताही मार्ग दिसत नाही. फक्त तुलनात्मक दृष्टीने जुन्यांची नव्या जीवनमार्गात शांततामय रीतीने समाविष्ट होण्याची ती एक प्रक्रिया होती असे म्हणावे लागते. थोडी काळजी घेतल्यास अशा अडचणींवर मात करणे शक्य होते, अर्थात त्यासाठी आपली इतिहासाची व्याख्या सतत लक्षात ठेवली पाहिजे.

४.२ : ऋग्वेदातील माहिती

आर्यांनी केलेल्या आक्रमणाच्या, विनाशाच्या व विजयाच्या काळचे प्रमुख ऐतिहासिक साधन म्हणजे चारही वेदांतील सर्वांत जुना ऋग्वेद [२] हा होय. (याची चर्चा पाचव्या प्रकरणात आलीच आहे.) परंतु पुराविज्ञानाचा त्याला फारच थोडा आधार आहे. सिंधू खोऱ्याच्या उत्खननामुळे वैदिक अध्ययनाची दिशा पूर्णपणे बदलून गेली आहे. त्यामुळे त्याला त्या संस्कृतीच्या आधाराची आवश्यकता आहे हे स्पष्ट होते. ऋग्वेदातील (६.२७.५) हरिसुपीय हे एका काळी सिंधू खोऱ्यातील हरप्पा नगर नव्हे, तर हलियाब अथवा आरिओब नदी (कुरंगची एक उपनदी) होय असे समजले जाई आणि या संपूर्ण लढाईचा प्रारंभ अफगाणिस्थानात झाला असे समजले जाई. आल्ब्राईटच्या कालगणनेनुसार सिंधू खोऱ्यातील संस्कृतीचा ऱ्हास सुमारे ख्रि.पू. १७०० मध्ये झाला. ऋग्वेदातील हालचाली सुमारे ख्रि.पू. १५०० [३] च्या सुमारास झाल्याचे मानले जाते. (परंतु तो मला स्पष्टपणे कधी समजला नाही) यजुर्वेदात प्रतिबिंबित झालेल्या आणि स्थिर व्यवस्थित काळाचा प्रारंभ ख्रि.पू. ८०० च्या सुमारास झाला असला पाहिजे. म्हणून केवळ भाषेच्या आधारावरून ऋग्वेदाची निरनिराळ्या थरांत विभागणी करावी लागते. परंतु ती आता दुर्बोध झाली आहे. तिच्या काही भागाचा, नंतरच्या टीकाकारांनी चुकीचा अर्थ लावला आहे. कारण त्यांना वेद म्हणजे साक्षात्कारी तत्त्वज्ञानाचा परमोच्च उत्कर्ष वाटत असे. केवळ एका बाबतीतच टीकाकारांची दृष्टी सुदैवाने बुद्धिनिष्ठ आहे. ऋग्वेदाची संहिता अभिजात संस्कृत वाङ्मयातील इतर कोणत्याही कृतीपेक्षा व बऱ्याच निश्चिततेने उभारण्यात आली आहे. ऋग्वेदातील सूक्ते अपरिवर्तनीय व अनादी कालापासून अस्तित्वात असलेली समजली जात व ती (मानवाच्या हस्ते) रचली गेली नसून विविध ऋषींनी (द्रष्ट्यांनी) 'पाहिली' असे समजले जात असे. वेदवाङ्मय (विशेषत: ऋग्वेद) जसेच्या तसे जतन केले गेले व त्यात परिवर्तन झाले नाही. ते जतन करण्याची पद्धती अत्यंत कडक शिस्तीची होती. ती किती कडक आणि कशी हे नंतरच्या पुरोहित वर्गाच्या अथवा ब्राह्मणांच्या (पठन) प्रथेवरून आपणांस दिसून येते. नवशिका विद्यार्थी एखाद्या अरण्यातील आश्रमात एका विशिष्ट गुरूपाशी विद्या प्राप्त करण्यासाठी जाई. तो बारा वर्षे किंवा त्याहून अधिक काळ गुरूची गुरे चारी व त्यासाठी अन्न मिळवी. (त्याने अन्न उत्पादन केल्याचे कधीही ऐकिवात नाही.) गुरू त्याला धर्मग्रंथांचे ज्ञान देई. यात ते पवित्र ग्रंथ अक्षरश: एकही चूक न करता पाठ म्हणण्यास शिकणे ही पहिली पायरी होती. (या संहितेचा) अर्थ दीर्घ प्रवचनातून शिकवला जाई. परंतु आधी शिष्याला ती सारी संहिता आपल्या डोक्यात वागवावी लागे. त्यामुळे (सीझरकालीन गॉममध्ये ड्रोईड लोकांनी केले त्याप्रमाणे) बुद्ध्या अलिखित ठेवलेल्या

ह्या ग्रंथाचा एकाधिकार पुरोहितांकडे राहिला. त्या पुरोहितांना समाजात अतुलनीय प्रतिष्ठा प्राप्त झाली व व्यवहारात त्यांचे स्थान दृढ झाले. सारांश एक शक्तिमान वर्ग निर्माण होऊन त्याचा भारतीय इतिहासावर प्रभाव पडला.

हे आर्य पितृसत्ताक पद्धतीचे असल्याचे दिसते. त्यांच्या दैवतात पुरुषांचे प्राबल्य आहे. त्यांचा खरा देव (इराण्यांच्या देवाप्रमाणे) पवित्र अग्नी असून इंद्र ह्या चांगल्या आर्य नेत्याच्या अधिपत्याखाली वैयक्तिक स्वरूपात वरील दैवते आढळून येतात. हा (इंद्र) युद्धात अजिंक्य असून शस्त्र कुटून टाकणारे वज्र हे त्याचे शस्त्र आहे. (ही एक प्रकारची गदा होती. नंतर त्याचे इंद्रधनुष्य झाले.) तो एका वेगवान रथात बसून लढतो आतापर्यन्त निश्चितपणे ज्ञात नसलेल्या परंतु पवित्र व धुंदी आणणाऱ्या सोम नामक मद्याचे (इटालियन होमाचे) प्राशन करून धुंद होतो, नगरे व बंधारे भग्न करून टाकतो. नद्यांना मुक्त करून आपल्या लोकांसाठी पाणी उपलब्ध करून देतो. ईश्वरास न मानणाऱ्या शत्रूंचे कोठार (निधी) तो अविरतपणे लुटत असतो. त्यांच्या विरुद्ध शक्तीचाच नव्हे तर कुटिलतेचाही उपयोग करतो. त्याने मागे टाकलेला देव म्हणजे वरुण. (ग्रीक उरानोस) हा एक आकाशातला देव असून त्याची मुद्रा अधिक प्रसन्न असली तरी तो मर्त्यांना शिक्षा म्हणून त्यांच्यात रोग निर्माण करून प्रहार करतो. या सृष्टीत देवी थोड्या आहेत. त्यांपैकी सर्वांत प्रमुख असलेली इला म्हणजे आहुती (libation) चे वैयक्तिक प्रतीक आहे. प्रभातकालची देवता उषा (भाषाशास्त्राच्या दृष्टीने ही होमरची एयॉस असली तरी येथे ती किती तरी जास्त महत्त्वाची असून मेसोपोटेमियन ईस्टरला अधिक जवळची आहे) इंद्राशी झालेल्या संघर्षात हरल्यानंतरदेखील तिची पूजा चालूच राहिली. हे देव विवाहित नाहीत. स्त्रीसखी त्यांच्यात फार क्वचित आढळून येते. देवांच्या पत्नींना 'ज्ञास' असे सामूहिक नाव आहे. त्यांना फारसे काम नाही. त्या काळातील व स्थळांतील आर्य समाजात व्यक्ती-व्यक्तीतील नियमित जोड्यांचा अगर विवाहाचा अभाव होता याचे हे प्रतिबिंब असावे असे गृहीत धरता येईल. अज्ञात असलेला त्वष्ट्रा नामक एक वयस्क कारागीर देव आहे, तो क्वचित विधाता म्हणून प्रकट होतो. आदिम समाजात या संकल्पनांची गरजच नव्हती, कारण सुपीक मातृदेवता जी भूमी तिच्यापासून माणसास काय (आयते) मिळाले त्यापेक्षा आणखी काय निर्माण करण्यात आले याला फार कमी महत्त्व होते. ह्या कारागीर देवाची कल्पना आर्यपूर्व समाजातून त्याच्या कारागिरीसह घेतली गेली हे मी इतरत्र [४] दाखवलेच आहे. वेदातून युद्ध - रथ तयार करण्यासाठी उत्कृष्ट शिल्पकौशल्याची गरज होती. बैलांनी ओढले जाणारे अवजड अनस गाडे वाहतुकीसाठी वापरले जात.

नांगराला सीर असे नाव होते. बार्ली (यव) हे मुख्य धान्य असून सामान्यपणे धान्यास तेच नाव देण्यात येई. गहू (गोधून), अथवा ग्रीकांचा (बॉसमॉरान) तांदूळ

(व्रीही) यांचा ह्या सर्व प्राचीन वेदात स्पष्टपणे उल्लेख नाही. बोयना (दात्र) व एक उकरण्याचे साधन अथवा खुरपे (खनित्र) देखील ज्ञात होती. स्थिर झालेल्या रहिवाशांना (विश) शेतकरी (कृषि) व न नांगरलेल्या शेतीला अकृषीवल म्हटले जात असे. जमिनीची विभागणी अथवा मालकी याबद्दल काहीही उल्लेख नाहीत. मग जमीन अथवा कोणतीही वस्तू विकण्याची अथवा विकत घेण्याची गोष्टच नको. गुरे हे संपत्तीप्रमाणे साधन होते. संपत्तीचे तेच मापकही होते. त्यानंतर घोड्यांना महत्त्व आले. टोळी प्रमुखाकडून उंट देण्यात येत. रेड्यास (महिष) शक्तिमान पशू म्हटले आहे. परंतु वस्तुत: प्रत्येक कृषीस उपयुक्त असलेले हे जनावर अद्याप माणसाळलेले नसावेसे वाटते. प्रत्येक प्रकारच्या, किंबहुना वेगळ्या रंगाच्या गाईंना व घोड्यांना वेगळी व स्वतंत्र नावे होती. पाण्यासाठी होणारा संघर्ष साहजिकच महत्त्वाचा होता. इंद्राला 'पाणी जिंकणारा' अप्सुनित म्हटले आहे. (क्र. ८.१३.२;१.१००.११;६.४४.१८ इ.) त्याने पाण्याकरिताच दस्यूंची तळपणारी नगरे उलथून टाकली. (ऋ. २.२०.१८ व इतरत्र) केवळ इंद्रच नव्हे तर इतर सगळेच लोक पाण्यासाठी संघर्ष करताना दिसतात. (ऋ ४.२४.४) ते मुलासाठी (तनये), गुरासाठी (गोषु), पाण्यासाठी (अप्सु) (ऋ ६.२५.४) लढतात; साहजिकच उभय पक्ष विजयार्थ इंद्राची प्रार्थना करतात. यावरून आर्य टोळ्यातील लढायांची सुरुवात झाली होती असे दिसते. एका बाजूला पशुपालनयुक्त भटके जीवन, आता दिवंगत झालेल्या समाजधारकांवर यशस्वी हल्ले करण्याची प्रथा आणि दुसऱ्या बाजूला स्थिर कृषी जीवनाची आवश्यकता या दोन बाजूंमध्ये अर्थातच विरोध प्रकट व्हावयास प्रारंभ झाला.

सिंधू खोऱ्यातील राजकीय घडामोडींची पाहणी करण्यापूर्वी असे दाखवता येईल की, भारताबाहेरील आर्य लोकांशी व प्रथांशी आलेला येथील आर्यांचा संबंध तुटलेला नव्हता. इतरत्र फारसा माहीत नसलेला वशिंड असलेला विशिष्ट भारतीय बैल थोड्याशा सायशे हिहाईट मुद्रावर इ.स. १०० च्या सुमारास आढळतो. (W.H. Wara ; Seal Swinders of Western Asia D.C. V/o क्र. 922-30) ऋग्वेदातील उषस् - जी सर्वांच्या दृष्टीसमोर आपली स्तनमंडले व शरीर अनावृत करते - तीच त्या स्थळातील व काळातील मुद्रांवर प्रतिबिंबित झालेली दिसते. (वॉर्ड कित्ता प्रकरण एल) ; या दोहोंना कधी कधी पंख असतात. याचा नक्की अर्थ काय हे स्पष्ट होत नाही. कदाचित भारतातून काही आर्य परत आल्याचे हे निदर्शक असेल. ही दुसरी लाटसुद्धा ऋग्वेदात प्रतिबिंबित झालेली दिसते. प्रसंगी पर्शियन नावात व संभवत: ऐतिहासिक पर्शियन व्यक्तीत ती अभिव्यक्त होते. उदा. सूश्रवांचा नातेवाईक नसलेला (क्र. १.५३.९-१०) प्रमुख त्याने वीस शत्रू राजांशी लढून विजय मिळवला होता. अवेस्तामधील पितृवधाचा सूड घेणारा इराणी कवी हश्रूव

आहे, हे जवळजवळ निश्चितच. तुरण्यू व तूर्वयाण (अक्षरश: वेगाने पुढे जाणारा) बहुधा तुराणी असावेत. मग ते खरे कोणीही असोत. परशु धारण करणारा व म्हणून संभवत: पर्शियन निरिन्दर याची ऋग्वेदात स्तुती केली आहे. (ऋ. ८.६.४६) सात नद्यांच्या दिशाशी अवेस्तामध्ये आर्यांच्या विभागापैकी एक अशी त्यांची ओळख आहे. ह्या मूळच्या सात मोठ्या नद्यांपैकी दोन वाळून शुष्क झाल्या. ऋग्वेदातील दृशद्वती म्हणजे घग्गरचे शुष्क पात्र होय. सरस्वती (जी सिंधूला बरोबर घेऊन समुद्राकडे जात असे) व टीकात्मक ब्राह्मण ग्रंथांच्या काळी वाळवंटात नष्ट झाली होती. आज ती पूर्व पंजाबातील एक छोटीशी नदी आहे. तिचे नाव इराणीय व हारा हवैमीवरून तिग्लथ - पिलेसेर थर्डने खोदलेल्या एका लेखातील आरकहवरून घेतले असावे. तसे असल्यास मूळची सरस्वती म्हणजे हिलमंड होय व मुंडीगकप्रमाणे येथेही अनिर्णयात्मक पुरावे सापडले नसले तरी वरील गोष्ट पुरावेत्त्यांनी भावी काळातील उपयोगासाठी लक्षात ठेवणे हितावह ठरेल. इरावती ह्या नावात रावीपासून मुख्य ब्राह्मी नदीपर्यंत बदल झाला. पंढरपूरजवळून वाहणारी छोटी चंद्रभागा चिनाबवरून घेण्यात आली. असे नावाचे बदल नित्याचे आहेत.

जुन्या संस्कृतीशी असलेल्या संबंधाचे पुसट परंतु अचूक अवशेष आढळतात. मग ती संस्कृती भारतातील अगर भारताबाहेरील असो. उदा. ऋग्वेदात (५.२४०.१-३) सूर्यदेवतेचे - पर्वत पुरूत प्रवाहांद्वारे खुली करणारे असे वर्णन आहे. अगदी हाच देखावा मेसोपोटेमियाच्या मुद्रेवर (आ.१७) चितारला आहे. कोणत्याही इमारतीचा भाग नसलेले दोन दरवाजे त्यात उघडलेले दाखवले आहेत. त्यांच्यामधून पर्वतातून अर्धवट बाहेर आलेला सूर्यदेव दिसतो.

ह्या समान पुराणकथातील मुद्रांशी संबंधित अशी सर्वांत महत्त्वाची कथा म्हणजे इंद्राने त्वष्ट्र याच्या तीन शिरे असलेल्या मुलाच्या, केलेल्या शिरच्छेदाची होय. हे कृत्य ऋग्वेदात (१०.८) ह्या 'मुलाने' स्वत:च वर्णिले आहे. मात्र ह्या मुलाचा वध झाला असे मानण्यात येते. तथापि त्वष्ट्र या नावाचा हा मुलगा उपनिषदातील आधीच्या गुरूंपैकी असलेला आढळून येतो. त्याच्या वधामुळे त्या ब्राह्मणी कथेवर खोलवर परिणाम झाला. राजाने आपल्या स्वत:च्याच अग्निहोत्र्याचा शिरच्छेद केल्याचे पहिलेच भयानक प्रतीक म्हणून ती मानली गेली. हा तीन शिरेनंतर पुढे तीन प्रकारची (Partridges) झाली. त्यातील किमान दोन ब्राह्मणी गोत्र नामाच्या स्वरूपात शिल्लक राहिली. सिंधू खोऱ्यातील मुद्रेवरील एका तीन शिरांच्या देवाचा शोध लागल्यापासून या कथेस [५] अधिक महत्त्व प्राप्त झाले. अर्धचंद्रही खूण असलेल्या उत्तरकालीन शिवाप्रमाणे ही एक चांद्रदेवता आहे हे तीन शिरांवरून निश्चित होते. विशेष असे की हीच कथा अवेस्तामध्ये आली आहे. मात्र त्या कथेतून इंद्र गळलेला

दिसतो. झोरोस्टराच्या अनुयायाने सुधारणा करून त्याचे एका राक्षसात रूपांतर केले आहे (दएव) अवेस्रात त्याचाच इतरत्र राक्षस म्हणून निर्देश आहे. शिरच्छेद झालेल्या तीन शिरांचा प्रतिपक्षी अझीदहाक असून तो जोहाकचा शाहनामे असावा. कारण झोरास्टरला मोहात पाडण्याबद्दल होणाऱ्या शिरच्छेदाच्या शिक्षेतून तो बचावला. अझी दाहकाचा वध करणारा वीर थ्रेटोनाआथ्व्यहा वीरांच्या भूमीतील चार कोपऱ्यांच्या वरेना या भागात जन्मलेला व म्हणून खोरेझ्म असावा. तेथूनच आर्यांच्या आगमनास सुरुवात झाली. (वरेना पारशांच्या मतानुसार कास्पियनच्या दक्षिणेकडील आधुनिक जिलान असावा. परंतु त्याचा अर्थ वर म्हटल्याप्रमाणे वारांचा देश असा आहे.) जोहाकचे वर्णन असे आहे. त्यांच्या खांद्यातून दोन सर्प निघाले असून त्यांपैकी प्रत्येकाला आहारासाठी एकेक नरमुंड रोज अर्पण करावे लागे ; हे सर्प म्हणजे संस्कृतीतील अहि (सर्प) होत. मेसोपोटेमियातील युद्धात मानवी शिराबरोबरच सर्पांचेही शिर, ज्याच्या एकेक खांद्यातून बाहेर येत असलेला एक देव आहे. आधीच्या निनजिसजिदा व नंतरच्या निष्पकप्रमाणेच हा आहे. ह्यावरून त्यात दोन पंथांचा संघर्ष चित्रित झालेला आहे असे वाटते. त्याला मारणारा थ्रतोआथ्व्य भारतात नाही. पण इंद्राबरोबरचा त्रितआप्त्य आहे. ह्या नावातील उत्तरार्ध सारखा आहे. परंतु त्रित हा शाम कुटुंबातील इराणी थ्रिटाच असू शकतो. (यास्त्र ९.७-११) व त्याने एकही राक्षस मारलेला नाही. ऋग्वेदात थ्रेटोनाथ्कचा सर्वांत निकटचा असा चैतन्य असून तो स्वत: दास (शत्रू) होता व त्याने दीर्घतमस (दीर्घकालीन अंधाराचे प्रतीक असणाऱ्या) ब्राह्मणाचा शिरच्छेद करण्याचा प्रयत्न केला. ते शस्त्र उपयोग करणाऱ्यावर उलटले व त्यामुळे त्याचे वक्षस्थळ व खांदे दुभंगले अशी कथा आहे. यावरून असे दिसून येईल की, ती कथा येथे काही अंशी उलट्या बाजूने सांगण्यात आली आहे. तथापि ती पूर्णपणे उलटी केलेली नाही. भारताबाहेरील व आर्यपूर्व भारतीय साहित्य (व जनताही) एकत्र आणण्याचे ऋग्वेदातील हे एक उदाहरण आहे. अशीच आणखीही बरीच उदाहरणे सापडतील. अत्यंत साक्षेपाने सांगितलेल्या ह्या एका कथेचे पूर्ण विवेचन करण्यासाठी एका संबंध ग्रंथांची आवश्यकता आहे.

इंद्र, वरुण व नासत्य (भारतीय डायोस्क्यूरि) व इतर इंडोआर्यन देवता बोपाज - कोई या संहितेत आढळतात वर उल्लेखिलेले युफ्रेटिस - मिटालियन लोक (सुमारे ख्रि.पू. १४००) त्यांना पूजीत. मिडियनमधील अथवा तत्सदृश आर्यांच्या टोळ्या ह्या काळाच्या पूर्वीच उर्नीह सरोवराजवळ स्थिरावल्या होत्या. परंतु त्यांनी नंतर लढून मिळवलेले श्रेष्ठत्व त्यांना त्यावेळी प्राप्त झाले नव्हते. विशेष सौम्य मुद्रा असलेल्या नासत्याचा रथ गाढवे ओढीत. या देवतेला आर्यपूर्व वास येतो.

४.३ : पणी व नव्या जमाती

हा अभ्यास मनोरंजक असला आणि त्यात पुराणकथेचे विश्लेषण असले तरी त्यामुळे आपण आपल्या ऐतिहासिक लक्ष्यापासून बरेच दूर गेलो आहोत. आपण त्यात शिरलो याचे कारण असे की, ऋग्वेदातील फार पूर्वीच्या घटना – इतर संस्कृत ग्रंथाप्रमाणेच कथा व कल्पनांच्या सृष्टीतच गिळल्या जाण्याची प्रवृत्ती असते. उदा. इंद्राचे युद्धभूमीवरील पराक्रम ते जेव्हा वर्णिले जातात तेंव्हा काय समजायचे ? तो मानवी आर्य नेता होता की तो स्वर्गातून सहभाग घेत असे ? जुने शत्रू नेहमी राक्षस म्हणूनच दाखवले जातात हे निश्चित; ऋताच्या (सत्याच्या) सात माता ऋग्वेदात आहेत. त्याचा पुनरुच्चार 'याहवी' (कधीही न संपणाऱ्या) अशा विशेषाने युक्त आहे त्यावरून ह्या सात नद्या असाव्यात हे निश्चित; पाणी हे इतके महत्त्वाचे होते की ऋग्वेदाची ऋतविषयक संकल्पना (सत्य, न्याय व सद्‌गुण) पाण्याशी निगडित आहे. इंद्राला ऋग्वेदात (५.१२.२) 'ऋतांचे प्रवाह' मुक्त करण्यास सांगितले आहे. वाणिक शब्द व्यापार या अर्थाने फक्त एकदा आला आहे. हा पाणिकवरून आला असावा. पाणी हे इंद्राच्या व त्याच्या अनुयायांच्या विरोधी गढीचे नाव आहे. ऋग्वेदात (१०.१०८) काहीशा उशिरा आढळणाऱ्या एका प्रसिद्ध संवादात सरमा या देवतेला इंद्राने पणींच्याकडे दूती म्हणून पाठविले; ती कुत्रीच्या स्वरूपात आहे. परंतु 'मा' हा पदान्त असे दाखवितो की ती नंतरच्या काळातील उमा, रमा व इतरांप्रमाणेच मातृदेवता होती. तिची मागणी वस्तुत: ती इंद्राची मागणी होती – पणीपासून गुरे मिळावी अशी आहे. नंतरच्या विवरणात ही गुरे इंद्रापासून व देवांपासून चोरून नेली गेली होती असे दिसते. परंतु प्रत्यक्ष सूक्तात असे काही नाही. म्हणून आपणास येथे आढळते ते खंडणीसाठी अथवा करभारासाठी इंद्राने दिलेले सरळ सरळ आव्हान. ते पणींनी अव्हेरले. कालांतराने पणींना इंद्राचे शत्रू असे संबोधण्यात येऊ लागले. पूर्वीच्या काळातील आक्रमक व लुटालूट याचे स्मारक म्हणून विधी होत असत. त्यात हे सूक्त नाट्यरूपाने ठेवण्यात येत असे यात संशय नाही. अशा विधीत इतिहासाचे अनुकरण असे आणि त्याच्या पुनरुक्तीस या प्रकाराने उत्तेजन मिळत असे. सध्याच्या मराठ्यांचा सीमोल्लंघन हा उत्सव पाहा. त्यात अभिप्रेत असलेली सोन्याची लूट, पैसा इ. आज केवळ काही पानांच्या प्रतीकात प्रतिष्ठापित झालेली आहे. हे एक आधुनिक उदाहरण आहे. अठराव्या शतकातील दरवर्षी आक्रमण करणाऱ्या प्रथेचे ते एक स्मारक आहे. ह्या विधीत सामाजिक आविष्कार कायम ठेवला गेला आहे. मात्र त्यातील आशय बदलला आहे. त्रत (६.४५.३१-३३) भारद्वाज ऋषीने पणींचा वरिष्ठ ब्रूबू याची औदार्यासाठी स्तुती केली आहे; परंतु ब्राह्मण व आर्य म्हणून भारद्वाज उलट बाजूस असावयास पाहिजे. ह्यामुळे नंतरचे

ब्राह्मण चिडले. त्यांनी ब्रूबू हा एक सुतार (तक्षन) असून आर्य नव्हता हे कबूल केले असले तरी दान स्वीकारण्यात ऋषीचा दोष नव्हता. अशा दानस्तुतीपासून ऋग्वेदातून अत्यंत विश्वसनीय ऐतिहासिक माहिती मिळते. कारण ऋग्वेद हा एक काव्यात्मक संग्रह असून तो धार्मिक विधीसाठी होता. त्यात गद्याचा फुलोरा नव्हता. अशा दानस्तुतीत महाभारतासारख्या महाकाव्यात अधिक प्रतिष्ठित झालेल्या चेरीसारख्या (टोळ्यांच्या) जमातीचा उल्लेख आहे. अर्थात नंतरच्या काळातील कवी प्रथम वैदिक आशीर्वचनपर सूक्ते म्हणून मग त्यात महाकाव्यातील एखादा प्रसंग वर्णन करतात. ही दानस्तुती भूतकालीन व वर्तमानकालीन प्रथांमधील दुव्यासारखी होती. समकालीन दातृत्वास त्यामुळे उत्तेजन मिळे. या प्रथा दीर्घकाळ टिकून रहात याचे अशा स्तुती (Coda) हे एक कारण आहे. नंतरच्या ऐतिहासिक संदर्भात ब्राह्मणांना दिलेले दान विशेष महत्त्वाचे असते अशी कल्पना अशा स्तुतीतून महत्त्व पावली.

पणीबद्दल पुन: सांगायचे तर ते सामान्यत: व्यापारी वृत्तीचे श्रीमंत, लोभी व फसवे असे आर्यांचे शत्रू होते असे आढळतात. त्यांची साठविलेली संपत्ती लुटली गेली. (ऋ २.२४.६-७) पूर्वी म्हटल्याप्रमाणे कदाचित आर्यदेखील आता समव्यावसायिक वणिक बनल्यामुळे त्यांनी सहजीवनाचा एखादा प्रकार प्रसृत केला असावा. आता मुख्य शत्रू पणी नसून दस्यू किंवा दास आहे. या शब्दाला नंतर गुलाम अथवा मजूर असा अर्थ आला. Slave d Helot हे दोन्ही शब्द वंश नामांपासून अथवा स्थान नामांपासून आलेले आहेत. दस्यूंना स्वत:चे राज्य होते. वश अश्व्य (ऋ ८.४६.३२) याला वल्वूथ व तरुक्ष (किंवा ते दोन नसून कदाचित एक असतील) या दास राजांकडून शेकडो उंटांच्या देणग्या मिळाल्या असे एक सूक्त आहे. ह्याच सूक्तात आधी ह्याच कवीने (निदान नावाने तरी आर्य असलेल्या) पृथुश्रवस याच्या औदार्याची स्तुती केली आहे. पुन्हा एकदा आपणास एक ब्राह्मण दोन्ही बाजूस लुडबुडताना दिसतो. असे असले तरी दास हे इतके सुदैवी नव्हते. कारण त्यापूर्वीचे राजे इंद्राने नष्ट केलेल्या राक्षसांच्या रूपात दाखवले आहेत. त्यापैकी वृत्र हा एक सर्वसामान्य अडथळा अथवा शत्रू समजला गेला होता असे दाखविण्यात आले आहे. अर्बुद यास इंद्राने पायदळी तुडविले. (ऋ १.५१.६ व इतरत्र) परंतु तो दास आहे. याखेरीज त्याची इतर काही माहिती मिळत नाही. ऋग्वेदातील कूयव (१.१०३.८ व १.१०४.३) याच्या नावाचा अर्थ अक्षरश: वाईट बार्ली, म्हणजेच रानटी बार्ली किंवा निकृष्ट पीक असा आहे. तो एका अर्थी, दस्यू, नमूचि याच्याशी एकरूप दिसतो. नमूचीशी इंद्राने अधिक बिकट सामना दिला होता. वरीलप्रमाणे त्याची कोणत्याही नैसर्गिक अथवा पीकविषयक कथेच्या स्वरूपात बोळवण केली गेलेली नाही. ऋग्वेदात (५.३०) इंद्र व नमूचि यांच्या लढाईचे पूर्ण वर्णन मिळते व इंद्राने त्याच्याशी तह केल्याचे आढळते. इंद्राने त्याला कोणत्या तरी रीतीने फसवून

त्याचे शीर उडवले. नमूचि हा (दोन) नद्यांचा प्रमुख होता. कदाचित त्या त्याच्या पत्नी असाव्यात ! त्याच्या सैन्यात (अथवा शस्त्रास्त्रात) स्त्रिया होत्या. याचा इंद्राने उपहास केला आहे. दानस्तृतीत ऋशम हे एक टोळीवजा नाव असून नंतर त्याचा पंजाब मुलुखातील मिठाच्या खाणीशी संबंध जोडला गेला आहे. ऋग्वेदात (२.२०.६) इंद्राने दास अर्शशनस याच्या आवडत्या मस्तकाचा शिरच्छेद केल्याचे सांगितले आहे. परंतु ते का आवडते होते हे सांगितले. नाही. कदाचित गृत्समदऋषीला ह्या राक्षसाविषयी [६] सहानुभूती वाटली असावी.

ऋग्वेदात (१.५१.११) इंद्राने शूष्णाचे किल्ले भग्न केले. (ऋ ८.१.२८) शूष्ण म्हणजे दुष्काळरूपी राक्षस असे म्हटले आहे. पूर याचा सुरक्षित जागा अगर गढी असा अर्थ लावणे हे निरर्थक ठरते. नाही तर गढी फोडून दृष्य पाणी सोडून दिले असा अर्थ लावावा लागेल. विप्रू नामक राक्षसाच्याही अशा पुरातील गढ्या होत्या आणि त्या इंद्राने भग्न केल्या. (ऋग्वेद १.५१.५;६:२०.७) व ऋषिजन् ह्या आर्याला तेथे साठवलेली संपत्ती मिळाली असेही वर्णन आहे. ह्या शत्रूंपैकी सर्वांत प्रमुख शांबर असून वर्चिनही त्याचाच साथी होता. शांबराची बरीच पुरे (मजबूत गढ्या) असून तो दिवोदासाचा शत्रू होता - येथे आपण ऋग्वेदाच्या ऐतिहासिक स्तराशी पोहचतो. म्हणजे आता आपण देव विरुद्ध राक्षस अशा लढ्याबद्दल वाचत नसून मानवी योद्धे - प्रतियोद्धे यांच्यातील संघर्षाबाबत वाचत असतो. वैदिक मतानुसार दिवोसाजवळ अगर त्याच्या वंशजांजवळ कोणतेही शहर नव्हते.

इंद्र हा शहरे नष्ट करणारा (पुरंदर) आहे. परंतु इंद्राचे अगर त्याच्या कोणत्याही अनुयायाचे शहरे बांधणारा अथवा त्याची मालकी असणारा असे वर्णन नाही. त्यांपैकी कोणीही गवंडी कामासारखे बांधकाम कधीच केले नाही. भिंतीसारखा असणारा इष्टा शब्द ह्या वेदात येत नाही. तो नंतरच्या वेदात येतो व तेथेही विटांचा प्रथम उपयोग फक्त वैदिक स्थंडिले बांधण्यासाठी केला गेला आहे. आर्यांच्या वस्तीचे परिमाण ग्राम आहे व त्याचा खेडे असाच अर्थ होत राहिला. क्वचित रात्रीच्या वस्तीचा डेरा असाही अर्थ होत राहिला. ऋग्वेदातील लोकांनी सिंधू खोऱ्यातील शहरे नष्ट केली व त्यांच्या धर्मग्रंथावर पुरेसा ठसा उमटेल अशा प्रकारे त्यांचा पुन्हा ताबा घेतला नाही. त्यांना आपली स्वत:ची शहरे वसविता आली नाहीत, कारण पशुपालक आक्रमकांना त्यांचा काही उपयोग झाला नसता. म्हणजे आर्यांचे प्रदान नकारात्मक स्वरूपाचे होते. नागरी अवस्थेप्रत यावयास लागणाऱ्या नवीन उत्पादक पद्धती अमलात येण्यास किमान ५ हजार वर्षे लागत. आधीच्या समाजांनी जे विकसित केले त्यापैकी आर्यांमुळे बरेच नाहीसे झाले.

ऋग्वेदाच्या नंतरच्या अवस्थेत आर्यांचे आर्यपूर्वांशी अथवा अनार्यांशी पुन: मीलन झाल्याचे दिसून येते. अर्थातच ह्या टोळ्यांचेही आपसांत जोरदार लढे चालू

राहिले होते. दिवोदास म्हणजे स्वर्गाचा दास. परंतु दास हे अनार्य टोळीचे देखील नाव होते. 'दास' ह्या पदान्तामुळे असा संभव वाटतो की, हे पद स्वर्गाप्रत अमूर्त भक्तीच्या अर्थाने वापरलेले आहे. पण ते तसे नाही. ते प्रत्यक्ष एका 'दास' नामक गटाचा आर्यांच्या गोटात झालेला समावेश दर्शविणारे आहे. ऋग्वेदात एकाहून अधिक दिवोदास असू शकतात व त्यांपैकी सर्वांत प्रमुखास अतिथीग्व (ज्याची गुरे हवे तेथे चरण्यास मोकळी आहेत असा) असे म्हटले आहे. त्याचा उत्तराधिकारी सुदस् (नंतर हा शब्द 'सुदास' असा लिहिण्यात आला, पूर्वोक्ताचा अर्थ चांगला दाता असा होतो) पैजवन याच्या उल्लेखाबरोबर आपण दात्राराज्ञ युद्ध अथवा दहा राजांशी झालेले युद्ध ह्या ऋग्वेदाच्या नंतरच्या स्तरावरील सर्वात महत्त्वाच्या राजकीय घडामोडींकडे येतो. या दहा राजांची फक्त जमातीवाचक नावे दिली गेली आहेत. सुदास याची जमात तृत्सू असून तो भरतांचा एक उपगट होता व त्यापासूनच समग्र हिंदुस्थानासाठी भारत हे नाव प्रचलित झाले. ह्या युद्धाचा ओझरता उल्लेख अनेक ठिकाणी (उदा. ऋ.७.८३.६) असला तरी त्याचे सविस्तरवर्णन सातव्या मंडळाच्या १८ व्या सूक्तात (७.१८) आले आहे. या लढाईत चिरडल्या गेलेल्या शत्रूंची शिम्मू, तुर्वशा, यक्षू, मत्स्य, भृगू, दस्यू, पक्त, भलान, अलिन व विषाणिन् अशी नावे दिली आहेत. यांपैकी मत्स्य = मासा, अलिन = भुंगा ही नावे प्रतीकात्मक आहेत. विषाणिन् = भृंग ह्यावरून सिंधू खोऱ्यातील मुद्रांवरील शिंगांनी युक्त असलेल्या दैवतांची आठवण येते. त्याचप्रमाणे त्यामुळे मेसोपोटेमियन दैवतातील शिंगानी युक्त अशा मुकुटांचीही आठवण होते. त्यांना पवित्र (शिवासत्य) म्हटले असले तरी ते अनार्य दिसतात. तो ऋषी असे म्हणतो की आर्यांचा अतिथी इंद्र हा तृत्सूंना मदत करण्यास आला. दास व आर्यांचे शत्रू याविरुद्ध सुदास याच्या साहाय्यार्थ इंद्राला बोलाविले गेले. (७.८३.१) लासेन व इतर पंडितांनी पक्थ टोळीचे त्याच विभागातील अलेक्झांडरकालीन ग्रीकांस माहीत असलेल्या पक्थांशी ऐक्य कल्पिले आहे. तसेच आधुनिक पक्थुनाशी (पठाणाशी) देखील ऐक्य दाखवण्याचा प्रयत्न केला आहे. (मुध्रवाक्) पुरूविरुद्ध विजय मिळविण्यासाठी प्रार्थना करीत (क्र. ७.१८.१३) इतर टोळ्यांप्रमाणेच पुरू ही देखील आर्य टोळी असल्याचे दिसते. महाभारत कथेपर्यंत व अलेक्झांडरच्या काळापर्यंत ती टिकून राहिली. (कदाचित आधुनिक पंजाबी आडनाव पुरी त्यावरून असावे.) मॅसिडोनियाच्या ॲलेक्झांडरने जिंकलेला राजा पोरस व त्याचा त्याच नावाचा पुतण्या यावरून त्या काळचा टोळीप्रमुख टोळीबाहेर त्याच नावाने ओळखला जाई असे दिसते. एका पोरस राजाने ऑगस्टस सीझरकडे आपला वकील पाठवला होता. (स्ट्राबो १५.१.७३;पांडियो १५.१.४) या दहा नावांपैकी सर्वांत नवरू भृगू हे नाव असून भाषाशास्त्रदृष्ट्या ते फ्रीजियन याला समांतर असू शकेल. आज ते केवळ

सात नद्यांच्या (सप्तसिंधू) देशातील आर्यलोक / ९३

ब्राह्मणी गोत्र * असून ऋग्वेद काळाच्या बऱ्याच नंतर ते महत्त्वास चढले.

ऋग्वेदात त्यांच्या रथाची विशेषकरून स्तुती केली आहे. ह्या नावाचा अर्थ कुंभार असाही होऊ शकतो व तो तसा पालीभाषेमध्ये काही काळपर्यंत होत होता. मूलत: आर्यांच्या पाच टोळ्या असाव्यात. ह्या पाच जणांचा (पंचजन: अथवा पंचकृष्ट्या:) वारंवार निर्देश येतो. परंतु कोठेही आर्य समाजासाठी असा स्पष्ट उल्लेख येत नाही.

ही हातघाईची लढाई पाण्याकरताच होती (ऋ ७.१८.८ व ७.१८.५ यावरील सायनभाष्य) आपणास असे दिसते की, सुदासाने ज्यांना जिंकले ते मूर्ख लोक पौर्ष्णीचा (रावीची एक शाखा) प्रवाह बदलण्याचा प्रयत्न करीत होते. लढाईतील पराक्रम हेच मानवाचे सर्वोच्च असे नवे ध्येय समोर ठेवणाऱ्या आर्यांना आता त्यांचा जीवनक्रम अगदी स्वत:साठी सुद्धा अधिकाधिक कठीण होत चालला होता. पूर्वेकडे आगेकूच करणे हे त्याला एकच उत्तर होते. दाशराज्ञ युद्धाचे विजेते भरत लोक यांनी स्वत:च कदाचित नंतरच्या आक्रमकांच्या दडपणामुळे अथवा हिरव्या कुरणांच्या शोधार्थ – हा मार्ग अनुसरला असावा. ते कसेही असले तरी ख्रि.पू. २०० च्या सुमारास लिहिताना वैय्याकरण पतंजली 'पूर्वेकडील भरत' हे पुनरुक्तीचे उदाहरण म्हणून देतो. 'कारण पूर्वेखेरीज इतरत्र भरत नाहीतच' अशी तो भलावण करतो. त्या काळीही पूर्व शब्दाचा अर्थ गंगा खोऱ्याचा एक भाग इतकाच होता. त्यामुळे आपल्या सर्वोच्च विजयाच्या भूमीपासून भरत लोक बरेच अंतर पार करून गेले होते.

४.४ : जातींचा उगम

पंजाबातून पूर्वेकडे (ख्रि.पू. १००० पूर्वी) पुढे सरकलेले आर्य ख्रि.पू. १७५० च्या सुमारासा सिंधू खोऱ्यातील शहरांवर तुटून पडलेल्या आर्यांहून बरेच भिन्न होते.

---

* ऋ ७.१८.१९ मधील शिग्रु देखील सुदासाचे शत्रू होते. त्यांच्या नावे ब्राह्मणात एक गोत्र चालत आले आहे. तथापि ते कोणत्याही आधारभूत याद्यात आढळत नाही; उदा – ल्यूडर्स क्र. ८२ मधील मथुरेचे शैग्रुव गोत्र. ह्या शिग्रूचे मॉरिंगा टेरिगॉसपेरमाशी (Moringa Petery gos perma) ऐक्य दाखविण्यात येते. ''हा एक प्रकारचा मुळा असून (Horse - Radish) शोभांजन त्याची मूळे, पाने व फुळे खाण्यात येतात.'' तथापि हे दाखविलेले ऐक्य चुकीचे नसेल तर लॅटिन नावावरून ते शेवग्याचे झाड असल्याचे दिसते. त्याच्या दाण्यांची चांगली भाजी होऊ शकते. मनु. ६.१४ मध्ये ते वनात राहणाऱ्या वानप्रस्थासाठी ते खाद्य, जमिनीत होणाऱ्या कंदाप्रमाणेच मानले आहे. मात्र त्यासाठी कारणे दिलेली नाहीत. कंद विषारी असू शकतील ; परंतु ते विषारी असू शकणार नाही. हा टीकाकार असे म्हणतो की, शिग्रुकम ही बष्ख (हिमालयीन प्रदेश) मधील एक प्रसिद्ध भाजी आहे. या नावाचे स्वरूप खाद्यात्मक प्रतीकाचे आहे. याबद्दल शंका नाही व त्यामुळेच या निषेधाचे स्पष्टीकरण मिळते.

परंतु त्यांच्या हालचाली केव्हा कशा झाल्या असाव्यात हे ठरवणे अजून अशक्य आहे. त्यांनी एकतर आधीच हत्ती व रेडे माणसाळविले होते, अथवा ही गोष्ट त्यानंतर लवकरच घडून येणार होती. त्यांचे रथ, घोडे, गुरे ही जवळजवळ पूर्वीइतकीच होती. फक्त त्यांच्या कळपात शिंड असलेल्या सिंधुतटावरील गाईंचे प्रमाण आता बरेच झाले होते. त्यांच्या देशांतरात हा चल स्वरूपाचा अन्नसाठा अपरिहार्य असला पाहिजे. तसेच ख्रि.पू. १००० च्या सुमारास त्यांना स्वत:ला लोखंड हा धातू म्हणून निश्चितपणे सुपरिचित असला पाहिजे व तो त्यांना बऱ्याच प्रमाणात मिळत असला पाहिजे. नांगरामुळे अन्नउत्पादन वाढले असले पाहिजे. कुंभार, कोष्टी, सुतार व इतर व्यावसायिकांची, सिंधू खोऱ्यातील लोकांकडून आत्मसात केलेली तंत्रे आता आर्यांच्या ताब्यात आली असली पाहिजेत. परंतु जादा अन्नाच्या वस्तूंचा विनिमय होऊ लागला नसता व नवीन सामाजिक संघटना निर्माण झाली नसती तर ह्या सर्व गोष्टींचा विशेष उपयोग नव्हता. ह्या नवीन सामाजिक संघटनेमुळे त्यांना पहिल्यांदाच इतर लोकांचा फायदा मिळू लागला व त्यातील शिलकी भाग सहज मिळवता आला. त्याच्या साह्याने सिंधू संस्कृतीच्या निकट असलेल्या भागात ते स्थिर होऊ शकले. आधीचे हे पुन: संघटन ही तर्काची बाब नाही. पंजाबातील काही आर्य टोळ्यांसंबंधी ग्रीक इतिहासकारांनी लिहून ठेवलेल्या वृत्तांतावरून (ख्रि.पू. ३३०) ती उत्तम प्रकारे पडताळून पाहता येते. या टोळ्यांचा जीवनक्रम प्राचीन वैदिक जमाती अवस्थेतील असल्यामुळे; व त्यांच्यात व्यापारी संबंध व शिलकी मालाची अदलाबदल नसल्यामुळे, शैथिल्य आले होते.

"असे म्हणतात की, सोयायथीस देशात मिठाचा एक डोंगर असून तो सर्व भारतास मिठाचा पुरवठा करू शकेल. सोन्या-चांदीच्या चांगल्या खाणी येथून जवळच्याच डोंगरात आहेत असा पुरावा गोर्गोस या खाणवाल्याने दिला आहे. पंजाबच्या भारतीयांना खाणी चालविण्याची अगर अशुद्ध वस्तू शुद्ध करण्याची माहिती नाही. त्यांना आपल्या स्वत:च्या संपत्तीचा अंदाज नाही म्हणून ते फार साधेपणाने व्यवहार करीत." (स्ट्राबो १५.१.३०) "काही टोळ्यांत कुस्तीच्या सामन्यात विजयी होणाऱ्याला बक्षीस म्हणून कुमारिका देण्याची प्रथा आहे. याचा उद्देश, ते निर्धन असले तरी त्यांचा विवाह व्हावा असा असेल. तर काही जमातीस जमिनीची समाईक मशागत होती. पिके गोळा केल्यावर प्रत्येक माणूस वर्षभर आपल्या निर्वाहास पुरेल इतका बोजा घेऊन जातो. उरलेले उत्पादन जाळून टाकण्यात येते. (स्ट्राबो १५.१.६६)

त्याबरोबरच आर्य समाजाच्या या नवीन संघटनेमुळे वाटेत भेटलेल्या कोणत्याही आदिवासी जमातींना त्यांच्यात सामावून जाणे शक्य झाले. बहुपत्नीकत्वामुळे अशा समावेशनास साहाय्य झाले. सिंधू खोऱ्यातील काही लोक जंगलात पळून जाऊन

सात नद्यांच्या (सप्तसिंधू) देशातील आर्यलोक / ९५

त्यांनी तेथे आपल्या काही सुधारलेल्या पद्धती व संस्कृतीचा प्रसार केला असेल अशी दाट शक्यता आहे. परंतु आर्यांनी आपली बैठक पक्की केली व साधारणपणे आपल्या वस्त्यांचा सगळीकडे प्रसार केला. नवीन जमातींच्या व व्यक्तींच्या नावावरून असे दिसून येईल की, खुद्द आर्यांच्यापेक्षा त्यांच्या तंत्राचा व जीवनरहाटीचा प्रसार अधिक झाला. यात नवीन आर्यविधींसाठी आदिम लोकांच्या दृष्टीने अपरिहार्य असलेली भाषा होती व या विधींच्या बरोबरच आलेली उत्पादनसाधने यांच्यापासून तिची फारकत करता येत नव्हती. ऋग्वेद जरी नंतरच्या आर्य संस्कृतीचे हृदयच असले तरी त्यात गंगा व यमुना या जोड नद्यांची तोंडओळख होती; परंतु उत्तरोत्तर क्षीण होत गेलेल्या सरस्वतीच्या काठी झालेल्या यज्ञांचे विशेष पुण्य मात्र दीर्घकाळ टिकून राहिले होते.

उत्पादन संबंधातील प्रमुख बदल म्हणजे जिंकलेल्या दास लोकातून निर्माण झालेला गुलामांचा वर्ग होय. त्यामुळे या शब्दालाच एक प्रकारचा गुलाम असा अर्थ आला. दासाला आपल्या जातीमुळे उपनयनाचा अगर शस्त्रे बाळगण्याचा अधिकार नव्हता. तो स्वत:च एकूण आर्य जमातीची एक प्रकारची गुराप्रमाणे मिळकत असल्यामुळे त्याची स्वतंत्र मिळकत नव्हती. ऋग्वेदातील कवी कधी कधी राजांना दिलेल्या घोड्यांच्या व गुरांच्या बरोबरच दासांचाही निर्देश करतात. परंतु तो शब्द सामान्यत: प्राण्यांना व विशेषत: बांधायच्या गुरांना लागतात. परंतु एका स्थळी तो मानवी प्राण्यांनाही लावला गेला आहे. (क्र. ३.६२.१४) ह्या स्थळी द्विपद व चतुष्पद पशूंचा निर्देश आहे. असाच निर्देश ग्रीक लोक गुलामासाठी योजित असलेल्या आंद्रापोडांग या शब्दात असून त्याची प्राणिवाचक टेट्रापोडांगशी तुलना होऊ शकते. तथापि दास हा गुरासारखा गुलाम नव्हता, कारण आर्यांत वैयक्तिक मिळकत पुरेशी विकास पावली नव्हती किंवा व्यापारासाठी आवश्यक असलेले व्यापक वस्तू उत्पादन अथवा शिलकी उत्पादन होत नव्हते. ज्या अर्थी गुरांचे कळप सामाईक असत व शेतीही सामाईकरीत्या नांगरली जात असे त्याअर्थी जमातीची सामाईक मिळकत या अर्थाने केलेला उपयोग अगदी तर्कशुद्ध आहे. त्याचा अर्थ जमातीच्या अधिकाऱ्यांनी एक अगर अधिक दास एका विशिष्ट उपगटात श्रम करण्यासाठी दिले असा होतो. यापासूनच खाजगी मिळकत व ती बाळगणाऱ्या कुटुंबाचे गट सूचित होतात. परंतु मिळकत यापुढे सामाईक राहिली नाही. सिंधू संस्कृतीतील शहरांसाठी शिलकी साठा पुरविणाऱ्या वसाहतवाल्यांचे दास वंशज होते असा तर्क करता येईल. बलप्रयोगाखेरीज इतर एखाद्या पद्धतीने, किंबहुना धर्माच्या प्रभावाने त्यांची मने जिंकली गेली असावीत. भारतातील जातिसंस्थेच्या हा प्रारंभ होता. येथे उपयोगात आलेला शब्द जो वर्ण त्याचा अर्थ रंग असा होतो. दास अथवा दस्यू सामान्यत:

काळ्या रंगाचे असे सांगण्यात येत असल्यामुळे त्या शब्दाचे समर्थन करण्यात येते. आर्यांचा स्वत:चा रंग गोरा, निदान उजळ होता.

जर सिंधू खोऱ्यातील गुलामगिरी मेसोपोटेमियासारखी असती तर भारतात आर्यांच्या विजयानंतर झालेल्या ह्या घडामोडी अधिक स्वाभाविक ठरतील. तेथे (मेसोपोटेमियात) आपल्याला दोन प्रकारचे गुलाम आढळतात. त्यांपैकी पहिले मग ते मुळात युद्धातील कैदी कर्ज फेडू न शकणारे ऋणको अथवा गुलामगिरीतच जन्मास येऊन वाढलेले असोत - आपल्या मूळ स्थितीतून निसटून पुढील तीन मार्गांनी गुलामगिरीतून मुक्त होऊ शकत असत. आपल्या Peculium च्या साह्याने ते आपले स्वातंत्र्य विकत घेत ; त्याचे नातेवाईक खंडणी भरून त्यांना मुक्त करीत ; अथवा त्यांचा मालकच त्यांना दत्तक घेई.'' कोणत्याही लिंगाच्या गुलामाने मुक्त झालेल्या व्यक्तीशी विवाह केल्यास त्याचे अपत्य मुक्त समजले जाईल. * अगदी हीच गोष्ट अर्थशास्त्रातही दिसून येते. (३.१३) याच्या उलट शीरकुट मंदिरातील गुलाम जरी व्यापार करीत असले व मिळकतीवर नियंत्रण असले तरी त्यांची जणू एक स्वतंत्र जातच होती. कारण शीरकुट्र नसलेल्या व्यक्तीशी तिने नंतर विवाह केल्यास त्यांच्यापासून होणारे अपत्य हे त्या मंदिराची मिळकत समजले जाई. ही स्थिती भारतातील शूद्रासारखी आहे. फरक इतकाच की ह्या मंदिराच्या ऐवजी आर्यजमात अथवा नंतरच्या तीन वरिष्ठ आर्य जाती आल्या.

सगळ्याच दासांना गुलाम केले जात नसे. पूर्वी दाखवल्याप्रमाणे त्यातील काहीजण आर्यांतही उच्चपद प्राप्त करून घेत. कृष्ण (काळा) हे नाव वैदिक ऋषींच्या यादीत आहे. त्याला संस्कृतचे ज्ञान असले तरी 'जन्मत: गोऱ्या आर्यांचा निर्देश होतो असे वाटत नाही. इंद्राने भग्न केलेल्या गढ्यांचे कधी कधी कृष्णगर्भामध्ये म्हणजे आपल्या पोटात काळे लोक ठेवणाऱ्या असे वर्णन करण्यात आले आहे. हे वर्णन (ऋ.८.९६.१३.१५) सोमाविषयक कथा आहे की, इंद्र व कृष्ण यांच्या युद्धातील तो सरळ वृत्तांत आहे हे शंकास्पद आहे. नंतरच्या काळी काळ्या वर्णाचा हिंदू देव कृष्ण हा विष्णूचा अवतार म्हणून मान्य झाला. (विष्णू हा एकंदरीने ऋग्वेदात इंद्राचा स्नेही होता व त्या दोघात क्वचितच संघर्ष आला. तरीसुद्धा आर्यांतील देव म्हणून तो भारताबाहेर ओळखला जात असे.) तथापि त्याच्या व इंद्रामधील संघर्षाची कथा टिकून राहिली.

---

* ह्या मुद्याकरिता तसेच अवतरणाकरिता पुढील संदर्भ पाहा; आय मेन्डेलसन : स्लॅव्हरी इन द एन्शंट नीअर ईस्ट (न्यूयॉर्क, १९४९) पेज ५६, १०४ ; शिरकुट्रकरिता, आर.पी. गऊगहेरटी. शिरकुट्रची बॅबिलोनियन दैवते; ओरिएन्टल आर. ई. मालिका ५/२, न्यू हॅवेन १९२३. गुलामगिरीच्या प्रभावाकरिता पाहा - आये मेन्डलसोन बीएएसओआर ८९-२५-२९.

इतक्या थोड्या पुराव्याच्या आधारे, ह्या प्रश्नाचा खोलवर विचार करण्याचे कारण असे की सामान्यत: जाती कशा निर्माण झाल्या व विशेषत: ब्राह्मण जात कशी बनली ह्या प्रश्नावर या घटनांचा परिणाम झाला आहे. ब्राह्मण हा धंदेवाईक पुरोहित आहे. या आर्य प्रथेसारखी प्रथा इतरत्र नाही ; उत्तरकालीन भारतात पुरोहिताला सर्व धर्मविधींच्या क्षेत्रात जवळजवळ एकाधिकार प्राप्त झाला. आवश्यक ते यज्ञ करणे हे प्रत्येक कुटुंबप्रमुखाचे कर्तव्य असे. टोळीच्या प्रमुखाला तर शेतांचा व गुरांच्या कळपांचा सुपीकपणा वाढण्यासाठी व लोकांचे कल्याण साधण्यासाठी अशी बरीच कर्तव्ये करावी लागत. वयात आलेला प्रत्येक पुरूष अग्निपूजा करी व इंद्र, वरूण अथवा इतर देवतांना ब्राह्मणाच्या मध्यस्थीशिवाय आवाहन करू शकत असे. असा प्रकार ग्रीस व रोम यातही आढळतो. लॅटिनमधील अग्निपूजक पुरोहित (याला फ्लेमन असे नाव होते.) हा काहींना वाटतो तसा ब्राह्मणांशी सदृश नव्हता. (कीथ, संस्कृत साहित्याचा इतिहास ३१, पृष्ठ ३९, पृ. २७६) ब्राह्मण हा मूळ शब्द पुल्लिंगी असो की नपुसकल्लिंगी असो, तो विशेषकरून भारतीय आहे. मूळचा वैदिक अग्निपूजक पुरोहित अथर्वन् (इराणी आथ्रवन्) होता. होतृसारख्या इतर यज्ञीय पुरोहितांना सदृश असे इराणी पुरोहित होते. परंतु ते ब्राह्मण नव्हते. ब्राह्मणांचा उदय ह्या क्षेत्रात उशिरा झाला. ब्राह्मणांचा उदय होण्यासाठी आर्य जमातीच्या अंतर्गत रचनेत एक नवा वर्गीयस्तर अस्तित्वात यावयास पाहिजे होता. जमातींचा राजा यज्ञासाठी नेहमी काही देणग्या प्रथम बळीच्या (कर) स्वरूपाच्या असत. हा जमातीचा प्रमुखच विशेषाधिकारी होता. (ऋ. १०.१७३.६ बलीहत:) नियमितपणे घेतला जाणारा हा पहिलाच अंतर्गत कर होता – वेदोत्तर काली करांची संख्या सतत वाढत राहिली. त्यातही हा कर टिकून राहिला. भूमी जिंकून घेण्यापेक्षा तिच्या नियमित वस्त्या करण्याचे यजुर्वेदात वर्णन आले आहे. (त्याचे सविस्तर विवेचन पुढील प्रकरणी येईल) त्यात आपणास जमातीतच ब्राह्मण, क्षत्रिय, वैश्य व शूद्र या चार जाती पूर्णपणे विकास पावलेल्या आढळून येतात. धंदेवाईक पुरोहित वगळले तर आता अग्निद्वारा करावयाचा यज्ञ सामान्य माणसास पार अवजड होऊन बसला. यज्ञाचा महत्त्वाचा दृश्य उद्देश युद्धात विजय मिळविणे हाच राहिला परंतु आता दोन्ही गोष्टी (यज्ञ व युद्ध) अधिकाधिक अजवड ८ होत चालल्या होत्या. आता यज्ञाचा दुय्यम परंतु कितीतरी अधिक प्रभावी उद्देश नवोदित वर्गाचा अंतर्गत संघर्ष दडपून टाकणे हा होऊन बसला. राज्यकर्त्या क्षत्रिय वर्गाला ब्राह्मण पुरोहितांच्या मदतीने वैश्य (वस्ती करणारा, शेती करणारा) व शूद्र (दास) यांचे आपल्या फायद्यासाठी शोषण करावयाचे होते. यापैकी वैश्यांशी संघर्ष आधी झाला. एकवटलेले मरुत् व त्यांचा प्रमुख इंद्र यातील ऋग्वेदी संघर्षात तो प्रतिबिंबित झालेला आहे. नंतर आपणास असे सांगण्यात येते की हहे मरुत् म्हणजे शेतकरी (विशू)

आहेत ; राजा शेतकऱ्यांना गिळून टाकतो त्याप्रमाणे इंद्र त्यांना गिळून टाकतो. [९] यज्ञाच्या प्रमुख हेतूंपैकी इतर तीन जातींना राज्यकर्त्या क्षत्रियापुढे नमविण्याचा व आज्ञाधारक करण्याचा एक हेतू होता. (टीएस २.५.१०) ऐतरेय ब्राह्मणात [१०] (AB ७.२९) असे म्हटले आहे; ''वैश्याप्रमाणे ---- दुसऱ्यास कारभार देणारा दुसऱ्याकडून गिळला जाणार, तयाच्या मर्जीनुसार छळला जाणार ----- शूद्राप्रमाणे ---- दुसऱ्याचा सेवक, ह्यावरून त्याच्या मर्जीनुसार हाकलून दिला जाणार, त्याच्याकडून ठार केला जाणार'' यज्ञाच्या प्रसंगी औपचारिक परिक्रमेत निघताना व परत येताना इतर दोन खालच्या जाती त्यांना नमविण्यासाठी युद्धमान जातीच्या व पुरोहिताच्या मध्ये असाव्या लागतात. (शतपथ ब्राह्मण [११] ६.४.४.३३) हळूहळू गुंतागुंत वाढत गेलेल्या यज्ञाचे कित्येक दिवस टिकणाऱ्या समारंभात रूपांतर झाले ; त्यात मुख्य यज्ञीय पशू अनुक्रमे माणूस, घोडा, बैल, मेंढा, बकरा हे होते. त्याचा परिणाम व काही अंशी जाणूनबुजून पुढे ठेवलेला हेतू असा होता की, जमातीची विकास पावलेली नवीन जातिरचना बंधनात ठेवली जावी. काही प्रसंगी याच्याशी संबंधित असलेल्या अंतर्गत संघर्षाचे बाह्य पर्यवसान युद्धात झाले.

असा दावा करण्यात येतो की, इराणमध्ये देखील एक प्रकारची ओबडधोबड जातिव्यवस्था होती. यास आधार यास्नाचा (१९.१७) दिला जातो व त्यात पुढील चार जातींचा निर्देश आहे ; पुरोहित, रथी, कृषक व कारागीर. परंतु या व्यवस्थेचा जातींशी अर्थाअर्थी संबंध नाही. कारण त्यात अंतर्गत बेटी व्यवहाराच निर्देश कोठेही नाही. ह्याखेरीज ह्या चारी वर्गांस सारखाच मान होता. कारण एक नैतिक अधिष्ठान म्हणून चारी वर्ग सद्वर्तनी माणसाच्या समग्र कर्तव्य वर्गात त्याच्याबरोबर असत. ग्रीक लेखकांनी भारतीय जातीपद्धती एकमेव असल्याचे नमूद केले आहे. ते तिची इराणी वर्गांशी कधीही तुलना करीत नाहीत. मूळ अवेस्तामध्ये तीनच इराणी वर्ग आहेत. त्यात कारागिराची नव्याने भर पडली. इराणी कारागीर भारतीय शूद्रापेक्षा वेगळा आहे. या काळातील इराणी लोकांना साम्राज्यातील आपल्या पूर्वाधिकारापासून गुलामगिरीची माहिती होती. भारतीय शूद्र हा अपवित्र असून इतर देशातील अविमुक्त वर्गाच्या जागी होता. जातिदृष्ट्या ब्राह्मणास सर्वांत जवळचे उदाहरण म्हणजे इराणातील मागीहेरोडोटस्च्या वृत्तांतावरून असे दिसून आले आहे की ते (मागी) सहा परसोमिलियन (Persomillon) जमातीपैकी एक होते. गौमात हा मागी सिंहासनावर बसलेल्या कॅंबायझेस काबुयीसाची ऐट मिरवी. डेरियसने त्याचा वध केला तेव्हा सर्व मागींची जंगी कत्तल करण्यात आली. ती मॅगोफोनिया म्हणून दरसाल साजरी केली जाते. असे असले तरी मागी हे विशेषत: साम्राज्याच्या पश्चिम भागात इराण्यांचे पुरोहित म्हणून टिकून राहिले. मागीखेरीज इतर पौर्वात्य पुरोहितांना आथ्रवन् असे नाव होते. झोरोस्टर हा मागुश व मागोपथ ह्या शब्दांचा, ऋग्वेदातील

सात नद्यांच्या (सप्तसिंधू) देशातील आर्यलोक / ९९

ब्राह्मण इतका नव्हे तरी तशाच प्रकारचा, सन्मानपूर्वक उपयोग करीत राहिला. भारतीय ब्राह्मणांच्या उदयास समानार्थक असे हे उदाहरण आहे.

४.५ : ब्राह्मण गोत्रे

टिकून राहिलेले बरेचसे संस्कृत वाङ्मय ब्राह्मणांनी नंतर निर्माण केले किंवा ते त्यांच्या मालकीचे असून त्यावर ब्राह्मण धर्माची छाप आहे. इतर साहित्य – उदा. बौद्धांचे व जैनांचे साहित्य – दूषित दृष्टीचे आहे. एकतर त्यात वैदिक ब्राह्मणधर्माविरुद्ध चाललेल्या संघर्षाचे व कालांतराने पुन: आलेल्या ब्राह्मणी छापाचे प्रतिबिंब आहे. विविध परिवर्तनाशी व विशेषत: उत्पादक साधनांशी व संबंधांशी ब्राह्मण वर्गाने मिळतेजुळते घेतले. याचे बरेचसे चित्र त्या वर्गाच्या वैचारिक चौकटीवरून (ideo-logical framework) दिसून येते. अशा परिस्थितीत जातिसंख्या कशी बनली ह्या प्रश्नाकडे लक्ष दिले पाहिजे. तिच्यात उत्तरोत्तर काय बदल होत गेले याचा त्याच्या पार्श्वभूमीवर विचार करता येईल.

आर्यांमधील पुरोहित आणि त्यातून वरचढ असलेले सिंधू खोऱ्यातील पुरोहित या दोघांच्या परस्पर प्रतिक्रियेतून सुरुवातीचे ब्राह्मण उदयास आले असावेत असे समजण्यास पुरेसे कारण आहे. ब्राह्मणाच्या सात प्रमुख विभागांत असंख्य गोत्रे आहेत त्यांपैकी प्रत्येकाने आपल्या गोत्राबाहेर विवाहसंबंध केले पाहिजेत असा लॅटिन जेन्स सारखाच त्यांच्यावरही निर्बंध आहे. गोत्र हा शब्द राजरोस संस्कृत असून त्याचा मूळचा अर्थ गाईंचे कुंपण हाच ऋग्वेदात ग्राह्य धरला गेला आहे. प्रत्येक विशिष्ट गोत्रातील गुरांना डाग देण्याची एक विशिष्ट खूण असे व तिच्यामुळेच ती एकत्र ठेवली जात हे सुप्रसिद्ध आहे ; कालांतराने एकत्र कुटुंब हाच जेव्हा सामाईक मिळकत असणारा घटक बनला. (ही प्रथा भारताच्या बऱ्याच भागात आजही टिकून राहिली आहे.) तेव्हा गोत्राचा आशय बदलून तो घरदार व वंश अशा दुहेरी स्वरूपाचा झाला, संपत्ती सामाईकरीत्या एकत्र बाळगणाऱ्या मानवी गटास नामरूप आले ते ह्या प्रकारच्या संपत्तीमुळे. [१२] भूमीस संपत्तीचे स्वरूप आल्यानंतर देखील गुरे हे संपत्तीचे परिमाण होतेच. मागून जमिनीच्या विस्ताराशी त्याचा संबंध जोडला गेला. तात्विकदृष्ट्यावरील सात मोठ्या गुरांचा अथवा त्यातील उपगटांचा उगम एका ऋषीपासून असे अजूनही मानण्यात येते ; व त्या ऋषीचे नाव त्या गोत्रास अद्याप दिले जाते परंतु परिणामत: ह्या पूर्वज ऋषींची प्रत्यक्ष संख्या कोणत्याही गणनेनुसार सातापुरती राहूच शकत नाही. अशा सातांच्या निदान दोन भिन्न याद्या तरी अस्तित्वात आहेत. त्यातील जुन्या यादीचा आज अस्तित्वात असलेल्या ब्राह्मणांच्या गोत्रीय विकसित पद्धतीशी फारसा संबंध नाही. तेव्हा सात या आकड्याचा संबंध सात पुरातन नद्यांशी किंवा संभवत: प्राचीन मेसोपोटेमियातील सात ऋषींशी असणे शक्य आहे.

आर्य नसलेल्या ब्राह्मणासंबंधी पुरावा असा आहे की, त्यांपैकी काहींचा नामोल्लेख करून त्यांना आपल्या 'आईचे मुलगे' म्हटले गेले आहे. चैतनाकडून ज्याचा छळ झाला तो दीर्घतमस ममता नामक दासीचा मुलगा आहे ; त्याचा बहुदा उशीज अथवा उत्तथ्य (?) ऋषीत जन्मजात आर्य होता. ऋग्वेदातील आर्य हे जन्मतः आपल्या पित्याचे पुत्र म्हणून समजले जातात त्यामुळे आंधळा झालेला दीर्घतमस् पूर्वेकडे नदीच्या प्रवाहाबरोबर परकीयाकडून मान मिळविण्यासाठी वाहत गेला व सिंधू खोऱ्यातील पुरोहितांनी असे केले असणे शक्य आहे. ही कथा समजू शकते. 'दास स्त्रीचा पुत्र' अशी शिवी इतर वैदिक ऋषींना ही दिली गेली होती त्यांपैकी दोघे अगस्ती व वशिष्ठ हे घटापासून जन्मलेले असून गोत्रस्थापक होते. घट हे योनीचे प्रतीक आहे. निदान वसिष्ठाच्या बाबतीत ते आर्यपूर्व मातृदेवतेच्या योनांचे प्रातिनिधिक म्हणून असावे. ह्या वसिष्ठांनी आपल्या जन्माची संपूर्ण हकीकत ऋग्वेदात (७.३३) दिली आहे. इतरत्र वशिष्ठ वंशीयांच्या ग्रंथात आपणास असे दिसते की, राजा सुदास याचा तो पुरोहित झाला.[१३] आणि म्हणून तो सर्व भरतांचाही प्रमुख पुरोहित झाला. त्याच्या अगोदर विश्वामित्र हा भरतांचा प्रमुख पुरोहित होता हे ऋग्वेदातील तिसऱ्या मंडलावरून अजूनही सिद्ध होते. या दोघांच्या (वसिष्ठ व विश्वामित्राच्या) संघर्षाची कथा नंतरच्या सर्व परंपरात होती व ऋग्वेदातील काही भाग (३.५३.२१-२६) हा विश्वामित्राची वशिष्ठाविरुद्ध शाप समजला जातो. तो वाचून कोणत्याही वसिष्ठ वंशीयांवर भयंकर परिणाम होईल. ह्याच सूक्तात मूर्च्छा येणाऱ्या विश्वामित्राला जमदग्नीकडून ससर्परीची देणगी मिळाली. त्यामुळे टीकाकारांच्या मतानुसार तो वशिष्ठाविरुद्ध टिकाव धरू शकला. गोत्रस्थापक पुरोहितांपैकी विश्वामित्र हा एकच खरोखर संशयातीत आर्य असल्याचे दिसते. कारण तो जंधूगोत्रातील क्षत्रिय असल्याचे मानण्यात येते. घुबड (कुशिक) हे त्याचे प्रतीक होते. राज्यकर्त्यातील सत्तारूढ लढाऊ वर्गापैकी तो एक होता. जमदाग्निगोत्रीय – जरी ते उघड उघड वैदिकगोटात नंतर आलेले आहेत. त्यांना आपली अशी वंशावळ नाही. ते आणखी नंतर आलेल्या भृगूवंशाची एक शाखा समजली जातात. ती शाखा म्हणजे सुदासाविरुद्ध झालेल्या दाशराज्ञ युद्धातील एक जमात होती. हे आपण मागे पाहिलेच आहे.

ब्राह्मण धर्माची इतर लक्षणेदेखील, तो धर्म आर्यपूर्व लोकांकडून घेतलेला होता, ह्या विधानाचे समर्थन करणारी आहे. उषस् ह्या देवीला २१ गुप्त नावे असून ती फक्त तिच्या (दीक्षा मिळालेल्या) खास पुरोहितासच विदित होती. तंत्रमार्गातील सिंधू संस्कृतीच्या खुणा टिकून राहिल्या व पुनरुज्जीवन झाले हे आपण पाहिले आहे. त्याची सुरुवात बहुप्रसवात्मक धार्मिक विधीत असू शकेल. परंतु ही गोष्ट अत्यंत प्राचीन काळापासून ब्राह्मणाशी संबंधित आहे. पुरालेखात आढळणारी, वाचन करता

येण्यासारखी कोरीव भारतीय अक्षरे अगदी सोपी असून खरोष्टीसारख्या semitic उगमाशी असावीत. असे असले तरी ब्राह्मणी प्रभावाखाली भारतीय लेखन स्वयंपूर्ण बनले. मेसोपोटेमियात व चीनमध्येही अक्षर व स्वर एकच आहे. काही पौराणिक राजांना दोन नावे असत व संस्कृतात एकमेकापासून त्यांची उत्पत्ती लावता येते. याचे स्पष्टीकरण असे आहे की चित्रलिपीसारख्या कोणत्या तरी लिपीतील मूळ लेखात एका प्रकारे लिहिलेली नावे दोन प्रकारे उच्चारली जातात. उदा. शीर-पुस्त्ला ही अक्षरे एका शहराचे नाव असून त्याचा उच्चार लगश असा आहे. पातेसी या अक्षराचा उच्चार इशक्क्यू म्हणजे राजा, सुभेदार असा आहे.

निबिड अरण्यात निवडलेल्या गुरूच्या देखरेखीखाली केलेल्या दीर्घकालीन व लवचिकपणास नाव नसलेल्या अध्ययनपद्धतीमुळे पवित्र ग्रंथांची अपरिवर्तनीयता अबाधित राहिली. जर असे वेगळेपण प्रारंभापासूनच टिकून राहिले असते तर अशा ग्रंथास नागरी जीवन तद्विषयक तंत्रे या इतिहास याविषयी माहिती आली असती. ब्राह्मणांना प्रारंभापासून साक्षरतेची व नागरी जीवनाची थोडीतरी पार्श्वभूमी असल्याविना अशा (ग्रंथरचनेच्या) प्रक्रियेतून प्रचंड विद्वत्ता, पुराणे व अत्यन्त गुंतागुंतीच्या परंपरा निर्माण होऊ शकतील, अशी कल्पनाही करवत नाही. परंतु वेदकाली आर्यांना अशी नागरी पार्श्वभूमी मुळीच नसावीशी वाटते. कारण वेदकाळी शहरातील प्रमुख रहिवासी अनार्यच होते. ब्राह्मणांच्या गोत्रनामांवर जमातीविषयक नावाचा स्पष्ट ठसा उमटला आहे. हा प्रकार अगदी प्रारंभीच्या काळापासून ऐतिहासिक काळापर्यंत चालत आला आहे. पुरूकुत्स हे दोन आर्य जमातींचे संयुक्त नाव आहे. त्या नावाच्या एका राजाची भारद्वाज ऋषींनी स्तुती केली आहे. (ऋ ६.२०.१०) भारद्वाज ब्राह्मणातील गोत्रगटात पुरूकुत्स हे उपगोत्र आपणास अद्यापही आढळते. ही गोष्ट विशेष म्हटली पाहिजे. सुदासाने पराभव केलेल्या विकरणासारख्या जमातीच्या नावाचे वंशज एकाहून अधिक गोत्रांत आढळतात. उदुंबर ही वेदकालोत्तर जमात असून तिचे प्रतीक जे झाड त्याची खूण असलेली नाणी आढळतात. परंतु उदुंबर ब्राह्मण विश्वामित्र व काश्यप ह्या दोन्ही गोत्रात आहेत. ऋग्वेदात काश्यपांचे महत्त्व फार असले तरी ते व फक्त गोत्रीय ब्राह्मण बराच काळ यज्ञीय दक्षिणेस अपात्र म्हणून वगळले जात. काश्यप नंतरच्या ब्राह्मणी धर्मात विशेषत: गंगेच्या खोऱ्यात ते (काश्यपी) विशेष प्रसिद्ध झाले आहेत. ह्या त्रासदायक निर्बंधांचे स्पष्टीकरण अद्याप मिळावयाचे आहे. ज्याच्या विरुद्ध ऋग्वेदात उच्चाटन मंत्र दिले आहेत. (अथर्ववेद २.२१) अशा राक्षसाचा प्रकारच कण्व म्हणून समजला जात असला तरी ऋग्वेदाच्या आठव्या मंडलात कण्व ब्राह्मणांची वंशावळी दिलेली आहे. बहुधा काही आर्यपूर्व कण्व ब्राह्मण अप्रविष्ट राहिले असावेत. वसिष्ठातील वालशिखागोत्र हे व्युत्पत्तिदृष्ट्या वरशिखापासून आलेले आहे व त्याचा (वरशिखाचा) इंद्राने हरियुपीय येथे नाश केला होता.

एकाच जमातीच्या चतु:सीमेत कडक नियंत्रणातून मिळालेली स्वतंत्रता व कोणत्याही जमातीत सामावून जाण्याची पात्रता यांचा ब्राह्मणधर्मास नंतरच्या काळीही उपयोग झाला. ऋग्वेदातील परस्परविरुद्ध असे ऋषी दोन्ही बाजूकडून दक्षिणा घेत. आपण पाहिले आहे. भरतांच्यातर्फे पुरूंना शाप देणारे वशिष्ठ ऋग्वेदात त्याचीच (भरतांचीच) स्तुती करतात. (७.६६.२) यांच्या उलट क्षत्रियाला मात्र नेहमी अमुक वंशाचा (जमातीचा) क्षत्रिय असे नाव देण्यात येते. ज्ञात पितृसत्ताक परंपरेप्रमाणे एका वंशातून दुसऱ्या वंशात जाणे याचा अर्थ असा की, पूर्वीच्या गोत्राशी अगर कुटुंबाशी वंशपरंपरागत संपत्ती व धार्मिक विधींपुरते तरी संबंध तोडावे लागतात. परंतु अगदी प्राचीन भारतात देखील याच्या उलट प्रकारची कितीतरी उदाहरणे आढळतात. शुन: शेषाला त्याच्या उपाशी बापाने – आजीगर्ताने – नरमेधासाठी विकले. पुढे विश्वामित्राने त्याला सोडवून दत्तक घेतले व त्याचे नाव देवरात असे ठेवले. आजपावेतो 'देवरात' गोत्रातील लोक विश्वामित्र अथवा नर गोत्रातील लोकांशी नंतर विवाह करू शकत नाहीत. अशा दुहेरी गोत्र प्रकारांची इतर बरीच उदाहरणे आहेत, काही तर दिवसा वसिष्ठ व रात्री काश्यप असत. यात काही अर्थ असेल तर तो एवढाच की मातृसत्ताकावरून नातेसंबंध पाळणाऱ्यांनी एका विजेत्या पितृसत्ताकाच्या प्रथांशी मिळतेजुळते घेतले होते.

कवश ऐलूष ह्या ऋग्वेदातील ऋषीवर दास स्त्रीचा पुत्र असल्याचा आळ घेऊन त्याला इतर पुरोहितांनी वाळीत टाकले. त्याच्या स्तोत्रातील शक्तीमुळे सरस्वती ही पवित्र नदी त्याच्या पाठोपाठ वाळवंटात वाहात आली. त्याचा पूर्वज कवश याला इंद्राने सुदासाच्या दुह्यूच्या विरोधात फेकून दिले. (पदच्युत केले) ऋग्वेदातील इतर दोन ऋषी – कण्वाचे पुत्र व मत्स्य आणि मेधावीचे सावत्र भाऊ होते. ते आपसात असेच भांडण. उत्तरोक्ताने पूर्वोक्ताला दास स्त्रीचा पुत्र म्हणून हिणवले तेव्हा त्याने अग्निदिव्य करून आपण जन्मत: निष्कलंक असल्याचे सिद्ध केले. हे वृत्तांत ऋग्वेदोत्तर असले तरी जुन्या ब्राह्मणी परंपरेतील आहेत. केवळ त्यांची कशीबशी वासलात लावण्यासाठी अशा गोष्टी निर्माण करण्याचे काही कारण नव्हते. म्हणून निदान काही ब्राह्मण दासापासून निर्माण झाले, ह्या गोष्टींत काहीतरी तथ्य असले पाहिजे. आर्य पित्यापासून व जमातीपासून स्वतंत्र असलेली अशी एकजूट त्यांना लाभते. ऋग्वेदात मातृ अधिकाराचे काही विशिष्ट अवशेष दिसून येतात. (उदा. एखाद्या देवतेला अनेक माता असतात परंतु ज्ञात असा पिता नसतो.) त्याचे यामुळे स्पष्टीकरण मिळू शकेल.

आदिम जमातीच्या ब्राह्मण सदस्याला फक्त प्रमुखाखेरीज इतरांनाच असलेले संपत्तीविषयक हक्क होते. तथापि अगदी प्रारंभापासून आपणास असे दिसते की, यापैकी काही पुरोहित आपल्या दारुण दारिद्र्याबाबत अश्रू ढाळतात.

---

१. शुन:शेष = कुत्र्याचे शेपूट. त्याच्या दोन भावांच्या नावाचा तोच अर्थ होता. हे कदाचित विभिन्न प्रतीक असावे.

(ऋ .४.१९.१३) उद्‌गार काढतो. ''भयंकर गरजेपोटी मी कुत्र्याची आतडी शिजवली. देवात मला कुणीही संरक्षणकर्ते आढळले नाहीत. जमातविषयक मेजवानीचे वेळी मी आपल्या पत्नीला अत्यंत निकृष्टावस्थेत पाहिले. त्यानंतर बहिरी ससाण्याने (इंद्राने) मला गोड बक्षीस घेण्याचा हक्क दिला.'' ही इंद्राची दानस्तुती असून ती नंतरच्या कोणत्याही मानवी प्रमुखांच्या स्तुतीसारखीच आहे. ऋग्वेदातील ऋषीने रात्री तो ज्या विहिरीत पडला होता तिच्या तळापासून ध्रुवतारा पाहून म्हटले आहे, ''माझ्या कृश बरगड्या सवतींप्रमाणे एकमेकींवर आपटत आहेत. उपाशी उंदीर जशा आपल्या शेपट्या कुरतडतात तशा मला चिंता कुरतडत आहेत.'' (क्र. १०.१०९) ह्या ऋचेचा उद्देश राजाने जबरदस्तीने पळवून नेलेली ब्राह्मणाची पत्नी परत मिळावी हा होता. ऋग्वेदातील अग्नीची साधी स्तुती (८.१०२.१९.२१) याहूनही कारुण्यपूर्ण आहे. तीन ब्राह्मणाने नम्रपणे अग्निदेवास असे विनविले आहे की, 'कीटकांनी कुरतडलेल्या माझ्या समीधेच्या आहुतीचा स्वीकार कर. कारण माझ्याजवळ गाय तर नाहीच परंतु समीधा तोडण्यासाठी कुऱ्हाड देखील नाही.

ह्या सूक्तावरून असे सिद्ध होते की, कधी कधी ब्राह्मण पुरोहित ही एक निराश्रित व्यक्ती होती. पण अशी असहाय्य स्थिती कोणत्याही जमातीच्या रीतसर सदस्याला येणे शक्य नव्हते. जमातीची अवस्था संपून जातिव्यवस्था प्रचारात आली. अशा संधिकाळात तो होता. लढाऊ वर्गाशी जसजसा समेट साधत गेला तशीतशी, त्याच्या समवेत (समाजाच्या) जमातीच्या स्वरूपात संघटना उदय पावली. यावरून पुढील गोष्टी सूचित होतात. आता उत्पादन प्रक्रिया वरच्या दर्जाची झाली होती. नियमित वस्त्या अस्तित्वात आल्या होत्या व नव्या प्रकारची संपत्ती निर्माण झाल्यामुळे जमाती संघटनेचा अपरिहार्यतेने ऱ्हास होऊ लागला.

टीपा व संदर्भ

(१) व्ही. गॉर्डन चाइल्डच्या इतर पुस्तकांच्या बरोबर त्याच्या 'द आर्यनस्' (लंडन, १९२६) या पुस्तकात बरीच उपयुक्त माहिती आहे. परंतु त्यातील काही विस्तृत भागांना दुरुस्तीची आवश्यकता आहे. खोरेझ्म येथे दोन विचारसरणींची सुरूवात झाली. या मुद्याबाबत मी 'अथनो ग्राफिकल इन्स्टिटट्यूट ऑफ दि यूएसएसआय ॲकेडमी ऑफ सायन्सेस' या संस्थेच्या प्राध्यापक सरगे इ. पॅव्हॅलॉव्हिक टॉलस्टॉव्ह यांच्याशी झालेल्या विस्तृत चर्चेचा ऋणी आहे. त्यांनी खणून काढलेली प्रत्यक्ष Var of yima हिचा काळ ख्रि.पू. १ ल्या हजार वर्षांचा पूर्वार्ध असावा. पण याबाबतीत नि:संशय खूप जुने असे पहिले प्रकार आहेत. त्याकरिता व इराणी मूळ यांच्या सामान्य चर्चेकरिता इ. हेर्झफेल्डा – 'झोरोस्टर अँड हिज वर्ल्ड' (प्रिन्सेटन, १९४७) हे पुस्तक पाहावे.

(२) ऋग्वेदाच्या उल्लेखासाठी पुण्याच्या वैदिक संशोधन मंडळाने (सायणाच्या भाषेसहित) ४ खंडांत प्रसिद्ध केलेले (१९३३-४६) प्रत्यक्ष पुस्तक वापरले आहे. त्यातून काही उपयुक्त अर्थ काढावयाचा असेल तर चांगल्या अनुवादाचा काळजीपूर्वक उपयोग करणे आवश्यक आहे. ह्याबाबतीत हॉर्वर्ड ओरिएन्टल सीरीज, खंड ३३-३५ (केंब्रिज, Mass, 1951) मधील के.एफ्. गेल्डनेर यांचे भाषांतर पाहण्यासारखे आहे. एच्. ग्रासमनचे ऋग्वेदाचे woerterbuch आता तिसऱ्या पुनर्मुद्रित आवृत्तीत उपलब्ध आहे आणि त्याने दिलेला अर्थ जरी बऱ्याच वेळा विवाद्य असला, तरी सूची म्हणून ते भाषांतर अत्यंत आवश्यक आहे. ए.ए. मॅकडोनेल व ए.बी.फीथ यांचे 'वेदिक इंडेक्स' (२ खंड, लंडन, १९१२), संदर्भ शोधण्याकरिता ह्याचा उपयोग करता येईल. पण पुराविज्ञानाच्या दृष्टीने त्यात बऱ्याच दुरुस्त्या करण्याची जरुरी आहे. 'अवेस्ता' करिता, मी जे. दर्मस्टेटर यांच्या अनुवादाचा उपयोग केला आहे. (SBE , खंड ४, २३ : एल.एच. मित्स SBE, ३१ (यास्नकरीता). झोरोस्टरपुढे जी सुधारणा घडून आली त्यात अनेक आर्य देवतांचे राक्षसात पर्यवसान झाले. (Avestan Daevoa) परंतु अग्नी आणि सोमरस मात्र कायम टिकून राहिले.

(३) ए. बी. कीथ : 'रिलीजन अँड फिलॉसॉफी ऑफ दि वेदाज' (Hos ३१-२, १९२५) यात सर्वप्रथम, बेदांबद्दलचे निष्कर्ष दिलेले आहेत. विरुद्ध बाजूचे निष्कर्ष वादविवद करून निर्माण झाले. या मुद्यांच्या साहाय्याने खोडून काढले आहेत. खगोलशास्त्राच्या दृष्टीने सांगितलेल्या तारखा, पुस्तकाच्या कल्पना वैचित्र्यपूर्णक अशा अनुवादावर आधारीत आहेत. अगदी आधुनिक निर्देश (D.E. MCcown, Jaos. 74.17 cff) जर मेलुह : आणि सिंधू खोरे एकच असतील तर हा ऱ्हास ख्रि.पू. १७५० च्या सुमारास झाला, असे सुचवितो.

(४) दि ओरिजिन ऑफ ब्राह्मीज गोत्राज' (जेबीबी आरओटस्, २६,१९५०, पृ.२१-८०) राक्षसाला मारणाऱ्या जॅकने, छोट्या राक्षसांपैकी एक असलेल्या तीन डोक्यांच्या राक्षसाला, ठार मारले हे, (ही कथा) आयरिश व इतर अनेक पौराणिक कथांमध्ये आढळते.

(५) इ. फॉरटचा अभिजात वृत्तांत असल्यामुळे २ DMG, ७६, १९२२ पृ. १७४-२६९ हा आदर्श संदर्भ आहे. तसेच पाहा - पी. इ. ड्युमॉन्ट, जेएओएस, ६७, १९४७, पृ. २५१-२५३.

(६) इन्द्राने, आपल्या मित्रांची - एकदा अनार्य विष्णूचे व पुन्हा त्याचा स्वतःचा अग्निहोत्री दध्यांक आथर्वण यांची - डोकी उडविल्यामुळे ह्या पौराणिक कथांना अधिक महत्त्व प्राप्त होते. त्यापैकी दध्यांक आथर्वणाला जुळ्या नासत्यसने विचारपूर्वक घोड्याचे डोके बसविले. ह्या विचित्र परिस्थितीनंतर त्याने त्याचे मूळचे डोके परत ठेवले. अशा रीतीने कापून टाकलेले घोड्याचे डोके शर्यणावत् नावाच्या सरोवरात

सात नद्यांच्या (सप्तसिंधू) देशातील आर्यलोक / १०५

फेकून देण्यात आले. तेथून ते काही ठराविक काळानंतर भविष्य सांगण्याकरिता वर येते. यावरून एका छोट्या तळ्याच्या डॅनिश उत्खननात सापडलेल्या अश्वशिराची आठवण होते. कारण डॅनिश ओक वृक्षांनी वेढलेल्या खळग्यात सापडलेले घोड्यांचे संबंध सांगाडे व भारतीय अश्वमेधातील 'उबध्य – गोहक' खळग्यात माती लागू नये म्हणून गवत अंथरून त्यावर ठेवलेली घोड्याची आतडी व काळजीपूर्वक विलग केलेली हाडे या दोहोंचा संबंध जोडण्यात आलेलाआहे. घोडा हा आर्य पशू असल्यामुळे नंतरच्या कथांचा, शिरच्छेद झालेल्या अनार्य दैत्यांशी सहजासहजी संबंध जोडता येत नाही.

(७) ब्राह्मण, क्षत्रिय, वैश्य व शूद्र ह्या चार जातींबद्दल ऋग्वेदात (१०.९०) असलेला एकमेव उल्लेख हा नंतर प्रक्षिप्त झालेला आहे. त्यात म्हटल्याप्रमाणे फार क्वचित उल्लेख केल्यामुळे आर्यपूर्व वाटणाऱ्या साध्य देवतांनी दिलेल्या प्रथम मानवाच्या (पुरुष) बळीपासून ह्या जाती निर्माण झाल्या. शक्ती व रूढी (परंपरा) याखेरीज दुसरे काहीही नसलेल्या समाजस्थितीच्या समर्थनार्थ ह्या स्तोत्राचा निश्चितपणे धार्मिक आधार मिळतो.

(८) बळी देण्याच्या वेदी ज्या विटांनी बांधल्या जात, त्या कोरलेल्या विटांच्या शोधावरून यजुर्वेदीय अश्वबळीच्या संपूर्ण माहितीला दुजोरा मिळतो. हार्डवारजवळ सापडलेल्या प्रत्यक्ष काही ठिकाणांचा काळ हा ख्रिश्चन युग सुरू होण्याचा काळ असावा. तरीपण दुजोरा मिळणे महत्त्वाचे आहे.

(९) ऋग्वेदामध्ये (१.६५.७) इभ्यस राजासारखा अरण्य खाऊन टाकणारा' असे अग्नीचे वर्णन केलेले आहे. 'इभ्य' हा शब्द गोल्डनेरने 'हत्तींना पोसू शकेल इतका श्रीमंत गुलाम' ह्या अर्थी घेतला आहे. अशा रीतीच्या सरंजामशाहीला ऋग्वेदात निश्चितच दुजोरा मिळत नाही. अशोकाच्या पाचव्या शिलालेखातील आज्ञेत, 'इभ्य' शब्द 'ब्राह्मणांच्या विरुद्ध व म्हणून एक अत्यंत खालची जात' ह्या अर्थी येतो. 'खालचा (जातीचा) खेडूत' हाच अर्थ अंबदसुत्त (दाघ निकाय) यात व छांदोग्य उपनिषदातील (१०.१.२) उपाशी ब्राह्मण उषस्त्री चाक्रायण याच्या कथेतून सांगितला आहे. नंतर ऋग्वेदकालीन राजाने टोळ्यांबाहेरील लोकांचाच एकतर श्रीमंत दासांना लुटून किंवा नंतर खालच्या जातीच्या हत्तीचा माहुत म्हणून ओळखल्या जाणाऱ्या हत्तीच्या कळपातील गरीब आदिमांची पिळवणूक करून नाश केला.

(१०) ऋग्वेदाला जोडलेला अर्थ स्पष्ट करणाऱ्या ह्या कामाकरीता, ऐतरेय ब्राह्मण (ए.बी. कीथचा अनुवाद, Hos.२५,१९२०) ह्याचा उपयोग केला आहे. ब्राह्मणातील हे एक विशिष्ट प्रकरण नंतर जोडले असे ज्ञात आहे ; म्हणून ह्या सुधारणा ऋग्वेदाकालीन असू शकत नाहीत.

(११) ४ थ्या टीपेबरोबर वाचकाला माझ्या 'ब्राह्मीन क्लास' (जेअेओएस् ७३,

१९५३, पृ. २०२–२०८) ह्या परीक्षणात्मक निबंधातही थोडे स्वारस्य वाटेल. आधुनिक ब्राह्मणांनी स्वीकारलेले गोत्र पद्धतीचे उत्कृष्ट वर्णन जे.ब्रो. याच्या 'दि अर्ली ब्राह्मीनिकल सिस्टिम ऑफ गोत्र अँड प्रवर' (केंब्रिज, १९५३) मध्ये आहे. मत्स्य पुराणातील माहिती, सध्या अस्तित्वात असलेल्या गोत्र यादीचा पूर्व प्रकारचा होता अशी माझी चुकीची कल्पना होती, म्हणून ब्रो ची जेएओएस् ७४, १९५४, पृ. २६३ – २६६ ही दुरूस्ती न्याय्य आहे.

(१२) माझे स्वत:चे गोत्र वसिष्ठ असल्यामुळे ह्या एकाएकी महत्त्व प्राप्त झालेल्या पूर्वजांबाबत माझा पूर्वग्रह असण्याचा काहीच प्रश्न नाही. हे नाव आर्यन असले तरी त्याचा अर्थ 'सर्वांत उत्कृष्ट' म्हणून गृहीत धरलेले दिसते. नंतरच्या काळात प्रत्येक गोत्राने आपापली वेगळी केशरचना कायम राखली. भृगू डोके करीत, गौतम व भारद्वाज पाच शेंड्या ठेवीत, आत्रेय तीन वेण्या घालीत, वसिष्ठ एक वेणी उजव्या बाजूला घालीत. वसिष्ठ प्रकारची केशरचना, सिंधू खोऱ्यातील मुद्रांवर दिसत नाही ; पण इजिप्तमधील खोन्शुच्या पुतळ्याची मात्र तशी केशरचना आहे. इजिप्तमधील हिहाई जास्त स्पष्टपणे (Gurney, The Hittiess plate 2, bis) कैदी दाखविणारी एकाकी आकृती (धर्मगुरू ?) ही दक्षिणतस् – कपर्द ह्या वसिष्ठ वर्णनाला योग्य आहे.

◆ ◆ ◆

प्रकरण पाच

आर्यांचा क्षेत्रविस्तार

संबंधित पुराविज्ञानाचा अभाव, कालक्रमयुक्त साधनांचा अभाव, धर्मविधी अथवा लोकविश्वास याखेरीज इतर साधनांची अनुपलब्धता, यामुळे अभिजात इतिहासकाराचे कार्य आपल्यापुढील कालखंडापुरते निराशाजनक होऊन जाते. असे असले तरी काही आधारभूत घटना स्पष्ट आहेत. तुलनेने ही अवस्था सिंधू खोऱ्याच्या पूर्वेस पसरलेल्या स्थायी वस्त्यांची होती. या नव्या आर्य जमातींच्या मध्ये ४ 'मूळ' जातींनी युक्त अशी वर्गरचना निर्माण झाली व तिच्यामुळे नंतरच्या सामाजिक वाढीला एक औपचारिक, रीतसर अशी दिशा मिळाली. जमातीच्या अंतर्गत निर्माण झालेल्या भेदांमुळे जमातीहून व्यापक असा वर्गयुक्त समाज निर्माण होण्याची तयारी झाली. या समाजात पुरोहित व युद्धमान जातीने एकवटून आर्य शेतकऱ्याला (वैश्याला) व अनार्य दासाला (शूद्राला) दडपून टाकण्यास व त्याचे शोषण करण्यास सुरुवात केली. परंतु त्याच कारणामुळे त्याला 'दासांचा समाज' असे नाव देता येत नाही. जमातींचा प्रभाव मोठ्या प्रमाणात टिकून राहिला व जमातींच्या राज्याराज्यांत लढाई करणे हे त्यांचे प्रधान उद्दिष्ट झाले. वस्त्यांची व संपत्तीची स्वरूपे यात आता बदल होणे भाग होते व त्यामुळे एक नवा विवाहप्रकार अस्तित्वात आला ; त्यात जुन्या गटवार विवाहांचे काहींच्या बहुपत्नीकत्वात प्रतिबिंब पडलेले आढळते ते levirate नियोगाचे अविकसित स्वरूप असावे. पुरोहित व राजा यातील तणाव (त्वष्ट्राच्या कथेत व्यक्त झालेला) याच काळात निर्माण झाला. दुर्दैवाने पूर्वी निष्काळजीपणे विश्लेषण केलेल्या साधनांची कंटाळवाणी चर्चा केल्याविना यापैकी कोणत्याही गोष्टी विशद करता येत नाहीत. माझ्या विचारपद्धतीमुळे वाचकाचे समाधान न झाले तर त्याने केवळ अंदाजी होण्यापेक्षा लेखी पुराव्यावर आधारलेल्या कोणत्याही प्रमाणित चर्चेशी तिची (माझ्या विचारपद्धतीची) तुलना करून पहावी. येथे जर कशाची अपेक्षा करता येत असेल. तर ती पुढील संशोधनाच्या संभवनीय आराखड्याची.

५.१ : आर्यांची जीवनरहाटी

आर्य हे येथे आगंतुक असून त्यांनी आपली स्वत:ची भाषा या देशात आणल्यामुळे आर्यांच्या विस्ताराचा भाग म्हणजे इंडोआर्यन भाषा गटाने * व्यापलेला आधीचा

---

* उत्तरेत बंगाली, हिंदी व पंजाबी, पश्चिमेकडे राजस्थानी,गुजराथी व मराठी. तामिळ, तेलगू, मल्याळी, कानडी व तुळू इ. मुंडारी, ओरावो वगैरे [१].

भूभाग, असे कधीकधी मानले जाते. याच्याबाहेर येथे बहुसंख्य लोक द्रविडी भाषा बोलतात ; असा विस्तृत द्वीपकल्प विभाग शिल्लक राहतो. या ठरलेल्या भागातील लोकसंख्येचा एक छोटासा भाग जमाती भाषा बोलणारा आहे, ह्या जमाती भाषांच्या गटाला आरिम असे म्हणतात. ऑस्ट्रेलियन भाषेशी असलेल्या साम्यामुळे 'ऑस्ट्रिक' असेही म्हणतात. या भाषाशास्त्रीय वाटणीचा लोकसंख्याशास्त्राच्या दृष्टीने (demographic) अर्थ असा की आर्यांनी काही द्रविडांना पूर्वी दक्षिणेकडे रेटले व त्यांनी आपल्या परी एका आदिम 'ऑस्ट्रिक' गटाला डोंगरी मुलूखात जाण्यास भाग पाडले होते. हे सिद्ध करणाऱ्यासाठी एक उदाहरण पुढे करण्यात येते. आर्यरूपी सागरामध्ये जणू एका द्रविडभाषी बेटाप्रमाणे अफगाणिसस्तानात ब्राहुइ (Brahui) भाषा कशी टिकून राहिलेली आहे. जिवंत भाषांमध्ये अत्यंत संस्कृतप्रचूर शब्द असलेली बंगालीसुद्धा तिच्या रचनेवरून काही भाषाशास्त्रज्ञांना 'आर्य शब्दांसहित बोलली जाणारी द्रविडभाषा' आहे असे वाटते. द्रविडी भाषांत ऑस्ट्रिक घटक देखील पुसटसे सापडतात. यावरून असा कल्पनारम्य तर्क करण्यात येतो की, अवेस्तामधील दुर्बोध ताबुवन (५.१३.१०) म्हणजे साऊथ सी आयलंडसूचा तबु अर्थात ऑस्ट्रिक असावा; या विचित्र तर्काची वासलात लावण्यासाठी काही ग्रंथातील 'तावोकम्' हे तितकेच निरर्थक पद दाखविता येईल. अवेस्तामध्ये तावुचा अर्थाअर्थी संबंध नसताही सर्वविषाविरुद्ध उतारा म्हणून एक मंत्र दिला आहे. आता भाषाशास्त्राच्या जोडीस मानव शरीर मितीशास्त्र येते ! त्यात कवटीचे आकार व नाकाची लांबी यांचे माप घेऊन असा निष्कर्ष निघतो की देशात लोकांचे तीन मुख्य प्रकार आहेत. गौरवर्ण, लांबट डोक्याचे आर्य, काळे द्रविडी व बसक्या नाकाचे रानटी जमातीचे लोक अगडबंब कोष्टके देऊन (शास्त्रात) वाकबगार नसलेल्या (भोळ्या) लोकांपासून अशा संशोधनाचे वैय्यर्थ लपविण्याचा प्रकार आहे. केवळ ५० वर्षाच्या अल्पावधीत नासिका दर्शकास (Nesal Index) अद्याप स्थिर स्वरूप आलेले नाही, हे अशा प्रकाशित साहित्याची तपासणी करता दिसून येते. नासिकादर्शकाचा व वांशिक गटात भेद दर्शविण्यास अशा मापांचा उपयोग करण्यापूर्वी असा संबंध सिद्ध होणे आवश्यक आहे. आहार, जीवनातील सवयी, दुष्काळ व रोगराईमुळे दीर्घकाळात होणारे नैसर्गिक बदल या सर्वांचा होत असलेला परिणाम अशा संशोधनात पूर्णपणे दृष्टिआड केलेला आहे. याच्या उलट बरेचसे मानव शरीरमिती शास्त्रज्ञ आपल्या स्वत:च्या पूर्वग्रहास सोइस्कर होतील, अशा रीतीने व्यक्तींची निवड करू पाहतात. मोजमाप घेतलेल्या जेमतेम हजार व्यक्तींना उत्तर प्रदेशातील लाखो लोकांचे प्रतिनिधी समजले जाते. व १० लाखांहून अधिक लोकांमागे जेमतेम ५० नमुने पारखून 'तेलगू ब्राह्मण' अशासारखे कसेबसे एकत्र आलेले व सादृश्य नसलेले गट बनविले जातात; दृष्टोत्पतीस आणले म्हणजे वरच्या सारख्या निष्कर्षांचे कमालीचे विवाद्य स्वरूप उघड होते.

अशा प्रकारचे सर्वच मानव शरीरमिती शास्त्रीय संशोधन पावलापावलावर विवाद्य बनले आहे, परंतु त्यात आपला कालापव्यय करणे नको. या पद्धतीविरुद्ध मुख्य आक्षेप असा की, ती सुधारलेल्या अन्नोत्पादनाच्या पद्धतीमुळे शारीरिक मोजमापात, जननसंख्येच्या वाढीच्या वेगात व लोकसंख्येच्या वाढीच्या गुणोत्तरात घडून आलेले बदल मुळीच लक्षात घेत नाहीत. तसे म्हटले तर या गोष्टींचा भाषेवर देखील अप्रत्यक्ष परिणाम होतो. जमाती युक्त लोकांच्या 'स्थलांतरांचा' असा अर्थ होतो की, आता त्यांच्या प्रमुख वस्त्या जेथे आहेत, तेथेच ते पूर्वीपासून स्थिरावले होते. परंतु असा संभव फार कमी असतो. कारण आजची बरीच सुपीक जमीन पूर्वी अत्यंत कोरड्या ऋतूत सुद्धा काहीशा शिकार करण्यास योग्य अशा घनदाट जंगलाच्या स्वरूपात होती अथवा आज तिला बऱ्याच पाणी पुरवठ्याची गरज असते. जमाती स्थिरावण्यासाठी अत्यंत सोयीची जागा म्हणजे, जेथे त्या अद्यापही टिकूनही आहेत, तीच होय. उदा. मध्य भारतातील टेकड्या, भारतीय द्वीपकल्प, आसाम व हिमालयाच्या पायथ्याकडील प्रदेश. येथे जमीन झोडपून व जाळून लागवड होते व ती अद्यापही शक्य आहे. त्याचप्रमाणे शिकारीच्या तसेच शिकारीवर जगणाऱ्या जमातीशी होणाऱ्या विनिमयाच्या जोडीस थोडी गुरेचराईही होऊ शकते. आजच्या सुपीक मैदानातून मूठभर अपवाद वगळल्यास लोकांना 'परत हाकलून लावले गेले असण्याचा' प्रश्नच उद्भवत नाही. ऋग्वेदोत्तर आर्यांना सिंधू खोऱ्याखेरीज इतरत्र आदिवासी (Autochthonous) लोक आढळले ; असे दाखविण्यास कोणताही पुरावा नाही   मग त्यांनी (आर्यांनी) त्यांना देशोधडीस लावणे तर दूरच राहिले.

जेव्हा लोक एखाद्या पूर्वीच्या अनियमित अन्नसंकलन पद्धतीचा त्याग करून नियमित अन्नोत्पादन करू लागतात, तेव्हा त्यांच्यातील लोकसंख्येची वाढ झपाट्याने होऊ लागते. अन्नपुरवठा वाढला की, जास्त मुले जन्मास येतात. जास्त मुले प्रौढ वयापर्यंत जगतात व जास्त लोक वृद्धावस्थेपर्यंत पोहोचतात. ज्यावेळी अशी चर्चा होत असे तेव्हा 'आर्य' शब्दाचा अर्थ लढाऊ जमातीचे, गुरांची जोपासना व त्याच्या जोडीस नांगराची लागवड करणारे लोक असा होत असे. ज्या अवस्थेत नांगरामुळे गुरांच्या मानाने अधिक उत्पादन होईल, अशा लक्षणीय अवस्थेत आर्य होते. म्हणून आता ज्याचा प्रसार झाला, तो एक जीवनमार्ग होता. त्याबरोबरच प्रत्यक्ष शारीरिक स्थलांतर घडून आले, असाच त्याचा अर्थ होत नाही. जंगलात साफ केलेल्या मोकळ्या जागेत मिश्र रक्ताचे मूठभर लोक स्थिरावू शकतात व पूर्वीच्या अन्नसंकलकांच्या मानाने त्या भागात प्रमुख होऊन राहण्याइतपत त्यांची लोकसंख्या वाढू शकते. उंची, नासिकादर्शक किंबहुना वर्ण हे विशेष राहण्याच्या सवयीनुसार व स्थिर, भरपूर, अन्न पुरवठ्यामुळे बदलू शकतात. मला वाटते ते असे की, प्रत्येक बाबतीत काही आर्यांनी स्थलांतर केले असेल, परंतु नव्या वसाहती झाल्या त्या

आर्य व अनार्य यांच्या व त्याही मूळ वस्तीच्या ठिकाणी व त्यांच्याच पुढे उत्तरकाळी एक सर्वस्वी आर्य अशी जमात बनली असेल. आदिवासींच्या अथवा त्यांच्या भाषेच्या दृष्टिपथात येऊ शकणाऱ्या गोष्टींच्या मानाने नवी साधने व सामजिक संबंध मूलत:च भिन्न असल्यामुळे आता आर्यांची भाषा हीच सर्वांची भाषा बनणे, क्रमप्राप्त झाले असेल. आधुनिक काळात मध्यमवर्ग पूर्व अवस्थेतून ब्रिटिशांनी आणलेल्या मध्यमवर्गीय जीवन प्रकारापर्यंत झालेल्या स्थित्यंतरापेक्षाही ही उडी अधिक लांब होती. यातील परिवर्तन ऐच्छिकच असेल असे नाही, ते अजाणताही झाले असणे शक्य आहे. अधिक मोठा व्यापार, नवीन उत्पादनाची देवघेव, अभूतपूर्व समाजगटात विभागलेल्या व एकाएकी बाहेरून आलेल्या लोकांशी कितीतरी अधिक गुंतागुंतीच्या कल्पनांची देवघेव होण्याची वाढती गरज व सर्वांत महत्त्वाची गोष्ट म्हणजे गाण्याच्या नव्या मंत्रांसह आलेले नवे धार्मिक विधी, या सर्व गोष्टी एका आदिम, जमातीभाषेच्या कुवतीच्या पलीकडील होत्या; व त्या हळूहळू स्वीकारण्यास पुरेसा वेळ मिळाला असेल तर मात्र काहींनी त्यांची वाढ केली असेल. ब्राह्वी सारखा एखादा भटका गट वगळल्यास, मला असे वाटते की, द्रविड गटातील लोक व्यापारीसंबंधातून हे नवे तंत्र शिकले असावेत; या संस्कृतीची जडणघडण होत असता फारच थोडे लोक बाहेरून आल्यामुळे त्यांना आपल्या स्वत:च्या भाषेचा विकास करणेही साधले असावे. जेथे आदिवासींना, आळसामुळे, अविश्वासामुळे अथवा काही प्रकारच्या आदिम विधींच्या गतिरोधक परिणामांमुळे, अन्नोत्पादक बनण्यात घोर अपयश आले अथवा जेथे नंतर बाहेरून आलेले लोकही अन्न संकलकांच्या अवस्थेतच राहिले, तेथील लोकसंख्या जमातीच्या अवस्थेतच राहिली. आसाम ते निलगिरी या भारतीय जमातीभाषांची समान लक्षणे सांगावयाची तर ऑस्ट्रिक भाषा – मग तिचा अर्थ काहीही असो देखील कायम राहिली. यादृष्टीने भाषिक प्रश्नाचा अभ्यास झालेला नाही. मार याच्या जाफेटिक सिद्धान्तात, प्रारंभी तरी प्रतीकासारख्या (totels) लक्षणांचा विचार झाला खरा, परंतु तो सिद्धान्त पुढे आदर्शवादी पठडीत कोंबला जाऊन, इतर कोणत्याही देशातील आधारभूत लक्षणांचा विचार न करता फक्त कॉकेशिअन बोलींच्या व भाषांच्या अभ्यासाला विचित्र वळण देण्यात त्याचे पर्यावसन झाले. आजदेखील मुंडारीसारख्या भाषेची रचना कशी आहे, हे हे व भोवतीच्या प्रगत भाषांचा तिच्यावर नि:संशय पडलेला प्रभावा कसा अलग करता येईल, हेही आपण सांगू शकत नाही. आजतागायत (मायलेटच्या 'आर्यन् व्याकरणाच्या' अर्थाने) ज्यांच्यासाठी समान व्याकरण करणे शक्य नाही, अशा जमाती अवस्थेतून विकास पावलेल्या युरोपीय भाषांबाबत (उदा. बास्क, फिनिश व हंगेरियन गट समाविष्ट असलेल्या फिनोडग्रियन) हा प्रश्न अधिकच बिकट होतो. उत्पादन साधनात मोठी क्रांती घडून आली की, आदिम भाषादेखील बदलत असल्याच पाहिजेत; त्या

बदलाचे स्वरूप, ऐतिहासिक परिस्थिती, तसेच ऐतिहासिक पार्श्वभूमीवर अवलंबून राहील.

यासाठी आपल्या कामापुरती महत्त्वाची गोष्ट अशी की, नांगराच्या शेतीमुळे अन्नपुरवठा बराच वाढला व अधिक नियमित झाला. याचा परिणाम केवळ वाढलेल्या लोकवस्तीतच नव्हे, तर मोठाले घटक एकत्र राहण्यात झाला. उदा. वेड्डा पारधी सामान्यत: पाच-सहांच्या गटात भटकत असतात. त्याखेरीज नांगराच्या उपयोगामुळे लोकवस्ती एका जागी स्थिरावून कायम होते, तर जमातीच्या शिकारी जीवनामुळे व गुरेचराईमुळे अन्नसंकलकांना बाहेर पडून हिंडावे लागते. जमीन धोपटून भाजून लागवड केल्यामुळेही असेच होते. म्हणजे संख्या व गुणवत्ता ह्या दोन्ही बरोबरच बदलत जातात. आता केवळ अधिक लोक होते, एवढेच नव्हे तर ते अगदी वेगळ्या प्रकारचे लोक असून त्यांच्या सामाजिक गरजाही वेगळ्या असल्याने त्यांच्यात नव्या भाषेची गरज निर्माण झाली.

५.२. पुराण व लोकविश्वास यांचे अध्ययन

पशुपालक आक्रमक अवस्थेपासून तो कृषिविषयक अन्नोत्पादक अर्थव्यवस्थेपर्यंत आर्यांच्या भारतातील स्थित्यंतराच्या अभ्यासासाठी उपलब्ध असलेल्या साधनास पुराविज्ञानाचा पुरावा अथवा कालानुक्रमाची उपयुक्तता आढळून येत नाही. कारण ही साधने बहुतांशी नंतरच्या धर्मविधीत, पुराणात, कल्पितकथात, नीतिकथात अगर धर्मप्रवचनात गुरफटलेली आहेत. उत्तरोत्तर उत्पादकापासून दुरावलेल्या व आपली बडेजाव दाखविण्यासाठी परंपरेचे पुनर्लेखन करणाऱ्या किंवा आपले जातीय व वर्गीयविशेष अधिकार असल्याचा दावा करणाऱ्या ब्राह्मणवर्गाने त्यांपैकी बहुतेकांची पुनर्रचना केली आहे. पूज्य धर्मग्रंथातील एखादा उतारा ब्राह्मणांच्या श्रेष्ठत्ववादाच्याविरुद्ध असला अगर काहीतरी स्पष्टीकरण देऊन वासलात लावण्याइतका अडचणीचा असला, तर त्यावरून एखाद्या वास्तव घटनेचा बोध होऊ शकेल; पण असे असले तरी समाजाच्या संपूर्ण चौकटीची पुन्हा मांडणी करणे अत्यंत कठीण किंबहुना अशक्य आहे व अशा सामाजिक चौकटीखेरीज या उताऱ्यांचे पूर्णत: मूल्यमापन करता येत नाही.

ऋग्वेदोत्तर काळातील साधनांचे तीन मुख्य विभाग पडतात. पहिल्यात, नंतरचे वैदिक साहित्य असून त्यातून सामवेदाला लगेच फाटा देण्यास हरकत नाही. कारण त्यातील शब्द बहुधा जसेच्या तसे, फार तर यज्ञाच्या काळी सस्वर गाण्यासाठी किंचित फेरफार केलेले आहेत. आपणापर्यंत येऊन पोहोचलेल्या यजुर्वेदाच्या कित्येक शाखा आहेत ; त्यापैकी कृष्ण यजुर्वेदातील तैत्तिरीय संहिता (तैस), धर्मविधीची सूत्रे व भाष्य या दोहोंमुळे अत्यंत उपयुक्त ठरते. शुक्ल यजुर्वेदात (वाजसनेयीसंहिता)

विधी जवळपास तो असला तरी त्यापासून विवरण वेगळे काढले आहे. भाष्यात्मक भाग, शतपथ ब्राह्मण (शब्रा) म्हणजे आपल्यापर्यंत येऊन पोहोचलेला सर्वांत महत्त्वाचा ग्रंथ होय. याखेरीज ऋग्वेदावर विवरणात्मक असेच बरे ग्रंथ आहेत. त्या सर्वांतून आपण वेद, ब्राह्मण, आरण्यक व उपनिषद अशा क्रमाने उपनिषदकालापर्यंत पोहोचतो. परंतु या सलग विकासात बाह्य परंपरांकडे शक्य तितके कमी लक्ष पुरविले असले तरी त्या आगंतुकपणे अधेमधे येतातच. धर्मविधीत गायल्या जाणाऱ्या मंत्रापासून तो धर्मविधीविषयक निर्बंध, लोककथा, धर्मविधीपलीकडील साक्षात्कारविषयक साहित्य अशा प्रकारे उत्तरोत्तर विकास पावलेल्या उत्पादन प्रक्रियांच्या आधारांचे त्यात चित्रण झाले आहे. यातच अगदी उपनिषदकालापर्यंत पहिल्या तीन वेदात गणला जाण्याच्या पातळीपर्यंत न पोहोचलेल्या चवथ्या अथर्ववेदाची भर पडते. यातील विधी इतरांच्या मानाने बऱ्याच कमी प्रमाणात असून त्यात शांतर्थ्य व पुष्ट्यर्थ तसेच जारणमारणउच्चाटनात्मक जादूटोण्याचा भाग आहे. त्याला सामान्यत: 'अभिचारविधी' असे म्हणता येईल.

दुसऱ्या विभागात महाभारत (म.भा.) व रामायण (रा.) यांचा आपल्या साचेबंद कालानुक्रमात कोणत्याही निश्चित स्थळी समावेश करणे कठीण आहे. हे ग्रंथ वेदोत्तरकालीन असून लेखकाच्या पूर्वग्रहानुसार त्यातील ऐतिहासिक अंशास महत्त्व अथवा लघुत्व देण्यात येते. तक्षशीलेपासून बंगालपर्यंत व दक्षिणेत दूरवर पसरलेल्या साम्राज्यासाठी दिल्लीजवळ लढल्या गेलेल्या एका मोठ्या भ्रातृघातक युद्धातील घटना महाभारतात कथन केल्या आहेत. ख्रिस्तपूर्व ४ थ्या शतकापूर्वी व निश्चितच ऐतिहासिक स्वरूपाच्या मौर्यवंशापूर्वी असे साम्राज्य झाले असणे कधीच शक्य नाही. महाभारताच्या जोडीस समग्र पुराणांचा ग्रंथसमुच्चय असून त्यात भविष्यकथनाच्या स्वरूपात दिलेल्या राजांच्या याद्या अगदी अलीकडेपर्यंत पुन्हा पुन्हा (बदलून) लिहिल्या गेल्या आहेत. ह्या पुराणांची चिकित्सक आवृत्ती काढता आल्यास व ती काढणे म्हणजे सर्वांची संकलित चिकित्सक साधने वापरून सुमारे दहाबारा पुराणांची एकसमयावच्छेदे करून आवृत्ती काढणे होय. भरमसाठ पौराणिक टरफले वेगळी करून त्यातून सूक्ष्म ऐतिहासिक आशयाचे दाणे निवडून काढण्याचे काम करता येईल. महाभारतात देखील फुगवून अशीच अवाढव्य वाढ करण्यात आली होती. परंतु आता त्याच्या चिकित्सक आवृत्तीमुळे ख्रि.पू. दुसऱ्या शतकापासून तो ख्रिस्ती सनाच्या दुसऱ्या शतकापर्यंतच्या काळातील केंद्रबिंदूजवळ पोहोचण्यास मदत झाली आहे. हा मूळ सांगाडा आता मुळीच उपलब्ध नसलेल्या २४००० (अथवा त्याहून कमी) श्लोकांच्या जुन्या भारतावर आधारलेला आहे व त्याचे मूळही आयत्या वेळी मुक्तपणे रचलेल्या भाट काव्यात आहे. रामायणाच्या चिकित्सक आवृत्तीस आता कोठे सुरुवात झाली असून त्यात अयोध्येच्या (फैजाबादच्या)

एका निर्वासित राजाच्या पत्नीचे (सीतेचे) अपहरण व शोध यांची कथा आहे. त्यातील खलपुरुष रावण हा दहा तोंडांचा राक्षस म्हणून दर्शविलेला असून आताच्या सिलोनशी समानार्थक असलेल्या लंकेचा राजा होता. आपल्याला प्रस्तुत असलेल्या काळच्या आर्यांस लंका निश्चितपणे अज्ञात होती. सरतेशेवटी सोप्या पाली भाषेत रचलेले बरेच बौद्ध धर्मनितिपर वाङ्मय आपणास उपलब्ध आहे व ते सर्वांत आधी बिहारमध्ये अशोकाच्या काळी म्हणजे संकलित घटनांच्या काळानंतर सुमारे अडीच शतकांनी लिहिले गेले व त्याच्याभोवती विवरणात्मक स्वरूपाच्या ज्या कथांच्या मालिकाच निर्माण झाल्या, त्यात 'जातके' अत्यंत माहितीपूर्ण आहेत. पाली साहित्यातून आपण त्याला पटण्यालायक इतिहासक्षेत्रात प्रवेश करतो. कारण त्या साधनास पुराविज्ञानाचा आधार मिळतो. ह्याबरोबरच जैन सूत्राचाही समावेश केला पाहिजे. परंतु त्यांच्या सध्याच्या अवस्थेत ती उत्तरकालीन व कमी महत्त्वाची आहेत.

परंतु अशा सामग्रीचे अकरणात्मक अध्ययन देखील उपयुक्त ठरते. कारण एकतर त्यामुळे संभाव्य ऐतिहासिकतेविषयीच्या संशयाचा निरास होतो व दुसरे असे की, त्यामुळे भविष्यकाळी पुराविज्ञानात्मक संशोधनाने स्पष्टीकरण होण्यासारखे अल्पस्वल्प भाग उपलब्ध होतात. यजुर्वेदातील विधींना असा आधार मिळाला आहे. (IAR. 1954) (पान १०-११ व त्यापूर्वीचे वृत्तांत) महाभारतात वर्णिलेले अथवा उल्लेखिलेले दागिने गुप्त काळातील मूर्तीत अथवा स्मारकात खोदलेल्या दागिन्यांसारखे आहेत. हे समन्वयाचे कार्य भविष्यकाळात व्हावयाचे आहे. उत्खननामुळे होमर अथवा बायबलमधील माहिती पुन्हा सिद्ध करण्याच्या स्वरूपासारखे हे कार्य आहे. पूर्णपणे साहित्यिक अथवा चिकित्सक स्वरूपाच्या अध्ययनाचे एक विशेष लक्ष आहे ते म्हणजे अशा ग्रंथांपैकी अगदी शेवटच्यात देखील पूर्वी नमूद न झालेल्या अतिप्राचीन परंपरांचा क्वचित निर्देश असू शकतो. मग तो क्वचित झालेला अथवा कितीही ओझरता असो.

यांपैकी सर्वांत प्रथम श.ब्रा. १.८.१.१-६ मध्ये नमूद असलेल्या पुराची कथा हे एक उत्तम उदाहरण होय. मनू ऋषीस एका मोठ्या माशाने वाचविले व एक नाव तयार करण्यास सांगितले. आरारातच्या ऐवजी ही नाव, इतर सर्व जग पुरात बुडाले असता, साहजिकच हिमालयाच्या एका शिखरास बांधून ठेवण्यात आली. नंतर ह्या माशाने मनूस धर्मशिक्षण दिले व तो (मासा) महाभारत पुराणादी ग्रंथसमुच्चयात विष्णूचा पहिला अवतार बनला. पूरविषयक तीन स्वीकृत अवतारातील हा पहिलाच होय ; कच्छ व वराह हे इतर दोन होत. यांपैकी शेवटचा (वराह) श.ब्रा. १४.१.२११ मध्ये अवतार म्हणून नसला तरी निर्माता म्हणून आहे. मूळचा कच्छ म.भा. ११६.१० इ. मध्ये देव-दानवांनी समुद्रमंथन केले तेव्हा रवी म्हणून वापरलेल्या पर्वतास आधारभूत झाला व नंतर विष्णूचा अवतार बनविण्यात आला. ह्या कच्छाला

प्रतीकात्मक महत्त्व असून (श.ब्रा. ७.५.१.५-७) तो विश्वाधार असल्यामुळे त्याचा यज्ञवेदीत समावेश करावा लागला आहे. मात्र तो यज्ञीय पशू नाही. व्युत्पत्तिशास्त्रदृष्ट्या तो ब्राह्मणांच्या काश्यप गोत्राशी संबंधित आहे ; ब्राह्मण होऊ इच्छिणाऱ्या आदिवासींचा समावेश करून घेण्याबद्दल (मातंग कस्सप हे नाव पाहा) हे गोत्र कुविख्यात आहे. तसेच गोत्रनाम नसलेल्या अथवा आपले गोत्रनाम आठवू न शकणाऱ्या अथवा गोत्राच्या निषेध नियमाविरुद्ध संबंधातून जन्मलेल्या अशा सगळ्या ब्राह्मणांचे हे गोत्र आहे. ऋग्वेदास काश्यप उपेक्षणीय, अल्पसंख्य होते ; वरील पारंपरिक कथात त्यांचे महत्त्व वाढत गेले व कोसल - मगध ह्या बौद्ध व्यवस्थेत तर त्याला नेतृत्व मिळण्याइतके महत्त्व आले. निषेधा- नियमांचा भंग न करता पाच नखांचे जे पाच प्राणी भक्षण करता येतात, त्यात कासवाचा विशेषेकरून समावेश आहे. यावरून ब्राह्मण प्रतीकात्मक विधीत ते (कासव) भक्षण करीत, असे दिसते. कारण ते आहारातील एक पदार्थ म्हणून अथवा एक खुमासदार पदार्थ म्हणून देखील विशेष लोकप्रिय नव्हते. मत्स्यावताराचा संबंध कदाचित सिंधू संस्कृतीमार्फत सुमेरियापर्यंत जाऊन पोहोचतो; बकरा - मासा हे इआचे प्रतीक आहे, तोच एन्की असून एका महालात (विष्णुनारायण उदकावर झोपतो, तसाच) उदकावर झोपतो. खुद्द नारायण ह्या नावाचे मूळ देखील आर्येतर असू शकेल कारण 'नारा' म्हणजे पाणी असे स्पष्टीकरण देण्यात आले आहे. हा शब्द द्रविडी अगर असीरियनही असून संस्कृतात बाहेरून घेतलेला आहे.

आपण जातकातील बॅबिलोनच्या उल्लेखाची दखल यापूर्वीच घेतली आहे. (बबिरूस = बावेरू) ; मात्र जातक लिहिले गेले, त्यापूर्वीच हे राज्य व त्याचे नावदेखील नाहीसे झाले होते. त्यावरून हे दिसून येईल की, मूळ भौतिक आधार अनंत तर्कांमुळे व प्रक्षेपामुळे झाकोळला गेला नसेल, तर अशा अध्ययनातून बरीच माहिती मिळू शकते.

५.३. यजुर्वेदातील वस्त्या

तै. स. वरून ब्राह्मणी परंपरेचे आणखी एक लक्षण दिसून येते ; ती सर्व आर्यांची नव्हेतर फक्त काही आर्यगटांची प्रतिनिधिक होती. प्रथम निरनिराळ्या गोत्रग्रंथांच्या संग्रहात काही माहिती भर घालून ऋग्वेदाचे संकलन झाले व तो शाकल शाखेच्या स्वरूपात आपल्यापर्यंत येऊन स्वीकारण्यात आला. यजुर्वेद जपून ठेवताना परस्परांपासून भिन्न असलेल्या इतर अनेक वांशिक गटांनीही भाग घेतला. त्या परंपरेशी संबंधित असलेली कठासारखी नावे अलेक्झांडरच्या काळी भारतीय जमातीची नावे होती. यास ग्रीक साधनांचा पुरावा मिळतो. तै. स. अशा शाखांपैकी केवळ एक होय. आर्य टोळ्यांत महत्त्वाचे फरक अद्याप प्रकट होऊ लागले नसले तरी त्या

आता पसरू लागल्या होत्या, हे उघड आहे. कारण तै.स. हा ग्रंथ पंजाबातच टिकून राहिलेल्या पुरूंचा नाही अथवा मूळच्या पाच टोळ्यांचाही नाही ; मग त्या कोणीही असोत. नवीन मुलुख व्यापीत असता आर्यात त्याचवेळी नवीन टोळ्यांची नावे येऊ लागली होती. ऋग्वेदकालापासून पंजाबात चालत आलेल्या जीवनकालापासून पंजाबात चालत आलेल्या जीवनसातत्यामुळे ही नावे बाहेरून आलेल्या नव्या आक्रमकांची असणे शक्य नाही. ह्या नवीन टोळ्या अंतर्गत घडामोडीतून, कदाचित काही स्थलांतरित लोक आर्येतर आदिवासीं (Autochthons) शी संबंध आल्यामुळे आल्या असाव्यात. ही प्रक्रिया ऋग्वेदकाळी देखील चालू असावीत. तै सं. हे नावच मुळी तित्तरी ह्या Partiridge गोत्र प्रतीकापासून आले असावे ; यात विशेष मौज अशी की, त्या ग्रंथातच असे सांगितले आहे. (तै.सं.२.५.१) की इन्द्राने त्वष्ट्याच्या तोडलेल्या तीन शिरांपैकी एकाचा तित्तीर पक्षी झाला. म. भा. ६.८६.४ वरून असे दिसते की, तित्तरी देशात उत्तम घोडे निर्माण होत. यज्ञीय अश्वाबरोबर बळी देण्याच्या पशूंच्या लांबलचक यादीवरून (तै.स.५.५.११-२) या ग्रंथाच्या काळी यज्ञविधीत बराच विकास झाला होता, हे दिसून येते. तै.स. १.८० २-७ मध्ये पावसाळ्याच्या चार महिन्यात करावयाच्या काही लोकप्रिय यज्ञांचा संक्षिप्त उल्लेख आला आहे व ह्या संबंध ग्रंथात टोळीप्रमुखाने करावयाच्या विधीचे व तदंतर्गत पूर्णाहुतीचे (Consecretion) वर्णन आहे. त्यात गृहपती (गृहप्रमुख) व गार्हपत्य या विशेष अग्नीचा उल्लेख आहे. तै. स. मध्ये गृहपती शब्दाचा अर्थ छोटा गृहप्रमुख असा असू शकत नाही. कारण त्यात वर्णिलेले अवाढव्य यज्ञ इतक्या छोट्या गृहपतीस करणे शक्य नाही व म्हणून त्या शब्दाचा अर्थ, आधुनिकदृष्ट्या दहाबारा अगर अधिक कुटुंबे समाविष्ट असलेल्या मोठ्या घरदाराचा अगर वंशाचा प्रमुख असाच असला पाहिजे. (तै.सं. २.२.१) मधील पुढील उतारा पहा : ''ज्याचा आपल्या शेजाऱ्याशी अथवा शेताबाबत झगडा असेल त्याने इन्द्राला व अग्नीला[११] (Pots - heards) बली अर्पण करावा.'' ह्या उताऱ्याचा अर्थ जमिनीच्या खाजगी मालकीच्या संदर्भात नव्हे तर एकाच टोळीच्या चौकटीत न मिटविता येणाऱ्या शेजाऱ्यांमधील झगड्याच्या (व म्हणून शेजारच्या मुलखातील भिन्न टोळी घटकातील झगडे सभेत मिटवितात, त्याप्रमाणे) संदर्भात केला पाहिजे. येथे 'तो' म्हणजे 'गटप्रमुख' असाच घेतला पाहिजे, मग त्या गटाचा आकार काहीही असतो. त्यानंतर वरिष्ठवर्गात अगदी सरंजामी युगापर्यंत व त्यानंतरही मोठ्या आकाराची घरेदारे हीच नित्याची बाब होऊन बसली. मूळ 'टोळी' असा अर्थ असलेला गोत्र शब्दही 'घरदार' या अर्थाने वापरण्यात येऊ लागला. ही एक समांतर विकासाची बाब होय.

ऋग्वेद वाचल्यानंतर तैत्तिरीय संहितेचा काही भाग वाचला की, चमत्कारिक वाटतो. उदा. ऋग्वेदात (७.१८) वसिष्ठांच्या प्रार्थनांमुळे दाशराज्ञ युद्ध ज्याने जिंकले,

अशा सुदासाच्याच मुलांनी वसिष्ठाच्या मुलांचा वध केल्याचा निर्देश तैत्तिरीय संहितेत (७.४.७) आहे. A. V. (५.१८.५.१९) मध्ये ब्राह्मणांच्या गाईचे मांस खाणाऱ्या नतद्रष्ट क्षत्रियांविरुद्ध शिव्याशाप असून त्यात मधूनमधून विनोद विखुरला आहे. उदा. ''हे राजा, ब्राह्मणाची गाय भक्षण करू नकोस ; ती गाय बेचव, खाण्यास अयोग्य आहे.'' A. V. (५.१८.३) क्षत्रियांना भूतलावरून किमान २१ वेळा नाहीसे करणाऱ्या भृगु वंशातील पराक्रमी परशुरामाची कथादेखील अशाच सुरातील आहे. क्षत्रिय वर्चस्वामुळे असहाय्य झालेल्या ब्राह्मणांना बोचणारे मानसिक शल्य दूर करण्याचे हे एक स्वरूप आहे. मात्र हा संहार आत्यंतिक, 'वदतो व्याघ्रात' पद्धतीचा आहे. भृगुवंशीयांनी वाढविलेल्या महाभारतात परशुरामाला विष्णूच्या अवतारपदापर्यंत चढविले आहे. त्यानंतरच्या वैदिक साहित्यात पुरोहित व राजा यांच्यामधील तणावाचा हा भूमिगत प्रवाह चालूच आहे. त्यानंतरच्या वैदिक साहित्यात पुरोहित व राजा यांच्यामधील तणावाचा हा भूमिगत प्रवाह चालूच राहतो ; मात्र आता हे दोघे इतर दोन जातींविरुद्ध एकवटतात. चार जातींची वर्गीय संरचना चालूच राहते. पाणि, दस्यू व अशाच इतर आर्येतर शत्रूंशी लढण्याच्या या विधीत कोणताही निर्देश नाही, ही एक लक्षणीय गोष्ट आहे. याचा अर्थ असा की, नवे आर्येतर शत्रुगट, ह्या स्थिरावण्याच्या काळी लगेच दृष्टिपथात आले नव्हते. तथापि जाता जाता नवे लोकप्रिय विधी व श्रद्धा दिग्दर्शनास येतात. तै.स. (७.५.१०) प्रमाणे मार्जालिय यज्ञविधीभोवती दासींना डोक्यावर जलकुंभ घेऊन गातगात नाचावे लागे. हा आर्यविधी असणे मुळीच शक्य नाही ; ब्राह्मणांच्या दृष्टीने जलकुंभांना बऱ्याच नंतरच्या अवस्थेत पावित्र्य प्राप्त झाले. तै.स. (३.२.६) आपणास असेही सांगते की, ''काळ्या पक्ष्याने (यज्ञात) ठिपके पडलेल्या लोण्याला स्पर्श केला, तर त्याचे (यज्ञ करणाऱ्याचे) दास मरण पावण्याचा संभव आहे ; कुत्र्याने त्याला स्पर्श केल्यास त्याचे चतुष्पाद प्राणी मरण पावण्याचा संभव आहे ; व ते जर सांडले, तर स्वतः यज्ञ करणारा मरण पावण्याचा संभव आहे.'' यावरून एक किरकोळ तपशील म्हणून का होईना, माणसाळलेल्या गुरांचे अस्तित्व सूचित होते. येथे कोणत्याही प्रकारची बंधने अस्तित्वात होती, हे सांगितले नसले तरी दास्यप्रथा अस्तित्वात होती, हे दिसून येते. याहून अधिक महत्त्वाची गोष्ट म्हणजे यज्ञ करणारा ज्यांच्या समृद्धीसाठी अर्चना करतो, त्या धान्यांची यादी होय. तांदूळ, जव, द्विदल बी (beans), तीळ, चवळीची शेंग (Kidney beans), एका जातीचे दाणे (Vetches), गहू, डाळी, बाजरी, वरई (panicum framentaceun) व रानतांदूळ तै.स. (४.७.४) त्यानंतर लगेच धांतूचीही यादी आहे. तै.स. (४.७.५) सोने, ब्रान्झ, शिसे, कथिल, लोखंड, तांबे यांपैकी बहुतेक लांब अंतरावरून केलेल्या व्यापाराने मिळविलेली असत; सिंधू खोऱ्यात अथवा गंगेच्या खोऱ्यात यांपैकी काहीही उत्पन्न होत नसे. जे नांगरलेल्या

जमिनीतून उत्पन्न होते, ते न नांगरलेल्या जमिनीत पिकते, त्या दोघांनाही महत्त्व आहे. आता आपण वस्त्यांच्या कालखंडापर्यंत येऊन पोहोचलो आहोत. परंतु शहरांचा कालखंड अद्याप पुढे आहे. अमावस्येस व पौर्णिमेस करावयाच्या दृष्टी, तसेच २७ नक्षत्रांची यादी यावरून चांद्रमास असलेले भारतीय पंचांग पूर्वीच प्रचारात आलेले दिसते. सौर कालगणनेशी ते जुळवून घेतले होते की नाही, हे स्पष्ट नसले, तरी ती तडजोड फार लांबणीवर पडलेली नसणार. कारण अशी तडजोड वेळेवर करण्यावर पुढे येणाऱ्या मोसमी पावसासाठी आगाऊ नांगरटही करणे अवलंबून असते.

सोन्याच्या प्रयोगावरून नियमित व्यापार अस्तित्वात असल्याचे अप्रत्यक्षपणे सिद्ध होते. 'सोने म्हणजेच अमरत्व' तै.स. (५.२.७इ.) हे वारंवार आपल्या वाचनात येते. व त्याला विधिमय मानसशास्त्रीय अर्थ आहे. मात्र हे सोने तै.स. (२.३.२) प्रमाणे १०० कृष्णला वजन असलेल्या गंड्यातून प्रत्येकी कृष्णला वजनाच्या तुकड्याच्या स्वरूपात पुरोहितास वाटले जाईल. कृष्णला अथवा गुंज हे abrus precatorious गुंजेचे बी असून रंगाने लाल व त्यावर एक काळा ठिपका असे असते व छोट्या वजनासाठी भारतीय सोनार ते अजून उपयोगात आणतात. याचे विशिष्ट लक्षण असे की, भारतास ज्ञात असलेली सर्वात प्राचीन चांदीची नाणी ३२ कृष्णलांच्या प्रमाणाची (म्हणजे जवळजवळ ५४ ग्रेन वजनाची) आहेत व हे प्रमाण मोहोंजोदरो व हरप्पा येथे आढळलेल्या D वर्गीय वजनापर्यंत कालदृष्ट्या मागे जाते म्हणून तै. स.चे मूळ लक्ष यज्ञीय तपशिलावर असले तरी त्यापासून आपणास खरीखुरी माहिती मिळते. मुख्य यज्ञ अश्वमेध असून याचा विकास होत असलेला ऋग्वेदात (१.१६२) आढळतो. परंतु आता त्या पशूचा केवळ वध करून त्याचे मांस शिजविले जात नसे. मुख्य राणीला त्या मृत पशुशी संगम करावा लागे व त्याबरोबर गायल्या जाणाऱ्या मंत्रात बहुप्रसवपणासाठी केल्या जाणाऱ्या विधीचे स्पष्ट प्रतिबिंब पडलेले आढळते. हा घोडा, एकदा बळी दिलेल्या मानवी प्राण्याच्या (कदाचित जमात प्रमुखाच्या) बदली होता. त्याच्याबरोबरच नरबळी – बहुधा इतर अनेक पशुबळीबरोबर दिले जात. आर्यांच्या युद्धातील घोड्याच्या महत्त्वावरून ह्या वाढीव यज्ञाचे स्पष्टीकरण मिळत नाही. काही जास्त घटकांची आवश्यक म्हणून भर पडली आहे. उदा. ऐ.ब्रा. (८.१६ व ७.३२) मध्ये प्रथमच चार पवित्र वृक्षांचा (अश्वत्थ, न्यग्रोध, प्लक्ष व उदुंबर हे अद्यापि पूज्य आहेत.) पूज्य म्हणून उल्लेख आला आहे. तीन तीनच्या गटाने [४] मातृदेवतांची व अप्सरांचीही शांती करावी लागते. यावरून पुन्हा एकदा मातृसत्ताक प्रथा सांभाळून ठेवणाऱ्या आर्येतराशी वाढता संबंध असल्याचे दिसून येते. कित्येक पौराणिक नृपवंशांचे संस्थापक, घृताची अलबुप्पा ह्यासारख्या अप्सरांचे मुलगे होते. त्यातील सर्वांत प्रमुख 'भरत' हा ज्या

शकुंतलेचा पुत्र होता, ती स्वत: मेनका नामक अप्सरेची मुलगी होती. ह्या भरत नामक पुत्राला नंतर 'भारत' जमातीचा पिता मानण्यात आले ; मात्र ऋग्वेदात आढळणाऱ्या भारत जमातीला असा कोणताही कल्पित पूर्वज नाही. यजुर्वेदातीलाक अश्वमेधात आलेल्या आणखी एका नवीन प्रकारात राज्याभिषेकसमयी घोड्याला मोकळा सोडून एका ठरीव मुदतीपर्यंत (सामान्यत: एक वर्षापर्यंत) त्याला हवे तिथे हिंडू दिले जाई व त्याचा मार्ग अडविणाऱ्या कोणत्याही प्रतिस्पर्धी राजाचा पराभव करावा लागे. प्रत्यक्ष यज्ञ, सर्व आव्हाने स्वीकारली गेल्यानंतर व सार्वभौमत्व सुप्रतिष्ठित झाल्यानंतर, वर्षाच्या अखेरीस होत असे. अशा विकसित स्वरूपातील अश्वमेध हे महाकाव्यांच्या विशेषत: महाभारताच्या काळचे मुख्य अंग होते. तथापि तै.स. मध्ये व ब्राह्मण ग्रंथात विविध प्रकारच्या अभिषेकांचा (ऐ.ब्रा. ८.१४) विकास झाला व त्यांपैकी प्रत्येकाचा रोख जमातप्रमुखाला कोणत्या ना कोणत्या प्रकारे जमातीच्या नियंत्रणापासून मुक्त करण्याकडे होता. जमातीच्या सभेचे काम चालूच असल्याचे आपणास ठाऊक असले तरी तिचा कोठेही उल्लेख नाही. ब्राह्मणी धर्माचा विकास म्हणजेच जमातीवर निरंकुश राजसत्ता गाजविणाऱ्या वर्गीय रचनेचा जमातीतील विकास याची पूर्वकल्पना इंद्राने ऋग्वेदात देखील देवांविरुद्ध व पुरोहितांविरुद्ध गाजविलेल्या हिंसक सत्तेवरून येऊ शकेल; ऋग्वेदात इंद्राला सम्राट (सर्वश्रेष्ठ सत्ताधीश), स्वराट (स्वैर सत्ताधीश) अशी विशेषणे असून पुढे निरनिराळ्या राज्याभिषेक प्रकारांत तीच राजपदास लावण्यात आली आहेत.

५.४. पूर्वेकडे आगेकूच

शतपथ ब्राह्मणात (श.ब्रा. १.४.१.१४.१७) जमीन साफ करण्याच्या आर्यांच्या पद्धतीचे वर्णन आहे. [१४] माथव हा विदेघ त्यावेळी सरस्वती (नदी) वर होता. तो (पवित्र अग्नी) तेथून ही भूमी जाळीत जाळीत पूर्वेकडे चालला, तसे त्याच्यापाठोपाठ गोतम रहुगण (पुरोहित) व विदेघ माथव (राजा) हे दोघे निघाले. त्याने या सर्व नद्या जाळून टाकल्या (कोरड्या केल्या). आता ज्या नदीला सदानीरा (नेहमी पाण्याने भरलेली) म्हणतात, ती उत्तरेकडील (हिमालय) पर्वतातून निघते; तिला मात्र त्याने जाळून टाकले नाही. ती पूर्वी ब्राह्मण (वैश्वानर अग्नीने ही जाळून टाकली नाही, असे जाणून) ओलांडीत नसत. [१५] अलीकडे मात्र बरेच ब्राह्मण तिच्या पूर्व तटावरही असतात. त्याकाळी तो (सदानीरेच्या पूर्व तटावरील) भाग लागवडीखाली न आलेला व अगदी शेवाळ्याचा होता. कारण वैश्वानर अग्नीने त्याची चव घेतली नव्हती. [१६] आता मात्र त्याची बरीच लागवड झाली आहे. कारण ब्राह्मणाने यज्ञ करून अग्नीला त्याची चव घ्यावयास लावली आहे. अगदी उन्हाळ्याच्या शेवटीदेखील ती नदी जणू फोफावत असते. वैश्वानर अग्निने जाळून टाकलेली नसल्यामुळे ती इतकी थंड

आर्यांचा क्षेत्रविस्तार / ११९

असते. [१७] माथव या विदेघाने नंतर (अग्नीस) म्हटले, 'मी कोठे राहू?', 'हिच्या (या नदीस) पूर्वेस तुझा निवास होवो', तो म्हणाला, आता देखील ही (नदी) कोसल व विदेघामधील सीमा आहे. कारण हे माथव अथवा माथवाचे वंशज आहेत.''

आर्य जसजसे पूर्वेकडे आगेकूच करीत गेले, तसतशी त्यांनी हिमालयाच्या पायथ्याशी असलेली जंगले जाळली. हा जंगले तोडलेला भूभाग सुकून गेला. काही काळ बर्फ वाहात आलेल्या नदीमुळे त्यांची प्रगती मंद झाली. परंतु नंतर जमीन साफ करण्याच्या त्याच पद्धतीने त्यांनी पूर्व किनाऱ्यावर वसाहत केली. ऋग्वेदात अग्नीस दिलेल्या विविध विशेषणांवरून या पद्धतीस पाठिंबा मिळतो. जंगले गिळून टाकणारा; परशू आपल्या मागे काळी खाच (furrow) ठेवणारा. अलीकडे बंगालात कुर्राही नावाने ओळखल्या जाणाऱ्या नदीशी ह्या नदीचे साम्य दाखविण्यात आले आहे. परंतु ती अर्थातच अधिक पूर्वेकडे रेटली गेली आहे. मूळची करतो या गंडक[१८] नदीजवळ कोठे तरी असली पाहिजे. उत्तर प्रदेशातील हिमालयाच्या व गंगेच्यामधील मुख्य भूमी साफ करण्याचा प्रश्नच नव्हता, हे लक्षात घेतले पाहिजे.

ऐतिहासिक काळात जमीन लागवडीस आणण्याची वरील (जमीन जाळून साफ करण्याची) ही एकच पद्धत नव्हती. परंतु महाकाव्यात (महाभारत) तिचे स्पष्ट विवरण आहे. महाभारतात (१.२१४-२२५ खांडवदाहपर्वात) आर्यांच्या जमीन जाळण्याच्या जंगी पद्धतीचे वर्णन आहे. पूर्वीच्या यज्ञात भक्षण केलेल्या जास्त लोण्याच्या अतिरिक्त मात्रेमुळे अपचन झालेल्या व म्हणून (दिल्लीपासून जवळ व यमुनेच्या किनारी असलेले) खांडववन स्वाहा करण्यास असमर्थ असलेल्या व थकलेल्या खुद्द अग्निदेवाच्या विनंतीवरूनच कृष्णाने व पांडवांनी अग्नीची जीवनशक्ती पूर्ववत करण्यासाठी ते वन पेटविण्यासाठी सुरुवात केली. ते वन इंद्राच्या संरक्षणाखाली असून त्यात इतरांप्रमाणे तक्षक या महानागास आश्रय मिळाला होता. ते सगळीकडून पेटविल्यानंतर ह्या बहाद्दूराने त्यातून पळून जाऊ इच्छिणाऱ्या अथवा तसे करताना प्राणपणाने लढणाऱ्या सर्व जिवंत प्राण्यांना ठार मारले. ह्या संहारातून फक्त सहाजण जिवंत राहिले ; अश्वसेन, मय (इन्द्राने मरलेल्या नमूचिचा हा भाऊ असूर असून एक बुद्धिमान कारागीर होता व त्यानेच पुढे बांधलेल्या सभागृहात पांडवांनी नंतर आपले राज्य जुगारात गमावले) व शार्ङ्गपक्षी, त्याखेरीज सर्व प्राणी, अगदी पाण्यातील मासेसुद्धा, एकतर आगीत नष्ट झाले अथवा ह्या यज्ञ करणाऱ्याने ठार केले. तक्षक नाग त्यावेळी सुदैवाने तेथून दूर असल्यामुळेच वाचू शकला.

ह्यावरून आपणास काही भौगोलिक विचार सुचतात. 'विदेह' व 'कोसल' ही राज्ये ऐतिहासिक कालात आधुनिक बिहार व उत्तर प्रदेशाच्या स्वरूपात टिकून राहिली. त्यांच्या या महाकाव्याशी निकट संबंध होता. कारण संभवत: ही काव्ये (ब्राह्मणांच्या साह्याने) पुन्हा लिहिण्यात आली व त्याचा उद्देश बहुधा, योग्य

पुनर्लिखित महाकाव्यात्मक परंपरेने वरील राज्यप्रमुखांच्या पूर्वजांचा सन्मान राखून ठेवण्याचा होता ; त्याच्यापूर्वी बराच काळपर्यंत वैदिक राजवंशातल्या संपुष्टात आल्या होत्या. कारण एकतर मुळच्या वैदिक जमाती नाहीशा झाल्या होत्या किंवा नवीन ब्राह्मणांच्या दृष्टीने रानटी ठरल्या होत्या. जरी, नंतरचे कोसल हल्लीच्या महानदीपर्यंत दक्षिणेकडे येऊन पोहोचले व उत्तरेकडील कोसल बौद्ध कालीन हल्लीच्या उत्तर प्रदेशातील गोंडा व बाहेरच्या जिल्ह्यात स्थिरावले व तेथून हिमालयापासून रांगेपर्यंत पसरले. मात्र (या कवीच्या मते) रामाची आई कोसलाची राजकन्या होती. पळवून नेलेली नायिका सीता ही विदेहाचा राजा जनक याची कन्या होती व नांगराने जमिनीची डिखळे उडविताना ती त्याला सापडली होती ; सीता ह्याचा अर्थ 'नांगरामुळे पडलेली भेग!' ह्या सर्व साधनान ज्या एका गटाचे नाव आढळते, तो म्हणजे करूंचा ऋग्वेदातील (१०.३२.९ व १०.३३.४) कुरूश्रवणाच्या (कुरूश्रवण म्हणजे कुरूंची कीर्ती) उल्लेखावरून ऋग्वेदकाळातील त्यांच्या अस्तित्वाबद्दल अनुमान काढावे लागते. हा राजा त्रसदस्यु राजाचा वंशज, मित्रातिथी याचा मुलगा होता व त्याला उपमश्रमस् नावाचा मुलगा होता. येथे ऋषी कोण, तर दास स्त्रीचा मुलगा असण्याचा ज्याच्यावर एकदा आरोप केला गेला होता व ज्याने प्रसिद्ध परंतु हृदय हेलावणारे जुगाऱ्याचे सूक्त (ऋग्वेद १०.३४) रचले, तो कवशऐलुश तो अशी तक्रार करतो की ''(भुकेमुळे) आपल्या बरगड्या सवतीप्रमाणे एकमेकींवर आदळत आहेत व उपमश्रमसाला अशी आठवण करून देतो की हे (कुरूश्रवण) पुत्रा, उपमश्रमसा, मित्रतिथीच्या पौत्रा, मी तुझ्या पित्याचा स्तुतिपाठक आहे ! ''

हे कुरू यमुनाकाठी दिल्ली – मीरत प्रदेशात स्थिरावले व त्यांची पांचाळाशी मैत्री झाली असे दिसते. (पांचाळ म्हणजे बहुधा अक्षरश: (Five - eels) कुरूप्रदेश व त्याचा छोटेखानी राजा बौद्धकाळापर्यंत टिकून होते. काही बौद्ध ग्रंथानुसार (D.N. 15 D.N. 22) स्वत: बुद्धाने कुरूदेशातील कुरूंच्या कम्मास – दम्म ह्या व्यापारी केंद्राला (निगमाला) भेट दिली होती. ह्याचा उल्लेख पुन्हा आला आहे. (HMN 10 MN 106) बहुधा शिष्य रठ्ठपाल (राष्ट्रपाल) हा स्थानिक कुटुंबाच्या महत्त्वाच्या प्रमुखाचा मुलगा असून (कुरूदेशातील) थुलुकोठीत येथे राहत असे व त्याने बुद्धाकडून दीक्षा घेतली, त्याठिकाणी राजाचे मिगाचीर नावाचे उद्यान होते. (MN - 82)

उत्तरकुरू ह्या कुरूंच्या उत्तरेकडील शाखेने आपली पौराणिक कीर्ती जपून ठेवली होती. ही शाखा मेरू पर्वताजवळ पृथ्वीवरील एक प्रकारच्या स्वर्गात राहात असे, असे मानले जात असे. तेथे जन्मत:च सर्व लोक दयाळू असून पवित्र जीवन जगत; कोणतीही जमीन नांगरली जात नसे; लागवडीखाली न आणलेल्या जमिनीतील रानतांदुळावर लोक उपजीविका करीत व ते रथात बसत नसत. ऐतरेय ब्राह्मणातील (८.१४) उल्लेखावरून, हेच उत्तरकुरूलोक हिमालयापलीकडील आपल्या भूमीत

आपल्या राजास एका विशेष प्रकारचा अभिषेक करीत. ऐतरेय ब्राह्मणावरून (८.२३) ही त्यांची स्वप्नभूमी देवभूमी असून कोणत्याही मर्त्यास अजिंक्य होती. ह्या काळी व अशा साधनात दंतकथा, लोकविश्वास आणि वास्तवता यात फार थोडे अंतर होते. (भारतात हे अंतर कधीही जास्त नव्हते.) स्वर्गासंबंधीच्या इतर कथांशी तुलना केल्यास त्यात वास्तवतेचा कण एवढाच दिसतो की तेथील परंपरा स्वतंत्र, सुखी व शांततापूर्ण असून कृषी अथवा आक्रमण यांपासून मुक्त असलेल्या जमातीजीवनाची होती.

५.५ : जमाती व राजवंश

आपल्या अनेक साधनात आढळणाऱ्या समान नावात कोशल राजवंशाचा संस्थापक म्हणून इक्ष्वाकूचा उल्लेख येतो ; (हा ऋग्वेदातील एक अप्रसिद्ध राजा आहे. क्र. १०.६०.४) याची उत्पत्ती इक्षू उस् (प्रथम उल्लेख A.V. १.३४.५ ; हाच शब्द एका प्रकारच्या (Guord) पडवळास लावतात.) ; हे उघडउघड संभवत: आर्यपूर्व प्रतीक आहे. साखरेसाठी असलेल्या व भारतातून जगभर प्रसृत झालेल्या 'शर्करा' शब्दाचा तोंडवळा संस्कृत वाटत नाही. राम हा इक्ष्वाकूचा एक वंशज आहे. परंतु या नायकाचा पिता दशरथ याचे नाव मिटॅनियन टुजरहा याच्याशी तुलना करण्याजोगे वाटते. त्यांच वंशावळीत (मैत्रेय उपनिषद १.२ पहा) बृहद्रथ (= मोठ्या रथाचा) असून तो एकाहून अधिक राजांचा प्रतिनिधी असावा. महाभारतकाली बिहारची जुनी राजधानी राजगीर येथे, एक जादूचे फळ अर्धेअर्धे करून ते भक्षिणाऱ्या दोन बहिणीस झालेला बृहद्रथाचा मुलगा गादीवर होता. हा जरासंध नावाचा मुलगा (जरासंध जरेने जोडलेला) जन्मत: दुभंगलेला असून ते दोन्ही भाग फेकून देण्यात आले होते. परंतु जरा नावाच्या राक्षसीने ते नंतर सांधून जिवंत मूल तयार केले व ह्या नावास स्पष्टीकरण मिळाले ! (म.भा. २.१६.३१.४०) त्याने कृष्ण यदूंना मथुरेतून हाकलून दिल्यानंतर भीमाने त्याचे दोन भाग पुन्हा कापून वेगळे केले. पुराविज्ञानाच्या साहाय्याने अशी एखादी ऐतिहासिक व्यक्ती होती काय, हे कळू शकेल. बुद्धाच्या मृत्यूनंतर लगेच, ख्रि.पू. ४८० च्या सुमारास अजातशत्रू हा राजगीर येथील जुनी तटबंदी मजबूत अगर दुरूस्त करीत असल्याचा उल्लेख आहे. (M.N. 108) व त्याच्या काळापासून तो आजपर्यंत राजगीर हे शहर सायक्लोपियन भिंतींनी (Syclopian Walls) तटबंदी केलेले आहे. ह्या प्रचंड भिंती (ह्याबाबत योग्य संशोधन कधीच झाले नाही.) जर याहूनही पुरातन असतील, तर पश्चिमेकडील मुलुखावर स्वारी करण्याचा प्रयत्न करणारा जरासंध हा मगधातील पहिलाच राजा म्हटला पाहिजे. भौगोलिकदृष्ट्या हे अनिश्चित आहे. ग्रीक लोक कृष्णाला 'हेरॅक्लिस' समजतात. कारण त्याने यमुनेतील अनेक मस्तके असणाऱ्या सर्पाचे दमन केले व

आपल्या विरोधी मल्लांस (pancratists) ठार केले. कृष्णाने आपल्या अनुयायांसह मथुरा सोडून आता काठेवाडात असलेल्या द्वारकेकडे प्रयाण केले, असे मानले जाते. खरे पाहिल्यास ह्या कथेप्रमाणे यदूंनी मथूरेहून पश्चिमेकडे प्रयाण केले. (म.मा. २.१३.४९.६५) वस्तुत: मथुरेहून द्वारकेचा मार्ग दक्षिण दिशेने असून एका वाळवंटातून जातो. कृष्णाच्या कथेचा हा भाग द्वारकेस व त्याबरोबरच अफगाणिस्तानातील दरवाज येथे उत्खनन करून पडताळून पाहिला पाहिजे. कारण द्वारका व दरवाज ही नावे समानार्थक आहेत. मथुरेहून पलायन करणाऱ्या शरणार्थींनी, जुन्या आर्य स्थलांतराचा मार्ग उलट दिशेने चोखाळण्यासाठी दरवाज हे स्थान निश्चित केले असल्याचाही संभव आहे महाभारतात उल्लेखिलेला गोरथ, नावाचा एक पर्वत म्हणजे राजगीर जवळच्या एका टेकडीवरील ब्राह्मी अक्षरातील प्रत्यक्ष कोरलेले नाव ; म्हणून निदान याबाबत तरी पुराविज्ञानात्मक संशोधन कार्य झाले तर ते समर्थनीय ठरेल.

(दिल्लीजवळ) कुरूक्षेत्रातील महायुद्धात कुरूंचा 'नि:पात' झाल्यानंतर पांडवांना आपला अंत नजीक आल्याचे दिसले व त्यांनी तक्षशीला येथे आपला वारस परीक्षित याला सिंहासनावर बसविले. त्याला (राजधानीपासून) इतक्या दूर का पाठविले, तसेच बुद्ध काळापर्यंत कुरू कसे टिकून राहिले, हे स्पष्ट होत नाही. ब्राह्मणी परंपरेत यज्ञामुळे व यज्ञीय पुरोहितांस उदारपणे दाने दिल्यामुळे परीक्षित महत्त्वास चढला.

"मर्त्याहूना वरिष्ठ देवच असणाऱ्या, सर्व लोकांवर राज्य करणाऱ्या वैश्वानर परिक्षित राजाची परमस्तुती ऐका. 'ह्या परमश्रेष्ठ परीक्षिताने गादीवर बसताच आपणास सुरक्षित निवासस्थान प्राप्त करून दिले.' (म्हणून) कुरूभूमीत आपले घरदार स्थापन करताना पती आपल्या पत्नीस विचारतो, 'मी तुझ्यासाठी काय आणू? दही घुसळलेले पेय की मध?' (तेव्हा) पत्नी परीक्षिताच्या राज्यातील आपल्या पतीस विचारते, 'पिकलेले जव (बार्ली) प्रकाशाप्रमाणेच (भांड्यांच्या) तोंडापर्यंत भरून ओसंडत आहे. परिक्षित राजाच्या राज्यात लोक आनंदाने नांदत आहेत." (A.V.२०.१२७.७.१०)

कुरूभूमीच्या या निर्देशावरून येथे एका मानवी राजाला दैवी अग्नीच्या उच्च स्तरापर्यंत नेऊन पोहोचविले आहे व हा निर्देश मानवी नावाखाली पूजला जाणाऱ्या अग्नीस उद्देशून नाही. याची खात्री पटते. परीक्षिताच्या राज्याभिषेकापासून परंपरेनुसार ख्रि.पू. ३१०१ मध्ये तमोयुगास (कलियुगास) प्रारंभ झाला. या तमोयुगाने सिंधू खोऱ्याबाहेरील कोणत्याही घटनेचे दिग्दर्शन होऊ शकत नाही. (ही तमोयुगाची सुरुवात सिंधू खोऱ्याबाहेरील कोणत्याही घटनेची प्रातिनिधिक नाही.) परंतु महाभारत रचले जाण्यापूर्वी अथवा कुरूभूमीची स्थापना होण्यापूर्वी सिंधू संस्कृतीची पूर्ण विस्मृती होऊन कितीतरी दीर्घकाळ लोटला असला पाहिजे. तर मग 'परीक्षिताच्या वंशजाचे काय झाले?" हे उपनिषदकालातील एक कोडे शिल्लकच रहाते.

ह्या विविध परंपरांतील काही तफावत त्या निरनिराळ्या वंशांनी खास आपल्यामुळे रूढ केल्यामुळे आहे हे पूर्वीच दाखविण्यात आले आहे. महाभारतात भृगुगोत्रियांनी ८ पुन्हा लिहिले व वैदिक भाष्यापैकी व बौद्ध धर्मग्रंथांपैकी बरेच साहित्य कश्यपगोत्रियांनी लिहिले. महाभारताचे लेखक केवळ नवीन प्रसंग घालून अगर जुन्या प्रसंगात काही घटना घुसडून थांबले नाहीत तर त्यांनी बरीच नवी मतेही आणली. महाभारताचे समग्र प्रचंड शांतिपर्व म्हणजे महाकाव्याच्या जुन्या थरातील प्रभावी व्यक्ती व गंगा ह्या दैवी नदीचा पुत्र जो भीष्म, त्याच्या तोंडून वदविलेला तात्त्विक उपदेश आहे. धार्मिक प्रक्षेपणाचे आणखी एक ठळक उदाहरण म्हणजे सांख्य मतातील उपनिषदातील व बौद्ध धर्मातील तत्त्वज्ञानाला मुरड घालून नव्या उद्दिष्टासाठी त्यांचा उपयोग करणारी भगवद्‌गीता होय. ते उद्दिष्ट म्हणजे व्यक्तिगत दैवतावरील श्रद्धा होय व त्यामुळे कोणत्याही पातकापासून युद्धात अगदी भ्रातृवध करण्यापासून देखील, सूट मिळते. वैयक्तिक दैवत कोण? तर महाभारताच्या लेखनकाली विष्णुनारायणाचा अवतार म्हणून नुकतीच मान्यता पावलेला कृष्ण; इतर अवतार अद्याप मान्य झालेले नव्हते. त्यामुळे ज्याने गीता व त्यानंतरची तिचीच काहीशी दुबळी आवृत्ती अनुगीता रचली असे मानले जाते, त्या कृष्णाचे उरलेसुरले ऐतिहासिक स्वरूप देखील, स्वाभाविकच नाहीसे झाले. त्या महाकाव्यात तो अर्जुनाचा सारथी व पाच पांडव बंधूंचा सल्लागार होता. त्याचे स्वत:चे बंधुजन अर्थात यादव हे विरुद्ध बाजूने लढले व नंतर आपसांत भांडून नष्ट झाले. यदु हे नाव ऋग्वेदकालाइतके मागे जाते व अगदी आजतागायत कितीतरी यादव व जाधव टिकाव धरून आहेत, मग ते या प्राचीन जमातीचे वंशज असोत किंवा एखाद्या ब्राह्मणी कथेचे अपरिहार्य साहाय्य मिळून अशा विख्यात वंशात जन्मल्याचा फक्त दावा करोत. अशा बाबतीत पुराशास्त्रज्ञांना संबंधित मातीकामाच्या कालानुक्रमाची अथवा सामाजिक थरांच्या विकासाची (Stratigraphy) चर्चा करणे सोपे जाणार नाही. तथापि चर्चाविषय झालेल्या सामग्रीपासून कोणताही ऐतिहासिक अर्थ काढण्यासाठी असे करणे आवश्यक आहे. हा धर्म समन्वय (Syncretisn) अत्यंत यशस्वी झाला ; उच्चवर्गीय हिंदू ज्यायोगे आपल्या संघर्षाचा परिहार करतात, असे संकल्पनात्मक क्षेत्र त्यांना पुरवून भगवद्‌गीता त्यांच्या जाणिवेची जडणघडण करण्यात अद्यापही प्रभावी ठरली आहे. लो. टिळकांनी नवजात परंतु दुर्बल अशा भारतीय मध्यमवर्गातर्फे लढा पुकारला व असे करीत असता आर्यांचे मूळस्थान आर्क्टिक भागात होते असे दाखविण्याचा प्रयत्न केला. त्याच टिळकांनी आपल्या स्फूर्तीचे उगमस्थान म्हणून गीतेवर एक नवीन टीका लिहिली. (भारतातील) खऱ्याखुऱ्या मध्यमवर्गीय – राष्ट्रीय मुक्ती आंदोलनास यश मिळवून दिले, त्या महात्मा गांधींनी देखील गीतेवर सर्वस्वी भिस्त ठेवली.

५.६. आदिम जमातींच्या खुणा

महाभारताची मुख्य कथा व तिचा दुय्यम धार्मिक हेतू सोडून देऊन, परीक्षिताचा मुलगा जनमेजय याने केलेल्या यज्ञात जे पठण करण्यात आले, त्याच वृत्तांताची आता आपणा दखल घेऊ 'नाग' शब्दाचा अक्षरश: 'नाग' अथवा 'हत्ती' असा अर्थ होतो व नाग लोकांचा समूळ संहार करणे हा जो प्रस्तुत यज्ञाचा उद्देश तो जवळजवळ पूर्णपणे यशस्वी झाला. सर्वत्र पसरलेला नागपूजक पंथ हाच त्याचा अर्थ होता, हे निर्विवाद आहे. नाग जमाती आसामात व ब्रह्मदेशात अद्याप टिकून आहेत. त्यांची स्वायत्ततेची मागणी आजच्या नवजात राष्ट्रीय सरकारास एक डोकेदुखीचे कारण आहे. इतर नागलोक मध्य भारताच्या उत्तर भागाच्या इतिहासात किरकोळ राजे म्हणून आढळतात व त्यांनी इ.स. १५० च्या सुमारास अल्पकाळासाठी का होईना, काही नाणी पाडली होती. भाजे येथे देणगी देणारा नाडसव हा नागवंशीय असल्याचे आढळते. (ल्यूडर्स १०७८) समुद्रमंथनाच्या वेळी अनेक फणा असलेल्या नागाचा दोर म्हणून उपयोग केला होता. आता तो (नाग) शिव व विष्णुसमवेत पालकाच्या नात्याने वावरतो. नागपंचमीसारख्या त्याच्या स्वत:च्या विशेष महत्त्वाच्या सणाच्या दिवशी त्याची देशभर पूजा होते. नागाचेच पर्यायी नाव 'तक्षक' असून त्याचा 'सुतार' असा अर्थ होतो. पारंपरिक नाग हा एक सर्पराक्षस असून तो वाटेल तेव्हा मानवी रूप धारण करू शकतो व तो उच्च दर्जाचा कारागीरही आहे. तक्षशिला [१४] हे नाव 'तक्ष' याच धातूपासून निघालेले आहे ; असंख्य स्थानिक नागपंथीय स्थळे आजतागायत काश्मिरात टिकून आहेत व त्यांची प्राचीनता नीलमत पुराणावरून सिद्ध होते. (संपादक के. डी. व्हरीसे, लैडेन १९५०) त्यावरून हे मूळपंथ काश्मिरखोऱ्यात होते, असे दिसते. श्रीकष्ठ हा नाग ठाणेश्वरचा पालक होता. (एचअेआर ९६, १११-११३) नाग हे नाव व पंथ आर्य नाहीत. तथापि तैत्तिरीय संहितेत (तै.स. ५.५.१०) यज्ञीय अग्नीच्या संरक्षक देवता म्हणून सर्पांना विशेष आहुती द्याव्यात, असे म्हटले आहे. शाक्यांच्या (यातच बुद्धाचा जन्म झाला) शेजारची जमात कोळी यांची होती व ती जुन्या पाली ग्रंथावरून आर्यीकरणाच्या मार्गावर होती. नंतरच्या महावस्तूत बनारसचा एक महारोगी ऋषी त्यांचा पूर्वज असल्याचे आढळून येते. पाली साधनात त्यांच्या (एका नदीचे पाणी बांध घालून वळविण्यावरून) शाक्यांशी झालेल्या युद्धात शाक्यांनी त्यांचा पाणीपुरवठा विषदूषित करून त्यांच्याविरुद्ध अनार्य मार्गाचा अवलंब केला, असे नमूद आहे. बुद्धाच्या दग्ध अवशेषांपैकी आठवा हिस्सा (ख्रि.पू. ४८३ अथवा ख्रि.पू. ५४३) हा 'रामगाम' ह्या त्यांच्या जमातीच्या राजधानीत कोलियास देण्यात आला, असे दिसते. परंतु (DN 16) - (गाथा २८) च्या अखेरीस असलेल्या एका पारंपारिक श्लोकावरून ह्या

अवशेषाची नागांनी रामगाम येथे पूजा केली, असे दिसते. यावरून काही अथवा सर्व कोलिया लोक तेव्हा नागवंशीय होते, असे दिसून येते. नागांना आपल्या पंथात प्रवेश देऊ नये [१०] अशी बौद्ध विनयपीटकात आज्ञा आहे.

नागलोक, आर्यांनी एका सामान्य नावाखाली एकत्र केलेल्या रानटी टोळ्यांपैकी होते ; कारण नंतरच्या आर्यपूजाविधींत नागपूजेचा पंथ समाविष्ट करण्यात आला – असे म्हटले म्हणजे जे इतिहासात इतक्या उशिरा आलेले व भौगोलिकदृष्ट्या दूरवर का दिसतात, याचे स्पष्टीकरण होते. उपलब्ध पुराव्याचा अभ्यास केल्यास असे दिसेल की, ते आर्यांच्या आसमंतात असलेल्या आदिवासी (autochthonous) टोळ्यांपैकी होते व आर्यांशी थोडा संबंध आल्याने इतरांच्या मानाने सुधारलेले होते. त्यांची (नागलोक) आर्यांच्या सतत वाढत्या भूमीच्या सीमारेषेपलीकडे पीछेहाट होताना दिसते. याचे कारण, त्यांची भौतिक पीछेहाट झाली, यापेक्षा इतर नव्या टोळ्या त्यांच्या पातळीपर्यंत येऊन पोहोचल्या हे होते. आर्यांचा क्षेत्रविस्तार होत असता त्यापूर्वी घडना घडून आलेल्या सांस्कृतिक आंदोलनाचा हा भाग होता व कोळ्यांप्रमाणेच पूर्वी नागात जमा असलेल्या काही टोळ्यांचा समावेश होणे, त्या आंदोलनाचा एक भाग होता. महाभारताच्या सुरूवातीसच भारतीय युद्धाच्या वेळी राजे म्हणून पुनर्जन्म झालेल्या पूर्वाश्रमींच्या नागांची एक लांबलचक यादी दिलेली आहे. कुरूंचा आंधळा राजा धृतराष्ट्र हा त्यापैकीच एक असून बौद्ध आधारग्रंथात त्याचा 'नाग'म्हणून निर्देश आहे. धृतराष्ट्राच्या शंभर कौरव पुत्रांप्रमाणेच स्वत: घरातून जन्म झालेल्या द्रोण ह्या ब्राह्मण अध्यापकाचा मुलगा जो अश्वत्थामा, त्याच्या मस्तकातून एक मणी तोडून काढल्यानंतरच सार्वभौमत्व पांडवांकडे गेले. महाभारतात अश्वत्थाचा राजा म्हणून निर्देश केला नाही. तथापि जरी पांडवांचा सासराच पांचाळांचा राजा असला, तरी त्यांच्याकडून (पांडवांकडून) त्याचा पिता द्रोण यास उत्तर पांचाळाचे राज्य बक्षिसादाखल मिळाले होते. ह्या पाच भावांमध्ये पांचाल राजकन्या द्रोपदी ही सामाईक पत्नी होती व नास्तय हे कधीकाळी सूर्येचे (नंतर त्यांची बहीण झालेल्या सूर्यदेवतेचे) सामाईक पती असणे शक्य आहे, तरी असे बहुपतिकत्व आर्येतर समजले जाते. बहुपत्नीकत्व टिकून राहिले तरी, सामाईक विवाहाचे हे अवशेष पुढे नाहीसे झाले. मस्तकावर मणी असणे, ही नागाची पारंपरिक खूण आहे. आता आढळून न येणाऱ्या कोणत्यातरी कारणासाठी अश्वत्थाम्याची गणना सात अमर लोकात (चिरंजीव) होत असे. व तो मेगॅस्थेनिसने नमूद केलेल्या स्पाटेम्वसचा राजा होता. भारतीय महायुद्धाची संबंध कथा एका – आता अनुपलब्ध – आर्येतर अथवा आर्यपूर्व केंद्रबिंदूपर्यंत मागे नेता येते. कारण त्याची राजधानी हस्तिनापूर (दिल्ली) हिचेच नाव 'नागांचे नगर' ह्याच्याशी समानार्थक आहे ; कदाचित हत्तीला सर्पासारखी दिसणारी सोंड असल्यामुळे नाग शब्दाचा उपयोग हत्ती (हास्तिन्) ह्याअर्थी केला

जातो. बौद्ध परंपरेनुसार नाग शब्दाचा अर्थ 'उदात्त चारित्र्याचा' असाही होतो. शिलालेखांवरून (ई.आय. ९.१७४.१८१) असे दिसून येते की, इ.स. च्या थेट ११ व्या शतकापर्यंत नागवंशापासून आपली उत्पत्ती सांगणे राजास भूषणास्पद वाटते. ह्या सरमिसळीमुळे महाभारतातून ऐतिहासिक अंश निवडून काढणे सोपे होणार नाही. अल्पांशात तरी प्रत्यंतर पुराणाची पुष्टी मिळाल्याशिवाय सध्या समग्र महाभारताचे ऐतिहासिकदृष्ट्या मूल्य नगण्य [१२] (जमेस न धरण्याइतके) आहे.

प्रतीकवाद हा अनेकांकडून – त्यात माझे देश बांधवही येतात – कमी दर्जाचा रानटी, असंस्कृत व एका महान संस्कृतीच्या दृष्टीने अपात्र मानला गेला आहे. परंतु आपण येथे आदिम अवस्थेतील प्रतीकवादी समाजाचा विचार करीत नसून, जेथे गोत्राला अजून आडनावाची पातळी प्राप्त झाली नाही, अशा अधिक विकसित समाजांचा विचार करीत आहोत. तथापि हे अधिक पुढारलेले गट अद्याप अस्तित्वात असलेल्या इतर खऱ्याखुऱ्या टोळीवाल्यांना आत्मसात करीत होते. रोममधील पोर्सिया (डुक्कर), असीनिया (गाढव), फेबिया (दाण्याची शेंग) इ. प्राण्यांच्या अगर खाद्य वनस्पतींच्या शिष्ट नामावरून असे दिसून येते की, प्रतीकांचे टिकून राहणे सर्व अवस्थांत दृग्गोचर होते. तैत्तिरीय (२.२) व मैत्री (६.११.१२) उपनिषदातील 'सर्व भूते अन्नापासून उत्पन्न होतात, अन्नावर जगतात व अन्नात परिवर्तित होतात', हे अन्नाचे तत्त्वज्ञान म्हणजे उदात्तीकरण झालेला प्रतीकवादच होय. आपण नागांच्या बाबतीत पाहिल्याप्रमाणे मानवास त्याच्या प्रतीकाशी एकरूप करणाऱ्या पशू प्रतीकवादास साजेलशी सामान्य श्रद्धा नसती तर पुनर्जन्माच्या समग्र बौद्ध सिद्धांतावर कोणाचा विश्वास बसला नसता. विशेष प्रतीकात्मक विधींबद्दल बोलावयाचे तर ते पूर्ण नाहीसे होईपर्यंत त्या त्या गोत्रांपुरते आत्यंतिक गूढ रहस्य म्हणून शेवटपर्यंत राहिले. संस्कृतातील 'व्रत' शब्दाचा अर्थ 'धार्मिक विधी' असा होतो व त्याचाच दुय्यम अर्थ 'सर्वस्वी एखाद्या विशिष्ट पदार्थावर निर्वाह करणे', असाही होतो. त्याचाही काही प्रतीकांशी संबंध असावा, असे वाटते. बुद्धाची एकदा असेला सेनीया नामक, कुत्र्याचे व्रत आचरणाऱ्या अनुयायाशी गाठ पडली. (DN.24, MN. 57)

हा माणूस कुत्र्याचे सर्व बाबतीत अनुकरण करी. बुद्धाने भविष्य वर्तविल्याप्रमाणे मृत्यूनंतर हा माणूस साहजिकच कुत्रा म्हणून पुन्हा जन्मास आला. अथवा त्या व्रताच्या अनुयायासाठी राखून ठेवलेल्या नरकाच्या खास भागात गेला. अर्थशास्त्रात (११.१) कुक्कुर (कुत्रा) टोळीचा भयानक मानवी शत्रूंपैकी एक म्हणून निर्देश केला आहे. त्यावेळचा बुद्धाचा सहवासी (पुष्ण नामक प्राकृत कोलीय अनुयायी) हा बैलाचे व्रत करणारा टोळीवाला होता व आपली अशीच गती होईल, अशा भीतीमुळे त्याने धर्मांतर केले. हे वृषभ व्रत करणारासाठी नरकात एक थर (वसतिस्थान) आहे. यास महाभारतात (५.९७.१३.१४) आधार मिळतो व त्यातील एका प्रक्षिप्त श्लोकात

असे म्हटले आहे की, हे व्रत करणे, याचा अर्थ बैलातील शांती व इतर उच्च आध्यात्मिक गुण प्रकट करणे होय. असेलाचे श्वानव्रत म्हणजे वेडेपणा वाटतो. परंतु तो ज्या विशिष्ट स्वरूपात प्रकट झाला आहे, त्याकडे समकालीन समाजानेही गंभीरपणे लक्ष दिले आहे. कारण वर्गीय धर्माचारात तो सुपरिचित होता. पालीत इतर व्रतांचाही निर्देश आहे. वटवाघळाचे, बकऱ्याचे, हत्तीचे व्रत म्हणजे ह्या प्राण्यांचे अनुकरण करणारे संन्यस्त आचार असे समजले जाई. उदा. असेलाने केलेले श्वानव्रत. परंतु बाणाने सातव्या शतकात देखील याच शब्दाचा उपयोग केला असून आपले वात्स्यायन गोत्रीय पूर्वज कुक्कुट (कोंबड्याचे) व्रत [१३] करीत असल्याचे वर्णन केले आहे. एका टीकाकाराने असे दाखवून दिले आहे की व्रताचा 'विधियुक्त आहारातील एक पदार्थ' असाही अर्थ होतो. या शब्दांतील श्लेष बाणाच्या उद्दिष्टास आवश्यक होता.

५.७ : नवा ब्राह्मणधर्म

अशा प्रकारे आपण ह्या पुस्तकाच्या दुसऱ्या प्रकरणात जे निरीक्षण केले आहे, त्याला सुसंगतच अशा या गोष्टी आहेत. म्हणजे पुढारलेल्या समाजाच्या स्थितीपर्यंत टिकून राहिलेल्या आदिम स्वरूपांच्या समाज घटकांचा येथे आपण विचार करीत आहोत. हे लक्षण सर्व काळातील भारतीय समाजात आढळून येते. विस्तारासाठी त्यांना (आर्यांना) भरपूर क्षेत्र होते. याचाच अर्थ असा की, संस्कृती पूर्णत्वास जाण्यास (पूर्ण सुधारणा घडवून आणण्यास) भरपूर वाव असून प्रगतीचे पाऊल मात्र अती मंद होते. कश्यप व भृगु सारख्या ब्राह्मण गोत्रांनी या आत्मसात करण्याच्या प्रक्रियेत प्रमुख भाग घेतला. परंतु एकंदरीत ब्राह्मणांनी त्यांचे अनुकरण केले. त्यापैकी बऱ्याच जणांना साधारणत: उत्तर प्रदेशातून तक्षशिला येथे अगर सीमाप्रांतात आपल्या मुख्य व्यवसाय, जी यज्ञीय प्रक्रिया, ती शिकण्यास जावे लागले. (बृ.उप.३.३.१; ३.७.१) महाभारताची संस्करणे झाली. त्या सुमारास हे ब्राह्मण अध्ययनार्थ ज्या मद्रदेशात जात, तो असंस्कृत असल्याचे आढळते. मद्रलोकात वधूमूल्य देण्याची अनार्य प्रथा का होती, याबाबत महाभारतात प्रक्षिप्त केलेला एक लांब उतारा आता पाठचिकित्सा करून काढून टाकण्यात आला आहे. कधीकधी क्षत्रियांनी यज्ञाचे अथवा ब्रह्माचे (हा एक नवीन दैवतादर्श आहे.) स्पष्टीकरण विचारले म्हणजे ब्राह्मण असाहाय्य होतात. मग ते या क्षत्रियांपासून, नम्र शिष्यत्व पत्करून, ज्ञान शिकतात. उदा. प्रवहण जैवलीकडून (छा.उप. ५.३, १.८ ; बृ.उप. ६.२), अश्वपती कैकेयाकडून (छा.उप.५.११.१२) अथवा जनक राजाकडून (श.ब्रा. ११.६.२ इ.) यावरून असे दिसते की, गंगा खोऱ्यातील जुनी ब्राह्मण परंपरा आर्य यज्ञाची असणे शक्य नाही, तर ती दुसरीच काही असली पाहिजे ; ती सिंधू खोऱ्यातील गूढ विद्या असेल, किंवा टोळीवाल्याभिषक जनांची विद्या असेल अथवा दोन्हींचे मिश्रण असेल.

प्रसंगी वैदिक विधी पार पाडणे फार किफायतशीर होते. हे ब्राह्मण पुरोहितांना यज्ञात दक्षिणा म्हणून गावेच्या गावे बहाल करण्यात आली, यावरून दिसून येते. वसेनदी या कोसल राजाने पौष्करसादी नामक ब्राह्मणास खाणुमत हे गाव दान दिले. हा ग्रंथ अशोकाच्या काली पुन्हा लिहिला गेला, एवढ्याच कारणासाठी त्या परंपरंचे मूल्य कमी होत नाही. कारण ब्राह्मणास दाने देण्याची बौद्धाकडून निंदा होत असल्यामुळे अशी परंपरा मुळातच नव्याने निर्माण करण्याचे काही प्रयोजन नव्हते. ऐतरेय ब्राह्मणात पुढील आज्ञा आहे. ''(तेलाने) माखून घेतल्यानंतर राजाने माखणाऱ्या ब्राह्मणास सोने द्यावे ; त्याने १००० मोहरा, १ शेत व चतुष्पाद पशू द्यावेत.'' हा ग्रंथ नंतरचा आहे ; मूळची यज्ञीय दक्षिणा म्हणजे गुरे, ब्राह्मणास भक्षण करण्यासाठी वांझ कालवड (heifers) कांजी (gruel) इ. ऐतरेय ब्राह्मणात (c.22) पुढे अंग राजाने उदमय आत्रेयास दिलेल्या 'दहा हजार दासी व दहा हजार हत्तींचा उल्लेख आहे ; अंग हे मगधाच्या पूर्वेकडील एका टोळीचे नाव म्हणून विख्यात आहे. इतरत्र पुरोहिताचे नावही ऐकू येत नाही. ह्या तथाकथित दानाचे विलक्षण स्वरूप एका हत्तीस पोसण्याची पाळी ज्याच्यावर आली असेल, अशा कोणासही पटेल. (मग दहा हजार दूरच राहोत) यावरून दासांच्या श्रमाने लागवड करण्याची अर्थव्यवस्था सूचित होत नाही. कारण अनेक देशातील अत्युच्च कुटुंबातील माळा घातलेल्या दासींचाच उल्लेख या श्लोकात आहे ; त्याखेरीज दान घेणाऱ्याने त्यांची शेकडोंनी खैरात केल्याचे व ही अनेक दाने जाहीर करताना तो थकून गेल्याचे नमूद आहे. अशा परंपरांच्या तथाकथित प्राचीन भागावर कितपत विश्वास ठेवावा, हे समजणे कठीण आहे. उदा. तैत्तिरीय संहितेतील (२.६.९) 'असूर एतदू' हा नावावरून एखादा ऐतिहासिक असीरियन [१५] असावा असे वाटते. A.V. (४.६.१) मध्ये उल्लेखलेल्या सर्वांत आधी जन्मलेल्या व सर्वांत आधी सोम पिणाऱ्या दहा मस्तके असलेल्या ब्राह्मणाचा काय अर्थ घ्यावा ? केवळ काल्पनिक म्हणून त्याची वासलात लावता येत नाही. कारण ऋग्वेदात नमग्व व दशग्व पुरोहितांचा निर्देश असून त्यांपैकी (दहा भागांच्या) उत्तरोक्तावरून अथर्ववेदामधील राक्षसाची कल्पना केली असेल. सर्व परंपरांनुसार रामाने मारलेला दशमुखी राक्षस राजा रावण हा ब्राह्मण होता. वसिष्ठांच्या यादीत तर प्रत्यक्षपणे एक रावणी गोत्र दिलेले आहे. आपणास एवढेच म्हणता येईल की, पुरोहितवर्ग दरिद्री होता. तो, दक्षिणा मिळाल्यास जुन्या परंपरांचा विस्तार करण्यास व त्या पुन्हा लिहून काढण्यास अथवा नव्या सामावून घेण्यास – कधीच कचरत नव्हता. कुरूभूमीतील उपाशी ब्राह्मण उषस्ती चाक्रायण याची कथा (छा. उप. 1.10.11) हे असेच एक उदाहरण आहे. त्याची शेते गारपिटीमुळे अथवा अशाच संकटामुळे उद्ध्वस्त झाली व त्याला पत्नीसह आश्रायदात्याच्या शोधात स्थलांतर करावे लागले. वाटेत त्याने, जे अन्न खाल्ल्याचे कोणीही ब्राह्मण

कबूल करणार नाहीत, अशा मातीने भरलेल्या उष्ट्या कुळीथांच्या तोबऱ्याची एका हीन जातीच्या माणसाकडून (इभ्य) भिक्षा मागितली. त्यामुळे ताजातवाना होऊन त्याने दुसऱ्या दिवशी राजाच्या परिषदेत विजय मिळविला.

आर्य व आर्येतर टोळ्यांतून एका नव्या समाजनिर्मितीवर ह्या नव्या पुरोहित पदाचा प्रभाव पडला. हा एखाद्या जाणीवपूर्ण, हेतुपूर्ण नियोजित कृतीचा भाग नव्हता, तर भुकेचा परिणाम होता. त्यात उपजीविका करणे, हा एकमेव हेतू होता. दीर्घकाळ कसून वेदाध्ययन केल्यामुळे ब्राह्मणांना जमातीच्या मर्यादांच्या पलीकडे दृढता लाभली व त्यामुळेच जमातीचे बंध काहीसे शिथिल करून त्यापलीकडील समाज त्यांना निर्माण करता आला. परंतु याच कारणामुळे ते नांगर अथवा धनुष्यबाण हाती धरण्यास असमर्थ ठरले. जमातीच्या व वंशाच्या प्रमुखांची धर्मकृत्ये करून आरामात राहणाऱ्या नव्या पुरोहितांची संख्या भरमसाट होती. दारिद्र्यामुळे अधिक गरीब जातींची त्यांना आणखी सहानुभूती मिळाली. त्यांनी संपत्तीच्या एका नूतन संकल्पनेशी अधिक चांगला जुळेल, असा समाज निर्माण करण्यात मदत केली. ही संपत्तीची संकल्पना (गाईंच्या कळपाप्रमाणे) सामाईक प्रयत्नाचे फळ नसल्यामुळे जमातीच्या सदस्यांच्या कल्पनेपेक्षा वेगळी होती. कृषीविषयक संपत्ती हे तिचे स्वरूप होते. बकदाल्भ्याच्या अथवा ग्लावमैत्रेयाच्या कथेत (छा.उप.१.१२) काही बुद्धिग्राह्य अर्थ असेल, तर ब्राह्मण आर्येत्तर टोळ्यात आतपर्यंत कसा शिरकाव करून घेत, नव्या पंथावर कसा ताबा मिळवित व अखेरीस अन्नसंकलकांचे अन्नोत्पादकात कसे रूपांतर घडवून आणीत, हे दिसून येते. दोन नावे असलेल्या या ब्राह्मणाने (त्यापैकी एक पितृसत्ताक व दुसरे मातृसत्ताक असेल, तरच अशी पर्यायी नावे संभवनीय आहेत, विद्यार्थी या नात्याने प्रवासात असता एका रात्री काही कुत्र्यांवर टेहळणी केली. या कुत्र्यांनी आपल्या पुढारी असलेल्या एका पांढऱ्या कुत्र्याला म्हटले, ''पहाटे पांढऱ्या कुत्र्याने एक विधियुक्त मंत्र सस्वर व 'हीं' या ब्राह्मणी expletive पदासह म्हटला. ह्या गोष्टीला काही अर्थ असेल तर तो हाच की तिच्यात कुत्रा हे प्रतीक असलेल्या एका गोत्राचे काही विधी वर्णिले आहेत. परंतु ते निमूटपणे पहाणारा ब्राह्मण लक्षणीय आहे. दुर्दैवाने असे संशोधन अधिक खोलवर करण्यासाठी फारच थोडी सामग्री उपलब्ध आहे.

ब्राह्मणाचा लवचिकपणा, त्याच्या द्रव्यलालसेमुळे होता. तरीही हिंसेचा किमान उपयोग करून ही समावेशक प्रक्रिया चालू ठेवण्यास, त्याला तो कसा उपयोगी पडला, हे आपण नंतर पाहूच. पाणिनीवरील (२.२.६) पतंजलीच्या भाष्यावरून त्यावेळी खुद्द ब्राह्मणच वंशदृष्ट्या मिश्र स्वरूपाचे होते, असे दिसून येते. ''जेव्हा कोणी दाण्यांच्या ढिगाच्या रंगाइतका काळा माणूस बाजारात बसलेला पहातो, तेव्हा चौकशी न करताही तो ब्राह्मण नाही, असे तो निश्चित अनुमान काढतो ;

त्याला (अंत:स्फूर्तीने) त्याबद्दल खात्री पटते.'' याच्याविरुद्ध बृहदारण्यक उपनिषदात (६.४.१६) ब्राह्मणाला कृष्णवर्णीय होण्यासाठी एक निश्चित सूत्र दिलेले आहे. ''आपणास काळ्या रंगाचा (शाम) व तांबड्या डोळ्यांचा मुलगा व्हावा, व त्या पुत्राने तीन वेद पठण करून पुरुषाचे पूर्ण आयुष्य जगावे, अशी एखाद्याला इच्छा झाली, तर त्या दोघांनी (जोडप्याने) पाण्यात तांदूळ शिजवून तुपात मिसळून भक्षण करावे. त्या दोघांना पुत्र होण्याचा संभव असतो.'' अधिक गोऱ्या रंगाचे पुत्र (अगर कन्या) होण्यासाठी दिलेल्या पद्धतीवरून त्या काळचे पूर्वेकडील बाह्मण आजच्या सारखेच एकरूप नव्हते, असे आढळते. त्यांचे दारिद्र्य, चांगल्या ब्राह्मणास आवश्यक असलेला दीर्घ व कडक अभ्यासक्रम, इतर जातीच्या मानाने (प्रत्यक्ष व्यवहारात नसलेल्या) श्रेष्ठत्वाचा वृथा गर्व या सर्व गोष्टींचा त्यांना चांगला उपयोग झाला. खालच्या वर्गाकडून मान मिळण्यासाठी सत्तारूढ वर्गाची विचारसरणी खुद्द वरच्या वर्गाने बरेच उघडउघड दिसून येणारे कष्ट सोसून देखील मन:पूर्वक अमलात आणली पाहिजे. वर्गयुक्त समाजातील ब्राह्मणांच्या खऱ्या कार्यापासून कुणाचेही लक्ष विचलित करणारी ही ब्राह्मणधर्माची वरवरची लक्षणे कशी अस्तित्वात आली. याचा खुलासा वरील गोष्टींमुळे होतो. यापुढे समाजाची वर्गामध्ये स्पष्ट विभागणी झाली. जातिसंस्थेचे स्वरूप परंपरेनुसार असले तरी ती संस्था म्हणजे या विभागणीचाच आविष्कार होय.

५.८ : ब्राह्मण धर्मापलीकडे, धर्मविधी, अन्नोत्पादन व व्यापार.

ज्यांच्यातील ऐतिहासिक वास्तवापासून शुद्ध दंतकथा वेगळ्या काढणे अत्यंत जिकिरीचे आहे, अशा आधारग्रंथांच्या अप्रत्यक्ष विश्लेषणापासून आपणास अशा प्रकारे काहीतरी निश्चित लाभ होतो. अशा साधनांच्या आधारावर आपला इतिहास रचणाऱ्यास वरील अडचण त्रस्त करून सोडते. अशा पंडितात पार्जिटरचा उल्लेख करता येईल. गंगाखोऱ्यातील संस्कृती ऋग्वेदापूर्वीची असली पाहिजे, असा त्याने निष्कर्ष काढला. परंतु ख्रि.पू. १५०० प्राचीनकाळी धातूंच्या अभावामुळे गंगेचे खोरे (लोकवस्तीसाठी) मोकळे झाले असणे शक्यच नाही. या गोष्टीकडे त्याने पूर्ण दुर्लक्ष केले. बुद्धाच्या काळी देखील तेथे (गंगेच्या खोऱ्यात) दाट जंगले होती. इ.स. ६३० च्या सुमारास अशा मोठ्या जंगलातून बनारस येथे पोहोचण्यास ह्यूएनत्संग ह्यास सत्तर मैलांहून अधिक अंतराचा प्रवास करून जावे लागले. (Beal 2.43) (येथे आपणास तत्कालीन समाजातील विविध थरांचे दर्शन घडते.) जमातींची एक समग्र मालिकाच आपल्या प्रत्ययास येते. काही अत्यंत आदिम असून आर्यांपासून शिकत आहेत; धनुष्यबाणाच्या साहाय्याने स्वत:चे रक्षण करीत आहेत व कधीकधी त्यांचे स्वत:चे आर्यीकरणच होत आहे. काहींनी राज्याच्या अवस्थेपर्यंत मजल मारलेली होती. पूर्वीची जमातींची प्रमुख ठाणी आता त्यांच्या छोटेखानी राजधान्या

बनल्या होत्या. बज्जीसारख्या (यानांच लिच्छवी असे नाव होते.) व मल्लासारख्या काही जमातींचा भूतकाळ भटकेपणाचा असून त्या अल्पसत्ताक राहिल्या व त्यांना 'व्रात्य' असे नाव पडले. त्यांच्या अंतरंगापर्यंत चतुर्वर्गीय जातिव्यवस्था असलेल्या ब्राह्मणी संस्थांचा शिरकाव झालेला नव्हता. म्हणून त्यांचे अत्यंत शुद्ध जमातीस्वरूप कायम राहिले. प्रात्यांच्या संस्थांचे विशेषत: Fertility Rites अथर्ववेद गर्भादानविधींचे ब्राह्मणीकरण [१६] यशस्वी झाले नाही. 'ब्राह्मणी विधींना दाद न देणारे' अशीच व्रात्यांची व्याख्या होऊन बसली. बुद्धाने उत्तरेकडील आपल्या अखेरच्या प्रवासात लिच्छवींची बरीच स्तुती केली आहे. त्या महान उपदेशकाने असे भविष्य वर्तविले होते की, 'जोपर्यंत लिच्छवी लोक आपल्या जमातीसंस्था टिकवून धरतील, तोपर्यंत ते अतुलनीय राहतील.' व ते तसेच राहिले. बौद्ध व जैन भिक्षुसंघ अशा जमाती घटनावरच आधारलेले होते व हे स्वाभाविक होते , कारण बुद्ध व बुद्धाचा जन्म शाक्य जमातीत, तर जैनधर्म संस्थापक महावीर याचा जन्म लिच्छवी जमातीत झाला होता. रोमन साम्राज्याने (युरोपीय) धर्मसत्तेवर आपली छाप ठेवली, तसाच ह्या जमाती छापाचाही प्रकार होता. वाढत्या लोकसंख्येचा निर्वाह नांगरटीच्या लागवडीप्रमांणे केवळ पशुपालन वृत्तीने होणे शक्य नसल्यामुळे निर्माण होणारा असंतोष ब्राह्मणांच्या ग्रंथात देखील आढळून येतो. शतपथ ब्राह्मणात (३.१.२.२१) असलेल्या एका प्रसिद्ध उताऱ्यात, देवांनी जगाचे सर्व सामर्थ्य गाईत व बैलात ठेवलेले असल्यामुळे गोमांसभक्षण हे पाप आहे, असे सिद्ध करण्याचा प्रयत्न केला आहे. त्या उताऱ्याच्या शेवटी याज्ञवल्क्यासारख्या श्रेष्ठ उपनिषदकालीन ऋषीने अशी घोषणा केली आहे की, ''ते कसेही असले तरी ते मास जर कोवळे असेल तर मी खाणारच'' वांझ गाई याचक ब्राह्मणास (व ते त्या भक्षण करणारच) देऊन टाकण्याची आवश्यकता प्रतिपादणाऱ्या एका उताऱ्यावरून (A. V. १२.४) समकालीन ब्राह्मणी आहारात गोमांस हा एक नित्याचा पदार्थ होता, असे दिसून येते. गाईंच्या ब्राह्मणेतर मालकाने ''वांझ गाय जर घरीच भाजली, मग तो तिचे हवन करो अथवा न करो, तर त्याने देवा ब्राह्मणाविरुद्ध पाप केले, असे होते व या फसवणुकीबद्दल तो स्वर्गातून भ्रष्ट होतो.'' ब्राह्मणांना आपल्या अन्नातील हा प्रमुख आधार जपून ठेवायचा होता, व आहार आणि धर्मविधी जिच्यावर आधारलेले होते, ती पशुपालन वृत्ती आर्थिकदृष्ट्या कितीही नुकसानकारक झाली असली तरी, त्यांनी आपले हे धर्मशास्त्र असे रचले होते. त्याच स्थळी व काळी जमाती – क्षत्रियांमधून थोर धर्मोपदेशक उदयास आले. संजय, बेलट्ठीपुत्र, मख्वाली गोसाल इ. सारख्या धर्मपंथांचे कित्येक संस्थापकही निर्माण झाले. ह्या घटनेवरूनच असे दिसून येते की, जमात ही आता विघटनाच्या अवस्थेपर्यंत पोहोचली होती. जमाती जीवनामुळे मिळू न शकणाऱ्या पायावर समाजाची पुनर्घटना करावयास पाहिजे होती ; विविध घटकांना एकत्र

सांधण्यासाठी अत्यंत प्रगत घटकांना जमातीहून अधिक व्यापक व वरच्या दर्जाच्या तत्त्वज्ञानाची व धर्माची (केवळ विधीची नव्हे) थोडक्यात सांगावयाचे तर Super Structure वरच्या डोलाऱ्याची गरज भासू लागली होती.

अन्नोत्पादनातील महत्त्वाच्या शोधांची भाषेवर व धर्मविधीवर कशा प्रकारे छाप पडते हे दाखविणारे एक उदाहरण येथे अप्रस्तुत होणार नाही. अभिजात संस्कृतातील व बहुतेक भारतीय भाषांतील 'तैल' हा शब्द सामान्यत: तेलासाठी, परंतु शब्दश: (तीळ शब्दावरून) तिळांच्या तेलासाठी वापरण्यात येतो. भारतात सर्वत्र व सर्वांत आधी वापरलेले वनस्पतिजन्य खाद्यतेल तिळापासून निर्माण केलेले होते. जरी सिंधू संस्कृतीत हे पीक ज्ञात असल्याचे दिसून येते, तरी उत्तरकालीन वैदिक वाङ्मयातील (आर्यपूर्व लोकांना माहीत असलेला) तीळाचा एकुलता एक निर्देश (अथर्ववेद १.७.२) संशस्यास्पद वाटतो. वैदिक समाजात व त्याच्या सीमेवरील विभागात पशुपालनजन्य अन्नपदार्थावर चरबीचा (घृताचा) धर्मकृत्यात उपयोग सांगितला आहे. म्हणून पाणिनीने तिळाचा तीनदा निर्देश केला असला तरी स्पष्टपणे तैलाचा केलेला नाही. या पोषक बीजाचा उकळून तांदळासह एका संपन्न खीरीत खाण्यासाठी सर्वांत आधी उपयोग केलेला आढळतो. याच्या उलट अर्थशास्त्रात, तिळाचे चार अथवा अधिक उल्लेख सोडले तरी तैलाचे ४१ हून अधिक उल्लेख आहेत. त्यावरून त्याकाळची अर्थव्यवस्था पशुपालनापासून कृषिजीवनापर्यंत कशी बदलली होती, हे दिसून येते. तसेच महाभारतात स्वर्गातील अत्यंत सुंदर, देवास व राक्षसास आपल्या सौंदर्याने मोहविणाऱ्या अप्सरेस 'तिलोत्तमा' (तिळाप्रमाणे सुंदर) असे नाव दिले आहे. (म.भा.१.२०३-४; नावाच्या उपपत्तीसाठी १.२०३.१७) अजूनदेखील इतरांस द्यावयाच्या तिलांजली विधीत काळ्या तिळांचा उपयोग करण्यात येतो; वन्य तसेच लागवडीखालील वनस्पतींची प्रातिनिधिक म्हणून तिळाची बीजे प्राचीन काळापासून धार्मिक विध्युक्त दाने म्हणून माहीत आहेत. (श.ब्रा.९.१.१.३) सूर्याचे उत्तरेकडे मकर वृत्तांत संक्रमण होण्याच्या सुमारास (सांप्रतच्या भारतीय पंचांगात हे तीन आठवडे आणखी उशिरा होऊ लागले आहेत.) तिळाचे दान करण्याचे विशिष्ट विधान आहे. देशाच्या कोरड्या भागात तिळाचे दुसरे पीक मकर संक्रातीच्या सुमारासच येते. याशी संबंधित अशा 'सुगड' नावाचा एक खास विधी पश्चिम भारतात असून त्यात मुद्दाम तयार केलेली मातीची छोटी छोटी बोळकी (सुघट) तीळ व सर्व प्रकारची पहिली फळे भरून, बाहेरून हळदी कुंकवाने शृंगारून स्त्रियांकडून पूजली जातात. सुवासिनी आपसात त्यांची (अशा बोळक्यांची) दान (लूट) म्हणून अदलाबदल करतात. याचा अर्थ असा की, पुराणास अथवा ब्राह्मणी विधीस जात नसलेला पूर्ण कुंभ गर्भाधानविधीस (Fertility rites) पुन्हा एकदा प्रचारात आला आहे. वर्षाची राशीनुसार बारा भागात विभागणी ही प्राचीन भारतीय पंचागात नाही.

त्यावरून जेव्हा नवे विधी उत्पादकाच्या मनोवृत्तीस व उत्पादन साधनास साजेसे असतात, तेव्हा ते कसे अस्तित्वात येतात हे दिसून येते. नंतर झालेल्या नारळाने सर्व प्रकारच्या विधीत प्रवेश मिळविला व खास नारळासाठीच अशा पश्चिम भारतात (ऑगस्टमधील पौर्णिमेस) साजरा होत असलेला सण तर दोन शतकांपूर्वीच्या काळाहूनही अलीकडचा असून किनारपट्टीतून आलेला आहे. येथे हे लक्षात ठेवले पाहिजे की पिकातील व भरड धान्यातील (उदा. ज्वारी Sorghum) क्रमवार बदल अशासारख्या अत्यंत महत्त्वाच्या कृषिविषयक शोधांचा धर्मविधीवर काहीही खास परिणाम झालेला नाही. संभवत: पिकातील क्रमवार बदल हा अन्नातील प्रथिनांच्या (प्रोटीन) पुरवठ्यामुळे आलेला असतो. शास्त्रांच्या उपयोगावरील बंदी, गोमांस भक्षणावरील निर्बंध इ. मुळे आवश्यक प्रथिने वाटाणे, हरबरे, डाळी bean द्विदल बी किमान प्रमाणात तरी भूमीतून निर्माण करण्याची आवश्यकता भासू लागली. याच वनस्पती द्विदल युक्त (leguminous) असल्यामुळे जमिनीत नॅट्रोजन निर्माण करतात व तांदळाच्या रोपांचे स्थलांतर केल्यानंतर त्याजागी लावता येतात. (अर्थशास्त्र २.२४). मुख्य अन्नधान्याचे पीक पावसाळ्यात व पुरवणी अन्नधान्यांचे पीक बहुधा हिवाळ्यात काढतात. आपल्या देशातील सुंदर हवामानामुळे असे करता येते. (पाणीपुरवठा मुबलक असल्यास तिसरेही पीक काढता येते.) पिकातील क्रमवार पालट ही शाकाहाराचा व अर्थव्यवस्थेचा परिणाम होतो, दीर्घ निरीक्षणाचा अथवा दूरदृष्टीचा नव्हता. विशेषत: ज्याचा संतुलित आहारासाठी मांस, मासे अगर डाळीबरोबर उपयोग होऊ शकतो, तांदूळ हेच प्रमुख पीक असलेल्या भागात असे घडले. भरड धान्ये ही मुख्य धान्यास पुरवणीदाखल काढलेली स्थानिक पिके म्हणून आदिवासींकडून घेण्यात आली.

या उदयोन्मुख समाजाच्या दिमतीला आर्यांची सर्व साधने व तंत्रे असून त्यांनी मागाहून आणखीही काही साधने - तंत्रे संपादन केली होती. अथर्व ३.४ मध्ये नद्यांचे पाणी कालव्यात सोडण्याचा विधी दिला आहे. यजु. ६.९१.१ मध्ये सहा व आठ बैल जुंपून नांगरटही करण्याचा उल्लेख आहे. शेतीसाठी रेडाही माणसाळवण्यात आला होता. या उपयोगी भारतीय वैशिष्ट्यांच्या पशुशिवाय गंगा खोऱ्यातील दलदलीचा मुलूख लागवडीखाली आणता येणे शक्य नव्हते. तथापि तो मृत्युदेवता असलेल्या यमास अर्पण केला असून त्याचे वाहन बनला होता. रक्तपिपासू मातृदेवता काली हिने वध केलेल्या राक्षसात त्याचे रूपांतर झाले होते. हा भाग सोडला तर ह्या पशूची आपल्या धर्मग्रंथात कोणतीही खूण उरलेली नाही. पारंपरिक रथ हे सरदारी वाहतुकीचे साधन म्हणून टिकून राहिले असले तरी घोड्याचा व्यक्तिगत वाहतुकीसाठी व लढाईत उपयोग होत असे ; आपण अश्वमेधाचे महत्त्व पाहिलेच आहे. लढाईसाठी हत्तीदेखील माणसाळवण्यात आला होता. परंतु त्याचाही धर्मग्रंथावर ठसा उमटलेला

नाही. अर्थव्यवस्थेत किरकोळ महत्त्वाची असलेली कोंबडी व डुकरेही माणसाळवण्यात आली होती. घरे बहुतांशी लाकडाची व पेंढ्याची करीत. त्यामुळे ब्राह्मणाला दान दिलेले घर, भाग सुटे करून दूर नेता येई. (अथर्व ९.३) असे असले तरी विटांचा यज्ञविधीसाठी बराच काळ उपयोग होत होता. व त्या आता दगडासह टिकाऊ बांधणी करण्यासाठी अधिकाधिक उपयोगात येऊ लागल्या होत्या. लोक, सामाईक व कौटुंबिक जमिनीची (Family holidings) लागवड करीत असत. त्यावरील हक्क, जमातीच्या अगर इतर सामाजिक गटाच्या सदस्यत्वामुळे खूण म्हणून ते हक्क काढून घेता येत नसे. तथापि ब्राह्मणाचा स्वत:चा असा जातीय गट असला, तरी त्याचे कोणत्याही एका जमातीशी कायमचे निगडित संबंध नसल्यामुळे एका नवीन धर्तीची जमीनमालकीची पद्धत विकसित होऊ घातली होती. त्याला एकदा यज्ञीय देणग्या मिळाल्या म्हणजे त्या जमातीच्या नियंत्रणापासून अथवा बंधनापासून मुक्त असत. त्यांना वसाहत करणाऱ्यास पडणारा करही द्यावा लागत नसे. म्हणून त्याची मिळकत इतर ब्राह्मणांशी सामाईक असेल. तेव्हासुद्धा साधारण जमाती मिळकतीपेक्षा वेगळ्या स्वरूपाची होती. ख्रि.पू. ६ व्या शतकात, कदाचित त्याच्याही एक शतक आधी चांदीची नाणी आढळून येतात. त्यावरून मगधापासून तो तक्षशीला व पर्शियापर्यंतच्या समग्र मार्गावर नव्या धर्तीचे व्यापारीसंबंध निर्माण झाल्याचे सूचित होते. तथापि, मुख्यत: विशिष्ट स्वयंपूर्ण भारतीय खेडे हीच नंतर नित्याची घटना बनल्यामुळे समाजाची घाऊक वस्तुनिर्मिती करण्यात प्रगती झालेली आढळत नाही. नेहमीच बराच भाग अविकसित राहात असे मात्र वन्य पशूभाग अविकसित एकाकी व्यक्तींना, गटागटांनी प्रयत्न केल्याविना वसाहत करणे कठीण होते. उत्पादनातील या नवीन घडामोडींमुळे धर्माच्या द्वारे व्यक्त केलेल्या नव्या विचारसरणीची जरुरी भासावी, हे अपरिहार्य होते. राज्यसंस्थेने नदीमार्गावर नियंत्रण ठेवावे व धातूंच्या भरपूर पुरवठ्याचा एकमेव मार्ग सर्वांत महत्त्वाचा ठरावा, हेही अपरिहार्य होते. धातूंची केवळ माहिती असणे पुरेसे नव्हते. त्यांची भरपूर प्रमाणात प्राप्ती करून घेणे व उत्तर प्रदेश व बिहार येथील जंगले तोडून साफ करण्यासाठी धातूंच्या अवजाराची गरज असलेल्या जनतेवर राज्य करण्यासाठी धातूवरील नियंत्रणाचा उपयोग करून घेणे व अशा प्रकारे भारताच्या सर्वोत्कृष्ट भूमीतून नवे व बरेच जास्त शिलकी उत्पादन पदरात पाडून घेणे हाच काय तो प्रश्न होता.

पूर्वेकडील बृहत् व्यापारी मार्ग राजगीरपासून गंगेपर्यंत (पाटणा येथे गंगा पार करून) जात होता. उलट दिशेने त्याचीच एक शाखा गयेपर्यंत गेली होती. नदीपलीकडे मल्लांचे प्राबल्य असलेल्या (व बुद्धाच्या शेवटच्या प्रवासात निधन झालेल्या) कुशीनर (कसिया) या गावाच्या (बसाई) पर्यंत तो गेला होता. तेथून बुद्धाच्या जन्मभूमीची खूण असलेल्या रूम्मिनदेई येथील अशोकस्तंभाजवळील नेपाळच्या तराईकडे वळला

होता. शाक्यांची राजधानी कपिलवस्तू ही ह्याच स्थळापासून फारशी लांब नव्हती. तेथून तो मार्ग पश्चिमेकडे वळून त्याकाळच्या कोसल ह्या प्रधान राज्याची राजधानी श्रावस्ती (सेत - महेत) हिच्यामार्गे दिल्ली, मथुरा भागाकडे गेला होता. पंजाबच्या पलीकडील ह्या व्यापारमार्गाचे दुसरे टोक तक्षशीला येथे होते. त्याचीच एक महत्त्वाची शाखा दक्षिणेकडे कदाचित श्रावस्तीहून कोसंबीमार्गे (संस्कृतात 'कौशंबी' हे नाव असलेले यमुनेवरील आधुनिक कोसम) उज्जैनपर्यंत गेलेली होती व उज्जैन हे अर्थात दक्षिणेकडील जंगली जमातीसाठी किरकोळ व्यापाराचे क्रयप्राप्त वितरण केंद्र होते. ह्या मार्गाचेही व्यवस्थित पुराविज्ञानात्मक संशोधन (उत्खनन) झाले पाहिजे. काळजीपूर्वक निवडलेल्या विवक्षित स्थळी खोलवर मूळ नैसर्गिक जमिनीपर्यंत, फारतर दहा बारा चाचणी खड्डे खणण्यात आले, तरी लिखित परंपरा शुद्ध काल्पनिक कथांपासून वेगळी काढण्याच्या दृष्टीने पुरेशी मदत होईल. चांगले हवाई निरीक्षण केल्यास हा समग्र मार्ग काही त्रुटी सोडल्यास निदर्शनास येईल. ह्या भूभागाच्या जोडीस गंगानदी हा एक पुरवणीमार्ग होता. त्यावर बनारस हे बंदर जुन्या काळापासून होते. ह्या पुरवणीमार्गामुळे भूमार्ग लवकर मागे पडला. बुद्धाच्या काळापासूनच समुद्रमार्गे नौकानयन सुरू झाले होते. अधिक धाडसी व्यापारी नदीमार्गे तिच्या मुखापर्यंत व तेथून पुढे किनाऱ्या किनाऱ्याने जलप्रवास करीत जात होते.

टीपा व संदर्भ

(१) मानवंशशास्त्र व भाषाशास्त्रीय दृष्ट्या केलेल्या चांगल्या पाहणीकरिता पाहा Renou Filliozat च्या L. Inde Classique मधील प्रकरण २ व ३ मधील पी.मेले (P. Meile) याचा वृत्तांत.

(२) बी. एस. गुहा यांनी Census of India, १९३१, खंड १, भाग ३ मध्ये अगदी अलीकडचे वर्गीकरण दिले आहे. पी.सी. महालनोबिस (Mahalanobis), डी.एन. मुजूमदार आणि सी.आर.राव यांनी इ.स. १९४१ मध्ये उत्तर प्रदेशातील मोजमापाच्या केलेल्या वर्गीकरणातही तीन गट आढळतात.

'सांख्य', खंड ९, १९४८-४९, पृ. ९० - ३२४ Institute Etnography (मॉस्को १९५६) च्या नियतकालिकांत प्रसिद्ध झालेले परीक्षण (टीकात्मक लेख) दाखविते की, मूलभूत माहिती एकांगी दृष्टिकोनाची किंवा अपुरी होती. तर राहो पण अशा निरीक्षकांनी अनुसरलेल्या प्रकल्पाच्या मानववंशशास्त्रात आर्थिक व जातीय गट वेगळे करता येत नाहीत.

(३) 'मार' च्या (Marr) पद्धतीचे एक उदाहरण बी. नित्कीन यांच्या Oriental Studies in honour of cursetji Erachji Parvy (लंडन १९३३, पृ. ३०५-३३५) च्या खंडातील Notes surle Kurde मध्ये पाहता येईल.

(४) 'अंबा', 'अंबिका', 'अंबालिका' ह्या सर्वांचा अर्थ 'आई' असा आहे. T.S. 74.19 मध्ये दिलेला आहे. T.S. 1.8.6f मध्ये अंबिका एकटीच रूद्राची बहीण, असे दिले आहे ; त्याच स्रोतात त्यानंतर लगेचच त्र्यंबक देव येतो.

(५) ब्राह्मणात घरच्या देवात ठेवला जाणारा व विष्णूचे प्रतीक असलेला शिंपला व शाळिग्राम, यथायोग्य पावित्र्याकरिता, गंडक नदीतील असावा, असे सामान्यत: समजले जाते. ही रूढी (पद्धत) शतपथ ब्राह्मणातील उताऱ्याइतकीच जुनी असावी.

(६) नववास्तव बृहद्रथ ह्याचा (ह्या नावाचा) संदर्भ एका किंवा दोन वेगवेगळ्या राजांना होता आणि त्या व्यक्तीला (किंवा त्या व्यक्तींना) इंद्र वैकुंठाने संरक्षण दिले होते अथवा चिरडून टाकले होते, (ऋग्वेद १०.४९.६) हे स्पष्ट होत नाही.

(७) महाभारतानुसार (२.१८.३०) भीम आणि कृष्ण यांनी गोरथगिरीवरून जुन्या राजगीर (गिरिव्रज) कडे पाहिले. बराबर टेकड्यातील शिलालेखांवरून ह्या नावाला अनपेक्षितपणे दुजोरा मिळतो; ' CF व्ही. एच. जॅक्सनचा JBRos (खंड १, पृ. १५९-१७२) मधील वृत्तांत.

(८) ABORI, खंड १८,१-७६ मध्ये Epic Studies VI म्हणून प्रसिद्ध झालेली व्ही.एस. सुखठणकरांचा हा एक मोठा (महत्त्वाचा) शोध होता. (Collected papers in the Sukhthankar memorial edition, पृ.२७८-३३७) कामाच्या वाढीच्या कमी अथवा जास्त प्रमाणात त्या कामात आलेला अनावश्यक व एकसारखा आलेल्या परशुरामाच्या उल्लेखामुळे (ह्या संशोधनाला) किल्ली मिळाली. आपल्या नवलकथेच्या अभ्यासातही (Festchrift F.W. Thomas, 294-303 ; Mem- od 406-415) सुखठणकरांनी दाखवून दिले की शक्यतेच्या सर्व कोटीत, श्रेष्ठ महाकाव्याच्या 'भारत' आणि 'महाभारत' ह्या दोन आवृत्तींच्या मधल्या काळात रामायण रचले गेले.

(९) के.पी. जयस्वाल यांनी आपल्या History of India 150 A.D. to. 350 A.D. (लाहोर, १९३३) मध्ये नागसत्तेला अशक्य कोटीपर्यंत अतिशयोक्तिपूर्ण रीतीने चढवून ठेवले आहे. परंतु विंध्य विभागात व कदाचित मथुरेत ह्या काळात काही नगण्य राजे होते, यात संशय नाही. DKA 49,53 मध्ये त्यांच्या सत्तेचा नुसता उल्लेख आहे.

(१०) महावग्ग १.६३ (SBE 13, पृ. 217-19) प्रत्यक्ष प्रश्न असा आहे, "तू मानव आहेस का?" ह्याचा अर्थ असा की आदिम हा नाग नसावा. भाष्यांवरून हे स्पष्ट आहे.

(११) ख्रि.पू. ३१०१ ते ख्रि.पू. १००० ह्या काळात (जो महाभारतातील युद्धाचा काळ समजला जातो, तिबेटी लोक कोणत्याही देशावर आक्रमण करण्याच्या स्थितीत होते, ही अत्यंत अशक्य कल्पना सिद्ध करण्यास जरी काहीही आधार नाही, तरी

आर्यांचा क्षेत्रविस्तार / १३७

पांडवांना तिबेटी आक्रमक समजण्यास त्यांच्यातील बहुपतित्वाची चाल हे एक कारण हेते. बहुपतित्व व बहुपत्नीकत्व हे गटविवाहाचे अवशेष होते. भावाच्या अपत्यहीन स्त्रीशी विवाह करणे - आणखी असा अवशेष हे ऋग्वेदात १०.४.२ मध्ये स्पष्टपणे उल्लेखिले आहे. 'पत्नी' ह्या अर्थी संस्कृतमध्ये असलेल्या अनेक शब्दांपैकी एक 'दारा' हा शब्द, एक व्यक्ती व अर्थ असेल, तेव्हा सुद्धा फक्त अनेकवचनात चालविण्यात आला आहे.

(१२) राज्यांच्या याद्या असलेली सर्व पुराणे एकत्रित करून त्यातून, ऐतिहासिक मूलबिंदू मिळविण्याचा एफ.इ. पार्जिटर यांचे DKA हा अजूनही अत्यंत उपयोगी व टीकात्मक असा प्रयत्न होय. पण नाणी व शिलालेख यातून मिळालेल्या दुजोऱ्यावरूनच हा उपयोग ज्ञात होतो.

(१३) ७ वे निर्णयसागर संपादन, (मुंबई, १९४६) यातील पृ. ३९. 'व्रत' यालासुद्धा 'खाणे' असा अर्थ आहे, हे भाष्यकारालादेखील स्पष्ट आहे. 'कुक्कुटानाम् व्रतम् भक्ष्यणां येन कृतम्'.... तसेच 'कुक्कुट व्रतं नियमविशेष;' ह्यात 'धार्मिक (कृत्यांच्या योग्य असे) खाणे' असा अर्थ असेल ; कारण त्यावेळी ब्राह्मण डुकराचे मांस खाण्याच्या वैदिक स्थितीपासून दूर गेले हेते.

(१४) तक्षशीला हे संस्कृत शिक्षणाचे महान पारंपरिक केंद्र होते. हे गृहीत धरूनच, पसेनदीसारख्या राजपुत्रांना तेथे उच्च शिक्षणाकरिता पाठविले होते. चांडालसुद्धा (जात - ४९८) (आपले) ब्राह्मणात रूपांतर करून घेण्यासाठी (ब्राह्मण होण्यासाठी) तेथे जाऊ शकत असे. असे दिसते, की, प्रसंगी ब्राह्मण ढोंगीपणाने वागत असले तरी त्याकाळी जातिसंस्था परिदृढ नव्हती व जातिविषयक प्रश्न विचारून भंडावून न सोडता विद्यार्थ्यांना तेथे घेतले जात असे. (त्यांना प्रवेश दिला जात असे) गोत्र तर राहोच, पण (आपल्या मुलाचे) वडील कोण, हे सुद्धा ज्याच्या मातेला माहीत नव्हते, त्या सत्यकाम जाबालाचा हारिद्रुमत गोतम ह्याने विद्यार्थी म्हणून स्वीकार केला. (छांदोग्य उप. ४.४.) ह्या उपनिषदात दिलेली ब्राह्मण शिक्षकांची (यादी) नावे ही आईच्या नावावरून दिलेली आहेत ; ही गोष्ट सुद्धा रूढीची लवकचिकता पुन्हा एकदा सिद्ध करते ; ह्या काळी देखील ज्यांना, कर्ता माणूस चालवीत असे, अशा कुटुंबाची सवय नव्हती, असे (समाजाचे) काही घटक ब्राह्मण म्हणून आर्यांच्या चौकटीत प्रवेश करीत होते व नंतरच्या काळात देखील जेव्हा जेव्हा ते (त्या पद्धतीशी) जुळवून घेऊ शकले, तेव्हा तेव्हा त्यांनी असे करणे (असा प्रवेश करणे) चालूच ठेवले.

(१५) 'अग्निम् इळे पुरोहितम्' ह्या ऋग्वेदातील सुरुवातीच्या ऋचेत असलेले 'इळे' हे क्रियापद आर्यन वाटत नाही आणि असिरियन 'इलु' शी ('इलु = देव किंवा राजांकरिता असलेली सन्माननीय पदवी) त्याचा (इळेचा) संबंध जोडता येईल. असेरियन दन्नु = शूर हा शब्द 'दानव' करता जबाबदार मानता येऊ शकेल.

(दानव शब्द 'दन्नूवरून आला असेल.) मग 'असेरियनच का ?' (असेरियनच मूळ शब्द का?) हा प्रश्न अनुत्तरितच राहील. हॉरवर्डचे प्राध्यापक लिओ विअेनेर (Leo Wiener) हे आपल्या इ.स. १९१३ किंवा त्याआधीच्या प्रसिद्ध न केलेल्या टिपणीत, संस्कृत व द्रविडिअन भाषेत सारखे असलेले सुमेरिअन, बॅबिलोनिअन व असेरियनमधील मूळ शब्द दाखवित. ह्या सारखेपणात (एकतेत) अगदी थोडा अर्थ असेल, पण जर, कोणी बराच वेळ खर्च करूनही नकारार्थी परिणामांना (निकालांना) तोंड देण्यास तयार असेल, तर पद्धतशीरपणे शोध करण्यास हे एक क्षेत्र होऊ शकेल. अशा तऱ्हेच्या (शब्दातील) सारखेपणामुळे खालील महत्त्वाच्या प्रश्न उद्‌भवतो : – कोणत्याही बाबतीत, एखादी अनार्य गोष्ट (अथवा खूण अथवा डोळ्यांत भरण्यासारखा अवशेष) की जिच्या (आर्यांचा) एका प्रदेशातून दुसऱ्या प्रदेशात जाताना काही काळ संबंध होता – ही भारताबाहेर असलेल्या (उदा. मेसोपोटेमिया) अधिक जुन्या संस्कृतीतून काही आर्य गटांनी उचलली, असे आपण निश्चितपणे कसे म्हणू शकतो? किंवा भारतातील अधिक प्राचीन (सिंधू खोऱ्यातील) संस्कृतीचे ते टिकून राहिलेले अवशेष होते? सध्या याबाबत सुस्पष्ट निर्णय घेण्याइतकी सामग्री आपल्याजवळ नाही. नेहमीची रम्य कल्पना, वस्तुस्थिती दृष्टिआड करतात (उदा. अशा मिळविलेल्या किंवा विचित्र शब्द, प्रथा किंवा अंधश्रद्धा यांच्या अवशेषांना उत्पादन साधनांनी परवानगी दिली. जोपर्यंत मूळ शब्दाचा, साहित्याच्या इतिहासाच्या दृष्टीने कोणी पाठपुरावा करीत नाही व सारमॉनिड काळातील उत्कृष्ट तांत्रिक (achievements) भारतात का आढळत नाही, हे कोणी दाखवित नाही, तोपर्यंत श्रेष्ठ अक्कादिअम विजेता सारमॉन (Circa, ख्रि.पू.२४००) व पौराणिक 'विश्वसम्राट' सागर हे एकच, अशासारख्या कल्पना निरर्थकच राहातात.

(१६) जे. डब्ल्यू हॉएर (J. W. Hauer) यांचे 'देर व्रात्य' (Der Varatya) (खंड १, Stuttgart, १९२७ प्रसिद्ध झाला असेल, तर पुढचा कोणताही खंड उपलब्ध नाही, त्यांचा उपशीर्षकालबद्दलचा दृष्टिकोन स्पष्ट करते. die vratya als nichtbrahmanische kuttgenossenshcatten arisher Herkunft. संदर्भाचा संग्रह जरी पद्धतशीरपणे केलेला असला, तरी 'व्रात्या'प्रमाणे 'आर्यन्' शब्दाच्या अर्थातही एकामागून एक असे बदल होत गेले, याची दखल घेण्यात लेखक अयशस्वी ठरला. पतंजलीच्या काळात, व्रात याचा अर्थ शस्त्रे, हत्यारे किंवा (guild) कारागिरीच्या उपयोगाच्या साह्याने राहणाऱ्या व टोळीप्रमुख व बांधणी कायम राखणाऱ्या टोळ्या (c पतंजलीवरील भाष्य ५.२.२१) असा असावा असे दिसते. जोवर तो गट शेतीमुळे प्राप्त होणाऱ्या स्थैर्यामुळे ठराविक जमिनीशी बांधून राहिला नाही (जमिनीला चिकटून राहिला नाही) तोपर्यंतच 'भटक्या' किंवा 'धनगर' जमातीचा मूळ अर्थ कायम राहिला.

♦ ♦ ♦

प्रकरण सहा

मगधाचा उदय

सिंधुतीरावरील प्राचीन नागरी संस्कृती नामशेष करणे ज्या संघटनेमुळे आर्यांना शक्य झाले, त्याच संघटनेमुळे त्यांना जंगले ओलांडून पूर्वेकडे जाणे शक्य झाले. दोन प्रमुख जाती मिळून पुन: संघटित झालेल्या या नव्या समाजात शूद्रांची श्रमशक्तीही होती. तिच्यासारखी शक्ती असल्याखेरीज कुरणाकरिता व नांगरटीकरिता जमीन साफ करणे फायदेशीर झाले नसते. वरिष्ठ जातीच्या जातीवर्गयुक्त विभागणीमुळे ग्रीस व रोमसारख्या गुलामगिरीयुक्त समाजात आवश्यक असलेल्या बलप्रयोगाशिवाय व जागरूकतेशिवाय देखील, शिलकी उत्पादन वाढीस लागले. ख्रि.पू. ७ व्या शतकाच्या सुमारास पंजाबपासून बिहारपर्यंत भारतीय वसाहतींचा एका लांब असमान पट्टीत विस्तार झाला होता. ह्या वसाहती लोकसंख्येच्या प्रकारात अथवा प्रगतीच्या दर्जात नि:संशय मिश्र स्वरूपाच्या होत्या. परंतु त्यांच्यात पुरेशी समान भाषा व परंपरा असल्यामुळे व्यापारी व सांस्कृतिक स्वरूपाच्या आदान - प्रदानास बराच वाव होता. असे असले तरी जमातीच्या अंतर्गत असलेल्या सामाजिक संबंधामुळे सुरुवातीच्या वस्त्या शक्य झाल्या, त्या संबंधांचेच ह्या अवस्थेत शृंखलात रूपांतर झाले. वरच्या पातळीवर प्रगती करण्यासाठी त्या शृंखला तोडणे आवश्यक झाले. अशा लक्षणीय स्वरूपाचा नवीन समाज निर्माण करण्यासाठी आवश्यक प्रयत्न ख्रि.पू. ५२० (बिंबिसाराने अंगदेशावर मिळविलेला विजय) व ख्रि.पू. ३६० (महापद्म नंदाने आर्य जमातीचा केलेला संहार) ह्या कालमर्यादांच्या दरम्यान करण्यात आले. ह्या आंदोलनातील महत्त्वाची प्रगती मगध (बिहार) मध्ये करण्यात येऊन त्याच्यातून निर्माण झालेल्या मगधीय धर्माचा (बौद्ध धर्माचा) व मगध साम्राज्याचा देशभर विस्तार झाला. या दोहोंचा प्रभाव भारताच्या सीमांपलीकडेही जाणवला. ह्या धर्मातील विधी (हा काही अंशी बुद्धाने स्वीकारलेला होता) व हे साम्राज्य ह्या दोहोंच्या, अखिल देशावर, न पुसल्या जाणाऱ्या खुणा उमटल्या.

६.१ – नव्या संस्था व साधने

महत्त्वाच्या ऐतिहासिक घटनांचा गुरुत्वमध्य ख्रि.पू.७ व्या शतकाच्या सुमारास पंजाबातून गंगेच्या खोऱ्याकडे आधीच ढळला होता. पंजाबात फारशी महत्त्वाची कोणतीही परिवर्तने झालेली नव्हती. सहाव्या शतकाच्या तिसऱ्या चतुर्थांशापर्यंत डेरियसच्या स्वारीमुळे सप्तसिंधूंची - सात नद्यांची - भूमी (आता त्यांपैकी पाचच

नद्या उरल्या होत्या.) ऐतिहासिक कालगणनेच्या क्षेत्रात आली. त्याच्या (डेरियसच्या) कोरीव लेखात कांबुजीय, गंधार, हिंदूस् ह्या प्रांतांचा निर्देश आहे व त्यामुळे हे प्रांत अफगाणिस्तानापासून, पूर्वीच्या आर्य वस्त्यांवरून सिंधुतीरापर्यंत पसरले होते, हे दिसून येईल. पश्चिम पंजाबातील (हिंदुस्) भरती केलेले व सक्तीचे सैनिक डेरियस व झर्सिस यांच्या सैन्यात ग्रीकांविरुद्ध लढले. ह्याच मुलूखात टोकास (Margin) तक्षशिला हे पर्शियनांना (ते गोळा करीत, तेव्हा) नामधारी खंडणी देणारे शहर होते. ते दोन आर्थिकदृष्ट्या बलशाही विभागांच्या अर्थात स्थिर पर्शियन साम्राज्य व गंगाखोऱ्यातील विकासशील राज्य यामधील भूमार्गाने होणाऱ्या व्यापाराचे महत्त्वाचे केंद्र होते. पंजाबचा उरलेला भाग वैदिक अवस्थेत होता. मात्र पुरूसारख्या जमाती इतक्या विस्तार पावल्या होत्या की, अलेक्झांडरच्या वेळेपर्यंत त्यांना राज्यांचे स्वरूप आले होते. तक्षशिला व प्युकेलावटिस् (पुष्करवती, पुष्करांचे अर्थात कमलयुक्त सरोवरांचे नगर, अर्थात आधुनिक चरसड्ड) सारखी काही कमी महत्त्वाची केंद्रे वगळल्यास उरलेली शहरे, विस्तारलेली खेडी असून तेथे जमातीच्या राजधान्या होत्या ; यापैकी कोणाचीही, आकारात अथवा नियोजित संघटनेत मोहजादारो अथवा हराप्पाशी तुलना करता आली नसती. सिंधू खोऱ्यातील लोकांजवळ आता अधिक चांगली शस्त्रे होते. पशुपालन व कृषियुक्त उत्पादनामुळे (ते आता नांगरांचा व छोटेखानी कालव्यांचा उपयोग करीत.) त्यांना भक्कम आधार लाभला होता व त्यास व्यापाराची जोड मिळाली होती.

दक्षिणेकडील द्वीपकल्पाबाबत याहून कमी माहिती मिळते. ते नंतरच्या पाषाणयुगीन रानटी अवस्थेत होते. त्यात काही जागी धातूंचा किरकोळ उपयोग होत असला तरी त्यांचा काल निश्चित नाही. पशुपालनवृत्ती काही नद्यांच्या खोऱ्यातून निदान आंध्र किनारपट्टीपर्यंत विस्तार पावली होती. काही घटक व्यापारी व प्रसंगी गरजू ब्राह्मण बिहारपासून दक्षिणेपर्यंत व गोदावरी नदीच्या मध्यापर्यंत तर निश्चितच जाऊ लागले होते म्हणून आपले लक्ष गंगा खोऱ्यातील नव्या परिवर्तनावर केंद्रित केले पाहिजे. त्यांच्याबाबत पंजाबापेक्षा अथवा दक्षिणेपेक्षा अधिक माहिती उपलब्ध आहे. त्यांच्या स्थितीत एका स्वाभाविक विकास प्रक्रियेचे तर्कशुद्ध पर्यवसान पूर्णत्वाने झालेले प्रत्ययास येते. ह्या भागात मौर्यांच्या अधिपत्याखाली लवकरच पहिल्या थोर 'जागतिक राजपदाचा' उदय होणार होता.

ह्या काळासाठी आपली साधने म्हणजे मुख्यत: बौद्धग्रंथ असून त्यांच्या जोडीस पौराणिक राजवंश व काही जैन लिखित साधने आहेत. 'महावंसा' हा बौद्ध इतिहास सिलोनमध्ये वारंवार अद्ययावत करण्यात आला होता. त्याच्या कालगणनेत एक दोष असा की, त्यात सुमारे सात वर्षांच्या अवधीवरून एक अनाकलनीय उडी घेतल्यामुळे बुद्धाचा मृत्यू ख्रि.पू. ५४३ मध्ये झाला की ख्रि.पू. ४८३ मध्ये, हे

समजणे कठीण जाते. ही घटना नंतरच्या वर्षी घडली, असे काहींनी गृहीत धरले आहे, तेच सयुक्तिक मानून मी चालणार आहे. (जैन व बौद्ध अशा) उभय पंथांच्या वृत्तांतावरून जैन महावीर (निगंठी नातपुत्त) हा (बुद्धाचा) वयाने किंचित तरुण असा समकालीन होता. गुप्त राजवटीच्या सुरूवातीस, अंदाजे इ.स. ३२० च्या सुमारास ब्राह्मण पुराणात मोठे रूपांतर करण्यात आले. पुन:संपादनात (reducation) पूर्वीच्या सुधारित संपादनाची (re-editing) उदाहरणे द्यावयाची तर; इक्ष्वाकू वंशातील, 'मध्य देशातील' अयोध्येचा राजा दिवाकर याचा उल्लेख वर्तमानकालातल्या सारखा आहे. (DKA. १०) त्याचप्रमाणे पुढील व्यक्तींचा उल्लेखही वर्तमानकालातीलच आहे. 'नागांच्या शहरातील' (दिल्ली, मीरत भागातील जुने हस्तिनापूर) (DKA . ४), व गिरिव्रज (जुने राजगीर) येथील बृहद्रथ सेनाजित (BKA - १५) या सर्वांचा वर्तमान कालातील उल्लेख हा एक पुराणांच्या पहिल्या पुनर्लेखनातील एक सुमेळ आहे ; ही पार्जिटरची समजूत खरी असणे बरेच संभवनीय आहे. तथापि पुराणकारांना निरनिराळ्या गटांतील परंपरा एका व्यवस्थित कालक्रमात बसवून दाखविण्याची निंद्य ब्राह्मणी सवय लागली होती. उदा. (DKA. ६६-७) सिद्धार्थ, राहुल व प्रसेनजित हे एकापाठोपाठ आलेले इक्ष्वाकू राजे म्हणून दिले गेले आहेत. परंतु सिद्धार्थ (ज्ञानप्राप्तीपूर्वीचे बुद्धाचे मानले गेलेले नाव) हा खुद्द आपल्या शाक्य जमातीचा देखील राजा नव्हता. त्याचा पुत्र राहुल याला लहानपणीच भिक्षू म्हणून दीक्षा मिळाली होती व बुद्धांच्या मृत्युसमयीच्या सुमारास निधन पावलेला प्रसेनजित हा कोसलाचा सर्वोच्च राज्यकर्ता असला तरी तो इक्ष्वाकू वंशातील नव्हता. याकरिता केवळ वर्तमानकालावरून त्याचे पहिले संस्करण झाले असे म्हणता येत नाही तर तीन स्थानिक कागदपत्रे एकत्र आणली गेली, असा त्याचा सरळ अर्थ होतो. अधिसीमा कृष्णाचा मुलगा नीचक्षू ह्या गंगेच्या पुरामुळे आपली राजधानी, 'कौशाम्बी' ह्या खालच्या नगरास न्यावी लागली. (= कोसम्बी, यमुना नदीवरील कोसम्ब गाव) असे म्हटले आहे. उत्तरोक्त नगराच्या व्यापारासाठी असलेल्या उत्कृष्ट अधिष्ठानामुळे हा तर्कशुद्ध पर्याय वाटतो. एरवी अर्थशून्य असलेल्या नावांच्या यादीला असलेल्या अशा दुर्मीळ पुरवणीचे उत्खननाचे समर्थन होऊ शकेल. कारण जुन्या हस्तिनापुरात झालेल्या उत्खननामुळे प्राथमिक वृत्तांतावरून का होईना अशा पुराचा पुरावा आढळून येतो. कोसंबी येथील अलाहाबाद विद्यापीठाने करविलेल्या उत्खननात याच्या समर्थनार्थ असा अहवाल मिळालेला नाही. मात्र संभवत: तेथे आढळलेले .... (Grey ware) हे समान संस्कृतीचे निदर्शक असतील. (A. I. १०-११.४, १२१-५१) असे असल्यास ह्यांना (Grey ware) केवळ 'आर्यन' अशी चिठ्ठी न लावता त्यांच्या पुरूसारख्या एखाद्या विशिष्ट जमातीशी संबंध जोडला पाहिजे ; आर्यांतील भेद इतके दूरवर गेले होते की, त्यामुळे अशी सूचना समर्थनीय

ठरेल. सरतेशेवटी ५४७ दुहेरी कथा, उपदेश कथा व पौराणिक कथा यांचा संग्रह असलेली जातके, त्याकाळी सामान्य लोक कसे राहात, याचे दिग्दर्शन करतात. त्यातील प्रत्येक कथा बुद्धाने, एखादी प्रचलित घटना एखाद्या जुन्या घटनेच्या शब्दात स्पष्ट करण्यासाठी सांगितल्याचे समजले जाते कारण जुन्या घटनेतील व्यक्तीच पुन्हा जन्म घेऊन प्रचलित घटनेचे नाट्य घडवून आणतात. या कथांची एक चांगली आवृत्ती (पाऊस बोएला) एक समाधानकारक अनुवाद (जात) व एक मूल्यवान विश्लेषण (फिक्) म्हणून उपलब्ध आहेत. असे असले तरी, व ती परंपरा प्राचीन असली तरी बौद्धकालीन सामाजिक संबंधांचे प्रत्यक्ष चित्र उभे करण्यासाठी जात कथांचा उपयोग होऊ शकत नाही. याचे कारण असे की, जातकांचे लिखाण बरेच नंतर व्यापारी वातावरणात कदाचित सातवाहनाच्या काळी झालेले आहे. त्याखेरीज त्यांच्यावर बुद्धाच्या गोष्टींचा आता अनुपलब्ध असलेल्या सिलोनी संस्करणांचा प्रभाव पडला आहे. त्या बुद्धाच्या गोष्टींवरून सध्याच्या संहितेचे पुन्हा पालीत भाषांतर करण्यात आले. बौद्ध (धार्मिक) निगमग्रंथ बहुतकरून अशोकाच्या काळी तयार झाले व त्यांचा काही भाग त्यानंतरच्या काळी घडविला गेला. बुद्धाच्या मृत्युसमयीच्या परिस्थितीचा पुरावा म्हणून त्यांच्या काही भागाचा उपयोग होऊ शकत असला तर तो दोनच कारणां मुळे. एकतर समाज व त्याची उत्पादनसाधने यांच्यात फार हळूहळू परिवर्तन झाले व दुसरे असे की, उल्लेखिलेला विशिष्ट तपशील कल्पनेतून निर्माण करण्यास कोणतेही विशेष कारण नव्हते.

समाजातील परिवर्तन त्यातील संस्थांच्या नवीन संचावरून दिसून येते. गहाण पद्धती, व्याज व (अनिर्बंध) सावकारी कर्ज हे वैदिक काळापासूनच ज्ञात होते. कर्जासाठी असलेल्या ऋण शब्दाचा मूळ अर्थ 'पाप' अथवा 'उल्लंघन' असा होतो. ऋग्वेदातील (१०.३४.१०) कर्जबाजारी जुगारी 'रात्री दुसऱ्याच्या घरात भीतभीत संपत्तीच्या (धनाच्या) शोधार्थ शिरतो, मग ते गुप्तरीत्या कर्ज काढण्यासाठी असो अथवा चोरी करण्यासाठी असो, अथर्ववेदामध्ये (६.११७-९) मृतांकडे येणे असलेले ऋण फेडण्यात आले म्हणजे गावयाची सूक्ते दिली आहेत ; संभवत: ही खबरदारी भूतबाधा होऊ नये म्हणून घेतलेली असावी. त्यात व्याजाचा उल्लेख नाही. परंतु व्याजासाठी असलेला शब्द वृद्धी = 'वाढ' याचा अर्थ, ज्या पिकाकरिता कर्ज काढण्यात आले होते, त्याचा हिस्सा असा होतो. धनको व ऋणको यांच्या समान हिश्श्यांचे पर्यवसान - धनकोने पीक बुडाल्यास पूर्ण नुकसान होण्याचा पत्करलेला धोका धरून - नंतरच्या 'अर्धसितिक' (अर्धा हिस्सा कापणारे) ह्या संस्थेत झाले असणे शक्य आहे. प्रारंभीच्या ऐतिहासिक काळी याबाबत नियम असे होते. (अर्थशास्त्र ३.११) :

"दरमहा दर शेकडा ४$\frac{१}{२}$ पण व्याजाचा दर (दरसाल १५ टक्के) धर्म्य व न्याय्य आहे ; ५ पण (६० टक्के) व्यापारात नित्याचा आहे ; १० पण (१२० टक्के) हा दर जंगलातून प्रवास करावे लागणाऱ्या उपक्रमासाठी आहे ; २० पण (२४० टक्के) हा दर समुद्रप्रवास करावे लागणाऱ्या उपक्रमासाठी आहे. याहून जास्त दर आकारणाऱ्या, अथवा आकारावयास लावणाऱ्या, कोणीही व्यक्तीला पहिल्या साहसासाठी (९६ पणाइतका) दंड करावा. या व्यवहाराच्या प्रत्येक साक्षीदारास याच्या निम्मा दंड करावा. राजाने योग्य न्याय न दिल्यास ऋणको व धनको या दोघांचेही वर्तन अव्यवस्थित (गैर) होते."

"धान्याच्या स्वरूपात दिले जाणारे व्याज हंगामात देण्यास योग्य होते. किमती (अर्थात धान्याच्या, कर्ज काढण्याच्या व परत करण्याच्या वेळेच्या) लक्षात घेऊन ते व्याज मूळ कर्जाच्या रकमेच्या निम्म्याइतके वाढू द्यावे........ उपक्रमाची जागा जवळपास व ठरलेली असेल तर व्याज दरसाल दिले जावे. कायम देशांतरास गेलेल्या, अथवा उपक्रम नष्ट झालेल्या व्यक्तीने मुद्दल व व्याज यांच्या एकूण रकमेच्या दुप्पट रक्कम परत करावी (ही प्रथा भारताच्या काही भागात अद्याप प्रचलित आहे.) ..... दीर्घकाल यज्ञात गुंतलेल्याने अथवा गुरुगृही अभ्यास करणाऱ्याने अथवा लहान मुलाने अथवा निराधार व्यक्तीने काढलेल्या कर्जावर व्याज आकारू नये... मुलगे अथवा आनुवंशिक संपत्ती मिळालेले नातेवाईक अथवा सहऋणको अथवा जामीन राहिलेले या सर्वांनी मृताने काढलेले कर्ज व त्यावरील व्याज दिले पाहिजे."

सुरुवातीच्या बौद्ध धार्मिक वाङ्मयातील कर्ज व व्याजाच्या उल्लेखावरून असे दिसून येते की, या प्रथा ख्रि.पू. ३०० च्या सुमारास, सामान्यत: दोन शतके अथवा त्याहून अधिक काळ चालू असलेल्या परंपरांवरून प्रमाण मानल्या जात होत्या. मगधातील नव्या उत्पादन प्रकारांचे – व्यापार उपयुक्त वस्तूचे उत्पादन, व्यापारासाठी भांडवल, त्या कारण व परिणामही होत्या. सामान्यत: एकूण मूळ कर्जाऊ रकमेच्या दुपटीइतके वाढल्यानंतर, व्याज मोजण्यात अगर आकारण्यात येत नसे. दीर्घकालीन कर्जे अपवादात्मक होती. व्यापारी काफिल्यास व जहाजावरील व्यापाऱ्यास दिलेल्या कर्जावरील व्याजाचे वाढीव दर, मोठ्या प्रमाणावरील धोका व नुकसान झाल्यास ते भरून काढण्याच्या संभवाचा अभाव दर्शवितात. त्या दरावरूनच त्या काळी अशा उपक्रमांचे अत्यंत किफायतशीर स्वरूपही सिद्ध होते. म्हणजे भांडवलदार हा सावध सावकारापेक्षा विमा दलालासारखा व धंदेवाईक भागीदारासारखाही होता.

६.२ – जमाती व राज्ये

ख्रि.पू. ६०० च्या सुमारास विकासाच्या वेगवेगळ्या अवस्थेत असलेल्या सामाजिक गटांचे वेगवेगळे संच अस्तित्वात होते. संबंध बंगाल प्रांत घनदाट

दलदलयुक्त जंगलांनी व्यापला होता. बिहार व उत्तर प्रदेशातील बऱ्याच मोठ्या पट्ट्यात आर्यांशी फारसा प्रत्यक्ष संबंध नसलेल्या आर्य भाषा न बोलणाऱ्या टोळीवाल्यांच्या तुरळक वस्त्या होत्या. त्यांच्या वरच्या बाजूस आर्यांशी नेहमी संघर्ष होणाऱ्या विकसित जमाती होत्या. त्यांनी आपल्या स्वत:च्या भाषा अद्याप कायम ठेवल्या होत्या. ह्या वरिष्ठ आर्येतरांचा 'नाग' ह्या सामान्य नावाखाली समावेश करता येईल. ह्या दोन्ही जमाती अन्नोत्पादकांची वस्ती नसलेल्या विभागात सर्वत्र विखुरलेल्या होत्या. नदीच्या किनाऱ्या- किनाऱ्याने व जमिनीवरील व्यापार मार्गाच्या बाजूबाजूने स्थायी झालेल्या आर्य जमातींची अवस्था नागांच्या वरची होती. यापैकी प्रत्येक जमातीत एखादी आर्यभाषा बोलली जाई व त्यापैकी बऱ्याच जमाती जातिवर्गात विभागलेल्या होत्या. हे आर्य अशाप्रकारे दोन प्रमुख गटांत विभागलेले होते व त्यापैकी अधिक साधेपणाने राहणाऱ्यात ब्राह्मणी धर्मविधींचा संचार झालेला नव्हता. आर्य जमातींची जडणघडण घनिष्ठ सत्तेची असून तिच्यात शूद्र गुलामांचे शोषण होत असे. जमातींच्या व व्यक्तींच्या नावावरून एखाद्या विशिष्ट आर्य जमातीचा भूतकाळ आर्येतर स्वरूपाचा होता काय, हे स्पष्ट होत नाही. काहींनी नव्या (आर्य) भाषेचा व गुरे बाळगून आणि नांगराचा उपयोग करून नव्या अन्नोत्पादन पद्धतीचा अवलंब केला होता, एवढे स्पष्ट आहे. याचे कारण असे की, ह्या जमातींचा वेदात अथवा ब्राह्मणग्रंथात मुळीच उल्लेख नाही व त्या जमातीपैकी कोणीही वैदिक विधींचे आचरण करीत असलेले आढळत नाही. उरलेल्या ब्राह्मणीकरण झालेल्या जमाती आता विलीन होण्याच्या मार्गावर होत्या. कारण त्यांच्यातील चार जातींचे, वर्गात विभाजन झाले होते. त्या वर्गात शूद्राइतकाच वैश्यदेखील छळास बळी पडू लागला होता. अशा चार जातियुक्त जमातींचे प्रमुख जवळजवळ निरंकुश सत्ताधारी होते व तिचा उपयोग ते आक्रमणार्थ करीत, हे निरनिराळे समाज जरी व्यापारामुळे अपरिहार्यपणे एकत्र आले असले तरी त्यांच्यात शांतता नांदत नसे. फार काय, आर्य राजेदेखील आपसांत सतत लढत असत.

इतर सर्वांना जिंकून गुलामगिरीत टाकणाऱ्या प्रभावी गटाला केवळ बलप्रयोगाने हे अंतर्विरोध सोडविता आले नसते. दूरवर पसरलेली गुलामगिरी फायदेशीर होण्याइतका शिलकी, साठा अगर वस्तूंचे उत्पादन पुरेशा प्रमाणात नव्हते. (लोकवस्ती करण्यास) अवघड असलेल्या देशात दूरदूर अंतरावर अद्याप तुरळक वस्ती होती. मर्यादित परंतु उपयोगी भूभाग असलेल्या ग्रीस वा इटलीच्या तुलनेने येथे जमाती टोळ्यांच्या पीछेहाटीसाठी, त्याचप्रमाणे नांगरून केलेल्या लागवडीच्या वाढीसाठी पुरेसा वाव होता.

अम् गुत्तर - निकाय[१] ग्रंथात १६ मोठ्या जमाती लोकांच्या मुलुखांचा (महाजनपद) नावाने उल्लेख असून ते ख्रि.पू. ७ व्या शतकाच्या सुमारास परंपरेस

ज्ञात आहेत. मगधापासून सर्वांत दूर अंतरावर कबोज व गांधार हे प्रदेश होते. डेरियसच्या विजयांचे यादीत कंबुजीय व गांधार ही हिंदूंची स्थलनामे म्हणून निर्देशिली आहेत. यातील पहिले अफगाणिस्तानात होते. गांधार हे कंदाहार खोऱ्यापर्यंत आतवर पसरले होते. सीमाविभागाचे तक्षशिला हे प्रमुख शहर असून व्यापाराचे व ब्राह्मणी विद्येचे महान केंद्र होते. कंबोज लोक किटकांची, डासांची, बेडकांची व सर्पांची विधिपूर्वक हत्या करण्याबद्दल प्रसिद्ध होते. यास अवेस्ताच्या परंपरेचाही आधार मिळतो. जेथे महाकाप्फिन नावाचा राजा राज्य करीत होता. कुक्कटवती नामक शहर कंबोजजवळ किंवा कदाचित काश्मीरजवळ होते. त्यांची ओळख आज पटत नाही. तक्षशिलेच्या पुक्कुसाती नावाच्या गंधार राजाने मगधाच्या बिंबिसाराबरोबर मूल्यवान व्यापारी वस्तूंच्या भेटींची अदलाबदल केली होती. तो बुद्धाचे दर्शन घेण्यास पायी प्रवास करून गेला होता. सीमा प्रांताचा राजा व मगधातील धर्मोपदेशक (बुद्ध) यांची एका कुंभाराच्या घरी गाठ पडली, असे मानण्यात येते. (MN १४०) ह्या राजाला त्यानंतर लवकरच एका गाईने (शिंगाने) रक्तबंबाळ करून ठार मारले. अस्सकाचे (अश्मकाचे) 'राज्य' दक्षिणेत गोदावरी नदीजवळ होते. त्याच्या शेजारीच आळक देश होता. हे दोन्ही आंध्र (अंधक) होते. त्या दोहोंबद्दल फारच थोडी माहिती आहे. बुद्धाने नंतर दीक्षा दिलेल्या बावरी नामक ब्राह्मणाने ह्या राज्यांच्या जवळ आपला आश्रम स्थापिला असून तो तेथे अन्नसंचायक उंछ वृत्तीने (हंगामानंतर धान्याचे कण वेचून घेत – हे एक अत्यंत प्रशंसा केलेले ब्राह्मणी व्रत होते.) व (बहुधा रानटी) फळे खाऊन निर्वाह करीत असत. अश्मक राज्यास व्यापारात महत्त्व आले. उज्जैनी येथे राजधानी असलेले अवंतीचे राज्य जास्त महत्त्वाचे होते. त्याचा राजा पज्जोत (प्रद्योत) हा अद्भुत कथामालेत उदयनाचा शत्रू व नंतर सासरा म्हणून प्रसिद्ध आहे. उदयन राजाने यमुनाकाठी कोसंबी येथे राजधानी असलेल्या वंस (वत्स) राज्यावर राज्य केले. कोसंबीमधून उज्जैनीस एक महत्त्वाचा व्यापारी मार्ग गेला होता. दुजोरा न मिळालेल्या काही पुराणांवरून प्रद्योत राजाने १३८ वर्षे मगधाचे सिंहासन भूषित केले. बुद्धाच्या मृत्यूनंतर, पज्जोताच्या आक्रमणाची अपेक्षा असल्यामुळे मगधाचा राजा अजातशत्रू हा राजगीरच्या किल्ल्याची दुरुस्ती करीत असल्याचे आढळून येते. (MN १०८) या दोन राजधान्यांमधील अंतर व भूप्रदेश लक्षात घेता अशा वृत्तांतांचे मूल्यमापन करणे कठीण आहे. सहाव्या शतकातील जीवक कोमारभच्च हा मगधातील सुप्रसिद्ध वैद्य एका प्रद्योत राजाला बरे करण्यासाठी प्रवास करून उज्जैनीस गेला होता ; राजाने त्याला सीवेय्यक नावाची अतिशय मूल्यवान वस्त्रे पाठविली होती ; या शब्दाचा अर्थ 'शिबी देशातील' [२] (पंजाबातील आधुनिक शोरकोट) असा होईल. कोसंबीजवळ घोषित, कुक्कुट व पावारिक नावाचे (अशा तीन देणगीदारांच्या वरून बहुधा नावे पडलेले) तीन प्रसिद्ध बौद्ध भिक्षुमठ होते.

मध्यवर्ती बौद्ध कथात पिंडोल भारद्वाज ह्या कोसंबीच्या प्रमुख भिक्षूचे नाव आढळत नाही. त्याची गोष्ट मुळात आहे की नंतर कोसंबीच्या व्यापाऱ्यामुळे धर्मग्रंथात मागून घुसडली आहे, हे शंकास्पद आहे. उरलेल्यांपैकी मथुरेस राजधानी असलेले शूरसेन राज्य ग्रीकांना माहीत होते. बुद्ध तेथे क्वचितच जात असे. (पुढील) पाच मोठ्या उणिवांमुळे ते याचकात फारसे लोकप्रिय नव्हते. 'खाचखळगे असलेले रस्ते, कमालीची धूळ, कुलंगी कुत्री, क्रूर यक्ष व दाने मिळविण्यातील कमालीची अडचण'. कुरू, पांचाल व मत्स्य ही तीन आर्य जमातींची राज्ये महाकाव्यातील परंपरेसही ज्ञात होती. पहिल्याचा मागील प्रकरणात आधीच उल्लेख केला आहे. उत्तर पांचालाची राजधानी कम्पिल्ला येथे होती. सुदासाविरुद्ध झालेल्या दाशराज्ञ युद्धात ज्याचे नाव होते, त्या मत्स्याबद्दल फारच थोडी माहिती मिळते. त्यांची पारंपरिक भूमी म्हणजे आधुनिक भरतपूर. चेटीय (चेदी) राज्य व त्याच्या राजवंशाचा जातकात (४२२) निर्देश असून एका पुरोहिताच्या शापामुळे त्या वंशाचा नाश झाल्याचे सांगितले आहे. इतरत्र हे राज्य म्हणजेच मद्र असे आढळते. कृष्णाच्या हातून चेदीचा राजा शिशुपाल याचा वध झाल्याचा सुविख्यात प्रसंग महाभारतात आहे. मध्ययुगाच्या पूर्वकालात चेदी हे मध्यभारतात नर्मदेच्या काठी असलेल्या एका राज्याचे नाव झाले. काहीशा घाईघाईत दिलेल्या या यादीमुळे वस्त्या, व्यापार व राजपदाचा विकास ह्या गोष्टींचा विस्तारच सिद्ध होतो.

उरलेल्या मोठमोठ्या जनमताशी संबंधित अशा मुख्य घडामोडीत या सर्वांनी फारसा प्रत्यक्ष भाग घेतला नाही. यांपैकी आपल्या जनपद मुलूखापलीकडे विस्तार झालेली स्वतंत्र, शक्तिमान लष्करी जमातींची अल्पजनसत्ता असलेली अशी दोन राज्ये (मल्ल व कोसल) होती. जरी मल्लोईचे नंतरच्या मालव जमातीशी (एका अक्षराचा फरक असला तरी) ऐक्य दाखविण्यात आले आहे, तरी ते (अलेक्झांडरच्या स्वारीतील मल्लोई) व मल्ल एकच असावेत. गंगा खोऱ्यातील मल्लांचा मुलूख कोसलांच्या प्रभावक्षेत्राच्या पूर्वेस असून पावा (आधुनिक पडौना) व कुशीनर (कसिया) ह्या त्यांच्या दोन ज्ञात केंद्रात बुद्धाच्या आयुष्यातील शेवटचे तास व्यतीत झाले. वज्जी व लिच्छवी ह्या, त्यांच्या पूर्वेकडील शेजारी असलेल्या क्षत्रियांप्रमाणे त्यांची दहशत नसली, तरी ते स्वतंत्र होते. (इराणी पेहेलेवीपासून झालेल्या पेहेलेवानप्रमाणे) मल्ल शब्दाचाही नंतर खेळाडू अगर कुस्तीगीर असा अर्थ झाला. कृष्णाने व त्याच्या भावाने क्रीडाक्षेत्रात ठार मारलेल्या चाणूर व मुष्टीक ह्या दोन मल्ल योद्ध्यांपर्यंत (Pancratiasts मल्लविद्याप्रवीण) ही परंपरा मागे जाते.मल्ल व लिच्छवी हे दोन्ही व्रात्य क्षत्रियांचे वंशज असून हीन मिश्र जातीत उभयतांची बरोबरच गणना केली जाते. ह्यावरून ते ब्राह्मणी धर्मविधी आचरीत नसत, हे सिद्ध होते. त्यांनी वैदिक यज्ञात पैसे उकळल्याचा निर्देश नाही. लिच्छवींची वेसाली ही राजधानी म्हणजे

आधुनिक बसाऱ्ह (मुझफ्फरपूर) त्यांचा काही प्रसंगी निच्छवी ह्या भ्रष्ट नावाने उल्लेख केला आहे व ते नाव तिरहूत जिल्ह्यास लावतात. ७०७७ हा पारंपरिक आकडा त्यांच्या संबंध मुलूखभर प्रसार पावला होता. ते व्यक्तिश: कर वसूल करीत असल्याने सभेकडे व न्यायदानाकडे अधिकाधिक दुर्लक्ष होत गेले. बुद्धानंतर १००० वर्षे हे नाव त्या मुलूखात टिकून राहिले. पहिल्या गुप्त सम्राटाने इ.स. ३२० च्या सुमारास कुमारदेवी ह्या लिच्छवी राजकन्येशी विवाह केला; त्या दोघांच्या संयुक्त नावाने नाणी पाडण्यात आली. कोणतीही लिच्छवी नाणी इतिहासात ज्ञात नसल्यामुळे हा प्रकार अपूर्व म्हटला पाहिजे. गुप्तांना या सोयरिकीचा अभिमान वाटत होता असे मानले तर मात्र ती वेगळी गोष्ट आहे. शाक्य ही बुद्धाची स्वत:ची जमात अत्यंत छोटी असून सध्याच्या नेपाळ सीमेपलीकडे वसलेली होती. त्यांचे स्वातंत्र्य नष्ट झाल्यानंतरही त्यांचा पूर्वजांचा अभिमान टिकून राहिला. कारण ते पसेनदी (प्रसेनजित) ह्या कोसल राजाच्या अधिपत्याखाली होते व त्याला अपवादात्मक बाबीत प्राणदंड देण्याचीही सत्ता होती. एरवी 'नांगरास हात घालणे आपल्या कीर्तीस कमीपणा आणणारे आहे, असे न समजणारे किरकोळ क्षत्रिय' अशीच आपली ख्याती शाक्य सांभाळून होते. त्यांचा राजा हा, प्रमुख कुटुंबातून आळीपाळीने निवडलेला प्रमुख असे व त्याचा कार्यकाल अनिश्चित होता. अजातशत्रूविरुद्ध आपल्या राजसंघातर्फे बंड करणारा चेडग हा मानीव लष्करी नेता सोडला तर मल्ल अगर वज्जी यांच्यातील कोणत्याही राजाचा निर्देश आढळत नाही. विन्सेंट स्मिथ तर शाक्यांना नेपाळचे आर्येतर 'काटक डोंगरी लोक' समजतो, परंतु ते अर्थशून्य आहे, कारण 'आर्य' शब्दाचा अर्थ 'एक जीवनरहाटी' असा झाला होता. शाक्य तिचेच अनुसरण करीत असून त्यांची भाषा निश्चितच आर्य होती. त्यांच्या नावाचे पालीरूप 'सक्क' असे होते व याचा डेरियसच्या कोरीव लेखाच्या बुद्धकालीन एलॅमाइट संस्करणात निर्देश आहे. त्याचे पर्शियन रूप 'सक' असे आहे व बॅबिलोनियन रूप 'गिमिर्री' (चिम्बरी?) असे आहे. पर्शियन साम्राज्यात सकांचे तीन वर्ग होते : तीग्रखोदा (टोकदार शिरस्त्राण घालणारे), होमव्रगा (ग्रीक भाषेतील amurgian) परंतु, कोणतातरी होमविधी पाळणारे) व सकात्येय तरद्र्य (महासागरापलीकडील सक). त्यांचे सिथियनाशी ऐक्य दाखविण्यात आले आहे. परंतु त्याचा शाक्यांशी संबंध असण्याचा संभव पूर्णपणे नाकारता येत नाही.

६.३ – कोसल व मगध

यावरून आपण प्रमुख क्रियाशील, विस्तारशील राज्याकडे व त्याकाळच्या राजकीय इतिहासाकडे वळू. [३] अशा मुलुखावरील राज्याच्या निरंकुश अधिकारावर जमातीचे कोणतेही निर्बंध नव्हते. राजास पाठिंबा देणारा वर्ग मुख्यत: शस्त्रे धारण

करण्यास परवानगी असलेल्या क्षत्रियांचा होता. त्यांची उपजीविका जमिनीच्या शिलकी उत्पादनातून घेतलेल्या करांवर चालत असे व ह्या जमिनीवर परिश्रम करणारे (खरे) श्रमिक वेगळेच होते. ते राजासाठी महसूलही वसूल करीत. व्यापारी व पुरोहित यांचे त्यांच्याशी लागेबांधे होते. ह्या तिन्ही गटांचे शहरात राहणारे सदस्य 'पौर' या नावाने ओळखले जात. ही शहरे आता विलीन झालेल्या जमातींची एकोकाळी केंद्रे होती' परंतु आता ती राज्याच्या आधिपत्याखाली आली. तो त्या जमातीपैकी असण्याची कधीच गरज नव्हती. असे असूनही पूर्वीचे 'जनपद' नाव मात्र टिकून राहिले. पूर्वीच्या जमातीप्रथांमुळे अशा पौरजनपद नागरिकांचे राज्याशी विशेष संबंध होते. ते बराच काळ कसे चालू राहिले, हे आपण पाहू. याचा अर्थ त्यांच्यात एकसारखी नसली, तरी बरीच स्थानिक स्वायत्तता होती आणि इतरांपेक्षा त्यांच्याकडून कमी करभार मिळत असे. राज्याभिषेक प्रसंगी त्यांच्या औपचारिक संमतीची गरज भासे. येथे महत्त्वाचा मुद्दा हा आहे की, ज्यांच्या परिश्रमाच्या आधारावर राजा व प्रमुख नागरिक जगत, असे इतर लोक होतेच. व्यापारातील वस्तूप्रमाणे, जिची खरेदी व विक्री होऊ शकते, अशा संपत्तीचे स्वरूप भूमीला अद्याप आले नव्हते. श्रावस्तीचा गबर व्यापारी सावकार अनाथ पिंडीक याची प्रसिद्ध कथा, हे पैशांसाठी जमिनीचे हस्तांतर केल्याचे एकुलते एक उदाहरण आहे. या व्यापाऱ्याने राजपुत्र जेता याची वृक्षराजी (grove) थहेत ठरलेली जबर किमंत देऊन विकत घेतली ; ती किंमत म्हणजे, ती समग्र भूमी सोन्याच्या नाण्यांनी झाकून टाकणे. ही भूमी नंतर बौद्ध संघास देणगी म्हणून देण्यात आली. भारतीय इतिहासात नेहमीच रोखीच्या मोबदल्यात भूमीवरील हक्काची अदलाबदल करणे सर्वस्वी एका गोष्टीवर अवलंबून असते ; ती गोष्ट म्हणजे त्याकाळी व स्थळी व्यापाराचा व रोखीच्या व्यवहारांचा पडणारा परस्पर प्रभाव. जेव्हा लागवडयोग्य जमीन जवळ असणे ही समाजाच्या सदस्यत्वाचे व विशेषाधिकाराचे प्रतीक होते ; – सरंजामशाहीच्या अखेरीपर्यंत अशीच परिस्थिती होती – तेव्हा जमिनीची खरेदी ही एखाद्या जातीत अगर समाजात प्रवेश मिळविण्याइतकीच दुर्मीळ होती. घरे बांधण्यासाठी जागा व बगीचे यावरील खाजगी मालकी ही ख्रि.पू. ६ व्या शतकाच्या सुमारास शहरी व शहराजवळील भागात एक सर्वमान्य वस्तुस्थिती झालेली होती. (परंतु) सामान्यतः लागवडीखालील शेतावर अशा प्रकारची खाजगी मालकी मुळीच नव्हती. यानंतर जुन्यात जुनी पारंपरिक राज्ये जिंकून घेतल्यामुळे किंवा आक्रमणामुळे एकत्र येऊ लागली होती. विदेह (राजधानी मिथिला) हे नामशेष झाले होते; बुद्धाच्या बालपणी, त्याचा शेवटला राजा सुमित्र ह्याच्या काळी खऱ्या इक्ष्वाकू वंशाचा शेवट झाला होता. (DKA. १२) त्यानंतर ह्या भागात (दरभंगा), मगधाच्या विजयापर्यंत आपणास फक्त कोसलांचे व त्यानंतर लिच्छवींचे राज्य आढळते. बिहारच्या पूर्वेस असलेले

अंग राज्य (राजधानी चंपा) मगधाचा राजा बिंबिसार याने अगर त्यापूर्वी जिंकले होते. हा बुद्धाचा वयस्क समकालीन असून त्याचे मगध राज्य म्हणजे आजचे गया व पाटणा हे जिल्हे होत. त्यानंतर हे नाव अंग – मगध अशा जोड स्वरूपात आढळते. बनारस हे काशीजनपदाचे प्रमुख ठिकाण असून उत्तरेकडील कोसल राज्यात समाविष्ट होऊन पुन्हा एकदा अशाच काशी – कोसल ह्या संयुक्त नावाने निर्देशिलेले आढळते. बनारसचे महत्त्व, नदीकाठी असल्यामुळे, तसेच वस्तुनिर्मितीमुळेही होते. 'कासिका' हे विशेषण केवळ बनारसच्या तलम कापडासच नव्हे, तर वरच्या दर्जाच्या सर्व मालासच लावण्यात येऊ लागले. प्रयाग (अलाहाबाद) हे दोन नद्यांच्या संगमावरील स्थान आज बनारसइतकेच पवित्र व व्यापारी केंद्र म्हणून कितीतरी जास्त महत्त्वाचे आहे. परंतु ते त्या वेळी अविकसित असल्याचे आढळते. त्याकाळचे सर्वांत मोठे राज्य कोसल हेच असून त्याची राजधानी अचिरावती (राप्ती) नदीच्या काठी श्रावस्ती (सायत्थी) येथे होती. सावत्थीचे अवशेष आता गोंडा व बाहरैच जिल्ह्यांच्या सीमेवर सेत व माहेत ह्या खेड्यांच्या जवळील ढिगाऱ्याखाली झाकलेले आहेत. कोसलाचे त्याहून पूर्वीच पारंपरिक राजधानीचे शहर साकेत (फैजाबाद) असून तेच महाकाव्यातील रामायण अयोध्या होय. साकेत हे दक्षिण कोसलाचे केंद्र असून कदाचित दुसरी राजधानी म्हणून असावे. कोसल हे हिमालयाच्या पायथ्याशी असलेल्या छोट्या टेकड्यांवरील प्राचीन आर्य वस्तीपैकी एक असून मोठा वाहतुकीचा मार्ग जी गंगानदी, तिच्यापर्यंत पसरलेले होते. वरील सर्व उदाहरणांत देशाच्या नावाच्या मुळाशी एखाद्या जमातीचे नाव आहे. व्यावसायिक गटांच्या जातींची व व्यवसायांची नावेदेखील मुळात जमातींची नावे आहेत, व ही प्रक्रिया दूरवर चालू असलेली दिसते. अर्थशास्त्रात वैदेहिक म्हणजे व्यापारी. मागध हा धंदेवाईक भाट होता. परंतु MS. १०.४७ मध्ये त्याला व्यापारी बनविला आहे. जमातीवरून व्यावसायिक गट व त्यावरून पुढे जात हा नित्याचा अनुक्रम आहे. कारण ब्राह्मणी सिद्धांतानुसार मागध व वैदेहिक या दोन्ही मिश्र उगमाच्या जाती मानल्या गेल्या आहेत. अद्याप विदेह ही जमात शिल्लक असती तर ते राज्य सुमित्राबरोबरच विलय पावले नसते. मनुस्मृतीतील उपदेशाचा अर्थ एवढाच की, मगधाचे नागरिक त्यावेळी प्रमुख काफिल्यांचे व्यापारी होते.

यातील प्रमुख संघर्ष कोसल व मगध ह्या राज्यांमध्ये होता ; परंतु दोघांनीही एकसमयावच्छेदेकरून जमातींविरुद्ध (विविध) लढा पुकारला. बराच मोठा मुलूख, दीर्घकालीन ऐतिहासिक पार्श्वभूमी, ग्रामदाने मिळालेल्या पुरोहितांचा पाठिंबा व पायासी राजन्न (DN २३) ह्या स्थानिक क्षत्रिय प्रशासकासारख्या सरंजामपूर्व सरदारवर्गाचा थोडासा पाठिंबा, यामुळे कोसल हे दिसावयास तरी बरेच जास्त शक्तिशाली राज्य होते. (त्याची) जमीन दाट लागवडीखाली आली नव्हती व साक्यासारख्या वरच्या

दर्जाच्या जमातीखेरीज तिच्यात बरेच वन्य व असंस्कृत लोक होते. मगधाजवळ यापेक्षा बरीच जास्त महत्त्वाची सामग्री होती; ती म्हणजे, धातू व नदीचे सान्निध्य. जुन्या पारंपरिक राजधान्यांकडे दृष्टिक्षेप केला असता राजगीर (राजगृह 'राजाचे घर') सारखे एकाकी स्थान नदीच्या पैलतीरावर असलेले पाहून आश्चर्य वाटते. कारण आर्यांच्या वस्तींच्या साखळीतील सारे दुवे बरेच दूर उत्तरेकडे हिमालयाच्या पायथ्याशी होते. आजपर्यंत राजगीरचा परिसर – इतर राजधान्यांच्या तुलनेने – आपला वन्य स्वरूपाचा चेहरामोहरा टिकवून आहे. (राजगीरच्या परिसराने आजपर्यंत आपले वन्यरूप सांभाळून ठेवले आहे.) फारशा सुपीक नसलेल्या जमिनीत मार्गापासून इतकी दूर असलेली राजधानी निवडण्याचे कारण हेच की धारवाडात ज्ञात असलेले अगदी उत्तरेकडील पीक टेकड्यांत होते व या पिकाच्या टरफलात लोह सहजप्राप्य असते. राजगीरच्या अत्यंत निकट परिसरात लोहाचा उगम होता. (लोहयुक्त साधने होती.) दुसरे असे की, (जेथे जाण्यास अधिक घनदाट अरण्यातून मार्ग होता, त्या गयेप्रमाणेच) दालभूम व सिंघभूम जिल्ह्यात, आग्रेयेस लोहाच्या व तांग्याच्या भारतातील सर्वात जाड थराकडे जाणारा रस्ता येथून (राजगीरहून) जात होता. आजतागायत जुने, परंतु विस्मृतीत पुरले गेलेले तांग्याचे पत्रे, 'ताम' (= तांबे) ने ज्यांची नावे सुरू होतात, अशा खेड्यात आढळतात. उदा. तामर ; एक दोन शतकानंतर उदयास आलेल्या प्राचीन तांबे निर्यात करण्याच्या बंदराचे नाव ताम लुक होते. सिंधू खोऱ्यातील तांबे अल्प प्रमाणात राजस्थान अथवा दक्षिणेतून येत असे. अशा प्रकारे मगधाला समकालीन शक्ती साधनांच्या (अर्थात धातूंच्या) मुख्य उगमावर जवळजवळ एकाधिकार मिळाला होता. राज्यतंत्राचा मगधातील प्रमुख आचार्य, जो चाणक्य,, त्याला खाणींच्या महत्त्वाची पूर्ण जाणीव होती. 'सैन्य हे खजिन्यावर अवलंबून असते व खजिना खाणीवर.'' (अर्थशास्त्र २.१२) ''(धातूंची) खाण म्हणजे शस्त्रसामग्रीचे जन्मस्थान होय'' (अर्थशास्त्र ७.१४)

या तिरंगी सामन्याचा तपशील आपल्या इतिहास साधनावरून गोळा करता येतो. कोसलांची दक्षिणेकडे, बनारसच्या दिशेने आगेकूच ही आधीच सुविख्यात झाली होती. बनारसचा काल्पनिक राजा ब्रह्मदत्ता ह्याला, कोसलाविरुद्ध त्यांचा राजा दीघीति व त्याची राणी यांना कैद करून ठार करण्याइतपत यश प्राप्त झाले होते. (महावग्ग १०.२ ; जातक. ४२८) पळून गेलेल्या दीर्घोवुह्या कोसल राजपुत्राने आपले राज्य परत मिळविले व ब्रह्मदत्ताचा जावई म्हणून काशी आपल्या राजास जोडली. (जातक. ३७१) अशीच कथा चत्त ह्या कोसल राजपुत्राविषयी सांगितली जाते. (जातक ११८, ३३६) त्याने आपल्या पित्याच्या पराभवानंतर ब्रह्मदत्ताकडून कोसल परत मिळविला व सावत्थीची डागडुजी करून तिला अभेद्य बनविले; तीन वेद शिकण्यासाठी या राजपुत्राला तक्षशिलेपर्यंत पायपीट करावी लागली होती.

आणखी एका जातककथेत (३०३) कोसलांच्या दब्बसेन राजाने काशी घेतली. दुसऱ्या एका जातक कथेत (३५५) त्याने वंक घेतले. एका जातक कथेत (५३२) बनारसच्या मनोज राजाने कोसलाच्या शरणागतीचा स्वीकार केला. या नावांना फारसे महत्त्व नसले तरी त्यावरून ज्या संघर्षाचे काशीवरील कोसलांच्या प्रभुत्वात पर्यवसान झाले, तो ऐतिहासिक होता, हे खास.

कोसलाचा राजा राजा प्रसेनदी (प्रसेनजित) प्राचीन इक्ष्वाकू वंशातील एका प्राचीन राजाचे नाव धारण करीत असला तरी तो वस्तुत: वैदिक ब्राह्मणी अर्थाने क्षत्रिय नव्हता तर एका हलक्या जमातीत जन्मलेला होता. त्याच्या कुटुंबास दिलेले मातंग कुल हे नाव आधुनिक अस्पृश्य मांग जातीशी समानार्थक असले, तरी त्याकाळी हत्तीच्या पंथाच्या अथवा प्रतीकाच्या जमातीपासून विकसित झालेले होते. त्याची पट्टराणी मल्लिका एका फुले विकणाऱ्याची मुलगी होती. तो योद्धांच्या अथवा इतर कोणत्याही वरिष्ठ जातीतील असणे शक्य नाही. आपल्या राजपदास अनुरूप असा आपल्या जातीच्या मानाने वरिष्ठ सामाजिक दर्जा मिळविण्याचा तो यत्न करीत असल्यामुळे, वैदिक ब्राह्मणाबाबत तो विशेष उदार का होता, हे सहज लक्षात येते. तथापि त्याची बहीण बिंबिसार राजाची पत्नी अजातशत्रू ह्या मगध राजपुत्राची आई होती. ह्या कोसल (अथवा विदेही) राजकन्येच्या हुंड्याचा एक भाग म्हणून बनारस विभागातील एक खेडे देण्यात आले. बिंबिसाराचा पुत्र अजातशत्रू ह्याने खुद्द आपल्या पित्यास कैद करून उपाशी मारले. अर्थशास्त्रात राजा व त्याचा प्रमुख वारस (युवराज) यामधील अशा प्रकारचा तणाव पूर्णपणे गृहीत धरलेला आहे. त्यात (अर्थशास्त्र १.१७) राजाने राजपुत्रावर काळजीपूर्वक निगराणी ठेवण्याबाबत सल्ला दिला आहे व इतरत्र (अर्थशास्त्र १.१८) राजपुत्राला आपल्या संशयी पित्यास फसविण्याबाबत सल्ला दिला आहे. प्रसेनदी ह्याला त्याच्या पित्याने अध्ययन संपताच सिंहासनावर बसविले होते. बिंबिसाराच्या पित्यानेही राज्यत्याग करून त्याला १५ व्या वर्षीच राज्याभिषेक केला. ह्या दोन्ही राजांनी जुन्या समग्र सशस्त्र जमातींच्या जागी एका नव्या प्रकारचे सैन्य आणले होते व त्यास जमातीचा आधार नसल्यामुळे त्याची निष्ठा केवळ राजाप्रत होती. आता राजपद वंशपरंपरागत झाल्यामुळे एक नवे पद निर्माण झाले, ते सेनापतीचे (सेनापती म्हणजे सेनेचा प्रमुख) व हे पद नेहमी युवराजास मिळे. असे सैन्य नियमित करांशिवाय व बऱ्याच मोठ्या महसुलाशिवाय बाळगणे शक्य नव्हते. राज्याच्या निरंकुश सत्तेस त्याचाच प्रमुख आधार होता. बिंबिसाराने ८०,००० हून जास्त खेड्यांवर राज्य केले, असे नमूद आहे. (महावग्ग ५.१). जुनी परंपरा नष्ट झाल्याची आणखी एक खूण म्हणजे मगध ब्राह्मणासाठी 'ब्रह्मबंधू' व मगध क्षत्रिय राजासाठी 'क्षत्रबंधू' ही वापरण्यात आलेली तिरस्कारयुक्त विशेषणे. यातील 'बंधू' ह्या अंत्य पदास इटालियन 'ऑकिओ' ह्या पदांतासारखाच जोर

असून त्यावरून ह्या दोन्ही जाती परंपरागत वैदिक पद्धतीत बसू शकत नव्हत्या, हे दिसून येते.

राज्ययंत्रणेवरील नियंत्रण प्रत्यक्ष हिंसात्मक संघर्षाने काबीज करण्याच्या या नव्या घडामोडीत एक मूलभूत बदल दिसून येतो. पंजाबमध्ये अद्याप टिकून राहिलेली, जमातीद्वारा निवडणुकीची अथवा जमातीच्या मंजुरीची पूर्वीची गरज आता गंगा खोऱ्यातील विशाल राज्यात नाहीशी झाली होती. वस्तुत: जमाती परिस्थितीत अशी राज्ये वाढूच शकली नसती. उलटपक्षी जमाती पुढाऱ्यांची जागा घेण्यास एखादा नियमित दरबारी सरदार वर्ग असल्याचा कोठेही उल्लेख नाही. ह्याचा अर्थ असा की, आता व्यापारात, वस्तू निर्माण करण्यात कौटुंबिक जमिनीतून शिलकी धान्य निर्माण करण्यात निराळ्या शब्दात सांगावयाचे तर खाजगी मालमत्ता निर्माण करण्यात - गुंतलेल्या लोकांचा एक नवा वर्ग उदयास आला होता व त्याला जमातीच्या अडथळ्यापासून व नफ्यात जमातीच्या भागीदारीपासून मुक्तता हवी होती. आता महत्त्वाची गोष्ट एवढीच होती की, व्यापारमार्गावर सुरक्षितता राखणारी व संपत्तीच्या नव्या हक्कांची हमी देणारा एक राजा हवा होता ; तोही एखादा विशिष्ट राजा नव्हे ; तर जमाती कायदा व सामाईक संपत्ती हक्कांच्या पूर्वीच्या अवस्थेप्रत घसरगुंडी न होऊ देणारा असा कोणीही राजा चालला असता. आता हे काम अधिकच सोपे होते. कारण खुद्द मगध राजांचे राज्यच, शाही अधिकाऱ्यांमार्फत, करांच्या रूपाने मिळणाऱ्या धान्याच्या व इतर वस्तूंच्या रूपाने मिळणाऱ्या धान्याच्या व इतर वस्तूंच्या विस्तृत व्यापारात गुंतलेले होते. त्याशिवाय आता राजा पूर्वीच्या जमात प्रमुखाच्या सर्व विशेषाधिकारावर दावा सांगत असे. मात्र त्यांच्या बंधनांपैकी, शक्य तेवढी, थोडी बंधने पाळत असे.

पसेनदी याने आपल्या बहिणीचा हुंडा म्हणून दिलेल्या काशीग्रामाचे दान रद्द करण्याचा प्रयत्न केला. परंतु त्याला आपल्या भाच्याकडून लढाईत कित्येक वेळा पराभव सोसावा लागला. हे खेडे मोक्याच्या ठिकाणी होते. कारण तेथून नदीवर पूल असल्यामुळे नदीवर व तिच्या सर्वांत मोठ्या बंदरावर नियंत्रण प्राप्त करून देणाऱ्या भूमीत पाय रोवता येत असे. पसेनदी राजाचा, मल्ल जमातीत जन्मलेल्या दीघ - कारायण नामक मंत्र्याने शेवटी विश्वासघात केला. कारण या मंत्र्याचा चुलता मल्लबंधुल यास, या संशयी राजाने आधी उच्च पदावर चढवून नंतर विश्वासघाताने ठार मारले होते. कारायणाने पसेनदीच्या पुत्राला व त्याचा सेनापती बिडूडभ याला, पसेनदी बुद्धाच्या अखेरच्या भेटीस गेला असता राजचिन्हे दिली. वृद्ध पसेनदी फक्त एका दासीसह राजगीरला पळून गेला . एका रात्री वेशी बंद झाल्यानंतर ती दोघे मगधाच्या राजधानीस पोहोचली. ह्या शरणार्थी कोसल राजाला ८० व्या वर्षी त्या रात्री थकव्याने मृत्यू आला व त्याचा भाचा अजातशत्रू ह्याच्याकडून शाही इतमामाने त्याचा अंत्यविधी

झाला. यानंतर लवकरच बिडूड आपल्या सैन्यासह राप्ती नदीच्या कोरड्या पात्रात तळ देऊन असता अकाली आलेल्या पुरामुळे तो सैन्यासह वाहून गेला. आता कोसलाजवळ राजा अथवा सैन्य राहिले नाही. परंतु अजातशत्रूजवळ मात्र पसेनदीचा भाचा म्हणून आपला हक्क गाजविण्यास बरेच सैन्य होते व कोसलाचे प्राचीन राज्य संघर्षाची पाळीच न येता मगधास बळी पडले. ते आता इतिहासातून नामशेष झाले ; मात्र अगदी तेच नाव नंतरच्या एका मध्ययुगीन मध्यवर्ती भारतीय राज्यास देण्यात आले. बुद्धाची बरीच प्रवचने श्रावस्ती येथे देण्यात आली होती, परंतु बौद्ध संघाच्या परिषदेचे पहिले अधिवेशन, त्याचा राजगीर येथे मृत्यू झाल्यानंतर, लगेच बोलाविण्यात आले. यावरून ख्रि.पू. ४८३ च्या सुमारास कोसलाचे पूर्वीचे महत्त्व नाहीसे झाले असल्याचे पुन्हा एकदा सिद्ध होते.

६.४ – जमातीचा शक्तिनाश

मोठमोठ्या घराण्याजवळ भूमीच्या स्वरूपात संपत्ती जमल्यामुळे जरी ह्या जमाती आतून (पोखरल्या जाऊन) कोलमडण्याच्या बेतात होत्या ; तरी त्याचवेळी त्यांच्यात कटू संघर्ष निर्माण झाला. साक्य गौतम (बुद्ध) व लिच्छवी महावीरासारखे अत्यंत बुद्धिमान सदस्य भिक्षू होऊन त्यांनी मोठे धर्म स्थापन केले. यावरून त्याकाळच्या जमाती जीवनामुळे त्यांना पुरेसा वाव अगर समाधान लाभते नव्हते, हे उघड आहे. परकीय राजाकडे नोकरी पत्करणाऱ्या बंधुलासारख्या मल्लाची ही तीच गोष्ट आहे. कोणता ना कोणता दत्तविधान समारंभ झाल्याखेरीज जमातीबाहेर विवाह करणे जमाती कायद्याच्या विरुद्ध आहे. तथापि बिंबिसाराच्या सर्व राण्या जुन्या नियमानुसार कोणत्याही राजपुत्राच्या माता होण्यास तितक्याच पात्र असल्यातरी जैन वृत्तांत्तानुसार अजातशत्रूची आई म्हणून ज्ञात असलेले चेल्लाना नावाची लिच्छवी राणी बिंबिसाराला होती, असे आपण वाचतो. पसेनदी ह्याने साक्य स्त्रीस मागणी घातली होती. तो साक्यांचा अधिराज (overlord) असला तरी निश्चितपणे कमी गुणवत्ता असलेल्या वंशाचा मानला जाई. त्यामुळे त्यांना (साक्यांना) या मागणीमुळे फार मोठ्या अडचणीत पडल्यासारखे झाले. त्यातून तडजोड म्हणून त्यांनी महानाम साक्यास नागमुंडा नामक दासीकडून आलेली वासभ – खत्तिया (ह्या तिच्या नावात दोन आदिवासी जमाती जोडली आहेत.) नामक सुंदर कन्या, शुद्ध साक्य वंशाची असल्याचे भासवून पाठविली. पुढे राजसत्ता बळकावणारा सेनापती बिडूडभ हा ह्याच विवाहापासून झालेले अपत्य होय. साक्यांनी केलेली ही लबाडी नंतर उघडकीस आली, परंतु पसेनदीने तिच्याबद्दल त्यांना क्षमा केली. त्याच्या मुलाने साक्यांवर सरळ हल्ला चढवून व आपले सिंहासन साक्यांच्या रक्ताने अक्षरश: धुऊन काढून ह्या अपमानाचे परिमार्जन केले. असे असले तरी ह्या कत्तलीतून मूठभर साक्य वाचलेच.

बुद्धामुळे ख्यातीस चढलेल्या ह्या वंशातून वधू शोधणाऱ्या नंतरच्या सिलोनी राज्यकर्त्यांनी एक अथवा अधिक साक्य वधू शोधून काढल्या. वस्तुस्थिती अशी आहे की, जमात ह्या स्वरूपात साक्य शिल्लक राहिले नाहीत. ह्या लष्करी कारवाईचे खरे कारण असे की, अंशत: स्वतंत्र जमातीदेखील निरंकुश सत्तेस व नवीन उत्पादन प्रकारास धोकादायक ठरतील म्हणून त्यांचे अस्तित्व सहन केले जात नसे.

मल्लांशी एका प्रकारचा राज्यसंघ केलेल्या लिच्छवीविरुद्ध अजातशत्रूने केलेली कारवाई अधिक कठीण असली तरी अशाच स्वरूपाची होती. 'मगध राज्याचे अधिकारी व लिच्छवी लोक असे दोघेही जकात वसुली करीत असल्यामुळे आपणाला ती दोनदा द्यावी लागते,' अशी एकमेकास ओलांडणाऱ्या नदीमार्गातील व्यापाऱ्यांनी तक्रार केली. नंतर मगध साम्राज्याची राजधानी झालेल्या पाटलीपुत्र (पाटणा) नगराची स्थापना. ही या कारवाईतील पहिली पायरी होती. मूळचे Stock de कुंपणयुक्त कोठार असलेल्या ह्या शहराचा नकाशा बुद्धाच्या आयुष्याच्या अखेरच्या वर्षी संकल्पित झाला होता. खुष्कीमार्ग नदीस जेथे मिळतो, तेथेच हे शहर वसले असल्यामुळे व त्याकाळी शोणनदी गंगेस ह्याच ठिकाणी मिळत असल्यामुळे पूर्ण नाकेबंदी करण्यात आली. त्यानंतरची पायरी म्हणजे लिच्छवी लोकांत अंतर्गत दुही पेरण्यांची (या कथेनुसार) व ती 'वस्सकार' असे या कारवाईवरून टोपणनाव पडलेल्या ब्राह्मण मंत्र्याने साध्य केली. हेरोडोटसच्या इतिहासातील (३ ऱ्या खंडाचा शेवट पहा.) झोपीरसच्याच गोष्टीची त्याने उजळणी केली. मगध राज्यात आपला अपमान झाल्याची बतावणी करून तो लिच्छवी लोकांकडे गेला. त्यांनी त्याचे शिष्टाचारानुसार स्वागत केले व त्याने त्यांच्यात एकमेकांविरुद्ध चुगल्या करून या उपकाराची फेड केली ! त्यानंतर लकवरच जमाती सभेची बैठक भरण्याचे कार्य स्थगित झाले. पारंपरिक कथेनुसार आता वेसाली नगरावर चाल करून जाणे, एवढेच काम अजातशत्रूसाठी उरले. जैन वृत्तांतानुसार एक हातघाईची लढाई झाली. हे तपशील खरे असोत अगर नसोत, पावा व कुसीनारा ह्या मल्लांच्या स्थळी आढळून येणाऱ्या संहारामुळे वेसालीचे नुकसान झालेले दिसून येत नाही. त्याच सुमारास मल्ल सांघिकांचा पद्धतशीर विनाश करण्यात आला असला पाहिजे. कुल्लवग्गा मध्ये अजातशत्रूनंतर १०० वर्षांनी (१२.१.१) वज्जी (लिच्छवी) भिक्षू व भिक्षू नसलेले अनुयायी वेसाली येथे असल्याचा उल्लेख आहे. आता मल्ल अथवा लिच्छवी यांपैकी कोणीच (नेपाळात कदाचित असलेल्या काही शाखा वगळल्यास) जमात म्हणून शिल्लक राहिले नाही व मगधसत्ता दृढ झाली. अजातशत्रूचा मुलगा अथवा नातू असलेल्या उदयिनाने आता अपरिहार्य झालेले राजधानीचे पाटण्यास स्थलांतर पूर्ण केले व ते सुमारे सात शतकेपर्यंत भारतातील प्रमुख नगर होऊन राहिले.

बिडूडभ व अजातशत्रू ह्यांचे कार्य पूर्णतेस नेणाऱ्या मगधाच्या महापद्म नंदाने ख्रि.पू. ३५० च्या सुमारास (कुरू व पांचालाप्रमाणेच) थोड्याशा टिकून राहिलेल्या पारंपरिक क्षत्रिय जमातींचीही पद्धतशीर वासलात लावली. पालटलेल्या आर्थिक स्थितीमुळे त्यांचा अंतर्गत विनाश निश्चित असला तरी कोणत्याही जमातीचे नसलेले नवे राजे, धोकादायक लोकशाहीची अशी उदाहरणे टिकू देणे शक्य नव्हते. म्हणून त्यानंतरचे सर्व राजे शूद्रसदृश होते, ही पुराणातील विलापिका प्राचीन वैदिक परंपरेनुसार अगदी खरी होती. परंतु ब्राह्मणांनी स्वत:च केलेल्या कडक टीकेमुळे त्यांनी, कोणत्याही जातीच्या (पसेनदीसारख्या) राजाकडून राजेशाही देणग्या स्वीकारण्यास अडथळा आला नाही. तसेच एकाएकी विजय शिखरास चढलेल्या राजांना क्षत्रिय म्हणून घोषित करण्यास बाधा आली नाही. मात्र महत्त्वाचा असा बदल एकच व तो म्हणजे, चार जातींची वर्गीय व्यवस्था अखेरीस अधिक व्यापक व कोणत्याही जमाती निर्बंधापासून मुक्त होती. वस्सकार हा इतिहासास ज्ञात असलेला पहिला ब्राह्मण मंत्री होय. (हे पद ब्राह्मणासाठी नवीनच होते.) अशा प्रकारे त्यांच्या अभूतपूर्व कुटिलनीतीचे भरपूर बक्षीस त्यांच्या पदरात पडले. ती केवळ एक काल्पनिक व्यक्ती म्हणून त्यांची वासलात लावणे कठीण आहे. कारण दुही पेरण्याच्या खास तंत्राचे नंतरच्या एका ब्राह्मण मंत्र्याने (चाणक्य) काळजीपूर्वक वर्णन केले आहे. (अर्थशास्त्र ११.१)

६.५ – नवे धर्म

मात्र ऐकीव व कल्पित कथांच्या जंजाळातून आपण परिश्रमपूर्वक निवडून काढलेल्या वरील गोष्टी ह्या काही ह्या काळातील अत्यंत महत्त्वाच्या घटना नव्हेत. ह्या काळातील साधने एका अगदी वेगळ्या उद्दिष्टास – धर्मप्रसारास वाहिलेली आहेत. ह्यांपैकी सर्वांत मोठा म्हणजे बौद्धधर्म होय. तो मगधाच्या सीमेपलीकडे दूरवर पसरला. आशियातील लाखो लोकांच्या दृष्टीने भारत एक पवित्र भूमी म्हणून मानली जाऊ लागली. कारण बौद्धमताचा येथे उदय झाला होता. चीन, तिबेट, मंगोलिया यांसारख्या दूर देशांतील यात्रेकरू आजदेखील उत्तुंग पर्वतराजी, धगधगीत वाळवंटे व तुफानी महासागर ओलांडून, जेथे अनाकलनीय भाषा बोलल्या जातात, अशा देशातून येथे येऊन सारनाथ येथील मुख्य स्तूपाच्या सावलीत आपल्या साध्यासुध्या प्रार्थना म्हणतात – प्रसंगी पडझड झालेल्या बांधकामातील धोकादायकपणे कोसळणाऱ्या विटेकडेही त्यांचे लक्ष नसते ! बौद्धधर्म ही मंगोलियात समाजधारणा घडवून आणणारी एक विशाल शक्ती ठरली. चीनमध्ये तो धर्म सरदारात शांतता स्थापन करणारा व सरंजामशाहीचा प्रमुख आधार झाला. तुरळक वस्ती असलेल्या व दुष्प्रवेश्य अशा तिबेटातील सर्वधर्म सत्ता व राज्यसत्ता ह्या दोन्ही बौद्ध

धर्मग्रंथावर आधारल्या होत्या. तूनहुआनपासून अजिंठ्यापर्यंत लेण्यातील अत्यंत सुंदर शिल्प, थायलंड, ब्रह्मदेश, इंडोचायना येथील विशाल मंदिरे व अफगाणिस्तानातील बाभियन शिखरावरील अवाढव्य मूर्तिशिल्पे ह्या बौद्ध धर्माच्या आपणास मिळालेल्या देणग्या होत. त्याच्या पारंपरिक कथांमुळे ख्रिस्ताचे पाण्यावरून चालणे, बारलाम व जोसाफात सारख्या ख्रिस्ती संतांच्या कथा बौद्ध धर्माच्या अनुकरणामुळे अस्तित्वात आल्या. विद्वानांनी कुम्रान (मृत समुद्र) येथील लेखपटावरून (Scrolls) वरून अनुमानिलेली 'एसेनियन', 'सदाचारी धर्मोपदेशक' ही पदवी बुद्धाशी अगदी समानार्थक आहे, (शास्ता अथवा धम्मचक्कपवत्तक्क) हा केवळ योगायोग नाही. मॅनिकिझमच्या धर्ममतावर बौद्ध धर्माचा निश्चित प्रभाव पडला आहे. मुसलमानातील लुकमानदेखील अखेरीस बुद्ध असण्याचा संभव आहे. अरेबियन नाईटस्‌मधील ज्याच्या रिकाम्या मेजवानीमुळे ह्या नामाचे एक विशेषण बनले, तो बार्मेसाइड नामक मंत्री पर्शियामधील बौद्ध धर्माधिकाऱ्यांच्या (परमक) वंशात जन्मला होता.

ह्या सुमारास मगधात अशा प्रकारच्या अनेक चळवळी उदयास आल्या व हा महत्त्वाचा धर्म म्हणजे त्यापैकी केवळ एक प्रयत्न होय. यांपैकी जैन धर्माचा ज्या कारणामुळे भारताबाहेर प्रसार होण्यास अडथळा आला, त्याच कारणामुळे तो भारतात आजवर टिकून राहिला. म्हणजे बौद्ध धर्माप्रमाणे जातींचा व धार्मिक आचारांचा त्याग न करता त्याने त्यांच्याशी लवकर तडजोड केली. बौद्ध सम्राट अशोक व त्याचा नातू दशरथ ह्या उभयतांनी आजीविकासाठी टेकड्यात विश्रांतिस्थाने निर्माण केली. या पंथास मगधाबाहेर तुलनात्मक दृष्ट्या कमी महत्त्व होते. मात्र त्याचे काही अनुयायी इ.स.च्या १३ व्या शतकाच्या अखेरीस कन्नड देशाइतके दक्षिणेत पसरले होते. आता बऱ्याच काळापासून आजीविक नामशेष होत आहेत, किंबहुना त्यांचे नावही उरले नाही. आणखीही असे बरेच आहेत की ज्यांची धर्म, मते केवळ बौद्ध व जैन ग्रंथात अथवा तशाच प्रकारच्या प्रतिकूल ब्राह्मणी सर्वदर्शनासंग्रहात त्यांना झालेल्या विरोधामुळेच जगास ठाऊक आहेत. DN च्या पहिल्याच सूक्तातील प्रतिकूल सारांशान्वये अशा मतांची संख्या ६२ आहे. पुढच्याच सूक्तात पितृघातकी अजातशत्रूचे आठ प्रमुख धर्ममतांचे परीक्षण करून अखेर बौद्ध धर्मास अनुकूलता कशी दाखविली, याचा वृत्तांत आहे. त्याकाळचे राजे धार्मिक बाबीत बरेच लक्ष घालून अशा पंथांचे कसे रक्षण करीत, हे जैनधर्म व बौद्धधर्म या उभयतांबाबत बिंबिसाराची अनुकूलता असल्याचे सांगण्यात येते, त्यावरून सिद्ध होते. काशीच्या अजातशत्रूची, उपनिषदकालीन ब्राह्मणांचा आश्रयदाता जनक याच्याशी तुलना करता येईल. (बृ. उप. २.१) पसेनदीने केवळ बुद्धासच साहाय्य केले, असे नव्हे, तर यज्ञही पार पाडले. यावरून असे दिसून येते की, या नव्या श्रद्धा म्हणजे एखाद्या

निकडीच्या गरजेचा, आविष्कार होता व ही गरज उत्पादन प्रक्रियेच्या पायात होणाऱ्या बदलाची सूचक होती.

आलार कालाम या कोसल क्षत्रियाने समाधीच्या (चित्ताचे अत्यंत एकाग्रीकरण व विचारांचे नियंत्रण) सात पायऱ्या सांगितल्या आहेत. उद्दक रामपुत्त याने एक आठवी पायरी सांगितली आहे. कोणत्याही कृतीचा पापपुण्यात्मक परिणाम होत नाही, असे कश्यप पुराण शिकविते. मख्वली गोसाल याने स्थापिलेल्या आजीविक पंथाची मूलभूत श्रद्धा अशी आहे की, प्रयत्नामुळे कोणतेच फळ मिळत नाही. प्रत्येक जिवास मग त्याची इच्छा असो वा नसो, आपल्या अस्तित्वाच्या ८४ दशलक्ष आवर्तनातून जावे लागते. त्यानंतर त्याच्या दु:खांचा आपोआप अंत होतो. ज्याप्रमाणे फेकून दिलेली सुताची गुंडी शेवटपर्यंत उलगडत जाते, त्याप्रमाणेच जिवाचे अस्तित्वास ह्या समग्र परिवर्तनातून जावेच लागते. पुराणांचे पंथ व गोसाल वैचारिकदृष्ट्या एकमेकांच्या अगदी जवळ आले व कदाचित त्या दोघांचे विलीनीकरणही झाले असावे. दक्षिणेतील जैनात आजीविक लोकप्रिय होते व इतरांचे (पुराणांचे) सांख्य तत्त्वज्ञानाशी साम्य होते. संजय बेलट्ठीपुत्त हा ब्राह्मण चांगल्या व वाईट कर्मांचे अनुक्रमे चांगले व वाईट परिणाम होतात किंवा प्रस्तुत जगापलीकडे आणखी एक जग आहे (अथवा नाही) ही गोष्ट स्वीकारीतही नसे, नाकारीतही नसे. त्याचा हा अज्ञेयवाद जैनांच्या अगदी जवळचा आहे. संजयाचे प्रमुख शिष्य सारीपुत्त व मोग्गल्लान हे ब्राह्मण (ज्यांचे अवशेष जगभर भ्रमण करून पलीकडे सांची येथे जतन करण्यात आले.) बुद्धाच्या मतांचा स्वीकार करून त्याचे प्रमुख प्रचारक बनले. अजित केशकंबल तर दानयज्ञ, धर्मविधी, देवदेवता, सत्कृत्ये अथवा दुष्कृत्ये यात काही अर्थ नाही, असे मानीत असे ; माणूस ज्या महाभूतांचा बनतो, ती त्याच्या मृत्यूनंतर आपापल्या मूळ घटकात (पृथ्वी, आप, तेज, वायू) विलीन होतात. मग त्याचे सद्गुण, आत्मा, व्यक्तित्व यांपैकी काहीही शिल्लक उरत नाही. नंतरच्या वैशेषिक मताशी ज्याचे साम्य होते, तो पकूध कच्चायन असे मानीत असे की, वरील चार घटकांच्या जोडीस आणखी तिहींचे (सुख, दु:ख व जीवन) सातत्य असते. ह्या मूलभूत घटकांना नष्ट करणे, जाणणे, त्यांचे वर्णन करणे अथवा त्यांना कोणत्याही प्रकारे प्रभावित करणे कोणालाही शक्य नाही, शिरच्छेद करणारे तीक्ष्ण शस्त्रही फारतर ह्या घटकांच्या मधील पोकळीत शिरते, असे त्याचे म्हणणे होते. याहून प्राचीन जैन परंपरा ह्यापूर्वी दोन शतके होऊन गेलेल्या पार्श्वतीर्थकरांपर्यंत मागे जाते. त्याने अहिंसा, सत्य, अस्तेय व त्याग यांचा उपदेश केला होता. महावीरांनी त्यांच्या जोडीस ब्रह्मचर्य घातले होते. ह्या व्रतामुळे व विरक्त जीवनामुळे पूर्वजन्मात केलेल्या पापासून मुक्ती मिळू शकते (असा त्यांचा उपदेश होता.). बौद्ध धर्माचे मध्यवर्ती तत्त्वज्ञान म्हणजे त्यातील अष्टविध उदात्त (आर्य) मार्ग. शरीराचा योग्य आचार

(जिवाची हिंसा, चोरी व व्याभिचार टाळणे); योग्य भाषण (सत्य भाषण, चुगल्या करणे, शिव्या देणे, निंदानालस्ती करणे अथवा वृथा या गोष्टी टाळणे) ; योग्य दृष्टी व योग्य विचार (दुसऱ्यांच्या संपत्तीचा अभिलाषा न धरणे, द्वेष न करणे, चांगल्या अगर वाईट कृत्यांचा परिणाम म्हणजे पुनर्जन्म, अशी श्रद्धा) यांच्या जोडीस आणखी चार गोष्ट सांगितल्या पाहिजेत. उपजीविकेचा योग्य मार्ग, योग्य परिश्रम, आत्मसंयम व सद्विचार जोपासणे. हे ध्येय सर्वांत क्रियाशील व सर्वांत समाजोपकारक होते व त्यात वैयक्तिक सर्वशक्तिमान देवावर अगर कोणत्याही प्रकारच्या धर्मविधीवर श्रद्धा ठेवण्यास वाव नव्हता.

६.६ – बौद्ध धर्म

ह्या पंथातील काही लक्षणे समान होती. त्यांच्यापैकी प्रत्येकाच्या सर्वांत आधीच्या उपदेशकाने मानसिक व शारीरिक स्वरूपाची बरीच साधना केली असली पाहिजे. कर्मास फक्त दृश्य फले असतात, असे म्हणणारे देखील अत्यंत साधेपणाने जीवन व्यतीत करीत. गोसालाप्रमाणेच महावीराने देखील (पार्श्वाने तीन वस्त्रे वापरण्यास परवानगी दिली असूनही) सर्व वस्त्रांचा त्याग केला. एका लिच्छवी शेतात, धगधगीत उन्हात केवळ टाचेवर बसून कित्येक वर्षांच्या कष्टमय तपस्येनंतर त्याने आपल्या मतास पूर्णत: आणली. केवळ ३५ वर्षे झालेल्या बुद्धाने साक्य धनिक सत्ताक अधिकारपदाबरोबरच तसेच एखाद्या नवजात दरबारात लष्करी अधिकाऱ्यांच्या अथवा मंत्र्यांच्या जीवनक्रमाचा व पत्नी, मुलाचा त्याग करून आपल्या तत्त्वप्रणालीचा पूर्ण विकास करण्यापूर्वी ध्यानात, अध्ययनात व तपस्येत कित्येक वर्षे घालविली. केवळ संन्यस्त वृत्ती एवढाच त्याचा शोध नव्हता. केवळ अहिंसक, फलसंचालकाचा अरण्यातील जीवनामार्ग हा एक प्रकारे विशेष पुण्यप्रद असतो. ही परंपरा ब्राह्मणात देखील होती. त्या साध्या जीवनातून अन्नोत्पादक व जमाती नसलेल्या समग्र समाजासाठी या नव्या पंथाने काही व्यवहार्य निष्कर्ष प्रस्थापित केले. हे पंथ हिंदू होते की नव्हते, ही चर्चा निरर्थक आहे, कारण कित्येक शतकांनी त्यांचा ऱ्हास झाल्यानंतरच व त्यांचा कायमचा ठसा घेऊन (तथाकथित) हिंदुधर्म अस्तित्वात आला.

ह्यांपैकी दुसऱ्या समान लक्षणांवरून हे पंथ का उदयास आले व त्यांचे काय प्रयोजन होते, हे दिसून येते. अगदी निरवादपणे, त्यांचा संस्थापक पूरण अथवा संजयासारखा ब्राह्मण असेल, तेव्हासुद्धा, त्यांनी प्रत्यक्ष कृतिशीलतेने अथवा निष्क्रियतेने वैदिक धर्मविधींची अथवा आचारांची उपयुक्तता व योग्यता नाकारली. या पंथांचा अभ्यास करताना त्यातील आध्यात्मिक भेद फारसे महत्त्वाचे नसून त्यापेक्षा जमातीराज्यातील जमात जीवनाची दृश्य पार्श्वभूमी व यज्ञविधीची मनस्वी विघातक

वाढ अधिक महत्त्वाची आहे ; हे लक्षात ठेवले पाहिजे. त्यांचा परिणाम म्हणून व त्यातील समाजविरोधी लक्षणांचा निषेध म्हणूनच त्यापैकी प्रत्येक पंथ उदयास आला. यज्ञाचे सर्वांत मोठे फळ म्हणजे युद्धातील विजय ; क्षत्रियाचा स्वाभाविक जीवनमार्ग म्हणून युद्धाची स्वयंसिद्ध गाथा गाण्यात आली. वैदिक यज्ञविधी करणे हे तर ब्राह्मणांचे कर्तव्य व उपजीविका साधन होऊन बसले. इतर दोन जातींना करावे लागणारे शिलकी उत्पादन पुरोहित व योद्धे आपला निसर्गदत्त हक्क म्हणून हिरावून नेत. सुरुवातीस ते जमातीच्या हिताचे असल्याचे भासविले गेले, तरी लवकरच ते वरिष्ठ जातींच्या हितासाठी राबविले गेले. वैदिक विधी निर्माण करण्यात आले, त्या पशुपालन अवस्थेत सामाईक मालकीखाली असलेले (गुरांचे) मोठमोठाले कळप हाच संपत्तीचा प्रमुख प्रकार होता. आता नवीन समाजात शेतीचा अवलंब होऊ लागल्यामुळे प्रत्यही वाढत्या संख्येच्या यज्ञात होणारा गुरांचा अधिकाधिक संहार हा उत्पादकावरील व उत्पादन प्रक्रियेवरील बराच मोठा डोईजड बोजा होऊन बसला असला पाहिजे. जोपासल्या जाणाऱ्या गुरांच्या संख्येचे लोकसंख्येनुसार दरडोई प्रमाण तर आता बरेच घटले जाते, परंतु ती गुरे आता जमातीच्या मालकीची न राहता विशिष्ट गोत्रांची अगर कुटुंबाची खाजगी संपत्ती बनली होती. त्यांचा उपयोग पशुपालकापेक्षा प्रत्यक्ष शेती करणाऱ्यांच्या दृष्टीने अधिक महत्त्वाचा होता. कोणतीही नुकसानभरपाई न देता त्यांचे हरण होणे हा वैश्य मार्गावर एक मोठा डोईजड करभारच झाला असला पाहिजे. ह्या भारामुळे त्यांच्या व्यापारावर तर हानिकारक परिणाम झालाच, परंतु सतत चालेल्या किरकोळ युद्धामुळे व्यापार व उत्पादन या दोहोंस उपद्रव होऊ लागला. या पंथापैकी अत्यंत अगतिक असलेल्यांनी देखील यज्ञविधींचा धिक्कार केला व जैनबौद्धासारख्या सर्वांत जास्त प्रभावी पंथांनी युद्धास, तसेच यज्ञविधीस प्रखर विरोध दर्शवून अहिंसेच्या पायावर आपली इमारत उभारली.

सत्य, न्याय, अस्तेय, अपरिग्रह (दुसऱ्यांच्या मिळकतीवर आक्रमण न करणे) यावरून असे दिसते की, खाजगी, वैयक्तिक संपत्तीची आता एक सर्वस्वी नवी संकल्पना उदयास आली होती. पूर्वीच्या परंपरेत पशुधन ही जमातीतील सर्वांत महत्त्वाची संपत्ती असून ती सामाईक मालकीची होती व परस्पर संमतीने काही गोत्रांकडे व घराण्यांकडे सोपविण्यात आली होती ; परकीयांच्या संपत्तीस मान्यताच नव्हती. व्यभिचाराच्या निषेधावरून आता कुटुंबविषयक संकल्पना अधिक अपरिवर्तनीय झाल्याचे व गटवार विवाह मागे पडल्याचे दिसून येते. आज मान्य झालेल्या अशा नीतिमत्तेविना व्यापार अशक्य होऊन बसला असता बुद्धाचे सर्वात निष्ठावान व्यावसायिक अनुयायी घाऊक व्यापारी (Traders) होते. आजतागायत किरकोळ व्यापारी (Merchants) हेच जैन धर्मीयात प्रमुख आहेत. पशुपालन अर्थव्यवस्थेच्या तुलनेने त्याच मुलूखात शेतीमुळे दर चौरस मैलागणिक निदान दसपट

लोकसंख्या पोसली जाऊ शकते, ही मूलभूत गोष्ट अहिंसा मतामुळे प्रथम व्यक्त झाली. यज्ञीय हिंसेवर उपजीविका करणाऱ्या जातीवर तिचा इतका परिणाम झाला की, महाभारतासारख्या महाकाव्यात, यज्ञ, दिग्विजय व उभयतांचा विनाश करणारे संहारक यादवी युद्ध यांची जरी सर्वस्वी तरफदारी असली तरी, त्यातही तिचे पडसाद उठले. आता इंद्र व त्याच्या सहकारी वैदिक देवता यांची दुष्कीर्ती होऊन त्यांच्याशी संबंधित असा वैदिक यज्ञ कालबाह्य झाल्यामुळे नवीन देवदेवता निर्माण करणे भाग पडले. याच्या उलट ही नवी विचारसरणी इतरांचा संपर्क टाळणाऱ्या जमाती वृत्तीस तितकीच विरोधी होती. चांगल्या – वाईट कर्मामुळे जीवांना पुनर्जन्म मिळाला तरी तो एका विशिष्ट प्रतीकयुक्त गटातच नसतो, तर तो कर्मानुसार क्षुद्र जीवापासून तो देवापर्यंत मिळू शकतो. कर्मसिद्धान्त एखाद्या गांडुळाप्रमाणेच इन्द्रालाही लागू पडतो. दुष्कर्मामुळे इंद्राचेही देवसृष्टीतून अखेर पतन होऊन त्याचे अगदी पशूतही रूपांतर होऊ शकते. याच्या उलट क्षुद्र जंतूंनाही एकामागून एका जन्मांत केलेल्या सत्कृत्यामुळे प्रथम मानवी व नंतर स्वर्गीय पातळीवर पुनर्जन्म येऊ शकतो. मात्र त्यामुळे देखील तो कर्मसिद्धांच्या प्रभावातून मुक्त होत नाही.

म्हणून कर्मसिद्धांत म्हणजे व्यक्ती, जाती अथवा जमाती निरपेक्ष असलेल्या अमूर्त मूल्य क्षेत्रातील एका प्राथमिक संकल्पनेचा धर्माच्या क्षेत्रातील विस्तार होय. मागच्याच मोसमात पेरलेल्या बियांप्रमाणे तो वाढू अगर फळू शकतो. अथवा कर्जाप्रमाणे फेडण्याच्या अवस्थेप्रत पोहचू शकते. मात्र त्याची काटेकोर प्रमाणात कधीही फेड होऊ शकत नाही. या सिद्धान्ताचा शेतकऱ्यावर व व्यापाऱ्यावर कसा परिणाम झाला, हे सहज दिसून येईल. कारण आता शूद्रालादेखील आपण पुढील जन्मी राजा होऊ, अशी आकांक्षा उत्पन्न झाली.

सरतेशेवटी एक गोष्ट लक्षात घेतली पाहिजे, ती ही की वैदिक ब्राह्मणी धर्माच्या तुलनेत हे नवे धर्म सुरुवातीस तरी बरेच कमी खर्चाचे होते. श्रमण भिक्षू व तपस्वी उत्पादनात मुळीच भाग घेत नसत. कारण त्यांच्या ध्येयानुसार त्यांना परिश्रम करण्याची बंदी होती. परंतु उत्पादन साधनावरील त्यांचे नियंत्रक देखील अत्यल्प होते. घरे, शेते, गुरे यांची मालकी व सोने, रूपे यांचा स्पर्श देखील व्यापाराप्रमाणेच त्यांना वर्ज्य होता. भिक्षूला भिक्षेवरच उपजीविका करावी लागत असल्यामुळे कोणाच्याही हातून मलिन झालेले एकवेळचे जेवण देखील मिळाले तर मिळे, नाहीतर त्यांना उपाशी राहावे लागे. त्याबरोबरच हे खरे की जाती व जमातीत टिकून राहिलेले विधिनिषेध (Commensd) भिक्षूने मोडून टाकले. वानप्रस्थात जाणाऱ्या ब्राह्मणाहून तो एकप्रकारे वेगळा होता. ब्राह्मण आपल्या एका अगर अनेक पत्नींसह अथवा शिष्यगणांसह वानप्रस्थात जाऊ शकत असल्यामुळे त्यांना संन्यास घेण्याचीही आवश्यकता नव्हती. त्याखेरीज अरण्यातही तो गुरे चारून अथवा फळे गोळा करून

(आता टिकून राहिलेल्या नियमानुसार जीवहिंसा न करता) गुजराण करू शकत असे. परंतु भिक्षूला दीक्षा मिळताच, म्हणजे अर्धवट जमातीरूपी संघात प्रवेश मिळताच, कुटुंबाचाच नव्हे तर जातजमातीचाही त्याग करावा लागे. चिंध्यांपासून शिवलेले तीन कपडे, भिक्षापात्र, सुईदोरा व सुरी (वस्तरा) हेच त्याचे सर्वस्व ! फारतर तेलाची कुपी व प्रकृती नाजूक असल्यास वहाणांची जोडी त्याला वापरता येई. पावसाळ्याच्या चार महिन्यांत तो कसाबसा आसरा शोधून राहू शके. परंतु उरलेले समग्र वर्ष आपला उपदेश दररोज (नवीन) लोकांच्या कानावर घालीत त्याला पायी भ्रमण करावे लागे. खुद्द बुद्धाने ८० व्या वर्षी मृत्यू होईपर्यंत हा नियम पाळला. त्याचे शिष्य नवीन व्यापारमार्गाने, अगदी जमातींच्या ओसाड मुलूखात देखील, शांतिसंदेशाचा व योगायोगाने मगधांच्या व्यापाराच्या प्रभावाचा प्रवास करीत हिंडत राहिले. लोकांच्याच बोलीत उपदेश करीत राहिल्यामुळे दुर्बोध वैदिक संस्कृत भाषेचा मक्ता असलेल्या ब्राह्मणांच्या मानाने ते जनतेच्या अधिक निकट झाले. ब्रह्मचर्यामुळे व संन्यस्त जीवनामुळे त्यांची संख्याही मर्यादित राहिली. बुद्धाच्या मृत्यूच्या वेळी एकूण बौद्ध संघाचे संख्याबल ५०० हून अधिक नसले पाहिजे, कारण सर्वांत आधीच्या सूत्तात या संख्येचा उल्लेख आहे. फक्त सामान्य – फल सूत्तात दिलेली संख्या याहून अधिक म्हणजे १२५० आहे.

त्याच आर्थिक कारणामुळे राजकीय क्षेत्रात हा नवाधर्म एका 'जागतिक राजपदा' कडे, समांतर वाटचाल करीत होता. म्हणजे बऱ्याच लोकांच्या विविध प्रकारच्या व अंत नसलेल्या जुलूमशाहीपेक्षा एकाच्याच निरंकुश अधिसत्तेकडे, त्याचा रोख होता. चार जातींच्या वर्गीय विभागणीतील 'नैसर्गिक' हक्कामुळे निर्माण झालेले सामाजिक घर्षण (तणातणी) आता निश्चितच कमी झाले. याचे कारण अंशत: असे की, आता उच्च सन्मानपदास चढलेला वर्ग कोणत्याही जातीहून वरचढ व अधिक शक्तिशाली होता ; याचे दुसरे कारण अंशत: असे की, जन्मजात श्रेष्ठतेवरील ब्राह्मणी दाव्यास आता भिक्षूने यशस्वी विरोध केला. आपण हे लक्षात ठेवले पाहिजे की, ब्राह्मणी धर्मविधी त्यावेळी राजे, सरदार, जमातप्रमुख व अत्यंत श्रीमंत व्यापारी त्यांच्याच कारणी पडत. सामान्य माणसास त्यांच्या जवळजवळ उपयोग नव्हता; याच्या अगदी उलट, नंतरच्या पूर्ण विकसित बाह्मणी पुरोहित धर्माने भरमसाट दक्षिणा उकळून कोणासाठीही अत्यंत क्षुल्लक धर्मविधीदेखील पार पाडण्याचा उपक्रम सुरू केला.

बुद्धाने अस्सलायम या तरुण ब्राह्मणास असे सांगितले होते की, ''योन, कंबोज व शेजारच्या इतर सीमाविभागात फक्त दोनच जाती आहेत. आर्य व दास. पूर्वी आर्य असलेला दास होऊ शकतो, तसेच आधी दास असलेल्याचे आर्यात रूपांतर होऊ शकते'' अशी समजूत आहे. (MN.९३) अफगाणिस्तानच्या काही भागासाठी प्रचारात असलेल्या योन (आयोनिया) या नावावरून असे सिद्ध होते की, हा उतारा

अलेक्झांडरने पारसी साम्राज्य जिंकण्यापूर्वीचा असणे शक्य नाही. येथे बुद्धाने ऋग्वेदातील द्विवर्ण पद्धतीचा निर्देश केलेला नाही. कारण ती आर्याचा दास बनवू शकत नसे. येथे अर्थात ग्रीक दास प्रथेचा निर्देश आहे, हे उघड आहे. भारतात माणसांना गुरांप्रमाणे वागविण्याचे प्रमाण अगदी दुर्लक्षणीय असल्यामुळे ज्या कोणी हे सूत्त रचले असेल, त्याच्यासमोर ग्रीकातील 'मुक्त नागरिक व दास' हेच आर्य व दास जातींच्या स्वरूपात असले पाहिजेत ; परंतु चार जाती ह्या अगदी निसर्गनियमानुसार बनल्या होत्या, हा सिद्धान्त अयथार्थ ठरविण्यास ते (सूत्ते) पुरेसे आहे. जैनांनी जातींना, अगदी मूळ चार जातींपासून इतर मिश्र जातिपंथात ह्या सिद्धान्ताला देखील मान्यता दिली होती. गर्भांच्या कल्पित अदलाबदलीवरून महावीराचे बीज ब्राह्मण असल्याचे दाखविण्याचा प्रयत्न झाला होता. त्या काळातील उत्तर प्रदेशातील ब्राह्मणात व नंतरच्या नवब्राह्मणात प्रमुख असलेले कश्यप गोत्रदेखील त्याला चिकटविण्यात आले होते.

बुद्धाने, महाविजित नामक राजास त्याच्या अग्निहोत्र्याने वैदिक यज्ञाचा त्याग करण्याचा सल्ला दिल्याची कथा सांगितली आहे. (DN.5) आपल्या प्रजाजनांची भरभराट संपादन करण्यास, चोरी व दरोडेखोरीचा त्याग करण्यास सांगून ह्या पुरोहिताने असे सुचविले की त्याऐवजी राजाने शेतकऱ्यास बी – बियाणे, व्यापाऱ्यास भांडवल व राज्याची सेवा करू इच्छिणाऱ्यास योग्य नोकऱ्या द्याव्यात. अशा प्रकारे सगळे आपापल्या कामात मग्न राहतील. बंडाळी होणार नाही. कर त्वरित वसूल होतील व खजिना भरलेला राहील. ही राज्याच्या समस्येची निश्चितपणेच आधुनिक सोडवणूक होती. दुसऱ्या एका सूत्तास (DN.26) दारिद्र्यामुळे सुरू झालेल्या किरकोळ चोऱ्या, दानधर्म करून नाहीशा करण्याचा राजाचा प्रयत्न अयशस्वी ठरला. उलट त्यामुळे चोरांस प्रोत्साहन मिळाले असा भाग आहे. नंतर (त्याच उद्दिष्टासाठी) त्याने दहशत बसेल, अशा शिक्षा देऊन पाहिल्या. परंतु त्यामुळे सशस्त्र दरोडेखोरी, बंडे व गोंधळ मात्र माजले, असे म्हटले आहे. म्हणजे पुढील प्राचीन पाली श्लोकांच्या मुळाशी अंधश्रद्धा नव्हती, तर समकालीन आर्थिक वस्तुस्थिती वरील पकड होती. ''आपल्या आई वडिलांप्रमाणे व इतर नातेवाइकांप्रमाणे गुरे देखील आपले मित्र आहेत. कारण (जमिनीची) लागवड त्याच्यावरच अवलंबून आहे. ती (गुरे) आपणास अन्न, शक्ती, तजेलदार शरीरकांती व सुख प्राप्त करून देतात, हे जाणून पूर्वीचे ब्राह्मण गुरांची हत्या करीत नसत.'' याज्ञवल्क्य या ब्राह्मणाने आपण गोमांस खाणे चालू ठेवणार, असे निक्षून सांगितले. अथवा उपनिषदीय गूढवादाने धर्मविधी अथवा पशुयाग यांचा त्याग न करता त्या विधीतील आंतरिक रहस्याचे स्पष्टीकरण देण्याचा प्रयत्न झाला. त्यांच्या विरोधात हे पाली श्लोक कितीतरी उठून दिसतात. अन्न पुरवण्यासाठी जेव्हा जमिनीच्या लागवडीचे इतके महत्त्व नव्हते, तेव्हाच्या काळात अस्तित्वात

आलेली जीवनरहाटी पुराणमतवादी ब्राह्मणांनी चालूच ठेवली. परंतु जमीन विस्तृत व खुली असताना आता जी जीवनप्रथा अस्तित्वात होती ती आचरणे शक्य राहिले नाही. कारण ओसाड जमिनीचा अपवाद सोडून, गुरांच्या कळपांना नांगरलेली शेते तुडविण्याची बंदी करण्यात आली.

श्रमणाने स्वत: जातीचा त्याग केला असला तरी या पंथापैकी कोणीही एकूण जातीचे समाजातूनच उच्चाटन करण्यासाठी लढा दिला नाही. बौद्ध भिक्षुसंघाचे कार्य जमाती सभेच्या धर्तीवर चालत असले, तरी बुद्धाचा उपदेश जमात, जात अथवा पंथ यांच्या पलीकडील वर्गीय समाजासाठी होता. अखिल मानवी जीवनातील दु:ख हा (बुद्धाच्या) प्रवचनात पुन्हा पुन्हा येणारा विषय आहे. आता आपणासमोर वर्गात विभागलेला व नवीन उत्पादनप्रकाराशी अपरिहार्यतेने निगडित झालेला समाज प्रथमच आहे. तो उत्पादनप्रकार नष्ट केला असता तर हे दु:ख मात्र वाढले असते. एका प्रसिद्ध गाथेत, ''एखाद्या कारणापासून निर्माण होणाऱ्या सृष्टीप्रकाराराचे सत्त्व म्हणून सांगितले आहे. कार्यकारण भाव म्हटला की अभाव आलाच. ही विरोधविकासातील पहिली पायरी आहे. (अभावाच्या अभावाचा अवलंब करून) वरच्या पातळीवर जाण्यासाठी बऱ्याच मोठ्या प्रगतीची गरज असते. ख्रि.पू. ६ व्या शतकातील अविकसित उत्पादन यंत्रणेच्या मानाने अधिक उत्पादक स्वरूपाच्या समाजप्रकारांची अशा प्रगतीसाठी आवश्यकता होती. वरवर पाहणाऱ्यास बौद्ध धर्मातील निर्वाण हे पूर्ण विनाशासारखे वाटते. त्याचा प्रथम उपदेश करण्यात आला तेव्हा ते एक प्रकारचे नकारात्मक विधान होते. त्याचा अर्थ व्यक्तीचे एका लिंगशून्य, अभिन्न अवस्थेप्रत परत येण्यासारखे होते. ही अवस्था लागोपाठ पुनर्जन्म घेऊन होणाऱ्या संकलित पूर्णत्वाने प्राप्त होणारी होती. तिचे पर्यवसान, पुनर्जन्मास कारणीभूत होणाऱ्या कर्माच्या तडाख्यातून व्यक्तीने आपल्या प्रयत्नाने मुक्त होण्यात होते. ह्या विचारसरणीत वर्गहीन, अभिन्न समाजाची आठवण म्हणजे भूतकाळातील एका सुवर्णयुगातील कथेच्या रूपात शिल्लक होती. (DN. २७ ; स्ट्राबोमधील कलनोस १५.१.६४); त्याकाळी धरतीमाता श्रमाशिवाय आपोआप भरपूर अन्न निर्माण करीत असे, कारण मानवांना संपत्ती नव्हती, तशी अभिलाषाही नव्हती. वैयक्तिक परिश्रमापासून सामूहिक, सामाजिक व संकलित परिश्रमापर्यंत समाजपरिवर्तन करण्याची कल्पना गेल्या शतकापर्यंत लोकांच्या नजरेसमोर नव्हती. तीच गोष्ट, एकूण समाजानेच वर्गहीन राज्याच्या अवस्थेप्रत परत येणे व निसर्गातील सुप्त शक्ती इतक्यात किमान अल्प मानवी प्रयत्नांनी प्रत्येकाच्या गरजा भागविणाऱ्या अत्युच्च उत्पादन व्यवस्थेप्रत पोहोचणे या कल्पनेबाबतही म्हणता येईल.

६.७ – परिशिष्ट – खुणा असलेली नाणी

(हा भाग कठीण व तांत्रिक असल्यामुळे, परिशिष्ट म्हणून समजण्यात यावा व प्रथम वाचनाच्याप्रसंगी गाळण्यात यावा.) अज्ञातशत्रूनंतर मगधाची वाढ सातत्याने चालूच राहिली. कोणत्यातरी अज्ञात काळी अवंतीनगर काबीज करण्यात आले; तक्षशिला, पेशावर विभाग व अफगाणिस्तानचा बराच भाग, मौर्य वंशाचा संस्थापक चंद्रगुप्त याने जिंकून घेतला. नाणी न पाडलेले बरेच रूपे भारतास नि:संशय तक्षशिलेतून येत असे. ग्रीक काळे सामान (Black Ware) भारतात तक्षशिलेतूनच प्रथम आले, असे म्हणण्यास हरकत नाही. सातवाहन काली केव्हातरी तशाच प्रकारचा भारतीय माल तयार होणे बंद झाले. हे निश्चितपणे व्यापारासाठी तयार झालेले मातीकाम होते. ते कायम भट्ट्यात एका गुंतागुंतीच्या प्रक्रियेने भाजलेले होते व संभवत: दूर अंतरावर वापरण्यासाठी उत्तम प्रकारच्या मद्यांचे उत्पादन त्यावरून सूचित होते. धर्मविधी, संस्कृत पांडित्य व वैद्यविद्या याबाबत तक्षशिलेची सांस्कृतिक प्रगती उत्तम दर्जाची होती, याविषयी बोलका पुरावा उपलब्ध आहे. दरबारातील जीवक याने चंद्रगुप्ताचा मंत्री चाणक्याप्रमाणेच तक्षशिलेत अध्ययन केले होते. ग्रीकांप्रमाणेच तक्षशिलेत अध्ययन केले होते. ग्रीक साधनातील सांड्राकोहोस (अथवा आंड्राकोहोस) अर्थात स्वत: चंद्रगुप्ताने त्या भागात लहान वयात अलेक्झांडरची भेट घेतली होती, असे मानण्यात येते. पाणिनीय व्याकरण तक्षशिला प्रांतात निर्माण झाले. तक्षशिला हे आधी मोक्याच्या ठिकाणी स्वतंत्र व्यापारी केंद्र होते. पाटणा येथे राजधानी असलेल्या परंतु महामंत्र्यामार्फत (व्हाइसरॉय) निरंकुश सत्ता गाजविणाऱ्या शक्तिशाली साम्राज्याच्या सीमेवरील प्रशासनकेंद्रात तक्षशिलेचे रूपांतर होणे, हे त्या नगराच्या विनाशाचे अंतिम कारण होते. हा विनाश ख्रि.पू. ३०५ पूर्वी, कदाचित १० वर्षे आधीच पूर्ण झाला असला पाहिजे. असे असले तरी या विजयाआधी बराच काल तक्षशिलेस मगधात खास मानाचे स्थान होते ; हे नाण्यांच्या अभ्यासावरून सिद्ध होते.

मात्र हा अभ्यास [४] ज्या पद्धतीने करावयाचा त्या विशेष प्रकारच्या असल्या पाहिजेत. त्या काहीशा कठीण, तर्कशुद्ध व गणितीदृष्ट्या काटेकोट असून पूर्णपणे भौतिक व शास्त्रीय स्वरूपाच्या असल्या पाहिजेत. एखाद्या नाण्याचे स्वरूप, त्याची घडण, त्यातील मिश्रधातू व त्यासंबंधीची कथा यांवरून ठरते. यांपैकी शेवटचे अंग अत्यंत महत्त्वाचे असून त्यामुळे नाणकशास्त्र कोरीव लेखांच्या शास्त्राची एक शाखा बनते. कालाचा उल्लेख नसलेल्या नाण्यांचा कालानुक्रम पुराविज्ञानाचा कालक्रमात, ती अमुक एका थराच्या पूर्वी सापडत नाहीत, अशा अभावात्मक पुराव्याच्या आधारे ठरविण्यात येतो. आपला चर्चाविषय असलेल्या विभागातील व कालातील अक्षरे

नसलेल्या नाण्यास ही पद्धत लागू पडणार नाही. त्यावरील खुणा वैयक्तिकरीत्या वेगवेगळ्या वेळी केलेल्या असल्यामुळे त्या एकमेकांवर उमटलेल्या आहेत. बहुतेक बाबतीत कोणत्याही एका नाण्यावर त्या खुणेचा एखादा भागच दृग्गोचर होतो. त्यामुळे अशा बऱ्याच नमुन्यांची तुलना करावी लागते. अशा प्रकारे खुणा असलेल्या नाण्यांच्या अध्ययनासाठी तितिक्षा (वाट पहाण्याची तयारी), उत्तम प्रकारची तीक्ष्ण दृष्टी, दीर्घ अनुभव व तज्ज्ञांच्या नियंत्रणाखाली क्वचित वाढू शकणारी प्रभावी कल्पनाशक्ती यांची गरज आहे. यानंतर देखील चित्रलिपीयुक्त (Hierogluphic) वैशिष्ट्य नसलेल्या मानचिन्हांच्या (Heraldic sigla) च्या गटानुसार या नाण्यांची प्रतवारी लावता येते. त्यानंतरची समस्या, या गटांची कालानुक्रमाने वर्गवारी लावण्याची आहे. हे, नाणकविज्ञानाचा केवळ शास्त्र म्हणून उपयोग केल्यानेच साध्य होऊ शकेल. नाण्याचा मुख्य उद्देश एखादी कथा, चित्र अगर पंथीय खुणा धारण करणे, हा नसून एका प्रमाणित वजनानुसार पाडलेला धातूचा तुकडा प्रसृत करणे, हा आहे. टांकसाळीतून काढलेल्या नाण्यांच्या प्रत्येक गटात त्या टांकसाळीच्या विशिष्ट तंत्रानुसार वजनात फरक आढळतो ; कोणतीही दोन नाणी पुरेशा काटेकोर तराजूने तोलल्यास अगदी नवीकोरी असतानादेखील एकाच वजनाची नसतात. नाणी प्रचारात असण्याचा परिणाम असा होतो की, प्रत्येक वेळी हाताळताना त्यातील धातूचा थोडा का अंश होईना झिजून नाहीसा होतो. कोणतीही दोन नाणी अगदी एक सारख्या रीतीने झिजलेली नसणार. परंतु नाण्यांचा गट घेतल्यास त्यातील सरासरी वजन कमी होत जाणार व नाण्या – नाण्यातील फरक वाढत जाणार व या दोहोंचे, नाण्याचा वापर, त्यात वाजवी साम्य असल्यास नाण्यांच्या प्रचारकालाशी निश्चित प्रमाण असणार. प्रत्यक्ष प्रचारात असलेल्या भिन्न किमतीच्या नाण्यांचे निरीक्षण करून हे पडताळून पाहता येईल. हे वाटते तितके सोपे नाही. कारण आधुनिक तराजूत प्रत्येक नाण्याचे काटेकोरपणे वजन करण्यास निदान तीन मिनिटे तरी लागतात. सर्व कालातील नाण्यांच्या (मी केलेल्या) १२००० हून अधिक वजनांवर हे निष्कर्ष आधारलेले आहे ; यापैकी ४००० नाणी खुणा केलेली होती. या पुराव्याचे मूल्यमापन आधुनिक सांख्यिकी पद्धतीने केले होते. यातील कमी होत जाणारी सरासरी वजन दाखविणारी सरळ रेषा यापूर्वीच्या टोकास बसत नाही. (Does Not fit at the older end) ह्याचा अर्थ असा की, कोणत्याही मालिकेतील सर्वांत अधिक काळ टिकून राहिलेली नाणी सामान्यत: जास्त वजनाची आहेत. ह्याचे कारण असे अधिक झिजलेली नाणी अधिकाधिक त्वरेने हस्तांतर करतात व ती एकतर प्रचारातून नाहीशी तरी होतात, अथवा योग्य गटात समावेश करण्याच्या दृष्टीने अतिशय झिजलेली असतात; म्हणून टिकून राहिलेल्या नाण्यांपैकी एखाद्या गटात समावेश करण्यासारखी जी असतात, ती आपल्या वयाच्या मानाने प्रचारात राहिलेली नसतात.

१६६ / भारतीय इतिहासाचा अभ्यास

ही तत्त्वे लागू करण्यासाठी काही अटी पुऱ्या झाल्या पाहिजेत. सुरुवातीसच ही नाणी पुरेशा काटेकोरपणे पाडण्यात आली असली पाहिजेत. म्हणजे त्यांच्यातील प्रारंभीची तफावत ही प्रचारामुळे झालेल्या बदलाहून फार मोठी असणार नाहीत. ह्यामुळे प्राचीन काळातील तांब्याची, काशाची (Pewter) व (buellipn) चीही नाणी वगळली जातील; यंत्राने पाडलेल्या नाण्यांपैकी (सामान्य प्रचारात नसलेल्या) फक्त पैच वगळाव्या लागतील. त्याशिवाय योग्य परिणाम घडून येण्याइतका त्यांचा (नाण्यांचा) प्रचार पुरेसा नियमित असला पाहिजे ; त्यामुळे सोन्याची नाणी सामान्यत: अत्यंत कमी हाताळलेली , बहुधा नेहमी साठविलेली, परंतु कापली जाण्यासारखी, अथवा भारताच्या संदर्भात बोलावयाचे तर, कसोटीवर घासलेली असल्यामुळे वगळली जातील. शेवटची अट ही की या गटातील नाण्यांची संख्या पुरेशी मोठी व तुलना करण्याजोगा इतिहास असलेली असली पाहिजे. याचाच अर्थ असा की, ती एकाच साठ्यातील असली पाहिजेत. उदा. मीनांडरचा एका नाण्याचा प्रसार होता होता १९४२ साली ते पुण्याच्या बाजारात आले ; त्याच्या इतिहासाची तुलना वेल्समध्ये (IA.३४, १९०५ पृ. २५२) रोमन नाण्याबरोबर सापडलेल्या, अथवा पंजाबमध्ये उत्खनन केलेल्या मीनांडरच्याच नाण्याशी करता येणार नाही. हे उदाहरण अपवादात्मक नाही. पहिल्या महायुद्धापूर्वी सर्व देशांची व किमतीची नाणी दूरदूरच्या खेड्यातून, तशाच दिसणाऱ्या त्यासारख्याच भारतीय नाण्याच्या किंमतीत स्वीकारण्यात येत. त्याखेरीज ब्रिटिश पूर्वकालीन पाडलेली जाड नाणी व फार काय कवड्या देखील कायदेशीर नाणी म्हणून नसली, तरी प्रचारात होती. हे साठे वाजवी रीतीने व उत्तम प्रकारे जपून ठेवले असले पाहिजेत. नाहीतर त्यावर पुटे चढून त्यांच्या वजनात इतका बदल होई की त्यामुळे ती प्रचारात असताना त्यांच्या वजनात जी घट झाली असती, ती लपून जाईल. भारतात नेहमी असते त्याप्रमाणे, जमीन ओलसर असेल तर ती नाणी शेकडो वर्षे पुरली गेल्यामुळे त्या मिश्र धातूतील तांबे हळूहळू पृष्ठभागावर येईल व लवचिक (Spongy) चांदी खाली राहील. हे अ-ताम्रीकरण (decuplification) इतर देशातही चांगले माहीत आहे. भारतीय नाणकशास्त्रज्ञ ते खरडून टाकू पाहतात परंतु वितळलेले तांबे चांदीच्या नाण्यावर वजन वाढविण्यासाठी ओतण्यात आले होते ही त्यांची समजूत तांत्रिकदृष्ट्या असंभवनीय आहे. एकाहून अधिक साठ्यांस समान असलेल्या नाण्यांच्या सापेक्ष अवस्थेवरून अनेक साठ्यांचा अनुभव एकत्रित करता येईल. भारतात हे अजून कठीण जाते. याचे कारण असे की, ती नाणी ज्यांच्या ताग्यात असतात, त्या अधिकाऱ्यांना त्यांची वर्णने व वजने यथार्थरीत्या प्रकाशित करण्यासाठी व्यवस्थितपणे मांडता येत नाहीत. किंवा (दुसरा पर्याय म्हणजे) इतरांना त्यांचा अभ्यास उपलब्ध करू देता येत नाही. या परिस्थितीत

मगधाचा उदय / १६७

सर्व साठ्यांना लागू असणाऱ्या नव्या तंत्राचे काहीसे लांबलचक विवरण केल्याबद्दल वाचकांनी मला क्षमा करावी.

यांपैकी सर्वांत महत्त्वाच्या साठ्याचा शोध इ.स. १९२४ साली तक्षशिला येथे भीर टेकड्यांवर लागला. तेथील नाणी कोरड्या जमिनीमुळे व सुमारे एक लिटर मापाच्या ब्राँझच्या भांड्यात जपून ठेवल्यामुळे फार चांगल्या स्थितीत होती. अलेक्झांडरच्या दोन नाण्यांमुळे व त्याच्या फिलिप आर्हीडाओस नामक दोन वेड्या सावत्र भावाच्या (व अल्पकालीन उत्तराधिकाऱ्यांच्या) एका नाण्यामुळे ह्या संग्रहाचा काल जवळजवळ निश्चित करणे शक्य झाले. उपरोक्त बादशहाने फारच थोडी नाणी प्रचारात आणली होती. तक्षशिला हे शहर त्याच्या ताब्यातील मुलूखापासून बरेच लांब होते. हे नाणे अगदी टांकसाळीतून काढल्याइतके नवे होते. या कारणामुळे ते प्रचारात आल्यानंतर लगेच या संग्रहातून साठविले गेले हे गृहीतकृत्य मान्य करण्याचा धोका समर्थनीय ठरू शकेल. अशा प्रकारे आर्हीडायोस पकडला जाऊन त्याचा वध होण्याचा काल (सुमारे ख्रि.पू. ३१७) हाच या संग्रहाचा काल ठरविला आहे. (तक्षशिलेचा निदान नावाला ज्यात समावेश होता, त्या) पारसी साम्राज्यातील एक डेरिक, छोट्या स्थानिक नाण्यांपैकी ७९ नाणी व स्थानिक प्रमाणांची व खुणांची ३३ वक्रदंड (bentbar) नाणी य संग्रहात आहेत. ही सर्व काढल्यानंतर देखील, मगधात व जेथे जेथे मगध प्रभाव पसरला होता, तेथ तेथे भरपूर प्रचारात असलेल्या धर्तीची आणखी १०५९ खुणा असलेली नाणी आहेत. ही मोहंजोदारो येथील D वर्गाच्या वजनाइतकी (अदमासे ५४ ग्रेन) आहेत ; म्हणजे एकूण नाण्यांपैकी ९५% नाणी सिंधुनगर उत्खननात आढळणाऱ्या, काटेकोरपणे पाडलेल्या व उत्तम रीतीने जपून ठेवलेल्या D वर्गातील दगडी नाण्यांसारख्याच, गटात पडतात व त्यांच्या वजनातील तफावतही तेवढीच आहे. हे प्रमाण पारंपरिक कार्षापणाच्या ३२ रक्तिका वजनाशी चांगळे जुळते. प्रत्येक नाण्यावर वेगवेगळ्या खुणा (Punching) करण्याच्या पद्धतीमुळे कार्षापण छिन्नभिन्न दिसले तरी ती नाणी उत्तम रीतीने पाडलेली असून धातुद्रव्यात नंतरच्या सर्व नाण्यांहून सरस आहेत. त्यातील मिश्रधातू उत्तम असून युद्धपूर्व ब्रिटिश भारतीय टांकसाळीतील रुपयाप्रमाणेच त्यांचे वजनही काळजीपूर्वक बसविलेले (सांधलेले) आहे. ह्यामुळे त्यांच्या वरील प्रचाराचा प्रभाव निश्चित करून त्यांची कालानुक्रमे मांडणी करणे बरेच सोपे जाते. त्यांचे आणखी एक डोळ्यांत भरण्यासारखे लक्षण, त्यांचा कालानुक्रम ठरविण्यात उपकारक ठरते. त्यांच्या 'शिरावरील' व पाठीवरील (उलट बाजूवरील) खुणा (Punch - Marked) स्वतंत्रपणे केल्या आहेत. डोक्याच्या बाजूस ५ व्यवस्थित खुणा आहेत. त्यापैकी ४ खुणांचा प्रत्येक गट राजाचा प्रतिनिधी असून पाचवी खूण नाणे प्रचारात आणणाऱ्या अधिकाऱ्याची (युवराज, मंत्री, प्रांताधिकारी इ.ची) आहे. चार खुणांपैकी पहिली

खूण 'सूर्याचे प्रतीक' असून ती अशा सर्व नाण्यांवर सारखी असते. दुसरी खूण सहा आरे असलेल्या चाकाची असली तरी ते आरे चाकाच्या धावेपलीकडे जाऊन विचित्र बिंदूपर्यंत थांबतात. या सहा आऱ्यांनी युक्त असलेल्या चाकाचा विशिष्ट आकार राजवंशाचा सूचक असल्याचे दिसते. तिसरी खूण नेहमी या सहा आऱ्यांच्या चाकाबरोबरच असते व चवथी म्हणजे राजाचा शिक्का होय. अशोकाच्या बाबतीत हा शिक्का (Caduceus) असा आहे. त्या महान सम्राटाच्या नावे दाखविलेली व दाखविण्यासारखी एवढीच नावे आहेत. जाताजाता यावरून बौद्ध परंपरेतील दोन अशोकांचे स्पष्टीकरण मिळते. कारण तक्षशिला संग्रहातील याहून आधीच्या व निश्चितपणे कमी महत्त्वाच्या राजाची अगदी अशीच खूण असे. (आकृती २३) अशोकयुगात पाली साधने प्रथम एकत्र करण्यात आली. त्याकाळच्या लोकांना दोन्ही प्रकारची नाणी प्रचारात असलेली नियमितपणे आढळली. परंतु त्यातील जुनी राजा असल्यामुळे आपली गोत्र खूण बदलली. परंतु राजवंशांचे तेच चक्र कायम ठेवले. सुमारे १५० नाण्यांवर एक निराळेच चक्र असलेला त्यानंतरचा एकुलता एक राजा म्हणजे महापद्म नंद (आकृती २५) आपण 'नव' शब्दाचा, जयस्वालांप्रमाणे ९ असा अर्थ न घेता 'नवीन' असा अर्थ घेतला, तर ९ नंदांची कथा स्पष्ट होते. महापक्ष्य जन्माने हीन होता. त्यानंतर मौर्य लागलीच आले असले पाहिजेत. कारण या संग्रहातील त्याच्या (महापद्माच्या) व अगदी नवीन प्रचारात आलेल्या नाण्यांच्या दरम्यान दुसरी कोणतीही नाणी नाहीत. ही अगदी नवीन नाणी अर्थात केवळ चंद्रगुप्त मौर्याचीच असू शकतात. पेशावर संग्रहावरून महापद्माच्या नाण्यांवर (ती पुन्हा प्रचारात आणण्यासाठी) कमानीवरील चंद्र हे मौर्यांचे प्रतीक पुन्हा वठविलेले दिसते व त्यावरून नाण्यातील बदलाबरोबरच राजवंशात हिंसात्मक परिवर्तन झाले असल्याच्या निष्कर्षास पाठिंबा मिळतो.

नंदाची संपत्ती सर्वविश्रुत होती. त्यांच्या नाण्यातील उंची प्रकारचे (धातू) मिश्रण व नाण्याची पातळ आणि सुबक घडण यावरून दिसून येणाऱ्या उच्च दर्जामुळे ह्या परंपरेचे समर्थन होते. (पहिल्या राज्यकर्त्यानंतर) मौर्य नाण्यांच्या प्रचारास खूपच जास्त मागणी आली असली पाहिजे. हे त्यांच्यातील अधिकाधिक भेसळीतून (मिश्र धातूत निम्म्याहून अधिक तांबे घालण्यात) व प्रारंभीच्या ओबडधोबड वजनातून प्रतिबिंबित होते. द्वितीय जागतिक युद्धाच्या काली ब्रिटिश भारतीय नाण्यात असाच प्रकार आढळतो. कारण ती क्रमश: अधिकाधिक स्वस्त धातूंची पाडण्यात आली व त्यांच्या जोडीस कागदी चलनाचा असूनही त्यांच्या टांकसाळी वजनात अधिकाधिक तफावत दिसून आली. मौर्य व मौर्यपूर्व नाण्यातील फरक, प्रस्तुत संग्रहाची, भीर टेकडीवरच आढळलेल्या १८४ मौर्यकालीन खुणा (Punch marked) नाण्यांशी तुलना करता, आढळून येतो. डिओडोटसच्या एका नव्या नाण्याच्या साह्याने अंदाजे ख्रि.पू. २२८ हा ह्या दुसऱ्या संग्रहाचा काळ ठरविण्यात आला आहे.

ह्या नाण्यांच्या पाठी (उलट बाजू) वरील खुणा आपल्यापरी अधिक लक्षणीय आहेत. मौर्यपूर्व नाणी पाडताना नाण्यांच्या पाठीवर कोणत्याही खुणा नसत. त्यामुळे त्यातील बरीच कोऱ्या पाठींची असलेली आढळतात. ह्या खुणा दर्शनी बाजूपेक्षा व बऱ्याच लहान असतात. त्या ठराविक गटात विभागणी करण्यास कठीण व दर्शनी भागावरील खुणांपेक्षा संख्येने अधिक आहेत. त्यातील मुखवट्याकडे दुर्लक्ष करून त्यांच्या पाठीवरील खुणांच्या संख्येनुसार त्यांची गटवारी केली, तर एक गोष्ट नजरेत भरते, ती अशी ह्या पाठीवरील खुणांची संख्या जसजशी वाढत जाते, तसतसे त्यांचे सरासरी वजन सुसंगतपणे कमी कमी होत जाते. युद्धपूर्व ब्रिटिश भारतीय रुपयांच्या व त्यावरील सनांच्यामध्ये जो संबंध आहे, तोच येथेही आहे. ह्या पाठीवरील खुणा लेव्हांटमधील पारसी नाण्यांवर देखील आढळतात. म्हणजे ह्या खुणा मगधांच्या अथवा शाही स्वरूपांच्या असणे शक्य नाही. तर त्या त्याच सुमारास भांडवल पुरविणाऱ्या, पेढीवाल्या व मूल्यवान धातूंचा व्यवहार करणाऱ्या व्यापाऱ्यांच्या असाव्यात, असे दिसते. आजतागायत भारतीय 'सराफ' (Shroffs) स्वत: कसोटी लावलेल्या धातूंवर तसे केल्याचे (कसोटी लावल्याचे) नमूद केल्याच्या स्वत:च्या खुणा करतात व त्या फक्त धंद्यातील खुब्या माहीत असणाऱ्यांनाच ओळखता येतात. आपल्या बाबतीत व्यापारी संस्थांमार्फत वटविलेल्या चेक व हुंड्यांवर घेतल्या जाणाऱ्या आधुनिक प्रति - स्वाक्षऱ्यांसारखे (Counter Signatures) ह्या खुणांचे स्वरूप असावे. आकार व वैशिष्ट्यात ह्या खुणा, अमेरिकन आगगाड्यातील कंडक्टर तिकिटावर खुणा करतात, तशा आहेत. येथे हे लक्षात ठेवले पाहिजे की, (प्राचीन भारतात) नाणी खाजगीरीत्या पाडण्यात येत व त्यांच्यावर शाही खुणा झाल्यानंतर ती प्रचारात येऊ दिली जात. त्याशिवाय हेही खरे की कोणताही धातूचा तुकडा, त्या रास्त वजनाची चांदी असेल तर, नाण्यांप्रमाणेच मांडण्यात येई. मोहंजोदारो येथे सापडलेल्या तुकड्यांवर कोणत्याच खुणा नसून ते चांदीच्या पत्र्यातून जवळजवळ D वर्गाच्या वजनाइतके (५४ ग्रेन) किंबहुना त्याहून अधिकच कापले जात. त्यावरून हे दिसून येते. घासता घासता योग्य वजनाइतके भरले, म्हणजे ते तुकडे खुणा नसूनही नाण्याप्रमाणे स्वीकारले जात. केवळ पण = पण्याजवळील नाणे, वणिक - व्यापारी ह्या भाषाशास्त्रीय संबंधावरूनच नव्हे, तर, दर्शनी भाग कोरा असून पाठीवर तेरा छोट्या खुणा असलेल्या व प्रमाणाच्या दुप्पट भरणाऱ्या नाण्यांवरून देखील व्यापाऱ्यांनी अशा प्रकारे नाणी पाडण्यास सुरुवात केली होती, हे दिसून येते. खुणा करण्यास तर त्यांनीच (व्यापाऱ्यांनी) प्रारंभ केला. शुद्धता व वजनाची हमी देण्यासाठी नाणी प्रचारात आणणारी सत्ता म्हणून ह्या क्षेत्रात राजाने नंतर प्रवेश केला. नाणे जितके जुने असेल, तितके त्याचे वजन कमी होणार व ही घट भरून काढण्यासाठी पाठीवर खुणा करण्याची प्रथा सुरू झाली. कोसलाच्या राजधानी

नजीक पैला येथे सापडलेल्या (व स्वच्छ करताना खराब झालेल्या) कोसली नाण्यांच्या संग्रहात सरासरी वजन व पाठीवरील खुणा या दोहोंचा उपयोग करून जी नवी रेखीव (linear) सूची तयार करण्यात आली आहे. तिच्यामुळे यापैकी कोणत्याही एका गमकापेक्षा कालानुक्रम कितीतरी चांगल्या प्रकारे दिसून येतो. कोसलाच्या व मगधाच्या नाण्यांच्या नमुन्याची कालानुक्रमानुसार मांडणी उपलब्ध झाली आहे. पाचव्या खुणांमुळे मगधाच्या नाण्यात अधिक विविधता होती व कोसलांजवळ ३/४ D प्रमाणाची ($\frac{१}{२}$ ग्रेन) व चार खुणांची अधिक साधी नाणी होती. त्यांच्यावरून राजवंशाचे एक हिंसात्मक व एक शांतिपूर्ण परिवर्तनही आढळून येते. प्रत्येक मगध राजाने प्रचारात आणलेल्या प्रमुख नाण्यात पाचवी खूण हत्तीची होती. नंतर मौर्यकाळी आपणास सम्राटाच्या वैयक्तिक व पाचव्या खुणांसह असलेली नाणी आढळतात. परंतु मौर्य राजवंशाच्या पहिल्या तीन खुणांऐवजी आता तीन छोट्या मानवाकृती आलेल्या आढळतात. अलेक्झांडरने पराभूत केलेल्या शक्तिमान जमातींनी मगधाच्या आक्रमक शक्तींनी उभयरोधक (Buffar State) म्हणून आवर घातला असला तरी यापूर्वीच्या तक्षशिलेच्या संग्रहात अशी नाणी आढळत नाहीत. त्यावरून सम्राटाच्या सार्वभौमत्वाखाली प्रचारात आलेली ही जमातींची नाणी आहेत, असा अर्थ काढता येईल. नाण्यांच्या पाठीवर खुणा करण्याची प्रथा मौर्यकाळी नाहीशी झाली व (नाण्यांच्या) पाठीवर एकच शाही मुद्रा वठवून नाणी प्रचारात आणण्यास सुरूवात झाली. ह्यापुढे साधारणपणे अधिक खुणांचा अभाव दिसून येतो. याचे कारण असे की, दक्षिणेकडील खुल्या झालेल्या नवीन मुलूखात दूरवर व नव्या प्रचंड प्रमाणात व्यापार सुरू झाला होता व मगधापासून लेव्हांटपर्यंत सर्वत्र स्थिरावलेल्या वस्तुविनिमयाचे नियमन करणाऱ्या उत्तरेकडील व्यापारी संघ मालिकेचे त्यावर नियंत्रण नव्हते. मगध राजांनी नवी शासकीय नियंत्रणे लादून जुन्या व्यापारी वर्गाचे विशेष अधिकार तात्पुरते रहित केले अथवा कायमचे रद्द केले, हे आपण पुढे पाहूच.

तक्षशिलेच्या जुन्या संग्रहाचा आणखी एक विशेष लक्षात ठेवण्यासारखा आहे व तो म्हणजे सातत्याने दिसून येणारा विलिनीकरणाचा (Absorption) चा वेग प्रचारात असलेल्या नाण्यांपैकी नाणी, पाठीवर खुणा करण्याची प्रथा रूढ असलेल्या विभागातच (व एकदा प्रवेश केल्यानंतर) प्रचारात राहिली. ती येथून बाहेर पडली नाहीत अगर वितळविली गेली नाहीत. म्हणजे एकदा खूण केलेल्या दर चार नाण्यांपैकी तिहींहून कमी नाण्यांवरच पुढील तपासणीच्या वेळेला पुन्हा खुणा होऊ शकल्या. यावरून पेढीवाल्यांनी आपसांत करार करून वेळोवेळी नाण्यांची तपासणी चालू ठेवली होती, असे दिसते ; त्याशिवाय नाण्यांच्या वजनात सतत होणारी घट व ती झीज होण्यातील वेग समजून घेणे कठीण आहे. व्यापारातील टाळेबंद तक्षशिलेस अनुकूल होता हे उघड आहे. कारण येथे मगध नाणी विपुल प्रमाणात होती. याउलट

तक्षशिलेची वक्रदंड प्रकाराची (Bent - bar type) ८१०० शक्तिका वजनाच्या प्रमाणाची नाणी मगधातील अथवा दक्षिणेकडील संग्रहात असल्याचे नमूद नाही. कोसलांच्या खुणा असलेली व कार्षापण प्रमाणाची कोणतीही नाणी तक्षशिलेस सापडली नाहीत, यावरूनच (उत्खनन अपुरे नसेल तर) असे सिद्ध होते की, कोसलाचा तेथून बऱ्याच काळापूर्वी लोप झाला होता. गंगा खोऱ्यात, विशेषत: जंगले साफ केल्यानंतर मुख्यत: नदीच्या काठाकाठाने वस्ती झाल्यानंतर हिमालयाच्या पायथ्याशी असलेल्या टेकड्याजवळील जुन्या व्यापारमार्गाचे महत्त्व कमी व्हावे, हे स्वाभाविक होते. निराळ्या शब्दात सांगावयाचे तर, लष्करी आक्रमण नसून देखील कोसलाचे महत्त्व कमी होणार, हे क्रमप्राप्त होते व त्याच्या नाण्यांच्य तुलनात्मक दारिद्र्यामुळे ह्याच गोष्टींचे समर्थन होते.

मगध नाणी व ती आणणारे व्यापारी ह्यांच्या समवेत हळूहळू शिरकाव करून घेणाऱ्या भिक्षूंनी शांतता, बंधुत्वाचे नवे तत्त्वज्ञान आपल्याबरोबर आणून सर्व शांतता, सर्व वर्गांच्या लोकांतील तणाव कमी केला असला पाहिजे. यापैकी काही 'साक्य भिक्षू समाजाचे' काषाय कफन्या घातलेले सदस्य असून त्यांनी बुद्धाचे नाव व वचने प्रचारात आणली ('काषाय' यास 'बनारस कप्थाई' असा प्रतिशब्द अजून प्रसिद्ध आहे.) तथापि चंद्रगुप्ताच्या मगध सैन्याकडून, पूर्व पंजाबातील उरलेल्या तुरळक जमाती उभयरोधक (buffar) राज्ये, अलेक्झांडरने मागे ठेवलेल्या मॅसिडोनियन तुकड्या व सीमेवरील प्रांत औपचारिकरीत्या स्वाधीन करणाऱ्या सेल्यूकस निकेटरचे प्रतिहल्ले, यांचा नि:पात होईपर्यंत ह्या नव्या उपदेशाचा खोलवर परिणाम होऊ शकला नसावा. पाटण्याच्या नवीन शासनाने तक्षशिला येथे एक राजप्रतिनिधी नेमून अमलात आणलेल्या कडक नियंत्रणामुळे बऱ्याच काळपासून स्थिरावलेला व्यापार जवळजवळ नेस्तनाबूत झाला, हे पुढील प्रकरणात दाखविण्यात येईल. अलेक्झांडरच्या स्वारीनंतर एका पिढीच्या आतच तक्षशिलेच्या आर्थिक स्थितीस इतका जोराचा हादरा बसला की ती पुन्हा पूर्णपणे पूर्ववत् होऊ शकली नाही. पुढे येऊ घातलेले मगध आक्रमणाचे संकट अपेक्षूनच तक्षशिलेचा जुना संग्रह पुरण्यात आला असावा, असा बराच संभव आहे. आपल्या दृष्टीने ह्याचा मुख्य धडा हा, की इतिहास जर लिहिला गेला असेल तर, तो नाण्यांवर स्वत:च्या खुणा खोदणाऱ्या बढाईखोर राजांनी, अथवा तांत्रिक स्वरूपाची रहस्यमय प्रतीके मोजणाऱ्या चित्रलिपी वाल्यांनी (hierophant's नी) अथवा गुप्त पंथीय खुणा वापरणाऱ्या संघाच्या व्यापाऱ्यांनी नव्हे. खरा इतिहास ह्या नाण्यांवरून कोणालाही वाचता येईल. तो त्यांच्यात (वरील अंगात) एकूण समकालीन समाजाने लिहिला; त्या समाजानेच काटेकोर प्रमाणित वजनाची ही नाणी पाडली व असंख्य विनिमय व्यवहारात त्यातील धातूंची जी हळूहळू झीज होत गेली ती या समाजातच. (अशा प्रकारे) प्रत्येक नाणकसंग्रह ही तत्कालीन समाजाची एका प्रकारे स्वाक्षरीच होय. (तत्कालीन समाजाची त्यावर छाप पडलेली दिसते.)

टीपा व संदर्भ

(१) बौद्धधर्माबद्दलचा जो दृष्टिकोन या प्रकरणात अनुसरला गेला आहे (मी अनुसरला आहे). त्याबद्दल मी, माझ्या वडिलांनी इ.स. १९१३ इतक्या पूर्वी लिहिलेल्या मराठी लिखाणाचा अत्यंत ऋणी आहे. त्या लिखाणात त्यांनी बौद्ध धर्माच्या आर्थिक पायाचा निर्देश केला होता. ह्या विषयावरचे त्यांचे शेवटचे लिखाण म्हणजे 'भगवान बुद्ध' (२ खंड, नागपूर, १९४०-४१, आता हिंदीत भाषांतरित स्वरूपात उपलब्ध आहेत.) पौराणिक कथांच्या बुद्धिवादी दृष्टिकोनातून त्यांनी केलेली बुद्धपूर्व काळातील इतिहासाची मीमांसा जरी पुरेशी समाधानकारक नसली, तरी भारतीय इतिहासाच्या माझ्या पहिल्या अभ्यासाबद्दल मी त्यांचा ऋणी आहे. मूळ लिखाणाकरिता, पाली टेक्स्ट सोसायटीच्या आवृत्त्या एकंदरीत समाधानकारक असून स्वीकारार्ह आहेत ; त्यांची भाषांतरे मात्र तितकीशी समाधानकारक नाहीत. जातकांकरीता कॉवेल आणि इतरांच्या इंग्लिश भाषांतरापेक्षा जे. करीता कॉवेल आणि इतरांच्या इंग्लिश भाषांतरापेक्षा जे ड्युटॉईट यांचे सात खंडांतील जर्मन भाषांतर कितीतरी पटीने अधिक सरस आहे. त्याला (त्या भाषांतराला) इ. एस. बर्मिंगहॅमने केलेल्या ''धम्मपद-अहहकथा'' चे Buddhist Legends (Hos. २८-३०) ह्या ३ खंडांतील भाषांतराची जोड द्यावयास हवी. बौद्ध विनयकथांचे SBE (खंड १३, १७,२०) मध्ये भाषांतर करण्यात आले आहे, तर महावग्ग व कुलुवग्ग यांचा जाता जाता निर्देश करण्यात आला आहे. पालीकरीता जी.पी. मलालसेकर यांच्या Dictonary of Pali names (खंड २ लंडन, १९३८) ची उत्तम तऱ्हेने शिफारस करावयास हवी. पौराणिक कथांच्या खरेपणाबद्दल शंका असणाऱ्यांना जे प्रझीलस्कीचे (J.Prayluyski, Legende de, Impoereur Asokd (सिनो-तिबेटी परंपरेचे Asokauadan) पॅरिस १९२३ आवडेल एच्. ल्यूडरचे, त्याच्या मृत्यूनंतर प्रसिद्ध झालेले व इ. वाल्ड्स्क मिड (E.Waldschmidt) ने संपादित केलेले "Beobacktungen Ubardie sparche व es Buddhistischen Urkanons" (बर्लिन १९५४) पुस्तक बौद्ध धर्माच्या मूळ धार्मिक नियमांमध्ये (Canon) च्या प्रश्नाचा ऊहापोह करते. ए.एल. बॅशम (A.L.Basham) यांचे (History and doctrines of the Asivikas) हे या पंथावरील अगदी अलीकडचे अभ्यासपूर्ण पुस्तक होय. त्या काळातील राजकीय व आर्थिक इतिहास माझ्या Ancient Kosala and Magadn' JBBRAS २७ (१९५२) १८०-२१३ मध्ये बहुधा पहिल्यांदाच विचारात घेतला गेला. पुढच्या प्रकरणातील विषयही त्यात समाविष्ट आहे.

(२) J.Ph. Vogel, EI १६ (१९२१) १५-१७ यांनी केलेल्या स्थानिक शोधावरून शिबिर व शोरकोट एकच आहेत, हे सिद्ध केले.

(३) कोसल आणि मगध यांवरील माझ्या लेखात वरील मुद्दे समाविष्ट आहेत. साक्यन् गोत्राबद्दलची सुस्पष्ट माहिती Brahmin Clan मध्ये दिली आहे. (Jaos खंड ७३, अनु.४, १९५३)

(४) माझा 'Study and metrology of silver punch marked coins' (New Indian Antiquary ४, (१९४१), १-३५, ४९-७६) हा लेख, खुणा असलेल्या नाण्यांकरिता आधारभूत आहे. मगध आणि कोसल नाण्यांबाबत अनुक्रमे JBBRAS. २४-२५ (१९४८-४९) ३३-४७ ; २७, (१९५२) २६१-२७१ मध्ये नंतरच्या माहितीसह सारांश दिलेला आहे, परंतु पद्धती दिलेली नाही. गणिती सिद्धान्त व त्याचे संख्यात्मक application यांची परीक्षा माझ्या The effect of circulation upon the weight of metallic currency (current science, बंगलोर, १९४२; खंड ११, पृ. २२७ – २३०) या टीपेत प्रसिद्ध केले आहे. (ही टीप) एक 'शास्त्र' म्हणून 'नाणेशास्त्राची पद्धती' प्रस्थापित करते. वर (प्रथम) उल्लेखिलेला लेख लिहिला गेल्यानंतर अंकगणिताची मूल्ये मी बदलली आहेत.

♦   ♦   ♦

प्रकरण सात

ग्रामीण अर्थव्यवस्थेची जडणघडण

प्रस्तुत ग्रंथाच्या सुरुवातीस दिलेल्या इतिहासाच्या व्याख्येपासून मागील तीन प्रकरणे काहीशी भरकटून दूर गेली आहेत. पुराविज्ञानाचा हात न फिरलेल्या किचकट दंतकथाविषयक सामग्रीमुळे निर्माण झालेल्या पाठभेदांच्या चिकित्सेच्या बिकट वाटेतून मार्ग न काढता आल्यामुळे वाचकाची दिशाभूल झाली असणे शक्य आहे. एवढे मात्र स्पष्ट आहे की, मगध हे गंगा खोऱ्यातील प्रभावी राज्य म्हणून पुढे आले. त्यांनी छोटेखानी वैदिक राज्ये नाहीशी केली, त्याचप्रमाणे वेदास ज्ञात नसलेल्या व वेदानुसरण न करणाऱ्या आर्यटोळ्या व अद्यापि आर्य न बनलेले आदिवासी यांचीही तीच गत झाली. आता हे कशाप्रकारे झाले ते दाखवले पाहिजे. याचा अर्थ असा की, जंगले तोडून नव्याने मोकळ्या केलेल्या भूमीवर लोकसंख्या प्रचंड प्रमाणात वाढली होती. आता येथे प्रथमच जवळजवळ स्वयंपूर्ण असलेले खेडे उत्पादनाचा पायाभूत घटक म्हणून पुढे आले व याच नमुन्याची आवृत्ती भारत देशभर पसरली व तेच त्याचे व्यवच्छेदक लक्षण बनले. राज्यसंस्थेच्या खाजगी उपक्रमाशी विशेषत: व्यापाऱ्यांशी दारुण संघर्ष झाला व अगदी अगोदरही मोठ्या खेड्यातील वसाहत राज्याच्या नियंत्रणाखालीच वाढली. या कारणाकरताच भारतीय व्यापारी वर्ग अगदी विसाव्या शतकापर्यंत इतिहासात अभावानेच दिसतो. तथापि ह्या नव्या अर्थव्यवस्थेमुळे केंद्रीभूत राज्यसत्तेच्या पायासदेखील तडे गेले. अशा महत्त्वाच्या घडामोडी कालानुक्रमाच्या चौकटीत बसविल्या गेल्या पाहिजेत. याचा अर्थ, रीतसर इतिहासाकडे लक्ष दिले गेले पाहिजे व ते मौर्यांच्या काळापासून शक्य होते. वाचता येण्याजोगे सर्वांत आधीचे कोरीव लेख, बरेच पुराविज्ञानात्मक अवशेष, बौद्ध व जैन परंपरा, अर्थशास्त्र, अलेक्झांडरची स्वारी व तिच्यामुळे उपलब्ध होणारी विविध साधनेही सगळी एक प्रकारे अवाढव्य साधनसामग्री उपलब्ध आहे. पांडित्यपूर्ण इतिहासकाराबरोबरच त्याच त्याच गोष्टींचे न संपणारे, सुखाने चर्वण करीत बसण्यापेक्षा महत्त्वाच्या घटना व साधने यांचे सिंहावलोकन करून मगधांच्या क्षेत्रविस्तारामागील प्रमुख प्रेरक शक्ती काय होती हे पाहू. अशोकाने बौद्धधर्म स्वीकारण्यामागे कोणते दबाव होते, त्याचा शोध घेऊन व एक मध्यवर्ती सत्ता गडगडणे अपरिहार्य का होऊन बसले, याचा विचार करू. ह्या देशाला त्याच्या नंतरच्या काळातील राष्ट्रीय ऐक्य देण्यास मौर्य साम्राज्य कारणीभूत झाले व त्यानेच राज्यसंस्थेस तात्त्विकदृष्ट्या निरंकुश सत्ताही प्रदान केली हे आपल्याकडून युरोपातील रोमन साम्राज्याप्रमाणेच होते.

७.१ – पहिली साम्राज्ये

तक्षशिलेच्या राजाने [१] ख्रि.पू. ३२७ मध्ये अलेक्झांडरपुढे शरणागती पत्करली. त्याच्या पुढल्याच वर्षी पोरसाचा पराभव झाला व बियास नदीच्या काठी अलेक्झांडरच्या सैन्याने बंड केले. मेसोडोनियाचे सैन्य पश्चिमेकडे व नंतर सिंधू नदीच्या पात्रातून फिरले. त्यांच्या नेत्याला बॅबिलोन येथे ख्रि.पू. ३२३ मध्ये मृत्यू आला. चंद्रगुप्त मौर्याचा राज्याभिषेक ख्रि.पू. ३२० च्या सुमारास झाला. त्याचे पूर्वज अर्थात पिप्फलीवनाचे ('पवित्र अंजिरांच्या वृक्षांच्या वनाचे') मौर्य यांना बुद्धाच्या चितेतील ठिणग्यांचा लाभ झाला होता. बौद्ध धर्माचे कागदपत्र तयार होत असता राज्यकर्त्या वंशाची स्तुती करण्याकरता ही दंतकथा निर्माण झाली असावी कारण एरव्ही या जमातीचे नावही कोणास ठाऊक नव्हते. ख्रि.पू. ३०५–३०४ मध्ये सॅल्यूकस निकेटरने गमावलेले सीमेवरील प्रांत पुन: ताब्यात घेण्याचा अयशस्वी प्रयत्न केला परंतु पुन: त्याला मागे रेटण्यात येऊन चंद्रगुप्ताशी तह करण्यात आला. या तहाबरोबरच काही तरी विवाहसंबंध झाला असल्याचे दिसते ; सेल्यूकसला दिलेल्या ५०० हत्तींनी पुढच्याच वर्षी पिप्ससची लढाई जिंकण्यास मदत केली. चंद्रगुप्ताचा मुलगा बिंदुसार ख्रि.पू. २९७ च्या सुमारास गादीवर आला. त्याची राजवट ख्रि.पू. च्या २७३ च्या सुमारास संपली. तिच्यात फारसे काही घडले नाही. ग्रीकांच्या वृत्तांत ॲनिट्रोकेटिस नामक राजाचा उल्लेख आहे. तोच हा असावा. भारतीयांच्या वृत्तांतात चंद्रगुप्ताला सिंहासनावर आणणारा ब्राह्मण अमात्य चाणक्य त्याच्या (मुलाच्या) राजवटीत निवृत्त झाला. बिंदुसारानंतर त्याचा मुलगा अशोक गादीवर आला व त्याचा राज्यारोहण समारंभ त्याच्या पित्याच्या मृत्यूनंतर चार वर्षांनी झाला. येथे त्याचा (अशोकाचा) अनेक अनुपम कोरीव लेखांमुळे प्रत्यक्ष भारतीय इतिहास काळात येऊन पोहोचतो. या प्रदीर्घ राजवटीचा ख्रि.पू. २२७ च्या सुमारास शेवट झाला व तिच्यामुळे देशभर मौलिक स्वरूपाची परिवर्तने घडून आली. त्याचा आविष्कार, अशोकाने बौद्धधर्म मतास व अशाच प्रकारच्या धर्मपंथास दिलेल्या पाठिंब्यात आढळून येतो.

चंद्रगुप्ताच्या सेना थेट दक्षिणेपर्यंत – म्हैसूर राज्यात तर नक्कीच – जाऊन पोहोचल्या कारण ते अशोकाच्या साम्राज्यात होते. परंतु त्याने अगर त्याच्या बापाने तेथे स्वारी केल्याचे नमूद नाही. प्राचीन तामीळ काव्यात वांबामोरीयाड [२] हा उल्लेख मौर्य सेनेस अनुलक्षून असावा. ती मागे घेतली जाण्यापूर्वी अथवा तिचे रथ एका डोंगरामुळे अडविले. जाण्यापूर्वी जवळजवळ मदुरेपर्यंत पोहोचली होती. हा अनिश्चित स्वरूपाचा प्रासंगिक निर्देश ख्रिस्ती सनाच्या दुसऱ्या शतकापासून उपलब्ध आहे. अशा प्रकारे मौर्य साम्राज्य हेच संबंध देशावर 'सार्वभौमत्व' गाजविणारे पहिले वास्तविक राज्य होय. अशोकाने एकच मोहीम अंगावर घेतली, तीत कलिंगाविरुद्ध घनघोर रक्तरंजित युद्ध झाले व त्यानंतर त्याचा प्रभाव शस्त्राच्या साहाय्याविना त्याच्या

राज्याच्या सीमांपलीकडे पसरला. त्याच्या कारकिर्दीत दक्षिणेत नवी राज्ये उदयास आली. त्याचा नातू उत्तराधिकारी दशरथ हा ह्या राजवंशाच्या अंतास कारणीभूत झालेल्या नगण्य राजांपैकी पहिला होता. चंद्रगुप्तापासून गादीवर आलेल्या मौर्य सम्राटांची पारंपरिक संख्या दहा आहे. परंतु त्यातील शेवटची नावे विविध प्रकारे नमूद केलेली आहे. मौर्य खुणा असलेल्या नाण्यांवर (Punch Marked Coins) पाच खुणा असलेले दहाहून अधिक गट आहेत. बृहद्रथ ह्या शेवटच्या मौर्य सम्राटाचा त्याच्या पुण्यमित्र नामक सेनापतीने सैन्याच्या पाहणीच्या वेळी वध केला. अशोकाचा शेवटचा वंशज पूर्ववर्मन हा मगधाचा मांडलिक राजा असून त्याने बुद्धगया येते ख्रिस्ती सनाच्या सातव्या शतकाच्या प्रारंभी एका पवित्र वृक्षाचे पुनः आरोपण केले. (Beal २.११८) मौर्य हे नाव त्यानंतर स्थानिक प्रमाणावर शतकानुशतके कित्येक छोटेखानी राज्यात [३] टिकून राहिले व त्याचे किरकोळ राजे ह्या सुप्रसिद्ध घराण्याचे वंशज असल्याचा दावा करतात. असाही दावा करण्यात आला आहे की, महाराष्ट्रातील चंद्रराव मोरेदेखील चंद्रगुप्त मौर्याचा (नामधारी का होईना) वंशज असल्याचे संभवते. आपल्या दृष्टीने एवढे लक्षात घेणे महत्त्वाचे आहे की, इतके विस्तृत साम्राज्य असूनदेखील अथवा ते इतके विशाल असल्यामुळे अशोकाच्या काळानंतरची नसलेली नाणी अत्यंत खराब झालेली आहेत व त्यात चांदीपेक्षा तांबेच निश्चितपणे जास्त आहे. ज्यांच्या शृंग (अक्षरशः 'अंजिराचे झाडे') वंशाने सेनापती ही पदवी कायम ठेवली. त्या पुण्यमित्राच्या राज्यात पहिली ओतीव भारतीय नाणी आढळतात. खुणा असलेल्या (Punch - marked) नाण्यांची पद्धती आता बाद झाली. तथापि विशेषतः दक्षिणेत ती नाणी कित्येक शतकानंतरही प्रचारात होती. कित्येक आक्रमकांपुढे – त्यात ग्रीक प्रमुख होते – शुंग साम्राज्याने पीछेहाट पत्करली. त्यांची राजधानी विविशा (वेसनगर) असल्याचे आढळते. तथापि उज्जैनचेही महत्त्व कमी होऊ शकले नाही. मौर्यांशी तुलना करण्याजोगे कोणतेही साम्राज्य गुप्तकाळच्या अखेरपर्यंत (सुमारे इ.स. ३२०) अस्तित्वात आले नाही.तथापि एरव्ही अंधकारमय असलेल्या या मध्यंतराच्या काळात देखील कुशान व सातवाहन यांच्या कारकिर्दीत समृद्धीचा एखादा किरण दृष्टोत्पत्तीस येतो.

एखाद्या विशाल साम्राज्याचा उदय व ऱ्हास, विशेषतः तसे दुसरे साम्राज्य झाले नाही तर, बरेच महत्त्वाचे पायाभूत बदल दर्शविते. आपल्या प्रस्तुत दृष्टिकोनाचा फायदा दाखविण्यासाठी हा विचार अधिक स्पष्टपणे मांडला पाहिजे.

७.२ – अलेक्झांडर आणि ग्रीकांचे भारतविषयक वृत्तान्त

फ्लूटार्कने लिहिलेले अलेक्झांडरचे चरित्र [४] म्हणजे ज्याच्या आधारे आपल्या पद्धतीने निराळ्या प्रकारे प्रकाश टाकता येईल असा एक नमुनेदार ग्रंथ होय. ''तक्षशिलेच्या राज्याच्या भारतातील राज्याचा विस्तार इजिप्तइतका मोठा होता

असे मानण्यात येते. त्यात चांगली विस्तृत कुरणे असून सुंदर फळे निर्माण होत.'' या उताऱ्यात त्या राज्याचा विस्तार हास्यास्पदपणे मोठा करून दाखवला आहे. तक्षशिलेच्या राजाला पोरसाविरुद्ध टिकाव धरता आला नाही. कुरणांचा विशेष उल्लेख लक्षणीय आहे. तक्षशिलेतून ग्रीकांनी जिंकलेली लूट मुख्यत: गुरांच्या विस्तृत खिल्लारांची होती व वैदिक काळापासून संपत्ती हाच मानदंड होता. येथे तक्षशिलेच्या शेतीबद्दल काहीही उल्लेख नाही. तेथील राजा अलेक्झांडरला असे म्हणाला : ''जर तुझा येथे येण्यातील उद्देश माझे पाणी अथवा आवश्यक अन्न लुटण्याचा नसेल तर आपण एकमेकांशी युद्ध का करावे ?'' येथे पाण्याचा उल्लेख केवळ अलंकारिकच नाही. कारण ऋग्वेदकाळापासून आर्यांनी त्यासाठी संघर्ष केले होते. अलेक्झांडरचा उद्देश पाण्याच्या दिशेस वेगळे वळण देण्याचा नसता तर लढण्यास काहीच कारण उरले नसते. अलेक्झांडरने तक्षशिलेच्या राजास दाखवलेली उदारता ही काही वैयक्तिक बाब नव्हती. परंतु लष्करीदृष्ट्या महत्त्व नसलेल्या व्यापारी केंद्राबाबत त्याने अवलंबिलेले ते कायमचे धोरण होते.

''परंतु आता (तक्षशिलेजवळील) बऱ्याच शहराकडून पगार घेणाऱ्या भारतातील सर्वोत्कृष्ट सैनिकांनी त्याचा बचाव करण्याचे पत्करले व तो इतक्या शूरपणे केला की त्यांनी अलेक्झांडरलाच संकटात टाकले. अखेरीस त्यांनी (सैनिकांनी) शरणागती पत्करून ते ठिकाण स्वाधीन करताच ते पळून जात असता त्याने त्यांच्यावर हल्ला केला व त्या सर्वांना कंठस्नान घातले. त्यांनी मोडलेल्या शब्दाचे उदाहरण म्हणजे आजपर्यंतच्या त्यांच्या युद्धातील यशावरील एक मोठाच डाग म्हणून राहील.

अलेक्झांडरला व्यावसायिक सैनिकांना आपल्यामागे ठेवणे परवडणारे नव्हते. कारण त्यांनी काही प्रतिकार केंद्रात कोंडी केली असती. हे कोणत्याही जमातीचे नसलेले क्षत्रिय कोणत्याही शहरात लष्करी नोकरी करीत. ज्याठिकाणी ऋग्वेदकालीन जमातींनी अद्याप आपल्या पूर्वीच्या प्रथा व मुलूख टिकवून धरला होता, त्या मुलूखात ही नवी घटना होती. एकदा लोक आक्रमकास निकराने तोंड देण्यासाठी एकत्र आले की – मध्ययुगीन राजपुत्राप्रमाणेच – जमाती धोरणाकडे दुर्लक्ष करण्यामुळे त्यांचे किल्ले एकामागून एक काबीज करणे ही शत्रूला एक सोपी गोष्ट हाती. याच्या उलट जमातीमधील लढवय्ये म्हणजे शत्रूला एक कायमचा धोका होता. तसेच अलेक्झांडरच्या पक्षास मिळणाऱ्या राजाविरुद्ध आघाडी उघडणारे व मुक्त राष्ट्रांना त्याला विरोध करण्याचे आवाहन करणारे भारतीय तत्त्वज्ञदेखील अलेक्झांडरच्या मार्गातील एक धोंड होती. त्याने यांपैकी कित्येकांना पकडून नेले व फाशी दिले. तेथे 'तत्त्वज्ञ' म्हणजे ज्यांना सामान्यत: त्या कोटीत घालण्यात येते ते संन्याशी नव्हते तर त्या शब्दाचा अर्थ 'ब्राह्मण' असा घेतला पाहिजे. स्वत:लाच पोषक होणाऱ्या श्रद्धा लोकांत वाढीस लावण्याबद्दल ब्राह्मणांविरुद्ध कितीही टीका झाली

असली तरी एवढे खरे की, ब्राह्मण म्हणजे निरनिराळ्या जमातींना जोडणारी ही एक साखळी होती. किंबहुना जमातीपलीकडील समाजाचा विचार करू शकणारा तो एकमेव वर्ग होता. ह्या सुमारास पंजाबात जमातीच्या अंतर्गत असलेले ब्राह्मणही अद्याप होते. तथापि पूर्वेकडे ते एव्हाना जमातशून्य जातीत सामावले होते. संन्यासी मात्र कुटुंब व संपत्तीप्रमाणेच जमातीचा व जातीचाही त्याग करून मोकळे झाले होते.

शेवटच्या पुरू राजाशी झालेल्या युद्धाच्या वर्णनामुळे (प्लूटार्क हे वर्णन आपण खुद्द अलेक्झांडरच्या पत्रावरून वाचले असल्याचा दावा करतो) त्याच्या विलक्षण परिमाणावरून आपले लक्ष दुसरीकडे वेधले जाते. ''परंतु पोरससह झालेल्या या युद्धामुळे मॅसेडोनियनांचे धर्म गळले व त्यांची भारतातील पुढील प्रगती थांबली. फक्त २० हजार पायदळ व २ हजार घोडदळ रणभूमीवर आणून उभ्या करणाऱ्या शत्रूचा पराभव करणे पुरेसे कठीण झाल्यामुळे त्यांना पुढे गंगेपर्यंत आगेकूच करण्याच्या अलेक्झांडरच्या योजनेस विरोध करण्याचे कारण मिळाले. ही नदी ३२ फर्लांग रुंद व १०० फॅदम खोल असून तिच्या पलीकडील तीरावर असंख्य शत्रू असल्याचे त्यांना सांगितले होते. त्यांना असेही सांगण्यात आले होते की, गंगारिदन व प्रेसियन (प्राच्य, पूर्वेकडील) त्यांच्या राजांचे तेथे ८० हजार घोडे, २ लक्ष पायदळ, ८ हजार सशस्त्र रथी व ६ हजार लढाऊ हत्तींसह ते येतील अशी त्यांची (राजांची) अपेक्षा होती व ही केवळ त्यांना निरुत्साही करण्यासाठी पसरविलेली बातमी होती असे नाही, कारण नंतर लवकरच या भागात ज्याचे राज्य झाले त्या आंद्रोपोहोसने (चंद्रगुप्ताने) सेल्यूकसला एकदम ५०० हत्ती नजर केले व सहा लक्ष सैन्य घेऊन सगळा भारत पादाक्रांत केला.'' गंगेच्या पात्राचे हे वर्णन अतिशयोक्त नव्हते. कारण पावसाळ्यात व पावसाळ्यास आधीच सुरुवात झाली होती. ते इतके रुंद असू शकत असे. ग्रीकांचा विजय काही अंशी पावसाळ्यात प्रवास अथवा चढाईविरोधी असलेल्या भारतीयांच्या धार्मिक स्वरूपाच्या पारंपरिक निषेधाचा परिणाम होता. वेगात असलेल्या भारतीय नद्या ओलांडणे (सैनिक) विरोध नसताना देखील कठीण नव्हते. हे दोन हजारांहून अधिक वर्षांनी देखील आपले अर्धे सैन्य यमुनेत गमावणाऱ्या अहमदशहा दुराणीच्या प्रत्ययास आले होते. हा मार्ग अडवून धरण्यात हयगय करणाऱ्या मराठ्यांना पानिपतची लढाई व तिजबरोबरच साम्राज्य स्थापण्याची आपली अखेरची संधी गमवावी लागली. ग्रीक घोडेस्वारांपुढे पुरूच्या रथांचे काही चालेना. कारण ग्रीक घोडदळ भारतीय घोडदळाच्या मानाने श्रेष्ठ दर्जाचे होते. हत्तींना योग्य रीतीने हाताळण्यात आले असते तर त्यांनी युद्ध जिंकले असते. परंतु इतक्या गतिशील व अनुभवी प्रतिपक्षाविरुद्ध संयुक्त हालचाली करण्यासाठी जमाती स्वरूपाच्या पंजाबमध्ये याहून अधिक, युद्धकला विकसित होऊ शकली नसती.त्याहून अधिक डावपेचांच्या

माहितीची आवश्यकता होती. कोणत्याही हल्ल्याचा मुकाबला करू शकणारे एकमेव सेनांग म्हणजे धनुर्धरांचे. परंतु त्यांचाही योग्य प्रकारे उपयोग करण्यात आला नाही. उदा. क्रासस विरुद्ध पार्कियनांनी तो केला नाही व झाला तोही मोसमी पावसामुळे पुरेसा प्रभावी ठरला नाही. भारतीय धनुष्य ६ फूट लांब असे ; धनु हे फॅदमच्या मापाशी समनार्थक आहे. एरियनने नमूद केले आहे (इंडिका १६; मॅगॅस्थिनिस २२५) की, भारतीय धनुष्याच्या नेमापुढे कशाचाही टिकाव लागत नसे. त्याचे लांब बाण ढालीचा व छातीवरील कवचाचा एकदम भेद करतात. हा अलेक्झांडरचा वैयक्तिक अनुभव होता. कारण ३ बोटे रुंद व ४ बोटे लांब असलेला मल्लीयन वाण चिलखता (cuirass) मधून भेद करून त्या विजेत्याच्या बरगडीत रुतला व तो तेथून अत्यंत प्रयासानेच काढता आला. त्या वीरास झालेली ही सर्वात गंभीर जखम होती. गंगारिदनांचे सैन्य म्हणजे ग्रानीकसच्या छोट्या ओढ्यावरील अवाढव्य पारसी फौजेहून काही तरी निराळे असले पाहिजे. गंगातीराचे उत्तम रीतीने संरक्षण करता यावे म्हणून ते केवळ नदी मार्गानेच त्या क्षेत्रात आणावे लागले नसते.

अलेक्झांडरची ज्या आणखी एका भारतीय गटाशी गाठ पडली, त्याचे तत्त्वज्ञानी (ब्राह्मण) (sumnosophist) (श्रमण, संन्यासी) असे वर्गीकरण केले आहे. प्लूटार्कने त्यापैकी आठांशी झालेल्या भेटीचा वृत्तांत दिला आहे. त्यातील दोन उत्तरे लक्षात ठेवण्यासारखी आहेत. “बंड करण्यास सब्बसचे मन वळविण्यासाठी तू कोणता युक्तिवाद वापरलास ते सांग” असे अलेक्झांडरने चौथ्याला फर्माविले. तो म्हणाला, “तुम्ही एक तर जगावे अथवा उदास मरण पत्करावे एवढेच मी त्यांना म्हटले.” हा माणूस निःसंशय ब्राह्मण होता कारण हीच भावना भगवद्गीतेत पुनः व्यक्त केलेली आढळते. (२३७) मगध राजा त्याचे भाट व पुरोहित यांनी अशाच प्रकारे सैनिकास युद्धापूर्वी आवाहन केले.(अर्थशास्त्र, १०.३) “आठव्याने त्याला सांगितले, ‘जीवन हे मरणाहून अधिक शक्तिशाली आहे, ते अनेक दुःखांना आधारभूत होते.” यात समकालीन गंगा खोऱ्यातील तत्त्वज्ञानाचा खराखुरा निवृत्तीपर सूर ऐकू येतो. त्याच्याप्रमाणे आयुष्य हेच दुःखमय समजले जाते व निःसंशय बहुतांशी ते तसेच आहे. डोयोजिनिस ह्या श्वानमानवाचा (श्वानमानव =मानवद्वेषी ; परंतु डायोजिनिसचे नमूद केलेले वर्णन जरी चमत्कारिक असले तरी त्याला श्वानव्रत म्हणता येणार नाही.) शिष्य पोनिसिक्रिटस याला ह्या भागातील प्रमुख उपदेशकांचा शोध घेण्यास पाठवले होते. त्याला एकाने असे सांगितले की, तुला ज्ञान मिळण्याची इच्छा असेल तर तू माझ्यासमोर नग्न उभा राहा (स्ट्राबो, १५.१.६४ देखील पाहा). ह्याचा केवळ औद्धत्य असा अर्थ घेतला गेला आहे. परंतु त्यावरून एवढेच दिसून येते की, हा उपदेशक आजीविकासारख्या नव्या जैनांसारख्या एका पंथाचा अनुयायी होता. असे गृहीत धरले जाते की अलेक्झांडरला, त्यानंतरच्या सर्व अंगातुकांनी

पाहिलेले नेहमीचे फकीरच तेवढे दिसले. परंतु हे पंथ ख्रि.पू. सहाव्या शतकापूर्वी उदयास आले असणे शक्य नव्हते ; व ते पंजाबात स्वतंत्रपणे उदयास आले अशी कल्पना करणे कठीण आहे. अलेक्झांडरला तक्षशिला येथे आढळलेल्या तत्त्वज्ञानावरून मगधाची छाप तितक्याच बिनचूकपणे पडली होती की जितक्या स्पष्टपणे तक्षशिलेच्या राजाकडून त्याला मिळालेल्या चांदीच्या नाण्यांवर ती उमटली होती. फक्त त्याचा मगध सैन्याशी मुकाबला झाला नव्हता.

भारताविषयीच्या सर्व ग्रीक वृत्तांतातील चमत्कृतिपूर्ण अंशामुळे पूर्ण संदर्भ माहिती असल्याखेरीज त्यातील वास्तव भागांचे मूल्यमापन करणे कठीण आहे. ग्रीकांच्या दृष्टीने भारत हा चमत्कृतिपूर्ण देश होता. त्यातील नद्यांच्या मानाने त्यांच्या स्वत:च्या नद्या म्हणजे झिरपणारे झरेच होते. त्यांच्या (भारतीयांच्या) शेतीत दोन किंवा तीनदेखील, भरपूर पिके दरवर्षी येत. काही झाले तरी हत्ती हा प्राणी भारतीयांनासुद्धा चमत्कृतिपूर्ण भासतो. (ग्रीकांना) झाडावर लोकर उगवलेली आढळली. मात्र कापसाचे भारतीयांना आश्चर्य वाटत नव्हते. ग्रीकांना ज्या बोरूत मधासारखा गोड रस आढळला ते पीक भारतीयांना ऊस म्हणून चिरपरिचित होते. ग्रीकांनी त्याची सांगड ''अंजिराहून अथवा मधाहून अधिक गोड असलेल्या फ्रँकिनसेंडचा (Frankincende) चा रंग असलेल्या दगडाशी घातली नाही (स्ट्राबो, १५.१;३७ मेगॅस्थिनिस ५४) हा त्यांना खडीसाखरेचा पहिलाच अनुभव. भारतीय लोक आपले करार तोंडी करीत. परंतु ते प्रामाणिकपणे पाळीत व 'कोणत्याही भारतीयावर खोटे बोलल्याचा कधीही आरोप नाही.' (मेगॅस्थिनिस २१७) ग्रीसमधील कोणत्याही राज्यास व अपवादादाखल थोड्या व्यक्तीस त्यांच्या ज्ञात इतिहासातील कोणत्याही कालखंडात अशा प्रामाणिकपणाची शेखी मिरवता आली नसती. ग्रीक नगर राज्यात न संपणारी कायदेशीर बडबड ही न्यायदानातील नित्याची बाब होऊन बसली होती व अभिजात प्राचीन काळी ग्रीक graeculus escuriens विषयी दाखवलेला तिरस्कार सर्वतोपरी यथार्थ होता.

भारतीय जातिव्यवस्थेचा मेगॅस्थिनिसप्रणीत वृत्तांत टिकून राहिला याचे कारण तो ग्रीक दृष्टीस जगाविपरीत वाटला. पुढील सात वर्गांत (Genea अथवा Meros) परंपरेनुसार व कायद्यानुसार मिश्रविवाह निषिद्ध होता. हे वर्ग अनुक्रमे असे : (१) तत्त्वज्ञ आणि ब्राह्मण व संन्यस्त (sumnosophis) (२) शेतकरी, लागवड करणारे (georgoi) (३) पशुपालक व पारधी (४) कारागीर व किरकोळ दुकानदार; (५) लढाऊ लोक (६) राजांस अथवा मुक्त नगरांच्या अधिकाऱ्यास सर्व घडामोडींचा वृत्तांत सादर करणारे पर्यवेक्षक ; (७) धोरण ठरविणारे, सशस्त्र फौजा व अधिकारी असलेले, न्यायदान करणारे व राज्याचे व्यवहार नियंत्रित करणारे बडे पंच व परिषद सदस्य. हा वृत्तांत पारंपरिक भारतीय चातुर्वर्ण्य व्यवस्थेशी जुळता नाही व म्हणून

परिस्थितीकडे दृष्टिक्षेप न करता मेगॅस्थिनिसला बदनाम करण्यासाठी उपयोगात आणला जातो. परंतु ह्या परराष्ट्रीय वकिलाने संबंध देशभर सत्तारूढ असलेल्या मगध संघटनेबाबत हा अहवाल दिला आहे हे स्पष्ट आहे. अलेक्झांडरला असे जातियुक्त वर्ग आढळले नाहीत तर त्याला फक्त जमातीचे उपदेशक, संन्यासी व योद्धेच आढळले. मेगॅस्थिनिसने (त्याच्यानंतर १३०० वर्षांनी अल्बेरूणीने केला त्याप्रमाणे) भारतीय शास्त्रीय ग्रंथावरून आपला वृत्तांत लिहिला नाही तर आपण लिहिले तेच वर्णन केले. यापैकी पहिल्या वर्गाबाबत (बाहेरून या वर्गात भरती करण्यास बंदी नव्हती) काही प्रश्नच नाही ; श्रमण व ब्राह्मण यांना सारखाच मान असे व अशोकाच्या कोरीव लेखात देखील त्यांचा एकत्र उल्लेख केला आहे. (मेगॅस्थिनिसच्या वृत्तांताप्रमाणे श्रमण हा ब्रह्मचारी असून वंश चालवित नसे तर ब्राह्मणाचे प्रशिक्षण ३५ वर्षांच्या बुद्धभिक्षूइतके शिस्तबद्ध व कडक असे, त्याखेरीज दोघेही आपण पवित्र असल्याचा खास दावा करतात म्हणून त्या दोघांचा एकाच जातीत समावेश करणे असमर्थनीय नाही. तंबूतील भटके म्हणून वर्णन केलेल्यांचा तिसरा वर्ग हा टिकून राहिलेल्या व्रात्य जमातीत समाजाशी मिसळून गेलेल्या आर्य, आर्यीकृत टोळ्या अथवा श्रेणीयुक्त व्यापारी त्याचप्रमाणे असंस्कृत (savages) लोक मिळून झालेला आहे. आता पूर्वीची जन म्हणून ओळखली जाणारी जमात गण म्हणून ओळखला जाणारा समाज बनू लागला होता. पाचव्या वर्गातील लढाऊ लोक क्षत्रिय आहेत, हे उघड आहे. प्रश्न काय तो उरलेल्यांबद्दलचा आहे. यानंतर हे दाखवण्यात येईल की, अद्याप हस्तव्यवसायातील उत्पादन खेड्यांपर्यंत जाऊन पोहचले नव्हते. एक वर्ग (क्रमांक ४) शहरात वस्तू उत्पादन करून त्या खेडोपाडी विक्रीसाठी वाहून नेत असे. त्याची वैश्यांसारखी एक जात बनली होती हे अगदी संभवनीय आहे. सहावा व सातवा हे दोन गट राजाधिकाऱ्यांचे होते. यापैकी सातवा प्रमुख नागरिकांचा असून जेथे विभिन्न घटकांचे गट बनवून समाजात समाविष्ट करण्याची नवी पद्धत अमलात आली होती. अशा देशात वर्गच जातींच्या रूपात पुढे येत होते. नंतरची कायस्थ जात निरनिराळ्या प्रकारच्या लोकांप्रमाणे निर्माण झाली, तीही अशाच प्रकारे. कायस्थ हे मूळचे राज्यातील दप्तरदार होते. या जातीची जडणघडण मौर्य काळापासून सुरू झाली असेल. कारण जरी ख्रि.पू. तिसऱ्या शतकात ज्ञात नव्हते तरी त्या जातीची कार्ये सुरू झाली होती. वरिष्ठ परिषद सदस्य श्रेष्ठतेचा दावा करीत व एक स्वतंत्र जात बनण्याइतके ते संख्येने पुरेसे होते. मेगॉस्थिनिसचा वृत्तांत व अर्थशास्त्र या दोन्हीमध्ये या महत्त्वाच्या मुद्याबाबत - विस्तृत पगारी अधिकारी वर्गाच्या अस्तित्वाबाबत - जवळ जवळ एकमत आहे. ह्या दोन जाती व्यावसायिक व्यावर्तकत्वामुळे रज्जुक, महामात्य, दूत अशा अधिकाऱ्यांच्या बनल्या होत्या. ह्या जाती पुढे नाहीशा झाल्या, यावरून ह्या एका विशिष्ट राज्यप्रकाराशी कशा निगडित होत्या हे दिसून येईल.

उरलेला दुसरा वर्ग (Georgoi) नेहमीचा संस्कृत प्रिय असलेल्या वैश्यासारखा होता. दुर्दैवाने मेगॅस्थेनिस हा नेहमीच्या संस्कृत भाषेचा कोष तयार करीत नव्हता. ह्या वर्गाचे त्याने फार काळजीपूर्वक वर्णन केले आहे. ''हा वर्ग लोकसंख्येतील सर्वांत मोठ्या भागाचा बनलेला * हे लोक जवळजवळ सगळेच शिल्लक धान्य निर्माण करीत व त्यात पशुपालक व पारधी थोडी भर टाकीत असत. इतर कोणतीही जात मुळातच अन्न उत्पादन करीत नसे. ते कधीही शहरात प्रवेश करीत नसत. त्यांना 'लष्करी कर्तव्यापासून सूट' मिळाली होती; जमिनीवर व शेतकऱ्यांना प्रभुत्व मिळण्यासाठी लढणाऱ्या सैन्याच्या नजरेत टप्प्यात ते जमीन नांगरणे चालूच ठेवीत.'' हे वर्णन वैश्यांचे नाही. (कारण त्यांना अद्याप शस्त्रे धारण करण्याचा व अधिकार पदे भूषविण्याचा हक्क होता.) तर शूद्रांचे आहे. कारण शूद्रांना कटाक्षाने नि:शस्त्र करण्यात आले होते व त्यांना सशस्त्र सैन्यात अगर राज्ययंत्रणेत काहीही स्थान नव्हते ; तसेच उत्पादन साधनांवरील हक्कात त्यांचा काहीही भाग नव्हता. मेगॉस्थिनिसने वर्णिलेल्या योजनेत वैश्याला जर कोठे स्थान असेल तर ते चौथ्या वर्गात होते. सर्व जमिनी राजांच्या अथवा मुक्त नगरांच्या मालकीच्या होत्या. चार व एकूण पिकाच्या भाग ह्या आदर्श दिसणाऱ्या वर्गाकडून (Georgoi) अधिकाऱ्यांना अगर नगरातील न्यायाधीशांना दिला जात असे. ह्या विधानावरून त्यांचे शूद्रांशी समानार्थकत्व तंतोतंत सिद्ध होते. अलेक्झांडरच्या वृत्तांतात जमीन कोणाच्याही मालकीची असण्याबाबत एकही विधान नाही. उलट प्लूटार्कप्रणीत अलेक्झांडरच्या चरित्रात देखील मुक्त नगरांचा उल्लेख आहे. ही नगरे केवळ पूर्वीच्या अगर वर्तमान जमातींच्या राजधानीवजा होती व त्यातील नागरी महाकाव्यात व अर्थशास्त्रात 'पौर-जानपद' या नावाने आढळतात. रुद्रदामनाच्या गिरनार शिलालेखात (इ.स. १५०) हा सामासिक शब्द जरी आला असला तरी ते (पौर-जानपद) गुप्तकाळापूर्वीच नाहीसे झाले होते. मौर्यकालातील माणसाचे ठसे असलेली नाणी सम्राटाच्या अमलाखाली जमाती 'मुक्त नगराची' असावीत, असे अनुमान काढता येईल. पौरजानपदांना अशी नाणी काढण्याचा अधिकार नव्हता व कदाचित ऐपतही नव्हती ; त्या काळी मगधातील राजे शहरे जिंकणे व जमाती सैन्याचा संहार करणे पद्धतशीर रीतीने चालू ठेवीत.

(एरियन इंडिका XI, मूळ लॅटीन भाग असा आहे. Secundum genus hominum post sophistas sunt agricoale, qui quidem numero religous Indorumtribus longe superant. Hi neque arma habent, quibus in bello utantur, neque bellicas rescurant; sed arbores colunt, etregibus liberisque urbibus tributa pedunt. डिओडोरसची दिशाभूल करणारी भावनाशीलता कोणीकडे व हा (वस्तुनिष्ठ) उतारा कोणाकडे ! हे शेतकरी (agricolge) उघडउघड नि:शस्त्र केले गेले होते, ते युद्धसंन्यास घेतलेले तत्त्वज्ञ नव्हते.

अलेक्झांडरने देखील असाच संहार करून टाकला होता. त्यामुळे जमाती हक्क व जमाती - बंधनांनी (काही बाह्य उपचार सोडले तर) न अडविल्या गेलेल्या अशा प्रक्रिया समाजाची प्रगती अप्रतिहत चालूच राहिली. आता ब्राह्मणांना जमाती निर्माण करण्यास अथवा नवे व्यवसाय अंगीकारण्यास मोकळीक झाली व त्यांनी ह्या दोन्ही गोष्टी केल्या, असे ऐतिहासिक साधनांवरून दिसून येते.

मेगॅस्थिनिसच्या काळी पाटणा हे जगातील सर्वांत मोठे शहर होते. ग्रीकांनी बांधलेल्या अगर ते बांधू शकले असते अशा कोणत्याही शहराहून ते मोठे होते. त्याने वर्णिलेली कुंपणे (Stockades) व मनोरे पाटणा - बांकीपूर येथील पाणी तुंबलेल्या उपनगरात प्रत्यक्ष आढळून आले आहेत. असे राजधानीचे शहर व अखिल साम्राज्ये गुलामांशिवाय उभारली जाऊ शकतात हे पाहून पाश्चात्त्य निरीक्षक थक्क झाले व त्यांना समग्र भारतीय लक्षणांपैकी हे सर्वांत जास्त चमत्कृतिपूर्ण वाटले. एरियन हा मेगॅस्थिनिस पुढील अवतरण देतो (इंडिका -१०; मेगॅस्थिनिस - २१०) ''सगळे भारतीय स्वतंत्र आहेत व त्यांपैकी एकही गुलाम नाही. येथपर्यंत लॅकेडेमोनियन व भारतीय यांत साम्य आहे. तथापि लॅकेडेमोनियन हेलॉट लोकांना गुलाम म्हणून बाळगतात व हे हेलॉट लोक दाससदृश परिश्रम करतात. परंतु भारतीय नर परकीयांना देखील गुलाम म्हणून वापरत नाहीत मग स्वकीयास तर नाहीच नाही.'' जाता जाता हे सांगितले पाहिजे की, हेलॉट लोकांचा दास प्रथेचा उल्लेख हा अत्यंत समर्पक आहे कारण ते शूद्र जातीच्या जवळ जवळ येतात. गुलामगिरीसंबंधी हे प्रकट विधान केवळ काल्पनिक असू शकत नाही कारण मेगॅस्थिनिसने प्रतिनिधिक मानलेल्या राजांनी चंद्रगुप्ताशी नुकताच एका युद्धात पराजय पत्करला होता व भारतीयात ग्रीकांप्रमाणे कोणत्याही प्रकारची गुलामगिरी अस्तित्वात असती तर त्यांचे आणखी कितीतरी विजेत्यांचे गुलाम झाले असते. काही वर्षांपूर्वी अलेक्झांडरने सीमा प्रांतात व पंजाबमध्ये सत्तर हजाराहून अधिक लोकांना गुलाम केले होते. हा प्रकार ग्रीसमध्ये अगदी नित्याचा होता कारण झेनोफोनच्या दहा हजारांपैकी प्रत्येकाने ह्या स्वारीत एक - दोन गुलाम नेले होते. सॉक्रेटिसचा शिष्य असलेल्या त्याच्या सुसंस्कृत सेनानीने गुलामांसाठी व खंडणीसाठी छापा घालून अखेरीस आपली गेलेली अपार संपत्ती परत मिळविलेली होती. मॅगेस्थिनिसने वर्णिलेल्या परिस्थितीचे डिओडोरस सिक्यूलसने आदर्शीकरण केले व त्याची तात्त्विक मीमांसाही केली. त्यातूनच आपल्या पुढे एक खरी अडचण निर्माण होते. 'भारतीय प्रचलित असलेल्या अनेक लक्षणीय प्रथांत एक त्याच्या प्राचीन तत्त्वज्ञांनी घालून दिलेली असून ती खरोखर प्रशंसनीय मानता येईल. कारण त्याच्या कायद्यानुसार कोणत्याही परिस्थितीत त्यांच्यापैकी कोणीही गुलाम होऊ शकत नाही. परंतु ते स्वातंत्र्याचा अनुभव घेणारे असल्यामुळे सर्वांस उपलब्ध असलेल्या समान हक्कांचे संबंध ठेवतात. कारण (ते असे समजतात

की) जे दुसऱ्यावर अधिकार गाजवीत नाहीत किंवा दुसऱ्यापुढे गुडघे टेकीत नाहीत तेच सर्वप्राप्त संकटातून उत्कृष्ट जीवन प्राप्त करण्यास योग्य आहेत ; कारण सर्वांस सारखेच बंधनकारक असे नियम करणेच रास्त व बुद्धिग्राह्य आहे. व संपत्तीचे विषम रीतीने वाटप करणे (बुद्धिग्राह्य आहे.)'' (मेगॅस्थिनिस ३८; डिओडोरस सेक्यूलस II. ३९ Text E. Schwanbeck, Bonn, १८४६)

मॅगॅस्थेनिसने वर्णिलेल्या परिस्थितीचे हे डिओडोरसतर्फे केलेले आदर्शीकरण होते कारण तो स्वत: गुलामगिरीविरोधी होता. भारतीय तत्त्वज्ञानी सामजिक विषमतेचा कधीही विचार केला नाही कारण ती जातिसंस्थेमुळे त्यांच्या समाजात भिनली होती ; श्रमणसदृश त्यागामुळे काही व्यक्तींना तिच्यापलीकडे जाता येत असे. भिकार भाषांतर अथवा सदोष मुद्रणामुळे या गोष्टीत अधिकच बिघाड झालेला आहे. Euthes d Exocusiasanonalous या ग्रीक शब्दांचा अर्थ वरील उताऱ्यातल्या शेवटच्या वाक्यातील दोन अधोरेखित इंग्रजी शब्दापेक्षा, Stultum व Inequalitatem Facultatum ह्या लॅटीन भाषांतरकाराच्या शब्दांनी अधिक चांगल्या प्रकारे व्यक्त केले जाते. म्हणून (वरील उताऱ्यातील शेवटचे वाक्य असे पाहिजे : ''सर्वांना सारखेच बंधनकारक असलेले परंतु संधींचे असमान वितरण करू देणारे कायदे करणे मूर्खपणाचे आहे. गुलामगिरीच्या समस्येस डिआडोरसने दिलेले उत्तर स्वीकारण्यात ग्रीकांना जसे अपयश आले तसाच प्रकार भारतीयांच्या बाबतीत घडला आहे. शास्त्रीय मनोरचनेच्या ग्रीकांना भारतीय तत्त्वज्ञान्यांमध्ये आढळलेल्या अडाणी प्रवृत्तींपेक्षा गुलामगिरी हा प्रकार स्वाभाविक वाटला. परंतु ग्रीकांचा हा विचार भारतीयांना पटला नाही. दोन्हीही बाबतीत कारणे तीच होती ; सत्तारूढ वर्गास ह्या बदलापासून काहीच मिळण्यासारखे नव्हते व वरील दोन्ही समाजात मालाची, उत्पादनाची अवस्था वेगवेगळी होती.

७.३ : अशोकाने घडवून आणलेले समाजपरिवर्तन

चंद्रगुप्त व बिंदुसार यांच्या सैन्याच्या वारसाने पुढील पिढ्यांसाठी स्वत:चे शब्द दगडात कोरून ठेवले आहेत ; कोणत्याही देशाच्या कोरीव लेखातील पहिले पाऊल म्हणून अशोकाचे आदेश लक्षणीय आहेत. अशोकपूर्व काळी ज्ञात असलेले स्तूप व बांधकामे (अतिशय मोठ्या विटांवरून ओळखू येणारी) अशोकाने मागे ठेवलेल्या प्रचंड बांधकामाच्या तुलनेने क्षुद्र वाटतात. (पाटणा - कुम्रहार) येथील मौर्यांचा राजवाडा इ.स. च्या पाचव्या शतकाच्या प्रारंभी चिनी यात्रेकरूंनी प्रशंसिला होता. परंतु त्यानंतर दोन शतकांत तो अग्निनारायणाच्या भक्ष्यस्थानी पडला. त्याचे भव्य खांब ज्या नरम ओलसर भूमीवर लाकडी पायाभूत तुळयांवर आधारलेले होते.त्याच भूमीत शंभर फूट अथवा त्याहून खोलवर पुरले गेले असे मानले जाते. (परंतु

ग्रामीण अर्थव्यवस्थेची जडणघडण / १८५

अलीकडील पुराविज्ञानाने हे कपोलकल्पित वर्णन अयथार्थ असल्याचे सिद्ध केले आहे.) (IAR. १९५५) पृष्ठ १९) अशोककालीन चुनखडीच्या खांबावरील चकचकणारे पॉलिश, हे चिनी लोकांनी वर्णन केले होते. परंतु ते युरोपीय वाचकांनी असंभवनीय म्हणून थट्टेवारी घालवले होते, परंतु त्यास कनिंगहॅमच्या सारनाथ येथील पहिल्या उत्खननानंतर पुष्टी मिळाली आहे. जरी काळाच्या, सृष्टीतील पंचमहाभूतांच्या, प्रतिकूल प्रेक्षकांच्या व विनाशक गुंडांच्या माऱ्याखाली सार्वभौमत्वाचे चक्र कोलमडले असले तरी त्याला आधार देणारा सिंहस्तंभ अद्याप भारताचे राष्ट्रीय प्रतीक होण्याच्या लायकीचा आहे व जगातील थोर कलाकृतीचा एक नमुना म्हणून अद्याप शिल्लक आहे. असे असले तरी अशोकाच्या कोरीव लेखातील शब्द ही त्याची जंगी स्मारके म्हणून शिल्लक राहतील. ही त्याच्या उद्दिष्टाची तसेच आधुनिक निरीक्षकावर घडून येणाऱ्या परिणामाची (चिरंतन) स्मारके ठरतील. त्यांची लिपी उलगडण्याची प्रक्रिया [५] ही ज्या पिढीत इजिप्तची चित्रलिपी व पहिला बाणाकृती (cuneiform) लेख मानवी ज्ञानाच्या टप्प्यात आले त्या त्या पिढीत सुद्धा एक गुणवत्तेचा विक्रम समजला जाईल. अलेक्झांडर विषयीच्या ग्रंथाशी व मेगॅस्थिनिसच्या लिखाणातील अवशेषांवरून ह्यामध्ये राज्यकर्त्यांविषयी कोणाच्याही बनलेल्या अपेक्षांशी तुलना करता (ह्या अशोकाच्या लेखातील शब्दाचा) मोठेपणा इतका जाणवतो त्याचे ओझरते सिंहावलोकन करणे आवश्यक होऊन बसते. [६]

(आरई.१) ''परमेश्वराचा लाडका असलेल्या पियदस्सी राजाने 'धम्मा' (नीती) वरील हा लेख लिहविला आहे. येथे (माझ्या राज्यात) कोणत्याही जिवंत प्राण्याची हत्या होता कामा नये अथवा त्याला बळी देता कामा नये व कोणताही समाज (उत्सवाचे संमेलन) भरविता कामा नये. कारण देवांचा लाडका जो पियदस्सी राजा त्याला अशा उत्सव संमेलनात बऱ्याच वाईट गोष्टी दिसतात, असे असले तरी अशी काही प्रकारची उत्सव संमेलने आहेत की जी पियदस्सी राजाच्या मते पुण्यप्रदही आहेत.... .पूर्वी पियदस्सी राज्याच्या पाकशाळेत.... कित्येक लाखो प्राणी रस्सा करण्यासाठी रोज मारले जात. परंतु आता... फक्त तीन प्राणी रस्सा करण्यासाठी मारले जातात. दोन मोर व एक हरीण व हे हरीण देखील नेहमी मारले जाते असेच नाही. (मात्र) यापुढे हे तीन प्राणी देखील मारले जाऊ नयेत.''

ह्यावर भाष्य करताना आपण नेहमी हे विचारले पाहिजे की, अशोकाला अशी अविनाशी भाषा सार्वजनिकरीत्या प्रथमच वापरण्याची जरूरी का भासली? त्याला हेच इतर प्रकारे म्हणता आले नसते काय ? (आजच्या युरोपीय इतिहासकारांच्या मते) अशोकाच्या पुरालेखांच्या त्याच्या सिंहस्तंभाच्या व आता अस्तित्वात नसलेल्या महालांच्या स्वरूपात त्याने डेरियसच्या पुरालेखांचे व महालांचे अनुकरण केलेले आहे. (माझ्या मते) अशोकाने डेरियसच्या या गोष्टी पाहिल्या असणे शक्य

नाही. अलेक्झांडरच्या एका तुफानी स्वारीत त्याचा विध्वंस झाला होता. अशोककालीन मूर्तिशिल्प हे निश्चितच भारतीय सुतारकामाच्या आधारे केलेले आहे. ह्या साध्या शब्दात डेरियसची आत्मगौरवी वृत्ती व अलंकारिक पल्ल्याची वाक्ये यांची नक्कल करण्याचा मोह अशोकाने बुद्ध्या टाळला आहे. डेरियस स्वतःच 'महान राजा, राजांचा राजा, विविध राष्ट्रके असलेल्या प्रांताचा राजा, दूरवर पसरलेल्या या अफाट पृथ्वीचा राजा म्हणवित असे.'... 'आहुर मस्झदाने हे युद्धाक्रान्ताक जग पाहिले व माझ्या हाती सोपवले, मला त्याचा राजा होण्यास भाग पाडले व मी राजा झालो. आहुर मस्झदाच्या इच्छेनुसार ही विस्कळीत झालेली पृथ्वी मी पुन्हा जागच्या जागी सुस्थिर केली असे, तो म्हणतो. (याच्या उलट) अशोक सर्वशक्तिमान परमेश्वराशी कोणतेही खास नाते असल्याचा दावा करीत नाही. तो आपल्या वंशाचा व विजयांचा गर्व मिरवीत नाही, यातील भावना पुरेशी स्पष्ट आहे. मगधातील धर्मातून निघालेली वैदिक यज्ञबंदीची चळवळ येथे पूर्णत्वास गेली आहे. जेव्हा स्वतंत्र छोटी छोटी राज्ये नाहीशी करण्यात आली, तेव्हा त्यांच्या पशुपालक (Pastorals) अर्थव्यवस्थेबरोबरच यज्ञांचे स्तोमही नाहीसे झाले. धामधुमीच्या वक्रमार्गीय, प्रकारात होणारी पशुहत्या हा त्याचा अवशेष राहिला होता. (अर्थ १.२१, २.२५, ५.२; स्पष्टपणे धार्मिकता दाखविणारा उल्लेख १३.५) त्यालाही आता बंदी करण्यात आली. सैनिकापुरतीही बंदी आधीच करण्यात आली होती. (अर्थ १०.१) 'समाजा' स परवानगी असती तर यज्ञयागांचे पुनरुज्जीवन झाले असते. प्रासंगिक 'समाज' आजतागायत देखील आहेत. उदा. दुसऱ्या प्रकरणात उल्लेखिलेले वेताळाचे द्यावयाचे बळी पाहा. दरवर्षी होणारा होळीचा जंगी सण त्यात बळी नसला तरी अश्लील गर्जना, मद्यपान व जाळपोळ असल्यामुळे तो एका प्रकारे नंतरच्या पाषाणयुगापर्यंत मागे जाणारा अतिरेकी प्रसवविधी आहे. राखेचे मोठमोठे मध्याष्मयुगातील (Mesoliethic) ढीग, बळी दिलेल्या प्राण्यांची हाडे व पावसाने भिजलेले थर या गोष्टी मोठमोठ्या होळ्या पेटविल्या जाणाऱ्या वस्तीत ७ दरवर्षी अथवा वेळोवेळी प्रत्ययास येतात. पशुपालन व यज्ञविधी अखेर मागे पडून कृषिविषयक अर्थव्यवस्थेचा विजय झाला होता याचेच हे प्रत्यंतर होय.

(आरई : २) "परमेश्वराच्या लाडक्या असलेल्या पियदस्सी राजाच्या सर्वत्र, व त्याचप्रमाणे चोळ, पांड्य, सतीयपुत्र, ताम्रपर्णी (सुद्धा), अंतीपकाचा योन राजा व त्या अंतीपकाचे इतर शेजारी राजेदेखील अशा प्रकारच्या राज्याच्या सीमांच्या आत प्रत्येक जागी देवांचा लाडका असलेल्या पियदस्सी राजाने दोन प्रकारच्या वैद्यकीय चिकित्सा स्थापन केल्या होत्या. माणसांसाठी वैद्यकीय चिकित्सा व पशूंसाठी वैद्यकीय चिकित्सा व मानवास आणि गुरास उपयोगी असलेल्या वनस्पती जेथे अजिबात नव्हत्या तेथे त्या बाहेरून आणून लावण्यात आल्या व पशूंच्या आणि माणसांच्या उपयोगासाठी झाडे लावण्यात आली."

ते पुण्यकृत्य ह्यावरून निष्पन्न होणाऱ्या आशयासाठीही महत्त्वाचे आहे. एक तर, मगधाच्या निरंकुश राजांच्या दर्जाशी तुलना करता येईल असे भारतात दुसरे कोणतेही राज्य नव्हते ; सर्व भारतीय नावे जमातींची अगर विभागांची आहेत. 'राजे होऊन गेले असलेच पाहिजेत' असे गृहीत धरले जाते. जमातीचे प्रमुख, त्यांची सत्ता आनुवंशिक असताना देखील केव्हाही निरंकुश नव्हते व ते निवडून आलेले असणेदेखील शक्य आहे. तथापि आधुनिक इतिहासकार अलेक्झांडरच्या जमाती शत्रूंना नियमितपणे राजे हे बोजड उपपद लावीत आले आहेत. अशोकाने ग्रीक राजांचा नावाने स्पष्ट उल्लेख केला आहे. ह्या विरोधाकडेही दुर्लक्ष करण्यात आले आहे.जाता जाता असे निदर्शनास येईल की, आर. ई. १३ मधील ग्रीक नावे हा उपदेश लेख ख्रि.पू. २५८ (जेव्हा सिरीब येथील मागसचा मृत्यू झाला) नंतरचा नसला पाहिजे. अँटिओबुस (दुसरा थिऑस) यासाठी 'शेजारचा' राजा या अर्थाने वापरलेला सामंत शब्द अशोकाच्या भारतीय शेजाऱ्यासाठी वापरलेला नाही ; १००० वर्षानंतर त्याचा अर्थ सरंजामशाही अगर मांडलिक असा झाला (व जे.जे. मेयर यांनी अर्थशास्त्रात कधी कधी असे चुकीचे भाषांतर केले आहे.) सरतेशेवटी ह्या सर्व उपकारक वृत्ती रस्त्यांच्या बाजूबाजूने आहेत. (रस्त्याच्या याचा अर्थ प्रमुख व्यापारी मार्गांच्या) व म्हणून अशा मदतीशिवाय मगधापासून उदय पावलेल्या व्यापारास त्याचेच साहाय्य झाले आहे. पीई ७ मध्ये अशा पायऱ्यांच्या विहिरींचे, आंब्याच्या झाडांचे व छायायुक्त वृक्षराजींचे एकेक योजनांच्या अंतरावर असल्याचे वर्णन केले आहे ते तर्कशुद्ध आहे. योजन याचा अर्थ एखाद्या बैलगाड्यांचा काफिला (in-spanning) गाड्या जुंपण्यापासून व (Out Spaning) मोकळ्या करेपर्यंतच्या दरम्यान जितके अंतर कापू शकेल ते अंतर ; श्रावस्तीपासून तक्षशिलेपर्यंतचे अंतर १४७ योजने असल्याचे मानले आहे ; आपल्या परिमाणात एक योजन म्हणजे मैल ते ९ मैल असू शकेल. या काफिल्यांच्या विश्रामस्थानासाठी अशोकाने केलेली व्यवस्था व त्यापूर्वीचे व्यापारी मार्ग यांचा कार्यक्षम मागोवा पुराविज्ञाते अद्याप घेऊ शकतील. अशोकाचा प्रभाव पसरल्यामुळे भारतीय जमातीचे राजपदात रूपांतर झाले व त्याचवेळी त्यांच्या शांतिमय उद्दिष्टाबद्दल खात्री पटलेले ग्रीक राजे आपसांत लढण्याच्या कार्यास प्रवृत्त झाले.

(आरई.३) ''मला अभिषेक होऊन १२ वर्षे झाल्यानंतर मी पुढीलप्रमाणे आज्ञा केली. माझ्या राज्यात प्रत्येक ठिकाणी युक्त, रजूक व प्रादेष्क यांनी या एकमेव उद्दिष्टासाठी दर पाच वर्षांनी आपल्या हद्दीतील संबंध मुलूखात एक समग्र दौरा काढावा. हा दौरा पुढील नैतिक उपदेश करण्यासाठी तसेच इतर कामासाठी असावा: 'आईवडिलांची आज्ञा पाळणे पुण्यप्रद आहे. मित्र, परिचित लोक, नातेवाईक, ब्राह्मण व श्रमण यांना औदार्य दाखवणे पुण्यप्रद आहे. पशुहत्येपासून निवृत्त होणे पुण्यप्रद

आहे. मितव्ययी असणे, मिळकतीवर मर्यादा असणे पुण्यप्रद आहे. मंत्री, परिषद युक्तांना हे नियम कारणासहित नमूद करण्यास व त्यांचे अक्षरश: पालन करण्यास आदेश द्यावा.''

अशोकाने बौद्धर्माचा स्वीकार केल्याने (रोमचा बादशहा) कॉन्स्टेन्टाईन याच्याशी तुलना होऊ लागली. ह्या साम्यास आणखी एका गोष्टीने उजळा मिळाला. ती म्हणजे कॉन्स्टेन्टाईन ह्या ख्रिस्ती बादशहाने आपल्या ख्रिसमस नामक मुलास जशी वागणूक दिली तशीच अशोकाने आपला पुत्र कुणाल यास एका मत्सरी सम्राज्ञीच्या चिथावणीने दिली अशी कथा आहे. असे असले तरी कॉनस्टेन्टाईनच्या कोरीव लेखात नीतिमत्तेवर अशाप्रकारे लक्ष केंद्रित केल्याचे दिसत नाही. नेहमी सांगण्यात येते त्याप्रमाणे अशोक केवळ धार्मिक वृत्तीचा आणि लाड करणारा (dotara) असता तर त्याला स्वेच्छेने अगर बलप्रयोगाने ख्रि.पू. पाचव्या शतकापासून चालत आलेल्या परंपरेनुसार पदच्युत करणे ही जगातील सर्वांत सोपी गोष्ट झाली असती. त्यानंतर ५० वर्षांनी पुण्यमित्र नामक सेनापतीने बृहप्रथाला हिंसेने पदभ्रष्ट केले व पुण्यमित्राच्या वंशातील अखेरच्या शृंगाला ज्या ब्राह्मण मंत्र्याने ठार मारले त्याने सर्व वैदिक उपदेश व परंपरा धाब्यावर बसवून स्वत:ला राज्याभिषेक करून घेतला. अशोकाच्या शक्तिमान ग्रीक शेजाऱ्यांना, दोन पिढ्यांनंतर अशी घाई करणाऱ्या यवनाप्रमाणे, अलेक्झांडरची नक्कल करण्याचे धाडस झाले नाही हे लक्षणीय आहे. म्हणून ह्या उपदेशलेखात धर्मापलीकडचे असे काहीतरी प्रकट झाले आहे व त्यात विशेषेकरून बौद्धधर्माचे असे काहीही नसल्यामुळे त्याचे महत्त्व जास्त आहे. यात सम्राटाच्या वैयक्तिक धर्मांतराहून अधिक असे काही तरी आहे. नवीन वर्गसंरचनेशी व समाजप्रकाराशी जुळण्यासारख्या अशा समग्र राज्ययंत्रणेचे खोलवर परिवर्तन झालेले आहे असे सुचविता येईल. कमीत कमी खर्च करावा व कमीत कमी मिळकत बाळगावी याविषयीचा उपदेश लक्षणीय आहे. कारण भयानक अवमूल्यन झालेल्या व घाईघाईने पाडलेल्या नाण्यात त्या काळचा मोठा आर्थिक तणाव व्यक्त होतो. साठेबाजी, मग ती व्यापाऱ्यांची असो अगर गृहस्थांची असो, चालू राहिली असती तर तिच्यामुळे वस्तूंची तूट पडून व्यापाऱ्यांच्या हाती कमालीची सत्ता गेली असती. आता दक्षिणेकडील नवीन मुलूख खुला झाला असून वस्तुनिर्मितीच्या जुन्या मूलाधारातून त्या नवीन मुलूखास पुरवठा करणे शक्य नव्हते. सर्व अधिकारी मेगॅस्थिनिसने वर्णन केल्याप्रमाणे दोन जातीचे होते. त्यांच्या पदांचे अर्थशास्त्रावरून ' समर्थन होते.''

(आरई.४) : ''पूर्वी शेकडो वर्षे कधीही मिळाले नव्हते. एवढे उत्तेजन पियदस्सी देवांच्या आवडत्या राजाकडून झालेल्या धर्माच्या (नीतीच्या) उपदेशामधून पुढील गोष्टींना मिळाले आहे. पशुहत्येपासून निवृत्ती,जिवंत प्राण्यांना इजा करण्यापासून निवृत्ती, नातेवाइकांशी सौजन्य, ब्राह्मणांशी व श्रमणांशी सौजन्य, आई - बापांची तसेच वयस्क लोकांची आज्ञा पाळणे.''

(आरई. ५) : ''भूतकाळी, मला अभिषेक होऊन १३ वर्षे झाली तेव्हा माझ्याकडून नीतीचे महामात्र नेमले. पाण्यापूर्वी धम्माचे (नीतीचे) महामात्र म्हटले जाणारे मोठे मंत्री अस्तित्वात नव्हते. आता ते सर्व पंथात धम्माची स्थापना करण्यात, धम्मास उत्तेजन देण्यात व योन, कंबोज, गांधार व पश्चिम सीमेवरील इतर लोकांपैकी धम्मात रत असणाऱ्या लोकाची (यात माझेही असतील) सुटका व कल्याण साधण्यात गुंतलेले आहेत. ते नोकर व मालक, अत्युच्च ब्राह्मण व अतिनीच इभ्य, निराश्रित व वयस्क यांच्यामध्ये काम करीत आहेत व ते कैद्यांना पैशाने पाठिंबा देत आहेत. त्यांच्या शृंखला सोडविण्यास कारणीभूत होत आहे व त्यांना मुले असल्यास अथवा त्यांना चेटुक केले व त्यांना मुले असल्यास अथवा त्यांना चेटुक केले गेल्यास अथवा म्हातारपण आल्यास त्यांना मोकळे सोडण्यात गुंतलेले आहेत.''

(आरई.६) : ''भूतकाळात कामाचा उरक अथवा वृत्तांत सादर करणे या गोष्टी अस्तित्वात नव्हत्या. पुढील व्यवस्था माझ्याकडून करण्यात आली आहे. बातमीदारांनी लोकांच्या व्यवहारबाबत मला वेळ न दवडता बातम्या कळवाव्यात. मग मी केव्हाही, कोठेही असो – शौचकूपात असो, भोजन करीत असो, राणी वशात असो, अंत:पुरात असो, केरकचऱ्यावरून नेला जात असो अथवा उद्यानात असो व प्रत्येक ठिकाणी मी लोकांच्या व्यवहारांचा उरक पाडीन. त्याचप्रमाणे जरी मंत्र्यांच्या परिषदेत मी देत असलेल्या एखाद्या देणगीबाबत अथवा मी तोंडी करीत असलेल्या घोषणेबाबत कलह उत्पन्न झाल्यास अथवा महामात्राकडे सोपविलेल्या एखाद्या तातडीच्या कामाबाबत मी घोषणा करीत असो, ते वृत्त माझ्यापर्यंत कोठेही, केव्हाही ताबडतोब आणून पोचवले पाहिजे.'' यावरून हे दिसून येईल की, हा राजा एखाद्या नवीन धर्मांतरिताचा फाजील उत्साहाने केवळ नीतीचा उपदेश करीत नाही तरी मुळात निराळे असणारे नवीन शासकीय उपाय अमलात आणीत आहे. नंतरच्या काळी ही भावना इतकी परिचयाची झाली की तिच्यातील विशेष जोरच नाहीसा झाला. येथे सम्राटाचे प्रशासनच त्याकाळी क्रांतिकारक वाटणाऱ्या नियमांच्या मार्गाचा उपयोग करीत नाही हे आपणास दिसते.

(आरई. ७) : ''देवांच्या लाडका पियदस्सी राजा असे इच्छितो की, सर्व पंथांनी सर्व जागी राहावे.'' ही बाब क्षुद्र दिसते. कारण लोकांना मुक्तपणे प्रवास करण्याची मुभा होती असा तिचा फारतर अर्थ घेण्यात येतो. वस्तुत: नवीन प्रशासन पद्धतीस धर्माने अथवा नीतीने दिलेली ही जास्तीत जास्त सवलत होती. 'धम्मक' या शब्दाचा आज 'धार्मिक' असा अनुवाद होतो व तो मिनँडरच्या नाण्यावर डिकॉयसने अनुवादिक केलेला आहे. ग्रीकमधील Just शब्दाशी तो समानार्थक आहे. ह्या धर्मोपदेशकांना लोकांना बाटविता आले असते. त्यांना शाही खेड्यात प्रवेश करण्यास मनाई असे व देशाचा अंतर्गत भाग बहुतांशी अशा खेड्यांनीच व्यापला जातो. येथे त्यांना

पंथातरपेक्ष उत्तेजन देण्यात आले आहे.अशोक हा बौद्ध धर्माचा अथवा सामान्य नीतीचा उपदेश करीत नसून न्यायास, विशेषत: सामाजिक नीतीस, स्वैर नियमास पाठिंबा देणाऱ्या पाशवी शक्तीपेक्षा श्रेष्ठत्व असल्याचे उद्घोषित करीत आहे. या अभिनव नैतिक प्रशासनामुळे शिकारीची व इतर शौकांची जागा त्याच्या परिक्षण संचारांनी घेतली. कारण त्यांनी अनेक जागांस भेटी दिल्या व तेथे ब्राह्मणांना व सर्व पंथांच्या भिक्षूंना देणग्या दिल्या.

(पीई.७) मध्ये अशोकाने घोषणा केली : ''काही महामात्रांना मी बौद्धसंघाचे काम करावयाची आज्ञा केली आहे.त्याप्रमाणे इतर काहींना ब्राह्मण व आजीविक यांच्याकडे लक्ष देण्यास सांगितले आहे ; त्याशिवाय इतर काहींना निगंन (जैण) लोकांकडे लक्ष पुरविण्यास आज्ञा केली आहे व आणखी काहींना इतर निरनिराळ्या पंथांकडे लक्ष पुरविण्यास आदेश दिला आहे.''

असे करणे आवश्यक झाले कारण एकदा राजाश्रयाने प्रतिष्ठा प्राप्त झालेल्या पंथांच्या धार्मिक वादंगामुळे शांतता व लोककल्याणास धक्का पोहोचला असता व वस्तुत: अशी शांतता व लोककल्याण जोपासण्याची पंथाकडून अपेक्षा होती. सांची व सारनाथ येथील स्तुपांवरून व विशेषत: बौद्ध संघास उद्देशून खडकावर कोरलेल्या कक्षकच्या बैलाट शिलालेखावरून त्यांची वैयक्तिक निष्ठा बौद्धधर्माप्रत होती हे सिद्ध होते. (नेपाळातील) रूम्मीन देई ह्या खेड्यात तो 'स्वत: आला व त्याने पूजाअर्चा केली कारण सांख्यमुनी बुद्ध येथेच जन्मला होता. त्याने येथे एक दगडी खांब उभारविला. (कारण) येथे जन्मला. त्याने दुम्निनी हे खेडे बली या

करापासून १/८ प्रमाणात मुक्त केले. सेनार्क व इतरांनी पाली संहितेचे समर्थन करताना बुद्धाला सूर्यकथेपर्यंत चढविले होते पण येथून (अशोकाने) त्याला पृथ्वीवर आणले. २५०० वर्षांहून अधिक काळपर्यंत एका अज्ञात खेड्याचे स्थळनाव टिकून राहिले हे लक्षणीय आहे. बळी कराचा अर्थशास्त्रात उल्लेख आहे. (अर्थ २.६) व सामान्यत: राज्याच्या प्रत्यक्ष ताब्यात नसलेल्या खेड्यास द्यावा लागणारा १/६ भाग येथे १/८ पर्यंत कमी केला होता.

तथापि नंतर ज्यामुळे 'जागतिक साम्राज्य' स्थापन झाले अशा घटकांचा प्रभाव बौद्ध धर्मामुळे दिसू लागला होता. निगलीसागर येथील अशोकस्तंभ असे दाखवितो की, पुराणातील सात अगर अधिक 'पूर्वीच्या बुद्धापैकी' (कोनाकमन) ह्या निदान एकास तरी एक स्तूप समर्पण केला होता व तो अशोकाने मूळ आकाराच्या दुपटीइतका वाढविला होता. हे काल्पनिक 'पूर्वीचे' बुद्ध जैनांच्या तीर्थकरांशी केवळ स्पर्धाच करीत नसत तर त्यांच्या साम्राज्यविषयक वारसाचा आदर्श अनुसरून आता त्रिपिटकात समाविष्ट झालेले ग्रंथ (त्रिपिटक शब्दाचा अर्थ तीन टोपल्या असा नसून तीन गट्टे असा आहे) चक्रवर्ती हे प्रतीक असलेला सम्राट व बुद्ध हा चक्र = धर्मचक्र

परिवर्तित करतो. ह्या दोन गोष्टीतील साम्यावर वारंवार भर देतात. त्याच्यानंतर हे सम्राट व बुद्ध या उभयतांचे मूर्त प्रतीक बनले. समाजात परिवर्तन होत गेले तसतसे उपदेशकाचे स्वरूपही पालटेल. एका स्वेच्छेने निर्माण झालेल्या संघाच्या साध्यासुध्या प्रमुखाने आता सम्राटाशी तुलनीय अशा एका अत्युच्च प्रतिमेचे स्वरूप धारण केले. बौद्धधर्माचा साम्राज्यावरील प्रभाव त्या साम्राज्याच्या बौद्धधर्मावरील प्रभावाहून अधिक नव्हता. येथील परंपरा – नित्याप्रमाणे ती वादग्रस्त आहेच – अशा स्वरूपात उरली की, राजवंशातील राजकुमार व राजकुमारी (भिक्षूंची) दीक्षा घेतात. अशोकाच्या काळी राजकुमार महिंद याने ज्या पिप्पल वृक्षाखाली सांख्यमुनीस ज्ञानप्राप्ती झाली त्याची एक फांदी बौद्ध धर्माबरोबरच सिलोनला नेली. मोग्गलीपुत्र तिस्साच्या अधिपत्याखाली तिसरी बौद्ध परिषद भरविली गेली. परिषद भरविली गेली अशी समजूत आहे. पहिल्या बुद्धाच्या निर्वाणानंतर लागलीच राजगृह येथे व दुसरी शंभर वर्षानंतर काळासोकाच्या कारकिर्दीत वैशाली येथे भरली असे बौद्ध परंपरा सांगते. हे लक्षात ठेवण्याजोगे आहे की, बौद्ध अवशेषांच्या व स्तूप बांधणारा पहिलाच अशी ख्याती असलेला राजा अजातशत्रू, व त्यांचा विस्तार करून तसे असंख्य स्तूप बांधणारा अशोक, यांच्या दरम्यान या धर्मांना राजाश्रय मिळणे तर राहोच परंतु मगध राजाने धर्मप्रसारकांना साधी मुलाखत दिली असाही दावा केला जात नाही. म्हटले तर तशाच मगध पुराणात क्षत्र बांधव असे ज्यांचे तिरस्काराने व रागाने वर्णन केले जाते अशा मगध शिशुनाग राजांनी वैदिक यज्ञ केल्याबाबत एक शब्दही ऐकू येत नाही, मग ते नाग असोत की नसोत. चंद्रगुप्ताने (हा कदाचित पहिला मौर्य मानला जात असेल) आपला धर्म स्वीकारला असे जैन लोक म्हणत असले तरी त्यांच्यावर इतकी कृपा झाली नाही. जैन आचार्य भद्रबाहू (अंदाजे ख्रि.पू. ३००) यांच्याबरोबर बरेच अनुयायी दक्षिणेकडील प्रांतात स्थायिक होण्यास निघून गेले. हैद्राबाद – म्हैसूर भागात नंतरच्या पाषाण युगापासून प्राप्त होत गेलेल्या सोने व इतर उत्पादनामुळे आकृष्ट झालेले मगधातील व्यापारी त्याचे मुख्य समर्थक असतील. अशोकाचे तेथील उपदेशपर कोरीव लेख नंतरच्या पाषाणयुगातील व आधीच्या लोहयुगातील लोकांनी पाहिले होते व ब्रह्मगिरीप्रमाणेच त्याने मोठमोठाली दगडी टाकेवजा थडगी त्यानंतरही काही काळ बांधणे चालूच ठेवले. हिंसेच्या यंत्रणेचा आधीच प्रयोग होऊन बसला होता. (आरई १३) जेव्हा देवांचा लाडका पियदस्सी राजा यास अभिषेक होऊन आठ वर्षे लोटली तेव्हा त्याने कलिंग देशावर विजय मिळवला ; तेथून हद्दपार केलेल्या (अपबुढे) लोकांची संख्या १,५०,००० होती. तेथे ठार झालेल्या लोकांची संख्या याहून कितीतरी पटीने अधिक होती.

येथे 'लोक हद्दपार (अपबुढे) झाले' असे म्हटले आहे, त्याचा अर्थ ते गुलाम झाले असा नव्हता तर राजाच्या जमिनीवर स्थायी होण्यासाठी नेण्यात आले असा

असल्याचे आपणास जुन्या अर्थशास्त्रीय धोरणावरून समजते. विशेषकरून या क्रियापदाचा अर्थशास्त्रात असाच उपयोग केला आहे. (२.१, ७.१, ७.१६, ९.४, ११.१, १३.५) कलिंगाच्या कोणत्याही राजाचा अथवा राजकुमाराचा मुळीच उल्लेख नाही. ह्यावरून तो देश जमाती अवस्थेच्या पुरेसा बाहेर पडून शक्तिमान राजा अथवा राजपद असल्याशिवाय देखील बऱ्याच लोकसंख्येचे पोषण करण्यइतका विकास पावला असला पाहिजे. मौर्यांच्या शेजारामुळे मिळालेल्या उत्तेजनातून असा विकास अपेक्षिता येईल. सातवाहनांच्या काळापासून नियमित शेतीस प्रारंभ झाला असला तरी केवळ मौर्य संपर्कामुळे एका अधिक आदिम थरातून ब्रह्मगिरी - चंद्रवल्ली द्रव्यप्रधान (मेगॅलिथिक) संस्कृती विकास पावली असे मानण्यास पुरेसा पुरावा सादर करावा लागेल. नीतिमत्तेमुळे होणारा शांतिमय विजय हाच खरा विजय होय असे अशोकाचे म्हणणे आहे.

''ब्राह्मण व श्रमण असे वर्ग येथे अस्तित्वात नाहीत असा लुनारखेरीज इतर कोणताही देश नाही व जेथे लोक कोणत्या ना कोणत्या धर्मपंथाचे अनुयायी नाहीत अशी जागा कोणत्याही देशात नाही. म्हणून कलिंग देश घेतेवेळी जे लोक मारले गेले अथवा मेले अथवा हद्दपार (अपबुढे) झाले, त्यांच्या १/१०० अगर १/१००० देखील लोकांची शेती देवांचा लाडगा पियदस्सी राजा याला पश्चात्ताप झाला असला तरी (या लोकांना) त्याच्या शक्तीबद्दल माहिती देण्याचा उद्देश हा की त्याला आपल्या गुन्ह्याची शरम वाटावी व त्याचा वध होऊ नये.

अटाविका अथवा वन्य लोकांचा प्रश्न त्याच्यापूर्वी कत्तली खेरीज इतर मार्गांनी हाताळला नव्हता. अर्थशास्त्रानुसार अशा वन्य लोकांचा लष्करी कारणासाठी अगर गुटबाजीसाठी उपयोग होत असे. हे लक्षात ठेवण्याजोगे आहे की, जेव्हा हा उपदेश प्रसारित करण्यात आला तेव्हा पराभूत लोकांच्या हद्दपारीची राष्ट्रीय उद्दिष्टासाठी गरज राहिली नव्हती.

''देवांच्या लाडक्याने हा नीतिमुक्त विजय वारंवार मिळविला तो येथे, सर्व सरहद्दीवर, अगदी ६०० योजनेइतक्या डोंगरावर, जेथे योनराजा अँटियोक्स (राज्य करतो) व त्या अँटियोक्सच्या पलीकडे टॉलेमायो, आँटिगोनोस, मागास व अॅलेक्झांडॉस हे चार राजे राज्य करीत व दक्षिणेस चोल व पांडव हे राजे ताम्रपर्णी (सिलोन अथवा द्वीपकल्पाच्या टोकाजवळील नदी)पर्यंत (हा नीतियुक्त विजय पसरला आहे.) त्याप्रमाणेच राजांच्या मुलूखात यो व कंबोज, नाभाक व नथीति, भोज व पितीमक, आंध्र व पुलिंद यांच्यात सर्वत्र प्रजानन देवांचा लाडका या (अशोकाच्या) उपदेशानुसार आचरण करीत.''

या नावाचे आधुनिकीकरण झाले आहे. जरी ह्या नवीन पद्धतीबरोबरच व्यापारी मार्गावर उपयुक्त बांधकामे होत होती व नवीन व्यापार वाढत होता, तरी ह्या नवीन

पद्धतीच्या महान यशाबद्दल शंका घेण्याचे कारण नाही. आर ई. ४ वरून असे दिसून येते की, ते मोठे सैन्य आता मुख्यत: संचलने व सणासुदीस होणारी निदर्शने यासाठीच उपयोगात येत असत.

अशोकाच्या कित्येक खांबांवरून उपदेश किरकोळ कोरीव लेख तीच कथा पुढे सांगतात, ह्यावरून आपणास राज्यातील अधिकारी व विभाग यांची बरीच कल्पना येते. उज्जैन, तक्षशिला, तोसली येथे महामात्र (राजप्रतिनिधी) होते व दक्षिणेस ब्रह्मगिरीजवळ एक आर्यपुत्र (उच्च दर्जाचा राज्यपाल) होता. राजपुत्र असताना अशोक तक्षशिलेस राजप्रतिनिधी होता असे दिसते व त्याने तेथील रहिवाशांचा (व कदाचित श्वसांचा) उठाव मोडून काढला असावा. कारण ग्रीक व मौर्य विजयानंतर तक्षशिलेच्या परिसरास अवकळा आली. तो स्वत:स सम्राट न म्हणविता 'मगध राजा' म्हणवितो. कारण मगध व गंगाखोरे त्याच्या प्रत्यक्ष अमलाखाली होते. अशोक हे नाव फक्त मस्की येथील दगडी लेखात (व अलीकडे गुजरात येथील लेखात आयएआर १९९५, पृ.२) व ते नाव देवानाम पिय = देवांचा लाडका ह्या नित्याच्या अभिधानासहित आहेत. त्याने प्रथम राजपदाच्या एका नवीन व स्फूर्तिदायक आदर्शाची घोषणा केली. (धौली.१) "सगळी माणसे माझी मुले आहेत."…. (धौली-२) "त्यांचे माझ्यावरील ऋण फेडता यावे म्हणून मी तुम्हाला (माझ्या अधिकाऱ्यांना) आज्ञा करतो." पीई. ५ वरून पशूंची हत्या न करण्याबाबतचा तपशील उपलब्ध होतो. रस्ते मिळतात तेथे गोमांस विक्रीस मुभा असल्यामुळे त्यावर बंदी नव्हती. परंतु अहिंस्य पशूंमध्ये संडक 'मोकळे सोडलेले बैल' असत व शिवास वाहिलेले तसे बैल आजही मोकळे सोडलेले आढळतात. 'निष्कारण अथवा प्राणी नष्ट करण्यासाठी जंगले जाळण्यात येता कामा नयेत.' ह्यावरून यजुर्वेदी राजे पशुयागावर भर देत. त्यांच्या राजकर्तव्याबाबत असलेल्या अशोकाच्या आदर्शाने जसा शेवट केला तसाच वरील आदेशामुळे आर्यांच्या जमिनी साफ करण्याच्या पद्धतीचाही शेवट केला. त्याच्या कारकिर्दीच्या पहिल्या २६ वर्षांत २५ वेळा कैद्यांची सामान्य मुक्तता करण्यात आली. तथापि ज्या एका प्राण्यास शाही दया दाखवून त्याच्या हत्येवर बंदी घालता आली असती तो म्हणजे पिसे नसलेला अपराधी द्विपाद.

(पीई.४) "आणखी एक इष्ट गोष्ट म्हणजे न्याय प्रक्रियेत व शिक्षा सुनावण्यात नि:पक्षपातीपणा पाहिजे. माझी आज्ञा अशी आहे की, तुरुंगात खितपत पडलेल्या व (वधाची) शिक्षा सुनावल्या गेलेल्या कैद्यांना देहांताची शिक्षा करण्यापूर्वी तीन दिवसांचा अवधी देण्यात यावा. (अशा प्रकारे) एक तर त्यांचे नातेवाईक लेजूकांना (म्हणजे अधिकाऱ्यांना) त्यांना जीवनदान देण्याबाबत मन वळवतील अथवा असे मन वळविणारे कोणीच नसल्यास ते देणग्या देऊन अथवा उपवास करून परलोकात

सुरू प्राप्ती करतील.'' म्हणजे सर्वात दयाळू राजादेखील अजून राजाच होता. प्राणदंड - देहान्तशासन - देऊन शांतता व सुव्यवस्था राखीत होता. दगडावरील व खांबावरील कोरीव लेख कुणास उद्देशून होते ? (पीई. ७) ''मला याप्रमाणे सुचते. मी नीतीबाबत घोषणा करीन. नीतीबाबत उपदेश द्यावा म्हणून आज्ञा करीन. हे ऐकून लोक नीतीनुसार आचरण करतील. लाखो लोकांकडे लक्ष देणारे लेजूक (शासक) यांनाही माझी अशी आज्ञा आहे. 'अमुक अमुक प्रकारे लोकांना उद्युक्त करा.'............ ही गोष्ट नजरेसमोर असल्यामुळे मी धम्म (नीती) उपदेशिण्यास स्तंभ उभारले आहेत व धम्माचे महामात्र नेमले आहेत व धम्मविषयक घोषणा केल्या आहेत. (धौली १,२) हा उपदेश वाचून दाखवला पाहिजे व श्रोतृसमाजाने ऐकला पाहिजे. तो नक्षत्राच्या प्रत्येक दिवशी (वर्षातून तीनदा) ऐकला पाहिजे व तो व्यक्तींनी याहून अधिक वेळा ऐकला पाहिजे. तो पुढील उद्देशाने येथे कोरविला आहे. नगरातील न्यायविषयक अधिकाऱ्यांनी सर्व काळी लोकांना विनाकारण बेड्या घालू नयेत व कठोरपणे वागवू नये.'' याचा अर्थ असा की, सर्वसामान्य लोकच नव्हे तर सर्वशक्तिमान रज्जुक अधिकाऱ्यांनासुद्धा या मार्गाचा अवलंब करावयाचा होता. प्रत्येक नागरिकास या नव्या हक्कांच्या राज्याच्या नव्या पद्धतीची माहिती करून द्यावयाची होती. बेड्या घालणे मग ते योग्य असो अथवा अयोग्य म्हणजे साधी कैद नव्हे तर अपराध्याची गुलामगिरी (सक्तमजुरी) अयोग्य प्रकारे बेड्या घालणे याचा अर्थ एखाद्याने आपली शिक्षा भोगल्यानंतर त्याला अपराधी म्हणून कैदेत ठेवणे अथवा निरपराध्यास शिक्षा देणे असा होतो. दर पाच वर्षांनी वरिष्ठ मंत्र्यांनी प्रांताची तपासणी करून न्यायाबाबतच्या या आज्ञा पाळल्या जातात की नाही हे पाहावे लागेल. धौली कोरीव लेख नव्याने जिंकलेल्या मुलूखात होते. परंतु तशाच आज्ञा उज्जैन व तक्षशिला येथील महामात्रांना (राजप्रतिनिधींना) दिल्या गेल्या होत्या म्हणून ह्या साध्या शब्दांचा अर्थ एक नवा हक्कांचा जाहीरनामा (Will of rights) असा होतो. म्हणूनच त्यांची भाषा शैली अशा प्रकारची आहे. तथापि प्रत्यक्ष उपदेश स्थानिक भाषेत कोरलेला होता. भाषाशास्त्रीयांच्या विधानाचा अर्थ मला स्पष्ट होत नाही. (रामपूरच्या दक्षिणेकडे) म्हस्की येथील अथवा म्हैसूरकडील आदिम जनता मागधीच्या एखाद्या प्रकारात बोलत असेल अथवा सीमेवरील अलेक्झांडरच्या पत्राची प्राचीन नक्कल वाचू शकणारे सीमेवरील ग्रीक अशोकाची भाषा समजू शकत असतील असे समजणे कठीण आहे. ह्या आज्ञा मुख्यत: स्थानिक अधिकाऱ्यांसाठी होत्या व व्यापाऱ्यांप्रमाणेच त्यांनाही मगधाकडील भाषा शिकावीच लागेल. ही भाषा लोकांच्या भाषेहून फारशी वेगळी नव्हती. जिच्यात विस्तृत प्रमाणावर वाङ्मय निर्माण न झाल्यामुळे प्रमाणित दर्जा आला नाही, अशा भाषेत जागोजागी फरक आढळतात. तशाच स्वरूपाचे फरक नेमके या विविध उपदेशात आहेत. त्यामानाने आजही गावठी हिंदी अथवा कोकणीत

आपणांस याहून अधिक तफावती दिसून येतात (व कोकणीत ह्या साठ मैलांच्या अंतरात आढळतात). पालीत धर्मनियमांचे लिखाण झाल्यानंतर जे प्रामाणिकरण झाले ते, अशोककालीन मागधीच्या उज्जैन भागातील वळणासारखे आहे. अर्थात बुद्ध स्वत: अशी भाषा बोलत नसेलही. आल्प्स मधील इटालियन धर्मगुरू आपल्या प्रवचनासाठी सिसिलीतील उपभाषा वापरीत नसावेत तशीच ही गोष्ट स्पष्ट आहे. या कोरीव लेखांचे साम्राज्यातील अधिकाऱ्यास व नागरिकास किती महत्त्व वाटत होते हे एका गोष्टीवरून स्पष्ट होते. भारतात लोकांच्या उपयोगासाठी लिहिल्या गेलेल्या ह्या सर्वांत पहिल्या घोषणा आहेत. त्या त्या अविनाशी दगडावर कोरलेल्या आहेत ते दगड ह्या विशिष्ट कार्यासाठी दूर अंतरावरून अत्यंत परिश्रमाने वाहून आणलेले होते.

७.४ – अर्थशास्त्राची विश्वसनीयता

कौटल्याच्या अर्थशास्त्रात अशोकपूर्व मौर्यशासनाचे वर्णन केले आहे. (ग्रंथकर्त्याचे नाव 'कौटिल्य' असे चुकीचे दिले जाते.) कौटल्याची चाणक्य व विष्णगुप्त अशी इतर नावे असून परंपरेनुसार तोच चंद्रगुप्त मौर्याचा महामंत्री होता. ह्या असाधारण व अद्यापही कठीण वाटणाऱ्या ग्रंथाच्या विश्वसनीयतेबाबत अतिशय बोचक (acrid) किंबहुना गढूळ झालेल्या चर्चेत संशय व्यक्त करण्यात आला आहे. ह्या ग्रंथावरून आपण काढलेले निष्कर्ष जर रास्त समजले जावयास हवे असतील तर या प्रश्नाची चर्चा करणे भाग आहे. सर्वांत कठोर टीका कीथने केली होती. ''अर्थशास्त्रात व मेगॅस्थिनिसच्या अंशत: उपलब्ध झालेल्या ग्रंथात निदान नजरेत भरणारे साम्य आढळून येते असे दाखविण्याचा साहजिकच प्रयत्न करण्यात आला आहे. तो पूर्णपणे अयशस्वी झाला आहे. काकतालीय न्यायाने दोहोत बरेच साम्य आढळते. परंतु ते ज्या बाबतीत आहे, की त्या भारतात सामान्यत: ख्रिस्तपूर्व व ख्रिस्तोत्तर काळाबद्दल सारख्याच खऱ्या आहेत. ग्रीक ग्रंथकर्त्यांची, नि:संशयाची, गैरसमजावर आधारलेली अथवा स्पष्ट बोध न होणारी सर्व विधाने बाजूस ठेवली तरी महत्त्वाच्या तपशिलात महत्त्वाची साम्ये अभावानेच आढळतात. पाटलीपुत्रातील लाकडी तटबंदीविषयी अर्थशास्त्रीय काहीही माहिती असल्याचे दिसत नाही परंतु त्यात दगडी बांधणीची तरतूद देखील आहे ; ते नागरिक अधिकारी मंडळाकडे पूर्ण व प्रमुख नसताही सर्वांच्या सहकाराने वागणारे होते हे तर मेगॅस्थिनिसने स्पष्ट लिहिले आहे. त्याला (अर्थशास्त्राला) नौसेनाप्रमुखाची काही माहिती नाही व चंद्रगुप्ताने तिचा उपयोग केला असला पाहिजे, परंतु जी इतर बऱ्याच राज्यांत किरकोळ बाब समजली गेली असावी त्या नियमित नौदलाच्या ती निर्देश करीत नाही. परकीयांची काळजी त्यांना सरहद्दीपर्यंत सोबत देणे व त्यांना मृत्यू आल्यास त्यांच्या सामानाची

काळजी घेणे या गोष्टी अर्थशास्त्रास अज्ञात आहेत. तसेच त्यात जन्म – मृत्यूच्या नोंदीचीही तरतूद नाही. परंतु मेगॅस्थिनिसच्या वर्णनातील (नागरिक अधिकारी मंडळाचे) जुन्या व नव्या तयार झालेल्या वस्तू विकण्याची व्यवस्था अर्थशास्त्रात वर्णिलेल्या अत्यन्त प्रगत व्यापारी व औद्योगिक अवस्थेशी उघड उघड विसंगत आहे. राजाच्या भूस्वामित्वाविषयीच्या मेगॅस्थिनिसच्या विधानास इतर भारतीय पुराव्याचा पाठिंबा मिळतो. परंतु अर्थशास्त्राचा दृष्टिकोन तसा नाही. मेगॅस्थिनिसने वर्णिलेले कर अर्थशास्त्राच्या असंख्य करांच्या तुलनेने फार साधे आहेत. मेगॅस्थिनिस लेखनाकडेही दुर्लक्ष करतो तर अर्थशास्त्र नोंदणीच्या व शाही कागदपत्रे तयार करण्याच्या निर्णयांनी भरलेले आहेत व त्यावरून प्रवासपत्रे (Passport) देखील परिचित असल्याचे दिसते. हा ग्रंथ इ.स ३०० च्या सुमारास कोणत्यातरी दरबारातील एखाद्या अधिकाऱ्यांकडून लिहिला गेला हे सिद्ध होऊ न शकले तरी पटण्यासारखे आहे. (संस्कृत वाङ्मयाचा इतिहास, लंडन, १९४०, पृष्ठे ४५९–६१).

याच ग्रंथकाराने आधी (जेआरएएस् १९१६, १३०) हा ग्रंथ ''प्राचीन असून तो ख्रि.पू. पहिल्या शतकात घालणे शक्य आहे. तथापि त्यातील विषय हा बराच प्राचीन असणे संभवते.''हे पूर्णपणे शक्य असल्याचे म्हटले होते. मग त्या कालनिर्धारणात हा संभवनीय बदल कसा घडून आला याचे स्पष्टीकरण मिळत नाही. कदाचित ते स्पष्टीकरण त्याच्या जबरदस्त पूर्वग्रहात सापडू शकेल व त्यामुळेच त्याने उपस्थित केलेल्या हास्यास्पद आक्षेपांचा खुलास होऊ शकेल. मेगॅस्थिनिसच्या ग्रंथापैकी जो काही भाग टिकून राहिला आहे, त्यात जरी लेखनाचा उल्लेख नसला तरी अशोकाने लेखनकलेचा केवळ एका पिढीनंतरच एकदम शोध लावला असा निष्कर्ष आपण काढावा की अशोकाच्या लेखांची विश्वसनीयता देखील संशस्यापद मानावी ? स्ट्राबोने (१५.१.६७) Near Chos ला अहवाल देताना भारतीय लेखक सुबकपणे विणलेल्या कापडावर लिहीत असे म्हटले आहे. अर्थशास्त्राने राज्याच्या भूस्वामित्वाचा निर्देश केला नाही हे तर खरे नाहीच परंतु त्याने सीता (राज्याच्या मालकीची जमीन) कशी उपयोगात आणावी याचीच मुख्यत: चर्चा केली आहे. मेगॅस्थिनिसने निर्देशिलेल्या वस्तूंच्या विक्रीसाठी असलेल्या राजमंडळास (मेगॅस्थिनिस, ८७ = स्ट्राबो १५.१.५०–५२) कौटल्यातील अर्थशास्त्रावरून पूर्ण दुजोरा मिळतो. (अर्थ ४.२) अधिकाऱ्यांच्य सतत बदल्या होत असतात व प्रत्येक गटास अनेक प्रमुख असतात. बहुमुख्यम (बहुमुख्यम अर्थ २.९) यावरून अधिकार मंडळाविषयीच्या ग्रीक वृत्तांतास दुजोरा मिळतो. जन्म – मृत्यूची नोंदच काय परंतु प्रत्येक मानवी प्राणी व त्याची एकूण एक मिळकत ही गोप नावाच्या नोंदणी अधिकाऱ्याकडून काळजीपूर्वक नोंदली जात असे. (अर्थ २.३५.३६) व ह्या अधिकाऱ्यांना प्रत्येक व्यक्तीचे आपल्या क्षेत्राबाहेरील स्थलांतरदेखील कळवावे

लागत असे. व्यापाऱ्यांच्या प्रत्येक तांड्याबरोबर तसेच जीवनाच्या निरनिराळ्या क्षेत्रांत हेर नेमलेले असत व परकीयांवर काळजीपूर्वक निगराणी ठेवली जात असे. अर्थशास्त्रातील एक प्रकरण (अर्थ २.२८) नौदल व व्यापाऱ्यांच्या जहाजांच्या विषयास असेच वाहिलेले आहे. दगडी तटबंदीविषयी म्हणावयाचे तर तिच्या गुणावगुणांबाबत कोठेही स्पष्टपणे उल्लेख केलेला नाही तर तो नव्याने स्थापन झालेल्या जिल्ह्यांच्या (जनपदांच्या) मुख्य ठिकाणी असलेल्या गढ्यांच्या संदर्भात आहे. मेगॅस्थिनिसने नमूद केलेले राजांच्या जवळील सशस्त्र स्त्री शरीरक्षकांचे खास दल (स्ट्राबो १५.१.५५.६, मॅगे. ७०-७१) म्हणजे नेमक कौटलीय अर्थशास्त्रानुसार (अर्थ १.२१) जागृतावस्थेत राजाचे संरक्षण करणारे दल, मेगॅस्थिनिसची ही सर्व विधाने - जी कोणास दुर्बोधपणे निर्देशिलेली अथवा काही गैरसमजांवर आधारलेली वाटण्याचा संभव आहे - जर नजरेआड केली तर अशी तुलना करण्याचा प्रश्नच उरत नाही. भरमसाट व अशा अमर्याद पांडित्यामुळे अर्थशास्त्राच्या दुर्बोधतेत मात्र भरपूर भर पडणे शक्य आहे. आता ज्या महत्त्वाच्या गोष्टी "भारतात सामान्यत: ख्रिस्तपूर्व व ख्रिस्तेत्तर काळाबद्दल सारख्याच खऱ्या आहेत." (मग त्याचा काहीही अर्थ असो) त्यांच्याकडे वळू. त्यात भारतीय हवेत श्वास घेत व पायाखाली जमीन तुडवीत अशा गोष्टीखेरीज इतर काहीही सापडणे शक्य नाही. ख्रि.पू. ३०० पासून इ.स. ३०० पर्यंन्तच्या काळात उत्पादन संबंधात व राजकीय घटकात कमालीचे - अगदी ओळखू न येण्याइतके बदल घडून आले होते. इ.स. ३०० मध्ये ज्यावेळी कोणत्याही आकाराचे भारतीय राज्य अथवा राज्यसंस्थाच अस्तित्वात नव्हती, अशा वेळी एखाद्या क्षुद्र दरबारी अधिकाऱ्याने मुद्दाम होऊन असा ग्रंथ रचावा की जो स्वर्गीय आदर्शासारखा वाटावा. हे मला तरी अत्यंत असंभाव्य वाटते. तांत्रिक संज्ञांची रेलचेल असणाऱ्या ग्रंथात हे स्पष्टीकरण करणे, अशोकाच्या काळाशी बऱ्याच जुळणाऱ्या अधिकाऱ्यांचा शोध लावणे, (मात्र ख्रिस्तोत्तर काळातील कोणत्याही गोष्टीशी याचा संबंध नसणे) हा साराच प्रकार म्हणजे एक चमत्कृतिजन्य कामगिरी वाटली तरी ती निरुपयोगी आहे. इ.स. ३०० च्या सुमारास तयार झालेले सर्व ज्ञात ग्रंथ एका निराळ्याच धर्तीचे आहेत. त्यात धार्मिकपणा व नीतीवर भलताच जोर दिलेला आहे. अत्यंत वास्तववादी असलेल्या अर्थशास्त्रास हा दोष लावणे मुळीच शक्य नाही.

ख्रिस्तोत्तर काळातील अर्थशास्त्रावरील (Political Economy) वरील साहित्य हे धार्मिक उपदेशांनी भारावलेले आहे व अशोकाच्या भरमसाट महतीमुळे (fabulous reputation), कीर्तीमुळे भारतीय राजाचा स्तर बराच वाढलेल्या काळात कोणाही सिद्धान्ताने अशा प्रकारे लिहिणे स्वाभाविक आहे. सरतेशेवटी ह्या तथाकथित वाङ्मयचौर्य केलेल्या ग्रंथावरून असे दिसते की, चाणक्य हा उघड उघड ब्राह्मण

असला तरी प्रमाणित ब्राह्मणी व्यवहार व ब्राह्मणांसाठी आर्थिक विशेषाधिकार या दोहोत पद्धतशीर विरोध करतो व हा प्रकार इ.स. ३०० मध्ये होणे असंभाव्य आहे. त्यामुळे हा ग्रंथ निश्चितच लोकांत इतका अधिक झाला नसता की त्याची कोणी नक्कल करणे शक्य नव्हते. तथापि दंडी, कामंदकी व राजशेखर (दहावे शतक) या सर्वांना तो अधिकृत ग्रंथ म्हणून ठाऊक होता. (या ग्रंथाचे) बाराव्या शतकातील एक खंडित ताडपत्र अद्याप टिकून आहे. हा ग्रंथ प्रचारातून गेला असला तरी त्याचे कारण एवढेच की, ह्यात उपदेशिलेली संरचना व आक्रमणशीलता आता शक्य नव्हती. अर्थशास्त्रकालीन समाज, त्यातील उपयुक्त वस्तूंच्या सापेक्षरीत्या विशाल उत्पादनामुळे, कित्येक करारामुळे व राज्यसंस्थेच्या उपक्रमामुळे अनन्यसाधारण होता.

आता दोन महत्त्वाचे आक्षेप शिल्लक राहतात. अर्थशास्त्रात (अर्थ २.११) एका वोवळ्यांच्या आलंकपकाचा उल्लेख आहे. (भारतीय कृत्रिम रेशमाचा पत्रोर्ण असा उल्लेख करून) असे म्हटले आहे की, रेशीम व चीनपट कपडा यांचा उगम चीनमध्ये आहे'. सिल्व्हन लेव्ही यांचे आलकंदक = ॲलेक्झांड्रिया हे शोधपूर्ण समीकरण मान्य करावयास हरकत नाही. (MP प्रमाणे ॲलेक्झांड्रियासाठी आलसंद नाव उल्लेखिलेले आहे.) तथापि त्यावरून त्या ग्रंथासाठी निश्चित केलेला नंतरचा कालखंड सूचित होत नाही. ॲलेक्झांडरने ॲलेक्झांड्रिया नावाचीच अर्थ व्यापारकेंद्रे स्थापन केली. त्यांपैकी सर्वात पहिले व सर्वात उत्तम, त्याच्या विशिष्ट भौगोलिक परिस्थितीमुळे मोठे प्रदर्शन केंद्र बनले. आर्ही डायोस व डिओट्रोटस यांची नाणी जरी अगदी टांकसाळीतून नुकत्याच निघाव्या इतक्या नव्या स्वरूपात भारतास पोहोचू शकत तरी ॲलेक्झांडरच्या मार्फत का पोहोचू शकत नव्हती, याला काही कारण नाही. त्याखेरीज भारतात भूमध्य समुद्रातील पोहली ही रोमक प्रवाळ ह्या नावाने नंतर ओळखली जात असत व त्यांना बरीच किंमत दिली जात असे. म्हणजे त्याचा ॲलेक्झांड्रियातील प्रकार नाईल नदीच्या मुखाशीच तयार होत असेल असे नाही तर त्यांचा व्यापार तेथून चालत असे. अशाच प्रकारचा युक्तिवाद सुरुंग शब्दाचा (बोगदा अथवा sap भुयार) हा अर्थशास्त्रातील शब्द (अर्थ १३.४) ग्रीक 'सीरिंक्स' पासून तथाकथित उत्पत्ती दाखवताना केला जातो. यावरूनही ख्रि.पू. ३०५ नंतरचा (अर्थशास्त्राचा) काल ठरविण्यास पुष्टी मिळत नाही. कारण त्या वर्षापर्यंत बिंदुसाराचे सैन्य ग्रीक पोलिओरकॅटिक्स (Poliorcatics) ना परिचित झालेले होते. दुसरा युक्तिवाद असा की (अर्थशास्त्रातील), चीन हे नाव ख्रि.पू. २२१ मध्ये चीनशी व्हांग टी याने चीनचे एकीकरण केले. त्यापूर्वी संबंध चीन देशास लागू पडत नाही. परंतु कित्येक शतके आधी (देखील) भारताकडे जाणाऱ्या व्यापारमार्गावर नियंत्रण ठेवणाऱ्या, व रेशमाचा व्यापार करणाऱ्या एका राज्याचे चीन हे नाव होतेच. (अर्थशास्त्रातील) चीन याचाच अर्थ संबंध चीन देश. या दाव्याविषयी काहीही

म्हटले गेले नाही. कारण ह्याच प्रकरणात 'चीन सी लोकर बल्सहून येते' असे म्हटले आहे व बल्ख ह्याच व्यापारी मार्गावर असून तेथून अगदी अशाच प्रकारची लोकर आयात होते.

अर्थशास्त्रात नंतरच्या काळात छोटे प्रक्षिप्त भाग असू शकतील हे नाकारता येत नाही. किरकोळ तपशिलाबाबत हा ग्रंथ अद्ययावत करण्यासाठी ते घालण्यात आले असावे. कारण या ग्रंथापैकी बराच भाग पूर्वीच्या प्रशासकीय कथांवर भरभक्कमपणे आधारलेला आहे व त्यातील राजकारणाचा सिद्धान्त मौर्यपूर्वीचा असणे शक्य आहे. अर्थशास्त्रातील (अर्थ १.३) अथर्ववेदास इतर तीन वेदांहून वेगळा काढणारा भाग चारी वेद ब्राह्मणांनी एकत्र व प्रमाणित केले, त्याहून आधीचा असावा. अर्थशास्त्रात (अर्थ ५.५) इतर पूर्वसुरींबरोबर (त्या विषयाच्या लेखकाबरोबर) राजाची गैरमर्जी झाल्याची चिन्हे कोणती याबाबत त्याचे मत देताना एका दीर्घ चारायणाचा उल्लेख केलेला आहे. ('ज्याप्रमाणे गवताच्या काडीवरून वाऱ्याची दिशा कळते) कोसलाचा राजा पसेनदी याचा मंत्री दीर्घकारण याची येथे आठवण होते. त्याने आपला चुलता मल्ली याचा बंधू याच्या मृत्यूचा सूड घेतला होता. शाही खेड्यात धर्मप्रसारक भिक्षुस प्रवेश देण्याविरुद्ध केलेली आज्ञा (अर्थ २.१) अशोककाळाच्या नंतरची असणे शक्यच नाही.

अर्थशास्त्रातील अकराव्या अधिकरणात संघांची फाडाफोड करण्याच्या तंत्रावर एक प्रकरणच आहे. 'कंबोज, सुराष्ट्र व तत्सदृश देशात क्षत्रियाची श्रेणी शेतीवर व शस्त्रावर उपजीविका करतात. लिच्छविक, प्रजिक मल्लक, मुद्रक, कुकुट, पांचाल इ. राजन् (अल्प धनिक सत्तेतील राजा) ह्या पदवीवर उपजीविका करतात. हेरांना ह्या सर्व संघात प्रवेश मिळावा, मत्सराची, द्वेषाची व अंत:कलहाची सर्व मुळे शक्यतो शोधून काढावीत व वाढत्या कलहांची बीजे पसरून ठेवावीत. संघातील वरच्या दर्जाच्या लोकांना खालच्या दर्जाच्या लोकांशी रोटी व्यवहार व बेटी व्यवहार करण्यापासून परावृत्त करावे. याच्या उलट खालच्या दर्जाच्या संघीयांना वरच्या दर्जाशी समता व विवाह संबंधाची मागणी करण्यास चिथावून द्यावे. कमी दर्जाच्या लोकांना – कुटुंबात, पराक्रमात व पदांतरात, संघीय पक्षात, कामगिरीत, संघाच्या जमीन वाटपात – वस्तुत: यांची पाळीपाळीने अदलाबदल होऊ शकत असे. समान दर्जाची मागणी करण्यास भडकवून द्यावे. सार्वजनिक निर्णय व संघीय प्रथांस आग्रहाने विरोध करून त्यांचे विघटन घडवून आणावे. कज्जेदलालीचे संघर्षात रूपांतर घडवून आणावे. हे राजाने पोसलेले गुंड रात्री मालमत्तेची नासधूस व पशूंस इजा करतात. (एका पक्षाचे लोक दुसऱ्या पक्षावर सर्व दोष लादून कलहास ऊत आणतात). त्यांच्यामार्फत कज्जेदलालीतून संघर्ष पेटवून द्यावा. अशा संघासंघातील संघर्षाच्या सर्व प्रसंगी राजाने निगी व सैन्य उपयोगात आणून जो पक्ष कमजोर असेल त्याला

पाठिंबा द्यावा व त्यालाच आपल्या प्रतिपक्षीयांचा विनाश करण्यास चिथावून द्यावे अथवा त्याने (राजाने) किरकोळ भांडखोर गटांना हद्दपार करावे अथवा अशा सर्व लोकांना एका विभागातील जमिनीवर बसवावे व ५ ते १० कुटुंबांस पुरतील अशा वेगवेगळ्या जमिनी द्याव्यात. ते सगळे एकाच ठिकाणी एकत्र राहिले तर तो शस्त्र घेऊन उठाव करणे शक्य आहे. (या) राजाने अशा पुनर्मीलनावर कर लादावा... अशा प्रकारे त्याने संघाविरुद्ध चाल करून स्वत:च त्यांचा एकमेव निरंकुश राज्यकर्ता बनून त्यांच्यावर व त्यांच्या उरलेल्या जमिनीवर आधिपत्य गाजवावे म्हणजे ते संघ बाहेरच्या एखाद्या निरंकुश राजाकडून होणाऱ्या आक्रमणाविरुद्ध आपले रक्षण करतील.'' (अर्थ ११.१)

ह्या उताऱ्याचा पडताळा इतर साधनसामग्रीवरून मिळतो. कुकुर म्हणजे कुत्र्याचे प्रतीक होय. आपण पूर्वी लक्षात घेतलेच आहे. वस्सकाळ, हा मगधाच्या अजातशत्रूचा ब्राह्मणमंत्री वर्गभेदाचा व नालस्तीचा लिच्छवींविरुद्ध उपयोग करून संघांना आतून विघटित करण्याचे तंत्र वापरीत असे. त्यातच चाणक्य दबा धरून बसण्याची, विषप्रयोग करण्याची, खून करण्याची, कडकमध्ये, स्त्रिया (गणिका, भिक्षुणी, ठेवलेल्या स्त्रिया व संभवत: श्रीमंत असलेल्या विधवा) नट, नर्तक, ज्योतिषी या सर्वांची भर घालतात. तसेचा संघीय मिळकतीऐवजी खाजगी संपत्तीचे प्रलोभन दाखवून भ्रष्टाचार करण्याच्या युक्तीचाही समावेश करतो. येथील विशिष्ट संघीय नावावरून असे दिसते की, हे संघ दुर्धश झाले होते व त्यांच्यातील उर्वरित सदस्य संभवत: धोकादायक ठरले असते. एका प्राचीन मौर्य लेखावरून (असे लेख नंतरच्या कोणत्याही काळामध्ये उपलब्ध नाहीत) पुराणांच्या आधारे असे वृत्त दिले आहे की, महापद्मनंदाने (मौर्यांच्या काळाअगोदर) परंपरागत क्षत्रिय टोळ्यांपैकी शेवटच्या टोळ्यांचा विनाश केला होता. सामाईक जीवनाचा अव्हेर करणे, उच्च व नीच थरांमध्ये मिश्र विवाह करण्याचे नाकारणे ही कशाची लक्षणे असतील तर टोळीमध्ये वर्गांचा होत असलेला विकास तसेच वेगवेगळे वर्ग तयार होत असल्याची आहेत. ह्या प्रकरणात उघड उघड अशाच प्रकारांच्या उपायांचा अवलंब करून आटविक नावाच्या वन्य जमातीचे विघटन करण्याची शिफारस केली आहे व तसेच उपाय युध्यमान गटात टिकून राहिलेल्या प्रगत टोळ्यांबाबतही सुचविले आहेत. अपव: ह्या 'हद्दपारी' ह्या अर्थी अर्थशास्त्र ११.१ मध्ये दोनदा वापरलेल्या क्रियापदाचा अर्थ, अशोकाने कलिंगांची उद्ध्वस्त स्थिती वर्णन करताना वापरल्याप्रमाणेच आहेत. कंबोड्यांचा योनाशिवाय आढळणारी उल्लेख सुचवितो की (व तो उल्लेख मूळ पालीत व अशोकाच्या लेखात आहे) व त्याचा (ह्या उताऱ्याचा) काळ बिंदुसाराने ग्रीकांनी पश्चिम अफगाणिस्थानचा घेतलेला ताबा मान्य करण्यापूर्वीचा आहे. जमाती जीवन व उत्पादन मग ते आर्य असोत की नसोत पद्धतशीर रीतीने एका जातिनिविष्ट शेतकरी

वर्गात परिणत करण्यात आले व त्यास शस्त्रे न वापरण्यास तसेच एकत्रित होऊन राजसत्तेस विरोध न करण्यास प्रवृत्त करण्यात आले. त्या धोरणाची रूपरेषा दर्शविण्यासाठी हे विधान.

संक्षेप, अलंकारिक रचनेचा अभाव, संक्षिप्तगद्य या गुणात संस्कृतात केवळ एकमेव असलेल्या एका ग्रंथात राजकीय प्रक्रियेतून घेतलेला व संभवत: अनुपलब्ध असलेल्या इतिहासनामक पाचव्या वेदापासून निष्पन्न होणारा उपदेश त्याच्या सुरुवातीस स्पष्टपणे सांगितला आहे. ''पूर्वीच्या आर्यांनी रचलेल्या व भिन्न भिन्न अर्थशास्त्राचे संकलन करून व समग्र पृथ्वीवर सत्ता मिळविण्यासाठी व तिचे रक्षण करण्यासाठी हे एकमेव अर्थशास्त्र रचण्यात आले आहे.'' येथे पृथ्वी याचा अर्थ मात्र पर्वतापासून समुद्रापर्यंत पसरलेला अखिल भारत असा घ्यावयाचा आहे. ''विजेत्याचे स्थान पृथ्वीवर असते. ह्या चक्रवर्ती राजाचे क्षेत्र हिमालयापासून समुद्रापर्यंत म्हणजे एका टोकापासून दुसऱ्या टोकापर्यंत शहराचे योजनेइतके असते.'' सहाव्या अधिकरणापासून पुढे लेखकाने आक्रमणाच्या लष्करी व राजकीय मार्गावर लक्ष केंद्रित केले आहे. केवळ यथायोग्य युद्धनीती, डावपेच, लष्करी यंत्रणा, पुरवठ्याचे परिवहनशास्त्र, राजकीय मैत्रीगट यांच्याकडे त्याने लक्ष दिले आहे. नाही तर इतर उपायांच्या मानाने सरळ सरळ विश्वासघात यांचा अधिक उपयोग होत असेल तर त्यांची देखील शिफारस केली आहे. पहिल्या पाच प्रकरणांत अंतर्गत राज्याच्या जनपद घटकातील अंतर्गत प्रशासनाचा एकत्र विचार केला आहे व त्यात प्रत्येक खात्याच्या पर्यवेक्षक अधिकाऱ्यांबाबत विवेचन आहे. या गोष्टीमुळे क्षेत्रविस्तार व विजय यांचा निश्चित पाया तयार होतो. साहजिकच इतर बाबींपेक्षा या गोष्टींकडे अधिक लक्ष जाणार कारण त्यात अशोकापूर्वीच्या राज्ययंत्रणेची संरचना दिसून येते व ती जुनी व्यवस्था कार्यान्वित होता होता तिच्यात त्राण उरले नाही, तेव्हा अशोकाला तिच्यात कोणते अपरिहार्य बदल करावे लागले हे स्पष्ट होते.

ह्या सर्व विवेचनात आदर्शवादाचा लेशदेखील नाही : ''अर्थ (म्हणजे भौतिक फायदा) हाच प्रधान उद्देश असतो'' असे कौटल्य (पूर्वाचार्यांना विरोधूनसुद्धा) म्हणतो. ''नीतिमत्ता (धर्म व इंद्रियसुख) व काम या दोहोंचे मूळ भौतिक फायद्यात (अर्थात) आहे 'अर्थमूलौ' ह्या दृष्टिकोनाचा सुसंगतरीत्या अवलंब केल्यास कौटल्याचा नंतरच्या परंपरेत कौटिल्य (कुटिल मतीचा) असा बदल कसा झाला हे समजून येते. ब्राह्मणी नीतिप्रधान दृष्टिकोनानुसार हा ग्रंथ नि:संशय कुटिल स्वरूपाचा आहे. मात्र सोयीस्कर पिढीतील तेव्हा ब्राह्मणदेखील निषेध्य उपदेशाचा अवलंब करण्याचे टाळीत नसत. ह्या ग्रंथाचा कर्ता काही आपल्या असंतुष्ट निवृत्तकाळी जुन्या आठवणी चघळीत बसणारा (inditing) 'एखादा बूर्झ्वापूर्व' बिस्मार्क नव्हता अगर प्रबोधनकाळी इटली देश कसा एकत्रित करावा हे त्या महान सीझर बोर्जियाला

शिकविणारा एखादा मॅकियाव्हिली नव्हता. तर त्याच्या मागे एक उपयुक्त प्रशासकीय परंपरा होती. ती क्षेत्रविस्तारात उघड उघड यशस्वी ठरली होती व आणखी काही आक्रमक पावले उचलण्याचाच अवकाश की तिचे पर्यवसान एका जागतिक साम्राज्यात होणार हे ठरलेच होते.

ज्या समाजात हा ग्रंथ रचला गेला तो समाज वस्तूंचे घाऊक प्रमाणात उत्पादन व दूर अंतरावर चालणारा व्यापार यात गुंतलेला होता. तथापि या ग्रंथात वस्तूंच्या उत्पादनाची परिस्थिती वर्णन केलेली नाही. याचे कारण असे की, अनेक भिन्न टोळ्यांच्या प्रमुखांचा उत्तराधिकारी म्हणून व हंगामात धान्याच्या स्वरूपात व स्थानिक उत्पादनाच्या अफाट महसूल प्राप्त करणारा या दोन्ही नात्याने राजास आपल्या सैन्यास व अधिकाऱ्यास पगार देण्यासाठी या उत्पादनाच्या बऱ्याच हिश्श्याचे वस्तूत रूपांतर करणे भाग होते. याचा परिणाम असा की, राज्यसंस्था ही स्वत:च एकाधिकारी स्वरूपाचे एक व्यापारी अभिकरण (Agency) बनली होती. एकीकडे वस्तूंच्या उत्पादनात अडथळे आणणाऱ्या सर्व जमाती प्रथांचा नायनाट झाला होता व दुसरीकडे खाजगी व्यापाऱ्याकडे अत्यंत यशस्वी दृष्टीने पहात होते. व्यापाऱ्याची गणना, कारागीर संघातील कर्ता, कुशील भिकारी हातचलाखी करणाऱ्या जादूगाराच्या बरोबरीने, ज्यांना चोर असे रोजरोसपणे म्हणता येत नाही अशा चोरात (अर्थ ४.१) करण्यात आली होती व त्याला तशीच वागणूकही देण्यात येत असे. अशा प्रकारे राज्याच्या ह्या सिद्धांतात एक मूलभूत अंतर्विरोध होता. त्यामुळे अर्थशास्त्राच्या प्रशासकीय धोरणातही तो उमटून पुढील प्रगतीचा मार्गच रूद्ध झाला होता.

७.५ – अशोकपूर्व राज्ये आणि प्रशासन

अर्थशास्त्रप्रणीत राज्याने प्रत्येक बाब नियमित करून तिच्यापासून जास्तीत जास्त तपशिलापर्यंत फायदा करून घेतला. शामशास्त्रींच्या इंग्रजी अनुवादाच्या सूचीचे नऊ पूर्ण स्तंभ विविध प्रकारच्या दंडांनी भरलेले आहेत, मग इतर प्रकारच्या शिक्षांची गोष्टच नको, कायदा सर्वांना लागू असेल मात्र उच्च जातीयांना (नीच जातीयांच्या मानाने) काही वर्गीय विशेष अधिकार होते. फक्त वारसा हक्काबाबत स्थानिक परंपरांना काही सवलती दिलेल्या होत्या. ''वारसा हक्काच्या कायद्यात जाती, जमाती अगर खेडे यातील परंपरांनुसार योग्य ती तडजोड करून घ्यावी.'' स्त्रियांनाही पुनर्विवाहाचा व स्त्रीधनाचा हक्क धरून पूर्ण हक्क होता. (तो हक्क अर्थशास्त्रात पहिल्याने निर्देशिलेला दिसून येतो.) (अर्थ ३.४) मात्र स्त्रियांचे हक्क काळजीपूर्वक नियमित केलेले होते. ह्या अनंत नियमितामुळे अर्थशास्त्राला हम्मुराबीच्या संहितेसारखे एका अत्युच्च संहितेचे स्वरूप आले होते. परंतु त्या दोहोत एक महत्त्वाचा भेद होता. मेसोपोटेमियाच्या विधिसंहितेतील नियम व्यापाऱ्यांच्या अथवा संपत्तीधारकांच्या

व्यवहारात एकरूपता आणण्याच्या गरजेतून निर्माण झाले होते तर अर्थशास्त्रात राज्यसंस्था हीच सर्वांत मोठी उपक्रमशील संस्था असून आपला पायाभूत एकाधिकार टिकविण्याबाबत तिची उत्सुकता दिसून येते. चिन्शी हुआंग टी च्या काळी चीनमधील व्यापारीवर्ग सुरुवातीस तरी बराच प्रबळ होता. व्यापाऱ्यांवर बरीच कडक नजर असल्याचे दिसून येते व रोखीत कडक कर्जवसुली करून प्रतिकूल कायद्याच्या दडपणाने त्यांची त्वरित गळचेपी केल्याचे आढळते. चिनी लोकशाहीचा खरा आधार कोणता असेल तर तो सुविख्यात साहित्यिक परीक्षा नसून दुसराच होता व तो म्हणजे पाणीपुरवठ्याची काळजी घेणे. ही गोष्ट कोणत्याही एका सरंजामी सरदाराच्या मुलूखाच्या हद्दीबाहेरची होती, या वास्तव घटनेत होता. अधिकाऱ्यांना नियमित वेतन दिले जात नसल्यामुळे चीनमध्ये याचे पर्यवसान नोकरशाही – साम्राज्यशाही, सरंजामी व्यवस्थेत झाले व ही व्यवस्था प्रस्तुत शतकाच्या प्रारंभापर्यंत टिकून राहिली. या प्रकारात मौर्य साम्राज्यात तफावत असल्याचे दाखविता येईल.

वरील प्रतिबंधांपैकी (निषेधात्मक नियमांपैकी) काही 'स्वाभाविक' वाटतील. कर देणाऱ्यांना आपली शेती करदात्याखेरीज इतरास विकण्याची अगर त्याकडे गहाण ठेवण्यास मनाई होती; करमुक्त जमिनी उदाहरणार्थ ब्राह्मणांच्या यज्ञीय अगर अध्यात्मकुंज फक्त त्याच वर्गातील ग्राहकांना विकता येत अगर गहाण देता येत. (अर्थ ३.१०) यावरून जमीनविषयक मर्यादित खाजगी हक्क पैशाच्या मोबदल्यात हस्तांतरित होऊ शकत असे दिसते. असे हस्तांतर लवकरच दुर्मीळ झाले असले तरी जेव्हा ते आढळते तेव्हा परिस्थितीचाही वस्तूंच्या उत्पादनावर व व्यापारावर किती खोलवर परिणाम होऊ शके हे दर्शविते. खाजगी व्यापार करणारा हा अर्थशास्त्रानुसार (अर्थ ४.२) 'कंटक' मानला जाईल. किंबहुना जवळजवळ राष्ट्रीय संकटाइतकाच सार्वजनिक शत्रू मानला जाई. त्यावर कर लादण्यात येई व गृहीत धरलेल्या बऱ्याच कुप्रथांबद्दल त्याला दंड करण्यात येई. किंमतीवर, मालाच्या गुणवत्तेवर (शासकीय) नियंत्रण होते. ''व्यापारी मालात लक्षणीय भर पडली म्हणजे व्यापार निर्देशकाने तो सगळा माल एका केंद्रीय जागी विकला जाण्याची तरतूद करावी. यापैकी थोडाही माल विकावयाचा राहिला असेल तोवर इतर कोणताही माल विकला जाऊ नये. ही विक्री दैनिक वेतन दिल्या जाणाऱ्या व लोकांविषयी अनुकूलता असणाऱ्या व्यापाऱ्यांकडून करण्यात यावी. (अर्थ ४.२) ग्रीक परराष्ट्रीय वकिलाने ही गोष्ट प्रत्यक्ष व्यवहारात असलेली पाहिली होती. (मेगॅस्थिनिसक ८७) राज्याच्या मालकीचे धान्यसाठे, खजिने, जंगलातील उत्पन्नाचे साठे व तुरुंग याप्रमाणेच राज्यीय व्यापारगृहे संनिधात्याने खासरित्या बांधवून घ्यावेत (अर्थ २.५) वजने व मापे यासंबंधीच्या नियमांचे पालन करण्याखेरीज व्यापाऱ्यांना त्यांचा माल एका जनपदातून दुसऱ्यात जात असता दोन्ही टोकास जकात स्वत:च भरावी लागे.

''(खाजगी व्यापाऱ्याने) कोणताही माल तो उत्पादन होण्याच्या ठिकाणी विकता कामा नये.'' (अर्थ २.२२) व्यापाऱ्यास वाहतुकीनुसार मालाच्या किमतीत वाढ करावी लागे व वाहतूक हा भारतात आज आहे त्याप्रमाणेच एक प्रश्न होता. त्याचा कायदेशीर नफा, अंतर्गत मालासाठी स्थानिक किमतीहून शेकडा ५ जास्त व परदेशाहून आयात केलेल्या मालावर शेकडा १० जास्त इतका ठरविण्यात आला होता. (अर्थ ४.२) आयात करणाऱ्यांना काही सवलती दिल्या जात. शासनाने स्वत: नेमलेले व्यापारनिरीक्षक असून (अर्थ २.६) ते शाही माल विकण्यात गुंतलेले असत व ह्या शाही मालापैकी बहुतेक स्थानिक शिलकी माल असे. यापैकी काही माल म्हणजे वस्तूंच्या स्वरूपात वसूल केलेला करच असे.

काही महत्त्वाच्या फायदेशीर बाबीत शासनास एकाधिकार होता. यात खाटिकखाने (अर्थ २.६) व द्युतगृहे (अर्थ ३.२०) समाविष्ट होती. उत्तरोक्त बाबीत पर्यवेक्षक खरे (वाजवी) फासे उडवीत असे. परंतु जिंकल्या गेलेल्या सर्व रकमेवर शेकडा ५ कर आकारीत असे. दारू (अर्थ २.२५) व वेश्या (अर्थ २.२७) यांसाठी प्रत्येकी एक मंत्रालय होते. नवीन वस्तू – उत्पादन, व्यापार व शोषणांनी मुक्त नवीन नागरी जीवन पद्धतीवर द्यूत, वेश्यागमन व मद्यपान ही घातुक व्यसने आधारलेली होती. तेव्हापासून तो तहत आतापर्यंत सर्व नफेखोर वर्गीय समाजात ती तशीच राहिली आहेत. तथापि ती जमाती संस्थांकडून विकास पावली होती. त्यामुळे नवीन जमात – उत्तर शासनास त्याचे नियंत्रण करणे व त्यापासून फायदा करून घेणे शासनास अधिकच सोपे गेले असले पाहिजे. ऋग्वेदातील जुगाऱ्याचे सूक्त (ऋ. १०.३४) व सोमासंबंधी मंडळ (ऋ.९) यांचा वर उल्लेख आलाच आहे. गणिका (व वेश्याही) ह्या शब्दाच्या व्युत्पत्तीवरून वेश्याव्यवसाय हा एकेकाळच्या समूह विवाहांच्या स्थित्यंतराचा परिपाक होता, असे दिसून येते. अशुद्ध धातूपासून तो परिष्कृत धातूनिर्मित वस्तूपर्यंत सर्वत्र एका वेगळ्या खाण मंत्रालयाखाली शासनाचा एकाधिकार होता (अर्थ २.१२) व त्या मंत्रालयाचेच इतर खनिजपदार्थ, मीठ, टांकसाळ व चलन प्रसार इत्यादींवर नियंत्रण होते. नाणी खाजगीरीत्या ओतली जात. मात्र नियमानुसार चलन परिमाणांचे अवलंबन करून त्यावरील शाही कर द्यावा लागे. खोटी नाणी पाडणे अथवा खोटी साक्ष देणे (अर्थ ४.१) या गुन्ह्याबद्दल जबरदस्त दंड व अघोरी शिक्षा होत्या. 'खाणीतून कोश निर्माण होतो ; सैन्याचे मूळ कोशात आहे ; कोशातूनच रत्नादिकांनी युक्त अशी भूमी जिंकणे शक्य होते.' चालू शतकापूर्वी इतर कोणाच्याही ध्यानात आले नसेल इतके अवघड उद्योगधंद्यांचे महत्त्व ह्या लेखकाच्या ध्यानात आले होते. मगध राज्य प्रशासनात हे धातुनियंत्रण मौर्यांच्याकाळी बरेच पूर्वी राजरोस व्यवहारिक प्रथा म्हणून चालू होते.

अशा प्रकारचा नफा मिळविणे हा विदेशनीतीचा सुद्धा उद्देश होता. तह अथवा परस्पर समझोता करून दुसऱ्या राजांच्या मुलूखात शिरणे व त्याद्वारे ओसाड जमिनी,

खाणी व नैसर्गिक, संपत्तीचा उपयोग करून घेणे याबाबत चर्चा कर्त्याने ह्या ग्रंथात सुद्धा व तीही युद्धाच्या आधी केलेली आहे.

''यावरून व्यापारी मार्गाची निवड कशी करावी याचे स्पष्टीकरण होईल. माझे गुरू असे म्हणतात की, जलमार्ग व स्थळमार्ग या दोन व्यापारी मार्गांपैकी पूर्वीचा श्रेयस्कर आहे. कारण तो कमी खर्चाचा असून देखील त्यातून बराच नफा होतो परंतु कौटल्य म्हणतो की, अशी वस्तुस्थिती नाही. कारण जलमार्ग कायमचा नसतो. त्यात अडथळे येण्याचा संभव असतो. तो संकटांनी ग्रस्त असतो व संरक्षण क्षेत्र नसतो. परंतु स्थळ मार्गाचे ह्याच्या अगदी उलट आहे. जलमार्गाचे दोन प्रकार, एक समुद्र किनाऱ्याच्या बाजूबाजूने व दुसरा मध्य समुद्राने, असे असून त्यातील पहिला श्रेयस्कर, कारण तो अनेक व्यापारी बंदरे असणाऱ्या शहरांना स्पर्श करीत जातो, त्याप्रमाणेच व नद्यातून नौकानयन हे अबाधित व टाळण्यासारखी अगर सोसण्यासारखी संकटे असल्यामुळे अधिक चांगले आहे. माझे गुरू म्हणतात की, स्थलमार्गापैकी दक्षिणेकडे जाणाऱ्या मार्गापेक्षा हिमालयाकडे जाणारे अधिक चांगले परंतु कौटल्य म्हणतो की, अशी स्थिती नाही कारण कांबळी, कातडी व घोडे यांचा अपवाद सोडला तर शेरू, हिरे, जडजवाहिर, मोती व सोने यांसारख्या इतर व्यापारी वस्तू दक्षिणेत पुरेशा प्रमाणात उपलब्ध असतात. दक्षिणेकडे जाणाऱ्या मार्गांपैकी अनेक खाणींवरून जाणारे लोकांची नेहमी वर्दळ असलेले कमी खर्चाचे व कमी त्रासाचे मार्ग अथवा जे मार्ग वापरल्यामुळे निरनिराळ्या प्रकारचा व्यापारी माल मिळविता येतो ते जास्त चांगले.......... गाड्या जाऊ शकतील असे मार्ग अथवा डोक्यावरील बोजा नेता येतो अशा पायवाटा (अंशपथ) यामध्ये गाड्या जाऊ शकणारे रस्ते अधिक चांगले कारण त्यावर घाऊक प्रमाणात वाहतूक करण्याची सोय असते.'' (अर्थ ७.१२)

यावरून मौर्य – विजयाचा मुख्य रोख दिसून येतो, व्यापारी मार्गावर वाढत्या सवलती देण्याचे अशोकाचे धोरण, व मस्की व ब्रह्मगिरीसारख्या वरवर ओसाड वाटणाऱ्या जागी कोरलेले लेरू या सर्वांमागील हेतू समजण्यास अशा प्रकारे मदत होते.

ह्या धोरणाबरोबरच मानवी जीव धरून सर्व सामग्रीची तपशीलवार नोंदणी होत असे. देशातील प्रत्येक पाच अगर दहा खेड्यांमागे एक नोंदणी अधिकारी (गोप – अर्थ २.३५–३६) व शहरात दहा, वीस अगर चाळीस घरांमागे असाच अधिकारी नेमण्यात येई. पूर्वोक्त अधिकाऱ्यास शेती, कर सर्व प्रकारची निपज, पशू, गुलाम, कामगार खर्ची पडणाऱ्या रकमा यासंबंधी व इत्थंभूत माहिती असावी लागते. ''त्याला प्रत्येक घरी राहणाऱ्या तरुण व वृद्ध लोकांच्या गणतीचे एक नोंदणी – पुस्तक (Register) ठेवून त्याचे चरित्र, व्यवसाय (आजीवक), उत्पन्न (आय) व

खर्च (व्यय) याची नोंदणी ठेवावी लागेल. ''हेरांनी याची तपासणी करून लोकांच्या निष्क्रमणाची व आगमनाची कारणे शोधून अनिष्ट व्यक्तींच्या सर्व हालचालींची नोंद करावयाची असते. शहरातील नोंदणी अधिकाऱ्यांची अशाच प्रकारची कर्तव्ये असत. अशा प्रकारच्या (मेगॉस्थिनिसने नमूद केलेल्या) नोंदणीबरोबरच ग्रीकात नसले तरी भारतीयांत नवखे असलेले आणखी एक लक्षण होते. प्रत्येक अधिकाऱ्यास (अर्थ ५.३) ह्याच्या नोकरीनुसार रोख * रकमा दिल्या जात. [६] पुरोहित, सेनापती, युवराज, राजमाता, पट्टराणी यांना प्रत्येकी सालिना ४८,००० पण मिळत. यावरून आपल्या राणीच्या वेगळ्या धर्मादायाबद्दल अशोकाने केलेल्या घोषणेचे स्पष्टीकरण होते. शेते व खेडी ही देऊन टाकता येत नसत ; अत्यंत गरजू राजाच अशा प्रकारे शासनाच्या अर्थव्यवस्थेत पायाभूत असलेल्या वस्तूंचे असे दान करू शकेल. पसेनदीने ब्राह्मणास दिलेली दाने व तुलनेने कोसलांची खुणा केलेली नाणी यांचे अशाप्रकारे स्पष्टीकरण होते. प्रशिक्षित पदातीला देण्यात येणारी रक्कम ५०० होती. मेगॉस्थिनिस असे सांगतो की, तेवढ्यावर शांततेच्या काळात ते उत्तम रीतीने गुजराण करीत. अर्थात त्यांना सामग्री व शस्त्रास्त्रे राजाकडून मिळत व ती शहरात प्रवेश करताच स्वाधीन करावी लागत. हत्ती, घोडे व इतर सामग्रीची देखभाल विशिष्ट प्रकारचे कनिष्ठ सेवक करीत. अकुशल कामकरी, सैन्याच्या तसेच राज्याच्या सामग्रीचा एक अंश, भाग समजले जात व त्यांना देखील सालिना साठ पणाच्या किमान दराने वेतन मिळे. विष्टी हा वापरण्यात आलेला शब्द बिगारी अगर सक्तीचे श्रम या अर्थी वापरला होता हे

---

* अर्थशास्त्रातील भरणा (payments) रोख रकमात होत नसून वस्तूंच्या स्वरूपातच होत असे असा ध्वनी शामशास्त्री यांच्या अनुवादावरून निघतो (पृ. २७८). ''साठ पणांच्या पगाराऐवजी एक आठक याप्रमाणे कमी सोन्याच्या रूपात देण्यात याव्यात.'' व्ही.एस. अग्रवाल यांनी (India as known to panini, Lucknow, 1953) ह्या ग्रंथाच्या पृ. २३७ वर ह्याची पुनरुक्ती केलेली आहे. दर वर्षास साठ पण हा सर्वांत कमी पगार होता व तो विष्टी म्हणजे हीन काम करणाऱ्या लोकास मिळे. ह्यावरून अशी अपेक्षा करण्यात येते की, धान्याच्या (बहुधा तांदळाच्या) एका आठकावर एका माणसाची वर्षभर गुजराण होत असे. सर्वांत मोठे ज्ञात आढक सुमारे १६४ पौंडांचे असते. परंतु ते चाणक्योत्तर अनेक शतकात चालू असे ; ते देखील एका शारीरिक श्रम करणाऱ्या मजुरास एक वर्षभर गुजराण करण्यास पुरे पडणार नाही. ह्याखेरीज त्याला ह्या तांदुळाच्या जोडीस चव येण्यासाठी इतर काहीही घेता येणार नाही. अर्थशास्त्रातील 'आढक' आठ पौंडाहून अधिक कमी असे व त्यावरून परिस्थिती अधिकच जिकिरीची होती, असे दिसून येते. प्रत्यक्षात ह्या उताऱ्याचा संदर्भ (व गणपती शास्त्री यांची टीका) यावरून असे दिसून येते की हा प्रश्न एका वस्तूच्या बदली दुसरी देण्याचा नसून दीर्घसेवा अगर अतिरिक्त कौशल्य याबद्दल सेवकास लाभांश (bonus) देण्याचा होता. ६० पणांच्या पगारामागे एक आढक हा मामुली दर असून त्यावरून, पगारश्रेणीत व्यत्यय न आणता पारितोषिक अगर बढती देऊन शाही गुणग्रहण दाखविण्याचा तो एक प्रकार होता.

लक्षणीय आहे व नंतर पगार दिला न जाणाऱ्या सरंजामी सेवेच्या अर्थी वापरला आहे. अर्थशास्त्रात (२.१५) स्थानिक शासकीय भांडाराच्या (storehouse) प्रामुख्याने धान्याची झोडपणी करणे, ते कुटणे, दळणे, तेले गाळणे व उसाचा रस काढून साखर बनविणे तसेच लोकर तयार करणे (carding) ह्या गोष्टी व्यावसायिक श्रमिकांकडून करवून घ्याव्या लागत. संहानिका (अथवा सिंहनिका) ह्या अर्थशास्त्रात वापरलेल्या एरव्ही अज्ञात अशा संज्ञेबाबत टीकाकारांची चूक होत नसेल तर कर देण्याऐवजी ही एक सक्तीने घेतलेली सेवा होती, असे दिसते. असे असले तरी धान्यागारांच्या पर्यवेक्षकाकडून ह्या कामगारांना अन्न मिळे व दरमहा चांदीच्या सव्वा पणाहून कमी नसलेला जादा मेहनताना मिळे. त्यामुळे ही देखील शक्तीच्या श्रमाची बाब मानता येत नाही. धान्य, लोकर व ऊस इतर उत्पादनाचे दुसऱ्याकडून त्याचा फायदेशीर विनिमय होण्याआधी व्यावहारिक किमतीत रूपांतर करावे लागे. यापैकी बराचसा पैसा मोहिमेच्या काळी सैनिकांना व्यापारी माल दुप्पट दराने विकणाऱ्या व व्यापाऱ्यांच्या वेषात असणाऱ्या शाही हेराकडून अलगद वसूल करण्यात येई. म्हातारे झालेल्या अगर राजसेवेत अपंग बनलेल्या तसेच युद्धात कामी आलेल्यांवर अवलंबून असणाऱ्या लोकांना वृद्धवेतन देण्याची उत्तम व्यवस्था होती. खाणीतील कर्मचाऱ्यास ५०० ते १००० पण ह्या प्रमाणात मिळणाऱ्या मेहनतान्यावरून खाणीचे मूलभूत महत्त्व आणखी स्पष्ट होते. प्रत्येक जागी असणाऱ्या हेरांना अथवा खुद्द राजाच्या सारथ्यांना देखील जास्त मिळत नसे.

मेगॅस्थिनिसने नमूद केले आहे की, चंद्रगुप्ताच्या एका तळावर चार रक्षक लोक असत. एकूण महसुलाच्या १/४ भागाहून अधिक पैसा चुकता करू नये ही चाणक्याची आज्ञा व त्याने दिलेल्या पगारश्रेणी लक्षात घेता ह्या सैन्यतळाच्या खर्चावरून नगर महसुली वसूल अवाढव्य प्रमाणात असला पाहिजे हे दिसून येते. मौर्यानंतर अगदी मोगलांच्या काळापर्यंत उपलब्ध असलेल्या माहितीशी तुलना करता मौर्यकालीन वस्तूंचे उत्पादन, रोखीची अर्थव्यवस्था, त्यावरून सूचित होणारे अंदाजपत्रक ही जवळजवळ अगणित स्वरूपाची असली पाहिजेत. त्याकाळी पण होते, नाणे चांदीचे असून (अर्थ २.१२) त्यात १/४ तांबे व १/८ इतर कठीण धातू मिसळलेले असत. हे वर्णन प्रत्यक्ष प्रचलित असलेल्या अशोकपूर्व मौर्य नाण्याशी जुळते. खुणा केलेल्या नाण्यांची अर्थशास्त्रातदेखील गरज भासल्यास खजिना भरलेला ठेवण्यासाठी जादा उपायांची (अर्थ ५.२) शिफारस केलेली आहे. ह्यावरून आर्थिक व्यवस्थेवरील ताण दिसून येतो, ''मात्र अशा मागण्या फक्त एकदाच करण्यात याव्यात, दुसऱ्यांदा नव्हे.'' शेतकऱ्यांच्या धान्यसाठ्याच्या १/४ इतकी सक्तीची मागणी (Capital Levy) प्रत्येक जवाहिऱ्याकडून, व्यापाऱ्याकडून व कारागिराकडून ठरीव रकमा घ्याव्यात. ''नट व वेश्या यांनी आपल्या उत्पन्नाच्या निम्मा भाग दिला पाहिजे.

सोनाराची (बहुधा ते सावकारही असतीलच) समग्र जायदाद जप्त करण्यात यावी.'' कोंबड्या व डुकरांच्या निम्मी व गुरांच्या १/१० इतकी वसुली करावी. प्रमुख महसुली अधिकाऱ्याने ऐच्छिक देणग्याही मिळवाव्यात. व्यापाऱ्याचा वेष घेऊन भारी खोट्या देणग्या देण्यासाठी पुढे येणाऱ्या गुप्तहेरांची देखील त्याला मदत व्हावी व आजच्या प्रमाणेच तबक फिकाने (Sedding of collection plate) पदव्या व मानमरातब (छत्र, शिरोभूषणे इ.) विक्रीस काढण्यात यावेत (पैशाच्या मोबदल्यात देण्यात यावे). परंतु त्याच्या जोडीस इतर कोणतीही विशेष अधिकारपदे अथवा शासकीय मालमत्ता असू नये. मंदिरांची, धार्मिक संस्थांची व भिक्षुसंघांची संपत्ती संबंधित मंत्र्याने (देवताध्यक्षाने) सुरक्षित ठेवण्याच्या मिशाने घेऊन टाकावी, अशाच प्रकारे मृत व्यक्तींच्या मालमत्तेचीही वासलात लावावी. भोळसटांना फसविण्यासाठी चमत्कार निर्माण करावेत व शासनाकडून पगार मिळणाऱ्या वेषांतरित हेरांकरवी नवी पंथीय उद्दिष्टे जाहीर करावीत. याला पतंजलीच्या एका विधानाचा दुजोरा मिळतो. (पाणिनी ५.३.९९ वरील भाष्य पाहा) तो असा की, ''मौर्यांने संपत्ती मिळण्यासाठी नव्या पंथीय प्रतिमा (अर्चा) सुरू केल्या होत्या.'' (हिरण्याथिभिः) हेरांनी खऱ्या व्यापाऱ्यांशी व्यवहार करावेत व नंतर, ठराविक रक्कम गोळा झाल्याबरोबर, आपल्याच इतर सहकाऱ्यांकरवी आपली लूट झाल्याचे भासवावे. व्यापाऱ्यांची कोठारे व रोख रकमा एखाद्या समाजात ते दारू पिऊन धुंद झाले असता हरण करावी. शासनास धोकादायक अशा कल्पना बाळगणाऱ्या संशय असलेल्या दोन पक्षांतील वैमनस्य विकोपास नेऊन त्यांच्यात भांडण घडवून आणावे; एकावर हेराकरवी विषप्रयोग करवावा व दुसऱ्यावर त्याचा आरोप करून उभयतांची संपत्ती जप्त करून खजिन्यात भर टाकावी. मात्र खोटे आरोप फक्त राजद्रोही व दुष्ट इसमांविरुद्ध करावेत, इतरांविरुद्ध नव्हे ; जेव्हा खजिन्यात भर टाकण्याची गरज असेल तेव्हा दरोडे व खून यांचा देखील विशेष उपाय म्हणून अवलंब करता येईल. शासनाकरवी घेतल्या जाणाऱ्या कर्जाचा अथवा परराष्ट्राकडून कर्ज घेण्याचा कोठेही उल्लेख नाही. नेहमीच्या करांच्यापेक्षा अधिक महसूल वाढविण्याची गरज भासल्याचा सर्वांत स्पष्ट पुरावा म्हणजे मौर्यकालीन खुणा असलेल्या नाण्यांमधील भेसळ वाढविणे व टांकसाळीतून अधिक ओबडधोबड नाणी पाडणे हा होय. मध्ययुगीन बौद्ध टीकाकार धम्मपाल याने पुरेसे तांबे मिळवून एकाचे आठ कार्ष पण करण्याचे श्रेय खुद्द चाणक्याला दिले. अशोकाच्या नाण्यात $\frac{२}{३}$ अगर अधिकच तांबे आढळते, असा आधुनिक रासायनिक विश्लेषणाचा निष्कर्ष आहे. पाली टीकाकारांच्या तसेच मनुस्मृती व याज्ञवल्क्य स्मृतीसारख्या ब्राह्मणी ग्रंथांच्या भाषेत कार्षापण हे तांब्याचे नाणे होते. यावरून हे पवित्र ग्रंथ अर्थशास्त्रानंतरचे असावेत असे दिसून येते. आतापर्यंतची समजूत मात्र अर्थशास्त्राने ह्या ग्रंथांपासून काही गोष्टी घेतल्या अशी आहे. अर्थशास्त्रीय अर्थव्यवस्था

वाढत्या व्यापाराच्या व उत्पादनाच्या काळीच व्यवहार्य होती व जमिनीची मालकी किफायतशीर होण्याच्या प्रक्रियेस धक्का बसताच ती अर्थव्यवस्था कोलमडून पडणे अपरिहार्य होते. उदार धर्मबुद्धीच्या अशोकाने देखील शाक्य गुरूची जन्मभूमी असलेले डुम्मिनी हे गाव पूर्णपणे करमुक्त ठेवता आले नाही, हे आपण पाहिलेच आहे. या ग्रंथावर त्याचे सर्वांत मोठे प्रशंसकदेखील नैतिक असल्याचा आरोप करू शकत नाहीत. अशा ग्रंथाच्या आधारे आपल्या शासनात नीतियुक्त बदल करण्याच्या अशोकाच्या धोरणामागे देखील शुद्ध आर्थिक कारणेच होती.

७.६ : वर्गीय रचना

अर्थशास्त्रानुसार जात ही वर्गाची मूलभूत आधार नव्हती. पौरजनपद ह्या जोड शब्दात, जातीचा विशेष निर्देश न करता एक प्रमुख वरिष्ठ वर्ग सूचित केला आहे. ह्या जोड शब्दातील पूर्वार्धाचा अर्थ 'शहरात राहणारा' व उत्तरार्धाचा आधुनिक भाषेत सांगायचे तर 'जिल्ह्यात राहणारा' असा होतो. हे दोन भाग शहरातील व खेड्यातील नागरिकांसाठी उपयोजिलेली परस्परविरुद्ध उपपदे नाहीत कारण प्रत्येक जनपदाचे (जिल्ह्याचे) मुख्य ठिकाण शहरातच होते व प्रत्येक शहराची पार्श्वभूमी जनपदात होती.

वरील शब्द कोणत्याही रहिवाशाबद्दल वापरलेले नसून (जमाती गटाचे) प्रबळ अनुयायित्व असलेल्या राज्यात विशेष महत्त्वाचे स्थान उपभोगणाऱ्या व लोकमत बनविणाऱ्या शक्तिमान नागरिकांसाठी वापरलेले आहे, हे संदर्भावरून स्पष्ट होते. हे लोकमत निवडणुकीतील मताच्या अगर सार्वमताच्या स्वरूपात व्यक्त होत नसे तर ते हेरांकरवी व लोकांस चिथावणाऱ्या दूताकरवी निश्चित निर्धारित करण्यात येत असे. (अर्थ १.१३) व एका अर्थी आधुनिक काळातील लोकमत - अंदाज; जनता - निरीक्षण, अथवा नमुना निरीक्षण तंत्राच्या जागी होते. एक स्वतंत्र वर्ग म्हणून त्यांना (पौरजनापदांना) राज्यसंस्थेत कोणता दर्जा व स्थान होते हे अर्थशास्त्रातील (अर्थ १.९) एका आदेशावरून दिसून येते. मंत्री जानपदातून निवडला जावा अर्थात दुसऱ्या जिल्ह्यातील असू नये असे त्यात म्हटले आहे यावरून हे दिसून येईल की प्रत्येक जनपद हा एक शासकीय घटक असून मेगॅस्थिनिसने नमूद केल्याप्रमाणे त्याचे स्वत:चे असे मंडळ अथवा मंत्रिपरिषद असे. कौटल्याने पराशराविरुद्ध आपले म्हणून असे मत नमूद केले आहे की, (अर्थ ८.१) ग्रामीण जानपद लोक हे नागरी पौरापेक्षा अधिक प्रबळ असल्यामुळे त्याची मनधरणी करावी. राजास दररोज पूर्ण दिवसाचा $\frac{१}{८}$ न्यायालयात पौरजनपदाच्या व्यवहारासाठी राखून ठेवावा लागे. (अर्थ १.१९) ते असंतुष्ट असले तरी एखाद्या राज्यकर्त्याचा विनाश ओढवू शकतील असेही अर्थशास्त्रात म्हटले आहे. (अर्थ १३.५) हे एकवटलेले नागरिक आपल्या उत्पन्नाच्या

$\frac{१}{६}$ इतका प्रमाणित कर देत. याच्या उलट सीमाभूमीवरील शेतकरी आपल्या उत्पादनापैकी निम्मा भाग जरी स्वत:साठी राखून ठेवू शकले तरी तो सुदैवी असे म्हणावे लागेल. कारण त्या जमिनीवर मूळ कर उत्पादनाकडून $\frac{१}{४}$ होता व त्याखेरीज इतर प्रकारचे विशेष कर असत ते वेगळेच. म्हणून आता असा प्रश्न विचारला पाहिजे की 'हे नागरिक आपली उपजीविका कोणत्या प्रकारे करीत?' शहरात राहणाऱ्याचे उत्पादन, व्यापार व माल निर्मितीसाठी भांडवल पुरवून होऊ शकेल. परंतु बऱ्याच अंशी हे उत्पादन प्रत्यक्ष अथवा अप्रत्यक्षपणे जमिनीतील शिलकी उत्पादनातून होत असे ही गोष्ट विशेष लक्षात घेतली पाहिजे.

उत्पन्नावरील $\frac{१}{६}$ भाग कर म्हणून चुकता करावा लागे ह्यावरून असे दिसते की, जनपद हे 'राष्ट्र योजनेनुसार कर देत' ह्या योजनेची व्याख्या अर्थशास्त्रात दिली आहे. (अर्थ २.१५) राजाच्या कोठीचे स्थानिक प्रमुख (कोष्ठागाराध्यक्ष) प्रत्येकी, साहजिकच वस्तूंच्या रूपात करांची वसुली करीत. धान्याच्या रूपात कर्जपुरवठा करीत. धान्य स्वच्छ करणे, कुटणे, दळणे ही कामे करवून घेत व संचित केलेल्या मालाच्या अवाढव्य व्यापाराचे संचलन करीत. अर्थशास्त्रात इतरत्र, इतर अभिजात संस्कृत वाङ्मयाप्रमाणेच, राष्ट्र शब्दाचा देश अथवा खेड्यातील भाग - (Country) या शब्दाच्या दोन्ही अर्थी उपयोग केला आहे ; व कधी कधी त्याचा 'दुर्ग' (तटबंदीचे शहर) ह्या संज्ञेशी विरोध दाखविला आहे. राष्ट्राचा कर दहा निरनिराळ्या बाबींखाली वसूल केला जाई. (अर्थ २.१५); संयुक्त खेड्यातील एकत्रित कर (पिंडकर) ; सगळ्या धान्योत्पादनाचा सहावा भाग (षड्भाग) सैन्यासाठी तरतूद (शिधा इत्यादी सेनाभक्तम्) ; यज्ञीय कर (बली) हा सर्वांत जुना कर असून जमातीसाठी केलेल्या सामूहिक यज्ञाबाबत प्रमुखास दिलेल्या भेटीतून निर्माण झाला होता. (उदा. ऋ.१०.१७३.६) परंतु तो परंपरेचा एक भाग म्हणून आकारण्यात येई. (उदा. रुम्मिनदेई) मग ते यज्ञ प्रत्यक्ष करण्यात येवोत की न येवोत ; एक वार्षिक रोख कर अथवा नेहमीच्या उत्पन्नावरील (फळ म्हणून दिला जाणारा) कर (याला 'कर हेच नाव होते' व त्याचा अर्थ सामान्य कर होय) ; विशेष प्रसंगी (उदा. पुत्र झाला असता) राजास दिला जाणारा कर (उत्संग) अथवा एक वरचा कर (याला meyer याने uebersteur असे नाव दिले आहे.) ; एक पुरवणी कर (पार्श्वम) (त्याला meyer ने nebengaben असे नाव दिले आहे); नुकसानभरपाईचा कर (उदा. शेतात गुरे शिरल्यामुळे नासधूस झालेल्या धान्याची भरपाई) (परिहीणकम्); वस्तूंदींच्या रूपातील देणग्या (औपायनिकम्) ; याखेरीज कौष्टेयकम् नावाचा एक कर होता. तो एक तर कोठीत वस्तू ठेवण्याबद्दलचा आकार अथवा शाही तळी, वृक्षराजी इत्यादींच्या उपयोगाबद्दल देण्याचा खास कर होता.

ह्या करांवरून आर्य जमाती परंपरांचा औपचारिक प्रभाव दिसून येतो. जमातीप्रमुख अगर जमाती सत्तेऐवजी जेव्हा सार्वभौम अधिसत्ता व तिचा शाही नोकरवर्ग

अस्तित्वात आला, तेव्हाही हा प्रभाव चालू राहिला. पौरजनपदांना आधुनिक जमाती इतिहास होता. येथे वाचकांस एका गोष्टीचे स्मरण दिले पाहिजे. 'जनपद' याचा अर्थ 'जमातीचे स्थान' 'पितृसत्ताक कौटुंबिक गटात अशा जमाती विभागलेल्या असत व त्या त्याच्याच बनलेल्या राष्ट्रात, नवे शेतकी उत्पादन सुरू होऊन खंड पडला असला तरी, अद्याप बऱ्याच जुन्या चालीरीती टिकून आहेत. जानपदातील प्रमुख हा सरंजामी अगर खाजगी जमीनदार नसून अशा मोठ्या गटाचा प्रमुख होता. स्थानिक परंपरा व गटातील परंपरा यामुळे त्यांच्या (गटातील) सदस्यांनी शूद्र दासांच्या साह्याने अगर मेहनतीने निर्माण केलेल्या शिलकी साठ्यावर नियंत्रण असे. (त्याशिवाय) परंतु ह्या शिलकी साठ्यानिशी व्यापार करण्यास प्रारंभ केला होता. ह्या व्यापारातील नफ्याचे क्रमाक्रमाने त्यांच्या खाजगी संपत्तीत रूपांतर झाले व त्यांच्या नव्या लवाजम्याने यातून किती फायदा उठवावा हे त्याच्यापेक्षा त्यांच्या स्वत:च्याच मर्जीवर राहू लागले. ह्या परिस्थितीत जमीनदारीची व आशियायी उत्पादन व्यवस्थेची बीजे नि:संशय दडलेली होती. परंतु त्या व्यवस्थेची पुढील पूर्ण वाढ अवलंबून नसेल. पूर्वीच्या सक्तीच्या लष्करी नोकरीचे आता 'सैन्य तरतुदीविषयक करात' रूपांतर झाले होते. अशा प्रकारचे पौरजनपद मेगॉस्थिनिसच्या 'मुक्त नगरीतील' वरिष्ठ वर्ग होते व ते बऱ्याच अंशी आपले स्वत:चे व्यवहार सांभाळीत. स्थानिक मंत्र्यांची व अधिकाऱ्यांची भरती त्यांच्यातूनच होत असल्यामुळे त्यांचे प्रस्थ अधिकच असे. (महामात्रा:) सर्व कल्पनेच्या आवाक्यात येणाऱ्या कपट कारस्थानी प्रकारांचा उपयोग करून प्रमुख नागरिकांचे व प्रबळ जिल्हाधिकाऱ्यांचे दमन करावे असा अर्थशास्त्राने राजाला सल्ला दिला आहे. (अर्थ. ५.१) अशा धोकादायक प्रमुखाचा खून करून, विषप्रयोग करून, छुपा हल्ला करून अथवा एखाद्या किरकोळ कामगिरीवर दुबळ्या सैन्याचे नेतृत्व देऊन त्याचा काटा काढून किंवा चिथावणाऱ्या दूताकरवी त्याच्यावर खोटे आरोप लादून पारिपत्य करता येत असे. त्याच्या स्वत:च्याच पुत्राकरवी अथवा भावाकरवी त्यांना आनुवंशिक मिळकतीचे वचन देऊन व ते वचन पुरे करण्याची मुळीच गरज नसे – त्यांचा काटा काढता येत असे. असे दोन धोकादायक नागरिक समोर असले तर एकावर दुसऱ्याच्या खुनाचा आरोप आणून जरी प्रत्यक्ष खून राजाच्या दूतानेच केला असला तरी उभयतांचा काटा काढता येत असे. हे पाहिले तर अशोकाच्या नीतिधारणेतील परिवर्तन नियमानुसार खरोखर क्रांतिकारकच होते कारण त्यामुळे राज्यातील अत्यंत प्रबळ वर्गावरील सततचे दडपण नाहीसे करून त्याने त्यांच्या वाढीस मुभा दिली.

समाजात ह्या उच्च नागरिक वर्गाच्या अगदी उलट टोकास असलेला दुसरा वर्ग म्हणजे जमिनीवर कोणताही हक्क नसलेला व एकपरी स्वतंत्र श्रमिकवर्ग. सरकारी जमिनीची व्यवस्था पाहणाऱ्या अधिकाऱ्यास असा सल्ला देण्यात आला आहे की,

त्यांची लागवडीखाली न आलेली जमीन भागीत ठेवणाऱ्यास उत्पादनाचा निम्मा हिस्सा घेऊन खंडाने द्यावी. पौरजनपदापैकी निर्माल्यवत् झालेले व बाजूस ढकलले गेलेले, आपले स्वत:चे भांडवल गुंतवून जमीन साफ करवीत व ह्या श्रमांच्या मोबदल्यात श्रमिकास पिकाचा भाग देत. कधी कधी ह्या प्रकारास शासनाकडूनही उत्तेजन मिळे कारण (अर्धतीतिकांचा निर्देश केल्यानंतर लगेच) अर्थशास्त्रात (२.२४) असे समजण्यात आले आहे की $\frac{१}{४}$, $\frac{१}{५}$ अथवा असाच निकृष्ट भाग 'आपल्या मेहनतीने जगणाऱ्यांना' (स्ववीर्योपजीविन;) देऊ करून जमीन खंडाने द्यावी. वरील संज्ञेचा ज्यांच्याजवळ आपल्या शारीरिक श्रमाखेरीज इतर काहीही देण्यासारखे नसेल असे लोक' असा अर्थ करण्यात आला आहे. तथापि 'पराक्रमाने जगणारे' अर्थात बेकार व्यावसायिक सैनिक व असेच इतर लोक असा अर्थ करणे अधिक चांगले (ई.एच्. जॉनस्टोन, आयआर एएस्, १९२९, पृष्ठे ७७-१०२ पाहा) सैन्यातील निवृत्त अधिकाऱ्यांना चोरीविरुद्ध (Peculation) खबरदारी म्हणून महसूल अधिकारी मंडळावरही संलग्न करून घेण्यात येत असे. (अर्थ २.९) येथे जमीनदारसत्ता अगर सरंजामी प्रथांचा काही संबंध नव्हता. जमाती परंपरेनुसार जमीनप्रमुखाने अगर वयस्क सदस्यांच्या मंडळाने वाटून दिलेली असे. ही सत्ता आता राजाकडून सम्राटाकडे व (त्याच्यामार्फत) त्याच्या जानपद न्यायाधीशांकडे आली होती. म्हणजे जमिनीबाबत खाजगी मालमतेची संकल्पना अस्तित्वात आली होती. (Tenous) अर्थशास्त्रात (३.५-७) आनुवंशिक मालमत्तेचा विचार करताना जमिनीचा अगर घराचा उल्लेखदेखील केला नाही ; आनुवंशिक भूमीवरील संयुक्त कुटुंबाची वहिवाट हाच नियम होता. सर्व जमीन शासनाची अगर राज्याच्या मालकीची आहे असा ग्रीकांचा झालेला समज समर्थनीय होता असे असले तरी अर्थशास्त्रात (३.६) जमिनीच्या तुकड्यांच्या विक्रीचा उल्लेख आहे. हक्कांचे हस्तांतरण होताना नातेवाईक, शेजारी व आसमंतातील श्रीमंत व्यक्ती हजर असाव्यात व खेड्यातील वयस्क रहिवाशांच्या उपस्थितीत ह्या मिळकतीच्या सीमारेषा ठरवाव्यात, अशी मिळकत (त्यातील इमारती धरून) नेहमी लिलावाचे विक्रीस काढावी, शासनामार्फत ठरवलेल्या किमती अधिक रकमेची बोली करू द्यावी. यशस्वी बोली बोलणाऱ्याने विक्रीकर सरकारी खजिन्यात भरावा असे म्हटले आहे. असे हस्तांतर इतर मालाच्या विक्रीच्या पातळीवरील नसून फारतर घरासाठी आखलेल्या जमिनीच्या तुकड्यांना व बगीच्यांना लागू असावे असे दिसते. त्याप्रमाणेच कर भरणाऱ्या खेड्यास रहिवाशांनी जाऊ नये. अर्थशास्त्रातील आज्ञा (अर्थ २.१ etal) असे सुचविते. जमाती व सीता जमिनीच्या बाहेरच्या जमिनीवर कोणत्या ना कोणत्या प्रकारच्या खाजगी उपक्रमास प्रारंभ झाला होता. सीता जमिनीवरील जमाबंदीसारखे शासकीय उपक्रम हेच अर्थशास्त्रीय शासनाचे मुख्य व्यवहारविषय आहेत ; त्यांचा उद्देश पौरजनपदांना जादा बोजा सूट देण्याचा आहे, असे स्पष्टपणे सांगितले आहे.

पिकांचा अर्धा हिस्सा घेणारे (अर्धसीतिक) केवळ लागवडीस न आलेल्या सरकारी जमिनीसाठीच असतील असे नाही. त्यांच्या बायकांवर त्याचप्रमाणे धनगरांच्या बायकांवर नवऱ्याने घेतलेल्या कर्जाची जबाबदारी टाकलेली आहे यावरून हे सिद्ध होते. (अर्थ ३.११) परंतु इतर कोणत्याही बाबीत पत्नीची स्वत:ची संमती असल्याशिवाय तिच्यावर अशी जबाबदारी टाकता यायची नाही. अर्धसीतिकांच्या स्त्रियांना नोकरी करण्याच्या बंधनातून (इतर बंधनग्रस्तांप्रमाणे), जर त्यांना काही हलक्या दर्जाची नोकरी करण्यास भाग पाडण्यात आले तर आपोआप मुक्त करण्यात येई. यावरून असे दिसते की, काही अर्धसीतिक खाजगी देणगीवर मजुरी करीत तर त्यांच्या स्त्रिया तण काढून टाकणे, धान्य कुटणे अथवा पाणी वाहून नेणे अशा प्रकारचे श्रम करीत. आजतागायत बिहारमध्ये भागी असणारे कनिष्ठ व भागी असणाऱ्या कनिष्ठ दर्जाच्या कुळाकडून जमीनदारासाठी अशाच प्रकारची कामे करवून घेण्यात येत. ह्या पद्धतीची मुळे अर्थशास्त्र कालापर्यंत मागे जातात. तसेच अर्ध्या भागाच्याही पद्धतीला सरंजामी काळात विशेषत: मुस्लीम राज्यकर्त्यांखाली बळकटी आली. कारण त्यांनी आपल्या सैनिकांना व्यवस्थितपणे जमिनीवर वसविण्यास प्रारंभ केला अशाप्रकारे जनपदांना शासनास द्यावयाचा राष्ट्र कर व कुळाकडून वसूल केलेला अर्धा हिस्सा या दोहोमध्ये पुरेशी माया (Margin) सापडत असे. हा त्याचा भाग भांडवली खर्च पुरवणी कर व जकाती दिल्यानंतरही राहात असे. तथापि प्रत्येक जमिनीवर बसण्याखेरीज त्याला इतर कोणताही हक्क नव्हता व परंपरेने (जुन्या वस्तीशी) करकचून बांधला गेल्यामुळे त्याला मुक्त उपक्रम करता येत नाही. अर्थशास्त्रातील शेतकरी (३.१४) व्यापाऱ्याप्रमाणेच समाजात अगर संघात विभागलेले होते. याखेरीज लोकसंख्या काही मूठभर हंगामी अर्धसीतिक पुरविण्यापलीकडे फारशी मोठी ; विशेषत: नव्याने खुल्या झालेल्या सीता जमिनी प्रत्यक्ष कसणाऱ्याला कायमच्या पायावर अधिक सवलतीने मिळू शकत असल्यामुळे अशी परिस्थिती निर्माण झाली होती. मेगॅस्थिनिसच्या लिखाणावरून आपणास असे कळते की, 'मुक्त नगरे' देखील आपल्या जनपदातील जमिनी शूद्र कुळांना प्रमाणित दराने कसण्यास देत. त्यामुळे अशोकाच्या काळापर्यन्त जमिनीवरील भार असह्य झालेला नव्हता. सर्व शक्तिमान शासन व ओसाड जमिनीवरील नव्या खाजगी वस्त्या यामध्ये होऊ घातलेला अपरिहार्य संघर्ष हे अशोकाच्या सुधारणांचे एक अंतिम कारण होते.

७.७ : राज्यसंस्थांचे उत्पादनविषयक आधार

अशा प्रकारे आपण अर्थशास्त्रात (२.१) काळजीपूर्वक वर्णन केलेल्या मौर्य उत्पादन पद्धतीच्या पायापर्यन्त येऊन पोहोचलो. हा पाया म्हणजे साफ न केलेल्या ओसाड जमिनी व नंतर शासकीय अधिकाऱ्यांच्या देखरेखीखालील त्यांची प्रत्यक्ष लागवड.

सर्व जमिनींचे मोजमाप करण्यात येई. त्यासाठी पाणी पुरवठा कोणत्या प्रकारचा आहे, पाऊस कितपत पडतो याची नोंद ठेवण्यात येई. प्रत्येक शासकीय भांडार व धान्य संग्रहात पाऊस मोजण्याचे यंत्र असे (अर्थ २.५) व त्याच्या साह्याने हे वर्गीकरण करण्यात येई. (अर्थ २.२४) निरनिराळ्या पूर्वीच्या जमाती भूमीतून विकसित केलेल्या जमिनी – यापैकी प्रत्येकीस एका राजधानीचे शहर असे – पौरजनपदांचे राष्ट्र नव्याने ओळखले जाई व पूर्वी प्रमुखास देण्यात येणारे व आता सम्राटास दिले जाणारे त्यावरील कर अधिक सुसह्य असत. 'तो कडा खजिना असलेला राजा आपल्या पौरजनपदांनाच फस्त करी.' (अर्थ २.१) ह्या उदाहरणावरून त्यांचे कर त्या काळच्या शासनाचा खर्च भागविण्यास अपुरे होते, हे दर्शवितात. त्याप्रमाणेच अर्थशास्त्रातील नमुनेदार शासन दिग्दर्शित करतात. अधिक जमिनी नव्याने जिंकून घेण्याचा प्रत्यक्षात उपयोग होत नाही कारण पराभूत राजा व त्याचे पदाधिकारी यांना शक्य तेव्हा त्यांच्या पूर्वस्थितीतच राहू दिले पाहिजे यावर जोर देण्यात आला आहे. लढाईच्या पहिल्या धुमश्चक्रीत जमा केलेल्या लुटीपलीकडे कोणत्याही विशेष खंडणीचा उल्लेख नाही. म्हणून अशा विजयाचा उद्देशसुद्धा आतापर्यंत वस्ती नसलेल्या भूमीत लोकास सुस्थिर करण्याचा होता असे दिसून येईल.

१०० ते ५०० शूद्र शेतकऱ्यांची कुटुंबे असलेली खेडी तयार करावीत व दर दोन खेड्यांमध्ये १–२ योजने (Leagues) व्यास असलेली भूमी सोडावी अशी खेडी परस्पर संघर्षाच्या दृष्टीने पुरेशी जवळ वसवावीत असा हा आकृतिबंध होता. त्याच्या सीमा काळजीपूर्वक खुणांनी ठरविल्या जात. शासकीय गट १०,२००, ४०० व ८०० खेड्यांचे असत. यापैकी शेवटी निर्देशिलेल्या गटाला भक्कम तटबंदी असलेले मुख्य शहर असे. ह्या नवीन जनपदाच्या सीमेत (रानटी जमाती आक्रमणापासून) सैन्याने रक्षण करावयाचे असते. कारण शूद्र खेडुताला शस्त्रे बाळगण्याचा हक्क नव्हता. पुरोहितांना थोडी लागवडीखाली नसलेली जमीन करमुक्त स्वरूपात दिली जाई. उरलेली जमीन कर भरणाऱ्या जमीनधारकास फक्त त्याच्या हयातीपुरती मिळे. एखाद्यास दिलेली जमीन त्याने लागवडीखाली न आणल्यास ती हिरावून घेण्यात येई. त्याने ती जमीन लागवडीखाली म्हणून साफ केलेली नसल्यास इतरांस दिली जाई. नवी वस्ती झाल्यानंतर काही काळ करात सूट असे. परंतु लागवड किफायतशीर होऊ लागल्यानंतर कर बरेच भारी असत. राजाचा भाग उत्पादनाच्या $\frac{1}{4}$ हून कमी नसे व त्यातच पाणीपट्टीची भर पडे. या सगळ्या कामांवर देखरेख ठेवण्यासाठी अधिकारी, हिशेबनीस, पर्यवेक्षक, दप्तरदार, पशुवैद्य, सामान्यवैद्य इत्यादी अधिकारी असतात; यांना दिलेल्या जमिनी केवळ हयातीपुरत्या असून, त्यांचे गहाण ठेवून अगर विक्री करून हस्तांतर करता येत नसे. सरतेशेवटी हे लक्षात ठेवले पाहिजे की, अशा प्रकारे लागवडीस न आणलेली जमीन, खेड्यातील श्रमिकांना (ग्रामव्रतक)

ग्रामीण अर्थव्यवस्थेची जडणघडण / २१५

अथवा व्यापाऱ्यांना खंडाने देता येणे शक्य होते. अशा वस्ती करणाऱ्यांवर राजा म्हणजे एक पूर्णपणे पितृसत्ताक हुकूमशहा होता. भारतीय इतिहासातील नंतरचा सर्व कालखंड सुद्धा असाच म्हणता येईल व हे विधान केवळ सीता शेतीतील वाढीवरच अवलंबून नव्हते. पितृसत्ताकत्वही लहान लहान प्रमाणावरील उत्पादनाचा आविष्कार आहे. आता हुकूमशाही हा निष्क्रिय अप्रतिकारक खेडुतांच्या जीवनाचा मूळ आधार आहे. अर्थात पितृसदृशवृत्ती दाखवित असताना देखील व्यवहारात हुकूमशहा असणे बरेच अधिक सोपे होते. खाणीची व्यवस्था, इमारती लाकूड, हत्ती असलेली जंगले, हे मासेमारी, जंतुसंचय, भाजीपाल्यांचा व्यापार यासारखेच शासकीय अधिकाराचे विशेष होते. राजास व्यापारमार्ग तसेच बाजारपेठांची केंद्रे निर्माण करता येत.

ह्या स्थिरावलेल्या शूद्रांना इतर ठिकाणाहून आवर्जून आणले होते अथवा खुद्द राजाच्याच अतिलोकवस्ती असलेल्या शहरातून बाहेर काढून आणले होते. अशोकाच्या कलिंगयुद्धात दीड लक्ष 'अपबुढे होते' याचे हे स्पष्टीकरण आहे. ही पद्धत मौर्यांपासून सुरू झालेली नसून नंतरच्या शिशुनाग व नंद काळातील असली पाहिजे हिमालयाच्या पायथ्या पायथ्याने जाणाऱ्या जुन्या मार्गापेक्षा नदीकाठाने नजीकच्या मुलुखात ती विस्तृत प्रमाणावर प्रचारात असली पाहिजे. त्यामुळे मेगॅस्थिनिस जर पाटण्यास गंगेच्या तर्कशुद्ध मार्गाने अर्थात काठाकाठाने गेला असला तरी त्याला बहुतेक जमिनी शासकीय सीता मार्गातील असल्याचे आढळून येणार हे उघड आहे ; तेथील शूद्र कर्षक हीच त्याने वर्णिलेली शांतताप्रिय कुळे (georgoi) असली पाहिजेत. खर्चिक परवान्याची कडक पद्धती (अर्थ २.३४) व प्रत्येक जनपदातील सीमारक्षक यामुळे शेती करणारास आपला जिल्हा सोडून बाहेर जाणे अशक्य होई. त्याप्रमाणेच ग्रामप्रमुख व नोंदणी अधिकारी त्यांनी इतरत्र कोठे बाहेर जाऊ नये, फार तर कर भरणाऱ्या दुसऱ्या खेड्यात जावे याबाबत जबाबदार असतात.

खरे पाहिले तर गरीब श्रमिकास शासकीय खेड्याखेरीज दुसरी गती नव्हती. प्रजनन क्षमतेचे वय ओलांडल्यानंतर व आपली संपत्ती इतर उत्पादकात वाटून दिल्यानंतरच त्याला संन्यस्त होता येई. अन्यथा त्याला दंड होई. आपल्या पत्नीची व आपल्यावर अवलंबून असणाऱ्यांची नीट व्यवस्था केल्याखेरीज संन्यास घेणाऱ्यास शिक्षा होत असे. तसेच स्त्रीला संन्यास दीक्षा देणाऱ्या कोणासही शिक्षा होत असे; हे अर्थात सीता (जमिनी असलेल्या) खेड्यासंबंधातच आहे. कारण तसे पाहिले तर बुद्धाच्या काळापासून भिक्षुणी अस्तित्वात होत्या. या शासकीय खेड्यात, व्यक्तिश: स्वत:च संन्यास घेतल्याखेरीज (व इतरांना संन्यासदीक्षा देणाऱ्याखेरीज) इतर कोणत्याही संन्याशास प्रवेश नसे. फारच थोडे वरिष्ठ जातीय लोक सोडले तर कोणत्याही प्रकारच्या संघात अगर गटास परवानगी नव्हती. तसेच (बांधबंधारे अथवा जलसंचयासारख्या सार्वजनिक) बांधकामासाठी तात्पुरत्या गटास परवानगी नव्हती.

मनोविनोदनार्थ सार्वजनिक संमेलनाच्या ठिकाणांना अथवा करमणुकीसाठी बांधलेल्या इमारतींना परवानगी नव्हती. नट, नर्तक अथवा गायक, वादक, कथा– निवेदक भाट इत्यादी कामात अडथळे आणू देऊ नयेत, खेडी अगतिक झाली की तेथील लोक शेतीवर आपले लक्ष केंद्रित करतात, यास्तव कर वाढवावेत. श्रमिकांच्या संपत्तीचा व धान्याचा पुरवठा करावा.' (अर्थ २.७) खेड्यातील भोळसटपणा हा एक शासकीय आर्थिक उपाय म्हणून काळजीपूर्वक जोपासावा. कारण खेडुतास काही उपयोग नसलेली अतिरिक्त संपत्ती शासनाच्या हाती जमा होऊन व शासनाकडून त्याला गुरे, अवजारे, भांडी इत्यादी वस्तू शासनाच्याच अटीवर मिळत. पाणी पुरवठा अगर इतर कोणत्याही खास सेवेबद्दल त्याला जबर कर द्यावा लागे. येथे राष्ट्रातील खाजगी खेडी अधिक सुखी होती. अशोकाच्या उपदेशामुळे संन्याशावर (भिक्षूवर) असलेली सर्रास बंदी मात्र सार्वजनिकरीत्या उठविण्यात आली.

मूळ पायाभूत उत्पादनावरील राज्याचा एकाधिकार कायम राखण्याचा एक मार्ग म्हणजे मोठ्या प्रमाणावर चालणाऱ्या गुलामांच्या व्यापारास बंदी घालणे, अर्थशास्त्राच्या काळी मानवी प्राणी विकले – खरीदले जात. तथापि त्याचे प्रमाण अत्यल्प होते व तेही विशेषत: प्रशिक्षित असलेले घरगुती गुलाम होते. मूळ (पायाभूत) उत्पादनासाठी गुलामांचा व्यापार अर्थशास्त्रातील नियमानुसार (३.१३) पूर्णत: बंद करण्यात आला होता. केवळ म्लेंच्छ यवन (त्यात ग्रीकही येत) त्यांनी आपल्या प्रजाजनांस (प्रजा याचा मुले असाही अर्थ होतो) गुलाम म्हणून विकल्यास अथवा खंडाने दिल्यास तो गुन्हा होत नसे. अशा म्लेंच्छांना खुषमस्करे म्हणून मागणी होती व त्यांचा राजांच्या अंत:पुरापर्यंतदेखील प्रवेश होता. 'तथापि एखाद्या आर्याची गुलाम म्हणून कधीही विक्री होता कामा नये,' हीच गोष्ट आर्यांइतकीच मुक्त असलेल्या शूद्राची होती ; प्रत्येक गुलाम (यात गुन्हेगार आले) श्रम करून आपली खंडणीची रक्कम चुकती करू शकत असे. घाणेरडी कामे (यांचा तपशील दिलेला आहे) शूद्राकरवी करविता येत नसे. मालकाने अशा निकृष्ट कामांचा आग्रह धरल्यास गुलामांना ताबडतोब मुक्त करण्यात येई. मालकाकरवी अत्याचार हा अत्यंत कडक शिक्षा होण्यासारखा गुन्हा होता. त्यानंतर गुलामांची आपोआप मुक्तता होई. गुलामांना स्वत:ची मिळकत असून ती त्यांच्या नातेवाइकांकडे वंशपरंपरा जाई. मालकाकडे नव्हे. त्यांची मुले जन्मत: मुक्त असत. शासकीय नियंत्रणाखाली शूद्र श्रमिक आता अस्तित्वात आले होते व अन्नधान्य निर्मितीसाठी मोठ्या प्रमाणावरील गुलामांचा व्यापार अनावश्यक झाला होता.

वस्तूंचे खाजगी उत्पादन अर्थशास्त्राने जाणूनबुजून बंद केले नाही. अर्थशास्त्रात प्रत्येक नव्या जनपदाचे प्रमुख शहर पूर्व-पश्चिम तीन रस्ते व दक्षिणोत्तर तीन रस्ते यांनी विभागले जावेत व त्या नऊ भागांचे पश्चिम अंगात कारागीर व हुन्नरी लोकांस

राहण्यास जागा द्यावी असे म्हटले आहे. इतर इमारतींमधील मोकळ्या जागांत श्रमिक संघाची दालने बांधावीत असे म्हटले आहे. (अर्थ २.४) ''योग्य पूर्वस्थितीप्राप्त (Restitution) करू शकणाऱ्या, कामगारांवर नियंत्रण ठेवणाऱ्या, आपली मते इतरांवर लादू शकणाऱ्या आपल्या योजनेनुसार कार्य करणाऱ्या व आपल्या संघात सत्ता असणाऱ्या लोकांनी करारपत्रे करावीत. काही अडचण भासल्यास आगाऊ पुरविलेल्या साहित्याबद्दल संघास जबाबदार धरावे.'' येथे संघ हा श्रेणी शब्दाचा अर्थ आहे. तो जमातीचा उत्तराधिकारी होता. (संघ शब्दासाठी ११.१ पाहा; त्याबरोबरच कंबोज व सुराष्ट्रातील क्षेत्रिय श्रेणींचा उल्लेख पहा) परतु त्याची व्याप्ती लहान असून तो कमी त्रासदायक होता. याच्या उलट ते केवळ श्रमिकांचे संघ नाहीत कारण सैन्यात सैनिकांच्या श्रेणींचा वारंवार उल्लेख येतो. श्रेणींचा प्रमुख आपल्या अनुयायांपेक्षा अधिक धोकादायक बनू शकत असल्यामुळे (अर्थ ८.४) त्याला सैनिकाचा पगार (अर्थ ५.३) म्हणजे ८००० चांदीचे पण मिळत. श्रेणीतील सैनिक इतर सर्वाहून श्रेष्ठ असत. (अर्थ ९.२) परंतु आनुवंशिक कायम सैन्याचा व धंदेवाईक पगारी सैन्याचा अपवाद होता. श्रेणीत भरती केलेल्यांना (अर्थ ७.८; ७.१४) कायमचा शत्रूंचा वास असलेल्या जमिनी बक्षिसादाखल मिळत (अर्थ ७.१६) व दोन संकटांना एकमेकांविरुद्ध झुंझविणाऱ्या धोरणाशी हे सुसंगतच होते. म्हणून त्या काळच्या श्रेणी म्हणजे जमात व जात यांमधील एक गट होता व त्याचे सदस्य सामान्य व्यवसाय पत्करून रहात असले तरी शस्त्रेही धारण करीत. ते सामाजिक उत्पादनात सहभागी होत. परंतु शूद्र श्रमिकाच्या पातळीइतके निकृष्ट नव्हते. त्या प्रमाणेच चार जातियुक्त वर्गापैकी कोणत्याही एकात कोंबले जाण्याइतके सामान्य (निराकार) नव्हते. अर्थशास्त्रात असे म्हटले आहे की (अर्थ ७.१), श्रेणींच्या तुकड्या जेथे स्थायिक झाल्या आहेत अशी भूमीही नैसर्गिक अडथळे व उत्तम किल्ले यांनी संरक्षिलेल्या भूमीइतकेच लष्करीदृष्ट्या आक्रमण करण्यास कठीण असते.

'वसाहत करण्यासाठी' कोणती जमीन अधिक चांगली – व्यक्तींनी वसाहत केलेली की श्रेणी संघटनातील माणसांनी वसाहत केलेली ? जिच्यात माणसे विभागलेल्या प्रकारची असतील ती अधिक चांगली ; कारण, विघटित लोक असलेली जमीन लागवडीस आणता येते व तेथे शत्रूंच्या बंडखोरीची (blandish- ment) पर्वा करण्याचे कारण नसते. दुसऱ्या प्रकारची भूमी (राज्यकर्त्यास बाधक ठरणाऱ्या) संकटास निर्धाराने तोंड देऊ शकणार नाही; श्रेणींची वस्ती असलेल्या भूमीतील महान दोष म्हणजे तेथे बंड होण्याचा संभव असतो.'' (अर्थ ७.११)

अशा प्रकारे काही सशस्त्र श्रेणी ओसाड जमिनीवर आपण होऊन वसाहत करतात; त्यात खेडूतही नसतात अथवा फलसंग्राहक रानटी टोळ्यातीलही नसतात. या ग्रंथात पुढे असे म्हटले आहे ; ''चार जातिनिशी भूमीवर वस्ती करण्याचा प्रश्न लक्षात

घेता, जेथे निकृष्ट जातीचे प्राबल्य असेल ती भूमी अधिक चांगली कारण तिचा अनेक प्रकारे उपयोग करून घेता येईल.'' जरी नंतर कित्येक शतके श्रेणी चालू राहिल्या तरी मूलत: शूद्र शेतकऱ्यांनी वस्ती केलेल्या खेड्यात त्यांना (श्रेणींना) उपजीविकेचे साधन मिळू शकले नाही. करारानुसार इतरांसाठी राबणारे कारागीर कधी कधी गटाने (कामासाठी) नेमले जात. परंतु त्यांची श्रेणीत बांधणी होत नसे. कारण अर्थशास्त्रात करार पुरा करण्यासाठी संघश: जबाबदार राहणाऱ्या श्रमिक संघांचा (संघभृता:) उल्लेख केलेला आहे. (अर्थ ३.१४) ह्या श्रेणी अर्थातच आपसात लग्न करणाऱ्या व नफा वाटून घेणाऱ्या होत्या व त्यांचा उल्लेख मेगॅस्थिनिसच्या खंडित लिखाणात सापडत नाही. (अनेक कळप राखणारे पारधी अथवा कारागीर असलेले व्यापारी अथवा ह्या दोन्हींच्या स्वरूपात आढळणारे, यांचा अपवाद सोडला तर) पाली साधनात सेनी व श्रेणी यांच्यात गोंधळ करून संघ व सैन्य यांच्यातही गोंधळ केलेला आहे. अर्थशास्त्रात श्रेणींचा या दोन्ही अर्थी उपयोग केलेला आहे.

ह्या नियंत्रणामुळे ग्रामीण भागास शहरात संघटित उत्पादन झालेल्या वस्तूंचा पुरवठा करणे अशक्य झाले व साम्राज्यातील वाढत्या अंतरामुळे त्यात भर पडली. कारागीर – बिन – व्यापारी किफायतशीर दराने पुरेसे कामगार मिळवू शकले नाहीत. कारण सर्वांत निकृष्ट कामकऱ्यास शासनाकडून रोख मुशाहिरा मिळे, शासकीय सीता ग्रामीण वसाहतीसाठी शूद्रास बेदरकारपणे हद्दपार केले जाऊ शकत असे व गुलाम कामगार स्वस्त किमतीत विकत घेता येत नसे. अशोकपूर्व शासनाने व्यापारी मार्गावर विश्रामस्थाने मुळातच बांधली नव्हती व त्या शासनाची व्यापाऱ्याबाबत वृत्ती नि:संशय शत्रुत्वाची होती. कौटल्य, अर्थशास्त्रातील पूर्वसुरींना विरोध करून म्हणतो, ''छे: (राजाचे) सीमारक्षक कमी धोकादायक असतात कारण ते आपल्या उपजीविकेसाठी व्यापाऱ्यांच्या मालावरील नफ्यावर अवलंबून असतात. परंतु व्यापारी, मालाच्या किमतीत चढ–उतार करतात. ते एका पणाऐवजी १०० पण व एका कलशाऐवजी १०० कलश मागतात व अशा प्रकारे आपली गुजराण करतात. (अर्थ ८.४) म्हणून खेड्यातील मागणी पुरी करण्याचा एकमेव मार्ग म्हणजे उत्पादकच खेड्यात घेऊन जाणे हा होता. त्यामुळे उरलेल्या खेड्यांनी एका बहुश: स्वयंपूर्ण अर्थव्यवस्थेच्या प्रमाणित उत्पादक प्रकाराकडे त्वरेने धाव घेतली असती. उत्पादन बेसुमार वाढले हे खरे.परंतु ते आता विनिमयार्थ वस्तूंचे उत्पादन राहिले नाही. धातूवरील मगधांचे नियंत्रण कमजोर होऊ लागले होते. कारण पाणी उपसण्याची तरतूद नसलेल्या दक्षिण बिहारातील खाणी या सुमारास [१०] पाण्याच्या पातळीपर्यंत पोहोचल्या होत्या. दक्षिण भारतातील धातूवर एकाधिकार मिळविणे सोपे नव्हते कारण ते धातू जमाती क्षेत्रात निर्माण होत व अधिक धाडस करणाऱ्या प्रारंभिक (Pioneer) व्यापाऱ्यामार्फत आणले जात, जेव्हा उत्पादन खेड्यात होऊ लागले

तेव्हापासूनच पट्ट्यांपासून, जकातीपासून तसेच शासनाच्या एकाधिकारापासून मिळणारा महसूल बंद झाला. स्वयंपूर्ण व नि:शस्त्र खेडे हेच आता व यापुढील काळात भारताचे वैशिष्ट्य दाखविणारा उत्पादन प्रक्रियेतील नेहमीचा घटक बनून राहिला. याचा अर्थ असा की, सैनिक, प्रशासक व हेर यांचे ताफे दिमतीस असलेली केंद्रीय शासनयंत्रणा आता अनावश्यक वाटू लागून, ती टिकविणेही अशक्य होऊन बसले. अर्थशास्त्रातील सार्वत्रिक हेरगिरीचे सावट अगदी युवराजापासून तो निकृष्ट खेडूतापर्यंत प्रत्येकावर पसरलेले असे. यावरूनच हेच सिद्ध होते की, अधिकाऱ्यांच्या ताफ्यापलीकडे ह्या शासनास कोणताही वर्गीय आधार नव्हता. नोकरशाही अधिकाऱ्यांचा उपद्रव (speculations ?) नियंत्रित करणे अधिकाधिक कठीण होऊ लागले होते. ''मुख्य महसूल वसुलाधिकारी (समाहर्ता) प्रथम आपला नफा पाहतो व नंतर राजाचा किंबहुना राजाच्या नफ्याचा समूळ नाश करतो. इतरांची संपत्ती (कर म्हणून) घेताना तो आपल्या मर्जीनुसार तिची वासलात लावतो.'' (अर्थ ८.४) अर्थशास्त्रातील तीन सबंध अधिकरणे (२.७.१०) भ्रष्ट अधिकारी शोधून काढणे व त्यांना शिक्षा करणे या विषयास वाहिलेली आहेत व अखेर अगतिक होऊन त्यात अशी कबुली दिली गेली आहे की, मासा ज्या पाण्यात पोहतो त्यातील पाणी केव्हा पितो ते सांगणे कठीण आहे, तितकेच पैशाचे व्यवहार करणारा अधिकारी त्यातील पैसे केव्हा खातो हे सांगणे कठीण आहे.

या सर्वांच्या मुळाशी असलेली आर्थिक वस्तुस्थिती अशी आहे की, मगध राज्याचा आता अत्यंत कमी किफायतशीर असलेल्या देशात विस्तार झाला होता. जमिनीशी तुलना करणे शक्य नव्हते. विशेषत: तिच्यातील जंगले साफ झाल्यानंतर अर्थशास्त्रात आदर्श जनपद भूमीचे असे वर्णन आहे. (अर्थ ६.१)

''तिच्या सीमेवर व मध्यभागी तटबंदी करण्यासारख्या टेकड्या असाव्यात. ती स्वयंपूर्ण असावी. गरज पडल्यास इतर भागासही तिचा आधार असावा. रक्षण करण्यास सोपी, (राजाच्या) शत्रूंचा द्वेष करणाऱ्या व शेजारी फारसे प्रबल नसलेली अशी असावी. तीत दलदल, खडक, मीठ मुरलेली जमीन, उंच सखल जमीन, काटेरी झुडपे, वन्य व पशू वन्य जमाती यांपासून मुक्त असाव्यात. ती मोहक सीता शासकीय जमिनी, खाणीतील संपत्ती व हत्ती असलेली जंगले यांनी मुक्त असावी. ती गुरांसाठी, मानवी प्राण्यासाठी योग्य, सुसंरक्षित कळप असलेली, खिल्लारे असलेली व पावसाच्या पाण्यावर अवलंबून नसलेली असावी. ती जलमार्ग व रस्ते असलेली, उंची किमती व विविधता यांनी युक्त असा व्यापारी मार्ग असलेला सैन्याचा व करांचा बोजा सहन करणारी पोरसदार, लोकसंख्या बहुश: निकृष्ट जातीची व रहिवासी निष्ठावान व पवित्र जीवन जगणारे असावेत. जनपदाची पूर्णत: अशा प्रकारची आहे.''

ह्या उताऱ्यातील आशय बिहार, उत्तरप्रदेश, पंजाब कदाचित पश्चिम बंगाल व गुजरात किनारपट्टीच्या उत्तर भागास बरोबर लागू पडेल. परंतु देशातील इतर भागास मात्र लागू पडणार नाही. मौर्यपूर्व राज्यकर्त्यांना हे भाग (जिल्हे) अजून जिंकण्यास योग्य व वसाहत करण्यास योग्य वाटले असतील परंतु चंद्रगुप्ताच्या सैन्याने याहून निकृष्ट जमीन नक्कीच पादाक्रांत केली होती. आधीच्या पौरजनपदांनी व्यापलेला इतकाच सुपीक परंतु कोरडा पंजाब खर्चिक पाणीपुरवठा व्यवस्थेशिवाय लागवडीखाली आणणे शक्य नव्हते. दक्षिण जमीन तर जंगलांनी झाकलेली आणि खडकाळ व सीता खेड्यातील मगध पद्धतीचे शासन येथे अत्यंत खर्चाचे झाले असते.

अशोकाने निरनिराळ्या अहवालाबाबत केलेल्या घोषणेवरून हेच सिद्ध होते की, या अवाढव्य पद्धतीत तिच्यातील प्रमुख व्यक्ती व प्रतीक असलेला जो निरंकुश राजा त्याला कमालीची शारीरिक झीज सोसणे, तसेच चित्ताची कमालीची (अशक्यप्राय) एकाग्रता करणे आवश्यक होते

''(राजाची) दिवसरात्र नालिका समयमापकानुसार आठ भागात विभागली जाई. (नालिका म्हणजे कदाचित रिकाम्या नळ्या असून दिवसारात्री त्याचा पाण्याच्या घड्याळासारखा उपयोग होत असावा)......... तर दिवसाच्या पहिल्या अष्टमांशात राजाने संरक्षणाविषयी तसेच आय-व्ययाविषयी योजलेल्या मार्गावरील अहवालांचे श्रवण करावे. दुसऱ्या भागात त्याने पौरजनपदासंबंधी व्यवहाराकडे लक्ष द्यावे. तिसऱ्यात त्याने स्नान, भोजन व (वेदांचा) अभ्यास करावा; चौथ्यात त्याने सुवर्ण स्वीकारणे (settle the acceptance of gold) व शासकीय गोष्टींचे निर्णय घ्यावेत, पाचव्यात त्याने मंत्रिपरिषदेशी विचारविनिमय करून पत्राने आदेश द्यावेत (याचा अर्थ निरनिराळ्या जिल्ह्यांतील जनपद मंत्री असा असावा) व हेर आणि वृत्तांताची दखल घ्यावी; सहाव्यात त्याने थोडे मनोविनोदन करावे अथवा धोरणांची चर्चा करावी; सातव्यात त्याने हत्ती, घोडे, सशस्त्र रथ व सशस्त्र फौजेची पाहणी करावी; आठव्यात सेनापतीशी आक्रमणाबाबत विचार करावा ; संध्याकाळी त्याने सायंप्रार्थना करावी ; रात्रीच्या पहिल्या अष्टमांशात त्याने गुप्तहेरांची गाठ घ्यावी ; दुसऱ्यात स्नान, भोजन व पुन्हा (वेदांचा व शास्त्रांचा) अभ्यास करावा. तिसऱ्यात त्याने वाद्यसंगीत चालू असता शयनागारात जावे व चौथ्या आणि पाचव्या भागात निद्रा करावी. सहाव्यात संगीताच्या स्वरात जागे होऊन त्याने शास्त्रांचे चिंतन करावे (शास्त्र याचा अर्थ बहुधा अर्थशास्त्र असावा) व आपली तात्कालिक कर्तव्ये पार पाडावीत. सातव्यात आपली सल्लामसलत करावी. (आठव्यात विजनार्थ सूत्रांचे श्रवण करावे) व गुन्हेगारांना आदेश द्यावेत. आठव्यात त्याने पुरोहिताच्या, गुरूच्या समवेत शास्त्रोक्त आशीर्वाद घ्यावा व आपले वैद्य, प्रमुख आचारी व ज्योतिषी यांची गाठ घ्यावी. नंतर सवत्स धेनूस व बैलास प्रदक्षिणा घालून दरबारात प्रवेश करावा

ग्रामीण अर्थव्यवस्थेची जडणघडण / २२१

अथवा त्याने आपल्या स्वत:च्या शक्त्यनुसार व आवडीनुसार आपली कर्तव्ये पार पाडण्यासाठी अहोरात्रीची विभागणी करावी.'' (अर्थ १.१९)

याच्या जोडीस विषप्रयोग, खून, अपहार (अर्थ १.२०, १.२१, १.१७-१८ इ.इ.) याविरुद्ध सतत जागरूक राहवे. यावरून असे दिसून येईल की, राज्याचे शासन योग्य रीतीने करावयाचे असल्यास राजाचे आयुष्य ऐषआरामाचे खासच नव्हे. नंतरच्या राजांनी छोट्या राज्यात व कमी शक्ती असणाऱ्या नंतरच्या राजांनी अधिक आराम उपभोगण्याचे ठरविले.

अशोककालीन परिवर्तन हे केवळ राजांचेच नसून एकूण पद्धतीचे होते. राज्यास प्रमुख स्थानी असलेल्या वस्तूंचे उत्पादन जाऊन त्याऐवजी आपापल्या अंतर्गत अन्नधान्याच्या आवश्यक वस्तूंची निर्मिती व पुरवठ्याकडे खेडी लक्ष देऊ लागली. बल वापरणाऱ्या राज्ययंत्रणेचा खर्चिक संभार धर्माचे साहाय्य घेऊन कमी करण्यात आला. अर्थशास्त्रात ब्राह्मणी विधींचा केवळ प्रसंगोपात्त उल्लेख आला आहे. यज्ञासाठी घेतल्या जाणाऱ्या दक्षिणेवरही नियंत्रण आहे. (अर्थ ३.१४) जसे धार्मिकेतर करार मोडल्याबद्दल शासन करण्यात येई तसेच पुरोहितासाठी यज्ञीय बाबीत करार मोडल्याबद्दल शासन होई. 'संन्याशाचा' उपयोग मुख्यत: हेरगिरीसाठी करण्यात येई कारण अशाप्रकारे वेषांतर केलेल्यांना सर्व वर्गात सहज प्रवेश मिळू शके व जेथे रानटी लोक (आटविक) राहात अशा दुर्गम अरण्यात देखील त्यांना प्रवेश मिळू शके. जर शाक्य, आजीविक अथवा अशाच प्रकारच्या भिक्षूंना मृत पितरांच्या श्राद्धदिवशी मेजवानी देण्यात आली तर १०० रौप्य नाण्यांचा दंड असे. (अर्थ ३.२०) (स्त्रियांना सक्तीने संन्यास देण्याबद्दल जसा दंड होता त्याप्रमाणेच) ह्या उपायावरूनही अर्थशास्त्राचा काळ अशोकापूर्वीच ठरतो. कारण वरील दोन्ही वर्गांबाबत अशोकाचे औदार्य जाहीर होते व तेच त्याच्या अनेक उत्तराधिकाऱ्यांनी चालू ठेवले. अशोकाच्या दरबारातील राजकन्या भिक्षुणी झाल्या असे परंपरा सांगते. तसेच वेषांतर केलेल्या हेरापलीकडे अर्थशास्त्राला भिक्षुपदाबद्दल काहीही आस्था नव्हती. निकृष्ट प्रकारच्या (चांडाळांच्या) वस्तीप्रमाणेच भिक्षूंची वस्ती शाही सम्राटाच्या नगराच्या (राजधानीच्या) बाहेर असावी लागते. (२.४) वाद उपस्थित झाल्यास, अशा आरामातील (विश्रांती स्थानातील) जागांची योग्य वाटणी करण्याबाबत नियम होते. अशा प्रकारे अशोकाचे उपाय जहाल किंबहुना क्रांतिकारक व नवजीवनास सवलती देणारे होते. प्रत्येक केंद्रीकृत असलेले शासन - व तात्विकदृष्ट्या त्याचा कधीही त्याग करण्यात आला नाही - कोलमडून पडण्याचे हे लक्षणच नव्हे तर प्रमुख कारणही होते. आता सैन्याची आवश्यकता नव्हती कारण भारत अगदी तर्कशुद्ध सीमापर्यंत जिंकण्यात आला होता. अर्थात जोपर्यंत दरोडेखोरी पासून संरक्षण देण्यासाठी व खेडुतांना गाव सोडावे लागू नये म्हणून जनपदांवर

निगराणी रोखण्यासाठी स्थानिक सैनिक तुकड्या पुरेशा होत्या. मात्र अशा तुकड्या, नव्याने चंचुप्रवेश करून साम्राज्याच्या गाभ्यापर्यंत पोहोचणाऱ्या परकीय साहसी सैन्यास प्रतिबंध करण्याइतक्या समर्थ नव्हत्या. अशोकाच्या मृत्यूनंतर साठ वर्षांत हेच घडून आले. बौद्ध संघात प्रवेश मिळण्याबाबत जे नियम आहेत त्यावरून हे दिसून येते की, आता बौद्ध संघ जातिव्यवस्थेच्या अगर शासकीय नियंत्रणाच्या आड येत नव्हते. पळून गेलेल्या गुलामांना अगर दासांना प्रवेश देणे आता अवैध ठरविण्यात आले व त्यामुळे भिक्षूंना शासकीय खेड्यात खुषीने प्रवेश करता येऊ लागला. गुन्हेगारांना देखील संघात प्रवेश मिळविण्याची बंदी होती. तथापि निकृष्ट सोपाक (श्वपाक = कुत्रे खाणारा चांडाळ) हादेखील खुद्द बुद्धाचा प्रमुख शिष्य होता व अंगुलीमाळ ह्या खुनी दरोडेखोराच्या परिवर्तनाचे पसेनदी ह्या विस्मित झालेल्या राजाने देखील कौतुक केले आहे. आता उत्तम पगार मिळणाऱ्या सैनिकांचे पाठबळ असणाऱ्या कमी व त्याहूनही उत्तम मेहनताना मिळणाऱ्या हेरांनी नियंत्रित केलेल्या सर्वशक्तिमान भिक्षू, उपदेशक कायदा व सुव्यवस्थेचे खर्चिक प्रणेते बनले. अशोकाने घालून दिलेल्या आधाराचा भरभक्कम पाठिंबा मिळाला. उदा. सांची येथे ज्या व्यापाऱ्यांना अशोकपूर्व शासनाने निगराणी ठेवून पिळून व सर्व शक्तिनिशी दडपून टाकले होते, त्यांच्यापासूनही शासनला पाठिंबा मिळाला होता. राजा व त्याचे प्रजानन या दोघांनाही आता धम्माच्या स्वरूपात एक समान आधार मिळाला. तो या राज्याचा नवा वर्गीय पाया ठरणारा होता. मग त्या राज्याचे अवशिष्ट स्वरूप कशाही प्रकारचे असो.

टीपा आणि संदर्भ

(१) तक्षशिलेची शरणागती, अलेक्झांडरचा विजय आणि परकीय आधार याकरिता सीएआय आणि आयटीएमही अद्याप उपलब्ध असलेली कार्यक्षम सर्वेक्षणे होत.

(२) एस. कृष्णस्वामी अय्यंगार : (Beginings of south Indian History) (मद्रास १९१८) पृ. ८१-१०३- कमकुवत पुराव्याकरिता आणि (पुस्तकात) अधिकच कमकुवत केलेल्या पुराव्याकरिता. तसेच सोम सुन्दर देसिकर, आयएचक्यू . ४, १९२८, १३५-१४५. अशा पुस्तकांवरून किंवा व्ही.आर. रामचंद्र दिक्षितार यांचे 'सीलप्पदिकाराम' (ऑक्सफर्ड १९३९) याचे भाषांतर किंवा त्यांचे 'Studies in Tamil literature and history' (लंडन) यावरून दक्षिण भारतात पहिल्यांदा नांगर केव्हा वापरला गेला हे शोधून काढणे शक्य होत नाही.

(३) मौर्यांच्या ताब्यातील मुलुखाकरिता - आय.ए.१९.५५-६२ ; एबीओआरआय २३.५१०.१४.

(४) ए.एच. क्लफ (A.H. Clough) यांनी इ.स. १८६४ मध्ये सुधारून वाढविलेला व मॉडर्न लायब्ररीमध्ये पुनर्मुद्रित केलेला (न्यूयॉर्क, तारीख नसलेले), ट्रायडनचा अनुवाद वापरलेला आहे (पृष्ठ ८०१-८५४) चुकीच्या Gandaritan (गँडरिन) करिता 'Gangaridan' (गँगरिदन) ही माझी दुरुस्ती आहे.

(५) आजसुद्धा वाचण्यायोग्य असलेल्या दोन सुस्पष्ट लेखात (जेएएसबी १९३७-८) जे. प्रिन्सेपचा शोध त्याने वर्णन केला आहे.

(६) अशोकाच्या आज्ञांकरिता - Corpus Inscriptionum Indicarum आय.इ. हुल्टझस्क (I.E. Hultzsch) ऑक्सफर्ड, १९२५, भारत सरकारकरिता) आर.ई. आणि पीई अनुक्रमे खडक व बांधकाम यांचा संदर्भ देतात. इ.सेनार्ट : les inscriptions de piyadasi (२ खंड, पॅरिस, १८८१-६) ; एफ. डब्ल्यू. थॉमस जेआरएएस्, १९१४, ३८९ - ३९५ Ibid. १९१६, ६७७ - ६९८ धर्मानंद कोसंबी, आयअे ३९, १९१०, २१७.

(७) जर्नल ऑफ द आर्कियॉलॉजी सर्व्हे, हैद्राबाद, खंड २:

(८) अर्थशास्त्राच्या (मूळ) पुस्तकाकरिता, ते पुस्तक शोधून काढणारे आर. शामशास्त्री (दुसरी संपादित आवृत्ती, म्हैसूर १९२४) यांच्यापेक्षा टी. गणपतिशास्त्री यांच्या संपादित आवृत्तीवर (त्रिवेंद्रम, १९२३ च्या पुढे ३ खंडांतील आवृत्ती, त्रिवेंद्रम संस्कृत मालिका, अनुक्रम ७९, ८०, ८२) मी मुख्यत: भर दिला आहे. (विश्वास ठेवला आहे.) शामशास्त्रींची अर्थशास्त्राला (म्हैसूर १९२५) असलेली तीन खंडांतील शब्दसूची अत्यंत महत्त्वाची आहे. २.१ ह्या अत्यंत महत्त्वाच्या विभागाकरिता पाटण जैन भांडार भूर्जपत्र (नारळाच्या झाडाचे पान) योग्गहमच्या भाष्यासहित मुनिनी जनविजय यांनी संपादित व मुद्रित केले आहे (ते प्रत्यक्षात अजून प्रसिद्ध केलेले नाही). त्यांनी छापील स्वरूपात मला ते प्रेमाने (दयाळूपणाने) भेट दिले आहे. जे.जे. मेयरचे आदर्श भाषांतर 'Das altinadische Buch vom welt - und stautselben' (Leipzig १९२६) हे प्रत्येकवेळी स्वीकार्य नसले, तरी अत्यन्त अपरिहार्य वाटते. आर. शामशास्त्रींच्या (३ री संपादित आवृत्ती, म्हैसूर १९२९) इंग्लिशमधील पुस्तकापेक्षा ते केव्हाही जास्त चांगले आहे. एफ. ब्रोलोर यांचा प्रभावी वाटणारा व खूप कष्ट घेऊन केलेला अभ्यास 'Kaut, Liya Studier' मला निरुपयोगी व चुकीचे मार्गदर्शन करणारा वाटतो. याचे कारण एवढेच की, त्यात न्यायविषयक सूत्रांचा अर्थ लावताना सामाजिक उत्पादनातील मागेपुढे होणाऱ्या बदलाकडे अजिबात लक्ष पुरविलेले नाही.

(९) बहुधा मेगॅस्थिनिसमधून उद्धृत केलेला भारतातील इतर मोठ्या सैन्यांबद्दल प्लिनीबाबतचा संदर्भ, आयटीएम्.३४ - जरी प्लिनीच्या वेळेपर्यंत अशी सैन्ये नि:संशयपणे राज्यांबरोबरच सुधारत जात होती, तरी - विश्वासार्ह वाटत नाही.

मेगॅस्थिनिसच्या वृत्तांतानुसार ग्रीकांनी पांड्यांचा, पंडग्या (कृष्ण – हेरॅलिसची कन्या) हिच्याशी 'संबंध जोडला आहे ; दक्षिणेत तेव्हा व नंतर कित्येक शतके अमलात असलेल्या मातृसत्ताक पद्धतीनुसार तिच्या संततीमुळे तिच्या पित्याला दक्षिणेत वसाहत राज्य करता आले.

(१०) खाणीतील अत्यंत कार्यक्षम कामाचा व जुन्या काळातील खाणीतील द्रव्याचा घट याचा पुरावा (अद्याप तारीख निश्चित केली नाही) जे.एन.डन यांनी दिलेला आहे. Memories of the Geological Survey of India, LXIX pt. १ , १९३७ (पृ. ३–५४.५)

◆ ◆ ◆

प्रकरण आठ

व्यापार व स्वाऱ्या यांनी निर्माण केलेले मध्यंतर

मौर्य साम्राज्याची जेव्हा शकले पडली, तेव्हा परकीय आक्रमकांनी उत्तरेकडील विभाग (बंगाल सोडून दोन मोठ्या नद्यांची खोरी) जिंकून त्यावर सतत राज्य केले, तर दक्षिणेकडील भाग बहुतांशी देशी राज्यकर्त्यांच्या अमलाखालीच राहिला. या फरकाचे मूलभूत कारण असे, की परकीयांनी जिंकलेल्या मुलुखातील अर्थव्यवस्थेत नांगर वापरणाऱ्या खेड्यांचे प्राबल्य राहिले. ह्या परकीय विजेत्यांनी, मुख्यत: पूर्वीच्या राज्यकर्त्यांनी साठविलेल्या शिलकी संपत्तीची लूट केली. अशा निष्क्रिय अप्रतिकारक खेड्यांची दक्षिणेत (सामान्यत: नर्मदेच्या दक्षिणेकडील मुलूखात) अद्याप प्रसार द्यावयाचा होता. त्यात (दक्षिणेकडील मुलुखात) प्रमुख व्यापारी संघ होते. दमदार अरण्यवासीयांशी होणारा व्यापार बराच किफायतशीर होता. परंतु दक्षिणेतील शेती, मौर्य कालानंतरची असल्याचे आढळते. बंदिस्त असलेल्या ग्रामीण अर्थव्यवस्थेतील उत्पादनास 'वस्तूउत्पादन' असे नाव देता येत नाही. जवळजवळ स्वयंपूर्ण असलेल्या खेड्यांच्या संख्येतील वाढ होण्याचा अर्थ असा की, दरडोई होणारे वस्तूउत्पादन - अर्थात वस्तू उत्पादनाची घनता - कमी होत होत गेले. मात्र एकूण उत्पादनात वाढ होत गेली. ज्यांच्या भरभराटीमुळे विशिष्ट प्रकारच्या भारतीय खेड्यातील वसाहत वाढत गेली, ती साम्राज्ये कशी कोलमडून पडली, याचा ह्या साध्या घटनेवरून खुलास होतो.

८.१ – मौर्य कालानंतर

मौर्य सैन्याने संबंध देश पादाक्रांत केला होता. त्यांच्या जहाजांनी गंगेच्या दक्षिणेपासून तो सिंधूपर्यंत सगळा समुद्रकिनारा पालथा घातला होता. धर्मप्रसारक व व्यापारी सिलोन व आशिया मायनरपर्यंत पोहोचले होते व लवकरच चीनपर्यंत पोहोचणार होते. या सगळ्या यश संपादनाहून ही अधिक महत्त्वाची गोष्ट म्हणजे उत्तरेत मूलभूत उत्पादक घटक म्हणून झालेला खेड्यांचा विकास होय. ग्रीस व रोम प्रमाणे भारतीय उत्पादनावर गुलामगिरीच्या प्रथेचा केव्हाही प्रभाव पडला नाही. (येथील विशाल, पितृसत्ताक कुटुंब हे रोमन व्हेलाप्रमाणे एक सरंजामी जहागिरीप्रमाणे नव्हते, अथवा ब्राझीलमधील कासाग्रँडी (Casgrande) प्रमाणे एखाद्या विस्तृत लागवडीसारखे नव्हते.) मौर्य कालातील सर्वांत घनदाट वस्ती गंगा व सिंधू यांच्या दोन सुपीक खोऱ्यात होती. निबिड अरण्ये असलेले बंगाल व आसाम अद्याप खुले व्हावयाचे होते. तसेच लांब किनारपट्टीही खुली व्हावयाची होती. या भूप्रदेशात

२२६ / भारतीय इतिहासाचा अभ्यास

पावसाचे प्रमाण बरेच होते व मगधाकडून पुरवठा होऊ शके, त्यापेक्षा अधिक लोखंडाची तेथे जरूर होती. पुण्यगुप्त ह्या चंद्रगुप्त मौर्याचा वैश्य प्रांताधिपतीने जुनागडजवळ एका विशाल धरणाच्या बांधणीस सुरुवात केली. ते त्यानंतर सुमारे १००० वर्षे टिकून राहिले. परंतु त्याहून दक्षिणेकडे तशा प्रकारचे कोणतेही बांधकाम झाल्याचे ऐकिवात नाही. नांगराच्या वापरानंतर अन्नसंचायक (food gathering) मुलूख कमी झाला, तसतशा उत्तरेकडे असलेल्या आटविक रानटी जमातींच्या वस्त्यांच्या पोकळ्या नाहीशा झाल्या. अर्थशास्त्रात (१३.३) सुचविल्याप्रमाणे अरण्यवासीयांवर छुपे हल्ले करण्याची अथवा विषमिश्रित दारू पाजून त्याचा काटा काढण्याची आता जरुरी नव्हती. प्रतिस्पर्धी राजाने साहाय्यक म्हणून आपल्या सैन्यात त्यांची भरती केली, भुरटे हल्ले करण्यास अथवा शेजाऱ्यांविरुद्ध उठाव करण्यास (अर्थशास्त्रात शिफारस केल्याप्रमाणे) त्यांना लाच दिली, त्यामुळे त्यांची अन्न संचायक (Food-gathering) अर्थव्यवस्था आणखीच संपुष्टात आली. समाजाशी अंत:संबंध प्रस्थापित करून राहणाऱ्या जमाती केवळ जाती म्हणूनच टिकून राहिल्या. नंतर उत्पादक समाजात सामावलेल्या जमातींची सामान्यत: आर्थिक व म्हणून सामाजिक स्तरावर पीछेहाटच होत गेली. नवीन खेड्यांना वस्तीसाठी बरीच जागा मोकळी होती. जंगलतोड वाढत गेली, तसतसे (लागवडीच्या काहीशा सुधारलेल्या पद्धतींमुळे) थोडे नुकसान भरून आले, तरी सरासरी उत्पन्न कमी कमी होत गेले. उत्तरेकडील सपाट प्रदेशात अन्नोत्पादक व अन्नसंचायक या उभयांना पुरेशी जागा उपलब्ध नव्हती. दक्षिणेत मात्र सघन (dense cultivation) शेती शक्य नसल्यामुळे परिस्थिती सर्वस्वी निराळी होती. फार तर दख्खनेतील तुरळक पोकळ्यांतून उत्तम रीतीने होऊ शकणाऱ्या कृषिप्रधान वस्त्यांस मौर्य कालानंतर प्रारंभ झाला. येथील तुरळक वस्त्या असलेले व्यापारी मार्ग मौर्यांच्या ताब्यात होते. परंतु टेकड्या व जंगलांचे त्यांच्यामध्ये अडथळे होते. म्हैसूरच्या दक्षिणेकडील जिंकलेला सर्व मुलूख (मौर्यांनी) सोडून दिला होता व हा (निमलष्करी) ताबा देखील मेगॅलेथिक संस्कृतीच्या आदिवासींनी थोडथोड्या अंतरावर स्थापिलेल्या ठाण्यांच्या साखळीच्या स्वरूपातच शिल्लक राहिला.

उत्पादन साधनातील हा मूलभूत फरक, तसेच दीर्घकाल टिकून राहिलेल्या व नव्याने झालेल्या ग्रामीण वस्त्यातील फरक हा, ह्या दोन प्रमुख मुलूखांच्या भिन्नभिन्न राजकीय इतिहासात प्रतिबिंबित झालेला आहे. सर्व देशभर खेड्यांच्या स्थापनेच्या प्रसारामुळे धर्म व जाती ह्या दोहोमार्फत एकीकरण होण्याची प्रवृत्ती वाढली असली, तरी त्या उभयतांचे कार्य वेगवेगळे होते. जुन्या काळचे उत्पादक घटक उदा. श्रेणीसारखे त्यांना बंदिस्त ठेवण्यात काहीही कार्य उरले नसल्यामुळे – उत्तरेकडे त्यांचा अगदी छोट्या प्रमाणात संकोच झाल्यानंतरही दक्षिणेकडे ठळकपणे अस्तित्वात येत राहिला.

व्यापार व स्वाऱ्या यांनी निर्माण केलेले मध्यंतर / २२७

ह्या कालखंडातील कालनिर्णय [१] निर्विवादपणे अजूनही करता येत नाही. त्यामुळे राजांची नावे व त्यांच्या संभाव्य तारखा यांचे सिंहावलोकन करणे उपयुक्त ठरते. अशोकाच्या मृत्यूनंतर लवकरच दक्षिणेकडे सातवाहन नामक राजघराणे उदयास आले. (यालाच सातकणी अथवा संस्कृतीकरण होऊन 'शातवाहन' 'शालिवाहन' व शातकर्णी अशी नावे आहेत.) त्यांचे मूळ स्थान हल्लीच्या बेल्लारी जिल्ह्याच्या जवळपास असू शकेल. परंतु त्यांच्या नंतरच्या ऊर्जितावस्थेत त्यांचा संबंध आंध्रप्रदेशाशी राहिला. काही काल मौर्यपूर्व (मेगॅलेथिक अवशेष धरून) अवशेष चालू राहिले, तरी सातवाहनाचे अधिष्ठान पक्के झाल्यानंतर चे प्रचारातून नाहीसे झाले व (व्यापारी माला Eoultted Ware सह) शातवाहन अवशेष हे दक्षिणेतील सुसंस्कृत जीवनाचे सर्वांत आधीचे स्पष्टपणे दिसून येणारे आहेत, असे म्हणता येईल. शातवाहन स्तरावरील (कोल्हापूर, कऱ्हाड येथे पाँडेचरीजवळ आढळणारे) रोमन व्यापारी मालाच्या अवशेषांवरून पेरीप्लुसच्या वृत्तांताला दुजोरा मिळतो व चैनीच्या वस्तूंच्या व्यापाराचे महत्त्व व विस्तार निश्चितपणे कळून येतो.[२] व्यापारी माल (Eoultted ware) ख्रि.पू. ५० व इ.स. ५० च्या दरम्यान आरेटिन मातीकामावरून अनुकरण करून तयार केलेला आहे. कमोडस्च्या मृत्यूनंतर झालेल्या यादवी युद्धाच्या धुमश्चक्रीत अँटोनाईनच्या युगाचा अंत झाला, तेव्हा शातवाहन राज्याचाही ऱ्हास झाला. इतिहासकालातून बाहेर पडण्याइतपत त्यातील ग्रामीण कृषिव्यवस्थेचा पुरेसा विकास झालेला होता. टॉलेमी राजा सिरोटॉलेमाइओस याचे वासिष्ठीपुत्र सिरिपुलुमाईशी [३] ऐक्य प्रस्थापित करण्यात आले आहे.

सातकणी हे नाव आदिवासी दिसते. त्याचे दोन घटक [४] असून ते इंडो ऑस्ट्रिक शब्द आहेत. साद = घोडा व कोण = मुलगा (पुत्र) ह्यावरून आर्येतरांचे अश्व प्रतीक सूचित होते. अनेक सातवाहन नाण्यांवर आढळणारा घोडा हा आर्यांचा भारतातील शोध असल्यामुळे ह्या नावाची जडणघडण आर्यपूर्व कालाइतकी मागे जाऊ शकत नाही. 'सात' याचे योग्य संस्कृतीकरण 'सप्ति' (घोडा) असे आहे व ते एका नंतरच्या पुराणात प्रत्यक्ष दिसून येते. 'सप्तिकर्ण' हे एक भग्न प्रतीक (घोडा + कान) सूचित करते. तथापि कर्ण व 'वाहन' ह्या दोहोंवरून 'पासून झालेला वंश' सूचित होतो. त्यामुळे या वंशातील लोक हेच अशोककालीन 'सतिपुत्र' असावेत, असे दिसून येते. तथापि हे राजे यज्ञ करीत व बौद्धांनाही आश्रय देत. ह्या राजांपैकी एकाने तरी आपण 'एकमेव ब्राह्मण' असल्याचा दावा केला आहे व यावरून दक्षिणेतील जमातप्रधान मुलूखात वर्गीय संरचना निर्माण करण्यात पुरोहितपदाचा काय कार्यभाग आहे, हे दिसून येते. त्याप्रमाणेच सातवाहन व्यापाराचा ब्राह्मणी पुराणावर पडलेला प्रभाव संभवत: काल्पनिक भागांच्या देवदेवतांच्या वर्णनाखाली दडलेल्या त्यांच्या असामान्य भौगोलिक ज्ञानावरून दिसून येतो. जे.एच. स्पेक याने नाईल नदीच्य

उगमाचा प्रथम शोध लावला, तेव्हा त्याने मुंबईच्या लेफ्टनंट विलफोर्डने [५] पुराणांवरून काढलेला एक नकाशा आपल्याबरोबर नेला होता. ह्या नकाशात आफ्रिकेच्या अंतर्मुलूखातील स्थानिक नावे आश्चर्यजनक बिनचूकपणे प्रतिबिंबित झाली होती. तथापि सुस्पष्ट चिनी प्रवास वृत्तांत व त्याहूनही स्पष्ट असलेली अरबी प्रवाशांची वर्णने यांच्या तुलनेने पुराणातील भौगोलिक ज्ञान भिकार आहे. एखादे स्थळ ब्राह्मणाने नमूद करण्याइतके त्याला महत्त्वाचे वाटण्यासाठी त्याला ते एक पवित्र तीर्थस्थान वाटावे लागे व पुराणकथेच्या जाड दडपणाखाली त्याच्या नावाची उलटापालट करून ते तो झाकोळून टाकी. अशा तीर्थांच्या शोधात वेगवेगळ्या काळी भारतीयांनी आसामातील व दक्षिणेतील जंगलात आतापर्यंत केवळ प्रवेशच केला नाही, तर बाकू येथील नैसर्गिक वायूची ज्योत (Natural - gas flame) पूजनीय देखील मानवली अनेक खेड्यांची वाढ होताना त्याबरोबरच वाढीस लागलेल्या खेडवळ मनोवृत्तीमुळे, सातवाहन युगात शिगेस पोहोचलेली, संशोधनाची ऊर्मी लोप पावली. पूर्ण विकसित 'हिंदू धर्माने नष्ट न केल्यामुळे टिकून राहिलेली प्रवासाची फक्त दोनच उद्दिष्टे म्हणजे तीर्थयात्रा व धर्मग्रंथांचा अभ्यास ही होत.

आधीच्या सातवाहनांच्या कारकिर्दीच्या सुमारास ह्या वंशातील तिसरा राजा खारवेल ह्याने अशोकाच्या प्रभावाखाली नुकत्याच आलेल्या महानदी विभागात (आता अत्यंत दु:स्थितीत असलेला) एक सतरा ओळींचा पुरालेख कोरविलेला आहे. एरवी अज्ञात असणाऱ्या ह्या राजाने मगध, पांड्य व सातकर्णी ह्या सकट भारताच्या बऱ्याच भागांवर स्वाऱ्या केल्या. तो जैन होता, तरी बौद्ध धर्माने हर्षाच्या अथवा चंगेजखानाच्या लष्करी जीवनक्रमात जितका अडथळा आणला त्याहून अधिक अडथळा खारवेलच्या उपक्रमांत जैन धर्माने आणला नाही. ह्या (तथाकथित) अहिंसक धर्मामुळे मोठमोठ्या युद्धांना कधी आळा बसला नाही. कारण ती (युद्धे) खोलवर रुजलेल्या आर्थिक कारणांमुळे उद्भवली होती. (१०३ अथवा ३०० वर्षांपूर्वी) मगधाचा राजा नंद याने हरण केलेला एक जैन अवशेष, मगधाचा तत्कालीन राजा बहसतीमित (कदाचित शुंग बृहस्चतिमित्र अथवा पुष्यमित्र) ह्याजकडून परत मिळविण्यासारख्या लष्करी मोहिमा नित्य आढळणाऱ्या प्रकाराच्याच आहेत. त्याप्रमाणेच असंख्य जैन अर्हत व ब्राह्मणांना भोजने देण्याचा प्रयत्न आहे. ह्या लेखात देवळे बांधल्याचा व (आता ज्यापैकी बऱ्याच लेण्यांचा शोध लागला आहे, अशा) शंभरावर लेणी खोदविल्याचाही उल्लेख आहे. ह्यात लक्षात ठेवण्यासारखी गोष्ट अशी की, यापैकी प्रत्येक बांधकामास लाखो पणांचा एकूण खर्च आल्याचे नमूद केले आहे. आता नाणी भेसळ धातूंची असली, तरीदेखील खर्ची पडलेल्या रकमा अवाढव्य आहेत. ज्यातील पाठ व अर्थभेद याबाबत अनंत वाद माजले आहेत. (मी, मात्र बी.एम.बरूआ (old Brahmin Inscirption of the udugiri and khandgiri caves, कलकत्ता, १९२९ या ग्रंथाचा अवलंब केला आहे.) अशा या लेखातील सर्वांत मनोरंजक गोष्ट म्हणजे तोसली (?) मार्गातून काढलेल्या एका प्राचीन कालव्याचा विस्तार ही होय. हा कालवा मुळात नंद राजाने खोदविला होता. याचा अर्थ असा की, अशोक व मौर्य राजांपूर्वीदेखील मगध राजे आपल्या नियमित वरच्या कलिंगाच्या दिशेने रेटण्याचा प्रयत्न करीतच होते. परंतु खारवेलाने ह्या 'निराशा करणाऱ्या' दलदलींचा (तिमिरदाह) उपसा करून तो लांगल नदीत टाकला व ही कामगिरी ११३ वर्षानंतर पुरी झाली. जलाशय व धरणांच्या अशा विस्तृत प्रमाणावरील डागडुजीवरून असे दिसून येते की, कलिंग देशात नियमित लागवडीची प्रक्रिया एव्हाना स्थिरावली होती. तथापि ह्या गोष्टीची स्मृती पूर्णपणे पुसली गेली आहे.

खारवेलाची मगधावरील स्वारी, शेवटच्या मौर्य राजाचा वध करून गादीवर आलेल्या, परंतु पूर्ण साम्राज्यावर राज्य करू न शकणाऱ्या, पहिला शुंग नृपती पुष्यमित्र याच्या कारकिर्दीच्या सुमारास झाली असावी. ह्या घराण्याने मौर्यांच्या अमलाखालील उज्जैन अथवा त्याच्या शेजारच्या विदिशा प्रांताची सुभेदारी केलेली होती. शुंग हे ह्या राजवंशाचे नाव मान्यता पावलेले (भारद्वाज नामक) ब्राह्मण गोत्र आहे व त्यावरून हा राजवंश ब्राह्मण ज्ञातीचा होता, असे मानले जाते. परंतु तसे असावे, असे वाटत नाही. ह्या काळी क्षत्रिय व वैश्यांस गोत्रे होती. ह्या काळातील विस्तृत व्यापार, देशांतरे, स्वाऱ्या, नवीन लोकांस सामावून घेण्याची प्रक्रिया, यामुळे जुनी गोत्रपद्धती (रूढीस पक्के चिकटून राहणाऱ्या ब्राह्मणांचा अपवाद वगळून) नाहीशी होऊ लागली होती. आर्य जमातीत ब्राह्मणाला दत्तक घेण्याची प्राचीन वैदिक प्रथा म्हणजे ज्याच्या यज्ञप्रसंगी ब्राह्मण, पुरोहितपद स्वीकारील, त्या जमातप्रमुखाचे एक नवे गोत्र निर्माण करण्याचीच प्रक्रिया होती. आता आर्येतर जमातप्रमुख व व्यापारी यांना सामावून घ्यायचे असल्यामुळे हा नियम बरोबर उलटा करण्यात आला. म्हणजे क्षत्रिय व वैश्य आपल्या कुलपुरोहितांची गोत्रे धारण करू लागले. (Brough. १९५-६) अखेरच्या शुंगाचा कुलपुरोहित हा देखील भारद्वाज गोत्रातील कोणी कष्वायन होता. त्यामुळे शुंगांचे गोत्रनाम पुरोहिताचे नसून, ते स्वत: (शुंगराजे) क्षत्रिय असणे संभवते. आपल्या आईचे गोत्रनाम नमूद करण्याची सातवाहन प्रथा, (गोतमीपुत्र सिरी सातकणी) ही मूळच्या मातृहक्क प्रथेचा अवशेष असणे संभवते - मात्र तसे असेलच, असे नाही. कारण ही प्रथा बहुपत्निकत्वामुळेही अस्तित्वात आली असणे शक्य आहे. आईच्या माहेरच्या नावामुळे तिचा मुलगा, सावत्र मुलांपासून वेगळा ओळखू येऊ शकत असे व त्याबरोबरच उभय कुलांच्या दृष्टीने त्याचा जन्म सन्मान्य कुळात झाल्याचे सूचित होत असे.

शुंगांनी, त्यावेळी मृतवत् झालेल्या प्राचीन अश्वमेध यज्ञाच्या [६] विधीचे पुनरुज्जीवन करण्याचा प्रयत्न केला. पुष्यमित्राला असे करणे आवश्यक वाटले असावे कारण त्याने बळकाविलेल्या साम्राज्यात नव्या आक्रमकांनी मुसंडी मारली होती. तथापि अशोक धर्मीयांचा छळ करण्याबद्दल बौद्ध ग्रंथांनी त्याला मिळवून दिलेली ख्याती फारतर असे दर्शविते की, त्याने ब्राह्मणांना (आतापर्यंत प्रतिबंध केलेले) पुनरुज्जीवित करण्यास मदत केली. भारहूत येथील बौद्ध व सांची बांधकामे शुंग काळातील आहेत. उज्जैनीच्या व्यापारमार्गाने यवनांनी शुंगांच्या स्वतःच्या मुलुखावरच स्वारी केल्यामुळे अश्वमेध यज्ञ निष्प्रभावी ठरला. प्रासंगिक निर्देशांवरून असे दिसते की, ग्रीकांनी साकेत व्यापले होते व कदाचित पाटण्याइतक्या दूरपर्यंत प्रवेश केला होता. हा विशिष्ट यवन, युथिडेमॉसचा यशस्वी वंशज असून एका विस्तीर्ण परंतु सतत बदलत्या भूमीवरील अल्पकालीन राजा मिनांडर असल्याचे दिसते. युथिडेमॉसच्या मुलगा डेमेट्रिऑस याने देखील – अलेक्झांडर इतक्या दूरवर नव्हे, तरी – 'भारत जिंकला होता'. महान ॲरिओकस याला आपल्या 'भारत विजयाच्या' मोहिमेत, काबूल खोऱ्यातील, मौर्य प्रांतावरच राज्य करणाऱ्या 'भारतीयांचा राजा' सुभगसेन याच्यापासून मिळालेल्या देणग्यांवरच समाधान मानावे लागे. मिनांडर हाच सागलाचा (अलेक्झांडर जेथपर्यंत पोहोचला, त्या सियालकोटचा) मिलिंद राजा होय. ह्या सिलोनमध्ये सापडलेल्या व साक्षर भारतीयांसाठी त्या राजाची स्मृती जतन करून ठेवणाऱ्या एकमेव पाली बौद्धधर्मीय 'मिलिंद पन्हा = मिलिंद राजाचे प्रश्न' ह्या ग्रंथात त्याचा प्रामुख्याने निर्देश आहे. आधीच सिंधू नदीच्या दुआबावर (Delta) शक स्थायिक झाल्यामुळे ख्रि.पू. ७५ च्या सुमारास ग्रीक आक्रमकांच्या या विशिष्ट परंपरेचा अंत झाला. मध्यंतरी युथिडेमिडांनी आपले मूळचे बॅक्ट्रिअन राज्य गमावलेले होते व ते जिंकणारे युक्रेटिडिस व त्याचे वंशज [व त्याच्यानंतर आलेले माओएस् (Maues), ॲझेस (Azes) व इतर] देखील दुर्दैवी सिंधू खोऱ्यात शिरले होते. कुशाणांनी आधी बॅक्ट्रिया, मग काश्मीर व शेवटी उत्तर भारत जिंकून ह्या आक्रमक परंपरेवर कळस चढविला. त्यांनी मिळविलेला ताबा अधिक स्थायी स्वरूपाचा होता. त्यांच्या संपूर्ण साम्राज्याची सुरुवात कनिष्काच्या राज्याभिषेकाने इ.स. ७८ मध्ये झाली असे मानण्यात येते. परंतु ही तारीख अत्यंत वादग्रस्त आहे. इ.स. ७८ पासूनची कालगणना 'शालिवाहन शक' या नावाने अद्याप प्रचलित आहे. कुशाणांनी मिनांडरपेक्षा अगर त्यापूर्वीच्या कोणत्याही आक्रमकापेक्षा अधिक यशस्वीपणे भारतीय जीवनपद्धतीचे अनुकरण केले व बुद्ध, शिव अथवा इतर देवतांच्या प्रतिमा खोदलेली नाणी पाडली. त्यांनी बांधलेल्या अवाढव्य स्तुपांची इ.स.च्या सातव्या शतकातील चिनी यात्रेकरूंनी व इ.स. च्या ११ व्या शतकातील अल्बेरूणीने प्रशंसा केली आहे. वासुदेवाच्या कालापर्यंत (अदमासे इ.स. २००) काहीसे कमी झालेले

व्यापार व स्वाऱ्या यांनी निर्माण केलेले मध्यंतर / २३१

– साम्राज्य त्यांनी टिकवून धरले, त्याचे कारण, इतरांनी केलेल्या प्रासंगिक स्वाऱ्यांपेक्षा शिलकी संपत्तीचे सतत शोषण करण्याची अधिक सुधारलेली पद्धत त्यांनी अवलंबिली, हे होय. त्यांच्या कारकिर्दीत प्रांतांची व्यवस्था, कदाचित त्यांच्या अद्याप स्मरणात असलेल्या आर्किमेनिड व परसोग्रीक नमुन्यावर, एका महत्त्वाच्या फरकासह आधारलेली असून तीत प्रांताधिपतींना (Satrap = क्षत्रपांना) पूर्ण अधिकार होते. पर्शियन प्रांताधिपती सरदार वर्गातील असले, तरी तांत्रिकदृष्ट्या राजांच्या अंकित अथवा गुलामच (बंदक) होते व सम्राटाच्या लहरीनुसार त्यांना केव्हाही परत बोलाविता येई व चौकशी देखील केल्याशिवाय त्यांना शासन केले जाऊ शके. हगाण, हगाभाष, मथुरेचा राजुल इ. भारतीय प्रांताधिपतींवर अधिसत्ता कोण गाजवीत असे, हे नेहमीच स्पष्ट होत नाही. कुशाण प्रांताधिपती पूर्ण सत्ता गाजवीत, आपला अधिकार वंशपरंपरेने चालवीत व त्याबरोबरच त्यांनी 'राजन्' ही पदवी धारण केल्याचीही काही उदाहरणे आहेत. कुशाण कालगणनेच्या तिसऱ्या वर्षी खोदलेल्या सारनाथ येथील पुरालेखात वनश्चर व खर पल्लाण यांचा केवळ 'महान् श्रत्रप' असा उल्लेख करण्यात आला आहे. रुद्रदामन धरून (अंदाजे इ.स. १५० चष्टनाच्या सिधियन वंशजांनी क्षत्रप असतानाच 'राजा' ही पदवी धारण केली व स्वत:च्या अधिकारात लढाया केल्या. ते किती करभार देत, हे इतिहासास ज्ञात नाही. परंतु त्यांच्या 'क्षत्रप' या पदावरून ते मांडलिक म्हणून काही खंडणी देत असावेत, असा अर्थ निघतो. नहपान खरूरात हा देखील स्वत:स 'क्षत्रप' व उज्जैनीचा राजा म्हणवून घेई – याचा गोतमपुत्र सातकणी याने पराभव केला होता. गोतमीपुत्राचा मुलगा वसिष्ठीपुत्र पुळुमायी याचा रुद्रदामन याच्याशी झालेल्या दोन लढायांत पराभव झाला. या दोघांची जात, वंश, जमात अगर भाषिक गट समान असणे शक्य नसले तरी हा, अथवा दुसरा कोणी वसिष्ठीपुत्र श्री. शातकर्णी रूद्रदामनाचा जावई होता.

दक्षिणेत शातवाहन व उत्तरेत कुशाण स्थिर झाल्यानंतर देखील हा कालखंड संपत नाही; लढा देणाऱ्या खेड्यांवर आधारलेली राज्ये केवळ उलथून पाडण्याचा हा प्रश्न असला, तर तसे झाले असते. व्यापाराने उत्तेजन मिळाल्यामुळे अनेक स्थानिक राजवंशदेखील ओसाड अगर अविकसित भूमीच्या छोट्या छोट्या भागांवर उदयास आले होते. (DKA ७२–७३) किमान चार नागवंशीय तरी राजे झाले होते. सात गर्दभिल तरी 'भील' (भिल्ल) असावेत, असे त्या पदांतावरून दिसून येते. ह्या जमातीचे अवशेष अजूनदेखील अन्नसंचायक अवस्थेतून पूर्णपणे बाहेर पडावयाचे आहेत. तेरा पुष्यमित्र हे आपल्या सामान्य वंशनामावरूनचा ओळखले जातात. हूण अथवा हारहूण हे श्वेतहूण (Ephthalites) होते, हे उघड आहे. स्कंदगुप्ताने इ.स. च्या ५ व्या शतकाच्या मध्यास पूर्वोक्त जमात चिरडून टाकली. परंतु उत्तरोक्त जमातीचे पारिपत्य करणे, त्याला अधिक कठीण गेले. (दहा) आभीर राजे आता 'आहीर' ह्या पशुपालक

जातीत विकास पावलेल्या जमाती आक्रमकांतून आलेले होते. यातूनच रुद्रदामनाने नि:पात केलेल्या यौधेयासारख्या जमातीही उदयास आल्या व दोन शतके वा त्याहून अधिक काळानंतर त्या आपल्या नावाने नाणी पाडू शकल्या. सतलजच्या उजव्या तीरावरील आधुनिक बहावलपूरचे जोहिया त्यांचे वंशज असावे, असे दिसते. त्याच सुमारास अगदी दक्षिणेस ३ राज्ये निर्माण झाली. मलबारात चेर, द्विपकल्पाच्या अगदी टोकास पांड्य व आग्नेय किनाऱ्यावर चोळ. इ.स.च्या दुसऱ्या शतकात त्यांच्या ग्रामीण वस्त्या होत्या. त्यांनी लढाया केल्या. त्यांच्या आश्रयास ब्राह्मण पुरोहित होते. (संगमकालात) त्यांनी स्वत:ची कविता निर्माण केली व बौद्ध भिक्षुमठ बांधले. आता कोणतेही 'सार्वत्रिक साम्राज्य' नव्याने स्थापन व्हावयाचे तर त्याला इत:पर मौर्यांच्यापेक्षा अगदी निराळ्या स्वरूपाचे विजय नक्कीच प्राप्त करावे लागले असते.

परस्परांशी झगडणाऱ्या जमाती राजे व आक्रमक यांच्या धुमश्चक्रीवरून असे सिद्ध होते की, आक्रमक सैन्यांना पोसण्याइतका पहिला शिलकी साठा या नव्या खेड्यांना द्यावा लागला. त्यामुळे या खेड्यांवर ताबा असलेल्या लोकांच्या महत्त्वाकांक्षेत भर पडली. काही प्रसंगी आपल्या जुन्या मातृभूमीतून (मूळ स्थानातून) हद्दपार झालेल्या अथवा विविध घटकांतून जडणघडण होऊन निर्माण झालेल्या, नव्या जमाती उदयास आल्या. परंतु आता त्यांना अन्न उत्पादन करणाऱ्या गणांचे स्वरूप प्राप्त झाले. ह्यापैकी मालव गणाने आपल्या नावाने वर्ष गणना सुरू केली. ही वर्षगणना, ख्रि.पू. ५७ मध्ये सुरू झालेला विक्रम अथवा कृतशक असून – जर पौराणिक परंपरा [७] मार्गदर्शक होऊ शकत असेल, तर – उज्जैनचा शेवटला गर्दभिल राजा याचा वध करणाऱ्या शाहानुशाही आक्रमकांचा जो पराभव झाला, त्याच्याशी संबंधित होती. (यौद्ध्यांप्रमाणेच) ह्या जमातीने देखील ब्राह्मणांना आश्रय दिला. त्यामुळे या शकाची जोपासना होऊन लोककथांनुसार त्याचा संस्थापक विक्रम याचा सार्वत्रिक चक्रवर्ती सम्राट पद देऊन गौरव करण्यात आला. परंतु याच्या नावाने एकही नाणे अगर लेख उपलब्ध नाही. इतकेचा नव्हे, तर कोणतेही पुराण त्याचा उल्लेख करीत नाही. आता उल्लेखिलेल्या राजवंशांना हळूहळू नाणकशास्त्रदृष्ट्या दुजोरा मिळू लागल्यापासून पुराणातील याद्या अगदी निरर्थक नाहीत, असे दिसून येऊ लागले आहे. विशिष्ट नाणी कोठे सापडली, यावरून देखील ती पाडणाऱ्या राजांचा मुलूख कोठे असावा, याचे काहीसे दिग्दर्शन होते.

८.२ – कृषिप्रधान समाजातील अंधश्रद्धा

राजवंशांच्या इतिहासाच्या मीमांसेतदेखील पुरेशा महत्त्वाच्या असलेल्या धर्माची समस्या अधिक काळजीपूर्वक तपासली पाहिजे. भारतास मागासलेला ठेवणाऱ्या अंधश्रद्धेच्या कार्यावर कडाडून टीका करताना हे कधीही विसरता कामा नये की,

व्यापार व स्वाऱ्या यांनी निर्माण केलेले मध्यंतर / २३३

धार्मिक पुरोहितांच्या विधीमुळे किंवा जादूमय प्रयोगांमुळे देखील एखाद्या विशिष्ट स्थळी संस्कृती निर्माण करण्यास साहाय्य झाले आहे. वर्गीय संचरना अधिकाधिक दृढ होत गेली तसतसे अशा श्रद्धांचे शृंखलात रूपांतर झाले.

आधीच्या ऋग्वेदकालीन द्विजाती व्यवस्थेमुळे सिंधू खोऱ्यापलीकडे वाटचाल करणे शक्य झाले. आर्यांच्या यजुर्वेदकालीन जमातीत निर्माण झालेल्या चतुर्जातीय व्यवस्थेमुळे परस्पर व्यवच्छेदक व झगडणाऱ्या जमातींपेक्षा अधिक प्रगत अशा वर्गीय समाजाचा पाया घालण्यात आला. ग्रीकांनी आपल्या ब्राह्मणांविषयी असे म्हटले आहे (स्ट्राबो ; मेगॅस्थिनिस ५९) : ''त्यांच्या नैसर्गिक घटनांविषयीच्या कल्पना अत्यंत असंस्कृत आहेत. त्यांच्या श्रद्धा बऱ्याच अंशी कल्पित कथांवर आधारलेल्या असल्यामुळे त्यांच्या युक्तिवादापेक्षा त्यांच्या कृती चांगल्या (वरच्या दर्जाच्या) आहेत.'' ह्या कल्पित कथांचा व एका निश्चित व कठोर शिस्तीच्या, रानटी लोकांवर प्रभाव पडून त्यांच्यातून वर्गीय समाज स्थापनेचा प्रारंभ करण्यास उपयोग झाला. लोकांना भौतिक व मानवनिर्मित गरजांमधील फरक कळू शकत नसेल, जर ते बुद्धिपुरस्सर निसर्गाच्या गूढ नियमांचा शोध लावू शकत नसतील तर नैसर्गिक आपत्तींखाली त्यांची दयनीय दशा होईल. म्हणून नंतरच्या ब्राह्मणी धर्मामुळे मानवी स्वातंत्र्यावर – गरज कोणती, हे ओळखण्यावर व सामाजिकदृष्ट्या आवश्यक असलेल्या व श्रमकालात (Labour time) मोजल्या जाणाऱ्या मूल्यांची निर्मिती या दोहोंवर बंधन पडले. धार्मिक सिद्धांत व शास्त्राधार यांवर ब्राह्मणांनी दिलेला भर, (भौतिक) शास्त्राशी विसंगत ठरतो. कारण गरजेची जाणीव हा भौतिक शास्त्राचा गाभा आहे. आवश्यकतेनुसार अथवा राज्यकर्त्यांच्या मर्जीनुसार असे म्हणणे अधिक योग्य ठरेल. धर्मग्रंथांचे पुनर्लेखन अथवा नव्याने (खोटीच) निर्मिती करण्याच्या पद्धतीमुळे ही विसंगीत आणखी वाढीस लागली. या सर्व अंधश्रद्धेचे मूळ अन्नसंचयनाहून किंचित वरच्या दर्जाच्या, परंतु आदिम स्वरूपाच्या उत्पादन साधनात आहे. अगदी आजतागायत भारतीय शेतकरी, नांगरणी, पेरणी, कापणी, झोडपणी (thersing) इ. अशा कोणत्याही महत्त्वाच्या (कृषी) प्रक्रियेस प्रारंभ करण्यापूर्वी अगदी काटेकोरपणे धार्मिक विधींचे पालन करतो.

यावरून हे ओघानेच येते की, उत्पादनाच्या सुरुवातीच्या साधनात ब्राह्मणी धर्माला काही विशिष्ट कार्य असले पाहिजे. (निदान) त्याला समाजावर पकड मिळवून देण्याइतके नेत्रदीपक यश मिळाले असले पाहिजे. खोलवर रुजलेली विधायक (निर्मितिशील) मूल्ये असल्याखेरीज निव्वळ अंधश्रद्धा निर्माण होऊ शकत नाही. मात्र एकदा निर्माण झाल्यावर ती स्थितिशीलतेमुळे चालूच राहते. अशा कार्यांपैकी एक म्हणजे उत्तम पंचांग (दिनमान). युरोपप्रमाणेच येथेदेखील शेतकऱ्याला, हिवाळा केव्हा संपतो, हे केवळ नैसर्गिक खुणांवरून ताडणे, पुरेसे नाही. पावसासाठी असलेला 'वर्षा' शब्द वर्षसूचक देखील आहे. इतके वार्षिक मोसमी पावसास भारतात महत्त्व

आहे. हा मोसमी पाऊस कोसळू लागण्यापूर्वी भारतीय शेतकऱ्याला आपली जमीन तयार करावी लागते. खरा पावसाळा सुरू झाल्यानंतरच पेरणी करता येते.नाहीतर उगवलेले कोंब मरून जातील. शेतातील तण काढून टाकण्यास उत्तम काळ म्हणजे मोसमी पाऊस पडू लागल्यानंतरच्या उघडीपीचा हंगामातील पीक हंगामातील शेवटच्या पावसाच्या आधी काढता आले, तर झोडपणीच्या भूमीवर न कुजण्याचा बराच संभव असतो. अनुभवाधारित अवलोकनाने असे म्हणता येते की, चार महिन्यांचा पावसाळा सुरू होण्याच्या वेळा दरवर्षी जवळजवळ ठरल्यासारख्या असतात. खरी अडचण, आज वर्षातील कोणती विशिष्ट अवस्था आहे, हे सांगण्याची असते. इजिप्शियन लोक व्याध ताऱ्याच्या (sirius) च्या तारकोत्थानाच्या (neliacal - rising) उदयाशी असलेल्या संबंधावरून (सुसंवाद साधून) आपल्या संबंधित कृषक वर्षातील मूलभूत घटना, अर्थात नाईल नदीचा वार्षिक (सालाबादप्रमाणे येणारा) पूर केव्हा येईल, ह्याचे निश्चित भविष्य सांगत. चिनी लोक वर्षाच्या सोळा सौर विभागांच्या आधारे आपल्या शेतकऱ्यांचा प्रश्न सोडवीत. ह्या २४ सौर विभांगाचा बारा चांद्र महिन्यांशी व दर १९ वर्षांपैकी ७ वर्षात जोडण्यात येणाऱ्या आणखी एक महिन्याशी सुतराम संबंध नव्हता. भारतात देखील निरीक्षणाच्या भिकार साधनांमुळे व दीर्घकालपर्यंत भूतकालीन माहिती जपून ठेवण्यासाठी लागणाऱ्या साहित्याच्या अभावामुळे अशाच प्रकारच्या एखाद्या गोष्टीची आवश्यकता होती.

आदिम मानवाच्या साध्यासुध्या धर्मविधीसाठी चंद्र व त्याच्या कला पुरेशा होत्या व अन्न संचायकांना लागणारी पुरेशी माहिती पक्षी, पशू व वनस्पतीपासून मिळे. त्यामुळे चांद्र मासाचा व शकुनावरून भविष्य जाणण्याचा अपरिहार्य वारसा निर्माण झाला. अन्नउत्पादकाचे वर्ष हे सौरवर्ष असते व त्यात चांद्रमासांशी सतत जुळवणी (तडजोड) करून घ्यावी लागते. प्रत्यक्षात उपयोगी पडणारे पंचांग निर्माण करण्याची निगडीची गरज हीच ज्योतिषशास्त्राच्या, बीजगणिताच्या, संख्याविषयक सिद्धांतांच्या मुळाशी आहे व ही शास्त्रे, भारतीयांनी (विशेषत: ब्राह्मणांनी) संपादन केलेले यश, म्हणून दाखविता येतील. त्यामुळे सूर्य व चंद्र यांच्यामुळे नक्षत्रांची पार्श्वभूमी मागे पडली, अथवा ते (सूर्य चंद्रदेखील) ढगांमुळे दिसेनासे झाले, तरी अमुक ऋतू केव्हा सुरू होणार व संपणार, हे आधीच सांगता येऊ लागले आदिम युक्तिवादातून असा निष्कर्ष अगतिकपणे निघाला की, आकाशातील ग्रह हवामानाचे केवळ भविष्यच वर्तवीत नाहीत, तर त्यावर परिणामही घडवून आणतात. हवामानशास्त्रासाठी वापरण्यात येणारा meteorology * अद्याप हेच दर्शविते. त्यामुळे नक्षत्रे व ग्रह, समग्र मानवी जीवन आधीच सूचित करतात व त्यावर नियंत्रणही

---

meteorology म्हणजे ताऱ्यांचे व ग्रहांचे ज्ञान

गाजवितात. त्यामुळे अपरिहार्य ब्राह्मणी पंचांगांचे, पत्रिका (गॅलिलिओने देखील आपल्या काळी अशा पत्रिका बनविल्या) फलज्योतिष व ग्रहांचा अनुग्रह प्राप्त व्हावा अथवा त्यांच्यावर परिणाम घडवून आणता यावा, म्हणून योजावयाचे मंत्र व विधी हे सारे अवडंबर साहजिकच अंगभूत होऊन बसले. आजतागायत भारतीय लोक बऱ्याच बिनचूकपणे आता अमुक अमुक नक्षत्राचा अगर योगाचा पाऊस पडावयास पाहिजे, असे सांगतात. याच्या उलट कुंभमेळ्याच्याप्रसंगी अथवा नाविक वर्षगनणेनुसार (ब्राह्मणी सिद्धांतानुसार नव्हे) बिनचूकपणे आधी सांगितलेल्या ग्रहणाच्या संकटातून सूर्याला मुक्त करण्यासाठी भारतीयांचे अवाढव्य समुदाय तीर्थस्थळी प्रस्थान करतात. सैद्धांतिक पाया (तात्त्विक पाया) असून देखील देशाच्या निरनिराळ्या भागात निदान तीन वेगवेगळ्या प्रमुख पंचांगपद्धती अस्तित्वात आहेत. या फरकांचे मूळ अखेर मोसमी पावसाच्या स्थानिक वागणुकीतील फरकावर (तो केव्हा पडतो यावर) अवलंबून आहे. त्याप्रमाणेच भूमितीचे (अक्षरश: 'पृथ्वी मोजण्याचे) शास्त्र इजिप्तमध्ये प्रथमत: उदय पावले. तेथे नाईल नदीतील गाळ साचविणाऱ्या पुरामुळे शेतांच्या सीमारेषा नाहीशा होत असल्यामुळे एकजात सुपीकपणा असलेल्या क्षेत्रात शेते व जमीन तुकडे वाटून देण्यासाठी त्रिकोण मितीची (Trangulation) गरज भासू लागली. हे लक्षात ठेवले पाहिजे की, गुलामगिरीत जखडलेल्या शेतकऱ्यापासून जास्तीत जास्त शिलकी पीक उकळण्याचा मुख्य ध्यास घेतलेल्या टॉलेमी राजांच्या कारकिर्दीत युक्लीडने हे शास्त्र उत्कर्षाच्या पराकोटीस पोहोचविले.

पृथ्वी आपल्या आसाभोवती फिरते, ही आर्यभट्टाची सिद्धान्तकल्पना ; ती त्याच्याच टीकाकारांनी खोडून काढली, तो आर्यभट्ट गुप्त कालातील (इ.स. ४८८) होता, ही गोष्ट नि:संशय महत्त्वाची आहे. फलज्योतिष, मूर्तिविज्ञान, भविष्यकथन व अशाच संबंधित शास्त्रांमुळे याहूनही अधिक कीर्ती मिळविलेला वराहमिहीर हा गुप्त दरबाराचे नक्कीच एक भूषण होता. भारतीय ग्रहज्योतिषातील अखेरचे मोठे नाव १२ व्या शतकात हैद्राबाद येथे झालेल्या दाक्षिणात्य भास्काराचार्यांचे असून परिपूर्ण कृषिविषयक अर्थव्यवस्थेचा दक्षिण व उत्तरेकडील विकासातील तफावत यांमुळे दिसून येते. भारताने अधिक चांगले शोध लावले, ते फक्त वैद्यकक्षेत्रात, व तेही नामशेष होण्याचे कारण, शल्यतंत्र (Surgery), विच्छेदन (Disection), शरीरशास्त्र (ह्यांना अपवित्र क्रिया मानून) त्यांच्यात दोन भाग घेण्याच्या उत्तरोत्तर अनिच्छेमुळे रासायनिक संशोधन किमयेसाठीच राबविल्यामुळे व एकूण सर्वच ब्राह्मणी ज्ञानशाखांच्या रहस्यमय स्वरूपामुळे.'

८.३ – जाती व खेडे : मनुस्मृती

ब्राह्मणांच्या दक्षिणेतील प्रवेशामुळे पौराणिक अगतस्यकथा अस्तित्वात आल्या.

ह्या कथांप्रमाणे ह्या ऋषीने उत्तुंग, दुर्लंघ्य अशा विंध्य पर्वताला नमून राहण्याची आज्ञा केली, 'राक्षसावर' विजय मिळविला. त्यांच्या पंथाचा स्थानिक उगम कधीकाळी संशोधनाने बाहेर येईल व महासागर पिऊन टाकला. यावरून अगस्त्य गोत्रातील लोकांनी दक्षिणेस आधी वसाहत केली की काय, हे स्पष्ट होत नाही. अशा साहित्याचे संदिग्ध विश्लेषण हे, अद्याप बरेच आधारभूत ब्राह्मण संहिता असलेल्या मनुस्मृतीच्या[८] परीक्षणाहून कमी महत्त्वाचे आहे. सध्याच्या स्वरूपात हा ग्रंथ बहुतांशी, आपण अध्ययन करीत असलेल्या काळी निर्माण झाला. तो मुख्यत: ब्राह्मणांसाठी आहे. त्यातील बराचसा भाग, बहुतांशी पुरोहिताशी संबंधित असलेल्या धर्मविधींनी व आध्यात्मिक विधींनी व्यापिलेला आहे. तो, वेगवेगळ्या मूलग्रंथातून घेतलेले उतारे व स्वीकृत परंपरा एकत्र आणून रचलेला असून त्यातील परस्परविरोधी विधाने, एकीकडे त्यातील अल्पज्ञात (obscue) नियमांमुळे हिंदू कायद्याला व्यवहारात लवचिक बनवितात ; तर दुसरीकडे संपूर्ण तर्कदुष्ट सिद्धांत प्रतिपादन करतात. त्यातील सर्वांत मनोरंजक भाग प्रशासनाबद्दल असून जरी त्याच्यावर अर्थशास्त्राचा मूळ प्रभाव दिसून येत असला, तरी तो अर्थशास्त्रविरोधी आहे. (मनुस्मृतीप्रमाणे) राज्याचा व समाजव्यवस्थेचा मूलाधार शक्ती हाच आहे.

''राजासाठी परमेश्वराने पूर्वी 'दंड' हा आपला स्वत:चा पुत्र निर्माण केला. तो 'दंड' सर्व प्राण्यांचा संरक्षक, मूर्तिमंत धर्म व ब्रह्म्याच्या यशापासून निर्माण झालेला आहे. (मनु. ७.१४) दंडामुळेच सर्व प्राण्यांचे नियमन होते. ते झोपी गेले असता सुद्धा दंडच त्यांच्यावर निगराणी ठेवतो ; शहाणे लोक दंड हाच धर्म आहे, असे सांगतात. (मनु ७.१८) सारे जग दंडामुळे सुव्यस्थित असते. कारण पूर्णपणे निरपराध माणूस सापडणे कठीण आहे. (७.२२) (राजाने) वैश्यांना व शूद्रांना त्यांची विहित कर्मे करण्यास काळजीपूर्वक भाग पाडावे कारण ह्या दोन जाती आपल्या कर्तव्यापासून च्युत झाल्या, तर त्या समग्र जगतास गोंधळात टाकतील.'' (मनु. ८.४१८)

राज्यसंस्थेचे कार्य उत्पादकांना सत्तारूढ वर्गास पाठिंबा देण्यास भाग पाडण्याचे होते. कारण मनुप्रणित व्यवस्थेत शूद्र सगळे शारीरिक काम करतो व वैश्य गोपालन व व्यापार करतो. 'धर्मशास्त्र' शीर्षक असलेल्या ग्रंथात शक्तीचे असे स्तुतिस्तोत्रगायन हेच सिद्ध करते की, आता 'धर्म म्हणजे सामाजिक नीती' ह्या अशोकाच्या संकल्पनेपासून ब्राह्मणी धर्म खूपच लांब गेला होता. (तथापि) वस्तुस्थिती आहे, तीच असल्यामुळे आपद्धर्मावरील प्रकरणात, अडचणीच्या वेळी, परिस्थितिजन्य गरजेने भाग पाडल्यास, वरच्या जातींना देखील व्यापार, सावकारी व असेच व्यवसाय करण्याची मुभा दिलेली आहे; मनुस्मृतीवर (८.३४८) ब्राह्मणांना देखील आपत्काळी शस्त्र धारण करता येते.

येथे चातुर्वर्ण व्यवस्था ही वर्गीय समाजरचनेची प्रातिनिधिक आहे. ब्राह्मणांना

बरेच विशेषाधिकार असून राजाला आत्यंतिक गरज असता देखील त्याने ब्राह्मणांवर कर लादता कामा नयेत. (मनु ७.१३३) क्षत्रियाने कर गोळा करावयाचे असून हे स्वत: द्यावयाचे नाहीत. कराचे ओझे इतर दोन वर्णांनी वाहवयाचे आहे व शूद्राला जेमतेम उदरभरणाचाच हक्क आहे. शूद्र विकत घेतलेला असो अगर नसो, त्याला काम करावयास, विशेषत: ब्राह्मण भाग पाडू शकतो. त्याची निर्मिती दास्यासाठी असून, तोच त्यांचा स्वभाव आहे. त्यामुळे एखाद्या विशिष्ट मालकाने त्याला मोकळे केले, तरी तो स्वतंत्र होऊ शकत नाही. (मनु ८.४१३.१४, १०;१२१) शूद्राने संपत्ती संचय केला तर ब्राह्मणास दु:ख होते. (मनु १०.१२९०) त्यामुळे स्वाभाविकपणेच, जे वरच्या तीन द्विजातीत समाविष्ट नाहीत, परंतु ज्यांच्यावर सक्तीही करता येत नाही, अशा लोकांचा प्रश्न निर्माण होतो. अशा विचित्र लोकांचे मूळ, मूळच्या चार वर्णातील संकटामुळे निर्माण झालेल्या जातीत आहे व राजाने त्यास प्रतिबंध केला पाहिजे, असे कसेबसे स्पष्टीकरण देण्यात आले आहे. असे असले तरी अनुलोम विवाह स्पष्टपणे अस्तित्वात होते व ते मान्य करावे लागत. मात्र, याच्या उलट असलेले प्रतिलोम विवाह - खालच्या वर्गातील पुरुषाने वरच्या वर्गातील स्त्रीशी संबंध ठेवणे - भयानक समजले जात. अशा संकराच्या (आंतरजातीय विवाहाच्या) सात पिढ्यांनंतर शूद्राचे ब्राह्मणात, अथवा याउलट परिवर्तन होण्यास अनुज्ञा होती ; ही उघडउघड विसंगती आहे. त्यामुळे तत्त्वापेक्षा व्यवहारात जातिव्यवस्था बरीच कमी कडक होती, (मनु. १०.६४-६५) ह्या दुय्यम मिश्र जातींपैकी प्रत्येकीकडे एखादे विशिष्ट उत्पादन-कार्य सामान्यत: सोपविलेले असे. त्यामुळे सर्व तऱ्हेच्या जमातींचा व संघांचा समाजात समावेश झाला होता ; हे त्या मिश्र जातींच्या पुढील नामांवरून दिसून येते. मागध, वैदेहक, लिच्छवी, अंबष्ठ, उग्र यांचे मूळ पुढील टप्प्याहून इतरत्र शोधता येते. जमात, संघ, जाती ('जाती' जुन्या 'वर्णा'हून वेगळ्या होत्या ; वर्ण शब्द मूळच्या चार वर्गीय जातींसाठी वापरला गेला.) अर्थशास्त्रात (३.७) हा मिश्रजातीविषयक सिद्धान्त अधिक मोठ्या स्वरूपात आढळतो. त्यावेळी मिश्र संपत्ती नित्य परिचयाची असल्यामुळे हा सिद्धान्त संभवत: उदय पावला असावा. जातीविशिष्ट समाजात, अविभक्त कुटुंबात चालत आलेल्या संपत्तीच्या वारशाचे प्रश्न निर्माण होणारच ; याकरिता आईबापापैकी कोणाच्याही जातीचा नसलेल्या मुलाला एक व्यवसाय नेमून द्यावा लागला. जातिबाह्य संघटनाबद्दल पुरोहिताचे अनुकूल मत नव्हते. मात्र त्यापासून शक्य तो सर्व फायदा पदरात पाडून घेण्यास ते कधीही चुकत नसत. खेड्यात अगर जिल्ह्यात राहणाऱ्या संघाच्या कोणत्याही सदस्याने शपथपूर्वक केलेला करार मोडल्यास त्याला मुलुखातून हद्दपार करावे, असे मनुस्मृती सांगते (मनु. ८.२१९) एखाद्या गणाकरिता (जमाती समूहाकरिता) धर्मकृत्य करणाऱ्या ब्राह्मण पुरोहितास पितृश्राद्धप्रसंगी भोजनाचे निमंत्रण करू नये,

असेही मनुस्मृती सांगते. (मनु. ३.१६४)

धर्मावर भर दिल्यामुळे स्मृतिकारांनी व्याज व सावकारीच्या विचाराकडे डोळेझाक केली, असे मात्र नव्हे. अर्थशास्त्रातून ह्यापूर्वी दिलेल्या उताऱ्यात व मनुस्मृतीतील (८) खालील उताऱ्यातील विरोध पाहण्यासारखा आहे.

''सावकाराने, वसिष्ठाने अनुज्ञा दिलेल्या दराने (द.म.द.शे.१/८ अर्थात शे. १५%) (८.१४७)....... व्याज आकारावे .... त्याने जातीच्या दर्जाच्या क्रमानुसार द.शे. फक्त दोन, तीन, चार व पाच इतके व्याज घ्यावे. (म्हणजे ब्राह्मणांपासून २४ %, क्षत्रियांपासून ३६%, वैश्यांपासून ४८% व शूद्रांपासून ६०%) (८.१४२) कायदेशीर दराहून जास्त दराने आकारलेले व्याज वसूल करता येणार नाही. त्याला 'व्याज उकळाऊपणा' (usury) असे नाव आहे. सावकाराला कोणत्याही परिस्थिती (दरमहा) शे. ५ हून अधिक व्याज घेण्याचा अधिकार नाही. (८.१५२) त्याला एका वर्षाहून अधिक काळासाठी, अथवा मंजुरी (मान्यता) न मिळालेले, अथवा चक्रवाढीने अथवा वेळोवेळी वसूल करण्यात येणारे अथवा (गहाण ठेवलेल्या प्राण्याच्या अगर गुलामाच्या) शारीरिक श्रमाच्या स्वरूपात द्यावयाचे व्याज त्याने घेऊ नये. (८.१५३) (ठरलेल्या वेळी) पैसे चुकते न करू शकणाऱ्याला नवा करार करावासा वाटला, तर त्या वेळेपर्यंत झालेले व्याज चुकते करून नव्याने करार करता येईल (८.१५४) देण्यायोग्य झालेले व्याज रोखीने चुकते करता येत नसेल, तर त्याला त्याचा नव्या करारात समावेश करता येईल. (त्यापूर्वी) देण्यायोग्य झालेल्या व्याजाची रक्कम चुकती करण्याचे त्याने वचन दिले पाहिजे. (८.१५५) ऋणको हा धनकोच्या (सावकाराच्या) जातीचा अगर त्याखालच्या जातीचा असेल, तर त्याने व्यक्तिश: अंग मेहनत करून देखील देण्यायोग्य झालेले व्याज चुकते केले पाहिजे ; परंतु ऋणको जर (धनकोच्या) वरच्या जातीचा असेल, तर त्याने ते हळूहळू (तो काही पैसे मिळवू लागल्यानंतर) चुकते करावेत.''

मूलत: आधीच्या काळातील, परंतु, नव्याने लिहिलेली नारदस्मृती, कर्जे, करार, गहाणखते, ठेवी याबाबत बऱ्याच खोलवर तपशिलात शिरते. जातींना क्रमवार आर्थिक दर्जा आता नव्याने प्राप्त झालेला आहे. अर्थशास्त्रानुसार, कर्जाची स्थिती ऋणकोच्या अगर धनकोच्या जातीवर अवलंबून नव्हती. नंतर बऱ्याच जमाती जातींना कायमचे भूदास बनविणारी व्याजजन्य गुलामगिरीची ही प्रथा अर्थशास्त्रात मुख्यत: राज्याची देणी (उदा. कर) वसूल करण्यासाठी आहे. म्हणजे त्या गुलामगिरीला अपराधी स्वरूप आहे. येथे आपणास पूर्वापार चालत आलेले व्याजाचे दर व आता मागच्या दाराने मान्यता दिलेली नवी आधाशी व व्याज उकळाऊ वृत्ती या दोहोंमधील संघर्ष दिसून येतो. ब्राह्मणी सिद्धांतीकरणास जास्तीत जास्त वाव देऊन देखील आता जात ही नव्या व वेगळ्या प्रकारच्या शोषणाचा एक नवा बहाणा बनली होती,

व्यापार व स्वाऱ्या यांनी निर्माण केलेले मध्यंतर / २३९

ही गोष्ट स्पष्टपणे शिल्लक राहते. (अर्थशास्त्रानुसार) व्याजाचा दर उपक्रमातील धोक्यावरून ठरत असे. परंतु आता तो ऋणकोच्या जन्मजात दर्जावरून ठरू लागला.त्यामुळे जेव्हाजेव्हा पीक पुढील संबंध वर्षासाठी गुजराण करण्यास कमी पडू लागले, अशा विशेष प्रसंगी अत्यंत गरीब शेतकऱ्यावर त्याचा विशेष डोईजड बोजा पडू लागला. तशात ह्या चित्रात चक्रवाढ व्याजाचा चंचुप्रवेश झाला. तेव्हा या प्रकारामुळे निर्माण झालेला कायमचा कर्जबाजारी श्रमिक वर्ग युरोपातील प्राचीन काळच्या गुलामाशी अथवा मध्ययुगीन सरंजामी व्यवस्थेतील भूदासाशी तुलना करण्याजोगा होता.

मनुस्मृतीतील राजा हा एक छोटेखानी (minuscula) राज्यकर्ता आहे. त्याला, आपली स्वत:ची नाणी पाडण्यास अथवा विस्तृत प्रमाणावर सार्वजनिक बांधकामे करण्यास सांगण्यात येत नाही. त्याच्या सत्तेची मजल फारतर जुनी धरणे अथवा जलाशये यांची नासधूस करणाऱ्या अपराध्यास शिक्षा करण्यापर्यंत जाते. मनुस्मृतीनुसार (८.४०२), त्याने दर पाच दिवसांनी जाहीरपणे बाजारातील भाव व्यक्तिश: नियमित करावयाचे आहेत. पश्चात्तापदग्ध झालेल्या चोराने, एक कठीण लाकडाची गदा, मुद्गल (Stave) अथवा भाला घेऊन राजाकडे जावे व आपणास शिक्षा करण्यास त्यास विनवावे (८.३१४-१६) ; राजाने त्यास पुरेशा बलाने शासन केले नाही, तर त्या पातकाचा धुऊन न निघालेला भाग राजाच्या वाट्यास जातो. काही टीकाकारांच्या मते, हे विधान अत्यंत पापमय चोरीसच (उदा. ब्राह्मणाचे सोने चोरणे ह्या प्रकारास) लागू पडते. (९.२३५;११.५५) अशा राजाने, तो शेजाऱ्याशी सतत युद्ध करीत असला, तरी एखाद्या परगण्याहून अधिक भागावर राज्य करणे शक्य नाही. वस्तुत: यावरून सूचित होणारी अर्थव्यवस्था, अर्थशास्त्रीय अर्थव्यवस्थेच्या मानाने फारच भिकार आहे. आता 'पण' हे नाणे तांब्याचे होते (मनु. ८.१३६) ३२ गुंजांइतके वजन असणारे चांदीचे नाणे आता प्राचीन (पुराण) म्हटले जात होते. मौर्यांच्या मानाने पैसे देण्याचा दर कितीतरी खालचा होता, ''अत्यंत निकृष्ट मजुरास (टीकाराप्रमाणे, दररोज) एक (तांब्याचा) पण, सर्वांत वरच्या कामगारास सहा पण मजुरी म्हणून द्यावी ; त्याप्रमाणेच दर सहा महिन्यांनी कापड व दरमहा एक द्रोण धान्य द्यावे.'' (मनु. ७.१२६) हे राजाच्या कनिष्ठ नोकरासंबंधी आहे ; अधिकाऱ्यांनी जमिनीवरच आपली गुजराण करावी. खेडे हा मुख्य घटक असून त्याच्या नियमनाचा काहीतरी तपशील मिळतो. शहराकडे तर मुळीच लक्ष दिले नाही. राजाने नेमलेल्या ग्रामाधिकाऱ्यास (खेड्याच्या प्रमुखास) अन्न, पाणी व सरपणांच्या सवलती (perquisites) होत्या. १० खेड्यांवरील प्रमुखास [५] कुटुंबपोषणास पुरेशी जमीन मिळे. २० खेड्यांवरील प्रमुखास कुटुंबपोषणास पुरेशी जमीन मिळे. १०० वरील खेड्यांच्या प्रशासकास एका संपूर्ण खेड्याचा महसूल

मिळे. व १००० खेड्यांवरील वरिष्ठ अधिकाऱ्यास एका शहराचा महसूल देण्यात येई. ही एक सरंजामपूर्व व्यवस्था आहे. महसूल अत्यंत कमी व निदान तात्त्विकदृष्ट्या तरी दोन वरिष्ठ जातींना सर्व करातून सूट आहे. पशुधन व सुवर्ण यांच्या वाढीचा $\frac{1}{50}$ व पिकांचा $\frac{1}{6}$, $\frac{1}{8}$ अथवा $\frac{1}{12}$ वाजवी महसूल समजला गेला आहे. (७.१३०) कोशावर संकट येईल तेव्हा राजाने ह्याचा $\frac{1}{4}$ हिस्सा घेतला, तरी ते पाप होणार नाही. (१०.११८) मात्र टीकाकारांच्या मते हा $\frac{1}{4}$ शूद्रांपासूनच घेणे चांगले. वैश्यांवर धान्याचा $\frac{1}{8}$ व व्यापारातील नफ्याचा $\frac{1}{20}$ अथवा किमान एक कार्षापण इतका भांडवली कर आकारावा. चाणक्याने शिफारस केलेल्या जीवघेण्या करांच्या मानाने हा भार अगदी हलका आहे. थोडेही देऊ न शकणाऱ्या (७.१३७) स्वतंत्र कामगारापासून (मग तो शूद्र असो वा नसो) व कारागिरापासून राजाने महिन्यातून एक दिवसाचे श्रम, मजुरी न देता कराऐवजी (७.१३८) घ्यावेत. ही सरंजामी वेठपद्धतीची सुरुवात आहे.

पुढील दोन शास्त्रज्ञांवरून, अशा प्रकारच्या राजवटीतील व दिवंगत झालेल्या विशाल साम्राज्यातील फरक स्पष्टपणे दिसून येतो : ''खरेदीच्या व विक्रीच्या किमतीचा, रस्त्याच्या लांबीचा, प्रवासातील खाद्यपदार्थांच्या व मसाल्यांच्या खर्चाचा, मालाच्या संरक्षणासाठी (उदा. विमा अथवा संरक्षकांचा मेहनताना) येणाऱ्या खर्चाचा पूर्ण विचार करून राजाने व्यापाऱ्यावरील कर निश्चित करावा.'' (मनु. ७.१२७) आता राज्यसंस्था, उत्पादन केलेल्या मालाची घाऊक विक्री करण्यात गुंतलेली नसल्याने व्यापाऱ्यास ही सवलत देणे भाग होते. अर्थशास्त्रात उल्लेखिलेल्या सम्राटाच्या जमिनी आढळत नाहीत व त्यात प्रामुख्याने उल्लेखिलेले पौरजनपदेही दिसत नाहीत. मनुस्मृतीत राजाच्या मक्तेदारीचा प्रासंगिक उल्लेख असला, (मनु. ८.३९९) तरी त्याबाबत तपशील दिलेला नाही. धातू व मीठ यांचा समावेश अशा मक्तेदारीत नव्हता. कारण छोटेखानी राज्यांना या दोन्ही गोष्टी सामान्यत: बाहेरून आयात कराव्या लागल्या. ह्या कालखंडातील आणखी एक नवी गोष्ट म्हणजे समाजाच्या सर्व सदस्यांवर सामान्य नियंत्रण ठेवणारी कायद्याची संकल्पना आता नाहीशी झाली होती. खुद्द मनुस्मृतीत धर्माचा अपुरेपण मान्य केलेला आहे. (८.४१.४६) ''धर्म जाणणाऱ्या राजाने जातींचे, जनपदांचे, (जिल्ह्याचे) श्रेणींचे, (व्यावसायिक संघांचे) व कुलांचे (कुटुंबांचे) नियम काय आहेत, याची चौकशी करावी. (ज्ञानप्राप्ती करून घ्यावी.)'' राजाचे निर्णय या सर्वांस अनुसरून असले पाहिजेत. अर्थशास्त्रानुसार (३.१०) संयुक्त खेड्यांचे देखील नियमन करून त्यांच्या रहिवाशांकडून सामूहिक बांधकामे, सणासुदीच्या मेजवान्या, करमणुकीचे कार्यक्रम व सामाईक कार्ये, यासाठी सक्तीची वर्गणी (देणगी) द्यावी, असे आहे. मनुस्मृतीने याकडे दुर्लक्ष तरी केले आहे किंवा हे गृहीत धरले आहे. त्यामुळे तिच्यातील

व्यापार व स्वाऱ्या यांनी निर्माण केलेले मध्यंतर / २४१

राज्यसंस्था सामाजिक उत्पादनात भाग घेणाऱ्या गटांमधील व्यवहारांचेच नियमन करते व प्रत्येक गटाच्या अंतर्गत चालणाऱ्या व्यवहारांबाबत निर्णय त्या-त्या गटाच्या नियमांनुसार घेतले जात. अर्थशास्त्राने गटाच्या नियमाबाबत अशी मुभा फक्त वंशपरंपरेने चालत आलेल्या संपत्तीबाबतच दिली होती. आता मिश्र जातींची भर पडल्याने चातुर्वर्णात्मक व्यवस्थेची पुन्हा घडी बसविली गेली असली, तरी समाजाला एकत्र ठेवणारे बंधन शिथिल झाले होते. आता अन्नसंचायक (आटविक) समाजाबाहेर असल्यामुळे त्यांचा निर्देश देखील आढळत नाही.

हा ग्रंथ व ही व्यवस्था अनेक खेडी असलेल्या छोटेखानी राज्यास सोयीची असून अंतर्गत पुराव्यावरून (मनु. २.१७.२४) तिचा उगम मौर्य साम्राज्याच्या अवशेषातून गंगा खोऱ्यातील त्याच्या गाभ्यात झालेला दिसतो. (जंगले तोडून) जमीन साफ करणे चालूच होते. परंतु यानंतर ते खाजगी उपक्रमांतून होऊ लागले व खेड्यांच्या यापुढील प्रसाराची जबाबदारी आता या उपक्रमकर्त्यांवर राहू लागली. नागसेन मिनँडर राजास म्हणतो (M.P. ४.५.१५) "एखादा माणूस जंगल तोडून जमिनीचा एखादा तुकडा मुक्त करतो (निहरति), त्यावेळी लोक 'ती त्याची जमीन आहे' असे शब्द वापरतात. परंतु ती जमीन वस्तुत: त्याने निर्माण केलेली नसते. ती त्याने उपयोगात आणल्यामुळे, तो त्या जमिनीचा मालक आहे, असे म्हटले जाते." अर्थशास्त्राने (२.१) त्याला जमिनीची मालकी बहाल केली नसती, तर त्याने साफ केलेल्या जमीन तुकड्यावरून, त्याने त्याची ताबडतोब लागवड न केली तरी, त्याला कोणी हाकलू शकत नव्हते. तसा त्याचा हक्क होता. त्याने राज्यसंस्थेसाठी सतत हयगय केली, तर मात्र अखेर त्याचा हक्क नाहीसा झाला असता. मनुस्मृतीचे (९.४४) 'मिलिंद पन्हा' शी मतैक्य आहे. पक्ष्यास जो पहिल्याने विद्ध करतो. त्याचा हक्क त्या शिकारीवर असतो, तसे जमीन जो पहिल्याने साफ करतो, त्याच्या मालकीची ती होते. असे असले, तरी जमीन तुकडा साफ करणारा सामान्यत: रक्तसंबंधावर व समान ग्रामावर आधारलेल्या एखाद्या समाजाचा सदस्य असणार. त्यामुळे हे जमीन साफ करण्याचे कार्य ग्रामाजवळच्याच जमिनीत झाले असणार. ह्या काळात वसाहतीचा ज्ञात विस्तार, रानटी टोळ्यांपासून संरक्षण करण्याची गरज लक्षात घेता एकट्या-दुकट्याने पूर्वी न नांगरलेली अशी ओसाड जमीन लागवडीस आणणे, ही कल्पना करणे कठीण आहे. मनुस्मृतीतील वंशपरंपरागत संपत्तीच्या नियमात, कुरणाची जमीन विभागता येणार नाही, असे म्हटले आहे. (९.२१९) त्याचा अर्थ असा की, इतर प्रकारची जमीन, तिच्या वारसांची एकत्र कुटुंब म्हणून नांदण्याची इच्छा नसेल तर विभागणी करणे शक्य आहे. त्याप्रमाणेच जलाशय व फळबागा यांची विक्री हा स्वत:च्या बायकामुलांच्या विक्री इतकाच गंभीर गुन्हा मानलेला आहे. (मनु. ११.६१.६२) प्रत्येक जनपदाच्या सीमेवर प्रबळ संरक्षक ठेवण्याऐवजी

आता प्रत्येक २,३,५ अथवा १०० खेड्यांसाठी (मनु. ७.११४) स्थानिक प्रेक्षकांच्या तुकड्या आपणास आढळतात. (पुढे प्रकरण ९ मध्ये 'गुल्म' शब्दाविषयी चर्चा पाहा) आता खेड्यांना पूर्वीपेक्षा लुटारूंपासून संरक्षणाची अधिक गरज भासत असल्यामुळे ह्या गुल्मांकरवी खेड्यांचे रक्षण व्हावे, अशी कल्पना होती. अशा गुल्मांशिवाय उदासीन ग्रामीण भागातून कर ते (कर) कितीही कमी असले तरी वसूल करणे सोपे झाले नसते.

८.४ – धर्मातील परिवर्तने

ह्या स्मृतीमुळे खेड्याच्या यशस्वितेवर जे सावट आले त्याने कोणत्याही आक्रमणाहून कितीतरी अधिक घातुक परिणाम घडवून आणला. त्यांची बौद्धिक प्रगती इतपतच होती की, त्यांच्या असाध्य खेडवळपणाची मजल अशा कोंडी झालेल्या (Stagnant) खेड्यातच साचेबंद जातिव्यवस्था आणखीच कडक लावली. रुढीनिष्ठ ब्राह्मणासच तप करूनच फेडावे लागे ; तेथे (विदेशात) कायम राहणे तर निषिद्धच होते. त्याने नगरात प्रवेश करू नये, नगराची धूळ आपल्या अंगावर बसू देऊ नये, ही बौधायन धर्मसूत्रातील (२.३.३३) आणखी एक नमुनेदार शिफारस आहे – तिचे नियमितपणे उल्लंघन होत असे, हा भाग वेगळा. या मनोवृत्तीमुळे इतिहास मारला गेला. सापेक्षदृष्ट्या अपरिवर्तनीय असलेल्या खेड्यावर कोणता राजा राज्य करी, याला काही महत्त्व नसे; इंडो ग्रीक राज्यकर्त्यांच्या उत्कृष्ट नाण्यांना ग्रामीण भागात इतर राज्यकर्त्यांच्या उत्कृष्ट नाण्यांना इतर कोणत्याही चांदीच्या तुकड्याइतकेच महत्त्व असे. कारण त्यांची उपजीविका किरकोळ अंतर्गत उत्पादनावर अवलंबून होती, पैसे उकळण्याइतक्या कोणाही जबरदस्त सत्ताधीशास ते वस्तूंच्या रूपात कर देत. त्यामुळे त्यांना चलनाचा फारच थोडा उपयोग असे. खेडूत, आपणास दरसाल लागणाऱ्या बहुतेक वस्तू निर्माण करीत व (त्यातून कराप्रीत्यर्थ दिलेला भाग वजा केल्यास) पुढच्या हंगामापर्यंत त्यांचा उपभोग घेत. त्यामुळे त्यांच्या दृष्टीने अमुक एका गोष्टीस किती वर्षे लोटली, याला नित्याच्या आवश्यक ऋतुचक्रापलीकडे काहीही अर्थ नव्हता. याचा परिणाम असा झाला की, ब्राह्मण पंडित रामाच्या, लंकेवरील पौराणिक विजयासारख्या एखाद्या सणाची चांद्रतिथी कोणती, याबाबत अत्यंत कटु, धर्मशास्त्रीय वितंडवाद करीत (व अजूनही करतात.) परंतु हे कोणत्या वर्षी घडते, याबाबत आपल्या डोक्यास ते बिलकूल त्रास देत नसत. तिथी सहा वर्षाचा व युगाचा (कालखंडाचा) निर्देश सामान्यपणे आढळतो, तो फक्त जैन हस्तलिखितात, कारण त्या (जैन) व्यापाऱ्यांना दीर्घकालापासून वार्षिक वृत्तांत जतन करून ठेवण्याची सवय होती. खेड्यात निर्माण झालेली कोणतीही लोकोत्तर (नेहमीपेक्षा वेगळी) व्यक्ती दरबारापर्यंत स्थलांतर करीत असे, अथवा

व्यापार व स्वाऱ्या यांनी निर्माण केलेले मध्यंतर / २४३

इतर खेडुतांकडून विभूती म्हणून गौरविली जात असे. यापैकी काहीही घडले तरी तिची वीरगाथा व स्मृती, दंतकथा अन्य लोककथांत गुरफटून लुप्त होत असे. परकीयांची जाणीव होण्यासाठी प्रवास, युद्धे, अथवा व्यापार यांच्यामार्फत सतत संपर्क करावा लागतो. यांपैकी पहिली गोष्ट (प्रवास) तीर्थयात्रांच्या मिषाने होत असली, तरी दुर्लक्षणीय होती. दुसरी, तिसरी देखील अत्यल्प असून तिची मक्तेदारी सुद्धा (परस्पर व्यवच्छेदक) एकमेकांपासून फटकून राहणाऱ्या, तिरस्कृत व व्यावसायिक गटांनी घेतलेली होती. ग्रामीण पुरोहिताच्या दृष्टीने अत्यल्प सांस्कृतिक अथवा सामजिक संबध असलेल्या हीनजातीय शेजाऱ्यांच्या जीवनात काय घडून आले, यापेक्षा पुराणांतरी काय घडले, हेच त्यांना अधिक खरे वाटे. स्थितिशील उत्पादन प्रकारांमुळे खेड्याखेड्यांतील फरक नाहीसा झाला. त्यामुळे इ.स. १५०० मध्ये स्थापन झालेले खेडे त्यापूवी एकदोन शतकांनी अथवा त्याच्याआधी हजारांहून अधिक वर्षांपूर्वी स्थापन झालेल्या खेड्यासारखेच दिसू लागले. खेड्यांच्या जीवनक्रमात कालनिर्देशाचा काहीही तादृश उपयोग न राहिल्यामुळे परकीय निरीक्षकांना भारतीय खेडे 'कालातीत' (Timeless) आहे, असे वाटू लागले.

मनुस्मृतीतील ग्रामराज्य, बौद्ध धर्माच्या दृष्टीने अथवा त्यापूर्वीच्या वैदिक धर्माच्या दृष्टीनेही निरुपयोगी होते: कारण युध्यमान आर्य जमातींना एकत्रित करून एक नवा समाज निर्माण करण्यासाठी ते धर्म आपापल्या काळी उपयुक्त होते. तथापि या दोहोतील काही भाग जतन करून ठेवण्यात आला, ब्राह्मण, एकसमयावच्छेदेकरून, अहिंसेचा व युद्धाचाही उपदेश करू लागला व स्वत: वेदाभ्यासी असल्याचा आव आणू लागला. वैदिक परंपरेनुसार करावयाचे पाय पशुयज्ञ आता प्रतीकात्मक आहुती देण्याइतपत ऱ्हास पावले. (मनु. ३.६७.७१) अति मद्यपान करणारा योद्धा इन्द्र (मेगॅस्थेनिसचा डायोनिसॉस) व पुनर्घटित विष्णूचा अपवाद सोडल्यास इतर वैदिक देवतांमध्ये नव्या गरजांनुसार, तसा प्रयत्न करूनही [१] फेरफार करता आले नाहीत. आता नव्या खेडवळ मनोवृत्तीशी अधिक जुळणाऱ्या व ब्राह्मणास अधिक फायदेशीर असणाऱ्या, नव्या देवता वाढू लागल्या. यांपैकी मनुस्मृतीशी अत्यंत जुळणाऱ्या महाभारताच्या अंतिम संस्करणावर प्रभाव पडलेल्या व यशस्वी ठरलेल्या विष्णू – नारायण – कृष्ण या होत. सर्व महत्त्वाचे प्राचीन अथवा स्थानिक पंथ (पूजाप्रकार) त्या देवाचे अवतार अथवा सत्त्वांश आहेत, असे म्हणून त्यांचा समावेश करणे सोपे होते. ह्या समावेशक धर्मामुळे (Syncretism) ब्राह्मण एकत्र येऊन त्यातून त्या भूमीत सांस्कृतिक ऐक्य निर्माण झाले. परकीयांचा, जातियुक्त समाजात समावेश करण्यासाठी ते अत्यंत महत्त्वाचे होते, प्राचीन विदेशाच्या शेजारी

बेसनगर येथील एका दगडी स्तंभावर खालील प्राकृत पुरालेख अद्याप आढळून येतो.

"हा देवाधिदेव वासुदेवाचा गरुडध्वज स्तंभ ग्रीकांचा (योन) परराष्ट्रीय दूत, तक्षशिलेचा रहिवासी, दिया (डिओ) चा पुत्र, भगवद्‌भक्त, हेलिओडोरस याने येथे उभारला आहे ; तो, ॲन्टिआल्किडस् ह्या महान राजाकडून कासीपुत्त भागभद्र ह्या रक्षणकर्त्या राजाकडे आला आहे व त्याच्या कारकिर्दीच्या १४ व्या वर्षी तो उन्नतावस्थेत (भरभराटीत) आहे."

'रक्षणकर्ता' ('त्रातर', ग्रीक 'सोतेर') हे उपपद अगदी ग्रीक नमुन्याचे आहे. त्याप्रमाणेच ह्या पुरालेखातील शब्दांचा अनुक्रम[१०] ग्रीक नमुन्याचाच आहे. भागभद्राचे एका शुंग राजाशी ऐक्य प्रस्थापित झाले आहे. ॲन्टिअल्किडस् तक्षशिला येथे ख्रि.पू. ९० च्या सुमारास राज्य करीत होता. अलेक्झांडरपासून मेगॅस्थिनिसपर्यंतच्या ग्रीकांनी कृष्ण वासुदेव व हेरॅक्लिस यांचे ऐक्य मानले असले, तरी ग्रीक लोक हेरॅक्लिसप्रमाणे कृष्ण वासुदेवाची पूजा करीत नाहीत. भगवत (भाग्यवान) हे पद बौद्ध धर्मातून विष्णूच्या अनुयायांनी – पुरुषोत्तम (सर्वोत्कृष्ट मानव) या पदाप्रमाणेच – परिवर्तन करून घेतलेले आहे. विष्णूच्या अनुयायांनी परकीयांबाबत पूर्वीची ब्राह्मणी व्यावर्तक वृत्ती सोडून दिली होती.

दुसरे प्रमुख दैवत म्हणजे शिव. त्याची काही लक्षणे सिंधू संस्कृतीतील प्रतीकात्मक प्राण्यांनी वेढलेल्या तीन तोंडाच्या आकृतीची आठवण करून देतात.

राक्षस (Cacodaemon gambilngs) असलेल्या आपल्या गणांच्या, सहकार्यासह व त्याची 'पत्नी' मातृदेवता पार्वती (पर्वताची कन्या) ज्याची प्रमुख आहे, अशा कुटुंबासह शिव देखील एका समावेशक धर्माची (Syncretism) जडणघडण करू शकला. या दैवतांची कुलपरंपरा आता प्रस्तुत राहिली नाही. महत्त्वाची गोष्ट अशी की, प्रत्येकास पूजिता येतील, अशा प्रकारची ती वैयक्तिक दैवते होती; शिवास हवे असणारे 'आत्यंतिक विधी' (ordiastic rights) अनेक आदिम पंथास ज्ञात असले, तरी ते नक्कीच वैदिक अथवा ब्राह्मणी छापाचे नव्हते. (आपल्या चर्चाविषय झालेल्या काळाच्या अखेरीत संभवतः पूर्ण झालेल्या) भगवद्‌गीतेचा उपदेशक म्हणून कृष्णाने त्यापूर्वीच्या सर्व मतांचा सारांश सांगितला आहे. किंबहुना त्या सर्वांस एका समान उद्दिष्टाकरिता राबविण्यासाठी मुरड घातली आहे. ते उद्दिष्ट म्हणजे आपल्या स्वतःवर (कृष्णावर) 'परमेश्वर' म्हणून श्रद्धा ठेवणे. तो (कृष्ण) मल्ल व खेळाडू होता. अनेक देवतांचा पती होता व त्याचवेळी गुराखी मुलगाही होता. पूर्णतः भिन्न असलेल्या अनेक पंथांचे लोक त्याची पूजा करू शकत व प्रत्यक्ष करीत. नंतर, बौद्ध धर्म मृतवत् झाल्यानंतर ह्या दोन नवीन पूजा प्रकारांत हिंसक

व्यापार व स्वाऱ्या यांनी निर्माण केलेले मध्यंतर / २४५

संघर्ष होऊन बाराव्या शतकात तो पराकोटीस गेला. सर्व हिंदू धर्मासच विरोध करणाऱ्या मुस्लिमांकडे यत्किंचितही लक्ष न देता तो संघर्ष हिंदूत आपसांतच होत राहिला. याचे कारण असे, की ह्या वेळेपर्यंत शिव हा बड्या सरदारांचा देव बनला होता तर गाई राखणारा कृष्ण छोट्या छोट्या उत्पादकांशी संबंधित होता. या स्मार्त – वैष्णव वादंगाचे पडसाद १९ व्या शतकाच्या अखेरपर्यंत देखील विरलेले नव्हते. कुशाण नाण्यांवर बुद्ध व शिवाची चित्रे आहेत, परंतु विष्णूची नाहीत. पण त्याचवेळी उत्तरेकडे, तसेच दक्षिणेकडेही बौद्ध धर्माचा जोरात प्रचार चालू होता. उत्तरेकडे तो पूर्वापार चालत आला म्हणून तर दक्षिणेकडे त्याचे सांस्कृतिक कार्य अद्याप पूर्ण व्हावयाचे होते म्हणून सुप्रसिद्ध बौद्ध उपदेशक, मातृचे ताक याने एका अनामिक, (परंतु बहुधा कुशान) राजाला लिहिलेले एक पत्र [११] उपलब्ध असून, त्यात प्राणीहिंसा न करण्याची आज्ञा केली आहे ; मात्र युद्धात, माणसे न मारण्याबद्दल काहीही म्हटले नाही. कनिष्काच्या कारकिर्दीत एका अत्यंत वादग्रस्त परंपरेनुसार एक चौथी बौद्ध परिषद भरली होती. या तथाकथित फलश्रुतीविषयी मात्र कोणताही वाद नाही व ती फलश्रुती म्हणजे दोन बौद्ध मतपंथांत झालेली फूट. उत्तरेकडील लोकांनी महायान (शब्दशः 'मोठे वाहन') पंथीय असल्याचा दावा केला; प्राचीन भिक्षू प्रतिष्ठानांना देणग्यांचे ढीगच्या ढीग सतत देत राहणाऱ्या सरदारांकडून अगर प्रांताधिपतींकडून अपेक्षित असलेल्या कृतींना व आवडीनिवडींना अनुसरूनच (साजेसेच) हे होते. महायान पंथाने, आपल्या धर्मभाषेचे रूपांतर अगदी काळजीपूर्वक विकसित केलेल्या पाणिनीप्रणीत छापाच्या नव्हे, तरी, संस्कृतात केले. बौद्धधर्मीय भ्रष्ट संस्कृती हा एक वाक्प्रचारच बनला आहे. आपल्या मतांचे शुद्धिकरण, तसेच शास्त्रातील संशोधन व उच्च आध्यात्मिक (अमूर्त) तत्त्वज्ञान यामुळे ते सामान्य लोकांपासून आणखी दूर भरकटलेले जुन्या मताच्या हीनयान (शब्दशः 'छोटे वाहन' ; उत्तरेकडील अष्टपैलू लोकांनी त्याला हे निंदात्मक नाव दिले होते.) पंथीयांनी आदिम, विरक्त स्वरूपाचा बौद्धधर्म साध्यासुध्या पाली भाषेसकट जतन करून ठेवला. जेथे, हे भिक्षुधर्माचा सतत उपदेश करीत, त्या दक्षिण भागातील सर्वसामान्य लोकांच्या परिचित भाषेहून ही भाषा जवळजवळ संस्कृतइतकीच दूरची होती. या दोन पंथांतील भेद तितकासा तीव्र नव्हता कारण उत्तरेकडे कित्येक हीनयान भिक्षुमठ चालूच राहिले, तर इ.स.च्या दुसऱ्या शतकाच्या सुमारास, नागार्जुन कोंडा येथे संभवतः निधन पावलेल्या नागार्जुन ह्या श्रेष्ठ शास्त्रज्ञाच्या व धर्मविशारदाच्या रूपाने हीनयान पंथ दक्षिणेत नेहमीच प्रमुख असणाऱ्या जैनांनी उत्तरेतही महत्त्वाचे स्थान मिळविले. मथुरा येथील सुंदर, रक्तवर्णीय वाळूच्या दगडातील कुशाण मूर्तिकलेत जैन प्रतिष्ठानातील बरेच नमुने जतन करण्यात आले आहेत. हे अपेक्षित होते कारण ह्या पुतळ्यात दरबारी सरदार सुंदर भरतकाम केलेल्या कपड्यात नटलेले आहेत. त्यावरून व्यापार सूचित होतो व अर्थातच लाडावलेल्या बौद्ध धर्मापेक्षा, ज्यांना जैनधर्म अधिक योग्य वाटला, असे व्यापारीही

सूचित होतात. मथुरेच्या पुराविज्ञानात प्रगती झाल्यास आपणास ह्या महत्त्वाच्या व्यापारी केंद्रात विनिमय झालेल्या व कमी नाशिवंत असलेल्या मालाविषयी (वस्तूविषयी) अधिक माहिती उपलब्ध होऊ शकेल.

८.५ : समकालीन धार्मिक कलेची सामाजिक अंगे

उत्पादनाच्या आधारातून निर्माण झालेल्या निरनिराळ्या धर्ममतांच्या विशदीकरणावरून त्या विशिष्ट धर्मपंथीयांनी ते धर्मग्रंथ रचले जाण्याच्या वेळी पुरस्कारिलेल्या निश्चित सामाजिक कृत्याविषयी काहीही माहिती उपलब्ध नसता एकच गोष्ट निष्पन्न होते व ती म्हणजे भौतिकवाद व जडवाद या नावाखाली एका अतिवरिष्ठ धर्मशास्त्राची रचना. एखाद्या धार्मिक श्रद्धेचा भौतिक आविष्कार कशा प्रकारे झाला, याचा अभ्यास केला, तर कितीतरी अधिक ज्ञान मिळेल. या काळात मंदिरे मुळीच बांधली गेली नाहीत. मुख्यत: कुशाण कालात बांधलेले उत्तरेकडील स्तूप देखील नाहीसे झाले आहेत. असे असले,तरी दक्षिणेत समकालीन स्मारकांपैकी अत्यंत भव्य, अशी काही अद्याप शिल्लक आहेत. त्यांपैकी पुण्याच्या वायव्येस ४० मैलांहून कमी अंतरावर असलेली कार्ले येथील लेणी असून एक असामान्य नमुना म्हणून त्यांचा अभ्यास करता येईल. अशी लेणी निर्माण करण्यात खर्च झालेले मानवी परिश्रम लक्षात घेता इतिहासकाराच्या दृष्टीने, कोणत्याही लेखी पुराव्याइतकीच त्यांची उपयुक्तता आहे. त्यातल्या त्यात समकालीन साधने अत्यंत थोडे कोरीव लेख सोडल्यास व त्यापैकी देखील अत्यंत महत्त्वाचे नक्की अशाच कोरीव लेण्यात आढळतात – अनुलब्ध असल्यामुळे त्यांचे (लेण्यांचे) जास्तच महत्त्व आहे.

बौद्धलेणी ही विश्रांतिस्थाने (लयनम) असतात. त्यामुळे एखाद्या साध्यासुध्या टेकडीच्या अर्ध्या चढावर किल्ल्यासारख्या (bastian lice projection) संरक्षक तटाच्या बाजूस ती वैशिष्ट्यपूर्ण रीतीने दडविलेली असतात. आता शासनाने ती साफसूफ करून संरक्षित करून ठेवली असल्यामुळे त्यांच्यापर्यंत पोहोचण्याचा मार्ग तयार केला असला, तरी त्यांच्यात प्रवेश अद्याप दुर्गम असतो. जवळपास म्हणण्यालायक शहरही नसते. लोणावळा हे मध्यम प्रतीचे शहर पश्चिम रेल्वेच्या कारखान्यातून (Workshop) व सेवकांच्या निवासातून उदयास आले. त्याच्या नावाचा पदांत मुळात ‘आवलि’, याची उत्पत्ती ‘पल्ली’ पासून आहे व ‘पल्ली’ चा अर्थ ‘रानटी अन्नसंचालक जमातीच्या माणसाचे झोपडे’ हा शब्द अर्थशास्त्रास अज्ञात आहे. ‘पल्लीपती’ हा (Har.२३२ प्रमाणे) एक रानटी प्रमुख असतो. कथासरित्सागरावरून ‘पल्ली’ शब्दाचा हा अर्थ निदान १० व्या शतकापर्यंत तरी टिकून होता. त्यात ह्या नामावरून निरपवादपणे लूटमारीस व नरबळीस सोकावलेल्या रानटी भिल्लांच्या झोपड्यांच्या झोपड्यांचा समूह सूचित होतो. (kss.१०.१३६,

व्यापार व स्वाऱ्या यांनी निर्माण केलेले मध्यंतर / २४७

१५६, १८८ ; १३.४२ इ.इ.) मुंबई शहराच्या समग्र परिसरात टिकून राहिलेल्या ह्या आदिम वसतीच्या खुणा अद्याप दिसून येतात. बोरिवली (कान्हेरीच्या बौद्ध लेण्यांपासून ४ मैलांवर), कांदिवली (येथे पाषाण युगातील अवजारे खोदलेली दिसून आली आहेत.), डोंबिवली (ह्या नावावरून जमाती मूळ असलेल्या ज्ञातकनिष्ठ डोंब जातीची वसती सूचित होते.) कार्ल्याच्या लेण्यांची जागा दुर्गम डोंगरातील वसतीशी संबंधित असू शकली असती. महाराष्ट्रातील नंतरच्या पाषाणयुगीन नमुन्याचे काही (blank stone flakes) व काही अश्मयुगातील छोटी अवजारे (microliths) अद्याप तेथील जलप्रवाहात दिसून येतात. परंतु ते डोंगरमाथ्यावरून आलेले असून लेण्यातून आलेले नाहीत. कारण अशा वसतीस जागा असती, तर अशा उत्खननात काही झाले तरी, पूर्वीचे थर (pervious deposits) सापडले असते.

ही लेणी असलेल्या टेकडीच्या शिखरावरून दिसून येणारी त्या भूप्रदेशातील उल्लेखनीय अंगे म्हणजे तेथील किल्ले, भिवपुरीनजीकच्या किनारपट्टीच्या मैदानात उतरणाऱ्या जुन्या मराठा रोडलगत, वायव्येकडे असणारे मानरंजन व राजमाची हे किल्ले, नैर्ऋत्येकडे किनारपट्टीस – संभवत: चाऊल (रेवदंडा) बंदरास – जोडणाऱ्या सर्वांत छोट्या मार्गावरील लोहगड व भिसापूर हे किल्ले उल्लेखनीय आहेत. त्याच्या पलीकडे इतरही किल्ले आहेत. मुंबई शहराच्या माथेरान टेकडीवरील सुट्टीच्या ठिकाणामागचा प्रबळ किल्ला, तसेच कोरीगड, सुधागड व रायगड हे किल्ले, हे सर्व मध्ययुगातील असून त्यातील कोणताही ८ व्या शतकापूर्वीचा नाही. याच्या उलट ख्रि.पू. दुसऱ्या शतकाच्या बऱ्याच पूर्वीपासून देखील व्यापारी मार्गावर नेहमीच गोंधळ होतो. कार्ल्याची लेणी खोदण्यास ख्रि.पू. १५० च्या सुमारास प्रारंभ झाला. (त्यातील बरीच इ.स. १५० च्या सुमारास पूर्ण झाली. परंतु समोरच्या बाजूची मूर्तिकला नंतरची आहे.) ह्या पूर्वीची लेणी असलेले भाजे, बडेसा, कोंडाणे, जुन्नर (नाणेघाट) व त्याच काळातील इतर लेण्यांजवळ पूर्वीचे व्यापारी मार्ग मिळत असल्याच्या उत्तम खुणा आहेत. ह्या विभागातील सर्वांत जुने देऊळ, अर्थात मुंबईनजीक ३० मैलांवर असलेल्या अंबरनाथ येथील आकर्षक, परंतु पडझड झालेले शिवमंदिर (dilapidated fane) (अमरनाथ याचा अर्थ 'नाश न पावणारा देव') हे केवळ इ.स. १०६० मध्ये बांधलेले आहे. ते फार तर १४ व्या शतकापूर्वी मुसलमानांनी भ्रष्ट केले, परंतु आज सहली काढणाऱ्या आळशी लोकांनी व विस्थापित परंतु अद्याप आशावादी असलेल्या सिंधी लोकांनी हे – अद्याप हाती लागणाऱ्या प्रत्येक गोष्टीस सिंदूरलेपन करतात – भ्रष्ट करणे चालूच ठेवले आहे. धार्मिक याचक व शिवरात्रीच्या (मार्चमधील) मोठ्या वार्षिक यात्रेत जमणारी गर्दी सोडली, तर ह्या देवळात येणारे असे हेच लोक – सहल काढणारे व सिंधी – होत. ह्या देवळाच्या पलीकडील नजीकच असलेले अंबरनाथ हे खेडे अगदी जुन्या रहाटीने आपला

जीवनक्रम व्यतीत करीत आहे. 'आई' (माता) नावाने ओळखल्या जाणाऱ्या मातृदेवतेचे, अंशत: छप्पर असलेले, भिंती नसलेले पूजास्थान तेथे आहे. मूळची ग्रामदेवता (गावदेवी) हिचा ताबा आता तिच्या लक्ष्मी व दुर्गा ह्या परस्परविरुद्ध आधुनिक मूर्ती पूजिणाऱ्या प्रवासी साधूंनी घेतला आहे. अंबरनाथ पलीकडे ह्या व्यापारी मार्गाच्या टोकास कल्याण व ठाणा (स्थानक) ही जुनी बंदरे आहेत. पनवेलची खाडी व किनाऱ्यावरील इतर खाड्या आहेत.

कार्ले हे, किनाऱ्यावरील अनेक व्यापारी मार्ग व (ज्याच्यावर शोलाखाडीची छोटी लेणी व पुणे आहेत, त्या) दख्खनच्या पठारावरील मुख्य व्यापारी मार्गांच्या जोडावर आहे. काफिल्यांची अदलाबदल करण्याच्या ठिकाणापासून ते जवळचे होते. २००० फूट उंचीच्या पठारावरून किनाऱ्यावरील मैदानात एकदम उतरणारा मार्ग, एरवी केवळ पर्वतशिखरे असणाऱ्या डोंगरमाथ्याच्या बाजू-बाजूंनी जाणाऱ्या पायवाटातूनच काढणे शक्य आहे. दख्खनेतील इतर लेण्यांच्या जागा सुद्धा अशाच लक्षणांनी युक्त आहेत. हे सगळे मार्ग वैमानिक व भूमीवरील पाहणीने उलगडणे (निश्चित करणे) शक्य आहे. उदा. शिरवळपासून महाडपर्यंत व कुडा येतील अल्पज्ञात, परंतु उत्तम रीतीने खोदलेल्या लेण्यापर्यंत पसरलेल्या गुहांच्या (लेण्यांच्या) साखळीने पंढरपूर किनाऱ्यावरील खाड्यांच्या बंदराशी जोडले नाते व तिच्यामुळे नदीखोऱ्यांना व त्यांच्या विस्तारांना छेद जातो. दख्खनच्या मैदानावरील हे विस्तीर्ण भाग पशुपालक अथवा कृषक वसाहती दर्शविणारे आहेत. ह्या जोडांजवळ दोन काफिले आपापल्या मुलूखातील मालाची अदलाबदल करीत. ह्या व्यवस्थेचे अवशेष आणखी दक्षिणेकडे बंजाऱ्यांच्या (वाणिज्यकार) व जमातिसंघयुक्त अवस्थेतून नुकत्याच बाहेर पडलेल्या वाहतुकी व्यापाऱ्यांच्या (Pack - traders) स्वरूपात दिसून येतात. हे मार्ग कायमचे ठरल्यानंतर बऱ्याच कालाने ही गढ्यांची मालिका अस्तित्वात आली. ह्या सुरक्षित स्थळांचा मागोवा घेत आपण सरंजामी काळापर्यंत येऊन पोहोचतो. (परंतु) या सुमारास ह्या गुहात फक्त वटवाघुळे व क्वचितप्रसंगी लुटारू आश्रय घेत.

(येथील) आदिवासी जनता डोंगरातील 'कातकरी जमात' म्हणून टिकून आहे; तिचा नियमित अन्नउत्पादनावर जवळजवळ विश्वास नाही व माकडांची शिकार करून ती भक्षण करणाऱ्या अत्यल्प भारतीयांत तिची गणना होते. तिच्यापैकी काही, प्रसंगी (जमीन) झोडपून, जाळून कोद्रु (paspalum scrobiculatum) ची लागवड करतात तर इतर काही भुसा व कण्या पदरात पाडून घेण्यासाठी तांदळाच्या पिकाच्या झोडपणीत मदत करतात. ते शक्य तोवर मध, व इतर जे काही रानातील उत्पन्न हाती लागेल, त्यावर गुजराण करतात. ते मृतांची प्रेते ताबडतोब पुरतात ; परंतु कालांतराने ती उकरून काढून पुन्हा जाळतात. अशी काहीशी मिश्र प्रथा त्यांच्यात आहे. असे असले, तरी त्यापैकी बरेच, कोळसा पाडण्यात पटाईत झाले आहेत. लमाणांचे

व्यापार व स्वाऱ्या यांनी निर्माण केलेले मध्यंतर / २४९

(लंबमान), लादलेल्या बैलांचे तांडे अजूनही घाटातील मालासाठी वापरात असलेल्या जुन्या पायवाटेने (Pack-track अंशपथ) कोळसे घाटमाथ्यावर नेतात. जवळच वाहणाऱ्या व लागवड करणाऱ्या जातींच्या चेहऱ्यामोहऱ्यावर जमाती लोकांची ठळक छाप दिसून येते. मात्र हे दोन्ही गट आज परस्परांत कोणताही रक्तसंबंध असल्याचे कबूल करीत नाहीत. त्याप्रमाणेच पाषाणकाली गोदावरीतीरी एकत्र होणाऱ्या मार्गांच्या गटांचे 'नाशिक' हे नदी ओलांडण्याचे महत्त्वाचे ठिकाण आहे. कारण गोदावरीच्या पात्रातून दोन्ही दिशांत तेथून शेकडो मैलापर्यंत जलमार्गाने ने-आण करता येत नाही परंतु तिच्या काठी, नंतरच्या पाषाणयुगातील नदी खोऱ्यातील वसाहती (वस्त्या) झाल्या होत्या. येथील (नाशिक जवळील) लेणी पांडवांनी वनवासात कोरलेली, असे दीर्घकालपर्यंत मानण्यात येत होते. नदी ओलांडण्याच्या जागी दुसरा निर्वासित नायक, जो राम, त्याच्या विशेष पुण्यस्मृतीस वाहिलेली मध्ययुगीन मंदिरे आहेत. (डांग व भिल्ल यांची) आदिवासी वसती, कार्ल्याच्या मानाने येथील सभोवतालच्या भागात, अद्याप जास्त प्रामुख्याने आहे. जरी सांची येथे कोणतीही लेणी नसून उघड्यावरील स्तूप आहेत, तरी तिच्या स्थानवैशिष्ट्याबद्दल पूर्वीच चर्चा करण्यात आली आहे. अजिंठा, वेरूळ, औरंगाबाद व दौलताबादचा किल्ला हा अशाच प्रकारचा, परंतु नंतरच्या काळातील एक गट आहे व ज्यांना ती दृष्टी आहे, त्यांच्यासाठी, सातत्याने चालत आलेल्या विभागीय इतिहासाचे ते एक मूकनाट्य आहे. वेरूळ लेण्यातील कैलासाच्या मनोऱ्याच्या दुरूस्तीचे व समोरच्या सुंदर दगडी मंदिराच्या बांधकामाचे श्रेय (परंपरेनुसार) १८९५ साली निधन पावलेल्या इंदूरच्या विधवा राणी अहिल्याबाई होळकर यांच्याकडे जाते.

कार्ल्याच्या मुख्य गुहेचे (चैत्य) मुख्य अवरोध अंग म्हणजे प्रवेशद्वाराजवळील एकवीरादेवीचे, नंतर बांधलेले देऊळ. खेडुतांनी 'यमाई' (अर्थात मृत्युदेवता) म्हणून पूजिलेल्या त्याच देवीची एक ओबडधोबड ठसठशीत प्रतिमा बेडसा येथील शानदार विहारात कोरली आहे. एकांतप्रेमी लोकांना वनातील विश्रांतिस्थानात उदात्त मानसिक अवस्थेची प्रचीती येऊ शकेल, अशी ही एकच गुहा आहे. ग्रामीण जनतेत अजून अशी एक कथा प्रचलित आहे की भाजाच्या देवतेने बेडसा येथील लेणी खोदण्यास प्रारंभ करणाऱ्या 'चार भावांना' भिववून तेथून पळवून लावले व तेथून कार्ला येथे जाऊन त्यांनी इतर विश्रांतिस्थाने खोदली. मंदिरात प्रवेश करताच, आपले आगमन देवतेस सूचित करण्याचा आग्रह धरणाऱ्या दर्शकांना अप्रबुद्ध धर्मबुद्धीने वाजविलेल्या मंदिरातील घंटांनी होणाऱ्या अविरत नादाच्या प्रतिध्वनीने कार्ले येथील लांबलचक सभागृह भरून जाते. ह्या अल्पज्ञात देवतेचे मंदिर, ह्या प्राचीन व्यापारमार्गाच्या दुसऱ्या टोकास असलेल्या मुंबई बेटावरील कोळी जातीच्या (मासेमारी व खलाशाचे काम करणाऱ्या) लोकांनी बांधले व अद्याप त्यांच्याच पैशांवर ते चालते. तेथे अजून

दर चैत्रात (एप्रिलमध्ये) कोळ्यांनी आयोजलेल्या व सर्व जातींच्या शेतकऱ्यांकडून साजऱ्या होणाऱ्या पाच दिवसांच्या वार्षिक यात्रेचे ढळढळीत उदाहरण समोर असून देखील वरील गोष्टीचे वैशिष्ट्य कोणाच्याही लक्षात आलेले नाही. ह्या मंदिराच्या अगदी समोर, प्रवेशद्वारासमोर गोटीचा पुत्र व स्वत: महारठी असलेला अजिमिताणक याने अर्पण केलेला अशोकाच्या सिंहाच्या धर्तीचा एक दगडी खांब आहे. स्थानिक अभिमानापासून स्फूर्ती घेऊन, ह्या पदवीमुळे मराठ्यांचे प्राचीन काळापासून वैभव दिसून येते, असा अर्थ घेण्यात आला तरी एका कधी कधी दिसून येणाऱ्या अनुस्वार बिंदूमूळे, मग हा बिंदू मूर्तिकाराच्या चुकीमुळे खोदला असो अगर नसो, वरील शब्द 'महारठी' नसून 'महारथी' (रथावरील मोठा योद्धा, अर्थात एक बडा लष्करी अधिकारी) असल्याचे दिसून येते. इतर गुहांप्रमाणेच हा खांबदेखील भोवतालचा खडक (trap-rock) खोदून काढून हा खांब खोदलेला आहे. तो दगडांनी बांधून काढणे, कितीतरी जास्त सोपे झाले असते. हे अवघड काम (तितिक्षापूर्ण हस्त परिश्रमाने अगदी आजदेखील यांत्रिक खोदकाम यंत्राने न फुटणारा नाठाळ दगड फोडण्याचे हे अजस्त्र काम) कित्येक पिढ्या चालले असले पाहिजे. हे एका माणसाचे काम तर खासच नव्हे. अनेक दात्यांनी आपापली नावे त्यांच्या विविध भागांवर खोदून मागे ठेवली आहेत व तरीदेखील ह्या शिल्पाची ही समग्र योजना एकसंघ आहे. भिन्न भिन्न स्थळातील अनेक लोकांचे एका पूर्वनियोजित शिल्पाबाबत दीर्घकाळपर्यंत होत आलेले सहकार्य सगळ्याच लेण्यांचे व स्तूपाचे आणि म्हणूनच त्या समाजाचे व ह्या कालखंडाचे एक समान लक्षण आहे. (शिल्पास) मिळालेल्या देणग्यांपैकी काही सामूहिक असून त्यांपैकी चौदा तरी 'धेनूकाकट' ह्या स्थलनामासह कोरल्या आहेत. ह्या स्थलनामाचे व एकदा द्वीपकल्पाच्या अगदी उलट बाजूस, अमरावतीनजीक असलेल्या 'धान्यघटक' गावाचे ऐक्य चुकीने प्रतिपादिले गेले होते. परंतु आता ते बरेच जवळ असल्याचे मान्य करण्यात आले आहे. त्याच्या देणगीदारांपैकी काही तर ग्रीक होते. मुख्य गुहेतील डाव्या बाजूच्या पाचव्या खांबावर 'धेनूकाकटातील धम्मयवनाकडून (ह्या खांबाची देणगी मिळाले आहे), असे खोदले आहे. (आकृती ३५), इतर काही (उदा. ३ ऱ्या खांबावरील) देणगीदार अशाच प्रकारे 'आपण यवन असल्याचे' घोषित करतात. ह्याचे उदाहरण केवळ कार्ले येथेच नव्हे, तर जुन्नर येथेही दिसून येईल (ल्यूडर्स, ११५४, ११५६) हे लक्षात ठेवणे महत्त्वाचे आहे, की हे देणगीदार (लष्करी) विजेते नसून शांतताप्रिय व्यापारी होते व ते मुंबई (सालसिट = साष्टी) बेटाच्या एका टोकास वसलेल्या व सांप्रत अस्तित्वात असलेल्या (संभवत: डोंगरी) खेड्यातील होते. परंतु आता त्याचे स्वरूप सभोवतालच्या इतर 'कालातीत' खेड्याहून कोणत्याही प्रकारे वेगळे असल्याचे दिसून येत नाही. जुन्नर व नाशिक येथील लेण्यांवरून, काही देणगीदार शक (ल्यूडर्स

व्यापार व स्वाऱ्या यांनी निर्माण केलेले मध्यंतर / २५१

११६२) व आबीर दिसतात. परंतु अशा लोकांची राज्ये कितीतरी लांब अंतरावर होती. दक्षिण (भारत) जर अजित (अनाक्रांत न जिंकला गेलेला) राहिला असेल, तर त्याचे कारण त्याबाबत माहिती नव्हती, अथवा त्यापासून फायदा नव्हता, असे नव्हे ; आक्रमकाला दिग्विजयक्षम व्यापिलेल्या उत्तरेपेक्षा दक्षिण जिंकणे फारच जिकिरीचे होऊन बसले असते.

ह्या लेण्यांना राजाश्रयही होता. 'क्षत्रप नहपान खहराट' राजाचा शक जावई उषवदात, मध्यवर्ती द्वाराच्या उजवीकडील कोरीव लेखात, आपण ब्राह्मणांना अनेक देणग्या दिल्याची प्रौढी मिरवतो व नंतर वलुरक येथील भिक्षूंना 'करजीक' नावाचे खेडे दान करतो. (EI. ७ पृ. ५७, ६१ ; ल्युडर्स १०९९-११००) नासधूस झालेल्या ह्या कोरीव लेखात वाचण्यास कठीण झालेले हे उत्तरोक्त नाव बहुधा 'वेहूरक' असावे, 'वेहेरगाव' हे ह्या लेण्यांच्या चढाच्या पायथ्याशी असलेले आधुनिक खेडे आहे. 'देणगी' याचा अर्थ 'राजाच्या हक्कांचे हस्तांतर' असा आहे. अर्थात जे कर सामान्यतः राजसंस्थेकडे गेले असते, ते. त्या करात वाढ करण्याचा अथवा त्या खेड्यापासून इतर कोणताही फायदा उपटण्याचा हक्क देणगी घेणारास नाही. परंतु जमिनीवरील कराचा वसूल झालेला कोणताही भाग राजसंस्थेस देण्याची गरज नाही अशी जमीनधारणा कोणत्याही अर्थाने सरंजामी म्हणता येत नाही. कारण तिच्या मोबदल्यात राज्यकर्त्यांने कोणतीही सेवा मागितलेली नाही. नाशिक येथील गुहात उषवदाताच्या नावे अशाच प्रकारच्या इतरही देणग्या नमूद केलेल्या आहेत. दोन्ही उदाहरणात, शातवर्णी विजेत्यांनी - त्यांनी आपल्या नजीकच्या कोरीव लेखात आठवण करून दिल्याप्रमाणे - ह्या देणग्या चालू ठेवल्या. अगर त्यात वाढ केली. काऱ्र्याच्या उदाहरणात वासिष्ठीपुत्र पुलुमायी राजाच्या कारकिर्दीच्या ७ व्या वर्षी हे खेडे वसिष्ठिपुत्र सोमदेव, महारथी, कोसिकीपुत मितदेव यांचा मुलगा, याने पुन्हा दान केले. सामान्यतः ही देणगी खुद्द राजाच देऊ शकला असता. दरवाजाच्या चौकटीवरील लेखावरून राजा गोतमीपुत्राने करजक खेड्याची देणगी कायम केली व आपल्या प्रांताधिपतींस भिक्षूंची काळजी घेण्याची आज्ञा केली, असे दिसते. या कोरीव लेखात जिल्ह्याचा 'मामाला हार' असा निर्देश केला असून ह्या गुहांच्या पश्चिमेस लागून असलेल्या आधुनिक मावळाशी त्याचे ऐक्य प्रस्थापित करण्यात आले आहे. या भागात (कामशेतचा नदीकाठ, तळेगाव येथील तळे व पायऱ्यांची विहीर इ.) 'मामला' देवीची पूजा अद्याप प्रचारात आहे; या गोष्टीकडे अद्याप कोणाचे लक्ष गेले नाही. या नावावरून मुळात वैदिक अप्सरा असलेल्यांशी समानार्थक व जलदेवता असलेल्या अनामिक मातृदेवतांचा एक गट सामूहिकरीत्या सूचित होतो. भिक्षूंची स्थिती फार चांगली असली पाहिजे. कारण त्यांच्या खोल्यांना (cells) केवळ पातळ पडद्यांहून भरगच्च असणाऱ्या दरवाजांना साजेशा खोदीव जागा (sockets) आहेत. त्यावरून

विनय नियमांनुसार अनुज्ञा असलेल्या याचकांच्या किरकोळ किडुकमिडुकपेक्षा त्यांची वैयक्तिक संपत्ती बरीच अधिक असावी. कार्ल्याच्या प्रवेशद्वारावरील मोठ्या कमानीच्या बुडाशी असलेला दगडी पट्टा तरी दान करण्यासाठी पुरेसे पैसे 'असाढमिता' नामक भिक्षुणीजवळ कसे जमा झाले असतील ? दर्शनी भागातील खांबावरील मूर्ती, संन्याशांच्या मठीतील सभास्थानाच्या मानाने कितीतरी शोभादायक (अलंकृत स्वरूपाच्या) म्हणून लक्षणीय आहेत. त्यात हत्तीवर बसलेली कित्येक सुंदर जोडप्यांमागून जोडपी आढळतात. त्यापैकी काही संभवत: यक्षांच्या प्रतीकात असलेली जोडपी, देणगीदारांच्या आई-बापांची अगर सपत्नीक देणगीदारांची प्रातिनिधिक असावीत. त्यातील स्त्री-पुरुषांच्या केसांची रचना अत्यंत गुंतागुंतीची आहे. स्त्रियांचे पोशाख, ऐषआरामी, तलम, पारदर्शक (diaphanous) वस्त्रांचे असून त्यातून त्यांचा मोहकपणा दृग्गोचर होतो व त्यांचे उन्नत उरोज अनावृत्त आहेत.

हे भव्य, नियोजनपूर्ण, सहकार्यात्मक यज्ञ कलादृष्ट्याही यशस्वी असले तरी, भिक्षूंच्या धर्माच्या व अर्थात् समाजाच्याही वैफल्याकडे आपले दुर्लक्ष होता कामा नये.

८.६ – वस्तू – उत्पादक व व्यापार

देणगीदारांचे प्रकार तर आणखी नमुनेदार आहेत. ग्रीक धम्मयवनाचा स्तंभ उभारण्यात समुद्रकिनाऱ्याजवळील ठाण्याजवळ असलेल्या सोपारा येथील एका संसारी शिंप्याने हातभार लावला आहे. हे सोपारा गाव आता इतर खेड्यांसारखे असले तरी अशोकाच्या उपदेशपर कोरीव लेखांसाठी पुरेसे प्रसिद्ध होते व टॉलेमी, तसेच पेरिल्लस यांना 'एक प्रसिद्ध बंदर' म्हणून माहीत होते. स्तंभ उभारण्यासाठी भांडवल देणारा (Capital of the pillar) हा आश्रयदाता, 'भारतात अत्यंत सुंदर असलेली ही दगडी इमारत पूर्ण करणाऱ्या (परिनिठापितम्) वैजयंतीच्या भूतपाल पेढीवाल्या (सेठी) सारखा श्रीमंत माणूस होता. तो काल लक्षात घेता, प्रवेशद्वाराच्या दोन्ही बाजूस भूतपालाच्या दानधर्माचे प्रतीक असलेल्या पाच मजली उठावदार नक्षीवरून (reliets) ही गर्वोक्ती समर्थनीय ठरते. वैजयंती म्हणजेच 'उत्तर कानरामधील बनवासी ह्या दूरस्थ खाडीवरील बंदर' हे प्रस्थापित झाले आहे. धेनूकाकट येथील आणखी एका भिन्न व्यावसायिकाने म्हणजे सुगंधी द्रव्ये विकणाऱ्या (गंधिक) सिंहदात्याने उजव्या बाजूकडील कमान असलेल्या प्रवेशद्वारासाठी देणगी दिली आहे. मध्यवर्ती प्रवेशद्वारासमोरील स्तंभावर नाव असलेला सुतार (वढकी) सामिण हा देखील धेनुकाकटातील रहिवासीच होता. ह्या स्मारकात जरी लाकूडकाम असले तरी (भाजे येथे समोरची सर्व बाजूच लाकडी होती.) केवळ नाहीशा झालेल्या

व्यापार व स्वाऱ्या यांनी निर्माण केलेले मध्यंतर / २५३

लाकडी कामावरूनच असे म्हणता येते, असे नाही. चैत्याच्या आतील बाजूस अजून शिल्लक असलेल्या छतातील लाकडी कमानीमुळे ह्या गुहेला मंडपाच्या रचनेचे स्वरूप आले आहे व त्याच्या मूळच्या भागाच्या रचनेचा कालनिर्णय – कारण, हे मूळचे भाग जागच्या जागी सांभाळून ठेवण्यासाठी त्यांच्यात मधील फटीत अलीकडे आधुनिक लाकूडकाम केले आहे. कार्बन – १४ पद्धतीवरून शक्य व्हावा. नाशिक, कान्हेरी येथल्या सारख्या गुहांचा अभ्यास करताना आपणास त्यांच्या काही भागास देणग्या देणारे अनेक लोक, व्यापारी, वैद्य अथवा अधिकारी असल्याचे आढळते. अशीच नावे असलेल्या देणगीदारांचा एक वर्ग नंतरच्या ग्रामीण अर्थव्यवस्थेत काहीही अर्थसंचय करण्यास अत्यंत गरीब होता असे दिसून येईल, कारण त्यानंतरच्या अर्थव्यवस्थेत थोडेसे धान्य फावल्यावेळी लागवड करण्यास जमिनीचा एखाददुसरा चिमुकला तुकडा त्यांच्या वाट्यास येऊ शकत असे. असा वर्ग म्हणजे लोहार, फूलवाले (मालाकार), तांबट (grazers) कासाकार, शेतकरी (हालकीय), गृहस्थ (गृहपती, कुटुंबिक) इत्यादिकांचा होय.

त्याच्या विरोधात कुशाण मुलूखातील देणगीदारांचा प्रकार लक्षात ठेवण्यासारखा आहे. त्यात राजे, सरदार (यांचे पुतळे मथुरेत सातत्याने आढळतात) अशा देणगीदारांचे बरेच प्राबल्य दिसून येते. मथुरेच्या जैन प्रतिष्ठानास द्रव्योत्पादन करणाऱ्या (यात एक वेश्या, तिची मुलगी व साथीदारही आहेत.) परंतु सामान्यतः व्यापारी असलेल्यांनी उदार देणग्या दिल्या आहेत. सांची येथे (देणगीदारात) अधिक विविधता दिसते. पण त्यातही श्रमिक जनतेचे प्रमाण अत्यंत थोडे आहे. ल्यूडर्सने दिलेल्या सांची येथील ४०७ कोरीव लेखांच्या यादीत (EI.१० पुरवणी क्र. १६२–५६८) निःसंदिग्धपणे कारागीर असणारे सहाहून कमी आहेत व त्यातील एक (क्र. ३४६) तर संघनेता अथवा 'सिरी – सातकणी' राजाच्या कारागिरांचा' प्रमुख आहे. असे असले तरी सांचीपासून दक्षिणेत बंदिस्त ग्रामीण अर्थव्यवस्था नव्हती. तसेच तिच्याबरोबर आढळणारी अनामिकताही नव्हती, असे आपणास म्हणता येते. हे लक्षात ठेवले पाहिजे की ह्या सर्व स्थळी बरेचसे काम, नमूद करण्यास अत्यल्प असलेल्या देणग्यातून झाले असले तरी, रोख देणग्याही मिळत होत्या. वस्तू उत्पादन व विनिमय, ज्यामुळे सर्व प्रकारच्या कारागिरांना द्रव्यसंचय करता येतो – मुबलक प्रमाणात होता. सामान्य, स्वयंपूर्ण खेड्यात कारागिरांजवळ देण्यासारखे काहीच नसते. धेनुकाकट व सोपारा येथून व्यापार व वाहतूक करण्याशी त्यांचा संबंध आला. त्या काळापासून, मोकळ्या समुद्राच्या किनारपट्टीवरील कोळ्यांनी जतन केलेली प्रथा (अर्थात मुंबई बेट अथवा दुरून इतके लांब अंतर ओलांडून कार्ले येथे येण्याची प्रथा) चालत आलेली आहे की नाही, हे विचार करण्यासारखे आहे. असे साहचर्य आजतागायत टिकून राहणे असंभवनीय आहे. अशोकाच्या तेराव्या शिलालेखातील

'भोजक' हे (पैठण येथील) 'पिटीनिका' प्रमाणेच दक्षिणात्य होते ; कारण त्या दोघांची नाव निगडित झाली आहेत. महारठींनी सामडिनिका' ही एक भोजाची कन्या असून तिने बेडसा येथे एक हौद समर्पण केला आहे. महाड – कुडा भागात हे जमाती प्रमुख असल्याचे दिसून येते. त्याच ठिकाणी आपणास पूर्वी अस्पृश्य असलेल्या अनुसूचित जातीत 'राजभोज' हे आडनाव देखील दिसून येते.

यांपैकी काही कारागीर प्रबल संघात संघटित झालेले आहेत. नाशिक येथील (EI ८.८२-८४) १० व्या गुहेत सविस्तर उद्धृत केलेल्या उषवदाताचा एक कोरीव लेख बोलका आहे.

"सिधम ४२ व्या वर्षी वेसाख महिन्यात दिनीकाचा मुलगा व राजा नहपान क्षहरात क्षत्रपाचा जावई, उषवदात याने सर्व दिशांतून येणाऱ्या भिक्षूंच्या संघात ही गुहा अर्पण केली आहे. त्याचप्रमाणे त्याने ३००० (तीन हजार) कहापणांची कायमची देणगीही दिली आहे. ह्या गुहेत राहणाऱ्या, कोणताही पंथ व मूळ (Origin) असलेल्या सदस्यांना, कपडे (चीवरिक) व बाहेरील प्रवास (कुसण, Viaticum) याची तरतूद करण्यासाठी ही देणगी आहे. पैसा पुरविण्याकरिता आहे. हे कहापण गोवधन येथे राहणाऱ्या संघात (खालीलप्रमाणे) गुंतविलेले आहेत : दरमहा दरशेकडा एक पादिक या दराने दोन हजार (दरसाल, दर शेकडा बारा) कोष्टयांच्या संघाजवळ (कोळीकनिकाये) व कोष्टयांच्या दुसऱ्या एका संघाजवळ दरमहा दरशेकडा पदिक (द.सा.द.शे. ९) याप्रमाणे एक हजार व हे कहापण परत करावयाचे नसून फक्त त्यांचे व्याज (अशा प्रकारे खालीलप्रमाणे) उपभोगावयाचे आहे. त्यापैकी द.शे. एक पदिका दराने ठेवलेले कपड्यांसाठी (आहेत) ; त्यापैकी माझ्या गुहेत पावसाळा काढणाऱ्या वीस भिक्षूंपैकी प्रत्येकास कपड्यासाठी बारा कहापण (द्यावयाचे आहेत). द.म. पदिक दराने गुंतविलेल्या एक हजार कहापणातून प्रवासखर्च (viaticum) द्यावयाचा आहे. कपूर जिल्ह्यातील चिखलप्रद खेड्यात लावलेली आठ हजार नारळाची झाडे दिलेली आहेत व हे सर्व नगरातील सभागृहात (निगम – सभा) घोषणा करून साधन शीलेवर (रेकार्ड टेबलेट व फलकावर) नमूद (register) केले आहे.

त्या काळचा कहापण शुद्ध चांदीचा होता, हे नहपानाच्या नाण्यांच्या जोघळटेंभी येथील संग्रहावरून सिद्ध होते. त्यांपैकी बऱ्याच नाण्यांवर त्यापैकी गोतमीपुत्र शातकर्णी याने छाप पाडला होता. त्याच्या वंशात आपली स्वत:ची रौप्य नाणी पाडण्याचा कोणी क्वचितच त्रास घेई. त्या कहापणाचे वजन अदमासे ३२ ग्रेन असे. हा एकूण (अंदाजे २२ हजार परंतु कधीही न मोजलेल्या) नाण्यांचा संग्रह, आतापर्यंत नमूद केलेल्या कोणत्याही संग्रहात बराच मोठा आहे. प्रचारात असलेल्या नाण्यांवरून अंदाज करता ह्या राज्याच्या प्रगतीविषयी काही शंका उरत नाही. इतर संघ (कुंभार,

व्यापार व स्वाऱ्या यांनी निर्माण केलेले मध्यंतर / २५५

तांबट, धान्यव्यापारी, तेल गाळणारे, जलस्थापत्याधिकारी, बांबू पिळणारे, कोळी (दासक) हे आपला प्रमुख मुगूदास याच्यामार्फत (नाशिक येथील ८ वी गुहा) देणग्या देत, अगर राज्यकर्त्यांशी अशाच प्रकारचे आर्थिक करार करीत. 'कोळी' हा शब्द त्याच प्रांतात अद्याप 'कोष्टी' अर्थाचा निदर्शक आहे. (आता त्याला कोष्टीही म्हणतात) परंतु ते शतकानुशतके खालच्या जातीचे झाले असून त्यांच्यात सांघिक ऐक्य नाही व ग्रामीण भागात तुरळक विखुरले आहेत. भिक्षू, आपणास लागणारी वस्त्रे न घेता रौप्य नाणी प्रत्यक्ष हाताळीत, यावरून 'विनया' तील नियमांची व्यवहारातील शिथिलता दिसून येते. नारळाची झाडे अद्याप फार महत्त्वाची आहेत. कारण त्यांच्यामुळेच किनारपट्टीवरील कृषक वसाहत शक्य झाली. या झाडाचे अनेक उपयोग आहेत. त्याच्या झावळ्याचे (परस्परात विणून, घरातील भाग वेगळे करण्यास अथवा प्रत्यक्षपणे झोपल्यावर छप्पर करण्यास त्यांचा उपयोग होतो ; त्यांच्या लाकडापासून चांगली होडकी (rafters) होतात व बुंध्याकडील भागापासून अत्यंत अरुंद, मच्छीमारीस उपयुक्त अशा, होड्या तयार होतात. त्याच्या काथ्याचा, दोर तयार करण्यास चांगला उपयोग होतो. या सर्वांत उपयोगी असा कोणता भाग असेल तर तो म्हणजे त्याचे फळ, ते पिकण्यापूर्वी खाता येते व पिकून वाळल्यास त्यातून उत्तम, पोषक खाद्यतेल निघते. कठीण कवचाचे, तीन डोळ्यांचे (या तीन डोळ्यापैकी एकातून उगवता कोंभ बाहेर पडतो.) व शेंडी असलेले (hair left on at husking) हे फळ सर्व हिंदू समारंभात, शास्त्रीय आधारांचा फायदा नसतानाही 'पाण्याने भरलेल्या कुंभाऐवजी' (उदककुंभ) वापरण्यात येऊ लागले. आता तर नारळाने, ब्राह्मणास दक्षिणा म्हणून पूर्वीच्या बेलाच्या फळाची जागा घेतली आहे. (बिल्व = Aeglemarmelos) ते देवाला अर्पण करतात व त्यातील खोबरे धार्मिक विधीत वाटले जाते. ४२ व्या वर्षी (हा जर शक असेल, तर इ.स. १२० मध्ये) ही लागवड किनाऱ्यावर नव्यानेच केली गेली होती. कारण (Periplus of the Erythraean Sea) ह्या इ.स. च्या पहिल्या शतकाच्या अखेरीस लिहिलेल्या ग्रंथात, पश्चिम किनाऱ्यावरील प्रत्येक भारतीय बंदरात असणाऱ्या मालांची काळजीपूर्वक केलेली यादी असूनही तीत याचा उल्लेख नाही. पूर्व किनाऱ्यावर त्याचा उपयोग होत असे. हे (ख्रि.पू. पहिल्या शतकात) नारळाचे दोर (AI २. PL ३७ B) 'आरिकमेडू' मधील अरेटाइनपूर्व थरावरून दिसून येते. नारळ हे मुख्यत: व्यापारी पीक होते ; नाहीतर उषवदाताची देणगी निरर्थक ठरली असती. याचा अर्थ असा की वस्तू उत्पादक अर्थव्यवस्थेत, बराच पाऊस पडणारा दाट जंगलमय मुलूख आता पहिल्यानेच साफ (मोकळा) करण्यात आला होता. हे पीक मात्र नंतर सर्व काळ महत्त्वाची (व्यापारी) वस्तू बनून राहिले. अगदी बंगालपर्यंतच्या संबंध किनारपट्टीवर प्रसार झालेली ही झाडे, एक महत्त्वाची खूण बनून राहिली. हे झाड मूळचे मल्याळी असून 'न्योरकली'

चे 'नारिकेली' असे संस्कृतीकरण झाले आहे, ह्या काळातील भरभराटलेल्या व्यापारामुळे ते (भारतात) आले व त्याबरोबरच कदाचित तांबुल (पान) देखील भारतात प्रथम आले.

ह्याच लेण्यातील इतर कोरीव लेखांवरून उषवदात खर्चिक होता, यास दुजोरा मिळतो. त्याने आणखी ३२ हजार नारळाची झाडे वेगवेगळ्या चरक संघटनांना (Congregations) दिली व ७०,००० कहापण देवाब्राह्मणांना द्यावयाचे ठरविले. त्यांची दर सुवर्णास ३५ ह्या दराने २००० मोहोरा (सुवर्णनाणी) इतकी किंमत होती. हे दानपत्र देखील (प्रथेनुसार) नोंदण्यात आले. त्याने ३ लक्ष गाई ब्राह्मणांना दान दिल्याचा – त्यापैकी ३ हजार तर एकाच अभिषेकप्रसंगी दिल्याचा – दावा केला आहे. इबा, पारादा, दमण, तापी, करदेना, दाहलुका इ. आज खुणा पटण्याजोगा जागी सार्वजनिक उपयोगासाठी नावाही दान केल्या. हा सगळा दानधर्म, आपल्या सीमेपलीकडील तीर्थयात्रांसाठी केलेल्या दानधर्माच्या जोडीस होतो. त्याखेरीज लेणी, पाण्याचे हौद व एक लष्करी मोहीम या गोष्टी वेगळ्याच ''मालयांनी पावसाळ्यात वेढलेल्या उत्तमभद्रांच्या प्रमुखास सोडविण्यासाठी मी गेलो व जणू (माझी) गर्जना ऐकतात ते मालय पळू लागले व उत्तमभद्र योद्ध्यांचे कैदी म्हणून पकडले गेले.'' (EI ८.७८) कोणासही अशी रास्त अपेक्षा करता येईल की, ह्या (आता सौदी अरबस्तानात घडत आहे. त्याप्रमाणे) जमाती संपत्तीचे खाजगी संपत्तीत त्वरित रूपांतर घडू लागले. तसतसा व्यापारी केंद्रालगतच्या जमाती जमिनीच्या स्वरूपात फरक घडून येऊ लागला. या फरकाची प्रमुख लक्षणे म्हणजे एका बाजूस एक नवा संपत्तीमान वर्ग, तसेच दुसऱ्या बाजूस श्रमिक वर्ग निर्माण झाला; आणि प्रमुखाच्या दिमतीस अपार श्रीमंती व अनिर्बंध सत्ता निर्माण झाली.

नजिकच्या पुरालेखातील आणखी एक उतारा व्यापारी अर्थव्यवस्था किती खोलवर गेली होती, हे दर्शवितो : ''त्याने (उषवदाने) आपल्या पित्याच्या मालकीचे, व वाराहीचा मुलगा अश्वभूती ह्या ब्राह्मणाने ४००० कहापणांच्या किमतीत विकत घेतलेले शेतही दिले आहे ते ह्या नगराच्या वायव्य सरहद्दीकडे आहे. त्यातून निघालेले पीक माझ्या गुहेत (=नाशिक येथील १० व्या गुहेत) राहणाऱ्या सर्व भिक्षूंसाठी, कोणत्याही पंथभेद न पाळता पुरविण्यात येईल.'' ही राजाने ब्राह्मणास दान देण्याची बाब आहे, ही गोष्ट लक्षात घेऊन ही जमिनीची सरळसरळ खरेदी करण्याचा हा प्रकार अभूतपूर्व होता. हे दानधर्माचे कृत्य मूलत: ब्राह्मणासाठी नसून भिक्षूसाठी होते. जमीन विकत घेणे व विकणे ह्याअर्थी जमिनीवरील खाजगी मालमत्ता, अशा प्रकारे सामान्यत: त्या विकण्याच्या व विकत घेण्याच्या परिणामावरून (Incidence) सर्वस्वी अवलंबून होती. काही ठिकाणी, दक्षिणेकडील अर्थव्यवस्था रोख व्यवहाराच्या उच्च पातळीपर्यंत पोहोचली होती व बहुतांशी व्यापारी संघाकडून

होणाऱ्या वस्तू उत्पादनावर आधारलेली होती. ह्या संघात, साधीसुधी माणसे अगदी नांगर धरणाऱ्या शेतकऱ्यापर्यंत (हालकीय) सर्व पातळ्यांवर भाग घेऊ शकत आणि तरीही संपन्न शातवाहन राजांचे शिशातील व मिश्रधातूतील (Potin) नाण्यांचे अत्यंत भिकार दारिद्र्य असे दर्शविते की, सामान्यत: अविकसित, रानटी जमातीशी होणारा व्यापार अदलाबदलीच्या स्वरूपाचा (वस्तुविनियमयाचा) होता. कारण त्यांना सोन्या- चांदीच्या किमतीची कल्पना नव्हती. उषवदाताने दान केलेली नारळाची झाडे (अथवा त्यावरील कराचा राज्यसंस्थेचा हिस्सा) जर राजाच्या लागवडीपैकी नसतील. याविषयी कोणताही उल्लेख नाही – तर अर्थशास्त्रीय पिळवणूक व शासकीय अज्ञान नसून देखील राज्यसंस्थेचा फायदाच होत होता. या समाजातील वरिष्ठ घटक, आधीच्या विकसित गंगाखोऱ्यात संभवत: अस्तित्वात असलेल्या मनुस्मृतीतील जातिनिबद्ध खेडवळ पातळीहून निश्चितपणे अधिक प्रगत होते. ही प्रगत स्थिती किती कालपर्यंत टिकवून धरता आली असती, हे तिच्या प्रगतीच्या वेगावर (म्हणजेच ग्रामीण वस्त्यांच्या विकासाच्या वेगावर) अवलंबून होते ; तसेच ते बाह्य लष्करी दबाव कितपत प्रबळ होता, यावरही अवलंबून होते. त्याकाळी शातवाहन राज्यकर्ते स्वत:चे संरक्षण करण्यास व इतरांवर प्रभुत्व मिळविण्यास समर्थ होते. त्यांच्या विजयांची यादी म्हणजे उज्जैनीपासून दक्षिणेतील व्यापारी केंद्रांच्या नामावळीसारखी वाटते व त्याने अन्न संचायक (Food gathering) स्थानामध्ये संस्कृती कशी निर्माण केली. वस्तुउत्पादन व विनिमय करणारी तुरळक, संपन्न केंद्रे सोडली, तर बाजूची पार्श्वभूमी सापेक्षत: अविकसितच कशी राहून गेली. हे पुराविज्ञानाच्या अध्ययनाने सतत दिसून आले आहे. (अद्यापही दिसून येते).

'ह्या बाजारपेठेत (बेरीगाझा = भडोच) मध्ये दारू त्यातल्या त्यात इटालियन, विशेषक पसंत आहे व लाओडिशियन व अरेबियन ही चालतात – तांबे, कथिल (tin) व शिसे ; प्रवाळ (Coral) व पुष्पराग (Topaz) तलम कापड व सर्व तऱ्हेचे जाडेभरडे प्रकार, हातभर रुंद असलेले, चमकदार, रंगीत कंबरपट्टे (Stora), लवंगा, दालचिनी (Sweet Cloves) चकमकीचा दगड (Flint Glass), मनशील (Eealgar = Arsenic, monosulphide), सुरमा (antimony), सोन्यारुप्याची नाणी, या त्या देशातील चलनाशी विनिमय केल्यास नफा मिळतो. उटणी – परंतु ही थोडी असून फार किमती देखील नाहीत व ह्या स्थळी राजासाठी, चांदीची मूल्यवान भांडी, गाणारी मुले, जनानखान्यासाठी सुंदर कुमारिका, उंची दारू, अत्यंत तलम विणलेले पातळ कापड व अत्यंत निवडक उटणी. वरील ठिकाणाहून (पैठण व तगारा) ह्या वस्तू–बेरीगाझा येथे गाड्यातून (सरेपी) व रस्ते नसलेल्या लांब मुलूखातून पैठणहून मुबलक संख्येत (Carnelians) व तगाराहून बरेच साधे कापड – आणल्या जातात व किनाऱ्यालगतच्या भागातून बराच स्थानिक व्यापारी माल

तेथे आणला जातो. या भागातील बाजारपेठांचा (बेरीगाझा = भडोच) नंतर असा अनुक्रम लागतो ; सोपारा, कल्याण शहर हे मोठ्या (वयस्क) सारगुणाच्या (?) काळी एक सुंदर बाजारपेठ बनले होते; परंतु ते जेव्हापासून Sandane सांदण्यांच्या ताब्यात आले, तेव्हापासून व बंदरात निर्माण होऊ लागले आहेत व तेथे उतरणाऱ्या ग्रीकांना पाहऱ्याखाली बेरिगाझा येथे कदाचित न्यावी लागतील.(Schoff ४२-४३)

पैठणपासून बंदरापर्यंतचा मुलूख (पेरिप्लुसने स्पष्टपणे नमूद केल्याप्रमाणे) अद्याप हिंस्र श्वापदांनी व्यापलेल्या जंगलाचा होता ; वसाहत झालेल्या लागवडीखाली आलेल्या प्रदेशाचे त्याला नंतर प्राप्त झालेले स्वरूप तेव्हा नव्हते, हे लक्षात ठेवणे महत्त्वाचे आहे. या प्रवासाच्या प्रत्येक शेपटाजवळ अगर दरम्यानच्या सपाट पट्ट्यात बैलगाड्यांचा उपयोग करण्यात येई. बराचसा माल, अजूनही लमाण नेतात, त्याप्रमाणे, लादलेल्या जनावरांच्या तांड्यांमार्फत नेला जात असला पाहिजे. जुआर्ट बार्बोसा (DB १६३) याने इ.स. १५०० मध्ये पश्चिम किनाऱ्यावरील चौल येथील प्रथा नमूद केली आहे. ते आपला माल सारवलेल्या व गोण्या लादलेल्या बैलांच्या तांड्यामार्फत (टॅस्टिलप्रमाणेच) आणतात व दोन्ही बाजूस पसरलेल्या या लांब लांब पोत्यांत (गोण्यात) ते आपला माल भरतात व त्यांच्या मागे दर २० अगर ३० बैलांगणिक एक तांडेल गुराखी (drover) चालत जातो.'' स्थानिक व्यापारी, चौल बंदराजवळ विनिमयाने माल ताब्यात घेतात. एका प्रतिकूल शातकर्णी राजाने (याचे नाव ग्रीक वृत्तांतात सॅडॅनिस (Sandanes) अशा भ्रष्ट स्वरूपात आढळते.) कल्याण बंदर बंद केल्यामुळे बहुधा धेणूकाकट हे काही काळाकरिता ग्रीक व्यापारी वसाहत म्हणून उदयास आले व कार्ल्याचे बरेच देणगीदार मूळचे ह्या गावचे असल्याचे दिसून येते.

बौद्ध जातकावरून ह्या समाजाचे बरेच चांगले चित्र दिसून येते. ते - नेहमी समजतात, त्याप्रमाणे - बौद्धकालीन मगध अथवा कोसलातील समाजाचे नाहीत. ती (जातके) बौद्धानंतर बऱ्याच काळपर्यंत लिहिली गेली असणे शक्य नाही व दक्षिणात्य साधनांवरून लिहिली गेली असल्या कारणाने इ.स.च्या ५ व्या शतकाइतकी नंतरचीही ती असू शकतील. त्यातील परंपरा जुनी आहे व बौद्धाच्या जीवनातील तपशील निदान ह्या गोष्टी सांगणाऱ्याच्या मते त्याच्या (बौद्धाच्या) पूर्वीच्या जन्मातील असून विश्वसनीय आहे. तथापि अर्थशास्त्रानंतरच्या राज्यांच्या - व अशोकाच्या धर्मलेखाच्या काळात - व्यापारी संघ अजिबात जवळचे नव्हते. त्यानंतरच्या मगधात, बंदिस्त, ग्रामीण उत्पादनाचा विकास होताना, ते एकाएकी नव्याने गुन्हा प्रकट होण्यास कोणतेही कारण नाही. तरीही या जातकात राजाने १८ संघ एकत्र बोलाविल्याचे वर्णन आहे. (जातक ५३८) व त्यांपैकी काहींचा नावाने उल्लेख आहे. (जातक ५४६) ; काहीत (जातक ४४५) ते, राजाच्या दृष्टीने इतके

व्यापार व स्वाऱ्या यांनी निर्माण केलेले मध्यंतर / २५९

महत्त्वाचे आहेत, की तो त्यांचे प्रमुख म्हणून निर्माण केलेल्या नवीन अधिकारपदी लोकोत्तर योग्यता असलेल्या माणसाची नेमणूक करतो. काहीत (जातक ५१, ७०, १५४, १६५) सेणी (संघ) व सेनी (सैन्य) या दोहोत घोटाळा झालेला दिसतो. त्यामुळे ही परंपरा ऱ्हास पावल्याचे दिसून येते. समाजात परिवर्तन मंदगतीने होते, हे मान्य करूनही लेखकांनी, आपल्या वाडवडिलांच्या स्मरणातील समाजापेक्षा अगदी वेगळा समाज कल्पनेने निर्माण केला असणे शक्य नाही, म्हणून शातवाहन काल व प्रदेश या वर्णनाशी अत्यंत जुळता आहे. मनुस्मृतीप्रणीत जातिविनिष्ट समाजाशी ह्या (जातकातील) समाजस्थितीचा विरोध डोळ्यांत भरणारा आहे. मात्र पंचतंत्रात अशा प्रकारची जीवनविषयक प्रवृत्ती चित्रित केली आहे. आशावादी कृतिशीलता, व्यापाराची व संघांची अत्युच्च स्थिती, टोपल्या विणणाऱ्यांची अथवा इतर वस्तू उत्पादन करणाऱ्यांची (कधी कधी आपली स्वत:ची भाषा बोलणाऱ्या चांडालांची) समग्र खेडी इतर कोणत्याही स्थलकालापेक्षा प्रस्तुत स्थलकालाशी अधिक जुळतात. जातकातील आई- बाप आपल्या मुलासाठी विविध व्यवसायांतून एखादा निवडण्याची वारंवार चर्चा करताना आढळतात. स्मृतीच्या आज्ञा पाळल्या गेल्या असत्या, तर व्यवसाय जातीवरूनच ठरला असता. जातकातील (पंचतंत्राप्रमाणेच) ब्राह्मण, स्मृती वाङ्मयातील आपद्धर्माचा बहाणा करण्याची आपल्या सदसद्विवेक बुद्धीस तसदी न देता व्यापारात पडू शकतो. यावरून जातिनिरपेक्ष आपल्या मर्जीनुसार धंद्यात बदल करणे ही नेहमीची गोष्ट झाली होती , असे दिसून येते. एखाद्या व्यापाऱ्याचा गुलाम अगदी पुत्रवत् पाळला व वाढविला जातो, पळून जातो व व्यापाऱ्याचा मुलगाच असल्याचा बहाणा करून दुसऱ्या एका श्रीमंत व्यापाऱ्याच्या मुलीशी लग्न करतो, परंतु ही लबाडी उघडकीस आल्यानंतरही पूर्वीचा मालक त्याचा दंभस्फोट करीत नाही; तर ते सगळे, त्यानंतर कायमचे सुखाने राहतात (जातक १२५, कटाहाक जातक). व्यापारी वातावरण व रोखीचा शोध, यामुळे अभिजात संस्कृत साहित्यात अथवा जुन्या पालीत देखील न आढळणारा एक नवा शब्द प्रथमच अस्तित्वात आला व तो म्हणजे 'लाच'. या संदर्भात वापरण्यात आलेला विशिष्ट वाक्प्रचार 'तो लाच खातो' (लाचम् खादति) (जातक २२०, ५११; त्याचप्रमाणे ३१, ७७, ५२५, ५४६) हा वाक्प्रचार न्याय विकणाऱ्या एका भ्रष्ट न्यायाधीशाबाबत वापरलेला असून तो आजतागायत टिकून आहे. त्याचप्रमाणे काम करवून घेण्यासाठी अधिकाऱ्यास लाच देण्याची दुर्दैवी प्रथाही अद्याप चालू आहे.

८.७ : संस्कृतचा विकास

भारताच्या सांस्कृतिक विकासाची कोणतीही आर्थिक मीमांसा संस्कृत भाषा व

साहित्याचा विचार [१२] केल्याशिवाय पूर्ण होणार नाही. कोणत्यातरी स्वरूपात ख्रि.पू. दुसऱ्या सहस्रकातील आर्य आक्रमकात संस्कृत भाषा बोलली जात असे. त्याचा परिणाम म्हणजे, ह्या देशाचे आर्यीकरण झाले. (अभिजात लॅटिनपासून बोलल्या जाणाऱ्या लॅटिनप्रमाणेच) वेदात देखील प्राकृत प्रवृत्ती दिसून येतात. अशोकांच्या, कुशाणांची व शातवाहनांच्या कोरीव लेखांवरून हे स्पष्ट होते की या देशाची राष्ट्रभाषा, एखादी असली तर, 'संस्कृत' शब्दानेच सूचित होणाऱ्या अटलांटिक भाषेपेक्षा ती फार वेगळी असली पाहिजे. तथापि नंतरच्या काळातील व त्यानंतर शतकानुशतके कोरीव लेख व साहित्य संस्कृतात होते. मग ते लेख कोणत्याही भागात असोत. हा बदल कसा घडून आला ? एखाद्या भाषेच्या अभिजात उन्नतीचा काळ सामान्य भाषा बोलण्याच्या नंतर येतो, वैदिक भाषेपासून प्रारंभ करून अभिजात संस्कृतातून देशी भाषेपर्यंत समाजविकासात समांतर (जुनी लॅटिन, अभिजात लॅटीन व रोमॅनिज, या भाषाक्रमानुसार) असा सतत विकास होत नाही, याचे कारण काय? या प्रश्नाचे उत्तर केवळ सांस्कृतिक परिभाषेत देता येत नाही. अमूर्त सांस्कृतिक घटकांना जर स्वत:च जीवन असते तर जगातील सर्वोच्च संस्कृती भारतीय, चिनी व ग्रीक या जगातील तीन प्रमुख संस्कृती जेथे मिसळल्या, त्या मध्य आशियात विकास पावली असती. हे तुर्फानसारख्या जागी आढळलेल्या कलाकृतींवरून दिसून येते. एका काळी जगाच्या स्थलमार्गावरील गजबजलेले हे भाग मंगोल विजयाच्या कितीतरी आधी ऱ्हास पावले व त्यांचा सांस्कृतिक इतिहासावर फारसा दृश्य परिणाम झाला नाही.

संस्कृत भाषेचा व संस्कृतीचा प्रश्न वरील कारणासाठी भारताच्या उत्पादन व्यवस्थेचा विकास होण्याशी, विशेषत: ब्राह्मण जातीचे विशिष्ट स्थान निर्माण होण्याशी निगडित आहे. त्यांच्या आशीर्वचनपर लहरी, पुरोहितवर्गाचा प्रभाव दाखविण्यास पुरेशा आहेत. उत्तरेकडील बौद्ध महायान पंथात ब्राह्मणांचा शिरकाव झाल्याचे स्पष्टपणे दिसून येते. त्यात (इ.स.च्या ५ व्या शतकात झालेल्या) 'बुद्धघोषा' सारखे दाक्षिणात्य बुद्धिमान नेहमी शेती करणाऱ्यातून (गहपति) वर आलेले होते. धर्मविधींवर लक्ष केंद्रित करणाऱ्या जुन्या जमात्यंतर्ग ब्राह्मणधर्माचे विघटन, वस्सकार व चाणक्य हे मगधात मंत्रिपदापर्यंत पोहोचू शकले, यावरून दिसून येते. ग्रामीण अर्थव्यवस्थेतील स्थैर्योत्पादक घटक म्हणून ब्राह्मणांचा पद्धतशीर उपयोग केल्यामुळे काही धर्मविधी जतन करण्यात येऊन त्यांचा विकास झाला व त्यांच्या प्राचीनत्वास वजन प्राप्त करून देण्यासाठी त्या विधींचे मंत्र संस्कृतात म्हणण्यात येत असल्यामुळे त्यांचा दबदबा अधिकच वाढला. असिरियन पुरोहित वर्गात सुमेरियन भाषा सांभाळून ठेवली, त्याप्रमाणे संस्कृत, फारतर जतन करून ठेवण्यात आली असती. पायरीच्या आकारातील असिरियन कोरीव लेख ॲन्टिओकस् सोटरसाठी अजून खोदण्यात

येऊ शकत होते. तसेच चित्रलिपीचे Hieroglyphics लेख क्लिओपात्रासाठी व आधीच्या रोमन सम्राटासाठी खोदण्यात येत होते. अशा प्रकारच्या ऐतिहासिक विकासामुळे स्पष्टीकरण होत असेल, तर ते एखादा प्रकार जेमतेम टिकून राहण्याचे, भरघोस साहित्यिक फुलोऱ्याचे नव्हे म्हणून वरील प्रश्नाचे उत्तर हवे असेल,तर ते बदलत्या अर्थव्यवस्थेच्या पाठिंब्याने निर्माण झालेल्या नव्या वर्गसंबंधातच आढळेल.

क्षत्रिय व ब्राह्मणांनी मिळून वैश्यशूद्रांची यजुर्वेदकाली केलेली गळचेपी आपण पाचव्या प्रकरणात पाहिलीच आहे. येथे राज्यकर्त्यांचा एक समग्र नवा वर्ग - जमातीत गटागटाने राहिलेला अथवा (एखाद्या वरिष्ठ राजाच्या अगर सम्राटाच्या दडपणामुळे) शेजाऱ्यांच्या आपसांतील लढ्यात गुंतलेला नव्हे - कामगारांचे शोषण व वैश्यांकडून भारी करांची वसुली करीतच राहिला. वरच्या तीन जातींना, संस्कारांचे, ब्राह्मणापासून विद्या ग्रहण करण्याचे व मुळात जमातविषयक असलेल्या परंतु दीर्घकाल विस्मृतीत बुडालेल्या आर्य प्रवेशीकरणाचे हक्क होते ; शूद्रांना असे कोणतेही हक्क नव्हते ; आवश्यक ती सत्ता व संपत्ती व शस्त्रे घेऊन नव्याने आलेले लोक आता नववरिष्ठ जातीचे म्हणून वरिष्ठ वर्गात प्रवेश करीत. अथवा वरिष्ठ जातीशी विवाह करीत. बेसनगर स्तंभाच्या लेखात निर्देशिलेल्या हेलिओडोरसला, त्याला कृष्ण - वासुदेवाच्या भागवत पंथात स्थान देणाऱ्याकडून, शूद्रासारखी वागणूक मिळाली असती, अशी कल्पना करणे कठीण आहे. म्हणून नव्या वरिष्ठ वर्गाची एकी प्रकट करण्याचे व इतरांपासून ते किती दूर होते हे दाखविण्याचे संस्कृत हे नवे साधन होऊन बसले. इतर देशांत, हेच कार्य, उच्चार वैशिष्ट्याने आघातयुक्त भाषा वापरल्याने साध्य झालेले आहे. नंतरच्या काळात भारताच्या शहरात व सरकारदरबारी संस्कृतची जागा फारसीने व त्यानंतर इंग्रजीने घेतली, ती ह्याच वर्गीय उद्दिष्टाकरिता. प्रबोधनकालीन युरोपात लॅटिनची, १८ व्या शतकात विशेषत: जर्मनी व रशियात फ्रेंचची अशी स्थिती होती. अशोकाजवळ कोणताही ज्ञात राजकर्ता नव्हता व अर्थशास्त्राने पगारी सेवकात अशा कोणत्याही पदाचा उल्लेख केलेला नाही. सार्वजनिक (२ दरबारी) समारंभाबाबत निर्देश झाले असेच तरी त्यापैकी कोणतेही आज उपलब्ध नाहीत. पाली साहित्यात, जातकाहून व त्रिपिटक या उपदेशपर ग्रंथाच्या पुरवणीवजा असलेल्या अट्ठकथा नामक टीकेहून अधिक धर्मातीत असे काही आढळत नाही. म्हणून अभिजात संस्कृत साहित्यावरून या 'शिलकी संपत्तीचे' नव्याने वाटप झाल्याचे दिसून येते. प्राकृतात संभवत: शातवाहन असलेल्या 'हाला' ने संकलित केलेला (व अंशत: रचलेला) ७०० गाथांचा संग्रह हा प्राकृतातील एक ठळक धर्मातीत ग्रंथ आहे. एका विश्वसनीय वाटणाऱ्या परंपरेनुसार, गुणाढ्याची बृहत्कथा त्याच्याच (हालाच्याच) दरबारासाठी पैशाची (= 'पिशाच्यांच्या' म्हटल्या जाणाऱ्या) उपभाषेत रचली गेली होती. सोमदेवाच्या 'कथासरित्सागरा' सारख्या

संस्कृत भाषांतरात व क्षेमेंद्राच्या 'बृहत्कथा मंजिरी' त तेवढे तिचे अवशेष शिल्लक आहेत. हालाच्या प्रसादयुक्त लोकमान्य श्लोकात अनेक ग्रामीण दृश्ये व सामान्य जनतेची वर्णने आहेत. परंतु निरनिराळ्या श्लोकांस एकत्र साधणारी कोणतीही संदर्भश्रृंखला नाही. तिचे वळण मुख्यत: शृंगारिक असून त्यात खुमासदार टीकेने खुमारी आली आहे व त्या काळातील आणि नंतरच्याही संस्कृत साहित्यात ही गोष्ट अपरिचित नव्हती.

युरोपीय साहित्य मुख्यत: स्त्री–पुरुषविषयक प्रेम व हिंसा (पराक्रम) यावर आधारलेले आहे, असे वर्णन करता येईल. संस्कृत साहित्याचा मुख्य प्रणेता, शिक्षक व कल्पक ब्राह्मण असल्यामुळे व त्याचे मुख्य कार्य पुरोहितवर्गासाठी नव्या लोकांची भरती करण्याचे असल्यामुळे ब्राह्मण व राजा यांच्या हितसंबंधास समान असणारे जे विषय प्रेम व धर्म यावर आधारलेले आहेत. अभिजात संस्कृत साहित्यात प्रेमाचे वर्णन, अलेक्झांड्रियन व आधुनिक काळातील युरोपीय लेखकांकडून अधिक मोकळेपणाने केले गेले आहे. कारण ती भाषा, समजणाऱ्यांचे प्रमाण हळूहळू कमी, अत्यल्प होत होते. त्यांची एकूण संख्या वाढली, तेव्हाही हीच स्थिती होती. ती भाषा प्रचलित (Koine) अशी केव्हाही नव्हती ; तर केवळ भिन्न विभागातील राज्यकर्त्यांचा वर्ग व त्याचा पुरोहित (उप) वर्ग यास जोडणारा एक दुवा होता. चाणक्याच्या अर्थशास्त्रातील वर्ग विषयावरून हे दिसून येते की, ते राजकीय अथवा आर्थिक व्यवस्थेवरील सार्वजनिक क्रमिक पुस्तक कधीही होऊ शकले नसते ; विशेषत: त्यातील किमया व विषाबाबतचे १४ वे प्रकरण, काही मोजक्या लोकांसाठी व काही मोजक्या लोकांना गुप्तपणे माहीत होण्यासाठी लिहिलेल्या ग्रंथातच घालण्यासारखे होते. अशोकाच्या लेखांवरून तर मगध प्रशासनाची भाषा संस्कृत नसल्याचे दिसून येते. अर्थशास्त्राच्या नमुन्यावर रचलेल्या व म्हणून त्याचे समकालीन समजल्या जाणाऱ्या 'कामसूत्रा' ची गोष्ट (इ.स. तिसरे शतक?) अगदी वेगळी आहे. ते संस्कृत जाणणाऱ्या, भरपूर फुरसत असलेल्या व म्हणूनच प्रेमकलेचा विलक्षण चोखंदळपणे विनियोग करणाऱ्या वरिष्ठ वर्गासाठी लिहिले होते. त्यात मिनेसिंगरांसारखे गतिकपणे कृश होत जाणे अथवा ग्रीक छापाचे अपलाप (अनैसर्गिकता) यांचा मागमूस आढळून येत नाही. होमरचे साहित्य, अलेक्झांड्रियन काळातील मुक्त व चविष्ट साहित्यापेक्षा, शृंगारिक बाबतीत संयमित आहे, असे कोणासही दिसून येईल; ग्रीक ही (कदाचित थोड्या गुलामांचा अपवाद सोडल्यास) प्रारंभी तरी थोड्या जनतेची भाषा होती व इजिप्तमध्ये ती भाषा राज्यकर्त्यावर्गापुरतीच होती ; यासाठी वेगळ्या पुराव्याची गरज नाही. भारतात मात्र अगदी जैन व महायान पंथीय बौद्ध भिक्षु देखील इंग्रजीत अनुवाद करता येणार नाहीत, असे शृंगारिक श्लोक चवीने वाचू शकत (कदाचित रचितही) ते आश्चर्यकारक आहे. त्यांचे, युरोपीय पंडितांनी

व्यापार व स्वाऱ्या यांनी निर्माण केलेले मध्यंतर / २६३

केलेले लॅटिनमधील व क्वचित अपवादप्रसंगी ग्रीकमधील पारंपरिक अनुवाद विद्वत्तेवरील वर्गीय प्रभावाची निदर्शक आहेत असे असले तरी त्या भिक्षूंच्या नीतिमत्तेतील पावित्र्य, प्रामाणिक धर्मश्रद्धा व वैयक्तिक विरक्तवृत्ती याबद्दल शंका घेता कामा नये. बोकॅशिओच्या पथभ्रष्ट धर्मगुरुशी त्यांची तुलना करता येणार नाही. त्या साहित्यातील शृंगार म्हणजे चैत्य सभागृहांस भूषविणाऱ्या उच्छृंखल मूर्तिकलेचाच एक पडसाद होता. दोहोंचाही उगम सत्तारूढ वर्गांच्या सुखासीनतेत होता.

संस्कृतचा एकजात विकास व त्याची पकड ही एका आश्चर्यकारक तांत्रिक विजयामुळे शक्य झाली. हा विजय संस्कृत व्याकरणाचा होय. त्यातील सारभूत सूत्रे, बालवयातील तपोनिष्ठ अध्ययनाच्या कालात विद्यार्थ्यांकडून कंठगत केली जाऊ शकत व लेखनाचे सहाय्य न घेता त्यांचा त्यांना सतत उपयोग होऊ शके. लेखनामुळे ही कला कदाचित प्राकृत लोकांच्या हाती पडली असती. पुरोहितवर्गासाठी व तांत्रिक संस्कृत रचनांसाठी सूत्रपद्धती एक दंडक होऊन बसली. अर्थशास्त्राप्रमाणेच कामसूत्रातही तिचा उपयोग होऊन विशदीकरणार्थ टीका (भाष्य) हे तिचे अपरिहार्य अंग होऊन बसले. नंतरच्या ग्रंथांवर वेगळ्या स्वतंत्र टीका निर्माण झाल्या व अशा टीका निव्वळ साहित्यिक रचनांसाठीही आवश्यक होऊन बसल्या. संस्कृत व्याकरणाचा जनक पाणिनी असून त्याने अनेक पूर्वसुरींच्या प्रयत्नास आपल्या गाढ चिकित्सेची व निरीक्षणाची जोड देऊन जगात इतरत्र कोठेही न आढळणारे सर्वांत प्राचीन शास्त्रीय व्याकरण आपणास उपलब्ध करून दिले. हे शास्त्र अर्थातच एका रहस्यमय शैलीने अवगुंठित झालेले दिसते. असे असले तरी पाणिनीने पूर्वीच्या सर्व व्याकरणपद्धती नष्ट केल्या. एवढेच नव्हे तर भाषेचा पुढील विकासही नष्ट केला, निदान तिचे अनेक उपभाषांत विभाजन होण्याचे थांबविले. त्याचे निवासस्थान शालातुर हे सीमाप्रांतात होते. तक्षशिलेच्या बाजारपेठेशी परिचित असणाऱ्याकडून साहजिकच कार्षापणांच्या व शंभर रसिकांच्या व क्रदंड नाण्यांच्या (शातमान) उल्लेख होणार. त्याचा काल वादग्रस्त आहे, यात नवल नाही. पाणिनीतील (४.१.४९) 'यवन' शब्दावरून आपणास, तो शिकंदरच्या, नंतरचा असल्याचे साहजिक वाटेल. येथे 'यवन' म्हणजे 'आयोनियातील ग्रीक' असा अर्थ घेणाऱ्या पक्षास अद्याप पुराव्याची जरूरी आहे. परंतु तो (अर्थ) मान्य झाल्यास फारतर या वैय्याकरणाला 'झेनोफोनच्या १०,००० च्या' स्वारीच्या काळापर्यंत मागे खेचता येईल. त्या काळापूर्वी भारतात, व्यापारी म्हणून कोणी आयोनियन लोकांचे नाव देखील ऐकले असण्याचा संभव नाही. हा अर्थ स्वीकारल्यास पर्शियन प्रभाव क्षेत्राच्या दुसऱ्या टोकास असलेल्या भारतीय सीमा प्रांतातील जनतेस आयोनियन केव्हा ज्ञात झाले, हे शोधून पाहणे आवश्यक ठरते. यासाठी डेरियस (पहिला) यांच्या पूर्वीची कोणतीही

तारीख असंभवनीय आहे. कधीकधी पाणिनी (ख्रि.पू. ८) व्या शतकातील (अथवा त्याच्याही पूर्वीचा) असल्याचे सांगण्यात येते. परंतु अशा अनाठायी देशाभिमानाने ग्रस्त झालेले लोक, हार्षापणासारख्या नियमित नाण्यांचा काळ फारतर ख्रि.पू. ७ व्या शतकापर्यंतच मागे जाऊ शकतो, ह्या वस्तुस्थितीकडे मुळीच लक्ष देत नाही. त्याचा पहिला भाष्यकार, कात्यायन असे स्पष्टीकरण देतो की, हा निर्देश यवन लिपीस (यवनाल लिप्यम्) उद्देशून आहे. हा लिपीस उद्देशून पहिलाच निर्देश आहे व तो अर्थात ग्रीक आक्रमकानंतरचा असला पाहिजे. सर्वांत प्रमुख टीकाकार पतंजली हा, पुष्यमित्राचा ओझरता उल्लेख करतो, त्यामुळे तो (नेहमीचा शब्दच्छल सोडला तर) ख्रि.पू. १५० च्या काही वर्षे आधीचा ठरतो. पतंजलीच्या महाभाष्यात सामान्य जीवनविषयक उल्लेखांची रेलचेल असल्यामुळे ते एक समर्थ तसेच मनोरंजक (रमणीय?) संदर्भ साधन आहे. अर्थात तेवढ्यानेच मानवाच्या हाती असलेले एक आश्चर्यजनक साधन जी भाषा, तिच्याकडे पाहण्याचा त्याचा दृष्टिकोन मात्र पालटला नाही; कारण त्याने व त्याच्या पूर्वसुरींनी या साधनासंबंधीचे नियम निश्चित केले होते. शब्द हे नित्य आहेत. आपण एखाद्या कुंभाराला, ''माझ्यासाठी अमुक, अमुक नमुन्याचा घट तयार कर,'' असे सांगू शकतो. परंतु वैय्याकरणाकडे जाऊन कोणीही, ''माझ्यासाठी अमुक, अमुक प्रकारचा शब्द तयार करा'', असे सांगत नाही, त्यामुळे संस्कृतात भौतिक वस्तूस सामान्यत: पदार्थ असे नाव आहे व त्याचा 'शब्दाचा आशय' असा अक्षरश: अर्थ होतो. या वाक्प्रचारात, संस्कृतचा प्रमुख प्रणेता, तो ब्राह्मण, त्याच्या मनात असलेला अर्थवाहक ध्येयवाद ठासून भरलेला आहे.

नंतरचे वेद व उपनिषदे शाब्दिक साक्षात्कारवादाने परिप्लुत आहेत. यापुढे शाब्दिक फुलोरा हे वाढत्या प्रमाणात, संस्कृतचे व्यवच्छेदक लक्षण बनले व त्यामुळे शाब्दिक कसरत, दुर्बोध समास, अगणित समानार्थक शब्द, अत्यंत अतिशयोक्ती इ. गोष्टींमुळे एखाद्या संस्कृत लिखाणास निश्चित अर्थ मिळविणे अधिकाधिक कठीण झाले. भव्य प्रशस्तीस, ती भाटगिरी ज्या राजास उद्देशून आहे, त्याचा नामोल्लेख नसतो. मग ज्या विशिष्ट कृत्याबद्दल ही स्तुती आहे, ते गळले तर आश्चर्य नाही. हा वाङ्मयप्रकाराचा आशयावरील (शब्दाचा अर्थावरील) विजय होय व तांत्रिक साहित्यावर देखील त्याचा दुष्परिणाम झाला आहे. एवढे मात्र खरे की, लक्षात ठेवण्याजोग्या सूत्रांच्या स्वरूपात त्याचा संक्षेप करण्यास संस्कृतची मदत झाली आहे. ती सूत्रे कधीकधी अनाकलनीय असतात हा भाग वेगळा. वनस्पतीसाठी देखील, त्यांची निश्चित खूण पटणे सोपे जावे, म्हणून आधुनिक लॅटिन नावे शोधून काढण्यात आली आहेत. संस्कृत पारिभाषिक शब्दात असा रेखीवपणा निश्चित नाही. 'अनंत' (शेवट नसलेला) हा संस्कृत शब्द वैद्यक ग्रंथात किमान १४ निरनिराळ्या विशिष्ट वस्तूंसाठी एक फूट उंचीच्या शेंगांच्या रोपट्यापासून तो एका

मोठ्या झाडापर्यंत (rubiaceous tree) सर्रास वापरण्यात आला आहे. यामुळे केवळ स्थानपरत्वे असणारे भेद, स्थानिक प्रथा व भाषांचा प्रभावच खरोखर त्यांच्या मुळे संस्कृतचा जोम कायम राहिला - दिसून येत नाही तर भारतीय शास्त्रे गुप्त विद्यांच्या स्वरूपात कशी अवगत झाली, हेही दिसून येते. वरील १४ वनस्पतींपैकी बहुतेक सगळ्या आजतागायत उपयोगात आहेत. प्रत्येक आयुर्वेदिक वैद्य असेच सांगतो की, ''आपल्याजवळील 'अनंत' तेवढा खरा, व (त्याच रोगावर अगदी सर्वस्वी वेगळ्या 'अनंत' वनस्पतीने उपचार करणारा) शेजारचा वैद्य मात्र एक अडाणी वैदू आहे.''

संस्कृत साहित्याबद्दल जास्तीत जास्त एवढेच म्हणता येईल की, ते मनोरम असून त्यात सौंदर्यांचा एक गुंतागुंतीचा आकृतिबंध आहे. त्याचा उत्कृष्ट कलाकृतीत देखील आपणास 'पालीधम्मपदांत (डान्टेच्या) 'डिव्हिना कॉमेडियामधील (Divina commedia) अथवा (जॉन बनयानच्या) 'पिलग्रिम्स् प्रोग्रेस'मधील गंभीरता, प्रकटनातील साधी अभिव्यक्ती, आध्यात्मिक उदात्तता व मानण्यातील खरी महानता आपणास व्यक्त होत नाही, ते एका वर्गाचे साहित्य आहे, जनतेचे नव्हे.

तंत्रज्ञानात, शारीरिक परिश्रमात, व्यापारी समझोत्यास करारात अथवा पाहणीत कोणतीही आस्था नसलेल्या वर्गाशी दीर्घकालीन मक्तेदारीचा संबंध आल्याने ह्या भाषेचे नुकसान झाले आहे. या वर्गास आपल्या ताणलेल्या (दुरान्वित) कल्पना, शब्दांच्या क्लिष्ट पद्धतीने, सामान्य जनांच्या आवाक्याबाहेर गुंफित बसण्यास व अशा लिखाणातून त्यांचा अर्थ शोधत बसण्यास पुरेसा रिकामा वेळ होता. उच्च साहित्यिक संस्कृत लिखाणातून, गद्य जवळपास नाहीसे झाले. साहित्यिक प्रथातून टिकून राहिलेल्या शब्दांना इतके वेगळेवेगळे पुरवणी अर्थ प्राप्त होत गेले की, एखाद्या चांगल्या संस्कृत ग्रंथाचा टीकेशिवाय अर्थ लावणे देखील महाकर्मकठीण झाले आहे. त्यावरील टीकाभाष्ये ही उघडउघड चुकीची असल्याचे दाखवून देता येते. त्यामुळे फक्त मूळ ग्रंथाच्या अर्थाविषयी गोंधळ उडतो व आधी युरोपात विकास पावलेल्या चिकित्सक पद्धतीचा अवलंब करून त्या अर्थाचे पुनरुज्जीवन करावे लागते. प्रशासनात (उदा. अर्थशास्त्रात व ताम्रपटावरील दानपत्रात) वापरलेल्या जुन्या संज्ञा विसरल्या गेल्या. काही उदाहरणांत (उदा. तांत्रिक गूढवाद) दुर्बोधता मुद्दाम लादली गेल्यामुळे, तो पंथ व त्या ग्रंथाचा अर्थ, हे दोन्हीही एकदमच नाहीसे झाले. काही स्तिमित करणाऱ्या व स्मरशक्तीस उपकारक अशा गोष्टी घडून आल्या, परंतु अतिविशेषीकरणामुळे व प्रत्येक ज्ञानशाखेच्या विशिष्ट शब्दजंजाळामुळे तोच परिणाम घडून आला. अद्यापही एखादा समग्र वेद कोणत्याही क्रमाने (सुरुवातीपासून शेवटपर्यंत अथवा त्याच्या उलट) एकाही वर्णाचा अथवा आघाताचा बदल न करता बिनचूक पाठ म्हणून दाखविणारे शास्त्री अस्तित्वात आहे. इतरांना पाणिनीचे सर्व व्याकरण

अथवा अमरकोश पूर्ण पाठ येत असला, तरी त्यांच्यातर्फे कोणतीही उद्बोधक अगर वैशिष्ट्यपूर्ण टीका ऐकावयास मिळत नाही. तथापि एकंदरीत समग्र भाषा खरोखरी जाणणारी कोणतीही व्यक्ती आढळत नाही.कारिकेच्या स्वरूपात रचलेले गणितावरील अथवा (ग्रह) ज्योतिषावरील ग्रंथ सहज पाठ केले जातात, परंतु प्रत्येक संख्या व गणिती प्रकार (Operation) नेहमीच्या व्यवहारातील अर्थापेक्षा निराळ्याच अर्थाने योजलेल्या शब्दांनी व्यक्त झाल्यामुळे, मुळात (अंतरंगात) प्रवेश नसणाऱ्यास ते दुर्बोध होतात. वराहमिहिराच्या 'बृहत्संहिते'त काही व्यवहारोपयोगी सूचना आहेत. मात्र त्यापैकी बहुतेक धार्मिक (यज्ञीय) संरचना संबंधी अथवा प्रतिमांसंबधी आहेत. हा ग्रंथ गुप्तकालातील आहे. अद्याप उपलब्ध असलेल्या त्यानंतरच्या मूर्तिविज्ञान, चित्रकला, शिल्पशास्त्र इ. विषयांवरील ग्रंथातील पुतळ्यांची व इमारतींची मोजमापे व रंगांचे रासायनिक विश्लेषण यांचा मेळ बसत नाही. त्यामुळे कारागीर व गवंडी आपापल्या पद्धतीने काम करू लागले. व्हिक्ट्रुव्हियसच्या शिल्पशास्त्रावरील ग्रंथाची गोष्ट याच्या अगदी उलट आहे. लोहार, कुंभार, सुतार, कोष्टी, नांगर धरणारा शेतकरी यांना उपयोगी पडेल असा एकही सुसंस्कृत ग्रंथ नाही. समाजाच्या वरच्या थरातील लोकांना उपयोगी पडण्यासारख्या ग्रंथात परंपरागत मसाला गच्च भरला आहे ; परंतु त्याचा, फायदा होण्यासारखा काहीही तद्दृश उपयोग अगर विनियोग होऊ शकत नाही. ऐतिहासिक ग्रंथ व वृत्तांत यांच्या अभावाबद्दल पूर्वी सांगितलेच आहे. धर्मविधी, तत्त्वज्ञान, धर्मशास्त्र व काव्य यांनीच संस्कृत लिखाणाचा बराच मोठ भाग व्यापला आहे. या संदर्भात संस्कृत व अरबीमधील फरकही लक्षात घेतला पाहिजे. वैद्यकशास्त्र, भूगोल, गणित, गृहज्योतिष व प्रायोगिक शास्त्रावरील अरब ग्रंथ इतके निश्चित स्वरूपाचे होते की, त्यांच्या कालात ऑक्सफर्डपासून मलायापर्यंत त्यांचा उपयोग होऊ शकला. तरीपण अनेक निरनिराळ्या राष्ट्रीयतेच्या लोकांवर नव्या धर्माबरोबरच (इस्लामबरोबरच) अरबी भाषादेखील लादण्यात आली होती. या दोहोत फरक एवढाच होता की, अरबीतील साहित्यिक वर्ग मुख्यत: तिरस्करणीय पुरोहितांच्या जातीचा नव्हता. अरबीत ज्यांनी लिहिले, त्यांना व्यापार, लढाया, प्रायोगिक शास्त्रे यात सहभाग घेण्याची लाज वाटत नव्हती. तसेच वृत्तांत लिहून ठेवण्यात कमीपणा वाटत नव्हता.

८.८ – संस्कृत साहित्याची सामाजिक अंगे

लक्षात घेण्याजोगा, अभिजात संस्कृतातील सर्वात प्राचीन ज्ञात कोरीव लेख इ.स. १५०मधील रुद्रदामनचा आहे. (EI ८.४३ व पुढे) अशोकाचे गिरनार येथील पुरालेख कोरले आहेत, त्याच खडकावर हाही कोरला असून दोहोंच्या भाषेतील व आशयातील विरोध ठसठशीतपणे नजरेत भरण्याइतका आहे. या खडकाच्या वरच्या

थरावर बुद्ध्या अथवा आपातत: झालेल्या नासधुशीमुळे या पुरालेखाचा मजकूर दिसेनासा झाला आहे. यात उद्घोषित केलेले मुख्य यश म्हणजे चंद्रगुप्त मौर्याचा राष्ट्रीय (प्रांताधिपती) वैश्य पुण्यगुप्त याने बांधलेले व यवन (पर्शियन) राजा तुषारक याने, अशोक मौर्याच्या राजवटीत कालवा व्यवस्थेसहित पुरे केलेले व नंतर भंगलेले धरण, दुप्पट आकाराचे करून पुनरुज्जीवित करण्याबाबत आहे. अशोकाला ही कामगिरी प्रसेज केलेल्या आपल्या उपदेशात स्मरणात ठेवण्याइतकी नमूद करण्यायोग्य वाटली नाही. (याच्या उलट) रुद्रदामनला आपल्या कृत्याचा बराच अभिमान वाटला आहे. ही डागडुजी जरी मुख्यत: व उघडपणे पौरजनपदांच्या फायद्यासाठी होती, तरी 'कर न लादता, खास देणग्या न घेता अथवा पौर जनपदांकडून वेठीचे श्रम न घेता आपल्या स्वत:च्या खजिन्यातून मोठ्या प्रमाणात सतत पैसे ओतून हे काम पुरे केल्याचा त्याला अभिमान वाटत आहे. युद्धांचा अपवाद सोडून आपण मानव हत्या बंद केल्याची त्याची गर्वोक्ती आहे. तसेच अवंतीपासून तो सिंधूपर्यंत व अपरान्त, तसेच निषाद (रानटी टोळ्या यांच्या अनेक प्रांतांवर स्वाऱ्या केल्याचा अथवा ते जिंकल्याचा त्याला अभिमान वाटत आहे.) शूरवीर योद्धे यांना निर्मूल केल्याचा, 'दक्षिणेचा प्रभू शातकर्णी' याचा दोनदा पराभव केल्याचा व केवळ विवाह संबंधामुळे त्याला जिवंत राहू दिल्याचा त्याला (रुद्रदामनला) अभिमान वाटत आहे. त्याच्या खजिन्यांचा, त्यातील सोने, रुपे, रत्ने यांचा गर्वोक्तिपूर्ण उल्लेख आहे. त्याला त्याहून अधिक अभिमान वाटतो, तो गद्यपद्यातील संस्कृत शब्दांवरील, साहित्यिक भाषांवरील (रसावरील) व अभिव्यक्तीवरील आपल्या प्रभुत्वाचा. ही स्तुती कोणा दरबारी कवीने केली असल्याचा प्रश्नच नाही.परकीय वंशातून आलेल्या राजकर्त्यास एत्तदेशीय सत्तारुढ वर्गात त्याने त्यांच्या आवडीनिवडी आपण बालवयापासून आत्मसात केल्यामुळे सामावून घेऊन लोकप्रिय करण्यासाठी अवलंबिलेली ही एक उघड उघड पद्धती होती. राजशेखराने इ.स. च्या १० व्या शतकात संस्कृत साहित्याच्या व नाटकाच्या, प्रख्यात राजकुलीन आश्रयदात्यात समाविष्ट केलेला वासुदेव हा इ.स. च्या २०० च्या सुमारास होऊन गेलेला शेवटचा कुशाण सम्राट असावा. 'महान क्षत्रप' रुद्रदामनसारखे राजे, 'आपण चारही वर्णांचे रक्षणकर्ते असल्याचे सांगू शकत. विशेषत: ते उत्तम संस्कृतमध्ये बोलू शकत असले व (गिरनार लेखात अभिप्रेत असलेल्या) ब्राह्मणांना देणग्या देऊन या गर्वोक्तीचे समर्थन करू शकत असले तर त्यांना अशी खात्री पटविणे सोपे जाई. मग त्यांचा प्रतिनिधी (नियुक्त) हा एखादा सुविशारू अथवा एखाद्या पहलवाचा (पेहेलवी, अर्थात फारसी) मुलगा बर्बर कुलैप असला, तरी ते चालत असे. गाई, ब्राह्मण व संस्कृत याबाबत त्याने योग्य वृत्ती धारण केली म्हणजे त्या क्षत्रपाची अथवा प्रांताधिपतीची दयनीय कुलकथा केव्हाच क्षम्य ठरून तिची तीव्रता कमी होत असे.

विश्वसनीय चरित्रे अथवा तारीख-वार असलेली साहित्यिक साधने, या दोहोंच्या

अभावामुळे असेल त्या उपलब्ध पुराव्यांच्या आधारावर आपणास असा सामान्य निष्कर्ष काढणे भाग पडते. अभिजात संस्कृत साहित्याचा हा महान कालखंड, विविध स्थानी उदय पावलेल्या (वरून खाली येणाऱ्या) सरंजामशाहीशी अत्यंत निगडित झालेला आहे. त्यात व अभिजात ग्रीक व लॅटिन साहित्यात मूलत: फरक आहे. कारण उत्तरोक्त (ग्रीक व लॅटिन) साहित्याचा ऱ्हास, सरंजामशाही येण्याच्या सुमारास पुरा झाला होता ; याचे कारणदेखील भिन्न ऐतिहासिक पार्श्वभूमीत व भारतातील सरंजामशाहीच्या भिन्न कार्यात सापडण्यासारखे आहे. त्याचप्रमाणे एक दुय्यम दर्जाचा किरकोळ, संस्कृत साहित्याचा फुलोरा व (त्याबरोबरच) झालेला देशी भाषांतील साहित्याचा उदय हे 'खालून वर येणाऱ्या' सरंजामशाहीच्या पहिल्या विजयाचे परिणाम आहेत. तरीपण एका अज्ञात कवीच्या एका श्लोकात कोणा क्रूर सरंजामशाही प्रांताधिपतीच्या छळाच्या चिरपरिचित्त परिणामांचे चित्रण केले आहे. तुरळक शेतकरी कुटुंबे वगळल्यास कुटुंबेही उपासमारीमुळे मरणोन्मुख झाली आहेत, असे दाखविण्यात आले आहे. विद्याकरांच्या सुभाषित रत्नकोश नामक संग्रहात हा ११७५ क्रमांकाचा श्लोक आहे. मला समग्र संस्कृत साहित्यात अशा प्रकारचा दुसरा श्लोक ठाऊक नाही. प्रत्येक नव्याने आलेला वर्ग एका नव्या महान साहित्यास जन्म देतो, असे नाही. कारण प्रत्येक नवा वर्ग पुरोगामी असतो, अथवा त्याला साहित्याची गरज भासू लागते, अथवा तो नव्या, अधिक उत्पादक स्वरूपात सबंध समाजाचे पुन: संघटन करण्याचे कार्य पार पाडतोच, असे नाही. तथापि याच्या उलट प्रकार मात्र खरा आहे, असे अनुभवावरून दिसते. साहित्याचा प्रत्येक महान व नूतन प्रकार एका नव्या समाज प्रकाराची घडी उलगडल्याचे, त्याच्या शिखराशी एखादा नवा वर्ग असल्याचे दर्शवितो. याला अपवाद एकच - समाजवादी व्यवस्थेखाली असे घडत नाही. त्यामुळे नवे लोकसाहित्य निर्माण होण्यात लागणाऱ्या कालविलंबाचे (Timelag) स्पष्टीकरण मिळते. नवीन समाजप्रकार जेव्हा स्थिरावतो, तेव्हा (सत्तारूढ) वर्ग आपल्या नेतृत्वाखाली शोषण करण्याच्या नित्याच्या कार्याकडे वळतो ; तसतसे साहित्यिक प्रकारचे बंद बनत जातात व संस्कृतीचा ऱ्हास होतो. हे नवे साहित्य सुरुवातीस जरी समग्र मानवजातीचे प्रतिनिधित्व करीत नसले, तरी ते आता व्यापक, समकालीन जनतेस अथवा पुढील पिढीस आवाहन करीत नाही, ते अखिल मानवजातीस साद घालीत राहिले तर जो वर्ग त्याच्या समवेत अस्तित्वात आला व ज्या वर्गाचे हित त्याला पाहिलेच पाहिजे, त्यालाच ते घातक होते. म्हणून बहुतेक वर्गीय समाजांच्या साहित्यात मोठमोठी नावे प्रारंभीच का येतात, याचे स्पष्टीकरण होते. या महान लेखकांपैकी प्रत्येकाला पूर्वीची एक दीर्घ परंपरा होती. होमर हा कदाचित अशाच स्तुतिस्तोत्र गायकांच्या परंपरेतील शेवटचा होता ; असा युक्तिवाद नेहमीच करता येतो. परंतु ही वस्तुस्थिती शिल्लक राहतेच की, ज्या परंपरेच्या

व्यापार व स्वाऱ्या यांनी निर्माण केलेले मध्यंतर / २६९

बाह्य स्वरूपात त्यांचे काम सुरू झाले, तिचाच त्यांच्याबरोबर लोप होतो व ती नामशेष होते. होमरने ग्रीक भाषेचा शोध लावला नाही. तसेच इंग्रजी नाटके लिहिण्याचा प्रारंभ शेक्सपिअरपासून झाला नाही, हे उघड आहे. एलिझाबेथकालीन नाटककारांपूर्वी इंग्रजी नाटककार होतेच व या नाट्य प्रकाराप्रत व सेनेकासारख्या ग्रंथकाराप्रत त्यांचे मोठे ऋण होते. तसेच मध्ययुगीन धार्मिक चमत्कृतिपूर्ण नाटकाबाबत व प्रबोधनकालीन दरबारी मुखवट्यांनी युक्त अशा नाट्य प्रकाराबाबतही त्यांचे ऋण होते. तथापि एक नवीन रंगभूमी व एका नवीन साहित्याचे निर्माते म्हणून मार्लो व शेक्सपिअर यांचा सकारण गौरव होतो. त्यांच्यानंतर इंग्रजीतील नाट्यकृती यांच्या उच्च पातळीपर्यंत केव्हाही पोहचू शकल्या नाहीत, हे खरे असून देखील त्यांना (मार्लो व शेक्सपिअर यांना) जुन्या नाटकांची परंपरा पूर्णतेस नेणारे मानले जात नाही. त्याच कारणासाठी आपण सुसंस्कृत व देशी भाषातील साहित्याचा वेळोवेळी झालेला उदय हा त्या त्या स्थळ काळातील सामाजिक विकासाचे लक्षण मानतो अर्थात जेव्हा त्यांच्या स्थलकाळाचे निर्धारण निश्चितपणे होऊ शकेल तेव्हाच.

अभिजात संस्कृत साहित्यात टिकून राहिलेले पहिले थोर नाव अश्वघोषाचे आहे. तो उत्तरेकडील बौद्ध असून त्याचा कुशाणांच्या दरबाराशी व कोणत्यातरी एका भिक्षुमठाशी पारंपरिक संबंध होता. बुद्धाच्या चरित्रावर व प्रारंभीच्या बौद्ध कथानकावर त्याने रचलेली काव्यनाटके, परंपरेच्या चाकोरीबाहेरची आहेत. कारण त्याच्या कालापूर्वी कोणतेही संस्कृत नाटक रचले गेले नव्हते असे वाटते, या नव्या साहित्य प्रकारात प्रेरणा देण्याबद्दलचे श्रेय ग्रीकांस दिले जात असे. तेही विशेषत: अशा लोकांकडून की ज्यांना भारतीयांच्या कोणत्याही उपक्रमाचे स्फूर्तिस्थान परकीयच होते, असे दाखविल्याशिवाय राहवत नाही. तथापि संस्कृत नाटक, ग्रीक नाटकाहून रचनेत, तसेच यंत्रणेत फार वेगळे आहे. ग्रीक नाटकातील तीन (काळ, वेळ, कृती) प्रकारची एकात्मता संस्कृतज्ज्ञांनी ऐकली देखील नव्हती. भाषा व विचार ह्या दोन्हीबाबत ज्या प्रारंभीच्या चमत्कृतिजन्य नाटकांनी भारतीय प्रेक्षकवर्ग संभवत: मोहून गेला असता, त्यापासून देखील ती (भारतीय नाटक) फार वेगळी आहेत. त्यांची भाषा अत्यंत अलंकारिक असून त्यातील अत्यंत उत्तेजक स्वरूपाचे श्रृंगारिक प्रतिमांचे विश्व देखील स्वाभाविक म्हणून स्वीकारले जाते. यात स्त्रिया, कनिष्ठ सेवक व सामान्य जनता स्वत: प्राकृतात बोलतात – मात्र वरच्या दर्जाची पुरुषपात्रे त्यांना उद्देशून संस्कृतात बोलतात. अश्वघोषाच्या साहित्यातील प्राकृत जिवंत वाक्प्रचारास जवळचे आहे, परंतु नंतर ते देखील पूर्णपणे कृत्रिम स्वरूपाचे बनते. त्यातील भाषा व प्रीतिसंकेत (प्रीतिसंहिता) ही अशा प्रकारच्या बहुतेक नाटकांच्या कथानकात एरवीदेखील आढळणारी असून शिष्टाचारपूर्ण दरबारी जीवनास साजेशी आहेत. यास अपवाद बहुधा एकच शूद्रकाच्या मृच्छकटिकाचा. त्यात ब्राह्मण चारूदत्तचे

गणिका वसंतसेनेवर बसलेल्या आपद्ग्रस्त प्रेमाचा विषय आहे. या नाटकाचा शेवट जनतेच्या बंडात व राजवंशातील परिवर्तनात होतो, हे लक्षणीय आहे व ही गोष्ट त्याहून आणखीही लक्षणीय गोष्ट ही की, जेमतेम टिकून राहिलेल्या परंपरेनुसार, ज्यांच्या राजवटीतच अत्यंत मानवी असे संस्कृत नाटक शक्य झाले, त्या शातवाहनाशी शूद्रकाचा एकजात संबंध येतो. इतर नाटकात (राजेशाही ऐटीने, परंतु मानवी पतनशीलतेसह) देवदेवता, पौराणिक शूरवीर, लोककथातील राज्यकर्ते अथवा उच्च दर्जाचे मंत्री इतक्या नाजूक साच्यात ढाळले आहेत, की समकालीन राजेरजवाड्यांना देखील गुदगुल्या व्हाव्यात. परंपरेमुळे शूद्रकाचे देखील एका राजात परिवर्तन व्हावयाचे होते. राजवंशातील कवी व नाटककार अगदीच अपरिचित नव्हते. मध्ययुगीन युरोपातील व्हर्जिलप्रमाणे महान साहित्यिक व्यक्तींजवळ जादूमय शक्ती असल्याचे मानले जात असे. (परंतु) अशाच परंपरेमुळे त्यांच्या चरित्रविषयक सबंध तपशिलाची वासलात लावण्यात येत असे. जर एखादा तथाकथित लेखक खरोखरीच अस्तित्वात होता, त्याच्या म्हटल्या जाणाऱ्या (साहित्य) कृतीइतका, काल्पनिक नव्हता, एवढे जरी सिद्ध करता आले, तरी भारतीय साहित्याच्या टीकाकारांना धन्यता वाटेल.

संस्कृत भाषेचे सर्वांत महत्त्वाचे कार्य, नव्या पंथांना, व्रतांना व विधींना प्राचीनतेची प्रतिष्ठा व समर्थन प्राप्त करून देण्याचे होते. एखादा प्रत्यक्ष (प्रचारात असलेला) धर्मविधी वेदाहून जुना असू शकेल ; परंतु तो स्थानिक असला, सर्वमान्य ब्राह्मणी धर्मग्रंथात (जरी अडचण वाटली तरी) अभावानेच दिसून येईल. ही परस्पर समावेशक प्रक्रियाच अशी आहे की, तिच्यासाठी प्रमाणभूत (खऱ्याखुऱ्या) वाटणाऱ्या आधारग्रंथांचे समर्थन तितकेच आवश्यक असते. वेदांची संहिता कधीही न बदलणाऱ्या आन्हिकामुळे पक्की ठरलेली असल्यामुळे, त्यांच्यातील एक अक्षरही इकडेतिकडे करता येत नसल्याने त्यांचा येथे काही उपयोग नव्हता. एकदा पुनर्लेखन झालेल्या 'स्मृती'त देखील ढवळाढवळ करता येत नव्हती. नाहीतर त्याने निर्माण झालेल्या संघर्षामुळे त्यांचा अधिकार (जनमानसावरील पगडा) त्यामुळे विश्वास बसेल, अशा पद्धतीने नव्या संहितांना सन्मान्य प्राचीनत्व प्राप्त करून देण्याची व असे करीत असता, त्यांच्या मजकुरात विशिष्ट बदल घडवून आणण्याची, गरज निर्माण झाली. अशा प्रकारे महाभारताच्या भृगुप्रणीत संस्करणांची नोंद वर घेण्यात आलीच आहे. पुराणे तर याहूनही जास्त हाताशीच होती. मुळात ती जगाच्या निर्मितीपासून सुरुवात करून राजवंशात शेवट होणाऱ्या निम-ऐतिहासिक वृत्तांताच्या स्वरूपाची होती. त्यांच्या पुन:संस्करणाची (सुधारलेली आवृत्ती काढण्याचा) महाभारताच्या पुन: संस्करणाशी संबंध आहे. यावरून या दोहोंची निकडीची गरज असल्याचे दिसून येते. (भविष्य म्हणून वर्तविलेले) राजवंशांचे वृत्तांत अद्ययावत

व्यापार व स्वाऱ्या यांनी निर्माण केलेले मध्यंतर / २७१

करण्यासाठी त्यांच्या वारंवार आवृत्या काढाव्या लागत. महाभारत व पुराणे, कोणा एका व्यासांनी शब्दश: 'विस्तार करणाऱ्याने' रचल्याचे सांगण्यात आले व हळूहळू वेदाची रचना केल्याचेही श्रेय (वेदव्यास ह्या नावामुळे) त्याच्या पदरात टाकण्यात आले. आर. सी. हाजरा यांच्या मतानुसार (DKA या सदराखालील टीप पहा. पृ. १८८-८९) हा फुगवटा (विस्तार) दोन टप्प्यांत झाला. पहिल्यात (अंदाजे इ.स. २००-५००) स्मृतींमधील साहित्य एकत्र करण्यात आले. दुसऱ्यात (इ.स. ६ व्या शतकाच्या पुढे) आणखी वरच्या वातावरणात भरारी मारण्यात आली. त्यामुळे पुराणात, दाने, प्रतिकूल ग्रहास संतुष्ट करून घेण्यासाठी यज्ञयाग, मूर्तींची प्राणप्रतिष्ठा, ब्राह्मणांचे यशोगान, तीर्थस्थळांचे महत्त्व नवनव्या प्रकारे फुलू लागले. हा दुसरा टप्पा अथवा कालखंड ग्रामीण वस्त्यांची घनता वाढू लागली तसतशी 'वरून खाली येणारी सरंजामशाही स्थिरावून पक्की होण्याचा होता. पुन: संस्करणाचे सर्वांत विनोदी उदाहरण भविष्यपुराणाचे असून त्याचे नावच (भावीभूत) मुळी 'वदतोव्याघात्' आहे व त्यांच्या छापील संहितेत अशा प्रकारचा मजकूर आहे की, ज्यात छापण्याच्या तारखेच्या फारतर १० वर्षे आधीपर्यंत सतत भर टाकण्यात येत होती.

स्थानिक स्वरूपाचे पंथ आत्मसात करण्याचे एक उत्तम उदाहरण म्हणजे बंगलोर येथील 'करगा' नामक समारंभ होय. उत्तर अर्काट जिल्ह्यातून ज्यांनी स्थलांतर केल्याचे (सर्वांस) ठाऊक आहे व आता ज्यांची व्यावसायिक जात बाजारपेठेतील माळ्यांची आहे, अशा तिगळांचा तो सुप्रसवविषयक वार्षिक (धर्म) विधी आहे. या सणाच्या प्रसंगी या पंथातील प्रमुख वस्तू म्हणजे सोन्याची पुतळी (Fetish) असलेला मातीचा एक कलश. पूर्वी या कलशास उद्देशून करण्यात येणाऱ्या अनेक पशू-यागांचा आता संक्षेप करता करता एक शिल्लक राहिला आहे ; उरलेल्यांच्या जागी आता लिंबे कापण्यात येतात, अथवा शिजविलेल्या तांदळाचे ढीग त्यांची प्रतीके बनविली जातात. अखेरच्या मिरवणुकीत प्रमुख सहभाग घेणारा (अर्चक, वंशपरंपरागत तिगळ पुरोहित), आपल्या हातात तो कलश घेऊन चालतो. परंतु त्या वेळी त्याने स्त्रीवेश परिधान केलेला असतो. हा सर्व समारंभ चालू असता, त्याच्या (पुरोहिताच्या) पत्नीने एकांतवासात रहावयाचे असते. तिगळ प्रतिनिधी - प्रत्येक कुटुंबातून निदान एक मिरवणुकीत चालत जातात अथवा या अर्चकाभोवती नाचतात व तीक्ष्ण तलवारींनी स्वत:वर आघात करतात, परंतु हा समारंभ चालू असतो. त्यांच्या अंगातून मुळीच रक्त येत नाही. मुख्य पुरोहितास आपल्या प्रगतीत एखादे रहस्यमय विघ्न यते आहे, असे वाटले तर या दैवी अगर राक्षसी शक्तींचा विरोध मोडून निघेपर्यंत लिंबे कापण्यात व विखुरण्यात येतात. हे विधी आर्यांचे नाहीत, हे स्पष्ट आहे व अलीकडच्या १५० वर्षांहून कमी काळात, त्यांचे ब्राह्मणीकरण झाले आहे, हे निश्चित. याचा अर्थ असा की, सोन्याची पुतळी (fetish) म्हणजे पाच

पांडवांची पत्नी द्रौपदी हिचे प्रतीक (Sprit) असल्याचे समजले जाते व तिच्या नवऱ्याचे प्रतिनिधी म्हणजे तीन वस्तू असलेल्या करगा कलशातील लिंबे – लिंबाच्या जोडीस त्यात थोडे साधे पाणी व थोडे नारळाचे पाणी असते. तिगळांचा प्रमुख पंथ, पांडवबंधूंपैकी ज्येष्ठ जो धर्मराज, त्याच्या नावाने असलेल्या भव्य 'धर्मराज मंदिरात' स्थापिला आहे. हे लक्षात ठेवले पाहिजे की, 'धर्मराज' हे मृत्युदेवता असलेल्या यमाचे नाव आहे. नंतरच्या बौद्ध धर्मयान पंथाशी त्याचे असलेच तर, काय नाते आहे, याचा अद्याप उलगडा झालेला नाही. (या धर्मयान पंथास मोहम्मद बिन बख्त्यारच्या बंगालवरील विजयाच्या किंचित आधी प्राधान्य मिळाले होते. आता, या पंथाशी ब्राह्मण पुरोहिताचा संबंध जडला आहे.) वेषांतर केलेला अर्चक व मिरवणुकीत पुढाकार घेणारा दुसरा एक तिगळ यांच्यामार्फत त्यांचे गुप्त (धर्म) विधी चालू असताना देखील तो ब्राह्मण पुरोहित हजर असतो. हे धर्मविधी काय आहेत, हे कधीही प्रकट करण्यात येत नसले, तरी तिगळ लोकांनी हा सगळाच समारंभ आपल्या स्त्रियांकडून घेतला आहे, हे उघड आहे. हा कलश, हाताने तयार करून उन्हात वाळवावा लागतो, तो एका विशिष्ट जलाशयातील गाळापासून बनविला पाहिजे व समारंभाच्या अखेरीस तो (कलश) त्या तळ्यात परत फेकून द्यावा लागतो. मात्र, पुरोहित, द्रौपदीची सोन्याची पुतळी, पुढील वर्षी पुन्हा उपयोगी पडावी म्हणून चोरटेपणाने त्यातून काढून ठेवतो. हा समारंभ ९ दिवस चालतो व चैत्र पौर्णिमेस काढलेल्या मोठ्या मिरवणुकीने त्याचा समारोप होतो. परंतु त्यानंतर दोन महिन्यांनी अस्पृश्य लोक, फारसा गाजावाजा न करता, आपला स्वत:चा 'करगा' साजरा करतात. तिगळांच्या 'करगा' समारंभासाठी शहरातील प्रत्येक मंदिरामार्फत – मग त्यातील दैवत कितीही उच्च अगर पुराणमतवादी असो – मिरवणुकीमागून नेण्यासाठी आपल्या देवाची प्रातिनिधिक मूर्ती पाठविण्यात येते. हे परस्पर संस्कृतीकरणाचे उदाहरण आहे. आपणास सर्वांत लक्षात ठेवण्यालायक गोष्ट वाटते ती ही की, गेल्या पाऊणशे वर्षांत (अद्याप अप्रकाशित असलेल्या) या पंथाचा व विधीचा पुराण – महाभारत छापाचा एक संस्कृत वृत्तांतही रचण्यात आला आहे.

देशी भाषातील साहित्य आर्यीकृत विभागात निर्माण होऊ लागले, तेव्हा संस्कृत आदर्श नेहमी अनुसरण्यात येऊ लागला. ज्यांची नावे, सामान्य लोकांच्या अद्याप स्मरणात आहेत, अशा कोष्टी, कबीर, छोटा कुणबी, धान्य व्यापारी तुकाराम, या लेखकांनी जनसामान्य वाक्प्रचाराला सामान्य माणसास परिचित असलेल्या अलंकारांचा उपयोग करून आपले लिखाण सजविले. असे असले तरी त्यांच्या काव्यातही धार्मिक म्हणता येण्यासारख्या संज्ञांचे पडसाद उठलेले दिसतात. धर्म हे इतक्या सर्वसाधारण रीतीने राज्याचे – अर्थात राज्यकर्त्या वर्गाचे साधन बनले होते की, त्याविरुद्ध निषेध – देखील आपोआप त्याच वैचारिक चौकटीत व्यक्त व्हावा

लागे. ज्यांच्या मुळाशी आर्थिक संबंधातून निर्माण झालेले दडपण होते, अशा धर्मशास्त्रीय उलथापालथीवरूनदेखील हे तितकेच स्पष्टपणे दिसून येते. धर्म हे ब्राह्मणांचे जीवनच होते व शिलकी उत्पादन करणाऱ्यावर त्याची घट्ट पकड असल्यामुळे त्याचा राजदरबारासही उपयोग होता. जातिव्यवस्था हा त्याचा प्रमुख सामाजिक आविष्कार होता. तिच्यामुळे समाज निर्माण झाला. हा एक निश्चितच मोठा फायदा होता. मात्र, वर्गरचना जसजशी अधिकाधिक बंदिस्त होत गेली तसतसे तिच्या यंत्रणेने समाजास अधिक जखडून टाकले. आहे त्या स्थितीतच ज्यांचा फायदा होता, त्यांना धोकादायक ठरणाऱ्या शोधांना यंत्रणेकडून अर्थातच उत्तेजन मिळू शकले नाही.

टीपा व संदर्भ

(१) अधिक चांगला (कालानुक्रम) नसल्याने CAI व ITM चा कालानुक्रम अनुसरला आहे : CF.J.VAN Lohuien, * १९४९) : गुप्तांच्या काळाबद्दल व ह्या काळाबद्दल सर्वसामान्य दृष्टिकोनाची रूपरेषा माझ्या "Basis of ancient Indian History' (JAos, ७५.३५-४५;२२६-२३७) ह्या विषयावरील लेखात आहे.

(२) आर. इ. मॉर्टिनर व्हीलर (R.E.Mortimer Wheelar) Rome beyond the imperial frontiers (Pelican Books A. ३३५; लंडन १९५५) विशेषत: पृ. १४१-१८२ ही पुराविज्ञानाची तसेच साहित्यविषयक माहीत असलेल्या सर्व गोष्टींचा सर्वसमावेशक आढावा घेतात.

(३) व्ही.व्ही. मिराशींनी JNSI २, पृ. ८३-९४ मध्ये तरहाळा (लपवून ठेवलेल्या) साठ्यात सापडलेल्या सातवाहनांच्या हीन दर्जाच्या शिसे-द्विधातूच्या नाण्यांचे वर्णन केले आहे; आतापर्यंत अज्ञात असलेल्या - कुंभ, कर्ण आणि सक ह्या सातवाहनांनी पुराण यादीत (DKA.३६) वाढ झाली आहे. तांब्याच्या नाण्यावरील 'सातवाहन' (अपूर्ण) ह्या नावाकरीता ते नाव कदाचित ह्या राजवंशाच्या संस्थापकाचे असावे - त्याच लेखकाचे (व्ही.व्ही. मिराशी) JNSI, ७, १९४५, पृ. १-४ पहा. ह्या राजवंशाच्या इतिहासाबाबत असलेला नाणकशास्त्राचा हा पुरावा किती कमजोर आहे, हे एस.एल. कतारे (S.L.Katare) व मिराशी (JNSI १६,१९५४, ७७-८५) यांच्यामधील चर्चेवरून व पी.एल.गुप्ता यांच्या टीपेवरून (Ibid ८६-८९) दिसून येते. सातवाहन चांदीची नाणी दुर्मीळ आहेत व याचा अर्थ असा की, ते मोठ्या प्रमाणात इतर लोकांचे चलन वापरीत (उपयोगात आणीत) व नहपान व गौतमीपुत्राप्रमाणे प्रसंगी (counterstruck as with Nahpana and

---

* de Leeuw, The 'Scythian' Period levden

Gotamiputra) इतरांच्या चलनावरच स्वत:चे शिक्के मारीत; उत्तरेकडील खुणा असलेल्या नाण्यांचा दक्षिणेत सुद्धा ह्या वेळेपर्यंत प्रसार झाला, (ही नाणी पसरली) त्यामुळे, सातकर्णी चांदी दुर्मीळ असलेल्या प्रदेशात नवीन नाणी काढणे आवश्यक नव्हते. अशी नाणी पाडण्याचा अभाव (अशा नाण्यांची अनुपस्थिती) सर्वसामान्य लोकांकरिता वस्तुविनिमय अस्तित्वात होता, याच निर्देश करतो.

(४) J. Pruzuluski ; JRAS, १९२९, पृ. २७३–२७९ 'कर्ण' शब्दाने होणारा पदान्त – उदा. तूणकर्ण, मसुरकर्ण व कदाचित जतूकर्ण – अशी इतरही काही गोत्राची नावे असावीत, या संशयाप्रत नेतो. (JAOS, ७५, पृ. ४१, पदटीप ९)

(५) जे.एच.स्पेक (J.H. Speke) : 'A Journall of the discovery of the sources of the Nile,' प्रकरण १ ; मुळात लंडन १९६३ मध्ये प्रसिद्ध झाले. पण Everyman Library ने संपादित केलेल्या आवृत्तीत (अनु.५०) पृ. २५–२७ वर नकाशासहित संपूर्ण माहिती दिली आहे. लेप्ट. फ्रान्सिस विलफोर्ड (Lieut, Francis Wilford) यांचा लेख 'Asiatic Researches', ३, १८०१ मध्ये प्रसिद्ध झाला होता. कोणीही गोंधळाच्या स्थितीत असलेल्या पुराणांना इतक्या खात्रीने सामोरे जाणे व इतक्या यशस्वीपणे त्यातील सत्य हुशारीने शोधून काढून ओळखून दाखविणे, हे उल्लेखनीय आहे.

(६) पुष्यमित्राने केलेल्या अश्वमेध यज्ञाकरिता (पाहा) ITM. १७५ FF काश्यप सेनानी (कमांडर इन चीफ) हा, घोड्याचा यज्ञ करेल', या हरिवंशातील (३.२.४०) एका श्लोकातील उल्लेखावरून, 'मालविकाग्निमित्रा' तील संदर्भाला पृष्टी मिळते. ('मालविग्निमित्रा'तील संदर्भ संभाव्य ठरतो.)

'गोत्र' चुकीचे आहे, पण 'सेनानी' ही पदवी कमीत कमी आधीच्या शुंगांपासून त्यांच्या नाण्यांवर – त्यापैकी एक कोसममध्ये सापडले आहे – चालत आलेली आहे. असा यज्ञ करणारा पुण्यमित्र एकमेवच होता, असे नव्हे ; परंतु अशोकाच्या बंदीनंतर (अशोकाने यज्ञ करण्यावर घातलेल्या बंदीनंतर) पुण्यमित्र हा असा यज्ञ करणारा पहिलाच असल्याचे त्याचे महत्त्व (परिणाम?) वरवर वाढविण्यात आले होते.

(७) जैन आचार्य कालक याच्या कथेतून घेतलेले स्पष्टीकरण हे विक्रमाच्या काळाबाबतचे सर्वांत पटण्यासारखे स्पष्टीकरण असावे. विक्रमाची सहस्त्राब्दी इ.स. १९४३ मध्ये साजेशा थाटामाटाने साजरी करण्यात आली ; परंतु वृत्तपत्रप्रतिनिधी किंवा खूप प्रसिद्धी दिलेले विद्वान लोक यांपैकी कोणीही ह्या प्रश्नावर प्रकाश टाकू शकले नाहीत. ह्या प्रसंगी, आठवण म्हणून प्रसिद्ध केलेले खंड, अशा 'संशोधनाची' निरुपयोगिताच (व निरकर्थकताच) सिद्ध करतात : इंग्लिशमधील 'Vikram Volume' (उज्जैन, Scindia or Inst. १९४८) हिन्दीमधील 'विक्रम निबंध संग्रह' (कानपूर १९४४?) अशा खंडांमधील परस्पराविरोधी निबंध, 'विश्वास ठेवण्याची

व्यापार व स्वाऱ्या यांनी निर्माण केलेले मध्यंतर / २७५

इच्छा' ह्या पलीकडे काहीही सिद्ध करीत नाहीत.

(८) 'मनुस्मृती' करिता, सर्वसामान्यपणे मी कुल्लूकाच्या भाष्यासहित असलेले निर्णयसागर प्रेसचे आदर्श पुस्तक वापरतो. तसेच मेधातिथीच्या भाष्यासहित असलेली गंगानाथ झा यांनी संपादित केलेली आवृत्ती (कलकत्ता १९३२); अनुवाद जी. बुहलर (G.Buhler, SBE २५५) यांनी केलेला आहे. त्याची रचना कोठेही झालेली असो, ते पुस्तक ग्रामीण अर्थव्यवस्था व ग्रामीण पुरोहिताची मनोवृत्ती यांना साजेसे असल्यामुळे त्याला इतकी मान्यता प्राप्त झाली.

(९) 'The Avatar synceretism and possible sources of the Bhagvadgita' (JBBRAS, २४-२५, १९४८-४९, १२१-१३४) ह्या वरील माझी टीप पहा.

(१०) हिलोडोरस शिलालेखाकरिता व्ही.एस.सुकठणकर ABORI १.५९-६६; collected works (Memorial edition) खंड २, पृ. २६६-२७२ यांनी सिद्ध केले की, शब्दक्रम व शब्दकोश (अथवा तांत्रिक शब्दसंग्रह) हे प्राकृतपेक्षा ग्रीकच अधिक होते. जे. मार्शलने घाईने केलेल्या प्रसिद्धीकरणामुळे व असंबध्द भाषांतरामुळे (JRAS १९०९, १०५५-१०५६) भागभद्राला ॲन्टिअल्किडासचा सरंजामशाही जमीनधारक बनविले. अगदी बरोबर (योग्य) मताच्या जवळजवळ येण्याच्या एकामागून एक प्रयत्नांकरिता पाहा -जे. प्लीट (JRAS १९०९, १०८७-९२; ए व्हेनिस. JRAS १९१०, ८१३-८१५ ; जे. फ्लीट, इबिद (Ibid) ८१५-१७.

(११) मातृसेट चे पत्र एफ्. डब्ल्यू थॉमसने भाषांतरित स्वरूपात प्रसिद्ध केले. (IA. ३२, १९०३, ३४७ - ९; १९०४, २१;१९०५, १४५) अश्वघोषाशी ऐक्य मला अत्यंत असंभव वाटते ; प्रमुख समान मुद्दा हा, की दोघेही सुप्रसिद्ध बौद्ध लेखक होते आणि (त्यांच्या लिखाणाचे) फारच थोडे अवशेष शिल्लक आहेत.)

(१२) सामान्यत: संस्कृत साहित्याकरिता, ए.बी.कीथ 'History of sanskrit literature' (ऑक्सफर्ड १९२८) हे सहानुभूतिपूर्ण नसले, तरी सर्वसमावेशक आहे. निराशेच्या खास लक्षणांकरिता माझी टीप पहा 'The quality of renunciation in Bhartrhari is poetry' फर्ग्युसन कॉलेज नियतकालिक, पुणे १९४१ ; बदल करून - चुकीच्या छपाईसहित - 'भारतीय विद्या' (मुंबई) मध्ये पुन्हा छापले गेले) १९४६, पृ. ४९-६२ सुधारत (वाढत) जाणाऱ्या सरंजामशाहीतील संस्कृत साहित्याकरिता पहा - विद्याकारांच्या 'सुभाषितरत्नकोश' (बहुधा १०० A.D., सर्वात जुनी म्हणून ज्ञात असलेल्या संस्कृतमधील निवडक काव्यरचना) च्या संपादित आवृत्तीला (व्ही.व्ही. गोखल्यांसह) असलेली माझी प्रस्तावना (Hos. ४४.१९५६,अजून प्रसिद्ध व्हावयाची आहे.

♦ ♦ ♦

प्रकरण नऊ

सरंजामशाही – वरून खाली

'वरून खाली' (येणारी) सरंजामशाही [१] म्हणजे ज्या राज्यात सम्राट अगर शक्तिमान राजा अद्याप आपल्याच हक्काने राज्य करणाऱ्या व चक्रवर्ती सम्राटास करभार देत आहेत, तोवर आपल्या मुलूखात मन मानेल तसा कारभार करणाऱ्या मांडलिकापासून करभार घेतो, असे राज्य. हे मांडलिक राजे केवळ जमातीप्रमुखही असू शकत व जमीनधारक थरातील एखाद्या मध्यस्थ वर्गाच्या मदतीशिवाय प्रत्यक्ष कारभार करून आपल्या भूमीवर राज्य करू शकत. खालून वर जाणारी सरंजामशाही ही (१० व्या प्रकरणात विवेचन केल्याप्रमाणे) यापुढची अवस्था असून तीत खेड्याच्या चतु:सीमेत शासन व शेतकरी वर्ग यांच्या दरम्यान स्थानिक जनतेवर हळूहळू लष्करी सत्ता गाजविणारा जमीनमालकांचा वर्ग विकसित झाला. हा वर्ग लष्करी नोकरी करण्यास बांधलेला असल्यामुळे तो राज्यकर्त्या शक्तीशी इतर कोणत्याही मध्यस्थ थराशिवाय प्रत्यक्ष नाते असल्याचा दावा करतो. दोन्हीं उदाहरणात आधीच्या समाजव्यवस्थेचे अवशेष (स्थानिकरीत्या अथवा निदान वर वर तरी) थेट आदिम स्वरूपाच्या फलसंचायक जमातीपर्यंत टिकून राहिले. या दोन अवस्थांतील मूलभूत फरक व्यापाराच्या व वस्तूंच्या उत्पादनाच्या मंद प्रगतीमुळे निर्माण होतो.

९.१ – प्रारंभिक सरंजामशाही घडामोडी विकास

नांगरटी करणाऱ्या खेड्यापासून छोटी राज्ये विकास पावली, तशा सरंजामशाही घडामोडी अपरिहार्य होऊन बसल्या. नंतरच्या सातवाहनांनी कुशाणाप्रमाणे (नाणेघाटात आहेत, तशा) राजांच्या प्रतिमा तर कोरल्याच, परंतु उत्तरेकडील प्रशासनपद्धतीचा स्वीकार केला.

''सिधम (Sidham) हा तलाव, सातवाहन वंशाचा राजा श्रीपुळुमावी याच्या राजवटीच्या आठव्या वर्षी हिवाळ्यातील कृष्णपक्षाच्या पहिल्या दिवशी गृहपतीने (गहपतिक) खोदला. हा खंडनाकनामक[२] महासेनापतीच्या सातवाहनी हार जिल्ह्यातील (जनपद) नायक (गूमिक) कुमारदत्त याच्या वेपुरक खेड्यात राहणारा होता.

ह्या लेखात (म्याकदोने येथील इ.स.१४० च्या) 'गूमिक' शब्द (संस्कृत गौल्मिक' याचा नंतर '३० जणांवरील नायक' असा अर्थ झाला.) जरी खोडला असला तरी तो ल्यूडर्सने नंतरच्या सातवाहन काळात इ.स.१२०० च्या सुमाराचा असल्याचे दाखवून दिले आहे. येथील षष्ठी विभक्तीच्या उपयोगावरून, हे खेडे कोणत्या अर्थी

त्या नायकाचे होते, अथवा तो जिल्हा कोणत्या अर्थी सेनापतीचा होता, हे स्पष्ट होत नाही; तथापि त्यांची नावे उल्लेख करण्याइतकी महत्त्वाची असली, तर त्यांचा दुवा राजा व गृहपती यांमधील साखळीत महत्त्वाचा असला पाहिजे. गुल्माच्या अस्तित्वावरून (मनुस्मृतीनुसार) खेड्यातील वसतींचे संरक्षण करण्याची आवश्यकता निर्माण झाली होती. येथे बहुधा करवसुलीची यंत्रणा वर्णन करण्यात आली आहे. कारण (खुद्द आंध्रापासून दूरवर असलेला बेल्लारी जिल्हा) हेच सातवाहनांचे मूलस्थान असावेसे दिसते व म्हणून त्यांच्या राज्यातील हाच सर्वांत आधी वसती झालेला भाग असावा असे दिसते. अर्थशास्त्रात 'गुल्म' शब्दाचा 'झुडूप' असा अर्थ होतो (व तोच पुढेही चालू राहिला). एकत्रित झुडुपे (उदा- वाल्मीक गुल्म) नदीकिनाऱ्यावरील धक्का (गुल्म- तर -देय- धक्क्यावरील होड्यांना द्यावा लागणारा कर) परंतु एकूण 'एकत्रित जनता' हा सामान्य अर्थ सोडला तर ही काही लष्करी संज्ञा नाही. महाभारत (१.२.१५.१७) व अमरकोश (२.८.१०.११) यावरून चर्चाविषय झालेल्या काळी गुल्म हा एक लष्कराचा एकत्रित विभाग असून त्यात ९ पट्ट्या (अर्थात ९ रथ, ९ हत्ती, २७ घोडे व ४५ पायदळ असलेला) होत्या. ही लष्करी रिवाजातील एक नवी वाढ असून तिची चर्चा करावयास पाहिजे. अर्थशास्त्रातील 'पट्टी' हा शब्द युद्धविषयक गट नसून सामान्यत: पायदळास म्हणजे सैन्याच्या फळीतील अवजड शस्त्रांनी युक्त अशा सैनिकांना लागू होती. हत्ती, रथ व घोडदळासमवेत देखील पादचारी संरक्षकांचे (पादगोप) पुरवणी दल असे, ते पट्टी सेनेचे सदस्य नसत, तथापि लढाऊ असत, काही भाषांतरकारांनी म्हटल्याप्रमाणे हलकी कामे करणारे मजूर नसत; त्यांना त्वरित हालचाली करावयाच्या असल्यामुळे त्यांची सामग्री वजनाने हलकी असावी लागे. अर्थशास्त्रानुसार (१०.४) भिंती, तटबंदी, मनोरे, मोठे दरवाजे......... अथवा पायदळाच्या भक्कम फळ्यांशी टक्कर देण्याकरिता मोडून काढलेल्या सैन्याच्या तुकड्यांस वेढा देण्याकरिता व आधुनिक सैनिकी रणगाड्याप्रमाणे त्वरित हालचाली करून शत्रूस चकित करण्याकरिता हत्तींचा उपयोग करण्यात येई. परंतु रणगाड्यापाशी नसली व आधुनिक लॉरी, बुलडोझर अथवा ट्रॅक्टरपाशी असलेली एक दुय्यम उपयुक्तता त्यांच्यापाशी असे. (विशेषत: खजिन्यांची) वाहतूक, अवजड सामग्री ओढून काढणे, छोटे रस्ते तयार करणे, जंगलातील व ओसाड जमिनीतील मार्ग खुले करणे (यात पाण्यातून पोहून जाण्याचा व ओंडक्यांचे पूल त्वरेने बांधण्याचा समावेश असे.) १९४१-४५ या काळात ब्रह्मदेशाच्या मोहिमेत हे लष्करी स्थापत्यविषयक उपयोग करता येतात, हे नव्याने दिसून आले. (Ele- phant Bill लेखक J. H. Williams, Penguin पुस्तकमाला ११२०) त्यावेळी जपानी व ब्रिटिश ह्या दोन्ही सैन्यांनी यंत्रापेक्षाही अधिक प्रभावीपणे हत्तींचा वारंवार उपयोग करून घेतला. हे लष्करी स्थापत्यविषयक उपयोग करता

येतात हे १९४१ नंतरच्या लढाईत पुन्हा नव्याने सिद्ध झाले. त्यामुळे अशा युद्धात एकाएकी गोंधळ उडविता येतो. तो आपल्या सैन्यासही अधिक धोकादायक असतो. मोहिमेत आपल्या कामाचा विसर पाडतात व पायदळ संरक्षकांच्या पडद्याचा अधिक प्रभावी उपयोग करण्याची गरज भासते. हॅनीबल व सेल्यूकस सारख्या चांगल्या सेनापतींनी पूर्णपणे अविश्वसनीय असलेल्या सेनाविभागावर भर दिला नसता. उलटपक्षी काम करणाऱ्या एका हत्तीला दररोज ६०० पौंड वजनाचा संतुलित हिरवा चारा (वैरण, अथवा तो नसल्यास त्याची बरोबरी करणारे ३० ते ५० पौंड धान्य व त्याच्या जोडीस भाजीपाला व इतर खाद्यपदार्थ) लागतो. (Fom 1.354.5) म्हणून वस्ती झालेल्या देशात, भारतात विदित आहेत त्याहून, अधिक चांगली वाहतूक साधने असल्याशिवाय, हत्तीच्या दलाच्या मोठाल्या तुकड्या बाळगता येत नाहीत. त्यामुळे (वरिष्ठ अधिकाऱ्यास उपयोगी पडणारे) एक हत्ती, एक रथ, अवजड शस्त्रे बाळगणारे पाच पायदळ, तीन कवचयुक्त घोडदळ व संभवत: त्याच्या योग्य संरक्षणार्थ हलकी शस्त्रे घेतलेले पायदळ, संरक्षक असलेले व 'पट्टी' नावाने ओळखले जाणारे संयुक्त दल अस्तित्वात आले. अशा छोट्या दलानिशी खेड्यातील कोणताही प्रतिकार मोडून काढता येई व ग्रामीण भागातील साधनसंपत्तीवर ताण पडू न देता त्याचा दरोडेखोरांविरुद्धही उपयोग करता येई. प्रसंगानुसार अशा विखुरलेल्या दलाला एखाद्या बड्या मोहिमेसाठी एकत्रितही करता येई. परंतु शिलालेखांवरून व नंतरच्या संदर्भावरून स्पष्ट होते, त्याप्रमाणे त्यांचे नेहमीचे मुख्य कार्य, पट्टी गुल्म गटांच्या प्रमाणे लढाईचे नसून खेड्यात शांतता व सुरक्षा निर्माण करण्याचे होते. रणभूमीवर व्यवस्थित सैन्याविरुद्ध झालेल्या घनघोर लढाईत घोडदळ, पायदळ व हत्तींचे दल वेगवेगळे एकत्रित करावे लागे; एव्हाना सेनाधिकाऱ्यांचा अपवाद वगळल्यास रथ निरूपयोगीच झाले होते. (Beal 1.82-3) या विविध सेनादलांना हालचाली व डावपेच यांचे व्यवस्थित शिक्षण (कवाईत) मिळाले नसेल तर कार्यक्षमता कमी होत असे. अशा परिस्थितीत नागरी संरक्षक (पोलीस) गुल्मे मुलूखभर विखरून सेनादलांची खऱ्या युद्धातील प्रभाविता कमी होत जाणे अपरिहार्य होते.

चौथ्या शतकाच्या प्रारंभापासून तो तहत आठव्या शतकाच्या मध्यापर्यंतच्या काळापैकी पहिली २०० वर्षे गुप्त साम्राज्याची होती; त्याने (गुप्त साम्राज्याने) आपल्या वाकाटक सहकार्यासह, दक्षिणेकडील व काश्मिराकडील काहीसा भाग सोडून पूर्वीच्या मौर्य साम्राज्याच्या मुलूखावर नियंत्रण ठेवले. बंगालसारखा अत्यंत सुपीक व उत्पादक विभाग आता नव्याने व योग्य रीतीने प्रथमच स्थिरावून त्यात समाविष्ट झाला. हर्षाच्या काळी आसाममध्ये चंचुप्रवेश करण्यात आला.मौर्य व गुप्त साम्राज्यातील मुख्य विरोध अलाहाबादच्या किल्ल्यातील अशोक स्तंभावरील समुद्रगुप्ताच्या कोरीव लेखात (प्लीट क्र.१) स्पष्टपणे दाखविला गेला आहे. हरीषेणाच्या नावाखालील

पल्लवित अभिजात संस्कृत शैलीतील अलंकारिक स्तुतीचा भाग, अशोकाच्या साध्यासुध्या लेखाहून केवळ भाषा व शैली याबाबतच निराळा नाही; त्यात समुद्रगुप्ताच्या, बहुतांशी स्पष्टपणे नावे दिलेल्या इतर राजांवरील लांबलचक स्तुतिपाठ (प्रपठण recital) आहे. आर्यावर्तातील (गंगा खोऱ्यातील) राजांचे उच्चाटन करण्यात आले. चिनी प्रवाशांच्या वृत्तांतावरून ही (बुद्धाची) मातृभूमी सम्राटाकडून होणाऱ्या प्रत्यक्ष प्रशासनाखाली होती. त्यावेळचे कर, ह्या पाहुण्यांच्या मते – कदाचित चीनच्या तुलनेने दुर्लक्षणीय होते. चिनी यात्रेकरू फाहियान हा त्याकाळच्या उत्तर प्रदेशाविषयी लिहितो–

''(मध्य राज्यातील) लोक बहुसंख्य व सुखी आहेत. त्यांना आपली घरेदारे (सरकारी दप्तरात) नमूद करावी लागत नाहीत. अथवा कोणत्याही न्यायाधीशाच्या वा त्यांच्या नियमांकडे लक्ष द्यावे लागत नाही. जे शासकीय जमिनी कसतात, त्यांनाच त्यातून उत्पन्न होणाऱ्या धान्याचा काही भाग (कर म्हणून) भरावा लागतो. त्यांना हवे तर त्यांनी (जमीन सोडून) जावे व वाटल्यास जावे. मृत्युदंड अथवा इतर शारीरिक शिक्षा दिल्याशिवाय राजा राज्य करतो. गुन्हेगारांना (प्रत्येकाच्या) परिस्थित्यनुरूप केवळ हलका अथवा भारी दंड होतो. दुष्टपणे बंड करण्याचे पुन्हा पुन्हा प्रयत्न करणाऱ्यांचेदेखील केवळ हात तोडण्यात येतात. राजाच्या सर्व शरीररक्षकांना व सेवकांना पगार आहेत. खाटकांची दुकाने मुळीच नाहीत व मादक पेयांचे दुकानदारही नाहीत. वस्तू विकत घेताना अगर देताना ते कवड्या वापरतात. फक्त चांडाल तेवढे मासेमारी व शिकार करतात व मांस विकतात. बुद्धाने परिनिर्वाण मिळविल्यानंतर विविध देशांच्या राजांनी व वैश्यप्रमुखांनी भिक्षुंसाठी विहार बांधले व त्यासाठी शेते, घरे, उद्याने व फळबागा, त्यात राहणारे लोक व त्यांच्या गुरांसह दान दिली. या देणग्या धातूच्या पत्र्यावर कोरल्या गेल्या. त्यामुळे त्या एका राजाकडून दुसऱ्या राजाकडे हस्तांतरित झाल्या. त्या रद्द करण्याचे धाडस कोणीही केले नाही व त्या आजतागायत चालू आहेत. (फाहियानचे प्रवासवृत्त record of Buddhist kingdom अनु–जेम्स लेग, ऑक्सफर्ड, १८८३ पृष्ठ ४२–४३)

यात वर्णिलेली स्थिती इ.स.४०० च्या सुमारास गुप्त सम्राट चंद्रगुप्त दुसरा (विक्रमादित्य) याच्या मध्यवर्ती प्रदेशातील (heartland) आहे. अद्याप अधिकाऱ्यांना सरंजामी हक्क अथवा सत्ता मिळालेली नव्हती. मध्यदेशाबाहेरील जमिनीवर निश्चितपणे कर बसला होता व तो हंगामात धान्याच्या इतका द्यावा लागे. बहुधा साम्राज्याच्या प्रमुख भागात कर अत्यंत हलके असत. दारु गाळणारे व विकणारे ग्रामीण भागात नक्कीच होते, असे अमरकोशावरून दिसून येते. जमिनीवर राहण्याची अथवा निघून जाण्याची मोकळीक होती. यावरून भूदासप्रथा अस्तित्वात नव्हती, असे दिसते. परंतु मग बौद्धमठाजवळील जमिनीत त्यातील रहिवासी व

त्यांच्या गुरांसह दिलेल्या होत्या याचा अर्थ काय ? चिनी हस्तलिखिताचे ह्या मुद्यावर कोणत्याही दोन अनुवादकांनी सारखेच भाषांतर केले नाही. प्रमाणित भूदानपत्रावरून निष्कर्ष काढावयाचा तर राज्याचे प्रजेवरील हक्क आता देणगी मिळविलेल्यांकडे गेले होते. याचाच अर्थ असा की, त्यांना निश्चित उत्पन्न मिळे, परंतु मालकी हक्क नव्हते.

मगधाकडे जो मुख्य मुलूख होता, त्याच्या बाहेरील (जिंकलेल्या) जमातीकडून व राजाकडून खराखुरा फायदा होई. दक्षिणेकडील (दक्षिणापथ) राजांना जिंकून त्यांचे राज्यपद त्यांना परत देण्यात आले; जमातींना नमविल्यानंतर त्यांना आपापला जीवितमार्ग आचरण्यात मुक्त ठेवण्यात आले. मात्र त्या सर्वांना काही करभार द्यावा लागे. सर्वकरदानाज्ञाकरणप्रणाम..... हा आणखी एका मोठ्या समासाचा केवळ एक भाग आहे व त्याचा अर्थ कर (देणे) आज्ञा पाळणे व प्रणाम करणे असा आहे. जरी जमातींची नावे क्वचित जुनी असली, ('यौधेय' अथवा याहूनही जुने 'आर्जुनायन') तरी ती आता असामाजिक जन अवस्थेत नसून गण अवस्थेत आली होती. अर्थात जमातीपलीकडील समाजाच्या अस्तित्वात मान्यता मिळाली होती.आपणास दिसते तोवर, त्यापैकी प्रत्येकात बाह्य आक्रमणासाठी लष्करी नेतृत्व निर्माण झाले होते. (प्लीट ५८,५९ इ.) बहुतेक सर्व (नाग धरून) जमातीत राजपद निर्माण झाले होते. स्तंभावरील लेखात ज्यांची शरणागती निर्देशिली आहे, त्या वन्य जमातीत देखील त्याकाळी राजे होते, अथवा लवकरच करण्यात आले (प्लीट २१-३१; ८१). त्यानंतर राजाचे मुख्य यश म्हणजे त्याने शेजारच्या राज्यकर्त्यांना शस्त्रबळाने मांडलिक पदापर्यंत नमविले, असे जाहीर करण्यात मानले जाऊ लागले. 'सामंत' या शब्दाचाच अर्थ पूर्वी 'शेजारी' अथवा 'शेजारचा राजा' असा होता,तो यापुढे 'उच्च मांडलिक' असा झाला. गुप्तांची सुरुवात श्रीगुप्तनामक साध्या राजापासून झाली. त्याचा मुलगा घटोत्कच याला त्याच्या वंशजांनी याहून काहीशी उच्च पदवी दिली. परंतु चंद्रगुप्त पहिला याच्या वेळेपासून ही पदवी 'चक्रवर्ती' (राजांचा राजा) अशी झाली.

पूर्वीच्या अधिकाऱ्यांनी प्रांताधिपतींनी (Satrap), राजपुत्रांनी व जमातप्रमुखांनी साचविलेल्या संपत्तीमुळे आक्रमणे होत. त्यातील लूट अत्यंत फायदेशीर होत असे. हा प्रकार अगदी मौर्यकाळाच्या अंतापासून सुरू झाला व तो १९ व्या शतकाच्या मध्यापर्यंत चालू होता. गुप्तांना सुमारे दोन शतके साधले, त्याप्रमाणे देशात एक विशाल साम्राज्य सतत सांभाळले म्हणजे केवळ आक्रमण नव्हे, तर त्याहून बरेच अधिक असे काही- उत्पादनाच्या आधाराचा विस्तार करणे- आहे. याचा अर्थ आतापर्यंत साफ न केलेल्या मुलूखात नव्या खेड्यांची वसती करणे व ह्या नव्या क्षेत्रात आकर्षक व्यापारातून प्रारंभीचा नफा मिळविणे, असा होतो. नव्या गुप्त विकासातील बंगाल हा अशा वसतीसाठी आदर्श भाग होता. त्याहून कमी सुपीक असलेल्या दखखनच्या भूमीवर कायमची शेती करणारी खेडी अस्तित्वात आली.

मात्र ह्या वसतीची प्रक्रिया मौर्यांच्या उपक्रमांहून अगदी वेगळ्या प्रकारची होती. मौर्यांच्या शासकीय उपक्रमांहून अगदी वेगळ्या प्रकारची होती. मौर्यांच्या उपक्रमाचा भर शूद्रांना जबरदस्तीने वसविणे, धातूंवर पूर्ण नियंत्रण ठेवणे, उत्पादनात व व्यापारात शासकीय सहभाग व अवाढव्य प्रमाणात चलन आवश्यक असलेली अर्थव्यवस्था या गोष्टींवर होता. आपल्या देशात उत्तम प्रतीचे सोने व गुप्तांची काही तांब्याची नाणी असली तरी या काळातील चांदीची नाणी संख्येने दुर्लक्षणीय, हिणकस प्रतीची व घडणीत पश्चिमेकडील क्षत्रपांचे अनुकरण करणारी अशी आहेत, हे लक्षात ठेवले पाहिजे. लांब अंतरामुळे, त्या काळी साफ न केलेली मुबलक जमीन तुलनेने उपलब्ध असल्यामुळे व फलसंचायक रानटी टोळ्यांना सुपीक गंगाखोऱ्यापेक्षा आपल्या नांगरटीने अत्यंत कमी पीक काढता येणाऱ्या जमिनीतून हुसकून लावणे कठीण असल्यामुळे गुप्त काळात बलप्रयोगाने वस्त्या करविता आल्या नाहीत. यातून निर्माण झालेल्या (धर्म व खाजगी व्यापाराच्या साहाय्याने चंचुप्रवेश करण्याच्या) प्रत्यक्ष प्रक्रियेत खाजगी संपत्ती व वर्गीय संरचना यांची, निर्मितीपूर्वीच्या जमातीमुलूखात जातीच्या मिषाने (झाली त्यापेक्षा) वेगळ्या प्रकारे झाली. मध्यवर्ती शासनाने स्थानिक प्रमुखातील किरकोळ भांडणे थांबवून व काही अंशी रानटी लोकांपासून संरक्षण देऊन या प्रक्रियेस हातभार लावला. शासन प्रबल असे तेव्हा त्याने एकेकट्या खेड्याच्या कुवतीपलीकडील पाणीपुरवठा, व्यापार - नियमन, व्यापार मार्गांचे नागरी संरक्षण इ. सेवा आपल्या अंकित संरजामी प्रमुखाकडून अथवा प्रांताधिपतीकडून उपलब्ध करून दिल्या. आता ज्याचा मागमूसही उरला नाही, त्या गिरनार येथील मौर्यकालीन धरणाची ज्ञात असलेली शेवटची डागडुजी, स्कंदगुप्ताने सुराष्ट्राचा प्रांताधिपती नेमलेल्या पर्णदत्ताचा मुलगा चक्रपालित याने इ.स.४५६ च्या सुमारास करविल्याचे दिसते. पर्णदत्त हे नाव नि:संशय एखाद्या पर्शियन नावाचे संस्कृतीकरण आहे. (जे चार्पेंटियर J.Charpentiar JRAS पृष्ठ ९०४-५ पहा) अशा प्रकारचे सर्वांत मोठे बांधकाम म्हणजे भोजपूर येथील भोजाने बांधलेले (मृत्युकाल इ.स.१०५५-६) एक अवाढव्य जलाशय होय. हा साधारण आकाराची, काळजीपूर्वक आखलेली दोन धरणे एकत्र करून बांधले असून त्या सरोवराचे क्षेत्रफळ अदमासे २५० चौरस मैल आहे. ज्याअर्थी याहून कमी (होरांगशहाने बांधलेले) धरण सुमारे ८७ फूट उंच व ५०० ते ७०० यार्ड लांब होते व हे मोठे धरण निदान इ.स.१८८८ पर्यंत अगदी नीट होते, त्याअर्थी आज आपल्या आधुनिक पंचवार्षिक योजनात इतके पाणी इतर कोणत्याही प्रकल्पाच्या कितीतरी कमी खर्चाने (जवळ जवळ तितकाच फायदा पदरात पाडून) पुरविणे सोपे जावे. राजा व योद्धा असलेल्या भोजाने देखील (आपल्या साहित्यसिद्धांत मौलिक कृती व समकालीन लेखकांस दिलेला आश्रय यांच्या प्रभावामुळे) संस्कृत साहित्यावर आपली छाप ठेवली आहे. त्याच्या

बरोबरच राजपुरुषांनी संस्कृत साहित्यिक असल्याची (रुद्रदामन याच्या पूर्वीच निर्माण झालेली) व गुप्त आणि हर्षाच्या कारकिर्दीत पल्लवित झालेली परंपरा ऱ्हास पावली. मात्र धारा (नगरीच्या) राज्याची वरील दोन विशाल साम्राज्यांशी तुलना करता येणे शक्य नाही. (मला जेथवर संदर्भ पाहता आला, तेथवर) त्याच्या कोणत्याही लिखाणात महसूल प्रशासनाचा, जमाबंदीचा अथवा भूमिस्वामित्वाचा एकही उल्लेख आढळत नाही.

शासनाने मौर्यांपेक्षा बरेच हलके कर धान्याच्या व वस्तूंच्या स्वरूपात चुकते करण्याच्या अटीवर खाजगी वस्ती करण्यास संरक्षण व उत्तेजन दिले असे असले तरी या भरभराटीमुळेच साम्राज्य संपुष्टात आले. बहुश: स्वयंपूर्ण खेड्यांचा विकास म्हणजेच दरडोई वस्तू उत्पादनात चिंतनीय घट होय. सातव्या प्रकरणात नमूद केल्याप्रमाणे पुरेशा विस्तृत व्यापारानिशी व रोखीत पुरेशा कर वसुलीनिशी वस्तूचे उत्पादन विशाल प्रमाणावर होत असेल, तरच इतक्या मोठ्या देशासाठी मध्यवर्ती सैन्य व अधिकारी वर्ग पोसता येतो. अत्यंत फायदेशीर असलेला नवा व्यापार कमी झाला. सातवाहनांच्या राज्यात इतके शक्तिमान असलेले संघ हळूहळू, परंतु कायमचेच नाहीसे झाले. आता महत्त्वाचा प्रश्न उरला तो असा; प्रत्येक खेड्यात विशिष्ट जातीतील तंत्रज्ञ व कारागीर यांची अपरिहार्य असलेली किमान संख्या कशी कायम ठेवावयाची? पुढे दाखविल्याप्रमाणे हा प्रश्न संघ, दासप्रथा, रोखभरणा अथवा उत्पादनाचे वस्तूत रूपांतर या कोणत्याही साधनाशिवाय सोडविण्यात आला. याचा अर्थ असा की, वस्तू स्वरूपातील कर अधिकाऱ्यांकरवी व विखुरलेल्या गुल्म पोलीस दलांकरवी अथवा सतत प्रवास करणाऱ्या न्यायालयांकरवी केवळ वसूलच होत नसे तर वाढत्या प्रमाणात फस्तही करण्यात येत असे. कारण जिच्या योगे धान्याचे (साम्राज्याच्या सेनांचे स्थायी केंद्रीकरण करणे शक्य होते, अशा) रोखीत रूपांतर करणारा व्यापारच नाहीसा झाला होता. याचे पर्यवसान केंद्रीय सेनेच्या ऱ्हासात, नव्या जमातीतून छोट्या स्थानिक राज्यकर्त्यांच्या उदयात, महत्त्वाकांक्षी सरंजामी सरदार अथवा धाडसी अधिकारी, निर्माण होण्यात झाले. करभार वसूल करणे अशक्य झाले व त्यामुळेच साम्राज्य कोसळणे अपरिहार्य होऊन त्यानंतर हे समग्र दुष्टचक्र पुन्हा सुरू झाले. व्यापारानिमित्त अथवा नोकरीनिमित्त [३] आलेले परकीय आता आक्रमक बनले. कारण शस्त्रबलाने अधिकाधिक पदरात पाडून घेणे ही दीर्घकालापासून चालत आलेली परिवर्तन प्रक्रिया आहे.

९.२ : खेड्यांची वाढ आणि रानटीपणा

ह्या दोन अर्थव्यवस्थांत एकाच वेळी दिसून येणाऱ्या परंतु परस्परविरोधी अशा दोन प्रवृत्ती होत्या; एकीकडे काही बंदरांत व राजधानीच्या शहरात भरभराट व

संपत्तीचे केंद्रीकरण येई तर दुसरीकडे मोठ्या शहरांची पीछेहाट झालेली दिसते. मध्यवर्ती व प्रांतिक दरबारात एका नव्या छानछोकीचा चमचमाट दिसून येई. सर्वोत्कृष्ट मूर्तिकला व चित्रकला- उदा. अजंठा येथील सर्वोत्कृष्ट गुहा- याच काळातील आहेत. मात्र सांची व कार्ले येथील शिल्प निर्माण करणाऱ्या अनेकविध सहकार्याची जागा आता दरबाराकडून, सरदारवर्गाकडून व अमीर – उमरावाकडून मिळणाऱ्या देणग्यांनी घेतली होती. त्यावर टीका करीत असता हे लक्षात ठेवणे अगत्याचे आहे की काही काळपर्यंत सुंदर, नवे साहित्य, त्याचप्रमाणे मूर्तिकला, चित्रकला व शिल्प (एकाचवेळी) अस्तित्वात होत्या; वरून खाली येणाऱ्या सरंजामशाहीच्या पहिल्या बहरात निर्माण झालेला समाज अधिक शांततापूर्ण व कमी शोषक तर होताच परंतु निश्चितपणे अधिक सुसंस्कृत होता. जसजशी ग्रामीण अर्थव्यवस्था आतून बदलत गेली, तसतसा ऱ्हासही अधिकाधिक होऊ लागला व ती गोष्ट ह्या विरोधात उठाव आणणारी आहे. तथापि खेड्यातील वस्त्यांच्या संख्येत मोठी भर पडत गेली, तेव्हा अभिजात संस्कृत साहित्यातील सर्वोत्कृष्ट बहर आला. कालिदास झाला ते शतकदेखील अद्याप निश्चितपणे माहीत नसले तरी तो चंद्रगुप्त दुसरा (विक्रमादित्य) याच्या दरबारी इ.स.३८० ते इ.स.४१० च्या दरम्यान झाला असावा, असे मानणे वाजवी आहे. भास त्यापूर्वी झाला असावा. भवभूती हा तिसरा नाटककार कवी काश्मीरच्या ललितादित्य मुक्तापीडाने इ.स.७३६ मधील एका वादळी स्वारीत पराभूत केलेल्या (व बहुधा मारलेल्या) कनोज येथील यशोवर्म्याच्या दरबारी असलेल्या कवींपैकी एक होता. कनोजचा हर्ष (अदमासे इ.स.६०६ ते ६४७) हा स्वतःच वरच्या दर्जाचा नाटककार होता. मात्र कलुषित बुद्धीचे टीकाकार असे सूचित करतात की, (संस्कृत गद्यातील सर्वांत श्रेष्ठ अलंकारिक लेखक जो बाण त्याच्यासारख्या) अनेक दरबारी कवींनी लिहिलेले बरेच लिखाण या सम्राटाच्या नावे प्रसिद्ध करण्यात आले. ह्या शिष्टसंमत नाटकातील स्त्रिया व सेवकांच्या तोंडी असलेली प्राकृतभाषा संस्कृतप्रमाणेच सामान्य जनतेच्या सार्वत्रिक वाक्प्रचाराहून फार दूरची व कृत्रिम वाटते. आपले इतिहासकार या युगास 'सुवर्णयुग' मानतात. कोणत्याही आधीच्या (अगर नंतरच्या देखील) राजांच्या काळापेक्षा गुप्तकाळातील सोन्याच्या नाण्यांची संख्या अधिक आहे. हे तर खरेच! असे असले तरी याच 'सुवर्णयुगात चंद्रगुप्त दुसरा याची राजधानी असलेले मगधांचे विशाल पाटणा शहर याच काळात एका खेड्याच्या स्वरूपात आकुंचन पावले. (Beal. २.८६) तथापि ग्रामीण भाग मात्र मौर्य काळाप्रमाणेच प्रगत व सुपीक राहिला. (बील २.८२) अशोकाची विशाल स्मारके लोकोत्तर रचनेची प्रतीके समजली जाऊ लागली. पाटणा आपल्या प्रगत काळी होते, तितके गुप्तांची राजधानी असलेले उज्जयिनी, जगातील सर्वश्रेष्ठ नगर कधीही नव्हते. त्यानंतरचे कनोज हे राजधानीचे शहर तर तेवढेही शानदार नव्हते. राजेलोकांनी

त्यानंतर आपली सैन्ये, अंत:पुरे व सचिवालये हा सर्व लवाजमा चालूच ठेवला [४] व जेथे जेथे म्हणून शिलकी उत्पादन होई तेथे तेथे ती सारी सामग्री फस्त केल्याशिवाय तो पोसणे अशक्य होते. दानपत्रांवरील तारखा बहुधा 'लष्करी तळावरून' (स्कंधावर) घातलेल्या असत.

हर्ष (हा पूण्यभूती नामक, बहुधा जमाती जन्मलेल्या पूर्वजाचा वंशज होता.) एकीकडे तो सूर्योपासक, महेश्वराचा (Beal १.२२२-३ ; E.I. ४.२११;७.१५८) व बुद्धाचा अनुयायी म्हणून अहिंसेचा पाइक होता. तथापि दुसरीकडे तो युद्धपिपासूही होता. त्याला बंगालात विरोध झाला, कारण तेथील नवी खेडी व सोयीची बंदरे यांचा कनोजच्या वाढत्या शक्तीवर राग असणे स्वाभाविक होते. पाटण्यासारख्या महत्त्वाच्या व्यापारी केंद्राची जी उद्‌ध्वस्त दशा झाली, तिच्याशी याचा संबंध पोहोचतो. उत्तरेकडील गुप्तांचा शेवटला वंशज (E.I. ६.१४३-४) पूर्वेचा राजा शशांक नरेंद्रगुप्त याने बंगालपासून मौखरी प्रांतापर्यंत स्वाऱ्या करीत तेथील राजाचा कपटाने वध केला. (Beal १.२१०; Har १८६) परंतु हर्षाने त्यास मागे रेटले. नावीन्यपूर्ण धार्मिक वेषांतर हे शशांकाच्या स्वारीचे एक लक्षणीय अंग आहे; त्याने बौद्ध आधार नष्ट केले व ज्याच्या सावलीत बुद्धाला पूर्णत्व प्राप्त झाले, त्या वृक्षाचीही जाळून राख केली. (Beal २.११८-१२२) यावरून धार्मिक जाणिवेच्या पातळीवर प्रथमच लढला जाणारा एक मूलभूत संघर्ष स्पष्टपणे दिसून येतो. वरून खाली येणाऱ्या सरंजामशाहीत असे वेषांतर प्रथमच दिसून येते. हर्षाच्या एका मोठ्या युद्धात पुलकेशिनकडून पराभव झाला. (Beal २.२५६ : El ६.१०) व पल्लवासारख्या आग्नेयेकडील शेजाऱ्याकडून धर्मविषयक कोणताही फायदा नसताना पुलकेशिनचा पराभव झाला. तथापि गुप्त काळाप्रमाणेच (व गुप्तांपैकी काही भागवत सांप्रदायी होते) हर्षाच्या काळीही मंदिरे, बौद्ध विहार व ब्राह्मण यांना नव्याने देणग्या मिळून ऊर्जित अवस्था आली.

ह्या धार्मिक झगड्याचा बहुधा एका गोष्टीशी संबंध असावा. ती म्हणजे शेजारच्या राज्यकर्त्यांना जिंकून मांडलिक बनविण्यासाठी सतत चाललेली युद्धे. हर्षाने सतत ३० वर्षे लढाया केल्या. (Beal 1 २१३). या काळात त्याच वृत्तांताप्रमाणे त्याच्या सैन्यात ५,००० हत्ती, ५०,००० पायदळ व २,००० घोडदळ या अवस्थेपासून तो ६०,००० युद्धमान हत्ती, १ लाख घोडदळ व त्यास साजेसेच पायदळ अशा अवस्थेपर्यंत वाढ होत गेली. इ.स.च्या ७व्या शतकाच्या सुरुवातीस ह्या अवाढव्य सैन्याच्या एका लहानशा भागास लागणाऱ्या खर्चाने कोणत्याही देशाच्या अथवा साम्राज्याच्या साधनसामग्रीवर ताण पडला असता परंतु प्रयाग येथील एका खास परिसरात हर्षाने 'आपल्या पूर्वजांचा कित्ता गिरवून' बौद्ध संघास, ब्राह्मण पुरोहितांस व गरजू याचकांस आपला खजिना वाटून देण्याचा कार्यक्रम दर ५ वर्षांनी चालूच ठेवला. "यानंतर

निरनिराळ्या देशांचे राजे सम्राटास (हर्षाला) आपली बहुमोल वस्त्रे व रत्ने अर्पण करून त्याचा खजिना (नव्याने) भरून टाकतात.'' (Beal १.२३३) ह्या विधियुक्त धार्मिक कृत्यामुळे, वरून खाली येणाऱ्या सरंजामशाहीचे विशिष्ट लक्षण असणाऱ्या पंचवार्षिक सभेतील मांडलिकीकरण झाकले जाऊ शकत नाही. बाणाने तर (हर्षचरित, प्रकरण ७, विशेषत: पृष्ठे २१२-३) खुद्द, राजाच्या मुलूखातील शाही प्रगतीमुळे निर्माण झालेली घबराट व उद्ध्वस्त स्थिती वर्णन केली आहे.

चिनी यात्रेकरू पंडिताचे दरबारात स्वागत करण्यात आले. त्याला प्रवासासाठी विशेष सवलती देण्यात आल्या व त्याने नालंदा येथील संपन्न विद्यापीठातील, देणग्यांनी समृद्ध असलेल्या निवासात राहून अध्ययन केले. अशा प्रवाशाच्या वृत्तांतातील तत्कालीन प्रगतीच्या वर्णनावरून कोणाचे काहीही मत झाले, तरी तत्कालीन समाजाच्या व वरिष्ठ वर्गाच्या दृष्टीने असमाधानकारक वाटणारा असा जीवनाचा एक भाग निश्चित होता. असे नसते तर प्रयाग येथील गंगायमुना संगमावरील अत्यंत पवित्र अशा वटवृक्षाच्या फांद्यांवरून उडी मारुन प्राणत्याग करण्याच्या प्रथेचा उलगडा कसा करता येईल? (Beal १.२३२), वयस्क लोकांपैकी कित्येकांना पवित्र गंगेच्या किनाऱ्यावर नव्हे, तर पाण्यात आपला प्राण देण्याची इच्छा का व्हावी ?

खेड्यामुळे शहरे व कामगार संघ हे नेस्तनाबूत झाले. परंतु ह्या 'सुवर्णयुगाच्या' अधिरचनेवर (Super Structure) त्यांचा (खेड्यांचा) निश्चित वैचारिक ठसा उमटला. ब्राह्मणी धर्माने मान्यता न दिलेले अनेक चमत्कारिक आचार, स्थानिक विधी व पुराणात ठासून भरलेल्या यात्रादी प्रथा ह्याच काळात प्रक्षिप्त करण्यात आल्या. मुंबई बंदराजवळील एलिफंटा बेटावरील भव्य कोरीव लेणी (यांचा काळ शिल्पपद्धतीच्या आधारावर इ.स.च्या ६ व्या शतकात असल्याचे समजले जाते, ते विवाद्य आहे.) ही पूर्णपणे नामोल्लेखशून्य असून विकसित सरंजामशाही काळात हमखास आढळणारे विशिष्ट लक्षण, जे शिलालेख ते येथे नावालाही दिसत नाहीत. ती लेणी कोरविण्यात दूरदूरच्या व्यापाऱ्यांचा काही संबंध नसावा, हे उघड आहे. ती कोणी खोदली हे प्रत्येकास ठाऊक असावे व समाजाची रचना इतकी अपरिवर्तनीय असल्याचे दिसते की, ही अनामिक शिल्पकृती, अजनूही आढळणाऱ्या अनेक अनामिक (कोरीव लेखरहित) समाधीप्रमाणे व २०० वर्षांपूर्वी बांधलेल्या देवळांप्रमाणे लोकांच्या सदैव स्मरणात राहिली. हे लक्षात ठेवले पाहिजे की, ग्रामीण संस्कृती ज्या ज्या मुलूखात पसरली, त्या त्या मुलुखात आदिवासी अन्नसंचायकांवर तिला आपला ठसा उमटवावयाचा होता. पूर्वीच्या संघांच्या व जमातींच्या जागी आता नव्या स्थानिक जाती तर उदयास आल्याच परंतु एकूण समाजधारणेचीच (Civilization) अवनती झाली. आदिम क्षत्रियांतील सतीची प्रथा (strabo 15.1.30), मूळात या प्रथेचे स्वरूप, मृत नायकाबरोबर परलोकात जाण्यासाठी त्याच्या विधवेस अथवा रखेलीस ठार मारण्याचे असावे - वरिष्ठ वर्गाची एक टूम बनली. 'सती' शब्दाचा अर्थ 'पवित्र, निष्ठावान पत्नी' असा होतो. सरहद्दीवरील एका क्षत्रियाच्या मृत्युनंतर त्याच्या विधवेने स्वसंतोषाने आत्माहुती पत्करण्याचे दृश्य पाहून ग्रीकांना धक्काच बसला होता; (Strabo 15.1.62, Diodoros 19.30.33-34) हा (सतीचा) प्रकार मौर्यांना ठाऊक नव्हता व जातकातही त्याचा निर्देश नाही. गुप्तकालाच्या किंचित आधी पूर्णपणे पुनर्रचना झालेल्या महाभारतावरून रानटी सती प्रथेत अनुकूल बदल झालेले दिसतात. मनात ठसण्यासारखे ह्या विधीला सार्वत्रिक आचाराचे स्वरूप केव्हाही आले नव्हते. उच्च घराण्यातील आत्मदहनास तयार नसणाऱ्या विधवा स्त्रीस दयनीय जीवन कंठावे लागे. एकंदरीत उच्चवर्णीय विधवांची अशीच स्थिती होती. भिक्षुणीची व्रतस्थता धार्मिक मुंडनात व तांबड्या भडक व (नंतर वरिष्ठ वर्गीय- विशेषत: ब्राह्मणी-वैधव्य जीवनात) श्वेतवर्णीय वस्त्रात प्रतिबिंबित झाली होती. सतीची उदाहरणे अगदी अपवादादाखल असली तरी त्यामुळे सरंजामशाही सरदार वर्गाची इभ्रत वाढत असे. इ.स.५१०-११ च्या एराण येथील एका स्मारकावरून (फ्लीट २०) असे दिसते की, गोपराज नामक सैन्याधिकाऱ्याच्या पत्नीने पतीच्या मरणानंतर सतीचा मार्ग पत्करला. हर्षाची आई यशोमती हिने तर आपल्या पतीच्या नजीक येऊन ठेपलेल्या मृत्यूच्या अपेक्षेनेच इ.स.६०४ च्या सुमारास हा भयानक मार्ग स्वीकारला. हर्षाची विधवा झालेली बहीण राज्यश्री पतीच्या चितेवर चढत असता तिच्या भावाने तिची सुटका केली (व तिला परावृत्त केले). मौखरी सरदारांकडून झालेल्या औपचारिक निवडणुकीनंतर ही दोघे (बहीण भावंडे) एकदमच गृहवर्म्याच्या सिंहासनावर आली. याच्या उलट एकाही गुप्तवंशीय राणीने सती म्हणून आत्मयज्ञाचा मार्ग स्वीकारल्याचा कोणताही पुरावा अगर कथा नाही. चंद्रगुप्त दुसरा याची विधवा कन्या प्रभावती गुप्त बराच काळ आपल्या वाकाटक वंशीय पुत्रांपैकी एकाची पालक होती. नंतरच्या सरंजामी कालखंडाहून अधिक प्राचीन नसलेल्या सतीच्या स्मारकशिला खेड्यातून अद्याप सन्मानिल्या जातात.

खालच्या पातळीवर गुन्हे व त्याबाबतच्या शिक्षा यांचे प्रमाण कमी असले तरी साक्षीकारांना दिव्यें करावी लागत. या दिव्यांच्या विकासावर ग्रामीण जीवनाचा ठसा उमटलेला दिसून येतो. छान्दोग्य उपनिषदात (६.१६) संशयित चोरासाठी तप्त लोहाचे दिव्य सांगितले आहे. अर्थशास्त्रात मात्र त्याचा एकदाही उल्लेख नाही. मनुस्मृतीत त्याबाबत केवळ दोन श्लोक आहेत. (मनु ८.११४-५) याज्ञवल्क्य व नारदस्मृतीत अशा दिव्यांचे बरेच अधिक तपशीलवार वर्णन (उकळते तेल, तापवून

लाल केलेली परशूची पाती, नांगराचे फाळ इ. सह) केले आहे. आपल्या दुसऱ्या प्रकरणात, हे दिव्य आजतागायत पारधी जमातीत सत्यकथनासाठी नव्हे, तर जमाती दैवतांच्या संमतीचे गमक म्हणून कसे टिकून राहिले आहेत, हे दाखविले आहे. शेवटी अर्थशास्त्रात (४.१०) नरमांसाच्या विक्रीसाठी मृत्युदंड सांगितला आहे, हे लक्षात ठेवले पाहिजे. हर्षाच्या पित्यास एका प्राणघातक आजारापासून वाचविण्यासाठी जादूटोण्याचा प्रकार म्हणून काही दरबाऱ्यांनी आपले स्वत:चे मांस कापून विकण्याचा वृथा प्रयास केल्याचा हर्षचरित्रात उल्लेख आहे. (हर्ष १५३; शिवाय १९९, २२४) भवभूतीच्या 'मालतीमाधवा' वरून जादूटोण्यासाठी नरमांस विकण्याची प्रथा आढळून येते. (५.१२) व तिचा (KSS २५.१८३, १८७ इ) मध्ये वारंवार उल्लेख आला आहे. इ.स.च्या ९ व्या शतकाच्या मध्याच्या सुमारास दीर्घकाळ राज्य केलेला अमोघवर्ष–पहिला हा आपल्या वंशाच्या भरभराटीचा उच्चबिंदू मानला जातो. परंतु 'वीर नारायण' ह्या पवित्र पदवीने भूषित असलेल्या ह्या राजाला अभिमान कशाचा वाटला असेल, तर तो आपल्या प्रजाजनास कोणत्यातरी अनिर्दिष्ट संकटापासून सोडविण्यासाठी (बहुधा कोल्हापूरच्या) लक्ष्मीमंदिरात आपल्या हाताचे बोट कापून अर्पण केल्याचा (E.I. १८.२५५) पुढील शतकापासून तर काहीसे उद्धट गांग राजे या मंदिरातील मुख्य प्रतिमेसमोर अर्पण करण्यासाठी आहुती म्हणून आपली स्वत:ची शिरेच कापून ठेवू लागले. अशा प्रकारे या सुवर्णयुगातील समाज पुन्हा एकदा आदिम अवस्थेकडे झुकला व आदिम समाजास नांगर धरण्यास भाग पाडणाऱ्या ब्राह्मणी वर्चस्वाविरुद्ध आदिम समाजाची ही एक प्रकारे प्रतिक्रियाच म्हणावी लागेल.

९.३ : गुप्त व हर्षकालीन भारत

ह्युएन त्संगने सातव्या शतकाच्या उत्तरार्धातील हर्षकालीन उत्तरभारताचे वर्णन केले आहे. (Beal १.७५–८८) इ.स.४०० च्या सुमारास फाहियानने केलेल्या वर्णनापेक्षा त्यात कोणताही मूलभूत फरक नाही (Beal.XXX VII-XXX VIII). ज्याप्रमाणे १००० वर्षापूर्वी मेगॅस्थेनिसच्या (भारतात गुलामगिरी नाही, अशा अर्थाच्या) वर्णनात ग्रीकांचा दृष्टिकोन लक्षात घ्यावा लागतो, तसेच वरील दोन्ही बाबतीत भारतातील सरंजामशाही लक्षात घेऊ न शकलेल्या चिनी यात्रेकरूंच्या दृष्टिकोनाचेही आहे. नाठाळ साथीदारांची अथवा आरोपींची तपासणी करताना

भारतात त्यांचे हाल केले जात नाहीत.* व किरकोळ शिक्षा दिल्या जातात. ह्यामुळे जसा हा चिनी प्रवासी थक्क झाला, तसाच तो एकंदरीत सामान्यत: प्रामाणिक, शांतताप्रिय, कायदे पाळणारा, दयाळू, आतिथ्यशील जनतेतील काही अपवादात्मक बाबीत करण्यात येणाऱ्या दिव्यामुळे प्रभावित झाला. त्याकाळी देखील उत्तर भारतातील कांदे, लसूण व काही विशिष्ट प्रकारचे मांस (उदा. बैलाचे डोक्याकडील मांस) खाण्यावरील निर्बंध आजतागायत अमलात आहेत. शहरातील तसेच खेड्यातील ˣ घाणेरड्या, वेड्यावाकड्या गल्ल्या, त्यांच्या दोहोंबाजूस असलेली दुकाने, भिंतीबाहेर राहणाऱ्या अस्पृश्यांनी डावीकडूनच जाण्याबद्दलचा निर्बंध एकूण जनतेच्या सदसद्विवेकयुक्त, विधिप्रिय, वैयक्तिक स्वच्छतेच्या विरोधात त्याला उठून दिसले. (त्याकाळी भारतात) शिवणकाम फारच थोडे असे, हर्षचरितामध्ये वर्णिलेले वेष सामान्य लोकांसाठी नसून काही निवडक व्यक्तींसाठी होते. जेवताना लोक चमच्यांचा अथवा काड्यांचा (Chopsticks) उपयोग न करता बोटांचाच उपयोग करीत. प्रांतिक इतिवृत्ते विशेष प्रकारच्या निळ्या कागदांच्या गुंडाळ्यावर लिहिली जात. प्रत्यक्ष राज्यकर्ते (पूर्वीचे पौरजनपद) क्षत्रिय उमराव होते परंतु जातिव्यवस्था आधीच अत्यंत गुंतागुंतीची होऊन बसली होती.

''सरकारी प्रशासन उदात्त तत्त्वांवर आधारलेले असल्यामुळे ते अमलात आणणे सोपे आहे. कुटुंबाची पटावर नोंद करण्यात येत नाही व लोकांकडून बिगार (वेठ) घेतली जात नाही. खाजगी शाही निधी (demesnes) चार प्रमुख भागात विभागला

---

* (जे.जे.मेयरसारखे विद्वान अर्थशास्त्रानुसार (४०८) आरोपींच्या तपासणीत त्याचे हाल करणे विहित होते असे मानतात. मला असे वाटते की पूरक शिक्षा म्हणून सांगितल्या आहेत. रोख दंडाचे येथे 'कर्म' शब्दाचा अर्थ, ज्यांचा (गंभीर) गुन्हा संशयातीत होता अशा नाठाळ अपराध्यांना आणखी शिक्षा देण्याचा आहे. ती कबुली घेण्यासाठी अवलंबिलेली पद्धत नसून शिक्षेचा एक भाग आहे. अर्थशास्त्रात इतरत्र अवयवछेदन अथवा कान उघाडणी (Chastisement) ह्या रोख दंडासाठी पर्यायी अथवा पूरक शिक्षा म्हणून सांगितल्या आहेत. रोख दंडाचे (Chastisement) प्रमाण अपराध्यांच्या गुलामगिरीवरुन ठरविण्यात येई. उदा. नगरात अथवा किल्ल्यात परवानगीविना घुसणाऱ्या, अथवा भिंतीत भोक पाडून माल पळविणाऱ्या दरोडेखोरास त्याच्या टाचेतील शिरा कापण्याची अथवा त्यास टांगून ठेवण्याची शिक्षा सांगितली असून तिला पर्यायी शिक्षा म्हणून २०० पणांचा दंड सांगितला आहे)

ˣ (अर्थशास्त्रीय परंपरेनुसार ही खेडी मोठी – १०० ते १५० कुटुंबे असलेली– होती. येथे त्यांना भोवती कोट असलेली शहरेच म्हटले आहे.)

असून पहिला भाग राज्याची कामे करण्यासाठी व यज्ञीय दानासाठी, दुसरा भाग राज्याच्या मंत्र्यांना व प्रमुख अधिकाऱ्यांना देणग्या देण्यासाठी आहे; तिसरा भाग लोकोत्तर योग्यतेच्या व्यक्तींना पारितोषिके देण्यासाठी आहे व चवथा भाग, ज्यायोगे पुण्यक्षेत्रे जोपासली जातील, अशा धार्मिक संस्थांना दान देण्यासाठी आहे. अशा प्रकारे लोकांवरील करांचे ओझे हलके असून त्यांच्याकडून घेतली जाणारी वैयक्तिक सेवा माफक आहे. प्रत्येक जण आपले ऐहिक सर्वस्व (संपत्ती) शांततेने बाळगू शकतो व सर्वजण उपजीविकेसाठी भूमीची लागवड करतात. शाही जमिनीची लागवड करणारे, उत्पन्नाचा   करभार म्हणून देतात. व्यापारात गुंतलेले दुकानदार आपापले व्यवहार करताना मुक्तपणे संचार करतात. नदीमार्ग व रस्ते नाममात्र डोईपट्टी घेऊन सर्वांना खुले आहेत. सार्वजनिक बांधकामास आवश्यकता असेल तेव्हा श्रम सक्तीने घेतले गेले तरी त्यांना मुशाहिरा मिळतो व हा बरोबर केलेल्या कामाच्या प्रमाणात असतो..... सैन्य सीमांचे रक्षण करते अथवा कायदे मोडणारास शासन करते. सेवेच्या गरजेनुसार सैनिकांची सक्तीने भरती केली जाते. त्यांना निश्चित मुशाहिरा कबूल केला जातो व त्यांची भरती सार्वजनिकरीत्या होते. प्रांताधिपती, मंत्री, न्यायाधीश व अधिकारी यांना प्रत्येकी वैयक्तिक गुजराण होण्यासाठी जमिनी नेमून दिल्या आहेत. जमिनीची लागवड करताना ते ज्यांचे कर्तव्य आहे, असे लोक पेरणी, कापणी करतात, जमिनी नांगरून तिच्यातील तण काढून टाकतात व ऋतुमानानुसार पेरणी करतात व मेहनत केल्यानंतर काही काळ विश्रांती घेतात. जमिनीतील पिकांपैकी तांदूळ व धान्ये अत्यंत मुबलक आहेत.... संमित्र वर्ग व जन्माने नीच असलेले, ह्यांच्या जीवनात खाण्यापिण्यात इतरांच्या मानाने काही फरक नाही. फक्त ते वापरीत असलेल्या भांड्यांच्या किमतीत व घडईत बराच फरक असतो..... व्यापारी देवघेवीत ते वस्तुविनिमय करतात कारण त्यांच्याजवळ सोन्याचांदीची नाणी नसतात. (Beal १.८७-८८)..... राज्याची कामे करावयाची असल्यास तो (हर्ष) सतत जाणाऱ्या येणाऱ्या संदेशवाहकांची नियुक्ती करी. शहरवासीयांच्या वागणुकीत काही गैर दिसून आल्यास तो थेट त्यांच्या मध्ये जाई. तेथे आपल्या मुक्कामात एका तयार असलेल्या इमारतीस निवास करी. तीन महिन्याने अत्यंत पाऊस असल्यामुळे तो असा प्रवास करू शकत नसे. आपल्या प्रवासी महालात तो सर्व धर्मांच्या अनुयायांसाठी उत्तमोत्तम मांसाचा सतत पुरवठा करी. त्यात बुद्ध भिक्षु हजार असले तर ब्राह्मण पाचशे असत.'' (Beal १.२१५)

अशोककालीन व मनुस्मृतीतील अर्थव्यवस्थांबाबत टिकून राहिलेली उपलब्ध अर्थशास्त्रीय सामग्री लक्षणीय आहे. (जमीनदारांचे वर्चस्व असलेल्या चीनप्रमाणे) येथेही सरंजामशाही बळावली तसा राज्यकर्त्यांच्या व लोकांच्या स्वरूपातही फरक पडला. नंतरच्या काळातील खालून वर येणाऱ्या सरंजामशाहीत छोट्या व्यापाऱ्याची अनेक निर्बंधांमुळे व कायद्यांमुळे पिळवणूक झाली. 'शेतकरी आपल्या हंगामी

मेहनतीनंतर काही काळ विश्रांती घेत असे' या विधानाचा अर्थ असा की, जमीनदाराचा जुलूम अथवा दासप्रथा नसलेला स्वतंत्र शेतकरीवर्ग अस्तित्वात होता. नाणी नसल्यामुळे वस्तुविनिमयात्मक व्यापार होण्याचा जो निर्देश आहे त्यावरून बद्ध (Closed) ग्रामीण अर्थव्यवस्थेचा अनिष्ट फैलाव झाल्याचे सूचित होते. मौर्य व क्षत्रपकालीन चांदीच्या नाण्यांचे प्रचंड साठे व बंगालातील संपन्न व्यापारी बंदरे ताब्यात ठेवणाऱ्या नरेंद्र गुप्त शशांकासारख्या गुप्त राजांची भारी सुवर्णनाणी यांच्या तुलनेने हर्षाची कोणतीही नाणी इतिहासास ज्ञात नाहीत. (अर्थात हलक्या किमतीच्या व वादग्रस्त दर्जाच्या दोन नाण्यांचा ह्याला अपवाद आहे.) व्यक्तिशासित, केंद्रीकृत व विशाल असे शेवटचे साम्राज्य हर्षाचेच होते. त्यानंतरची राज्ये लहान होत गेली व तत्त्वात नसले तरी व्यवहारात सरंजामी जमीनदारांचा वर्ग संख्येने, शक्तीने व महत्त्वाने वाढत जाऊन राजा व प्रजा ह्यांच्यामधील मुख्य थर बनला व राज्याचा वस्तुनिष्ठ, मूलभूत वर्ग होऊन बसला. (ह्या काळानंतरच्या सरंजामशाहीतील शेतकऱ्यांवरील नियंत्रणे वाढतच गेली. मग ती जमिनीवरील चढत्या-वाढत्या भाड्यामुळे, करामुळे व जमिनीच्या नापिकीमुळे असोत की सरदारांनी वापरलेल्या वेठबिगार प्रथेमुळे असोत की जुलमाने असोत. खरे पाहिले तर ही दोन्हीही एकाच मूळ कारणाची प्रतीके आहेत. नंतर कठोर सरंजामी न्यायाधीश आपल्या तावडीत सापडलेल्या लोकांवर अपरिहार्यतेने कोरडे ओढू लागले व त्यांचा छळ करू लागले. ज्यांचे मुख्य कार्य लोकांकडून जास्तीत जास्त कर उकळणे, पण वरिष्ठ सत्तेकडे त्यापैकी कमीत कमी भरणा करणे, हे होते. (अशा लोकांच्या हाती जमिनीवरील नियंत्रण अधिकाधिक प्रमाणात एकवटू लागले) एकूण जमिनीपैकी प्रत्यक्ष शाही अमलाखालील जमिनीचे काय प्रमाण होते व उरलेल्या जमिनीवरील जमीनमालकीचे अथवा भाडेपट्टीचे कोणकोणते प्रकार होते, हे ह्युएन त्संग आपणास सांगत नाही. हर्षाच्या प्रवासी महालाचे व त्याच्या प्रचंड लवाजम्याचे वर्णन खुद्द त्याचा दरबारी कवी बाण याने केले आहे. (हर्षचरित ५८-७०; २०७-२१३) ह्या चिनी प्रवाशाने हर्षाच्या नाट्यशास्त्रविषयक कर्तबगारीचा, तसेच संस्कृत साहित्यास हर्षाने दिलेल्या उदार आश्रयाचा उल्लेख केला नाही. (त्यानंतरचा चिनी यात्रेकरू ई त्सिंग याने मात्र तो केला आहे.) हा गुप्तकालीन प्रथेचाच कुशाण व क्षत्रपांखाली काहीसा झाकाळलेला- नवीन विकास आहे. आता क्षत्रिय दरबाऱ्यांचा एक वरिष्ठ वर्ग उदयास आला होता व त्याच्याच कृपेने त्यांच्यासाठी अन्न व चैनीच्या वस्तू निर्माण करणाऱ्यांपासून दुरावलेले कृत्रिम भाषा व शैलीदार साहित्य निर्माण करणारा ब्राह्मण वर्ग पुढे आला असल्यामुळे अशा आश्रयाची गरज होती.

भारतीय शाळांतील क्रमिक पुस्तके आता, आज सगळेच जण राष्ट्रवादावरील श्रद्धेचा पुनरुच्चार करीत आहेत. या राष्ट्रवादाच्या पुनरुज्जीवनाबद्दल भारतीय शाळांतील क्रमिक पुस्तके गुप्त सम्राटांना श्रेय देतात. प्रत्यक्षात मात्र अस्तित्वात असलेल्या

'सुवर्णयुगातील' कोणत्याही दरबारी नाटकात अथवा इतर साहित्यात गुप्तांचा प्रत्यक्ष निर्देश [५] नाही. कालिदासाच्या 'मालविकाग्निमित्रा'चा संबंध शुंगाशी आहे; विशाखदत्ताच्या 'मुद्राराक्षसा'त चाणक्याने चंद्रगुप्ताला मगध सिंहासनावर स्थिरपद करण्यासाठी योजिलेल्या कौशल्ययुक्त कटाचे वर्णन आहे, असे मानतात. समकालीन साधनांपैकी फक्त पुराणात सुरुवातीच्या गुप्तांचा उल्लेख असून त्यांची तर क्षुद्र राजांबरोबरच अधिक्षेपाने गणना केली आहे. ''गंगातीर, प्रयाग (अलाहाबाद), साकेत (फैजाबाद) व मगध ह्या साऱ्या जिल्ह्यांवर (जनपदांवर) गुप्त वंशातील राजांचे राज्य लिहिले. हे सर्व राजे समकालीन रानटी (म्लेंच्छप्राय), असद्वर्तनी (अधार्मिक), अप्रमाणिक (खोटारडे), क्षुद्र वृत्तीचे व अत्यंत कोपिष्ट असतील.'' ह्या वंशाचे नाव प्रत्येक राजाच्या वैयक्तिक नावाच्या 'गुप्त' या अंतिम पदापासून आलेले आहे व त्यावरून ह्या वंशास गोत्र, जमात अथवा जात ह्याबाबत कोणताही सन्मान्य आधार नाही. नंतर वारंवार घडून आले,[६] त्याप्रमाणे ब्राह्मणांना द्रव्य देऊन एखाद्या राजवंशाचा शोध लावण्याची कल्पना त्यावेळी अस्तित्वात आलेली दिसत नाही. पहिला गुप्त सम्राट (इ.स.३१९-२०) चंद्रगुप्त पहिला ह्याने कुमारदेवी नामक लिच्छवी राजकन्येशी विवाह केला होता. त्याने तिच्या समवेत मुद्रा असलेली नाणी पाडली. एवढेच नव्हे, तर त्याचा मुलगा महान विजेता समुद्रगुप्त याला आपल्या मातृवंशाचा अभिमान वाटे. समुद्रगुप्ताचा मुलगा चंद्रगुप्त दुसरा (देवगुप्त) हा 'विक्रमादित्य' (व 'साहसांक' इ. अनेक पदाबरोबरच) हे महत्पद अंगीकारणारा व कदाचित त्या वंशातील सर्वांत संपन्न असा राजा असून त्याने 'कुबेरनागा' नामक नागकन्येशी विवाह केला. परंतु त्याचा पिता समुद्रगुप्त ह्याने सर्व नाग राजांचा उच्छेद केला होता व उरलेल्या नागात व रानटी टोळ्यांत, लवकरच नामशेष झालेली राजकुटुंबे सोडल्यास फारच थोडा फरक होता. ह्या दांपत्यास झालेली कन्या प्रभावती गुप्ता हिचे निकटच्या वाकाटक राजाशी (हे एक जमाती नाव असून त्याचे 'पाकोटक' असेही पर्यायी नाव होते.) लग्न झाले. तो राजकीय विवाहाच्या मालिकेतील आणखी एक नमुना होता. ह्या उत्तरोक्त घराण्याविषयी पहिला ज्ञात लेख एका साध्यासुध्या वाकाटक गृहस्थाच्या (गृहपती) हातचा असून त्याने ख्रि.पू.१५० च्या सुमारास अमरावती येथील बौद्ध धर्मस्थानास देणगी दिली होती. (EI १५.२६१-२६८) पहिला वाकाटक नृपती विध्यंशक्ती हा गुप्तांच्या आधी झाला होता. गुप्तवंशीय राजांवर जमाती अगर जातीय प्रथांचे कोणतेही बंधन नव्हते व त्यामुळे करभार वसूल करण्यासाठी त्यांनी एक धंदेवाईक सैन्यच उभारले होते; हे यांच्या सत्ताप्रसाराचे प्राथमिक रहस्य होते. काही कालानंतर राजकीय कारणासाठी तसेच उमरावकीचा शिक्का मिळविण्यासाठी त्यांनी भिन्नवर्णीय वैवाहिक युती घडवून आणल्या. उदा- लिच्छवी [७] हे काही ब्राह्मणांकडून हीनवर्णीय व जवळजवळ समाजबाह्य मानले जात असे (MS १०.२२); बौद्ध व जैन

प्रथांनुसार त्यांनी आपले उच्च स्थान टिकवून धरले होते. लिच्छवींचे राजकीय व लष्करी महत्त्व अशोककालापूर्वीच नाहीसे झाले होते. विशाखदत्ताचा 'देवी चंद्रगुप्त' ह्या अनुपलव्य नाटकातील काही उताऱ्यात व राजशेखराच्या 'काव्यमीमांसे'तील नवव्या प्रकरणातील एका श्लोकात अशा रोमांचकारी साहसाचा निर्देश आहे की एका गुप्त राजपुत्राने वेषांतर करून राणी असलेल्या आपल्या वडील भावजयीला ओलिस ठेवून घेणाऱ्या 'खश' (की 'शक?') प्रमुखास ठार मारले. त्यानंतर त्याने (राजपुत्राने) त्या विधवा राणीशी लग्न केले. तिचे नाव 'ध्रुवदेवी' अथवा 'ध्रुवस्वामिनी' असे दिले आहे. चंद्रगुप्त दुसरा याची आणखी एक राणी व कुमारगुप्ताची आई (फ्लीट १०,१२,१३) हिचे नावही ध्रुवदेवीच होते, हे लक्षणीय आहे. हा कुमारगुप्त आपल्या पित्यानंतर सिंहासनावर आला व त्यानंतर सुप्रसिद्ध सैनिक विजेता स्कंदगुप्त हा अधिकारावर आला. ह्या नाटकातील प्रक्षिप्त वृत्तांतात काही तथ्य असावे. कारण आपल्या स्वतःच्या भावास ठार करून त्याच्याच विधवेशी लग्न करणाऱ्या गुप्ताबाबत निंदापूर्ण निर्देश नंतरच्या दानपत्रातून (Chartus) आढळतात (EI ७-३८; १८.२४८). गुप्तांची मुख्य प्रशस्ती त्यांनी स्वतःच कोरविलेल्या लेखातून मुख्यत्वे आढळते व १९व्या शतकापासून पुढे प्रिन्सेप सारख्या युरोपीय विद्वानांनी त्या लेखाचा उलगडा करीपर्यंत ते लेख सुमारे हजार वर्षे विस्मृतीत बुडून गेले होते. अगदी सम्राटांची नावे देखील समाजाच्या स्मृतिपटलावरून पुसली गेली होती. एकदा त्यांचे वाचन, प्रकाशन व भाषांतर झाल्यानंतर ह्या लेखांवर उद्योन्मुख मध्यमवर्गीय भारतीयांनी अधाशीपणे झडप घातली, ती 'भारतास इतिहास नाही, फक्त एकामागून एक विदेशी आक्रमकांनी त्यास सतत जिंकून घेतले, हाच त्याचा इतिहास' ह्या ब्रिटिश घोषणेचे सडेतोड खंडन करण्यासाठी. अशा प्रकारे गुप्तांनी राष्ट्रवादाचे पुनरुज्जीवन करण्यापेक्षा राष्ट्रवादाने मात्र गुप्तांचे पुनरुज्जीवन केले.

९.४ : धर्म व ग्रामीण वसतींचा उदय

ह्या कालापासून ते जवळजवळ आधुनिक कालापर्यंत हजारो भूदानाचे ताम्रपट टिकून राहिले आहेत. नवव्या शतकापर्यंत ह्या देणग्या मंदिरांना (अथवा फाहियानच्या म्हणण्याप्रमाणे आधी बौद्ध विहारांना) दिलेल्या आहेत. परंतु याहूनही अधिक प्रसंगी कोणत्याही देवळांशी संबंध नसलेल्या ब्राह्मणांना त्या दिलेल्या आहेत. त्यानंतरही ब्राह्मणांना दिलेल्या भरघोस देणग्या चालूच राहतात व ह्या औदार्याचे कारण म्हणजे दात्याला त्याच्या आईबापांना पुण्य मिळविण्याची व कीर्तीत, तसेच विजयात भर घालण्याची इच्छा असते. मात्र यावरून निर्मितीच्या आधाराचे एक प्रमुख उद्दिष्ट झाकोळले जाते. हा नूतन ब्राह्मण म्हणजे हिंसेची यंत्रणा कमी करण्यास शासनाचा एक अपरिहार्य भाग बनला होता; त्याने उपदेशिलेल्या (कायद्यापुढील) शरणागतीमुळे

एकूण शासकीय खर्चात बरीच बचत होऊ लागली. आपण विचार करीत आहोत, त्या काळी ब्राह्मणाचे आणखीही महत्त्व होते : तो जंगली मुलूखात प्रथम शिरणारा व नांगरटीयुक्त ग्रामीण संस्कृतीत होणाऱ्या परिवर्तनाचे प्रमुख साधन होता. त्याच्या पंचांग ज्ञानाबद्दल यापूर्वी चर्चा येऊन गेली आहेच. त्याखेरीज त्याला बी - बियाणे, पिके, गुरांची पैदास (गाय केवळ पवित्रच नव्हे, तर एक उपयुक्त पशू होती.) ह्या सर्व गोष्टींचे ज्ञान असे व त्यांची माहिती नांगराचा उपयोग करण्यापूर्वी आवश्यक होती. राजाच्या निमंत्रणावरून देशांतर करून दुरून येणाऱ्या अशा ब्राह्मणाला दूरच्या बाजारपेठांची व विनिमयार्थ उपयोगी पडणाऱ्या पिकांच्या महत्त्वाची माहिती असे. जेथे सैन्यांनासुद्धा कष्टाने प्रवेश करता येई व त्याचा तादृश उपयोगही नसे, अशा जमाती जंगलातही त्याला प्रवेश होता. एक शांतताप्रिय जादूगार वैदू म्हणून त्याला स्थान होतेच, पण त्याच्या पूजापाठाचा व जीवनरहाटीचा वन्य जमातीवर सहज प्रभाव पडे. व्यापाऱ्यांना देखील पुरोहित म्हणून त्याची मदत लागे. बौद्ध भिक्षूंनी आपले स्वत:चे असे वेगळे पूजापाठ तंत्र वाढविण्याचे बुद्ध्याच टाळले होते. त्यामुळे ब्राह्मण व बौद्ध एकसमयावच्छेदेकरून जवळजवळ नांदत. हर्षासारखा एखादा राजा हिंदू अथवा बौद्ध होता असा निरर्थक युक्तिवाद म्हणजे एक मोठाच विनोद आहे. कारण हर्षाला 'हिंदू', शब्दाचा अर्थच समजणे शक्य नव्हते. 'नागानंदा' सारखे बौद्ध नाटक, गौरीसारख्या देवतेस अर्पण करण्यात त्याला कोणतीही अडचण भासली नाही. त्याने व त्याच्या पूर्वजांनी इतर अनेक उच्च-नीच पदस्थ राजांप्रमाणे चातुर्वर्ण्य व्यवस्थेबद्दलच्या श्रद्धेवर जोर दिला होता. (ह्यांपैकी कित्येक राजांची पातळी जमातीप्रमुखांहून फारतर एखादीच पायरी वरची असेल) व त्याची वंशशुद्धीही संशयास्पद होती. ह्याचा मुख्य अर्थ असा की, उत्पादनाच्या काहीशा प्राथमिक अवस्थेत एक वर्गीय संरचना सांभाळून ठेवण्यात आली; प्रत्यक्ष परिणामाच्या दृष्टीने दक्षिणेत मूळच्या तथाकथित चार वैदिक वर्णांपैकी ब्राह्मण व शूद्र ऐवढेच दोन विकास पावले.

सातव्या शतकात झालेला ह्यूएनत्संग भारतीय बौद्धधर्माविषयी असे लिहितो: ''विनय (लिपु), संवाद (लुन), सूत्रे (राजे) हे ग्रंथ सारखेच बौद्धधर्मी आहेत. जो कोणी ह्यांपैकी कोणत्याही एका प्रकारचे ग्रंथ पूर्णपणे समजावून सांगू शकेल, त्याला कर्मदानाच्या नियंत्रणापासून सूट मिळते. जर त्याला दोन प्रकारचे ग्रंथ समजावून सांगता आले, तर त्याला त्याखेरीज एक वरच्या दर्जाचे पद (कुटी) प्राप्त होते; ज्याला वरील तिन्ही प्रकारचे ग्रंथ समजावून सांगता येतात, त्याच्या दिमती विविध आज्ञाधारक सेवक मिळतात. जो चारही प्रकारचे ग्रंथ समजावून सांगू शकतो, त्याला उपासक (निष्ठावान, ऐहिक अनुयायी (devote lay followers) सेवक म्हणून मिळतात. ज्याला पाच प्रकारचे ग्रंथ समजावून सांगता येतात, त्याला आपल्याभोवती

लवाजमा (Surrounding escort) बाळगण्याची मुभा आहे. एखाद्या माणसाची कीर्ती अत्युच्च पदापर्यंत पोहोचली; म्हणजे तो वेळोवेळी चर्चेसाठी (धर्म) सभा बोलावितो....... अशा सभेत एखाद्याने परिष्कृत भाषा, सूक्ष्म संशोधन, गंभीर चिंतन व कठोर तर्कशास्त्र ह्याबाबत लौकिक मिळविला, तर त्याला मौल्यवान दागिन्यांनी अलंकारिलेल्या हत्तीवर बसवून लवाजम्यानिशी धर्ममंदिराच्या मुख्य प्रवेशद्वारापर्यंत मिरवीत नेतात. परंतु याच्या उलट एखादा सदस्य युक्तिवादात कोलमडून पडला अथवा त्याने अशिष्ट व ग्राम्य शब्द वापरले, तर्कशास्त्रीय नियमांचा भंग केला व तदनुसार भाषा वापरली तर मात्र त्याच्या चेहेऱ्यावर तांबडे, पांढरे पट्टे ओढून व त्याच्या शरीरावर घाण व धूळ उडवून नंतर त्याला एखाद्या निर्जन जागी उचलून नेतात अथवा खड्ड्यात टाकून देतात (Bill १.८१)...... सिंधू नदीच्या काठी कित्येक हजारो मैल (ली) पसरलेल्या सपाट, दलदलीच्या भूमीवर लाखो कुटुंबे वसली आहेत. ती भावनाशून्य व शीघ्रकोपी असून रक्तपातास चटावलेली आहेत. केवळ गुरे पाळूनच ती आपली उपजीविका करतात. त्यांना स्त्री अथवा पुरुष मालक नाहीत. त्यांच्यात गरीब – श्रीमंत नाहीत. ते आपल्या मस्तकांचे मंडन करून भिक्षूंची काषायवस्त्रे परिधान करतात व बाह्यत: त्यांच्यासारखे दिसले तरी सामान्य सांसारिक जीवनक्रमात गुरफटलेले आहेत. आपल्या संकुचित दृष्टिकोनात चिकटून राहून ते महायाना (great vehicle) वर टीका करतात. परंतु ते संन्यस्त वेष परिधान करीत असले, तरी जीवनात कोणतेही नीतिनियम पाळीत नाहीत व त्यांची मुले व नातवंडे आपल्या धार्मिक व्यवसायाशी सुतराम संबंध नसलेले संसारी जीवन जगत राहतात.'' (Beal २.२७३)

वरील उतारा अत्यंत महत्त्वाचा आहे, कारण इंद्राने मुक्त केलेल्या नदीतीरावरील आर्यांचे अद्याप पशुपालक व जमाती असलेले वंशज काम करीत असत, हे त्यावरून दिसून येते. त्यांचे वेष म्हणजे एक बौद्ध धर्मीय प्रतीक होते की त्यापूर्वीच स्वीकारण्यात आल्यामुळे पूर्वेकडील आर्यांबाबत बौद्धाने स्वीकारलेल्या पर्यायावर त्यांचा परिणाम झाला, हे स्पष्ट होत नाही. कदाचित पूर्वोक्त पर्याय खरा असेल. बौद्ध धर्माचा हळूहळू लामा पंथात कसा विकास झाला, अथवा त्याचा फायदा उठविणाऱ्या व्यवसायनिष्ठ लोकांनी त्याचा एक धार्मिक खेळ म्हणून उपयोग करून घेतला, हे त्यावरून दिसून येते. एखाद्या सुविख्यात भिक्षूच्या नावे अथवा त्याच्या संसारी अनुयायांच्या नावे असलेल्या देणग्यांबाबतच्या कोरीव लेखांवरून ह्यास दुजोरा मिळतो. त्या काळच्या पुतळ्यांवरून (मूल्यवान रत्नजडित मुकूट घातलेल्या व तशाच मूल्यवान सिंहासनावर अधिष्ठित झालेल्या) सामान्य मानवी प्राण्याच्या मानाने उत्तुंग अशा विशाल बोधिसत्त्वाच्या मालिकेसह ओढणाऱ्या अजिंठा येथील समकालीन लेण्यांवरून मूळ संस्थापकाच्या वृत्तीपासून, कृतीपासून व उपदेशापासून हा धर्म किती दूर गेला होता,

हे दिसून येते. ह्या चिनी प्रवाशाने दिलेली सुप्रतिष्ठित संघारामांच्या गटांची न संपणारी यादी नालंदा येथे राहणाऱ्या पंडिताच्या अगर अध्यापकाच्या साधनसामग्रीचे तपशीलवार वर्णन, यावरून द्रव्यार्जनाचा बौद्ध संघावर कसा परिणाम झाला होता, हे दिसून येते. (नंतरच्या काळातील मंदिरांच्या मालमत्तेप्रमाणेच) विहाराच्या मालमत्तेचे प्रशासन एकेकट्या कुटुंबाची फायदेशीर मिरास होऊ लागली होती. नियंत्रण, सुरक्षितता व सातत्य यांची (सिलोनप्रमाणे) आता हमी मिळाली होती. फक्त एखाद्या धाकट्या मुलाचे मुंडन करून त्याला योग्य वेळी बौद्धमठप्रमुख म्हणून निवडून आणले, म्हणजे झाले. असा प्रश्न मंदिराबाबत उत्पन्न होत नसे. कारण त्यातील पुरोहितांनी ब्रह्मचर्यांचे अथवा दारिद्र्याचे व्रत घेतलेले नसे व व्यापारी कुटुंबाच्या साहाय्याने का होईना, त्यांना (अशा धार्मिक मालमत्तेवर) वंशपरंपरेने प्रत्यक्ष नियंत्रण ठेवता येत असे. आता संघाचे अस्तित्व वरिष्ठ वर्गावर अवलंबून होते व ह्या वरिष्ठ वर्गास पोसण्यासाठी देखील सामान्य जनतेशी आवश्यक असलेला किमान संपर्क देखील नाहीसा झाला होता. आता बुद्धाच्या दाताच्या अवशेषाचे प्रदर्शन सुवर्णनाण्याचे प्रवेशमूल्य लावून भरविण्यात येई. (Beal १.२२२) साहजिकच आता अमुक एक मूर्ती भूमीत अदृश्य झाली (Beal २.११६), त्याअर्थी धर्माचा अंत जवळ आला, अशी भविष्ये वर्तविण्यात येऊ लागली (बील. १.२३७) श्रद्धेने अंध न झालेल्या आधुनिक दृष्टीस मात्र हे स्पष्ट दिसून आले असते की, संपत्ती व अंधश्रद्धेच्या चिखलात पूर्णपणे बुडून मुळात धर्मच दृष्टिआड होऊ लागला होता. हर्षाच्या विशाल संघारामास आग लावून (बील १.२२०-२१) त्याच्या खूनाचा यत्न करण्यात आला. याचे मूळ कारण आर्थिक असून त्यावर धर्माचा मुलामा चढविला होता व अशी भांडणे यानंतर अशाच अवगुंठित स्वरूपात होऊ लागली. ह्या प्रकाराचा उलगडा त्याकाळच्या ऐषारामी जीवनामुळे होऊ शकतो.

आता हळूहळू उदयास येऊ लागलेल्या मध्यम प्रतीच्या जमीनदारवर्गास ब्राह्मणी धर्म त्याच्या नवोदित वरिष्ठ जातीसह एकंदरीत अधिक सोयीस्कर वाटू लागला. वैदिक यज्ञांचा त्याग केल्यानंतर, अफाट पसरलेल्या व अनुत्पादक भिक्षू प्रतिष्ठानापेक्षा धर्मकृत्याचा येणारा खर्च कमी होता व धर्मविधीवर त्याची एकाधिकारी पकड असल्यामुळे शासनाचे जोडसाधन म्हणून त्याचा जास्त चांगला उपयोग होणार होता. भिक्षूच्या तुलनेने ब्राह्मणाला शांततापूर्ण मार्गाने व अधिक कार्यक्षमतेने जमातींचे जातीत रूपांतर करता येत असे. विशाल लष्करी अतिकेंद्रीकृत परंतु व्यक्तिशासित साम्राज्यांची अवनती झाल्यानंतर बौद्ध धर्माचा ऱ्हास अटळ होता. कारण हे दोन्ही- साम्राज्य व बौद्धधर्म- आता आर्थिकदृष्ट्या परवडणारे नव्हते. अशोकाप्रमाणे धर्म एखाद्या हर्षाला आता युद्धापासून शांतिमार्गाकडे प्रवृत्त करू शकला नसता. सामाजिक कार्य व वर्गीय सेवा या दृष्टीने विशाल भिक्षुमठ एखाद्या अफाट केंद्रीय सैन्याप्रमाणे

झाले होते. ही दोन्हीही अतिखर्चिक, व प्रत्यही वाढणाऱ्या स्वयंपूर्ण खेड्यांच्या प्रगतीसाठी अनावश्यक होती. स्थानिक वस्तुविनिमयामुळे रोखीची जागा आता बहुतांशी व्यापाराने घेतली होती. आदिमी बौद्ध धर्माच्या सामाजिक लक्षणांना आता सार्वत्रिक मान्यता मिळालेली होती व त्यामुळे आता सांस्कृतिक प्रभाव टिकून होता व त्यातून काही नाहीसे झाले असेलच, तर ते मुळातच कधीही योग्य रीतीने ग्रहण करण्यात आले नव्हते: ते असे की, ज्याप्रमाणे गाण्यासाठी आवाजाला अथवा धंद्यातील कुशलतेसाठी हाताला व डोळ्यांना वळण द्यावे लागते, त्याप्रमाणे व्यक्तीने बुद्धच्या चांगल्या, पवित्र सामाजिक विचाराकडे आपले मन प्रयत्नाने वळविले पाहिजे. वैयक्तिक आरोग्यासाठी शरीराची अथवा उत्पादन सातत्यासाठी शेताची, तशीच मनाची योग्य मशागत समाजाच्या निरामय जीवनासाठी आवश्यक आहे.

दोन क्षत्रिय व्यापाऱ्यांनी उत्तरप्रदेशातील बुलंद शहर (फ्लीट १६) जिल्ह्यात एक सूर्यमंदिर स्थापन केले. त्याला एका ब्राह्मणाने इ.स.४६–६६ मध्ये एक नंदादीप अर्पण केला, हे वस्तुत: ब्राह्मण व क्षत्रिय यांच्या वैध, जातीय प्रथांच्या अगदी विरुद्ध आहे. गौतमीपुत्रासारखा लढाऊ राज्यकर्ता 'आपण एकमेव ब्राह्मण असल्याचा' दावा करतो, तेव्हा जातीला काय अर्थ उरतो? त्याच काळातील एक शातकर्णी रुद्रदामनसारख्या परकीय शकाच्या मुलीशी विवाह करतो. आपल्या पित्याप्रमाणे ही राजकन्या, सगळ्या शातवाहनास येत नसेल, इतके संस्कृतातील प्रावीण्य प्रकट करते (ल्यूडर्स ९९४, कान्हेरी येथील लेख). असे असले तरी वासिष्ठीपुत्र पुळुआयी हा 'जातींचा संकर नष्ट केल्याचा' दावा करतो. अन्नसंचायक आटविक जमातींचे प्रमुख व्यापारी अगर अतिप्रगत सैन्यात भाडोत्री सैनिक म्हणून लढून आपल्या जमाती संपत्तीत भर टाकीत व ह्या लाभांशाचे आपल्या वैयक्तिक मिळकतीत रूपांतर करण्यासाठी काही उपाय योजीत. कोणत्या ना कोणत्या प्रकारे आपल्या इतर जमातींच्या मानाने त्यांना स्वत:चे प्रस्थ वाढवावे लागे व ह्या कामी त्यांच्या (अज्ञात) पूर्वजांचा पुराणातरी शोध लावण्यास अथवा एखाद्या प्राचीन ग्रंथात त्यांची नावे प्रक्षिप्त करण्यास ब्राह्मणांची मदत होई. हिरण्यगर्भासारखे पुराणांतरी ' वर्णिलेले समारंभ अशा प्रमुखांनी प्रत्यक्ष साजरे केले होते. (EI २७.८.९; १७.३२८; IA १९.९ व त्यापुढे) अशा समारंभात पुरोहित ह्या महत्त्वाकांक्षी उमेदवाराला (गर्भाशयाचे प्रतीक असलेल्या) एका सुवर्णपात्रात प्रवेश मिळवून देई. त्यानंतर गर्भिणी स्त्रीने करावयाच्या विधीचा पाठ करून जन्मकालीन मंत्रांचा उच्चार करण्यात येई व त्यानंतर तो राजा आपल्या अवघडलेल्या स्थितीहून बाहेर येऊन आपल्या पुनर्जन्माबद्दल पुरोहितास अनेक शब्द उच्चारून धन्यवाद देई. त्यामुळे त्याला उच्च ज्ञातीचा लाभ होई व त्यावर उपकार करणाऱ्या ब्राह्मणाला आपल्या दक्षिणेचा एक भाग म्हणून ते सुवर्णपात्र मिळे. अधिक नियमित व मुबलक अन्नपुरवठा करणाऱ्या पद्धती अवलंबिणाऱ्यांच्या

मानाने नांगरणीने शेत करण्याच्या दशेप्रत परिवर्तन न झालेल्या जमातींची अथवा त्यांच्या भागांची फार कमी वेगाने वाढ झाली. असे असले तरी शेतकऱ्यांच्या अगर कारागिरांच्या जातीस देण्यात आलेले नाव मात्र शेजारच्या मुलूखातील अन्नसंचायक जमातीचेच होते. या परिवर्तनात जमातीसमाजाची वैशिष्ट्ये कायम ठेवण्यात आली. उदा- आपसात लग्न करण्याचा निर्बंध मात्र आता 'राजा' बनलेल्या व आपल्या पूर्वीच्या समान बंधनाहून वेगळा पडलेल्या प्रमुखास हे निर्बंध लागू नसत. आता रोटीनिर्बंध (commensal tabu) याचा मात्र 'कनिष्ठ जातींपैकी कोणीही शिजविलेले अन्न सेवन न करणे' असा झाला. याच प्रक्रियेत काही जमाती पुरोहितांचेही ब्राह्मणात रूपांतर झाले. इतरांशी संबंध नसलेली जमात आता एका बऱ्याच विशाल समाजाचा अंश बनवण्याच्या मूलभूत परिवर्तन प्रक्रियेशी हे सुसंगत होते.

बाहेरून आलेले ब्राह्मण अनेकवेळा आपल्या स्त्रिया बरोबर आणीत नसत. त्यामुळे त्यांचे विवाह स्थानिक रहिवाशांशी होत. अशा आंतरजातीय विवाहाच्या सात पिढ्यांनंतर शूद्राचा ब्राह्मण होतो; अशा स्मृतिवचनाचे हे रहस्य आहे (मनुस्मृति १०.६४-६५). नेपाळातील समग्र 'जैशिया' जात मलबारातील नायरांप्रमाणेच अशा नियमित ब्राह्मण संपर्कामुळे विकास पावली आहे. परंतु त्याबरोबरच ब्राह्मणी सिद्धान्तानुसार तिचे स्वरूप स्वैराचारी मानण्यात आले आहे. बंगालातील लोकनाथासारखे राजे आपला उगम ब्राह्मण व शूद्र स्त्रियांपासून झाल्याचे जाहीर करण्यात शरम मानीत नाही (EI १५.३०१ व त्यापुढे). १८ वन्य राज्यांवर (आधुनिक अठरागढ) (फ्लीट २५) राज्य करणाऱ्या 'हस्ती' व संक्षोभ'ह्या राजांचा नृपती परिव्राजक (राजसंन्यासी) वंश सुशर्मा हे नि:संशय ब्राह्मणाचे नाव असलेल्या एका संन्याशापासून वाढलेले होते. याचे एकमेव स्पष्टीकरण असे की, संन्यस्त जीवनापेक्षा जमाती स्त्रीशी लग्न करणे सुशर्म्याला अधिक श्रेयस्कर वाटले. इंडोचायनातील चंपा हे प्राचीन राज्य अशाच प्रकारे एका भारतीय उच्चवर्णीय साहसी कौंडिण्याने स्थापन केले व आपल्या श्रेष्ठ धनुर्विद्या नैपुण्याने स्थानिक आदिवासींना शरण आणून व त्यांच्या संपन्न राजवंशाची स्थापना केली. वन्य जमातीतील लोक अनेक वेळी मातेमार्फतच आपली कुलपरंपरा चालत आल्याचे मानीत. कारण त्यामुळे खेडी व त्यासमवेत आलेली अपरिवर्तनीय जातिव्यवस्था पक्की होईपर्यंत अशा एकीकरणास मदत होई.

९.५ : जमीनविषयक संपत्तीची संकल्पना

वाकाटक नृपती दुसरा प्रवरसेन याने आपल्या कारकिर्दीच्या १८व्या वर्षी दिलेल्या भूमिदानपत्रातील अटींचा उल्लेख करणे येथे उपयुक्त ठरेल. ही देणगी एका खेड्याच्या स्वरूपात असून १००० ब्राह्मणांना सामूहिकरीत्या दिली होती व त्यापैकी संभवत: कुटुंबप्रमुख असलेल्या ४९ जणांचा नावाने तीत निर्देश आहे. (फ्लीट ५५):

"आता आम्ही चारही वेद जाणणाऱ्यांच्या जातीस, पूर्वीच्या राजांनी दाखवून दिल्याप्रमाणे (या खेड्याचा) योग्य अशा प्रकारचा निश्चित भोगवटा प्रदान करीत आहोत. अर्थात, या खेड्याने कर द्यावयाचे नाहीत; त्यात नियमित सैनिक तुकड्यांनी अथवा वरिष्ठ अधिकाऱ्यांनी प्रवेश करावयाचा नाही ; (मात्र याबरोबरच) उत्पादन प्रक्रियेत उपयोगी पडणाऱ्या गाई व बैलांवर, फुले व दूध यांच्या उत्पादनावर, कुरणे, कातडी, कोळसा, खाणी व ओले मीठ यावर या भोगवट्यामुळे त्या ज्ञातीचा हक्क राहणार नाही. बिगारींच्या सर्व निर्बंधापासून हे (खेडे) मुक्त राहील. भूमिगत संपत्तीबाबत (treasure - trove) त्यास सर्व हक्क राहतील व दानपत्राची ही अट ब्राह्मणांनी तसेच (भावी) जमीनदारांनी पाळावी; अर्थात ही देणगी जोपर्यंत सूर्यचंद्र राहतील, तोपर्यंत टिकून राहील. मात्र त्यांनी (ब्राह्मणांनी) यानंतरच्या राजांच्या कारकिर्दीत राज्याविरुद्ध अगर त्यातील कोणत्याही भागाविरुद्ध द्रोह करता कामा नये; ते (निवासी) ब्रह्मघातकी, चोर, व्यभिचारी, राजास विषप्रयोग करणारे अथवा अशाच प्रकारचे नसावेत. त्यांनी युद्ध पुकारू नये; व इतर खेड्यांत अन्याय करू नये. तथापि ते ह्याविरुद्ध वर्तन करतील अगर अशा वर्तनास संमती देतील, तर मात्र ही भूमी हिरावून घेतल्यास राजास अपहाराचा दोष लागणार नाही."

ह्या अटी नेहमीहून निराळ्या नसल्या तरी त्यांचे स्पष्ट विधान नवलाईचे आहे. हे खेडे ब्राह्मणांनी आधीच व्यापले होते व आता कर न देता ते लागवडीस आणू लागले परंतु त्यांना त्यापूर्वीच्या जमीनधारकांहून अधिक हक्क नव्हते. कारण त्यांचे (पूर्वीच्या जमीनधारकांचे अर्थात शेती न करणाऱ्या पशुपालकांचे) हक्क काळजीपूर्वक सुरक्षित ठेवण्यात आले होते. ह्या खेड्याने शांतता पाळावयाची होती. कधीही शस्त्रे धारण करायची नव्हती अथवा इतर खेड्यांवर आक्रमण करावयाचे नव्हते. अशी नि:शस्त्रीकृत खेडी ही अशा वसतिकरणाचा नेहमीचा प्रकार होता व ब्राह्मणांना देणग्या हे केवळ सुरुवाताचे कारण होते. शाही सैन्याकडून अधिकाऱ्यांकडून अगर नगररक्षकांकडून होणाऱ्या प्रवेशापासून सूट हे अशा सर्व देणग्यातील खरेखुरे वरदान होते. खेड्यांच्या मूळच्या अशा असाहाय्यतेमुळेच अशा कोणत्याही व्यक्तीला त्यांच्यावर जुलूम करणे सोपे जात असे. बंदुकांच्या उपयोगाच्या काळापूर्वी अगदी सामान्य शेतकऱ्यांची अवजारेदेखील चांगल्या शस्त्राप्रमाणे काम देत व जुलूम फार झाल्यास राजाच्या सैन्यास प्रतिकार करणे (खेडुतास) नेहमी शक्य असे, असा सकृत्दर्शनी साधा, सरळ वाटणारा युक्तिवाद करण्यात येतो. परंतु ह्या दानपत्रावरून तो फोल ठरतो. अशा युक्तिवादात खेड्यांचे परस्परविलगीकरण, खेडुतांना शस्त्रे पुरविण्याबाबत जातीचा व राज्याचा प्रतिकूल प्रभाव खेडुतास नाकारलेले व गुल्म सैनिकास उपलब्ध असलेले खास प्रशिक्षण ह्या गोष्टींची मुळीच दखल घेतलेली नाही. थोडासा बलप्रयोग करून अधिकारी व पोलीस अगदी आजतागायत जवळजवळ कोणत्याही भारतीय खेड्यावर झोटिंगशाही गाजवू शकतात.

इतर भूमिदानपत्रे ओसाड मुलूखात तुकड्यातुकड्याने वसतीचा कसा विकास करण्यात आला, हे दाखवितात. सहाव्या शतकातील दामोदरपूर दानपत्रात (Plates) (EI १५.११३-१४५) राज्यसंस्थेकडून जमीनी विकत घेतल्याने दिसून येतात. तीच गोष्ट फरीदपूर येथील दानपत्रांची आहे. (IA १९१०,१९३-२१६). तथापि पूर्वग्रहदूषित नसलेल्या कोणालाही ह्या दोहोवरून ते स्पष्ट होईल. दोन्ही प्रकारच्या दानपत्रांत पुण्यसंपादनार्थ ब्राह्मणास दान करू इच्छिणाऱ्या व्यापाऱ्यांनी स्थानिक अधिकाऱ्याकडे अर्ज केला होता. मोजणीदार जमिनीचे तुकडे (मोजून) पाडीत असता- हे तुकडे नेहमी लागवडीखाली नसलेल्या व कर न लादलेल्या ओसाड जमिनीतील असत - जमाबंदी अधिकारी व वयस्क रहिवासी तेथे हजर असत. त्यानंतर तो जमिनीचा तुकडा देणगीदारांनी 'राजाच्या सहाव्या भागाचे' पैसे चुकते केल्यानंतर एखाद्या ब्राह्मणास (अगर मंदिरास) देण्यात येई. यात जी गोष्ट विकत घेण्यात आली होती, ती प्रत्यक्ष जमीन नसून कर न भरता सतत लागवड करण्याचा हक्क हीच होती व असा कर सामान्यत: उत्पादनाच्या   असे. अशा दानपत्रातून बंगालातील ग्रामीण वस्त्यातील समृद्ध व्यापार व द्रुतगतीने होणारा विस्तार सहज दिसून येतो.

स्थानिक जमीनधारणेच्या अटी प्रत्येक ठिकाणी वेगवेगळ्या असत. शक्यतो जुन्या परंपरा नेहमीच मानण्यात येत. एका दानपत्रानुसार (फ्लीट ८०) एक खेडे रहिवाशांसह- हे बहुधा विशेष वर्गाचे शूद्र असावेत- कोणत्यातरी समितीच्या संमतीने मंदिराच्या पुरोहितास दान करण्यात आले. महाराज महासामंत समुद्रसेन याची ही घोटाळ्यात टाकणारी देणगी सातव्या शतकातील पंजाबमधील आहे; इतरत्र असे देणगीदाखल दिलेले लोक जिंकलेले आदिवासी असत. परंतु (कधीकधी) ग्रामीण कामगारांचे देखील असे 'दान' केले जाई. (JBORS २.४२३, ४०७, ४१५; EI १५.१ व पुढे ३६३) काही दानपत्रांत वैयक्तिक जमिनीचे तुकडेही दिलेले आहेत. जसजसा काळ लोटत गेला, तसतसा ह्या देणग्या अधिकाधिक घसघशीत होऊ लागल्या. तथापि एका लक्षणात मात्र फरक पडला नाही. असे समग्र खेडे प्राप्त झालेल्यांना जास्तीत जास्त काही गवसले असेल, तर ते म्हणजे सामान्यत: राज्यसंस्थेचा जो काही हक्क असेल, तेवढेच म्हणजे पूर्वप्रथेनुसार ते कर वसूल करू लागले. ह्या करापैकी कोणताही भाग राज्यसंस्थेस अगर तिच्या कोणत्याही अधिकाऱ्यास द्यावयाचा नसला तरी दान घेणाऱ्यालाही अशा कोणत्याही करात वाढ करण्याचा हक्क नव्हता, जमिनीवर व तीतील गुरांवर कोणताही मिळकतीचा हक्क (Property right) नव्हता. राज्याच्या भूमिस्वामित्वाचा अर्थशास्त्रीय सिद्धांत टिकून राहिला. परंतु त्याचा अर्थ मात्र इतकाच उरला की, राज्यसंस्थेने लागवडीखालील जमिनीवरील करांवर हक्क सांगावयाचा, तर त्यात वस्ती करणाऱ्यांच्या एकूण हक्कांची हमी दिली पाहिजे. शिवाय काही अंशी जमीन

करणाऱ्यावरील जुलूम जातिसंस्थेमुळे मर्यादित राहात असे. त्याचे जातभाई मुळात त्याच जमातीतून आलेले असल्यामुळे प्रसंग पडल्यास त्याच्या बाजूने उभे ठाकत. अशा स्थायिक जातीचे अधिकारक्षेत्र एकेकट्या खेड्याहून अधिक व्यापक असे. 'हर्षचरिता' वरून व दामोदरपूरच्या वेळोवेळीच्या दानपत्रांवरून अधिकाधिक वरिष्ठ अधिकाऱ्यांच्या नेमणुका झाल्याचे आढळून येते. अर्थात वेळ गेला, तसतशी वरून येणारी सरंजामशाही अधिकाधिक वजनदार होऊ लागली. हर्षाच्या कारकिर्दीच्या पंचविसाव्या वर्षातील एका दानपत्रातील पुढील उताऱ्यावरून एक सामान्य प्रक्रिया समजण्यास मदत होते.

''(हे दानपत्र) नावा, हत्ती, घोडे यांनी समृद्ध अशा कपित्थिंका नामक खेड्यातील विशाल शाही लष्करी तळावरून (देण्यात येत आहे.) महेश्वराचा भक्त हर्ष, श्रावस्तीभुक्तीमधील कुंडधानी विषयातील सोमकुंड नामक खेड्यात जन्मलेल्या मांडलिकांप्रत व अधिकाऱ्यांपर्यंत (महासामंत, महाराज, दौसाध्यसाधनिक प्रमातार, राजस्थानीय, कुमारामात्य उपरिक, विषयपती, नियमित व जादा साहाय्यक सैनिक, राज्यातील सेवक व इतर) व तेथे राहणाऱ्या लोकांप्रत ही आज्ञा आहे.

''हे तुम्हा सर्वांस विदित होवो ! ह्या खेड्यावरील ब्रामरत्थ्य ब्राह्मणाचा भोगवट्याचा अधिकार एका खोट्या सहीच्या दानपत्राच्या आधारावर होता. हे निश्चित समजल्यावरून मी त्याचा (ताम्रपत्राचा) भंग करीत आहे व (ते खेडे) त्याच्यापासून हिरावून घेत आहे व (माझ्या दिवंगत आई-वडिलांच्या व वडीलभावांच्या पुण्यसंपादनार्थ भूमिच्छिद्र (ओसाड जमिनीच्या) प्रथेनुसार ते आता देणगी दाखल अग्रहार म्हणून उपयोगी पडण्यासाठी भट्ट शिवस्वामी व भट्टवातस्वामी या ब्राह्मणांना देत आहे..... ह्या दानपत्राची मर्यादा त्या (खेड्याच्या) योग्य सीमेपर्यंत राहील व ते त्याच्या उद्रंगासहित (करासहित), राजवंशाने दावा सांगितला असता, त्या सर्व उत्पन्नासहित, परंतु कोणत्याही निर्बंधापासून मुक्त असे दिलेले आहे. या जिल्ह्यातून बाहेर काढलेल्या तुकड्याप्रमाणे हे समजण्यात यावे. हे वंशपरंपरेने (त्या ब्राह्मणांच्या) मुलांना, मुलांच्या मुलांना व त्याचप्रमाणे चंद्र, सूर्य व पृथ्वी राहतील, तोपर्यंत दिलेले आहे.

हे जाणून तुम्ही या दानपत्रास मान्यता द्यावी. तेथील रहिवासी नागरिकांनी माझ्या आज्ञेनुसार फक्त या दोघांना (ब्राह्मणांना) उत्पन्नाचा नेमका सहावा हिस्सा जमिनींवरील कर (भोगकर), रोखकर व इतर मिळावयाचे कर द्यावेत व (राज्याने दावा कला असता) त्या सेवा त्याजप्रत द्याव्यात.... या दानपत्राचा दूतक हा महाप्रमातार, महासामंत, श्रीस्कंदगुप्त आहे व कागदपत्रांच्या दप्तरांचा (अक्षपटल) वरिष्ठ अधिकारी सामंत महाराज ईश्वरगुप्त आहे. '' (EI ७.१५५-६०)

हे सरंजामी अधिकरी स्वतःच आता बहुशः पहिल्यांदाच, 'बडे राजे', अगर 'शेजारचे राजे' होते. असे असले तरी त्यांपैकी कोणालाही आपल्याच अधिकारात

अशी देणगी देण्याचा अधिकार नव्हता व (अशा देणगीसाठी) त्यांच्या संमतीची गरजही नव्हती. वस्तुतः फारतर एखाद्या लहान शेताहून अधिक काहीदेखील न देणाऱ्या दानपत्रावर राजाची सही (राजमुद्रा) नित्याची होऊन बसली होती. राजाच्या लष्करी तळासमवेत त्याचा दरबार, सचिवालय इ.सगळेच फिरतीवर जात असत. स्वतःला शिवाचा निःस्सीम अनुयायी म्हणविणारा एक बौद्ध सम्राट ही देणगी ब्राह्मणास देत होता. होता होता अशा देणग्या इतक्या आकर्षक बनल्या की त्यांचे खोटे दस्तऐवज बनू लागले. आतापर्यंत प्रकाशात आलेल्या ताम्रपटात असे खोट्या दस्तऐवजांचे प्रकार प्रत्यक्षपणे उघडकीस आले आहेत. साहसी ब्राह्मण दानपत्रात आपल्या नफ्याकरिता प्रत्यक्ष खोटे बदल करण्यासाठी आपल्या संस्कृत ज्ञानाचा उपयोग करू शकत व कधीकधी प्रत्यक्ष करीत. एखाद्या नवीन राजवंशाचा शोध लावण्यापेक्षा अथवा एखादे खोटे पुराण रचण्यापेक्षा हे त्वरित करता येण्यासारखे होते व ते उघडकीस आले तरी त्याबाबत शिक्षा होत नसे. एखाद्या समकालीन एरियनला देखील आता 'कोणीही भारतीय कधीही खोटे बोलल्याचे विदित नाही', असे विधान करणे कठीणच गेले असते.

तपशिलांचा हा एक जंजाळच आहे; तथापि तो समजण्यासाठी खालील काही विचार उपयुक्त ठरतील. आधुनिक मध्यमवर्गीय दृष्टिकोनातून पाहिल्यास विकण्याचा व विकत घेण्याचा हक्क नसेल, तर जमिनीवरील खाजगी (मालमत्तेच्या) हक्कास अर्थच राहात नाही. एकतर प्रत्यक्ष जमीन कसणाऱ्यांपैकी बरेच लोक जमाती अवस्थेतून उदयास आलेले होते व त्या अवस्थेत जमीन म्हणजे केवळ भूमी (उत्पन्नाचे साधन नव्हे) होती परंतु आदिम जाळण्या, धोपटण्याच्या लागवडीच्या पद्धतीमुळे जमीन नांगरून गुरांच्या खताने सुपीक करण्याची अवस्था येईपर्यंत वैयक्तिक जमिनीच्या तुकड्यांचा काही उपयोग नव्हता. दुसरे असे की, केवळ लागवडीच्या हक्काच्या अर्थाने का होईना, जमीनधारक असणे, हा एक विशेषाधिकार तर होताच, परंतु समाजाच्या सदस्यत्वाचा पुरावाही होता. सामान्यतः जातीच्या स्वरूपात असलेल्या शेतकऱ्याच्या उपगटातून हकालपट्टी झाल्याशिवाय जमीन पूर्णपणे हातची गेली, असे सहसा होत नसे. तिसरे असे की, ग्रामीण समाज उपयुक्त वस्तू जवळजवळ मुळीच उत्पादन करीत नसे. लावगडीसाठी साफ न केलेली ओसाड अथवा निमओसाड जमीन अद्याप उपलब्ध होती. त्यामुळे ती विकत घेणाराही नसे. जमीन धारणाच्या अटी फक्त एवढ्याच होत्या की, राजास ठरलेले कर द्यावेत व पूर्वीच्या संभवतः ग्रामपंचायतीस नाममात्र प्रवेश फी द्यावी व नवे वस्ती करणारे आपला स्वतःचाच वेगळा समाज बनवू शकले तर त्याचीही गरज असे. सामान्यतः मोगल कालखंडाच्या अखेरीपर्यंत स्थानिक किरकोळ बदल सोडले तर ही स्थिती चालू होती.

ह्या दानपत्रात बहुधा सर्वस्वी ब्राह्मणास दिलेल्या देणग्यांबाबतच्या खास अटींचा निर्देश असतो. अशा दानपत्रात 'कर्षतः कर्षयतः' हे शब्द (अक्षरशः त्याने स्वतः

(जमीन) कसावी अथवा दुसऱ्यांकडून कसवून घ्यावी.) संरजामशाही मालमत्ता अथवा जमीनदारी निर्माण झाल्याचे दर्शवित नाहीत. अर्थात सामान्यत: ब्राह्मणाकडून आपल्या जातीमुळे, तसेच पौराहित्य कृत्यामुळे प्रत्यक्ष लागवड करणे होत नसे. तथापि ब्राह्मणास एकदा जमीन दिली, की ती सतत करमुक्त रहावयाची, त्यामुळे इतर कोणीही ती लागवडीस आणणे, म्हणजे दानपत्रात निर्देशिल्याप्रमाणे करात सूट दिल्याखेरीज, कायदेशीररीत्या कर चुकविणेच होते. या अटीवरून व त्यांच्या नंतरच्या अवशेषांवरून जमिनीवरील सर्वसाधारण हक्कांचे अनुमान करता येते. खेड्यातील झोपड्यांभोवती एक कुंपण असे व त्याच्या सभोवती चरण्यासाठी प्रशस्त कुरणे असत. त्यापलीकडे पहिल्या वस्तीतील अन्नउत्पादन करणाऱ्या जमिनी असत. ह्यांची मालकी सामाईक असे व त्यावरील करदेखील सामाईक असत. ह्या आधीपासूनच्या लागवडीखालील जमिनीत कोणाचा एखाद्या जमीन तुकड्यावर अगर शेतीवर हक्क असलाच, तर तो खऱ्या मालकांनी म्हणजे एकूण खेड्याचे प्रतिनिधिक असलेल्या ग्रामपरिषदेने (Village council) प्रत्यक्ष लागवड करणाऱ्या इसमास व तो, ती लागवड करीत असेपर्यंतच मुद्दाम बहाल केलेला असे. ह्या (सामाईक) जमिनीपलीकडे असलेली ओसाड जमीन देखील परिषदेकडून अथवा राजाकडून एखादे शेत अगर मळा लागवडीखाली आणण्याकरिता साफ करू इच्छिणाऱ्या एखाद्या व्यक्तीस- मग ती व्यक्ती ब्राह्मण असो अगर नसो- बहाल केला जाऊ शके. अशी देणगी, तो तिच्यावरील कर देत असेपर्यंत व अर्थात तिची लागवड करीत असेपर्यंत चालू राही. अर्थात वर निर्देशिलेली दुर्मीळ सूट त्याला मिळाली असल्यास भाग वेगळानंतर मजुरांचा पुरवठा वाढू लागला व एक नवी वाढती बाजारपेठ दृष्टिपथात आली, तसतसा हा ब्राह्मणी, अप्रत्यक्ष लागवडीचा प्रकार एका जमीनदारी, इतकेच नव्हे तर सरंजामी संपत्ती निर्माण करण्याचा एक आदर्श नमुना बनला; मात्र त्यास अपवाद एवढाच की, अशी संपत्ती प्राप्त झालेल्याकडून काही कर व सेवा मिळण्याचा राज्यसंस्था दावा करीत राहिली.

९.६ : मयूरशर्म्याची पश्चिम किनारपट्टीची जमाबंदी

मागील काही विभागांत सामान्यत: वर्णिलेली गुप्तकालीन व त्यानंतरच्या कालखंडातील जमीनधारणेची प्रक्रिया सुदैवाने कागदपत्रांनी, पुराविज्ञानाने व क्षेत्रीय संशोधनाने विशद करता येण्यासारखी आहे. याचे एक प्रादेशिक उदाहरण तपशीलवार निवेदन करण्यासारखे आहे. त्यामुळे या विकासातील पूर्वापार विकासातील अनुक्रम ऐतिहासिक संदर्भात स्पष्ट करता येईल. कदंब वृक्ष (Nauclea Cadamba अथवा अधिक रीतसर Anthocephalus cadamba) भारतातील बहुतेक भागात, विशेषत: उष्ण विभागात आपल्या ठसठशीत नारिंगी फुलामुळे सर्वांस ठाऊक आहेत. त्याची

खाण्यायोग्य असलेली फळे आता बहुतांशी देशी औषधांसाठी वापरण्यात येतात. Anthocephalus ला halicripriya म्हणजे 'शेतकऱ्यांचा आवडता' अथवा 'हरि (विष्णु) चा आवडता असेही नाव आहे. पश्चिम भारतातील'[९] गावडे व इतर जमातींकडून गोत्रप्रतीक म्हणून तो अद्याप पूजिला जातो.

तथापि दक्षिण दख्खनमध्ये व कोकणात[१०] कदंब हे एका राजवंशाचे नाव म्हणून इतिहासात ठाऊक आहे. त्याचा संस्थापक मयूरशर्मन् हा (नेहमीचे पंडिती वाद बाजूस ठेवले, तर) इ.स.च्या चौथ्या शतकाच्या अखेरीस झाला, असे मानतात. त्याचा एकमेव ज्ञात पुरालेख[११] म्हैसूर संस्थानातील चितळ द्रुगच्या पश्चिमेस चंद्रवल्ली येथे प्राकृतात आहे: "हे तळे त्रेकूट, आभीर, पल्लव, परियात्रिक, शकरथा(न), सायिदक पुणाट, मोक्री यांचे पारिपत्य करणाऱ्या कदंबाच्या मयूरशर्म्याने निर्माण केले." हे तळे अद्याप अस्तित्वात आहे. मात्र ह्या लेखाचा खरेपणा, यथार्थ वाचन व अर्थ लावणे, याबाबत वाद माजले आहेत. एका अनामिक परंतु बऱ्याच प्राचीन कदंबाने दिलेल्या मलवल्ली येथील दानपत्रात (EP carn ७. SK २६४ हा मूळ लेखही प्राकृतात असून त्याच्या अखेरचे संक्षिप्त आशीर्वचन संस्कृतात आहे.) एका ब्राह्मणाला मलपळी देव ह्या स्थानिक देवतेच्या सेवेसाठी दिलेल्या अनेक खेड्यांचा निर्देश आहे. ही खेडी पल्लव वंशातील पूर्वेकडील राजा शिवस्कंदवर्मा याने पूर्वी दिली होती. हा वंश (पल्लव) जरी autochthonous आदिवासी असला तरी ब्राह्मणी नाव धारण करीत असे. उदा- मानव्यसगोत्र, हारितिपुत्र, शिवस्कंदवर्मन् मामल्लपुरम् (महाबलिपूरम्) येथील एक पाषाणयुक्त (monolithic) पल्लव मूर्तिशिल्पे व मंदिरे भारतात अत्यंत प्रसिद्ध आहेत. ह्या पल्लवांचा व हस्तलिखितास ज्ञात असलेल्या जुनागढ येथील व वायव्येकडील पहलव (पेहेलवी) आक्रमणांचा गोंधळ करता कामा नये.

त्यानंतर मयूरशम्याचे नाव, त्याचा वंशज तालगुंद येथील काकुत्स्थवर्मन् (EI ८.२४.२६) इ.स.च्या ५ व्या शतकाच्या मध्यास, ह्याच्या संस्कृत लेखात आढळते. मयूरशर्मन हा आधी पल्लवांचा प्रथम विरोधक व नंतर मांडलिक होता, असे त्यावरून आपणास समजते.

"युद्धात पल्लव अधिराजांच्या सीमारक्षकांचा त्वरेने पराभव करून त्याने श्रीपर्वताच्या प्रवेशद्वारापर्यंत पसरलेले अभेद्य अरण्य व्यापले. महान राजा बाण याच्या अधिपत्याखालील, राजमंडळावर त्याने अनेक कर लादले. म्हणून अलंकाराप्रमाणेच पल्लव राजास क्रोध आणणाऱ्या ह्या प्रयत्नांनी तो शोभून दिसला. त्याची प्रतिज्ञा पूर्ण होऊ लागल्यामुळे हे पराक्रम आकर्षक स्वरूपाचे होते. त्यामुळे त्याचे उद्दिष्ट तर साध्य झालेच; परंतु एका शक्तिशाली आक्रमणास प्रारंभ झाला. त्याचे शत्रू असलेले कांचीचे पल्लव राजे सर्व शक्तिनिशी त्याच्याशी लढावयास आले, तेव्हा त्याने - ते

अवघड मुलूखातून मारा करण्यास सोयीच्या जागी चाल करून येत होते अथवा विश्रांती घेत होते, अशा रात्री- त्यांच्या विशाल सेनासागरावर प्रकाश पाडला व एखाद्या शक्तिमान ससाण्याप्रमाणे त्यांच्यावर झडप घातली. अशा प्रकारे स्वत:च्या खड्गबळावर सर्वस्वी विसंबून त्याने या संकटास तोंड दिले. पल्लव राजाने त्याची शक्ती, पराक्रम व थोर वंश अजमावून असे म्हटले की, 'त्याचा उच्छेद करून काही फायदा नाही.' त्याने त्याच्याशी लगेच मैत्री केली. त्यानंतर पल्लव राजांच्या सेवेत प्रवेश करून त्याने आपल्या सैन्यातील पराक्रमकृत्यांनी त्यांची मर्जी संपादिली व पल्लव राजांनी त्यांच्या स्वत:च्या हस्तरुपी, पल्लवांनी अर्पण केलेले fillet अस्थियुक्त मांसपिंड प्राप्त करण्याचा बहुमान मिळविला. त्याने भरती - ओहोटीच्या वर्तुळाकार लाटांसमवेत नृत्य करणाऱ्या पश्चिमाब्धिच्या पाण्याने सीमित झालेला व प्रेहरा नदीतीरापर्यंत पसरलेला मुलूखही प्राप्त केला. ह्या मुलूखात इतरांनी प्रवेश करू नये, या अटीवर तो त्याला मिळाला होता.''

वंशपरंपरेने चालत आलेल्या ह्या स्तोत्रातील श्लोक (१४-२१) असलेल्या ह्या भागात जमाती क्षेत्रातील 'वरून खाली येणाऱ्या' सरंजामशाहीचा विकास वर्णन केला आहे. त्यात लढाई - विशेषत: प्रत्यक्ष रणक्षेत्रावर नियमित प्रतिकार न परवडल्यामुळे झालेली गनिमी लढाई - फायदेशीर ठरण्याइतपत पुरेशा वस्त्या व व्यापार सुरु झाला होता. ७ ते १७ ह्या श्लोकातील मयूरशर्म्याची कुळकथा याहून अधिक मनोरंजक आहे. तो कदंब कुळातील होता व हे नाव त्याच्या पूर्वजांनी सेविलेल्या व त्यांच्याशी साधर्म्य असलेल्या (व एखाद्या आश्रमानजीक उगविलेल्या) कदंब वृक्षापासून आलेले आहे. तरुण मयूरशर्मा, हा प्रतीकात्मक वृक्ष सोडून पल्लवांच्या कांची नगरीस आपला ब्राह्मण गुरुवीरशर्मा ह्याच्यासह एखाद्या प्रतिष्ठानात (घटिका) प्रवेश मिळविण्यासाठी गेला. एके दिवशी, पल्लव घोडदळातील एका अधिकाऱ्याशी भांडण झाल्यामुळे त्वेषाने दिग्विजय करण्यासाठी त्याने तलवार हाती घेतली. ती त्याने किती प्रभावीपणे गाजविली, हे वर वर्णिलेच आहे. यातील प्रतीकात्मक मूळ निश्चित आहे. कारण नंतरच्या कदंबकुलीन साधनात देखील (EP carn ७ SK ११:०९.३५) हा 'पूर्वज' कदंब - मयूरशर्माचा पिता - एका कदंब वृक्षाखाली शिवाच्या भालप्रदेशावरून पडलेल्या दर्मबिंदूपासून उत्पन्न झाला असे म्हटले आहे; हा पूर्वज ब्राह्मणी परंपरेनुसार त्रिनेत्र व चतुर्बाहु होता. त्याच्या एका पर्यायी कथेत मयूरवर्मा हा स्वत:च शुभ कदंब वृक्षाखाली त्रिनेत्र स्थितीतच जन्मला असे आहे. ब्राह्मण शर्म्याचे क्षत्रिय वर्मा या पदात झालेले रूपांतर वसती झालेल्या खेड्याबाहेरील जातिव्यवस्थेतील नेहमीची परिवर्तनीयता दाखविते.

ही मयूरशर्म्याची कथा स्कंदपुराणातील मध्ययुगाच्या उत्तर काळात झालेल्या सह्याद्री खंडातील एका विधानामुळे अधिक वैशिष्ट्यपूर्ण ठरते.[१२] ते विधान असे,

की त्याने (मूयरशर्म्याने) उत्तरेकडून ब्राह्मण आणून ते गोव्यातील आपल्या राज्यात वसविले. ही परंपरा खरी असाविशी वाटते. कारण सामान्य ब्राह्मणी प्रथेनुसार ही वसती पौराणिक परशुरामाने कमीत कमी २१ वेळा क्षत्रियांचा संहार केल्यानंतर समुद्रातून (समुद्र मागे हटवून) निर्माण केलेल्या कोकणच्या नव्या भूमीवर वसविल्याचा निर्देश आहे. गोव्यातील कदंब लोक ११ व्या व त्यानंतरच्या शतकात (इतिहासास) विदित होते. परंतु गोव्यातील विशिष्ट व्यवस्थेखाली त्यातील उत्तमोत्तम जमिनी ताब्यात असलेल्या सारस्वत ब्राह्मणांमध्ये कोणत्याही कदंब राज्यकर्त्यांची आठवण नाही, फार काय, निव्वळ दंतकथा सोडल्यास १५०० पूर्वीच्या कदंब कुळाची कोणतीही परंपरा नाही. कदाचित कनोजसारख्या एखाद्या उत्तरेकडील ठिकाणाहून १० व्या शतकाच्या सुमारास झालेल्या दुसऱ्या स्थलांतराची बोलवा आहे. गोव्यातील प्रमुख सारस्वत दैवत मंगेश हे मुळात 'मांगीरिश' असून ते उघडउघड बिहारातील 'मोंघीर' येथील दैवत आहे. त्याचे मूळ पंथीय प्रतीक एक शिवलिंग असून (मध्वाचार्यांच्या वैष्णव पंथीय सुधारणेनंतर) त्यावर देवाच्या चेहऱ्याचा सोनेरी मुखवटा बसविण्यात आला. सह्याद्री खंडात निर्देशिलेली खेडी अस्तित्वात आहेत व त्यापैकी पुष्कळांची ओळख सहज पटण्यासारखी * आहे. जुन्या मंदिरांचे अवशेष सह्याद्री खंडात निर्देशिलेल्या स्थळी अद्याप आढळतात.

मयूरशर्म्याने दिलेली दाट, पायवाटही नसलेली, साप व वाघ यांनी व्यापलेली ही डोंगरी वन्य प्रदेशाची देणगी सुरुवातीच्या काटक व धाडसी पुढाऱ्यांसाठी योग्य होती. पश्चिम किनाऱ्यावरील प्रचंड मोसमी पावसामुळे जंगलाची त्वरित वाढ होते व (शारीरिक) परिश्रम करणाऱ्यांचा पुरवठा असल्याखेरीज कोणत्याही ब्राह्मण वसाहती

---

* (एके काळी देवदासींच्या वस्त्या असलेल्या जागी उगविलेल्या (सांकोळे-शंखावली-येथील) दाट जंगलातील एक शेत काही काळ माझ्या स्वत:च्या मालकीचे होते. मोडकळीस आलेल्या जुन्या विहिरींच्या दाट समूहावरुन येथील वस्ती घनदाट असल्याचे दिसून येते. देवाच्या मिरवणुकीचा मार्ग- कसेतरी फोडलेले ओबडधोबड दगड टाकलेला अद्याप ह्या मळ्यातून जातो. पोर्तुगीजांनी हे देऊळ फोडून त्या जागी छोटेखानी चर्च बांधले. त्यातील कमळाची तळी अजून आहेत. देवळातील जुनाट व अवाढव्य नाग कधीकधी हा मार्ग ओलांडून जातात व त्यांचे दर्शन होणारे व त्यापेक्षाही महत्त्वाची गोष्ट म्हणजे त्यांच्या तावडीतून सुटणारे लोक अत्यंत सुदैवी समजले जातात. इ.स.१९२४ पर्यंत एका नाताळच्या रात्री फळझाडावर बांधलेल्या फळीवर बसून शेतातील झोपडीनजीक गारा केलेले रेडकू खाण्यास परतणाऱ्या वाघिणीचे दर्शन शक्य होते. चर्चच्या बाजूने पाद्र्याचे आवेशपूर्ण प्रवचन ऐकू येई. वयस्क कुटुंबप्रमुख, जो माझा चुलता, त्याच्या खणखणीत खेडूत आवाजातील शिकारकथा घरातून कानावर येत.

यांना ती जंगले साफ करणे अशक्य होते. त्या समस्येची सोडवणूक एका विचित्र पद्धतीने करण्यात आली व ती म्हणजे, ज्यांना भूमी मिळाली, ते ब्राह्मण व (अद्याप जाती व जमाती युक्त) आदिम गावड्यातून भरती केलेले, त्या भूमीवरील प्रत्यक्ष श्रमिक ह्यांमध्ये, थोडेसे कुणबी व इतर कनिष्ठ जातीय शेतकरी यांच्यामध्ये नफ्याची वाटणी करून ब्राह्मण थोडेसेच शारीरिक परिश्रम करू शकत. जमीन किंचित खणत. करमणुकीसाठी नांगर हाती धरीत अथवा वेतनावरील मजुरांच्या कामात भर घालीत. जातिनिर्बंधानुसार नियमितपणे उपजीविकेसाठी त्यांना असे परिश्रम करता येत नसत. त्यांच्या षट्कर्मात वेदांचे अध्ययन व अध्यापन, यजन व याजन (स्वत:करिता अथवा इतरांकरिता यज्ञ करणे) व दान-प्रतिग्रह (दान घेणे व देणे) यांचा समावेश होई. यापैकी वेद शिकविण्याची, इतरांसाठी यज्ञयाग करायची व दक्षिणा स्वीकारण्याची, अशी तिन्ही कर्मे जमीनदारी जीवनक्रमामुळे नष्ट झाली. व ती गोव्यातील सारस्वतांकरिता कऱ्हाड्यासारख्या इतर ब्राह्मण गटांनी करावयाचे पत्करले, जात न घालविता सारस्वतांनी अंगीकारलेला मासळ्यांचा व शिकार केलेल्या प्राण्यांचा नियमित आहार त्यांच्या कार्यऱ्हासास कारणीभूत झाला. असे असले, तरी त्यांची पांडित्य परंपरा टिकून राहिली. मात्र ५ मोठ्या मंदिरातील पुरोहितपद, त्यातील प्रत्यक्ष पुजारीपदासह सारस्वत ब्राह्मणांनीच राखून ठेवले. कारण त्यात मंदिराच्या मिळकतीवरील बरेच फायदेशीर नियंत्रण गुंतलेले होते. एकूण ब्राह्मणज्ञातीकडे खेड्यातील सर्व जमीन असे. खेड्यातील सर्व बाबींचा निर्णय ग्रामपरिषदेत वयात आलेल्या सर्व खेडुतांच्या उपस्थितीत घेण्यात येई. तथापि श्रमिक देखील उपस्थित असत व त्यांना औपचारिक दृष्ट्या मत नसले, तरी त्यांच्या इच्छा लक्षात घेतल्या जात. खरी चर्चा महत्त्वाच्या अविभक्त कुटुंबाचे प्रमुख असलेल्या वयस्क लोकांत होई व त्यांची इच्छा तरुण सदस्यांवर सामान्यत: लादली जाई. सरतेशेवटी, सरळ मते घेऊन अथवा बहुमताने न घेता सभेच्या कल पाहून निर्णय घेतला जाई. त्यामुळे एखाद्या वयस्क तक्रारखोर कुटुंबप्रमुख देखील त्रासदायक रीतीने वागू शके. एकदा, अशा एका अडथळे आणणाऱ्या प्रस्थास (त्याला अजिबात आस्था नसलेल्या एका किरकोळ प्रश्नावर निर्णय घेण्यासाठी सभा बोलाविली असता) थट्टेत असे म्हणावयास लावून बाजूस सारण्यात आले: "हे माझे कोंके (लाकडी काठी) माझे प्रतिनिधित्व करतील," त्याला आपला शब्द परत घेता येत नसल्याने त्याच्या उरलेल्या आयुष्यात त्याच्याऐवजी ती काठीच सभेत ठेवली गेली. अशा सभांतून कौटुंबिक प्रथा, स्थानिक प्रघात, गंभीर शंका उत्पन्न झाल्यास, प्रसंगी घेण्यात येणारे कौल ह्या सर्वांचा प्रभाव पडे.

हा भाग समुद्रकिनाऱ्यानजीक डोंगरी मुलुखात आहे. खोऱ्याच्या तळाशी मुख्य सुपीक जमीन असून शतकानुशतके सधन लागवड केल्यामुळे (intensive cultivation) ती घरातील जमिनीइतकीच एकसारखी व सपाट झालेली आहे. येथे मूळचे

जंगल पूर्ण नाहीसे झाले असून त्या खोऱ्यातील ओढ्यास थेंबे थेंबे टपकणाऱ्या किरकोळ सरीचे स्वरूप आले आहे. पाणी साचून राहू नये म्हणून ह्या भागातील एकमेव पीक, जो तांदूळ, त्यासाठी पाण्याची पातळी टिकून राहण्याइतका त्या ओढ्याचा वेग नियंत्रित करण्यात आला. शिवाय ओढ्यांच्या मुलूखातील खारे पाणी भरतीच्या वेळी आत येऊ देता येत नाही, म्हणून (विशेषत: समुद्रातून बंधाऱ्यांची विशेषत: reclaim केलेल्या खाजण जमिनीची) वारंवार दुरुस्ती करावी लागे. तसेच भरतीच्या वेळी आपोआप बंद होणारी तसेच ओहोटीच्या वेळी, आतील ओढ्याच्या प्रभावाच्या दाबामुळे आपोआप उघडणारी मजबूत लाकडी फाटके लावावी लागत. भरतीचे पाणी बंद करण्याची मोठी फाटके बंद करण्यासाठी अगर उघडण्यासाठी समाजातील एक अगर अधिक पगारी नोकर असत. ओढ्यांच्या वरल्या अंगास पाण्याच्या नियंत्रणासाठी हंगामी मातीचे बंधारे उभारावे लागत. चार महिन्यांत जवळजवळ १०० इंच सरासरी पाऊस असल्यामुळे तो ओसरल्यावर रस्ते दुरुस्त करावे लागत. याखेरीज इतर सामाजिक खर्चाच्या बाबी असत. उदा- मंदिर, सुतार, न्हावी, हमाल, लोहार समाजाची कामे करणारे इतर तंत्रज्ञ, त्यामुळे खोऱ्याच्या पायथ्याशी असणारी जमीन, (गावकीतील) समाजातील सदस्यात हिस्से पाडून, विभागून न देता, सामाईक मालकीखाली ठेवलेली असे. ती, वरच्या थरावरील जमिनीपासून (सामाईक परिश्रमाने बांधलेल्या) ३ ते १० उंचीच्या पक्क्या बंधाऱ्याने वेगळी ठेवली जाई. ह्या बंधाऱ्याच्या बाजूबाजूने मुख्य वाटा (रस्ते) जात व ह्याच पातळीवर घरे बांधली जात. ह्या घरांच्या पिछाडीस टेकड्या सुरु होत. टेकड्यांच्या टोकावरील भाग हा देखील चराईसाठी व सरपणासाठी सामाईक मालकीचा राखून ठेवण्यात येई. सर्वात जुने हमालीचे (डोक्यावरून होणाऱ्या वाहतुकीचे) मार्ग देखील डोंगरमाथ्यावरून जात. (तो मोकळा ठेवणे सर्वात सोपे होते.) हे मार्ग अजून मैलामैलांवरील ओझी बदलण्याच्या विश्रांती स्थळांवरून व काही ठिकाणी, शतकानुशतके कठीण खडकावर अनवाणी पावलांमुळे झालेल्या इंचइंच खोल खुणांमुळे आजही ओळखू येतात. उरलेली जमीन संयुक्त कुटुंबांना लागवडीसाठी आखून देण्यात येई. टेकड्यांच्या उतारावर नाचणीच्या (eleusin coracana) झोडपण्याच्या व जाळण्याच्या (slash and burn) 'कुंभेर' लागवडीसाठी श्रमिक कुटुंबे जमिनीचे तुकडे आलटून पालटून वापरीत. प्रसंगी डोंगर माथ्यावरील सपाट जमीनपट्ट्या समाजापासून (गावकी) खंडाने खेड्यात येत व मेहनतीने दुसरीकडून आणलेल्या मातीचा पातळ थर त्यावर पसरून त्यांच्यात फायदेशीर शेती करण्यात येई. समुद्रातून येणारे मीठ व मासे, राखेत मिसळून त्याचा रासायनिक खतासारखाच उपयोग होई.

ब्राह्मण कुटुंबाजवळ, त्यांना मिळालेली साफ करण्यासारखी, बांधबंदिस्ती करण्यासाठी टेकड्यांच्या बाजूस निरनिराळ्या आकाराची जमीन उपलब्ध होती. अगदी वस्तीच्या प्रारंभापासून अशी जमीन असणे, म्हणजे गावकी पलीकडील सामूहिक उत्पादन व विनिमयाचे एक भरगच्च साधन होते; हे लक्षात घेणे आवश्यक आहे. नारळ व (इतर दुय्यम उत्पादने) समुद्रकाठी गाळलेल्या (Panned) मिठासहित निर्यात करून त्यांच्या मोबदल्यात कापड, धातूच्या वस्तू व कधीकधी (कमी पडणारे) धान्यदेखील आयात करण्यास उपयोगी पडत. नारळाचे पारंपरिक उपयोग अगदी लागवडीच्या प्रारंभीच्या अवस्थेपासून प्रचारात होते. मात्र त्यासाठी, आज सार्वत्रिकरीत्या नारळाचा (व सुपारीचा) धार्मिक विधीस उपयोग होत असला तरी प्राचीन लेखी पुरावा मिळणे कठीण आहे. आपण इब्नबतूता काय म्हणतो, हे पाहू:-

''नारळाचे झाड हे अत्यंत विचित्र झाडांपैकी एक असून खजुराच्या झाडासारखेच असते. ह्या फळाला डोळ्यांसारख्या व तोंडासारख्या खुणा असतात. ते माणसाच्या डोक्यासारखे असते व ते हिरवे असताना त्याच्या आतील भाग मेंदूसारखे दिसतात. त्याच्या शिरा केसासारख्या असून त्याचे दोर तयार करून जहाजे एकत्र बांधण्यासाठी खिळ्याऐवजी व तारांसारखादेखील त्यांचा उपयोग करतात. त्याने शरीरास शक्ती येते, पुष्टी मिळते व चेहऱ्यावर लाली येते, हे त्याचे काही गुणधर्म आहेत. ते हिरवे असता कापले, तर त्यातून निघणारा रस चविष्ट, मधुर व ताजा असतो. तो पिऊन त्याच्या कवचाचा एक तुकडा चमच्यासारखा वापरून त्यातील आतील गर ओरपून काढतात. तो उकळलेल्या, परंतु पूर्णपणे न शिजलेल्या अंड्यासारखा लागतो व पौष्टिक असतो. मी मालदीव बेटावर असताना वाळलेल्या माशांसह त्यावर दीड वर्ष गुजराण केली. (बत्तूता, २४२; Beal २.२५२) त्यापासून तेल, दूध व मध देखील काढता येतो; हे त्याचे आणखी एक वैशिष्ट्य आहे. त्यातील मध पुढीलप्रमाणे काढतात- ज्या देठावर ते फळ वाढते, त्यात चाकूने दोन बोटांइतके अंतर ठेवून त्याला चिरा देतात व त्यावर एक छोटे मडके बांधून त्यात त्यातून ठिबकणारा रस साठतो. हे सकाळी केले असेल, तर एखादा नोकर दोन मडकी घेऊन-त्यातील एक पाण्याने भरलेले असते - संध्याकाळी पुन्हा झाडावर चढतो. तो दुसऱ्या मडक्यात साचलेला रस ओततो, देठ धुवून काढतो. आणखी एक छोटा चिरा देतो व त्यावर दुसरे मडके बांधतो. दुसऱ्या दिवशी पहाटे याचीच पुनरावृत्ती होते. बराच रस साठेपर्यंत हा रस चालू राहतो. तो रस घट्ट होईतो शिजविण्यात येतो. त्याचा उत्तम मध तयार होतो व भारत, येमेन व चीन येथील व्यापारी तो विकत घेऊन आपापल्या देशास घेऊन जातात व त्यापासून मिठाई तयार करतात. दूध तयार करण्यासाठी त्या फळाचा लगदा पाण्यात कोळतात. त्यामुळे त्याला दुधाचा रंग व स्वाद येतो व खाद्यपदार्थाबरोबर त्याचा उपयोग करता येतो. तेल तयार करण्यासाठी पिकलेले

नारळ सोलून त्यांचा गर उन्हात वाळवून तो कढईत शिजवितात व नंतर त्याचे तेल काढतात. त्याचा उपयोग प्रकाशासाठी करतात. त्यात भाकरी बुचकळतात व स्त्रिया ते केसांसाठी वापरतात.'' (बत्तूता ११४-५)

ह्या अभिजात वर्णनाच्या जोडीस आणखीही काही दुय्यम उत्पादने सांगता येतील- उदा. करवंटीपासून निघणारा कोळसा, रसापासून निघणारी साखर व गाळण्यात येणारी दारू, भुश्यातील मऊ भागापासून तयार होणारे दुर्मीळ रेशमी कापड (var 65-66) व नारळाच्या (fronds) झावळ्यांचे व बुंध्याचे खोपटासाठी व घरासाठी, मच्छीमारी होड्यांसाठी व outriggers जहाजांच्या दोरासाठी व चौकटीसाठी होणारे विधायक उपयोग.

दर तीन वर्षांनी तांदळांचे उत्पन्न देणाऱ्या खोऱ्यातील जमिनींचा लिलाव होत असे. हे जमीनदार बोली बोलत. त्यानंतर केवळ आपली मजुरी- अवजारे, बी-बियाणे, योजना, देखरेख व वाहतूक यांपैकी काहीही नव्हे- पुरविणाऱ्या प्रत्यक्ष लागवड करणाऱ्याबरोबर भागीदारी, मेहनताना इ. बाबत करार करीत. अगदी अलीकडेपर्यंत ही चढाओढ निकराची नसे. लिलावात झालेला फायदा सुरुवातीस सामाईक खर्च, बंधारे, रस्ते इ. बाबींवर चर्चा होई. त्याखेरीज एक जादा पट्टी असे. ती म्हणजे प्रत्येक ब्राह्मणाचा ठरलेला हिस्सा. हा नंतर पुन्हा देऊ करता येत असे अथवा त्याच्या वारसात वाटून देता येत असे. ह्या उपक्रमात त्यानंतर नुकसान येऊ लागल्यास ते जमीनदारात लागवडीची जमीन वाटून दिलेल्या ढोबळ प्रमाणातील हिश्श्यानुसार सोसण्यात येई. परंतु नफा झाल्यास- व बहुधा असेच होई- तो कामकरी कुटुंबात व भागीदारात - कामकऱ्यास जमीनदारास ह्या प्रमाणात विभागली जाई. प्रत्येक कुटुंबाकडे असलेल्या हिश्श्यानुसार त्यांची आणखीही विभागणी होई. कामकरी वर्गातील हिस्से संबंधित कुटुंबातील संख्येनुसार नव्याने ठरविण्यात येत. काही जमिनीवरील खंड उदा.- समुद्रातून अथवा नदीमुखातून (Lease reclaim) पुन:प्राप्त केलेल्या जमिनीवरील (खाजणावरील) नऊ वर्षांसाठी अगर त्याहून अधिक कालासाठी असे. कारण त्यात भांडवल गुंतवणुकीचा भाग बराच असे. असे खंड बऱ्याच कामकऱ्यांच्या तात्पुरत्या संघटनांकडून परस्पर संमतीने ठरलेल्या हिश्श्यानुसार गावकीकडून ठरविण्यात येत. प्राचीन काळच्या गोष्टींप्रमाणेच ही व्यवस्था असे. ह्या सर्व प्रकारांत स्थानिक प्रथांनुसार फेरबदल होणे अपरिहार्य होते.

ह्या गावकीच्या पुढील विकासाचा मागोवा लक्षात घेण्यासारखा आहे, गोवा बेटावर (Tisuaru) ब्राह्मणवस्त्या तीस होत्या, साष्टीवर (Salcete) त्या ६६ होत्या. हे या नावावरून व प्रथेवरून दिसून येते. उरलेल्या कमी प्रतीच्या जमिनीवर अशाच धर्तीच्या ब्राह्मणेतर गावक्या साहजिकच उदयास आल्या. राजवटीतील बदल व युद्धकलेतील क्रमवार विकासामुळे गावकीतील कोणत्या ना कोणत्या प्रकारचे कर

बसत गेले - मग त्या ब्राह्मणांच्या असोत की इतर जातींच्या- कारण त्यांच्या अधिकाराखाली कोणत्याही प्रकारचे सशस्त्र सैन्य नव्हते. तुरळक गंभीर गुन्ह्यास देखील हद्दपारीची अथवा राजा देईल, तेवढीच शिक्षा असे. एकामागून एक असा अनेक वेळा मुलूख जिंकला गेल्यामुळे व प्रत्येक आक्रमकाने पूर्वीच्या आक्रमकांपेक्षा अधिक कर वसूल केल्यामुळे जमिनीवर हा करांचा बोजा हळूहळू वाढत गेला. १८८० पर्यंत हे बहुतेक कर धान्याच्या व वस्तूच्या रूपात द्यावे लागत. त्या सुमारास सरकारच्या गरजेनुसार रोखीत रूपांतर करण्यासाठी त्यांची आखणी करून लिलावात बोली बोलण्यात येऊ लागली. ह्या गावकीच्या जमिनीवर इ.स.१३१० च्या सुमारास मलिक काफूरच्या नेतृत्वाखाली मुसलमानांनी प्रथम स्वारी केली व तो (नंतर) हसन गंगू बहामनीच्या अल्पकाळ ताब्यात होता व त्यानंतर आलटून पालटून त्याचे व विजयनगरच्या राज्याचे त्यावर नियंत्रण असे. ह्याच सुमारास तेथे सैन्ये येऊन त्यांची किंमत द्यावी लागे. मग त्यांनी दिलेले संरक्षण प्रभावी असो, अगर नसो. (महमूद गवान याच्या १४७० मधील आक्रमणांचे स्थायी पर्यवसान म्हणून) युसुफ आदिलशहाने १४८२ मध्ये हा मुलूख जिंकून घेतला तीच मुस्लीम अमलाची वास्तविक सुरुवात होय. मुसलमानांनी काही जमीनदारांना 'देसाई' ही पदवी देऊन ह्या खेड्यावरील सरंजामी लष्करी सुभेदार (Fudal Millitary Governer) बनविले व ही पदवी अद्याप चालू आहे. ह्या निवडक लोकांना ह्या मुलुखाच्या इतिहासात प्रथमच सशस्त्र तुकड्या बाळगण्याचा हक्क मिळाला व ते त्यांचे प्राप्त कर्तव्यही झाले. प्रसंग पडेल, तेव्हा वरिष्ठ सरंजामी सरदारांच्या उपयोगी पडणे ह्या तुकड्यांचे कर्तव्य असले, तरी नित्याची करवसुली हेच त्यांचे काम होते. ह्या नवीन देसायांकडून आपल्या स्वत:च्याच जमीनदार बांधवावर ताबडतोब होणाऱ्या जुलुमाच्या आड त्यांचा समान ब्राह्मण धर्म येऊ शकला नाही. पारंपरिक वृत्तांतानुसार, आपल्या शेजाऱ्याला नमविण्यासाठी ते त्याला हलकीसलकी कामे करावयास भाग पाडीत अथवा गोठ्यात हातपाय बांधून कोंडून ठेवीत. ह्या गावक्या एकमेकांच्या मुलुखांवर आक्रमण देखील करू लागल्या. त्यांच्यातील यादवी स्वरूपाचा एकमेव सशस्त्र संघर्ष गेल्या ४० वर्षांत घडून आलेला आहे.

इ.स.१५१० साली पोर्तुगीजांनी तिसुअरी या बेटाचा ताबा घेतला. कारण (मकाओ, मुंबई व दीवप्रमाणे) ह्या बेटावरदेखील चांगली जहाजे व दारुगोळा बाळगणाऱ्या नाविक शक्तीला कायम शिबंदीसाठी बरेच सैनिक ठेवावे न लागता अंमल बसविता आला. अल्फान्सो- द- आलबुकर यास स्थानिक जनतेने मुसलमानांविरुद्ध साहाय्य केले व त्याने त्यांना (मुसलमानांना) इ.स.१५११ मध्ये हाकलून लावले; याचे बक्षीस म्हणून गावकीचे पूर्वीचे हक्क पुनरुज्जीवित करून, मुसलमानांनी देखील लादलेले सर्व कर चुकते करण्याच्या अटीवर, त्या हक्कांची

हमी देण्यात आली. गोव्यातील ग्रामसभा निदान दिसावयास तरी टिकून आहे, याचे कारण ह्या घटनेत सापडेल. जेसुइट लोकांनी दक्षिण अमेरिकेतून आणलेली कित्येक नवी रोपे येथे लावली. त्यांपैकी रोख रक्कम देणारे पीक म्हणून काजू सर्वांत महत्त्वाचा, परंतु (ज्यांचा योग्य उपयोग कधीही केला गेला नाही, अशा) या झाडाच्या दुय्यम उत्पादनामुळे खालील झुडुपे (underbrush) नष्ट होतात व पाण्याची पातळी बरीच खाली जाते. अननसाचा पुरेसा विकास कधीच करण्यात आला नाही व बटाटे, पेरू व सीताफळे तर गोव्याबाहेरच अधिक चांगली होतात. त्याच सुमारास (इ.स.१५७५) जेसुइट लोकांच्या ह्याच कार्यशील समाजाने आंब्यावर पद्धतशीर कलमे करावयास सुरुवात केली. त्यामुळे ह्या भारतीय फळात अगदी ओळख न पटण्याइतकी सुधारणा झाली व भारतीय फळबागाईतदारांसाठी उत्पन्नाचा आणखी एक मार्ग खुला झाला. पोर्तुगीजांनी कित्येक खास कर लादले इ.स.१५८३ पासून तो जेसुइट हकलले जाईपर्यंत पोर्तुगीजांनी अमलात आणलेली सक्तीची धर्मांतरे व देवळांची पद्धतशीर मोडतोड याचा परिणाम म्हणून कित्येक जमीनदार पळून गेले (मुलूख सोडून), कौटुंबिक जमिनी राखण्यासाठी जे मागे राहिले, त्यांनी 'ब्राह्मण-ख्रिश्चन' ह्या एका नव्या प्रकारास जन्म दिला. मूळच्या ब्राह्मणांचा 'जोनो' हिस्सा त्यांना अजून मिळतो व त्यांच्या स्त्रिया (इतर ख्रिश्चन स्त्रियांप्रमाणे) अद्याप हिंदू दैवतांना मिनतवारीने (नवस करून) वाणे देतात. व्यापारामुळे व लोकसंख्येतील वाढीमुळे काही गोमंतकीय ब्राह्मण व्यापारात शिरले, तर काही देशांतर करून पेशव्यांचे सरंजामी सरदार बनले. सरतेशेवटी गावकी नष्ट झाली, ती विशेषत: जमिनींचे हस्तांतरण न करता तिच्यातील हिस्से विकण्यास परवानगी देणाऱ्या पोर्तुगीज कायद्यामुळे. याचा अर्थ असा झाला की, गावकीतील मते देण्याचा औपचारिक अधिकार आता (पूर्व आफ्रिकेइतक्या दूर राहणाऱ्या) अशा लोकांच्या हाती गेला की, ज्यांना स्थानिक बाबीत सुधारणा करण्याचे सोयरसुतक नसून जास्तीत जास्त नफा मिळविण्यात आस्था उरली. सामूहिक संपत्तीचे मध्यमवर्गीय मिळकतीत रूपांतर झाल्यामुळे काही काळ नक्कीच अपुरी असलेली खोऱ्यातील जमीन जशीच्या तशीच (हस्तस्पर्श न होता) राहिली. म्हणून गोवेकरांचा मुख्य आधार त्यांच्या देशांतरित (परदेशस्थ) कामगारांनी घरी पाठविलेल्या पैशातून अन्नधान्य आयात करण्यावर अवलंबून राहिला.

९.७ : ग्रामीण कारागीर व कुशल कामगार

गुप्त युगातील नेत्रदीपक कारागिरी, मूर्तिकला व वास्तुशिल्पापेक्षा कुतुबमिनार समोरील चंद्राच्या (बहुधा चंद्रगुप्त दुसरा यांच्या) मेहेशैली लोहस्तंभावरून दिसून येते. तो हाताने ओतला असून सतत बदलणाऱ्या (deleterious) विषारी हवामानाचा परिणाम होऊन १५०० वर्षांनंतर देखील त्यांच्यावर गंज चढला नाही व अशा प्रकारचे

स्मारक कोणत्याही देशात व कालखंडात लक्षात ठेवण्यासारखे समजले जाईल. अशा कामगारांच्या वर्गाचा विकास कसा झाला असला पाहिजे, हे आता पाहावयाचे राहिले. इ.स.च्या २ ऱ्या शतकापर्यंतच्या कामगारसंघांच्या स्थितीच्या मानाने त्यांच्या नंतरच्या ऱ्हासाचा आधीच उल्लेख करण्यात आला आहे. मंदसोर येथील प्रसिद्ध कोरीव लेखात (फ्लीट १८) ऐषआरामाच्या वस्तूंच्या व्यापारासाठी रेशमी व तलम कापड विणणाऱ्या एका संघाच्या कार्याचे वर्णन आहे. या संघाचे कोष्टी मूळ गुजरातेतील लाट प्रांतातील असून (मालव गणात, गुप्त कालातील नव्हे, निर्देशिलेल्या) इ.स.४७३-७४ मध्ये इतके, श्रीमंत होते की ३६ वर्षे आधी बांधून अर्पण केलेल्या सूर्यमंदिराची दुरुस्ती तर केलीच, परंतु ह्या घटनेचे स्मारक म्हणून मत्स्यभट्टी नामक कवीने एक विस्तृत संस्कृत स्तोत्र रचून ती घटना शब्दांकित केली. जाताजाता हे लक्षात ठेवले पाहिजे की, मत्स्यभट्टीची दरबारी काव्यशैली व कालिदासाच्या दोन ज्ञात श्लोकांचे उघडउघड अनुकरण, हे कालिदासाचा काल माहीत होण्याचे एकमेव उपलब्ध साधन आहे. कामगारसंघाचे (श्रेणीचे) सदस्य युद्धात कुशल व सर्व सुसंस्कृत कला, शास्त्रे, धर्म व ज्योतिष इ. विषयांत, तसेच तलम कापड विणण्यात वाकबगार असल्याचे वर्णन आहे. फ्लीट १६ वरून कोणा जिवंताच्या नेतृत्वाखाली असलेल्या एका तेल्यांच्या (Oil Pressers guid) संघास, त्या संघाने स्थलांतर केले तरी, दुसऱ्या एका सूर्यमंदिरात नंदादीप लावण्यासाठी अनामत रक्कम मिळाल्याचे दिसून येते. समकालीन कोरीव लेखांवरून सामान्य जनतेसाठी काहीतरी निर्माण करणारा हा एकमेव संघ दिसतो. एकूण श्रेणी आता अस्तंगत झाल्या व त्याच्या जागी गरजेनुसार 'गोष्ठी' नावाची दुसऱ्या प्रकारची संघटना (उदा. EI २७.३२;इ.स.६४३) आली, ती मर्यादित कालासाठी व उद्दिष्टांसाठी परंतु ती जातिविशिष्ट अथवा आप्तसंबंधविशिष्ट निर्बंधापासून मुक्त होती. अशा प्रकारे 'वर्मलात' (इ.स.६२५; त्याचा प्रधानमंत्री महाकवी माघाचा आजा होता) ह्या राजाच्या कारकिर्दीतील वसंतगढ येथील लेखात (plate) एका गोष्ठीकडून ह्या गोष्ठीच्या सुमारे ४० सदस्यांनी ह्या लेखाखाली सही केली आहे. क्षेमार्या ह्या स्थानिक नावाने दुर्गामंदिर बांधले असल्याचा निर्देश आहे त्यांच्या नावावरूनच त्या सदस्यात आप्तसंबंधाचे नाते नसल्याचे दिसून येते. त्यापैकी एक बोटक, स्वत: प्रतिहार असल्याचा अभिनिवेशाने निर्देश करतो. ह्या नावाने नंतर कनोजचे राजे निर्देशिले जात. परंतु येथे त्याचा अद्याप अस्तित्वात असलेली राजस्थानी पडियार जात, एवढाच अर्थ आहे. यातील सर्वात शेवटले नाव वुटा गणिकेचे आहे. (ही मंदिरातील नृत्यांगना व म्हणून देवदासी अगर वेश्या असावी.) ही गोष्ठींची परंपरा अधिकाधिक लोकप्रिय होत गेली व १२ व्या शतकातील शूलपाणि मुलुखातील सरदार राणक हा दगडातील खोदकाम करणाऱ्यांच्या गोष्ठींचा प्रमुख असल्याचे

वर्णन आहे व ही त्याची जात असणे शक्य नाही. त्याने (बहुधा हौशी कलाकार म्हणून) विजयसेनाच्या देवपार (बंगाल) येथील प्रशस्तीचे खोदकाम केले आहे. (EI १.३०५-१५).

भावी सामूहिक उत्पादनातील ऱ्हासाबरोबर होत जाणाऱ्या ह्या प्रक्रियेमुळे खेड्याच्या मूलभूत तांत्रिक समस्या सुटल्या नाहीत. श्रमिकांचा, अर्थात शेतकऱ्यांचा, मुख्य पुरवठा चालू राहण्याची हमी मिळालीच होती. जमातवाल्यातून पुढे आलेल्या कुणबी शेतकऱ्यांचे मूळ व त्यांचीच जातिगटात झालेली नवी संघटना, यामुळे अधिक कुशल स्वरूपाचे तांत्रिक प्रमुख त्यांना मिळू शकले नाही. जातीमुळे मेलेली गुरे सोलणे, त्यांची कातडी कमाविणे व त्या चामड्याच्या वस्तू तयार करणे, हे हीन समजलेले धंदे करणे बहुतेकांना शक्य झाले नाही. काही जमाती लोक टोपल्या तयार करीत, परंतु कापड विणणे अगर सूत कातणे शिकत नसत. उलटपक्षी लोहार, चांभार अथवा बुरुड अशा कामगारांच्या सबंध संघांना चरितार्थ मिळवून देणे, प्रत्येक खेड्यास अर्थातच साध्य होत नसे. तांत्रिक कामातील अपरिहार्य समस्या गंभीर स्वरूपाच्या होत्या व त्या सोडविता आल्या नाहीत, तर एक तर ग्रामीण अर्थव्यवस्था कोसळून पडली असती, अथवा वस्तूंच्या उत्पादनाचा मार्ग अवलंबावा लागला असता.

खेड्यातील महत्त्वाच्या कारागिरांत कोष्ट्याची व शिंप्याची गणना होत नसे. कारण कापूस सर्वत्र उगवत नसल्यामुळे, हवामानामुळे व वेषभूषेच्या प्रकारामुळे कापडास फारशी मागणी नव्हती. आवश्यक कारागिरांपैकी सर्वप्रथम स्थान खेड्यातील सुताराला असे. त्यामुळे गुप्तकाळी (खेड्यातील सामाईक शेती व कुरणाबाहेर) सुताराच्या खास जमीन तुकड्याचा निर्देश आपणास आढळतो. इ.स.५७१-७२ सालच्या (भावनगराजवळील) वलभी येथील धरसेन दुसरा याने एका ब्राह्मणास लहान शेत दान करताना (फ्लीट ३८) अशा एका जमीन तुकड्यांचा (वर्धकी प्रत्यय) निर्देश केला आहे. इ.स.५०६ मधील वैन्यगुप्ताच्या गुनईधर दानपत्रात (IHQ ६.४५-६०) गुप्तांच्या मुलुखाच्या अगदी दुसऱ्या टोकास अशाच स्वरूपाच्या जमीन तुकड्याच्या (विष्णुवर्धकीक्षेत्रश्च) निर्देश आहे. त्यामुळे हा प्रकार सार्वत्रिक होता, असे म्हणता येते. ह्या खास कारागिरांना, लागवड करण्यासाठी, त्यांचे स्वत:चे असे छोटे जमीन तुकडे देण्यात येत. आपला धंदा चालू ठेवण्यासाठी एवढेच प्रलोभन पुरेसे नसल्यामुळे त्याच्या जोडीस विविध स्वरूपात देणग्या व सवलती आजतागायत, विशेषत: बाजूच्या (मार्गाबाहेरच्या) खेड्यातून दिलेल्या आढळतात. (BJ ३.४४८-४४९ ; NDG ७४-८०) विशिष्ट कारागिरांच्या एकूण गटास महाराष्ट्रात 'आलुतेदार-बलुतेदार' [१३] असे नाव आहे. उदा. सुताराला प्रत्येक शेतकऱ्याच्या पिकाचा शे.२ इतका वाटा व पेरण्यासाठी १ ते ८ पौंड धान्य मिळे; त्याच्या मोबदल्यात घरे, शेती

अवजारे, लोखंडी फाळ सोडल्यास नांगराचा इतर सर्व भाग लाकडाचा असे व विहिरीच्या चौकटी दुरुस्त ठेवण्याचे त्याचे (सुताराचे) काम असे. नव्या बांधणीसाठी त्याला याहून वेगळा मेहनताना मिळे. लोहारास शे. १.७५ व १ ते ३ पौंड बियाणे मिळत अवजारांचा लोखंडी भाग दुरुस्त ठेवण्याचे त्याचे काम असे. नवे फाळ (नांगराचे), कोयते, सुऱ्या इ. तयार करताना त्याला आवश्यक धातूचे तुकडे व जादा मेहनताना द्यावा लागे. लोहार व सुतार या दोघांना हमाली काम करण्यासाठी (उदा.- भाता चालविणे, अवजड तुळया उचलून देणे) मदतनिसाची जरुरी लागे. खेड्यातील कुंभाराला प्रत्येक शेतकऱ्याकडून शे. १.२५ पिकाचा हिस्सा व १-२ पौंड बियाणे मिळत. पाणी भरण्यास, धार्मिक कृत्यास व स्वयंपाकास नित्य लागणारी मातीची मडकी तो पुरवी, खास मोठ्या (उदा- धान्य साठविण्यास लागणाऱ्या) मातीच्या भांड्यासाठी त्याला अधिक मेहनताना द्यावा लागे. न्हाव्यास, सामान्यत: दर पुरुषामागे तिमाहीस डोके करण्यासाठी याहून कमी सवलती मिळत. गुप्त शिल्पकलेत आढळल्याप्रमाणे केशकर्तनालय खेडोपाडी नसे. परंतु डोक्यावरील विशिष्ट झुलपे ठेवून अथवा ती तशी न ठेवता साधे डोके करण्यावर त्याचे भागत असे. अशाच प्रकारे धोबी, चांभार इ. व्यावसायिक जातींना त्यांची त्यांची कामे व मोबदले असत आणि ते कधी धान्यात, तर कधी खास जमीन तुकड्यावरील विशिष्ट श्रमाच्या स्वरूपात मिळत. निरनिराळ्या जाती असल्या तरी, या व्यावसायिक कामगारांचा एक विशिष्ट एकत्रित गट असे. त्याला 'नारुकारु' असे सांघिक अभिधान होते. ते एकमेकांची कामे टाळाटाळ न करता अथवा खास मेहनताना न मागता करीत व एकजुटीने राहात. साहजिकच यांपैकी प्रत्येक कारागिरास लग्ने, देवकृत्ये, सणसमारंभ अशा खास प्रसंगी खास कामे असून किरकोळ सवलती मिळत. मध्ययुगात वाढत्या प्रमाणात मिळालेल्या उदार देणग्यांमुळे त्यांना ब्राह्मणास दाने देण्यापासून प्रत्यक्ष सूट मिळे. (उदा. EI ५.११२) ह्याचाच अर्थ असा की, ह्या नवीन ग्राम-कारवांना, नवीन देणग्या मिळालेल्या ब्राह्मणांना काहीही द्यावे न लागता त्यांच्या परंपरागत सवलती मात्र चालू राहिल्या. जाती व वर्ग यांना न सुटलेला मूलभूत प्रश्न अशा प्रकारे निकालात काढण्यात आला. या यादीतील ग्रामपुरोहित हा नेहमी ब्राह्मणच असे असे नाही. मात्र ज्योतिषी हा नेहमी ब्राह्मणच असे. हिशेब ठेवणारा कारकून हा (ब्रिटिश काली नाण्यांचे मूल्यनिर्धारण होईतो त्यातील परस्पर विनिमयाचा दर ठरविणाऱ्या सोनाराप्रमाणे) प्रत्येक खेड्यातच असे, असे नाही. मात्र त्याचा निर्देश ह्या १२ पारंपरिक ग्रामसेवकांत असे. खेड्यातील हमालाचे व पहारेकऱ्याचे काम, कातडी काम करणारा चांभार अथवा खेडे स्वच्छ ठेवणारा महार यामध्ये विभागले जाऊ शके. एखाद्या कुटुंबात वाढ झाल्यास त्यातून निर्माण होणाऱ्या अडचणी त्या त्या खेड्यात, वेगवेगळ्या प्रकारे (कधी स्थलांतराने, तर कधी

कारागिरांच्या कुटुंबातील वाढत्या तोंडांची भूक भागविण्यासाठी जास्तीच्या जमिनी देऊन) सोडविण्यात येत.

ह्या कामगारांना मध्यमवर्गीय अर्थव्यवस्थेमुळे आपली ग्रामीण कर्तव्ये टाकून, आपला हिस्सा इतरांस देऊन न टाकता रोख उत्पन्न मिळविण्याचे मार्ग उपलब्ध झाले, तेव्हाच ही व्यवस्था कोलमडून पडली. असे असले तरी हिस्से बाळगून असणारे कारागीर व त्यांचे विशिष्ट हक्क (मान), वाहतुकीची साधने अद्याप बेताचीच असलेल्या खेड्यातून टिकून राहिले. उदा- मुंबई-पुणे रस्त्यानजीकच्या बऱ्याच खेड्यात, वापरून टाकून दिलेले डबे भरपूर प्रमाणात मिळत असल्यामुळे व स्थानिक बाजारपेठ संकुचित झाल्यामुळे उरलेसुरले कुंभार अगतिकतेने तेथून बाहेर पडून पुणे व तळेगावसारख्या बाजारपेठांकडे वळले. पवना खोऱ्याच्या तोंडाशीच असलेल्या बेडशा- करंज खेड्यात पूर्णवेळ कुंभाराचे काम करणारा आपले पोट भरू शकत नाही व घरगुतीच उपयोगातील मातीच्या भांड्यांची सहज ने-आण करणे, रस्त्यापासून ते खेडे दूर असल्यामुळे शक्य होत नाही. म्हणून शेजारच्या खेड्यातील एका कुंभाराला बेडशातून घरटी सालिना सुमारे ६ पौंड धान्याचे बलुते देण्यात येते व तो आणखी काही दाम न आकारता स्वयंपाकाची भांडी, पाणी भरण्याचे रांजण व सणासुदीची सुगडी पुरवितो. यापैकी (जाने. १३-१४ च्या सुमारास) छोटी छोटी बोळकी सर्वांत महत्त्वाची असतात व ती तयार करण्यात सामान्यत: सर्व कुंभार सुमारे दोन महिने आगाऊ पूर्णपणे गुंतलेले असतात. याच्या उलट बेडशा- करंजातील सोनार कुटुंबाला आपली वंशपरंपरागत दहनशील (Crematory stele) व सवलतीची जमीन सोडून देऊन अज्ञात मुलूखात जाणे भाग पडले. सुमारे २००० वर्षांपूर्वी पूर्ण झालेल्या गुहातील भिक्षूंच्या पोषणार्थ या खेड्याने देणग्या दिल्या असल्या पाहिजेत. ह्या गुहा गेल्या हजार वर्षांपूर्वीच सोडून देण्यात आल्या असल्या तरी या खेड्यातील लोक त्यांना 'लेणी' या नेहमीच्या मराठी नावाने न ओळखता 'विहार' म्हणूनच संबोधितात. तथापि अन्न उत्पादन करणाऱ्या जमिनी, सामाईक मालकीच्या असल्याचा येथे मागमूसही नाही. पेशव्यांच्या कारकिर्दीत हे खेडे (अथवा वाडी) एखाद्या ब्राह्मणास, सरंजामी इनाम म्हणून देण्यात आले, परंतु त्या इमानदाराचे कुटुंब ह्या खेड्यात येऊन वसले नाही, अथवा त्यांची ह्या भूमीवर इनाम जमीनधारणा असल्याचे दिसत नाही. हल्लीचा इनामदार हैद्राबाद प्रदेशात राहतो. परंतु ब्रिटिशांप्रमाणेच त्याचे सर्व संपत्तीचे हक्क जतन करणाऱ्या दयाळू सरकारकडून एक ठराविक रक्कम वसूल करते.

योग्य कारणासाठी गुप्तकालीन मानला गेलेल्या 'अमरकोश'[१४] नावाच्या संस्कृत शब्दकोशाच्या विश्लेषणावरून असे दिसते की, ही पद्धत त्याकाळी सुद्धा विकास पावली होती. कारण स्वतंत्र सुतार व ग्रामीण सुतार यांमध्ये त्यात फरक दर्शविला

आहे. नागरी (कामगार) संघ (२.८.१८) त्या मुलूखातील महत्त्वाचे घटक होते. शहरातील कारागीर व कामगार यांच्यासाठी ह्या कोशात एक स्वतंत्र विभाग आहे. शूद्रांच्या वर्गात (२.१०) नि:संशयपणे खेड्यातील कामगारांचे वर्णन आहे. त्यांच्यात एका उतरंडीप्रमाणे (एकाखाली एक, याप्रमाणे) अस्पृश्यांपर्यंत, एवढेच नव्हे, तर ग्रामीण समाजाच्या मर्यादेपलीकडील जमाती लोकांपर्यंत सर्वांचा निर्देश आहे. शिकार पुरविणाऱ्याऐवजी आता पारध्यासारखे जमाती शिकारी आले आहेत व खाटकांऐवजी मुसलमान व ख्रिस्ती खाटिक आले आहेत. अमरकोशातील दारु गाळणारा व विकणारा यांना नंतरच्या भारतीय खेड्यात नियमित स्थान राहिले नाही. कारण मद्यपान हे निषिद्ध ठरले व त्यातील (मद्यातील) उत्पन्न आधी सरंजामी व नंतर ब्रिटिश सरकारी मक्तेदारी ठरून त्यावर अधिकाधिक जबर कर लादला गेला. उरलेल्या सर्व कामगारांचे पर्याय आजच्या खेड्यात अद्याप आहेत. त्यामुळे आपले खेडे कसे अपरिवर्तनीय आहे, हे दिसून येते. सर्वांत महत्त्वाचे, व आता दिसून न येणारे शूद्र हे आता हलकी व कष्टाची कामे करणाऱ्यांचा व मुक्त नसलेल्यांचा एक वर्ग बनलेले आहेत व कारागीर नसलेल्या परंतु मेहनताना मिळविणाऱ्या अनेक लोकांनंतर त्यांचा क्रमांक लागतो. त्यांचा निर्वाह कसा होई, ते स्पष्ट होत नाही. परंतु दुष्काळात घेतलेल्या व न फिटलेल्या (डोईजड) कर्जामुळे, अथवा ऱ्हास पावलेल्या जमातीतून, त्यांचा वर्ग अस्तित्वात आला, हे उघड आहे. शेती व व्यापाराप्रमाणेच सावकारी हा देखील वैश्यांचा व्यवसाय होता. (२.९.३.५) ह्या शब्दसंग्रहात दास (serf), जमीनदार (landlord), जमीनमालक (land-owner) अथवा खेड्यातील दुकानदार (Village shopkeeper) यांचा वाचक असा एकही शब्द नाही.

टीपा व संदर्भ

(१) ह्या प्रकरणातील सर्वसाधारण प्रतिपाद्य विषयाकरिता Fleet, DHI, Har. मध्ये खूप माहिती उपलब्ध आहे. इ.बी.कॉवेल आणि एफ.डब्ल्यू.थॉमस यांच्या भाषांतराची, (लंडन १८९७) तसेच एस. चौधरी यांच्या हिंदी भाषांतराची, (२ खंड, कठोतिआ, बिहार ; १९५०, १९४८) मदत होते. व्ही.एस.अग्रवाल यांचा हर्षचरितावरील हिन्दी निबंध (पटना १९५३), शिल्पातून (शिलालेखातून) दिलेल्या पुराविज्ञानात्मक, माहितीची काळजीपूर्वक तुलना करतो; परंतु 'शुक्रनीति' ही गुप्त शासनाचे वर्णन करते, असे (त्यात) गृहीत धरल्याने त्याचे महत्त्व थोडे कमी होते. त्या पुस्तकात (शुक्रनिति) पाच वेगवेगळ्या वेळा, बंदुकीची दारु (तिच्या निर्मिती सूत्रासहित) व तोफा यांचा निर्देश आला आहे व म्हणून, त्याचे (त्या पुस्तकाचे) संपादक व भाषांतरकार बी.के.सरकार (अलाहाबाद, १९२५) यांनी दाखवून

दिल्याप्रमाणे ते पुस्तक नंतरच्या मोगल काळातील आहे. ''राजाने ताबडतोब व उशीर न करता, जमीन महसूल, श्रमिकांचे मेहनताने, कर, इतर आर्थिक हितसंबंध, लाच व भाडे वसूल करावी. राजाने जमीन कसणाऱ्या प्रत्येकाला भाडे (कराची रक्कम) दिल्याबद्दल त्याच्या स्वतःच्या शिक्क्याचे (छापाचे) कायदेशीर कागदपत्र द्यावेत. खेड्याचा महसूल निश्चित केल्यानंतर राजाने एखाद्या श्रीमंत माणसाकडून तो आधीच मिळवावा (घ्यावा किंवा वसूल करावा) किंवा (त्या रकमेचे) मासिक अथवा ठराविक काळानंतर हप्ते निश्चित करावेत. (हप्त्यांची खात्री मिळवावी.) किंवा त्याला मिळणाऱ्या पैशांपैकी १/१६, १/१२, १/८, १/६ असा पगार देऊन राजाने 'ग्रामपा' नावाचा एक अधिकारी नेमावा....... व्याजाने कर्जाऊ पैसे देणाऱ्याच्या व्याजाच्या किंवा (भांडवलातील) वाढींच्या १/३२ भाग त्याने ओळखावा.... कसलेल्या जमिनीपासून, तसेच घरांपासून व वस्त्यांपासून (dwellings) त्याने भाडे मिळवावे (घ्यावे.) त्याने दुकानदारांपासूनही कर वसूल करावा. रस्ते जतन करून ठेवण्यासाठी (रस्त्यांना चांगल्या स्थितीत ठेवण्यासाठी) व रस्त्यांच्या दुरुस्तीसाठी, त्याने, जे रस्ते वापरतात, त्यांच्यापासून जकात वसूल करावी,'' (शुक्रनिति, सरकार यांचे भाषांतर; ४.२.२४५-२५८). बंदुकीची दारु तयार करण्याचे सूत्र ही ४.७.४००-४०६ मध्ये दिले आहे. तसेच तोड्याच्या बंदुकीचे व तोफेचे (muskets and canon) ४.७.३८९-३९४ मध्ये, भरमार बंदुकीचे (ramord) ४.७.४१८-२१ मध्ये शाही शरीररक्षकांकरिता बारुदशस्त्र सामग्रीचे (Firearms) ४.७.४७-५३ मध्ये सूत्र दिलेले आहे. वकील आणि त्यांचे शुल्क (बचाव केलेल्या किंवा realised किमतीच्या १/६० ते १/१६०) ४.५.२२४-३१ मध्ये आढळते. म्हणून, ही कागदपत्रे, ज्यात शेतकऱ्यांवरील कर, जकात, घरांवरील कर इ. मध्ये खूप मोठ्या प्रमाणावर वाढ झाली, अशा 'खालून वर सुधारित जाणाऱ्या सरंजामशाहींतील असावी. आर.एन.सालेतोर यांचे 'Life in the Gupta Age' (मुंबई १९४३) हा टीकात्मक नसलेला सारांश आहे व योग्य काळजी घेऊन ते संदर्भाकरिता वापरता येऊ शकेल. मागच्या प्रकरणातील पहिल्या टीपेतील माझ्या निबंधात, चिनी यात्रेकरूने दिलेल्या माहितीच्या चर्चेसहित टोळ्या, जमीन देणग्या यांचे संपूर्ण वर्णन दिलेले आहे.

(२) 'तथाकथित' आंध्र राजांच्या घरावरील व्ही.एस.सुकठणकरांच्या लेखात (ABORI 121-42, Memorial ed. खंड २,२५१-२६५), हा शिलालेख परिशिष्ट म्हणून दिलेला आहे; मी त्या भाषांतरात किंचित बदल केला आहे. त्याच लेखकाने हा शिलालेख, EI १४.१५३-५५ (Memorial ed. 2.213.15) मध्ये प्रसिद्ध केला होता.

(३) गुजरात किंवा काठियावर मध्ये कोठेतरी सापडलेल्या Sabaean शिलालेखाची (ज्याची छायाचित्रनक्कल 'पर्शियन व असेरियन लिखाण' म्हणून

इ.स.१९४२ मध्ये माझ्याकडे पोहोचली, बॉड्लेइअन लायब्ररी, ऑक्सफर्ड येथील डॉ.ए.एफ.एल.बीस्टन यांनी ओळख पटविली. अदेन (Aden) जवळ असलेला दुसरा एक (शिलालेख) त्याची प्रतिकृतीच आहे. (corpus. Inscr, Sem, 27, 1905, 153.155 मध्ये प्रसिद्ध झाला आहे) रबिब व खैत टोळ्यांतील यतहिर जमातींचे व हर्शनच्या टेकड्यांवरील हर्शनच्या अभिरत व त्याचे जमाती सहकारी यांची जहागिरीची जमीन उत्तरेकडे पसरली आहे व तिच्यातील इमारती व डोंगराळ नाले तिची पूर्वेकडील सीमा दर्शवितात' असे या शिलालेखावरून दिसून येते. हे पुराविज्ञान, बहुधा ख्रिश्चन काळ सुरू होण्याच्या वेळचे असावे. भूज येथे थोडे लहान Sabaean शिलालेख सापडले आहेत. (EI १९.३००-३०२), बहुधा कुशाण राज्याचे नाव नदीतीरावर कायम वस्ती करण्यासाठी बाहेरून आलेले सूर्यपूजक, आपल्या स्वत:च्या सांबपुराणासहित मग ब्राह्मणात रूपांतरित झाले. (आर.सी.हाझरा, ABORI ३६.१९५५, ६२-८४) जुनागड (गिरनार) येथील विदेशी राज्यपालांची रांग धक्का देणारी आहे. एकामागून एक विदेशी राज्यपाल आले. त्यांच्या मुलांची नावे मात्र बरेचवेळा (नेहमी) भारतीय असल्याचे आढळते. स्कंदगुप्तानंतर लगेच भटार्क, त्याला साहाय्य करणाऱ्या टोळीसमवेत वलभीच्या मैत्रक राजवंशाचा पाया घातला. टोळीप्रमुखाचे व त्याच्या टोळीचे अशी दोन्ही नावे संस्कृतीकरण केलेले आणि बहुधा विदेशीय आहेत. बालादित्याच्या हाताखाली नालंदा येथील बौद्ध भिक्षूंचे विश्वविद्यालय, देणगी म्हणून देणारा मालाड (बंधुमतीचा मुलगा व निर्मलाचा भाऊ) म्हणतो, (EI २०.३७ की, यशोवर्मनच्या हाताखालील एक टिकिन, (Tikina) 'उत्तरेचा मालक, मंत्री व Passess चा मालक' हा त्याचा पिता होता. परंतु संपादकाला पाहिजे, त्याप्रमाणे, हा राजा, एक शतकाआधी होऊन गेलेला मालवचा यशोधर्मन नसून कनोजचा यशोवर्मन असावा. Tikina-Tegina ही 'प्रमुख', 'सरदार' अगर 'राजपुत्र' याअर्थी असणारी तुर्की पदवी आहे, हे मान्य केले गेले आहे. गुप्तांचे सिंहासन मुळापासून हादरविणाऱ्या ज्या हुणांना, गुप्तांकडून एकाहून अनेकवेळा पराभव पत्करावा लागला. ते मागे आपली काही खूणही न ठेवता विलीन झाले (मिसळून गेले), तरीपण हूण व शक स्त्रियांच्या, अत्यंत कौतुकास्पद अशा फिक्कट सुवर्णकांतीची स्मृती- सुवर्णयुगाला (सुवर्णकांतीची) योग्य अशी जोड असलेली- संस्कृत काव्याने जतन करून ठेवली आहे. मुस्लीम व ब्रिटिश यांच्याबाबतीत देखील लष्करी कारवायांपेक्षा व्यापार आधी सुरू झाला. व्यापाराद्वारे तुलनात्मक दृष्ट्या जेव्हा कमी किमतीत जास्त नफा मिळण्याची शक्यता निर्माण झाली, तेव्हाच लष्करी कारवाया सुरु करण्यात आल्या.

(४) हर्षाची छावणी आणि संचलन करणारे, सैन्य यांचे जिवंत व सुस्पष्ट वर्णन बाणाने 'हर्षचरितात' केले आहे. परंतु त्याकरिता या दरबारी कवीने कनोजला किंवा मूळची राजधानी थानेसरला थेट दिल्याचे दिसत नाही. आधीचा प्रांत (थानेसर) हा

जंगली नारळी झाडांनी भरून गेलेला आहे, असे त्याने वर्णन केलेले आहे; परंतु पाटण्यावरच्या भागात, गंगा नदीच्या दक्षिण तीराजवळ असलेल्या कवीच्या घराच्या पलीकडे जास्त उत्तरेकडे हे झाड वाढत असलेले दिसत नाही. (नारळाची झाडे असणे) हे बहुधा त्याने कोणत्याही सुपीक जमिनीचे प्रतीक म्हणून गृहीत धरलेले असावे.

(५) येथे 'मालविकाग्निमित्रा'चे भरतवाक्य आणि हरवलेल्या 'देवी-चंद्रगुप्ता'तील काही अपुरे (अर्धवट) संदर्भ शक्य अपवाद म्हणून घेता येतील.

६. अशा वंशावळीपैकी सर्वांत आश्चर्यकारक (ठळक उठून दिसणारी) अशी वंशावळी कदाचित नलाची असावी. (DKA ५२) ते लोक मुळात निषध नसून नलाच्या पित्यास आपला पूर्वज बनविण्यासाठी त्यांचे निषधात रूपांतर करण्यात आले. ते निशाद जंगलातील रानटी असावेत, हे जास्त शक्य वाटते. आजसुद्धा मध्यभारताच्या जंगलात सापडणाऱ्या पांडो (Pandos) टोळ्यांप्रमाणेच पंडुवंशी राजेही (फ्लीट ८१) जवळजवळ निश्चितपणे त्याच धर्तीचे असावेत. (census of India, १९३१, pt.3) तारानाथच्या म्हणण्यानुसार Paas च्या (तथाकथित) वैभवशाली, सुसंस्कृत राजवंशाचा प्रारंभ नागांच्या एका, अनौरस अर्भकापासून झाला आहे. भौम म्हणजे..... केवळ होते.

७. लिच्छवींकरिता, Syluain Levi, Le Ne' pal, e' tude historique d' um royaume Hindou (पॅरिस, १९०५-१९०८, ३ खंड ; २.३ Annales du mus'ee Guimet मध्ये); विशेषत: २.८९-९०, ३.६४ (६व्या शतकात उशिरा व ७व्या शतकात (सुरुवातीला) पहिला लिच्छवी शिलालेख). ३.७९ व इतर Mallas, ३.६९, २.२१२ व इतर ७ व्या शतकात A. P. सुद्धा, तिबेटी राजा Strong + San Gam - po याने सुद्धा आपले मूळ लिच्छवी असल्याचा दावा केला. बुद्ध हा एक धडधाकट (sturdy) तिबेटी होता, अशा तऱ्हेचे अतिशयोक्त व हास्यास्पद सिद्धांत विन्सेन्ट स्थिमने तसेच इतरांनी केवळ पूर्ववस्त्र परिधानाच्या आधारावर बनविले आहे.

(८) हिरण्यगर्भ पुनर्जन्म उत्सवाच्या पुरालेखाच्या स्वरूपातील दप्तराकरिता पहा- D.C.sircar, successors ofthe satavahans. मत्स्यपुराण (२७५ (१.२३) मध्ये धार्मिक विधींचे वर्णन केले आहे. त्यापूर्वीचा 'तुलापुरुष' पुढे अधिक प्रचारात राहिला. शाही व्यक्तीची चांदी किंवा सोन्यात तुला करण्यात येत असे व नंतर ती चांदी व सोने ब्राह्मणांना वाटून टाकण्यात येत असे. मात्र अशा देणग्यांमुळे नव्या जातीचे अभिधान देऊन पुनर्जन्म प्राप्त करून देण्याचा मोठेपणा मिळविता येत नसे.

(९) आर.इ.एन्थॉव्हन; Tribes and castes of Bombay (३ खंड, १९२०) SubGavad १.३६२, तसेच गाबितांचे देवक (a devak') (Sebt), १.३४९ व काही इतर

(१०) जी.एम्. मोरेस The Kadamba - Kula (मुंबई १९३१); तसेच Trans

.Vth Ind. Hist. con. 1941. 164-74, Festschrift आर.के.मुकर्जी (भारत व कौमुदी, अलाहाबाद १९४७) ४४१-४७५ डी.सी.सिरकार: Successors of the satvahanas, २२५-२५४.

(११) पुराविज्ञानात्मक आढावा : म्हैसूर राज्य; Annual Report १९२० पृ.५० लेखकाने मोठ्या प्रमाणावर धाड घातली, याखेरीज ह्या थोडक्यात असलेल्या शिलालेखात काहीच स्पष्ट नाही.

(१२) गोव्यातील खेड्यातील वस्त्यांकरिता माझा "The village community in the old conquests of Goa' (J Uni. Bombay, १५, १९४७, ६३-७८) हा लेख पाहा. Gerson da Cunha यांची 'सह्याद्रिखंड' (मुंबई १८७७) याची संपादित आवृत्ती व 'कोकणी भाषा व साहित्य' (मुंबई १८८१) यावरील त्यांचा अभ्यास ह्या गोष्टींचा फार उपयोग झाला. तरीपण, मी गोव्यात जन्मलो असल्याने व जुन्या प्रथांच्या अद्याप शिल्लक राहिलेल्या प्रभावी खाणाखुणा आठवू शकण्याइतपत बऱ्याच वयोवृद्ध लोकांशी बोललो असल्याने (गोव्याबाबतच्या माहितीचे) प्रमुख कार्यक्षेत्र माझे स्वत:चे आहे. Fillipe Nery xavier (portuguese) च्या "Bosquejo historico das Communidades das aldeas dos concelhos Ilhas, Salcete a Bardez" (दुसरी संपादित आवृत्ती, बॅस्टेरा Bastora ३ खंड १९०३-०७) ह्यातून कागदपत्रे मिळाली. त्याच लेखकाचे Gabineto Literario das fountainhas उपलब्ध नव्हते.

(१३) ह्या, खेड्यातील कारागिरांकरता पाहा - मोल्सवर्थचा मराठी- इंग्लिश शब्दकोश. टी.ए.अत्रे यांनी आपल्या 'गाव-गाडा' (मराठीत, कर्जत- अमळनेर, १९१५) मध्ये, ज्यांच्या दृष्टीने ह्या पद्धतीची उपयोगिता कालबाह्य झाली होती, अशा मध्यवर्गाच्या (bourgeoisie) तक्रारीच्या दृष्टिकोनातून या पद्धतीने संपूर्ण वर्णन दिले आहे.

(१४) यावर मी टीप लिहिली आहे. ('The Working Class in the Amarkosa') (JOR २४, १९५५, ५७-६९); कोशाच्या पहिल्या दोन विभागांत असलेल्या श्रेणीचे तत्त्व नजरेतून सुटले आहे. २.१०.६ मध्ये असलेले 'तुन्न- वाय आणि सौचिक' ह्या शब्दांचा अर्थ 'कोणत्यातरी प्रकारचे, सुईच्या मदतीने काम करणारे' असा आहे. आता स्वीकारलेला अर्थ 'शिंपी' असा आहे; परंतु 'देशाच्या बऱ्याचशा भागात कापलेल्या व शिवलेल्या (कापून शिवलेल्या) कापडाची पद्धत नव्हती', ह्या ह्यूएन् त्संगने केलेल्या निर्देशांच्या दृष्टिकोनातून 'भरतकाम करणारे', असा अर्थ असण्याची जास्त शक्यता आहे.

♦ ♦ ♦

प्रकरण दहा

सरंजामशाही – खालून वर

ह्या काळासाठी मिळणारा पुरावा अधिक मूल्यवान असला तरी तो निरनिराळ्या भाषांत विविधप्रकारे ग्रथित केला असल्याने त्याचे तपशीलवार विश्लेषण करणे कठीण जाते. त्यातच जुन्या प्रथांचे विखुरलले कित्येक स्थानिक अवशेष आपल्या विशिष्ट प्रकारामुळे, ते मूळ विषयापासून आपले लक्ष विचलित करीत असल्यामुळे, त्या अडचणीतच भर पडते. हा समग्र आकृतिबंध इतका गुंतागुंतीचा व गोंधळाचा होऊन बसतो की त्याचा उलगडा करताना त्यापैकी काही गोंधळ वाचकाच्याही वाट्यास जाणे अपरिहार्य आहे. त्यामुळे त्याची काही प्रमुख लक्षणेच विचारात घेता येतील.

१०.१ – भारतीय व इंग्लंडमधील सरंजामशाहीतील फरक

भारतीय सरंजामशाही तिच्या युरोपीय नमुन्यापेक्षा निदान बाह्य आविष्कारात तरी इतक्या वेगळ्या प्रकारची आहे की मुसलमानी अथवा राजपूत लष्कराचे, वर्णन करताना उच्च-नीचभावाचे प्रत्यंतर आले तरी, भारतात मुळात सरंजामशाही अस्तित्वात होती, हे देखील केव्हा केव्हा नाकारण्यात येते. युरोपीय (विशेषत: इंग्लिश) सरंजामशाहीची प्रमुख वैशिष्ट्ये पुढीलप्रमाणे संक्षेपाने सांगता येतील.[१]

१. तिच्यात 'उत्पादनसाधने साधी व साधारणत: बिनखर्चाची असल्यामुळे व उत्पादनक्रिया बरीचशी वैयक्तिक स्वरूपाची असल्याने तंत्रदृष्ट्या तिची पातळी खालची होती; तिच्यातील श्रमविभाग... हा विकासाच्या अगदी आदिम पातळीवरील होता.' भारतात तर ही गोष्ट सर्व अवस्थांबाबत, अगदी सरंजमशाही-पूर्व अवस्थेबाबत देखील खरी आहे.

२. 'तिच्यातील उत्पादन विस्तृत बाजारपेठेसाठी नसून एखाद्या कुटुंबाच्या अगर ग्रामीण समाजाच्या तात्कालिक गरजा भागविण्यासाठी होते.' व्यापक अर्थाने हे भारताबद्दलही खरे आहे. मात्र धातू, मीठ, नारळ, कापूस, तांबूल (विड्याची पाने), सुपारी (areca nuts) व अशाच स्वरूपाच्या वस्तूंचे उत्पादन येथे वाढत्या प्रमाणात होते.

३. 'जमीनदाराच्या भूमीवर बहुधा मोठ्या प्रमाणात व सक्तीच्या श्रमसेवेने तीत जमीन खंडाने न देता केलेली शेती (Demesne farming) होत असे.' ही गोष्ट मात्र भारताबद्दल निश्चितपणे खरी नाही. भारतात फक्त सरंजामी युगाच्या अखेरीस जहागीरीविषयक (manorial) व्यवस्था नुकतीच कोठे अंमलात येऊ लागली होती.

याचे कारण असे की, अभिजात (classical) रोमन गुलामगिरीच्या अर्थव्यवस्थेस व खेड्यात (villas) सदृश, असे मौर्य साम्राज्यात काहीही नव्हते. खेडे हाच वस्तीचा घटक होता. रोम अथवा शार्लमान अथवा सरंजामशाही सरदार यांच्या तुलनेने येथील वस्त्यांचा जमाती क्षेत्रात झालेला विस्तार कितीतरी अधिक शांततामय पद्धतीने झाला होता, हे दाखविण्यात आले आहे, असे असले तरी नंतरच्या काळातील भारतीय सरंजामी सरदारांनी ग्रामीण लोकांपासून स्वतंत्र राहण्यासाठी काही जमिनींची प्रत्यक्ष लागवड करण्याचा नेहमीच प्रयत्न केला, कारण ग्रामीण जनतेने दुष्काळात पीक काढण्यास एकवटून अडथळा केला, अथवा तिला त्यात अपयश आले, तर सरदारांवर आरिष्ट ओढवले असते. सरदारांच्या सशस्त्र फौजांस संकटकाळी स्वतंत्रपणे अन्नाच्या पुरवठ्याची हमी देणे जरुरीचे होते. ह्या सरदारांच्या अमलाखालील जमिनीची लागवड नेहमी गुलामांकडून करविण्यात येई. उत्पादनसाधनात गुलामगिरी अद्यापि अपरिहार्य होऊन बसली नसली तरी तिला एक नवे महत्त्व आले.

४. 'वरून खाली' येणाऱ्या सरंजामी व्यवस्थेच्या प्रारंभी 'राजकीय विकेंद्रीकरण' भारतात तसेच युरोपातही सारख्याच स्वरूपाचे होते. सर्व भूमी सम्राटाच्या मालकीची असते, हा मौर्य सिद्धान्त गळी उतरविण्यासाठी, भूमी म्हणजे जमातीची सामाईक जमीन (संपत्ती नव्हे) ह्या संकल्पनेचा उपयोग करण्यात आला; जमातीचा प्रमुख हाच तिचे प्रतीक व आविष्कार होऊन बसला व कालांतराने त्याच्याच जागी राजा आला (अर्थशास्त्र ११.१) अथवा त्याचेच राजात रूपांतर झाले, अथवा आपल्याच पूर्वीच्या जमातबांधवांविरुद्ध, प्रसंगी पाठिंबा देणाऱ्या विजेत्याचा तो (जमातप्रमुख) मांडलिक बनला. कालांतराने ग्रामपंचायतींची (परंपरागत) कार्ये नजीकच्या सरंजामी सरदाराने अधिकाधिक प्रमाणात बळकाविली. ह्याला अपवाद एकच, तो म्हणजे राजाला प्रत्यक्ष कर देणाऱ्या खेड्यांचा. त्यांच्या बाबतीत व त्यात राहणाऱ्या वैयक्तिक जमीनमालकांच्या बाबतीत मालकीचा अगर जमिनीबाबत हक्काचा tenuer - right एखादा वेगळा प्रकार मान्यता पावला.

५. 'कोणत्या ना कोणत्या प्रकारच्या नोकरीच्या अगर जमिनीबाबत हक्काच्या आधारावर सरदारांनी जमिनी सशर्त बाळगणे', हे ही सरंजामशाहीचे एक वैशिष्ट्य होते. शस्त्रे बाळगणे हाच त्यांचा प्रमुख व्यवसाय होता, अशा राजपुतांच्या बाबतीत हे लक्षण वैशिष्ट्याने डोळ्यांत भरते; व ज्यांचे प्रमुख आक्रमक होते व ज्यांनी समान धर्माच्या बंधनाचा इतर जमातींपासून वेगळे राहून स्वत:स व आपण बाटविलेल्या अनुयायास एकत्रित ठेवण्यासाठी उपयोग करून घेतला अशा आधीच्या मुसलमानांचीही तशीच गोष्ट आहे. ही प्रथा दक्षिणेत वाढविणारे गांग हे पहिलेच राज्यकर्ते होते. (अम्मा amma, I, १० वे शतक) कालांतराने सर्वच अनुयायांना नोकऱ्या कराव्या लागल्या, परंतु त्यांच्या जहागिरी वेळोवेळी बदलत गेल्या. मध्यवर्ती

लष्करी सोपान व्यवस्था (hierarchy) मात्र सामान्यत: वंशपरंपरागत नसे, हे लक्षात ठेवणे महत्त्वाचे आहे. उच्चपदस्थ दरबारी हे (मुळात) गुलाम असणेही संभवनीय होते.

६. 'आपणावर अवलंबून असलेल्या जनतेबाबत सरदारास न्यायिक अथवा तत्समान (अर्धन्यायिक) स्वरूपाची कार्ये असणे' हेही सरंजामशाहीचे एक वैशिष्ट्य आहे. जुन्या ग्रामपंचायती नष्ट झाल्यामुळे नि:शस्त्र खेड्यावर सरदाराच्या सशस्त्र सेनेचा पूर्ण ताबा असल्यामुळे अंशत: असे झाले. राजा म्हणून प्रत्यक्ष न्यायदान करणाऱ्या मनुस्मृतीतील छोट्या राज्यकर्त्यांपासून अथवा 'सीता' म्हणून ओळखल्या जाणाऱ्या विस्तृत शाही जमिनीवरील मौर्यांच्या निरंकुश सत्तेपासून ही परंपरा चालत आली असावी. जोपर्यंत खेड्यांना स्वत:चे असे सशस्त्र लष्कर नव्हते, तोपर्यंत नंतरच्या सरंजामशाहीत विकास होण्यास वरील दोन्ही गोष्टींचा हातभार लागणे अपरिहार्य होते. भारतीय सरंजाम व्यवस्थेचे युरोपीय सरंजाम व्यवस्थेपासून वेगळेपणा दाखविणारी तीन लक्षणीय वैशिष्ट्ये आहेत. गुलामगिरीची वाढ, व्यावसायिक संघांचा अभाव व संघटित धर्मसत्तेचा अभाव. येथे व्यावसायिक संघ व धर्मसत्तेची जागा, जातीने घेतली, येथील अधिक आदिम स्वरूपाच्या उत्पादनप्रकाराचे जात हीच प्रतीक व मूळ कारण होती.

येथे 'वरून खाली येणाऱ्या' देशी सरंजामशाहीला नवी तंत्र विकसित करण्यात आलेल्या अपयशामुळे पवनचक्की, (hore-collars) घोड्याचे खोगीर व अवजड नांगर अशासारख्या वस्तूंच्या मध्ययुगीन युरोपीय प्रकारांपासून तिचे वेगळेपण दिसून येते. ह्यांपैकी काही शोध हे निश्चितपणे चीनमध्ये लागले होते. (उदा- घोड्याचे खोगीर, Stern- Post rudder मागील बाजूचे सुकाणू, drawloom हातमाग इ.; जे.नीडहॅमक्रम centaurus ३ (१९५३) पाहा. १.२ पृ.४६-७) एवढ्यावरूनच सरंजामी युरोपने ते स्वीकारण्यात दाखविलेल्या उपक्रमाचे महत्त्व कमी होत नाही. कारण त्याकडे पुरातन समाजाने दुर्लक्ष केले होते. मार्कोपोलोच्या खालील शब्दांवरून हा [२] मुद्दा विशद होतो-

''मलबारच्या या सबंध राज्यात, सबंध वर्षभर सगळेच नग्नावस्थेत फिरत असल्यामुळे एखादा कोट बेतण्यास अगर शिवण्यास शिंपी देखील नाही. हे आपणास ठाऊक असले पाहिजे.....! केवळ सभ्यतेखातर ते एखादे पटकूर नेसतात; व हे पुरुष व स्त्रिया, श्रीमंत व गरीब यांच्याप्रमाणेच राजाच्या (सुंदर-पांड्याच्या) बाबतीतही खरे आहे. राजाच्या कमरेभोवती तलम वस्त्र असते व गळ्यात सर्वस्वी किमती- माणके, (sapehires) नीळमणी, पाचू व अशा - रत्नांचाच हार असतो व त्यामुळे ही माळ मौल्यवान असते. एवढा अपवाद सोडला, तर राजादेखील इतरांप्रमाणेच उघडावाघडा असतो, ही वस्तुस्थिती आहे..... हा राजा जे सोने,

मोती अगर रत्ने परिधान करतो, त्याच्या किंमतीत एखाद्या नगराची खंडणी भागेल. येथे घोड्यांची पैदास मुळीच होत नसल्यामुळे या देशाच्या संपत्तीचा बराच भाग घोडे विकत घेण्यात फुकट जातो..... किश, ओरमझ, धफर, सोहर व एलन येथील व्यापारी बरेच लढाऊ व इतर घोडे जमवून ह्या राजाच्या व त्याच्या चार भावांच्या मुलूखात आणतात...... कारण एका घोड्याची किंमत सोन्याच्या ५०० सग्गीइतकी- अर्थात १०० चांदीच्या मार्कांइतकी- सहज होईल व असे असंख्य घोडे दरसाल विकले जातात. खरोखर हा राजा दरसाल २००० हून अधिक घोडे विकत घेऊ चाहतो व त्याचे चार भाऊ- हेही राजे आहेत- त्याचेच अनुकरण करतात. त्यांना दरवर्षी इतके घोडे हवे असण्याचे कारण की वर्षांच्या अखेरीस त्यापैकी १०० देखील उरणार नाहीत. कारण ते सर्व मृत्युमुखी पडतील. घोडा कसा बाळगावा, याचे यत्किंचित ज्ञान नसणाऱ्या अशा लोकांच्या गैरव्यवस्थेमुळे असे होते; त्याखेरीज त्यांच्याजवळ मुळीच (Farriess) नाल बसविणारे नाहीत. हे घोड्यांचे व्यापारी आपल्या बरोबर (Farriess) नाल बसविणारे मुळी आणीत नाहीतच. परंतु तेथे इतर (Farriess) नाल बसविणारे देखील पोहोचू देत नाहीत. कारण तसे झाल्यास ते त्यांना दरसाल अफाट नफा मिळवून देणाऱ्या घोड्यांच्या विक्रीत मोडता घालतील. ते हे घोडे समुद्रमार्गे जहाजावर घालून आणतात. आणखी एक विचित्र गोष्ट सांगण्यासारखी आहे. या देशात घोड्यांची पैदास करण्याची मुळीच शक्यता नाही, हे वारंवार झालेल्या प्रयत्नांवरून सिद्ध झाले. कारण वरिष्ठ रक्ताच्या घोडीचा वरिष्ठ रक्ताच्याच घोड्याशी संयोग झाला, तरी होणारी अवलाद मरतुकडी, कमकुवत व निरुपयोगी असून स्वार होण्यालायक नसते....... या देशातील लोक फक्त भाला व ढाल घेऊन उघडेच लढाईवर जातात व सैनिक म्हणूनही अत्यंत कुचकामाचे आहेत. पशू, पक्षी अथवा जीव धारण करणारे काहीही त्यांना मारता येत नाही व ते जे काही मांस भक्षण करतात, त्यासाठी ते तुर्कांना (saracans) अथवा त्यांच्या धर्माचे नसलेल्या कोणालाही खाटकाचे काम करावयास लावतात. त्यांच्या लुटारूंचा (corsair) ठाण्याच्या राजाशी असा करार झाला आहे की, त्यांनी ताब्यात घेतलेले सगळे घोडे त्याला (राजाला) द्यावे व इतर सर्व लूट आपल्याजवळ ठेवून घ्यावी. ठाण्याच्या राजाजवळ स्वत:चे घोडे मुळीच नसल्यामुळे तो असे करतो व बरेच घोडे परदेशातून जहाजाने भारताकडे येतात; कारण इतर मालाबरोबर घोडे नाहीत, असे एकही जहाज तेथे जात नाही.......'' (लाल समुद्राजवळील अरब शहरातून भारतात दरसाल निर्यात केलेल्या घोड्यांची संख्या विस्मयजनक आहे. याचे कारण एकतर घोड्यांची पैदास येथे मुळीच होत नाही व दुसरे असे की' ते तेथे (भारतात) पोहोचल्यावर अडाणीपणाने वागविल्यामुळे लवकरच मृत्युमुखी पडतात. कारण तेथील (भारतातील) लोकांना घोड्यांची काळजी कशी घ्यावी, हे माहीत नसल्यामुळे

मी तुम्हास यापूर्वीच सांगितल्याप्रमाणे, ते आपल्या घोड्यांना शिजविलेले अन्न व इतर सर्व प्रकारच्या वररूड गोष्टी खाऊ घालतात; याखेरीज त्यांच्याजवळ (farriess) मुळीच नाहीत.'' (शेवटली दोन वाक्ये बेनो डिहोने उद्धृत केलेल्या (पृ.२१५) कोणत्याही साधनात आढळत नाहीत.)

त्या काळाच्या भारतीय समाजात (farriess) नाल बसविणाऱ्यांची एक नवी जात बनली असती. त्या हवामानात कपड्यांची खरोखर आवश्यकता नव्हती. परंतु रत्नांची निश्चितपणे कमी गरज होती. येथे धातूचा प्रत्येक तुकडा कोणत्या ना कोणत्या प्रकाराने उपयोगात येईपर्यंत काळजीपूर्वक जतन करण्यात येतो. अशा जास्त एकाकी खेड्यात आजदेखील धातूंची शोचनीय दुर्मीळता कायमच आहे. कुशल लोहाराने व धातू कामगाराने श्रेष्ठ दर्जाची शस्त्रे व चिलखते बनविली असती, परंतु जातींचे अधिराज्य असलेल्या खेड्यात त्यांचे जीवन अशक्य झाले असते. तथापि मानवी जीवनाविषयीच्या व विशेषत: पूर्वजन्मातील एखाद्या पातकाबद्दल ज्यांना उघडउघड शिक्षा करण्यात येत होती, अशा कनिष्ठ जातीविषयीच्या तिरस्कारामुळे सर्वसामान्य पायदळातील लढवय्यांस संरक्षण देणे अनावश्यक होऊन बसले. म्हणजे लोकांना वस्त्राशिवाय, पादत्राणाशिवाय व घराशिवाय राहावे लागले, याचे कारण तंत्राचा नव्हे तर क्रयशक्तीचा अभाव, हेच होय.

''ह्या (आंध्र) राज्यात सर्वोत्कृष्ट, अत्यंत नाजूक व अत्यंत मौल्यवान कातडी (बकरम) तयार होतात; ही खरोखर कोळ्याच्या जाळ्यातील तंतूप्रमाणे दिसतात...... (मलबाराती) अत्यंत नाजूक व सुंदर बकरम तयार होतात ...... (ठाण्याहून) निरनिराळ्या प्रकारचे चामडे व वरच्या बाजूचे बकरम व कापूस मोठ्या प्रमाणावर आयात होतो... (खंबायतहून) बराच कापूस अनेक दिशांना रवाना होतो; व उत्तम प्रकारे कमविलेल्या कातड्यांचा मोठा व्यापार चालतो. त्याबरोबरच असणाऱ्या इतर प्रकारच्या व्यापारी मालाचे वर्णन करणे अतिशय कंटाळवाणे होईल.... (गुजरातेत) दरसाल सर्व प्रकारची इतकी कातडी कमाविली जातात, की तो अरबस्तान व इतर मुलूखात बरीच जहाजे भरुन पाठविता येतील. लाल व निळ्या चामड्यांच्या सुंदर चटयादेखील येथे तयार करतात.... त्यांस सोन्याचांदीच्या तारांनी नक्षीकाम केलेले असते..... यांपैकी काही चटयांची किंमत १० मार्कपर्यंत होती.''

व्हेनेशिअनने आपल्या पुस्तकाच्या तिसऱ्या भागात हा वृत्तांत दिला आहे. आंध्रातील काही भागात अद्याप देखील हाताने कातलेला व विणलेला अतिशय उत्तम प्रकारचा तलम सुती माल तयार होतो. यात काही अतिशयोक्ती नाही.

चांगल्या घोड्यांची पैदास भारतीय हवामानात देखील होऊ शकेल. परंतु त्यांना केवळ शिजविलेले तांदूळ मांसाबरोबर खाऊ घातल्यास ती होऊ शकणार नाही. घोड्याच्या पैदाशीबाबत पांड्यांच्या राज्यापेक्षा निश्चितपणे सरस असलेल्या काळी व स्थळी लिहिले गेलेले अर्थशास्त्र असे म्हणते:

"घोड्याच्या उत्तम खुराकात तांदूळ, बार्ली व वऱ्या (panic) बिया भिजविलेल्या अगर शिजविलेल्या, शिजवलेला मुदगा (phaseolus mungo) उडीद अथवा मूग (phaseolus readiatus), दाणे; एक प्रस्थ (हे एक माप होते) तेल, पाच पळे (हे एक वजन होते) मीठ, पन्नास पळे मांस एक आठक शिजविलेले मांस अथवा दोन आठक दुधाचे दही, दारूच्या (सुरेच्या) एका प्रस्थाबरोबर मिसळलेली पाच पळे साखर, दारू अथवा दोन प्रस्थे दूध यांचा समावेश होतो.''

मार्कोपोलोचे अवलोकन अगदी बरोबर होते व त्यावरून अर्थशास्त्रात प्रवीण असलेल्या विद्वान ब्राह्मणाचा राजास सल्ला मिळत असला पाहिजे, हे दिसून येते. सुंदर-पांड्याच्या पदरचे विद्वान धर्मशास्त्रज्ञ त्याला शंकराचार्य व रामानुजाचार्यांच्या विचारप्रणालीतील सूक्ष्म भेद विशद करून सांगू शकले असते; त्याच्या जवळील पुरोहित त्याच्यासाठी प्राचीन वैदिक अश्वमेध यज्ञ, बारीकसारीक तपशिलासह पार पाडू शकले असते. त्याला करता येत नव्हती अशी एकच गोष्ट म्हणजे जातिवंत घोड्यांची (अथवा तसेच म्हणावयाचे तर कोणत्याही प्राण्यांची) पैदास. (दक्षिणेतील) विशिष्ट परिस्थितीत तग धरून राहण्याच्या दृष्टीने उत्तरेकडील गुरांची पैदास केलेली नसल्यामुळे आयात केलेल्या कळपांच्या मानाने स्थानिक गरजांच्या दृष्टीने त्यांची अधिक चांगली निपज घडवून आणता येते, याची अजून पुरेशी जाणीवदेखील झालेली नाही.

एक गोष्ट अपरिहार्य होती. ती म्हणजे अरबस्थानातील उमदे घोडे अखेर भारतास पोहोचणार व त्यांच्यावर स्वार होऊन येणारे लोक कोणत्याच जातीचे नसल्यामुळे व त्या उमद्या जनावरांच्या जातीची परंपरा स्वाऱ्यांच्याही पूर्वीची असल्यामुळे त्या लढाऊ घोड्यांची वैयक्तिक काळजी घेण्याच्या आड ते (स्वार) आपला सामाजिक दर्जा येऊ देणार नाहीत, ही होय. चिलखत (cuirass), जोडयुक्त चिलखत (chainmaill) ,भारतात मिळणाऱ्या कोणत्याही पोलादापेक्षा अधिक धारदार तलवारी व भारतीय घोडदळापेक्षा अधिक दूरवर पोहोचणारे धनुष्य बाण अशा सर्व सामग्रीनिशी (DB ११९) सज्ज होऊन हे नवे आक्रमक (अरब, तुर्की, मोंगल अथवा भिन्न वंशाचे मुसलमान) नेटाने चाल करीत, या देशाच्या आतवर येऊन पोहोचले. (मोर्कोपोलो याने नमूद केल्याप्रमाणे) भावाभावांतील यादवी युद्धात दुसऱ्या एका सुंदर-पांड्याने निमंत्रित केल्यावरून अल्लाउद्दिन खिलजीचा सेनापती मलिक काफूर याने, संपूर्णपणे असंरक्षित असलेली मदुरा इ.स.१३११ मध्ये १४ एप्रिल रोजी काबीज केली. भारतीय युद्धात घोड्यांचा प्रथम उपयोग करणाऱ्या आर्यांच्या आध्यात्मिक वंशजांनी (मानसपुत्रांनी) आपल्या स्वतःच्या गत इतिहासावरून देखील धडा घेण्याचे नाकारले. अर्थशास्त्रातील समंजस भाग, त्यातील युद्धयंत्रणेसह पूर्णपणे विसरला गेला होता. स्थानिक अपवाद (D.B. १८१) सोडल्यास अचूक नेमबाजी करणाऱ्या

मोठ्या धनुष्याचा देखील ऱ्हास झालेला आढळतो. असे असले तरी भारतीय सरंजामशाही युरोपीय सरंजामशाही इतकीच शास्त्रावर व घोडदळावर अवलंबून होती. ग्रामीण जनतेस पूर्णपणे असंरक्षित ठेवणे, त्यांना आपले संरक्षण कसे करावे, हे कळले तर त्यांच्यावर नियंत्रण ठेवण्यापेक्षा बरेच सोपे होते.

व्हेनिसच्या प्रवाशाच्या (मार्कोपोलो) अत्यंत महत्त्वाच्या साक्षीवरून, नवीन सरंजामी समाजरचना व नव्या वर्गाची वाट व एका विशिष्ट प्रकारचे सरंजामी जमीनदार अस्तित्वात आले होते, यास दुजोरा मिळतो. शिलालेखात आलेल्या १० व्या शतकातील दक्षिणेकडील उल्लेखावरून (EI ५.११८-१४१; २७.४१-७; ३.२२१- ४ इ.) हे राष्ट्रकूट व तत्सदृश लोक होते, असे दिसते. मार्कोपोलो म्हणतो:

"मी तुम्हाला असे सांगतो की, या राजाजवळ अनेक दास (lieges) (Feoilz) असून ते अशा प्रकारचे आहेत. कारण ते त्यांच्या ऐहिक व पारलौकिक जगातील प्रभूचे दास (lieges) आहेत, असे ते स्वतःच म्हणतात.... हे दास (lieges) दरबारात आपल्या प्रभूबरोबर (मालकाबरोबर) हजर राहतात. राजाबरोबरच चाल करून जातात व त्याचे प्रस्थ माजवितात. राजा कोठेही जावो, हे सरदार त्याच्याबरोबर असतात व सर्व राज्यभर त्यांच्या मोठमोठ्या जमीनदाऱ्या (Lordships) आहेत. राजा मृत्यू पावल्यानंतर त्याचे प्रेत चितेवर जळत असता मी आधीच म्हटल्याप्रमाणे त्याचे दास (lieges) असलेले हे सर्व सरदार, परलोकात देखील राजाबरोबर जाण्यासाठी त्याच्या चितेवर आपणास झोकून देतात..... राजा मृत्यू पावला व त्याने आपल्यामागे अफाट खजिना ठेवला, तर मागे राहिलेले त्याचे पुत्र कोणतेही प्रलोभन असले तरी त्याला स्पर्शही करणार नाहीत..... या कारणामुळेच या राज्यात संपत्तीचे मोठमोठे साठे आहेत.''

१०.२ – सरंजामी समाजात व्यापाराचे कार्य

या खऱ्या मूलभूत आंदोलनाचा रोख व्यापाऱ्यांच्या तोडीस तोड म्हणून एखादा वर्ग निर्माण करण्याकडे होता. आंतरराष्ट्रीय प्रमाणावरील व्यापार फायदेशीर होऊ लागला होता, हे मोठ्या बंदरावरून दिसून येईल. (आकृती ४८) मोसमी वारे, प्रवाह, नद्यांची विस्तृत मुखे, जहाजे नांगरल्याची जागा (road steads), बंदरे, चाचे या सर्व गोष्टी शतकानुशतके सर्वांस ठाऊक होत्या. हा व्यापार निदान मलबार किनाऱ्यापर्यंत तरी चार डोलकाठ्या असलेल्या व Stern-Post खाली लाकडी आधार असलेले सुकाणू दक्षिण चिनी जहाजामार्फत चालत असे. दहा फुटांपेक्षा कमी नसलेल्या२०० ते ३०० नावाडी एकाच डेकवर व्यापाऱ्यांसाठी ५० ते ६० छोट्या वैयक्तिक खोल्या, पाण्यासही प्रवेश मिळणार नाही, अशा १३ (buckheads) असत; दर जहाजावर मिऱ्यांच्या सहा हजार करंड्या व इतर मोठमोठे

पेटारे इतका माल राहू शकत असे ; यावरून त्याकाळच्या व्यापारी देवघेवींची झालेली विस्मयजनक वाढ सिद्ध होते. (मार्को पोलो, भाग ३, प्रकरण १; बेनेडिटो पृ. ६१-६२) अशा भल्यामोठ्या चिनी जहाजातून आणखी दोन शतके तरी (Bat २३५-३६) पूर्वेकडील देशांशी दोन्ही बाजूंनी व्यापार चालू राहिला होता. झिंबबवे येथे व आफ्रिकेच्या पश्चिम किनाऱ्यावर सर्वत्र आढळलेला मध्ययुगीन चिनी कारखानदारीच्या वस्तू अशा जहाजातून नेल्या- आणल्या जात असाव्यात. मुसलमानांनी अरबस्तानातून ह्या व्यापाराचा पूर्वेकडे, बहुतांशी भारत व इंडोनेशियापर्यंत विस्तार केला. भारतीय नौकानयन हे विशेष अकार्यक्षम होते. सातवाहन- जातककालीन दर्यावर्दी परंपरा गुप्तकालीन व त्यापूर्वीची कारगिरीही लोप पावली होती. मार्कोपोलोच्याच काळी (इ.स.१२९२ च्या सुमारास) फ्रायर मेनेटिलस हा पश्चिम किनाऱ्याबाबत लिहितो:

''येथे फारच थोडे कारागीर आहेत. कारण कारागीर व कारागिरी यास मिळणारे वेतन अत्यल्प आहे व त्यांना फारच थोडा वाव आहे...... लढाई झाली तर ते सैन्य कितीही मोठी असली तरी ती (सैन्ये), ती (कारागिरी) लवकरच संपुष्टात आणतात, कारण तलवार व जंबिया याखेरीज काहीही हातात न घेता उघड्या अंगानेच ते लढावयास जातात.... या भागातील त्यांची जहाजे ओबडधोबड व मोडकळीस आलेली असतात. त्यात लोखंडी काम मुळीच नसते व जहाजातील फटी बुजविलेल्या (caulking) नसतात. दोऱ्याने कपडे शिवावेत, तशी त्यांची शिलाई असते..... लाकडाच्या आधाराच्या (stern) मधोमध त्यांचे सुकाणू, फार तर एक हात रुंद, एखाद्या टेबलाच्या वरच्या भागाप्रमाणे दिसणारे कमजोर व किडकिडीत असे असते. कोणत्याही दिशेने जोराचा वारा सुटल्यास त्यांना जहाजे बांधून ठेवता येत नाहीत. (cannot tack) त्यांना (जहाजांना) एक शीड व एकच डोलकाठी असते व शिडे चटईची अथवा भिकार कापडाची केलेली असतात. दोर तर भुश्याचे असतात. खलाशी, थोडे व भिकार दर्जाचे असतात. त्यामुळे त्यांना अनेक धोक्यास तोंड द्यावे लागते. एखादे जहाज, आपला जलप्रवास सुरक्षितपणे व धडपणे पुरा करू शकले, तर 'हे परमेश्वराच्या मार्गदर्शनाने घडू शकले व मानवी कौशल्याचा त्यात फारच थोडा उपयोग झाला', असे म्हणण्याची त्यांना सवय आहे (यूल ३.६६)...... ख्रिस्तेतर (हिंदू) लोक फारसा जलप्रवास करीत नाहीत. व्यापारी मालाची वाहतूक करणारे मूर (हबशी) लोक असतात. कारण कालिकत येथे निदान १५ हजार मूर लोक असून त्यापैकी बरेच ह्या देशाचे रहिवाशी आहेत.'' (Var ६१).

हे 'एकत्र टाके घालणे' आजतागायत पश्चिम किनाऱ्यावर करण्यात येते; फळ्या काळजीपूर्वक जुळविण्यात येतात. त्या दोहोंस भोके पाडण्यात येतात. (पूर्वी हे तापलेल्या लोखंडी सळईने अथवा तारेने करण्यात येई); नारळाचा अथवा गोणपाटाचा

दोर काजूच्या डांबरा (pitch) मध्ये बुडवून तो, आपण कापड शिवताना ओवतो, तसा ओवला जातो. (आता मिलच्या कॅनव्हासची केलेली) शिडे व सुकाणू यांच्यात सुधारणा झालेली आहे. परंतु कालबाह्य उत्पादन साधने अगदी धोकादायक वाटण्या इतक्या विशाल प्रमाणात टिकून आहेत; हे आपणास (केवळ जलप्रवासातच नव्हे तर इतरही क्षेत्रांत) कबूल केले पाहिजे. भारत व चीन यात तफावत असलेली एक गोष्ट म्हणजे तांत्रिक उणीव व तिच्या जोडीस एक गंभीर शासकीय उणीवही बहुधा आढळते. परकीय भाडोत्री सैन्याचा उपयोग करण्याबरोबरच मुसलमानांना नेहमी बंदरांचे अधिकारी नेमण्यात येई. (यूल ३.६८) व दुर्दैवाने याचे राजकीय दुष्परिणाम होत. आले, मिरी, मसाले, कापूस व सुती कापड, नीळ, कातडी व चामडी, गालिचे (सतरंज्या) रत्ने व मोती या व्यापाराच्या वस्तू असत. काही खेड्यांच्या पूर्वापार चालत आलेल्या बंदिस्त अर्थव्यवस्थेचा भंग केल्याविना यांपैकी बऱ्याच वस्तू मिळविता येणे शक्य नव्हते. देशात दूरवर व्यापाऱ्यांचे तांडे असून त्यांच्याकडून खेड्यात व वसती होण्यापूर्वी ते व्यापारी ज्या मर्यादित प्रमाणात वस्तू मिळवू शकत, त्यापेक्षा कितीतरी अधिक प्रमाणात पुरवठा होत असे, हे बंदरातील व्यापाऱ्यांवरून दिसून येते. तथापि ह्या पुरवठ्यावरून एक गोष्ट दिसून येते; व्यापारी ज्यांच्याशी मालाची देवघेव करीत, अशा मूठभर लोकांच्या हाती ह्या शिलकी मालाची आता साठवण होत असे. हे लोक म्हणजे खालून वर चालत आलेल्या ह्या सरंजामशाहीच्या काळातील जमीनदार व कमी प्रतीचे सरंजामी सरदार असत. हे सरंजामी सरदार करांच्या रूपाने हा शिलकी माल अत्यंत अवाढव्य प्रमाणात साचवीत. परंतु स्वत: त्यांचा व्यापार करीत नसत; यास अपवाद एकच व तो म्हणजे जेव्हा नवीन प्रकारची रत्ने (उदा.कॉमोरिन किनाऱ्याजवळ मिळविलेल्या सर्व मोत्यांचा दहा टक्के हिस्सा) त्यांना कराच्या रूपात जेव्हा मिळत अथवा जेव्हा ते घोड्यांची अथवा चैनीच्या वस्तूंची खरेदी करत, तेव्हाचा. ह्यामुळे देशातील छोटेखानी अंतर्गत व्यापार मात्र वाढू शकला नाही. आपल्या निकडींच्या गरजांपलीकडे मसाल्याच्या वस्तू निर्माण करण्याची शेतकऱ्यास मुळीच गरज नव्हती. अर्थात जेव्हा डोईजड कर देण्यासाठी अथवा जबरदस्तीच्या पोटी अथवा नंतरच्या कालात नफ्याच्या लालचीने तो असे करी, तेव्हा भाग वेगळा. खाजगी व्यापाऱ्यांमुळे ज्या स्थानिक उत्पादनाचे व्यापारातील अनन्यसाधारण मूल्य सिद्ध झाले होते, अशा वस्तूंची मक्तेदारी बहुधा सरंजामी राज्यकर्ते काबीज करत. (मेधातिथीचे ८.३९९ ह्या हस्तलिखितावरील भाष्य पाहा.) अशा वस्तू म्हणजे काश्मिरातील केशर, त्रावणकोरातील मिरी (Fom १.२४६) व म्हैसूरातीलच चंदनी लाकूड. मात्र याचा अर्थ अर्थशास्त्रातील राज्यीय उपक्रमाची वाढ अगर राज्यामार्फत प्रत्यक्ष व्यापार असा नसून अधिक डोईजड कर व कदाचित विशेष अधिकारांची आखणी, एवढाच होतो. नंतरच्या सरंजामी सुभेदारांनी आपल्या उत्पन्नात कोणत्या ना कोणत्या प्रकारच्या व्यापारामुळे भर टाकली.

गोव्यातील छोट्या जमाती (communes) स्वयंशासित स्थानिक घटकांची काही अंशी बाजारपेठेसाठी उत्पादन करणाऱ्या जमीनधारक वर्गाची वाढ झाल्याचे आढळून आले आहे. १० व्या शतकाच्या सुमारास (ब्राह्मणेतर) सरंजामी सरदारांना गावे दान देण्यास सुरुवात झाली होती. तथापि अशा घटना दुर्मीळ होत्या (EI २७.४१-७) व ती कधीकधी युद्धातील कामगिरीबद्दल देण्यात येत असून बहुधा करमुक्त असली, तरी ब्राह्मणास दिलेल्या देणग्यांवर सुद्धा प्रसंगी कर लादून राजाचे विशेष अधिकर जतन केले जात. चोरासाठी कर (चोरदंड फ्लीट २७) हा खेड्यातील अधिकार क्षेत्रात दरोड्याबद्दल दंड म्हणून लादला जाई. खंडणीदाखल लादलेले विशेष कर (तुरुष्कदंड- EI ९.३०५, ३२९; १०.२१. IHQ ९.१२८) सारखे वाढतच असत. परंतु एकूण करांबद्दल तसे म्हणता येणार नाही. करांच्या वसुलीवर, प्रशासनावर व सैन्यावर देखरेख करण्यासाठी राजाचे नातेवाईक जास्तीत जास्त प्रमाणात नेमण्यात येत. राणकासारख्या (त्याचा मूळ अर्थ, राजवंशाचा सदस्य असलेला सुभेदार) वरच्या दर्जाच्या नव्या अधिकाऱ्यात वाढ होत गेली. त्यापासूनच निघालेले 'राणा' हे उपपद स्वतंत्र राजालाही लावण्यात येत असे. याच सुमारास 'ठक्कूर' (अद्यापही 'ठाकूर' ह्या स्वरूपात दिसून येते) हे रवींद्रनाथ टागोराप्रमाणे आडनाव अथवा जमीनदारीचे वाचक बनले. ब्राह्मण देखील ठक्कूर असू शकत व खास परवानगीशिवाय त्यांना करमुक्ती नसे. म्हणून ह्या पदास (ठक्कूर) सरंजामी आशय आहे. (असेन्स नारगामुण्ड हेही पद सरंजामी होते. EI २७, १७९ ऑक्टोबर २७, १११५ AD) समाजातील खालील थरांचे अवलोकन केल्यास, राजांच्या देणग्यांमुळे ज्यांना जमिनी मिळाल्या होत्या, त्या ब्राह्मणांच्या सदृश एक नवा जमीनधारक वर्ग निर्माण होत असल्याचे दिसून येते. चालुक्याने दिलेल्या जमिनीच्या दानपत्रात घोषित केलेले (उदा. EI ५.७९; ११८-१४१) व शेती करणाऱ्या व 'कुटुंबिन' म्हणून ओळखल्या जाणाऱ्या वर्गाहून वरिष्ठ असलेले राष्ट्रकूट येतात. कुटुंबिन म्हणजे 'कुटुंबासह असलेले' व त्यांचेच पर्यवसान आधुनिक काळच्या 'कुणबी' ह्या बहुसंख्य आधुनिक शेतकरी जातीत झाले. याच्या उलट उत्पत्तिशास्त्रदृष्ट्या राष्ट्रकटांचा संबंध दोन वरिष्ठ गटांशी येतो - एक, वेरुळची प्रचंड लेणी खोदणारा त्या नावाचा राजवंश व दक्षिणेतील शेती व व्यापारात गुंतलेली रेड्डी ही जात. त्यांना सामान्य रहिवाश्यांस नाकारलेला शस्त्रे बाळगण्याचा हक्क होता, हे स्पष्ट दिसते व अशा प्रकारे विशेषाधिकार असलेल्या सशस्त्र, जमीनधारकांवर करवसुलीची जबाबदारी सोपविण्यात येते, त्यावेळी आपणास 'खालून वर' येणाऱ्या खऱ्याखुऱ्या सरंजामशाहीचे प्रत्यक्ष दर्शन घडते.

काश्मिरातील घडामोडीत याचे उत्कृष्ट उदाहरण सापडते.[३] हे खोरे बाहेरून प्रवेशास जवळजवळ बंद, संरक्षण करण्यास सोपे व तुलनात्मक दृष्ट्या एकीकडे असलेले

होते. पुराविज्ञानाचा व स्थानिक स्थाननामांचा भरभक्कम पुरावा लाभलेल्या कलहाणाच्या वृत्तांतात (राजतरंगिणी) दिलेला विकासाचा क्रम, साधनांच्या अभावी भारतात इतरत्र क्वचितच पाहावयास मिळतो. 'वरून खाली' येणाऱ्या सरंजामशाहीचा अर्थ काय, याचे प्रत्यक्ष उदाहरण होण्याइतक्या स्थितिशील असलेल्या चंबासारख्या हिमालयातील खोऱ्यापेक्षा काश्मीरची गोष्ट वेगळी आहे. काश्मीरच्या दृष्टीने वस्तूंचे उत्पादन व दूर अंतरावरील देशाशी व्यापार ह्या गोष्टी बऱ्याच जास्त महत्त्वाच्या होत्या. फक्त अरुंद खोऱ्यात अथवा खास टेकड्यांची तटबंदी असलेल्या भागात (terraced hill sides) सोपान शेतीत पिकणाऱ्या धान्यांच्या मोबदल्यात देता येण्यासारखे लोकरीचे व दारूचे उत्पादन हिमालयीन विभागाच्या हवामानात होते. त्याखेरीज काश्मिरास एका मूल्यवान वस्तूच्या निर्मितीचा एकाधिकारच आहे. ती वस्तू (अर्थात केशर crocus satives) दूर अंतरावर व डोंगराच्या खिंडीतून वाहून नेण्यास (वजनाने) हलकी असून तिच्यासाठी अपार मागणी असते व ती भारतात इतरत्र कोठेही निर्माण होत नाही. तिच्यामुळे काश्मीरला मीठ, काही धातू, कापड व इतर माल आयात करणे शक्य झाले. तिच्यामुळे झालेल्या द्रव्यसंचयाच्या ओढीने महत्त्वाकांक्षी काश्मिरी राजांच्या बाह्य लष्करी खटाटोपास अथवा बाहेरील आक्रमकांच्या स्वाऱ्यास उत्तेजन मिळाले. (काश्मिरी) राज्य पुरेसे बलवान होते. तेव्हा केशरावर राज्याचा एकाधिकार राहिला. वाहतुकीची बिकट परिस्थिती, दाट लोकवस्तीची असंभवनीयता, टोळीवाले, दरोडेखोर व वन्य पशूंपासून बचाव करण्याची आवश्यकता या कारणांमुळे ग्रामीण भागातील जनतेला नि:शस्त्र करण्याचा प्रश्नच नव्हता. काश्मीरमधील जातिव्यवस्था शिथिलतेबद्दल कुप्रसिद्ध होती. व्यापारातून थोडी माया साठविलेल्या कोणत्याही दुकानदारास अगर ग्रामप्रमुखास कोणत्याही जातीची सशस्त्र फौज ठेवून व थोडे अनुयायी मिळवून आपल्या भागावर प्रभुत्व गाजविता येई. तो कर वसूल करी, परंतु ते राज्यकर्त्यांपर्यंत पोहोचवित नसे. त्यातूनच राजा व अशा प्रकारचे डामर यांच्यात परस्परास नाहीसे करण्याच्या हिरिरीने संघर्ष होऊन त्यात भिन्नभिन्न नावाखालील व छोट्या प्रमाणावरील सरंजामशाहीची सरशी झाली. वेळोवेळी होणाऱ्या दुष्काळामुळे साठेबाजी वाढून मंत्री तंत्री (राजाचे संरक्षक) व वाटेल तितके धान्य साठविणारे इतरही ते भरमसाट किमतीस विकू लागले. राजे, स्थानिक पाठिंबा मिळविण्यासाठी नेहमी आपले स्वत:चे सरंजामी सरदार निर्माण करू लागले, तर त्यांना विरोध करणारे सरंजामी सरदार आपले स्वत:चे राजे अगर तोतये यांना पाठिंबा देऊ लागले.

अप्रत्यक्षरीत्या पूरनियंत्रण व पाणीपुरवठ्यासाठी आवश्यक असलेल्या उपायांमुळेच आणीबाणीची परिस्थितीची निर्माण होऊन अधिक बिकट झाली. हे उपाय फार पूर्वीपासून चालत आले आहेत. परंतु ललितादित्य मुक्तपाद या महान

राजाने त्यांच्यात पहिल्याने वाढ केली, तेव्हा अधिक शिलकी साठा निर्माण होऊन त्या राजाला एक बलिष्ठ सैन्य निर्माण करण्यास अनुकूलता लाभली. नंतर ललितादित्याने भारतावर अगदी माळव्यापर्यंत, किंबहुना समुद्रकिनाऱ्यापर्यंत स्वाऱ्या केल्या. त्याच्या वंशजांना वारसा मिळाला, तो पुढील गोष्टींचा खर्चिक केंद्रीय सैन्य, प्रशासन, ऐषआरामाची परंपरा (अभिजात संस्कृत दरबारी काव्ये धरून) देवळांना अपार देणग्या व (सर्वांत महत्त्वाची गोष्ट म्हणजे) ग्रामीण जनतेने बंड करून उठू नये म्हणून किमान आवश्यक गरजांहून अधिक संचय करण्यास त्यांना बंदी करण्याचा बहुमोल सल्ला; हे शेवटचे तत्त्व दिल्लीच्या सुलतानांनी देखील स्वीकारले. (अवंतीवर्म्याच्या राज्यात) चांडाल मंत्री सुय्य यांच्यासारख्या बुद्धिमानाने सुरू केलेल्या परिपूर्ण व शास्त्रीय स्वरूपाच्या जलप्रकल्पामुळे खेड्यातील वस्त्या कमालीच्या वाढल्या, परंतु मुख्य पीक, जो तांदूळ त्याची किंमत इतकी खाली गेली की, आयात कराव्या लागणाऱ्या आवश्यक वस्तूंच्या किंमती चुकत्या करणे अशक्य होऊन बसले. म्हणून जयापीड (इ.स.८ वे शतक) व शंकरवर्मन (८८३-९०२) या सारख्या काश्मिरी राजांनी ब्राह्मणास व मंदिरास दिलेल्या देणग्या परत घेऊन मंदिराच्या मालमत्तेवर कर बसविण्यास प्रारंभ केला. ब्राह्मणांनी अवलंबिलेला प्राणान्त उपोषणाचा अखेरचा अघोरी उपाय देखील राजाचे हृदयपरिवर्तन करण्यात नेहमी अयशस्वी ठरला. सरतेशेवटी स्वत: साहित्यिक व रसिक असून संस्कृत काव्याचा पोशिंदा असलेल्या सुसंस्कृत हर्षाने (इ.स.१०८९-११०१) देखील पद्धतशीररीत्या मंदिरांची मालमत्ता जप्त केली, तेथील मूर्ती हलविल्या; सार्वजनिकरीत्या भ्रष्ट केल्या व स्वत: उत्तम प्रकारचा हिंदू असलेल्या एका 'देवांचे निर्मूलन करणाऱ्या यंत्र्याच्या' (देवोत्पाटन नायक) आदेशाने त्या वितळवूनही टाकल्या. (डामर व तोतयांशी झालेल्या संघर्षासाठी लागणाऱ्या) सैन्याचा पगार देण्यासाठी व (कार्यक्षम prospetors खनिज संपत्तीचा अंदाज घेणाऱ्यांच्या अभावामुळे काश्मिरात सदैव तूट असणाऱ्या) धातूसाठी सतत पैसे देण्याची गरज हीच कारणे याच्या मुळाशी होती. त्यासाठी कोणत्याही प्रकारच्या धार्मिक गरजेचा शोध लावण्यात आला नाही. तिची जोड देण्यात आली नाही, अथवा तिची गरज भासली नाही. हर्षाने मुसलमान (तुरुष्क) भाडोत्री सैनिकांचा वापर केला, मात्र त्याने डुकरांचे मांस खाऊन इस्लामबद्दल त्याचप्रमाणे स्वत:च्या धर्माबद्दल सारखाच तिरस्कार दर्शविला. हिंदूंनी, मग ते ब्राह्मण असोत की नसोत, हे सर्व काहीसे निमूटपणे सहन केले. (राजतरंगिणी ७.११०३-७ इ.) व शक्य होते तेव्हा त्यापासून नफ्यात भागीदारी केली. काही ब्राह्मणांनी सैन्यात मानाची नोकरी केली होती. काही राजवंश हीन कुलातील होते. काश्मीरच्या सगळ्याच हिंदू राजांनी जातीची नाममात्र परंपरा कायम ठेवली नव्हती. एका व्यापाऱ्याने आपली पत्नी तिच्यावर लुब्ध झालेल्या एका राजाला अर्पण केली

व त्याने तिला लगेच आपली पट्टराणी केले. आणखी एक राणी एका दारू गाळणाऱ्याची मुलगी होती. एका निकृष्ट जातीच्या राणीचे डोंब नातेवाईक उच्च अधिकारपदास तर चढलेच, परंतु तोपर्यंत ब्राह्मणांची मक्तेदारी असलेल्या अग्रहार स्वरूपाच्या जमिनीच्या देणग्याही त्यांनी मिळविल्या.

भारताच्या इतर भागातील घडामोडी मुख्यत: अशाच स्वरूपाच्या होत्या. ब्राह्मणांखेरीज इतरांना जमिनीच्या देणग्या मिळाल्या व त्यांचे स्वरूप सरंजामी पद्धतीचे असून त्यात राज्यकर्त्यांना जमीनधारा देण्याची अट असणे नित्याचे होऊन बसले. एखादा नवीन कर अस्तित्वात आला, म्हणजे हिंदू राजे देखील जमीनधारक ब्राह्मणावर तो बहुधा लादीत. तसेच म्हटले तर, त्यांनी (ब्राह्मणांनी) व्यापारात भाग घेण्यास केव्हाच सुरुवात केली होती. पंजाबात इ.स.१०३० साली (अल्बेरुणी २.१३२) जातबाह्य न होता व्यापारात भाग घेण्यासाठी त्यांना एक नामधारी वैश्य मध्यस्थ गाठावा लागे. मार्को पोलोला (बेनेडिहो पृ.१८९) दक्षिणेत व्यापारी अडते म्हणून चोल राज्यातील ब्राह्मणांसाठी मोठी मागणी असल्याचे आढळून आले व याचे कारण म्हणजे त्यांचा (ब्राह्मणांचा) प्रामाणिकपणा, परकीयांशी नेक व्यवहार व ते घेत असलेली कमी दलाली. ब्राह्मण वाढत्या संख्येत शस्त्रे धारण करून लढाऊ सरंजामी सरदार बनले. इ.स. १७२० पासून सर्व सत्ता बळकविणाऱ्या परंतु तरीही मंत्रिपदाचे फारशी नाव कायम ठेवणाऱ्या पुण्याच्या पेशव्यांनी या प्रक्रियेची कमाल मर्यादा गाठली. ते सगळे ब्राह्मणीविधी आचरीत. प्रत्येक प्रकारच्या ऐषआरामात दंग होत व सैन्ये घेऊन युद्ध पुकारीत. जवळजवळ १८०० वर्षांपूर्वी कण्वायन ब्राह्मणाने मंत्रिपद बळकावून शुंग राजसत्तेचा विनाश केला, त्याची यावेळी आठवण होते. परंतु भारतात येथल्या प्रमाणेच कोठेही मुसलमान अगर हिंदू उत्पादनाचा राज्यात मूलभूत प्रकार सरंजामी स्वरूपाचाच होता. केवळ दिल्लीच्या साम्राज्यातच नव्हे, तर विजापूरच्या समकालीन मुसलमानी राज्यात व विजयनगरच्या हिंदू राज्यात जमीनधाऱ्याची व कर वसुलीची मूलभूत पद्धत सारखीच होती. मंदिरातील संचित संपत्ती बहुतांशी मुसलमानांनी लुटून फस्त केली, हे खरे; परंतु त्याच्या मुळाशी असलेली वास्तवता धार्मिक स्वरूपाची नव्हती. इ.स.१३३९ साली मुसलमानांनी कोठेही आघात न करता काश्मीर जिंकून घेतले; यावरून हे दिसून येईल. शांततेने होत असलेले इस्लामी धर्मांतर याच्या पूर्वीच सुरु झाले होते. त्यामुळे काश्मिरात राहिलेल्या अशा मंदिरांचे अधिक भ्रष्टीकरण होण्याचा प्रसंगच उद्‌भवला नाही. कारण एक अपवाद सोडून मुसलमान राजेच त्यांचे सरंक्षण करीत होते. (अशा धर्मांतरामुळे) ब्राह्मण आपल्या प्रशासनीय स्थानापासून पदभ्रष्ट झाले नाहीत. मोगल साम्राज्यात काश्मीर विलीन होईपर्यंत सरकारी कागदपत्रातील भाषा म्हणजे संस्कृत व फारशी भाषांचे मिश्रण होते. भारताच्या इतर भागातही शैवांच्या व वैष्णवांच्या

कलहाचे हिंदूनीच (हिंदू) मंदिरांच्या मिळकतीची भयंकर लूट करण्यात पर्यवसान झाल्याची उदाहरणे आहेत. नंतरच्या सरंजामी व्यवस्थेतील श्रीमंत जमीनदार जातिविषयक बहुधा कोणताही नियम बेदरकारपणे मोडू शकत. मनगटाच्या जोरावर अगर राजाच्या मेहरबानीमुळे बनलेले जमीनदार पुरोहित ब्राह्मणास भरपूर दक्षिणा चारून आपली हीन जात लपवीत व आपल्या दाव्यास त्यांचा पाठिंबा मिळवीत. जातीतील अशी 'प्रगती' देशभर चालत असल्याचे माहीत होते व काही नव्या ब्राह्मणांचा एकाएकी झालेला प्रादुर्भाव हा त्याचाच भाग होता. काही झाले तरी जिच्यातील देवदेवता आपल्या स्वत:च्याच मंदिरांचे संरक्षण करू शकत नाही, त्या (जाती) व्यवस्थेचा फोलपणा दाखविण्यास इस्लामाची मदत झाली. येथे व्यापक आक्रमणामुळे व प्रतिआक्रमणामुळे वर्गास - विशेषत: जमीनदार वर्गास - धक्का पोहोचला नाही, तेथे जातिसंस्था अपरिवर्तनीय राहिली. राष्ट्रकूट राजा तिसरा इंद्र याने काही काळ कनोज जिंकून घेतले (इ.स.९१६); गझनीच्या महमूदाच्या सैन्यात कानडी हिंदू भाडोत्री, आपल्यातील अधिकाऱ्यांच्या हाताखाली भारताबाहेर नोकरी करीत होते. (अल्बेरुणी १.१७३, २.२२७) राजेंद्र चोळ याने बंगाल व ओरिसा जिंकून व आरमाराची उभारणी करून सिलोन, सुमात्रा व बंगालच्या उपसागरानजीकच्या देशावर स्वाऱ्या केल्या व खंडणी लादली. (अंदाजे इ.स.१०३०) या समाजस्थितीत काहीही बदल न होता तसाच राहिलेला भाग म्हणजे कामकरी लोक आपणास लुटणाऱ्या वरिष्ठ वर्गासाठी अवाढव्य शिलकी साठे निर्माण करण्याचे कार्य करीतच राहिले.

१०.३ - मुसलमान जनता

देशी भाषातील साहित्याच्या प्रारंभावरून देखील एक अगदी नवीन स्वरूपाची प्रांतीय बाजारपेठ निर्माण झाली होती, हे सिद्ध होते. हिन्दी काव्य, महाभारताचे 'आंध्रभारतमु' हे भाषांतर, तेलगू कोरीव लेख, प्राचीन कानडी काव्य व साहित्यिक स्वरूपात महाराष्ट्रीचा पुढील विकास- ह्या गोष्टींमुळे खेड्याखेड्यांतील परस्परसंबंध एका नवीन पातळीपर्यंत वाढला होता, हे दिसून येते. केवळ संख्याप्रमाणातील बदलामुळे (change of quantity परिमाण परिवर्तन), अर्थात दाट व वस्तीमुळे एक गुणपरिवर्तनास सुरुवात झाली होती व त्यामुळे प्रथमच राष्ट्रकांचा (nationality) उदय झाला होता. अर्थात तामीळ भाषेची यापूर्वीच आपल्या पद्धतीने वाढ झाली होती. या काळचे अत्यंत उठावदार व वैशिष्ट्यदर्शक नवसाहित्य हे राजस्थानातील रासोबीर कथांच्या रूपात साठविले आहे. पराक्रम आणि दाक्षिण्य या गुणात ते मध्ययुगीन महाकाव्यांच्या, कथांच्या बरोबरीचे आहे. यांपैकी सर्वविश्रुत असा जो पृथ्वीराज चौहानाचा रासो (चाहमान, त्याचा पराभव झाल्यानंतर लवकरच महंमद

घूरीने इ.स.११९१ मध्ये त्याचा वध केला.) ज्या स्वरूपात प्रकाशित झाला आहे,[४] त्याचा प्रकार महाभारत व पुराणे यांच्या नमुन्यावर बुद्ध्या आधारला असून (highly inflated version) फुगविलेली आवृत्ती आहे. मूळ (गायक) कवी जो चंदबरदायी त्याचा वंश अद्याप अस्तित्वात आहे व थोडी मनधरणी केल्यास ते दावा करतात त्याप्रमाणे आपल्या वंशपरंपरेने आपल्याकडे आलेली मूळ मूल्यवान प्रत ते देऊ शकतील. या काव्यांच्या बरोबरीनेच दरबारी संस्कृत रचनाही चालू राहिल्या व त्यांच्यामार्फत त्याच व्यक्तींच्या रासोंचे (कोणत्याही प्रकारे कमी चमत्कृतिपूर्ण नसलेले) असे अगदी विरोधी चित्र आपणास पाहावयास मिळते. उदा. 'पृथ्वीराज विजय' नावाचे रोमहर्षक कथानक लिहिले गेले असून त्याचे, चुरा झालेल्या भूर्जपत्रावरील हस्तलिखित टिकून राहिले आहे. त्यावरून ह्या romantic वीरपुरुषाची अभिजात शैलीतील व भाषेतील रेखाटन किती वेगळ्या प्रकारे केले आहे, हे सिद्ध होते. 'हम्मीर' हे रजपूत नाव मुसलमानी 'अमीर' शब्दावरून आले आहे. 'हम्मीर रासो' नावाचे काव्यही उपलब्ध आहे. (१५ व्या शतकाच्या अखेरीस) नयचंद्रसूरीच्या 'हम्मीर' महाकाव्यामुळे, अल्लाउद्दीनाने इ.स.१३०१ मध्ये वेढलेल्या रंठभोरच्या शेवटच्या चौहान राजाने आपल्या जीविताचा व आपल्या सर्व अनुयायांची सन्मान्य परंतु निरर्थक आहुती कशी दिली, याचे स्मारकच निर्माण झाले आहे. तसेच 'हम्मीरमदमर्दन' या संस्कृतातच रचलेल्या काव्यात एका अमीराच्या पराजयाचा निर्देश आहे. विशालदेव रासो व अजमीर येथे ज्याचे अवशेष दगडावर कोरलेले आढळले, त्या 'ललितविग्रहराज' (IA २०.२१२ व पुढे) नाटकात काहीच साम्य नाही. दोन्ही राजांचे नाव तेच असले तरी संस्कृत नाटकातील राजा व त्याचा तरुष्क प्रतिस्पर्धी अलंकारयुक्त श्लोक पाठ म्हणताना आढळतात. या सर्व गोष्टी एकत्र केल्या तरी, संस्कृत काव्यात त्यापुढे वास्तवाचे चित्रण होऊ शकत नव्हते, एवढ्या सत्याखेरीज कोणतीही माहिती मिळत नाही. आपणास ठाऊक आहे, ते एवढेच की राजपूत लोक ज्यांना मुद्राविज्ञानाचा आधार असावा असे वाटते अशा (legndary) पुराण-कथांच्या आधारे बाप्पा रावळपर्यंत आपली पूर्वजमालिका नेऊन पोहोचवितात; हेही खरे की तलवारीच्या जोरावर जगणाऱ्या लष्करी गटाच्या काही पठाण टोळ्यांशी पूर्वी त्यांचे संबंध असल्याचे प्राचीन परंपरा सांगते. ते स्वदेशात असताना जरी लागवड करणारे शेतकरी असले, तरी शक्य तेव्हा आक्रमक व फायदेशीर असेल तेव्हा भाडोत्री सैनिक बनत. त्यातील प्रत्येक माणूस, स्वत:च मान्य केलेल्या एखाद्या नेत्याप्रत सरंजामी निष्ठा बाळगीत असे व त्यांची लष्करी सोपान परंपरा (hierarchy) त्यांच्या टोळीच्या व गोत्राच्या प्रारंभापर्यंत मागे जाते.[६] त्यांचा संकुचित टोळीविषयक दृष्टिकोन टिकून राहिल्यामुळे त्यांना काहीही राजकीय महत्त्व नाही. तुलनात्मकदृष्ट्या ओसाड (व अजूनही पाणीपुरवठा नसलेल्या)

राजस्थानातील त्यांची मातृभूमी दक्षिणेकडे जाणाऱ्या महत्त्वाच्या व्यापारी मार्गावर होती. म्हणून रजपूतांच्या स्वरूपात आपणास- काहीशा अविकसित अवस्थेतील- सरंजामी व्यवस्थेतील वरवरचे घटक आढळून येतात. परंतु विस्तीर्ण शेते लागवडीस आणण्यास आवश्यक असलेल्या श्रमिकांचा पुरवठा आढळत नाही. अशा प्रमुखास साजेशी नोकरी म्हणजे ८४,४२ व २१ खेड्यांचे प्रशासनिक घटक आधीच बनविलेल्या राजांच्या आधिपत्याखाली होती व वर वर्णिलेल्या (खाली व खालून वर जाणाऱ्या) दोन प्रकारच्या सरंजामी व्यवस्थातील हा शेवटचा रीतसर टप्पा होता.

अल्पकाळ टिकणाऱ्या स्वाऱ्यात व मुसलमानी विजयात जो फरक होता, तो (त्या काळच्या) बाजारपेठांवरून दिसून येईल. इस्लामी आक्रमक, पैगंबराच्या मृत्यूनंतर एका शतकाच्या आत दक्षिण फ्रान्सपासून तो थेट पंजाबपर्यंत पसरलेल्या विस्तीर्ण भूमीवर दृग्गोचर झाले. त्या त्या स्थळांच्या इतिहासानुरूप त्यांच्या कार्यात फरक पडत गेला. पूर्वी रोमन साम्राज्य होते, त्या मुलूखात त्यांनी शाही करवसुली करणाऱ्या अधिकाऱ्यापासून व (ख्रिश्चन) धर्मसत्ता करीत असलेल्या उकळाउकळीपासून जनतेला मुक्ती मिळवून दिली. पर्शियामध्ये त्यांच्या विजयामुळे सरदारांच्या व राजाच्या असह्य उकळाउकळीपासून जनता मुक्त झाली. जुन्या प्रथा मोडून टाकण्याचे व नव्या तंत्रांचा स्वीकार व हस्तांतर करण्याचे त्यांचे कार्य २००० वर्षांपूर्वी आर्यांनी केलेल्या कार्यासारखेच होते. तथापि आर्यांनी कितीतरी अधिक जमीन नांगरटीखाली आणली होती व त्या मानाने मुसलमान आक्रमकांचे उत्पादनास उत्तेजन कितीतरी कमी होते; त्यामुळे हे साम्य एवढ्यापुरतेच राहते. मुसलमान आक्रमकांनी चीनमध्ये लागलेले दारूगोळा, कागद, (चिनी) मातीचे काम व चहा हे शोध भारतात आणले, यात संशय नाही. ग्रीक शास्त्रे व भूमिती, भारतीय वैद्यक शास्त्र व बीजगणित यांची अरबांनी भाषांतरे केली व त्यात आपली स्वत:ची भर घातली. त्यामुळे मध्ययुगीन युरोपला प्रबोधनाच्या रोखाने पहिले पाऊल टाकणे शक्य झाले. त्यांची मुख्य कामगिरी म्हणजे अवनतीस आलेले उत्पादन संबंधांचे काही प्रकार त्यांनी नाहीसे केले व त्यामुळे वर्गीय राज्यसंस्थेच्या मुख्य आधार धर्म नसून शक्ती आहे, हे उघडकीस आले.

पंजाबातील महंमद इब्न अल् कासिमच्या नेतृत्वाखालील पहिल्या मुस्लीम आक्रमकाने मुलतानच्या प्राचीन सूर्यमंदिराचा चांगला उपयोग केला. त्यांनी त्यातील मूर्तीचे संरक्षण केले. परंतु ती ओलिस ठेवून घेऊन अनेक यात्रेकरूंकडून मिळणाऱ्या फायद्याचे साधन बनविले. (Beal २.२७४पाहा.) खलिफाच्या संमतीने (E.D. १.१८५-६) ज्यांना मुसलमान होण्याची इच्छा होती, त्यांचा अपवाद सोडून बाकीच्यांना आपल्या प्राचीन श्रद्धा बाळगण्यास मुभा दिली.' (अल्बेरुणी १.२१) याच्या मोबदल्यात ब्राह्मणांनी खेडोपाडी हिंडून लोकांना शरणागती पत्करण्यास

सांगितले, असे नमूद आहे. प्रचंड मॅसिडोनियन सैन्यास, अगदी शेवटचा माणूस कामास येईपर्यंत, निकराने विरोध करण्यास प्रोत्साहन देणाऱ्या, टोळीच्या आतील प्राचीन ब्राह्मण्याच्या मानाने हे दृश्य किती वेगळे होते ! त्यानंतर मुसलमानांपुढील लक्ष्य म्हणजे सिंधू नदीपर्यंत व तिच्यामार्फत समुद्रापर्यंतचा मार्ग बिनधोक करणे, एवढेच राहिले व ते त्यांनी पुढील दोन शतकांच्या आतच हस्तगत केले. सोमनाथ, ठाणेश्वर, मथुरा व कनोज येथील अतिसंपन्न मंदिरे नष्ट करून गझनीच्या महमूदाने नेलेली अपार लूट, या धोरणात काहीही फरक झाल्याचे दिसत नाही. पूर्वी साठविलेली संपत्ती लुटून नेण्यात महमूदाने एका नित्याच्या प्रकाराचाच अवलंब केला. असे असले तरी एका मागून एक अशा झालेल्या प्रत्येक आक्रमणाबरोबर, सेनापतींच्या बरेच पुढे जाणाऱ्या मुसलमान व्यापाऱ्यांनी (भारतीय मुलूखात) आतपर्यंत आपले घोडे पद्धतशीरपणे सातत्याने दामटले. याप्रमाणे वेरावळ व गोवा येथे हिंदुराजांनी मुसलमानांना, त्यांनी बाटविलेल्या लोकांना व मशिदींना संरक्षण दिलेले आढळते. १६-व्या शतकात झालेला भारतातील बौद्ध धर्माचा इतिहासकार तारानाथ याने उत्तरेकडील बौद्ध धर्माच्या अखेरच्या दिवसांत, जेव्हा धर्मयानासारखे अत्यंत आदिम टोळ्यांच्या प्रथातून निर्माण झालेले (उदा.डोंभीहेरुक) नवे पंथ निघत होते व दीर्घकाल ऱ्हास पावणाऱ्या (बौद्ध) धर्माच्या नावावर खपविले जात होते, अशा अवस्थेत मुसलमानांची (तुरुष्कांची) शांततामय आगेकूच चालू असल्याचे नमूद करतो. बौद्ध मठांना तेव्हाही गाहडवाल राजांच्याकडून प्रासंगिक अधिकारपत्रे मिळत. (EI ११.२०-२६) तसेच पुराणमतवादी यात्रेकरूंकडून देणग्याही मिळत.

महंमद बीन बख्त्यार खलजीला सहज मिळालेल्या विजयावरून इ.स.च्या १२ व्या शतकाच्या अखेरीस मुसलमानांची उत्तरेकडील आगेकूच म्हणजे अंशत: इस्लामी व्यापारांचे विखुरलेले समूह व तलवार हाती घेऊन सर्वसामान्य लुटीत भाग घेणारे धर्मांतरित (Tar २५५) यांच्यातील हातमिळवणी होती. त्यावरून ग्रामीण भागातील धैर्य पूर्णपणे नाहीसे झाले होते, हेही सिद्ध होते. या महंमदाने बिनीच्या केवळ १८ रक्षकांनिशी (तबाकत्-इ-नासिरी, १.५६५-८) राजमहालावरील आक्रमणास सुरुवात केली व नडिया (नवद्वीप) त्या शतकाच्या अखेरीस काबीज केले; हे रक्षक लोकांना जे असल्याचे भासले, ते मुसलमान व्यापारी त्या नगरात आधीच पोहोचले होते. असे असले तरी मूठभर सैनिक लोकांना केवळ घाबरवून राजधानीची नासधूस करतात, वयस्क लक्ष्मणसेनाला कायमचे पळवून लावतात, ही घटनाच इतकी बोलकी आहे, की तिच्यावरून प्रजेला आपले राज्यकर्ते सांभाळून ठेवण्यात कोणतीच आस्था उरली नव्हती, हे सिद्ध होते. कुलउद्दिनामे जयच्चंद्र गाहडवालाचा पराभव केला, तेव्हाच उत्तरेकडील शेवटचे हिंदू राज्य इतिहासपटावरून पुसले गेले. स्थानिक बुद्धिमंतांच्या आत्मसंतुष्ट वृत्तीवर अगर सवयीवर यापैकी कोणत्याही समकालीन

घटनांचा मुळीसुद्धा परिणाम झाला नाही, हे लक्षणीय आहे. या सुमारास व याच भागात रचल्या गेलेल्या शेवटच्या महान संस्कृत साहित्यकृतीत समकालीन घटनांचा यत्किंचितही उल्लेख नाही. गाहडवालचा दरबारी कवी श्रीहर्ष (५ शतके आधी झालेल्या व राजा असलेल्या कवीशी याची गल्लत करू नये.) याचवेळी महाभारतातील नलदमयन्ती या दाम्पत्याची प्रेमकथा अलंकारिक स्वरूपात लिहीत होता. लक्ष्मणसेनाच्या पदरी असलेला कवी धोयी हा पवनदूताच्या रूपात कालिदासाच्या मेघदूताचे अनुकरण करीत होता. हे 'सेन' नामक दरबारी कवी पूर्व बंगालात पळून गेल्यानंतरही त्यांनी आपला ठराविक मूर्खपणा चालूच ठेवला. पालांचा एका किरकोळ खेडूत कुटुंबाच्या स्वरूपात ऱ्हास झाला होता. संध्याकर नंदीच्या 'रामचरित्रा'ने तर संस्कृत काव्यास एका कूट रचनेचे स्वरूप आणले कारण त्यातील प्रत्येक श्लोकाचे वेगवेगळ्या प्रकारे वाचन केल्यास दोन निरनिराळे अर्थ होत. एक तर पौराणिक रामाच्या कथा सांगणारा व दुसरा शेवटचा पाल राजा रामपाल याची हकीकत सांगणारा, परिणामत: ते समजणेच दुर्बोध होऊन बसले. त्यापैकी सर्वांत मोठा कवी, जो जयदेव त्याची शेखी अशी की सामान्य जनतेच्या निकट संपर्कात राहून त्याने एक भाट म्हणून देशभर पर्यटन केले; संस्कृत नाट्यकाव्यापैकी सर्वांत संगीतप्रवण अशा 'गीतगोविंदा'चा कर्ता म्हणून ह्या लोकप्रिय कवीची प्रशंसा व सन्मान होत असला, तरी त्याने काही प्राचीन हिंदी कवितादेखील केली आहे.

ही संस्कृत अभिजात काव्ये वाचताना मुसलमान म्हणून कोणी अस्तित्वात तरी होते की नाही, अशी वाचकांस शंका येईल. मुसलमानांचे वृत्तांत वाचताना भारतात लढण्याची कला पूर्णपणे लोप पावली होती, असे वाटू लागते. महंमद बख्त्यार याने नेपाळच्या मार्गावरील एका अविकसित उत्तरेकडील विभागावर, बंगालच्या लुटीत, तिबेटच्या लुटीची भर घालण्यास उत्सुक असलेल्या १०,००० अनुभवी व निवडक घोडदळांच्या आपल्या अत्यंत प्रबळ तुकडीनिशी हल्ला करताना हीच चूक केली. टोळीवाल्यांनी गनिमी युद्धाचे तंत्र अवलंबिले, तेव्हा केवळ नशीब जोरावर होते, म्हणून महंमद फारतर १०० अनुयायांसह निसटू शकला. त्वेषाचा व थकव्याचा परिणाम होऊन तो पुढे लवकरच मृत्युमुखी पडला किंवा रुग्णावस्थेत त्याच्याच एखाद्या सेनाधिकाऱ्याने त्याचा खून केला. मुळीच प्रतिकार न करणारी खेडी म्हणजे आशियातील हुकूमशाहीचा पायाच व त्यांच्यावरून वरिष्ठ सत्ताधीशांत यादवी युद्धांची एक नवी मालिका सुरू झाली; असे असले तरी धार्मिक आवरणाखाली प्रकट होणारे वर्गसंघर्ष चालूच राहिले. रामानुज व मध्व यांनी दक्षिणेत व चैतन्यांनी बंगालात सुरू केलेल्या आंदोलनाचे शैव व वैष्णवांमधील अत्यंत (acrid) द्वेषमूलक, धार्मिक संघर्षात पर्यवसन झाले; त्यांपैकी वैष्णवांनी आपल्या देवाचा नववा अवतार म्हणून बुद्धाचा समावेश केला होता. यांपैकी खरा झगडा बडे सरंजामी सरदार व नवे छोटे

जमीनमालक यांच्यात, मुख्यत: 'वरून खाली' व 'खालून वर' जाणाऱ्या सरंजामी व्यवस्थेत होता. त्यात हळूहळू उत्तरोक्त पद्धत यशस्वी झाली. पूर्व बंगालात छळले गेलेले खेडूत आपल्या स्वत:च्या बौद्ध छापाचा त्याग करून इस्लामकडे वळले. या धर्मांतरामुळे नंतरच्या फाळणीचा कायमचा पायाच घातला गेला. परंतु त्यात देखील मूठभर नव्या जमीन मालकांचा अपवाद सोडला तर शेतकऱ्यांच्या परिस्थितीत खरी आर्थिक सुधारणा मुळीच झाली नाही. एकदा इस्लामी आक्रमक वर्गीय उतरंडीत चपखल बसल्यानंतर इस्लामातील धार्मिक लोकशाहीमुळे बाटलेल्यास फारसे आकर्षण राहिले नाही, कारण तिच्याबरोबर आर्थिक लोकशाही आली नाही. गझनीच्या महमूदाचा खोरेनी आश्रित अबुल रैहान आल्बिरुनी याने (इ.स.१०३० च्या सुमारास) आपल्या अरबी भाषेतील लिखाणात मुख्यत: हिंदूंच्या शास्त्राविषयी व ग्रंथांविषयी आस्था व्यक्त केली आहे; त्याने हे ग्रंथ मूळ संस्कृतात काळजीपूर्वक अभ्यासिले होते व त्याने त्यांचे बहुमोल वर्णन लिहून ठेवले आहे. भारतीय पंडितांचा स्वभाव व 'वाटाण्यांची कुचल्याशी (wolf's beans) व मोत्यांची शेणाशी गल्लत करणाऱ्या (अल्बेरुणी २.११४) लोकांत शास्त्रास्त्रे अंधश्रद्धेशी झालेले चमत्कारिक मिश्रण त्याच्या नजरेतून सुटले नाही. त्याच्या काळी नारायण पंथाने शैव पंथाचे स्थान घेतलेले दिसते. पांडित्यपूर्ण ध्यास घेतल्यामुळे त्याने सामान्य जनतेच्या केलेल्या निरीक्षणात व्यत्यय आला. त्याच्या म्हणण्याप्रमाणे खेड्यात चार जाती असून त्या एकत्र नांदतात व त्यांच्याबाहेर हलकी कामे करणाऱ्या लोकांचे आठ जातिहीन संघ व त्याहूनही खाली अस्पृश्यलोक असत. (अल्बेरुणी १.९९-१०४) त्याने वर्णिलेल्या आठ संघांत लोहार, सुतार, कुंभार इ. नसल्यामुळे त्याचे वर्णन सत्यस्थितीशी अथवा अमरकोशात दिलेल्या व्यवस्थेशी ताडून पाहाणे कठीण आहे; मग हे वरच्या दर्जाचे कारागीर जातीने शूद्र असल्यास तो भाग वेगळा. अल्बेरुणीच्या वृत्तांतानुसार (२.१४९) भारतीय राजे धान्यात घेतल्या जाणाऱ्या $\frac{१}{६}$ कराखेरीज जमिनीवरील भाडे वसूल करीत. परंतु त्याने त्याचा तपशील दिला नाही.

१०.४ : गुलामगिरी

फिरूझ तघलकच्या कारकिर्दीत (इ.स. १३५१-१३८४) बऱ्याच दिखाऊ प्रयत्नांनंतर सरंजामी युगाचे आणीबाणीचे परिवर्तन पूर्ण झाले. अल्लाउद्दीन खिलजीच्या राजवटीत (इ.स. १२९६-१३१६) 'वरून खाली' येणाऱ्या सरंजामशाहीची अखेरची जोरदार लाट येऊन गेली होती. जे ह्यानंतरच्या सरंजामी व्यवस्थेस अनुकूल होते, अशा समकालीन इतिहासकारांच्या ग्रंथातून पुढील तपशील उद्धृत करता येईल.

"(अल्लाउद्दिनने) असा हुकूम दिला की, जेथे जेथे एखादे खेडे मालकी हक्काचे (मिल्क), दान दिलेले (इनाम) अथवा धार्मिक देणगीचे (वरूह) असे, तेथे तेथे ते

एका लेखणीच्या फटकाऱ्यानिशी सरकारी अमलाखाली आणावे. लोकांचा छळ होत आहे व ते नागवले जात आहेत. (amerced) प्रत्येक बहाण्याखाली त्यांच्याकडून पैसे लुबाडले जात आहेत. बऱ्याच लोकांजवळ पैसा शिल्लकच नाही. अखेरीस अशी परिस्थिती येते की मालिक, अमीर, अधिकारी, मुलतानी (व्यापारी) व पेढीवाले सोडले तर कोणाजवळही किरकोळ रोख रक्कमदेखील राहिली नाही. जातीचे (Contiscation) नियम इतके कडक आहेत की काही हजार टंकापलीकडे सगळी निवृत्तिवेतने जमिनीच्या स्वरूपातील दाने (इनाम वा माफ्रुज) व देशातील देणग्या हिरावून घेण्यात आल्या आहेत. सर्व लोक पोटापुरते मिळविण्याच्या उद्योगात इतके गुरफटून गेले आहेत की, बंडाळीचे नावदेखील निघत काही. दुसरे म्हणजे त्याने (अल्लाउद्दीनाने) आपणास सर्व माहिती मिळावी, चांगल्या अगर वाईट लोकांची कोणतीही कृती आपल्यापासून लपविण्यात येऊ नये, म्हणून काळजीपूर्वक तरतूद केली आहे. त्याला कळल्याशिवाय कोणीही हालचाल करू शकत नाही व सरदारांच्या बड्या लोकांच्या व अधिकाऱ्यांच्या घरादारातून जे घडते, ते सुलतानास त्याच्या खबऱ्यामार्फत कळविण्यात येते. या वृत्तांताकडे कानाडोळा होत नाही, कारण त्याबाबत स्पष्टीकरणे मागण्यात येतात. ही बातम्या कळविण्याची पद्धत इतक्या थराला गेली आहे की अत्यंत मोठ्या महालातदेखील मोठ्याने बोलण्याची सरदारांची छाती होत नाही.... सरदारांनी व बड्या लोकांनी एकमेकांच्या घरी जाऊ नये, मेजवान्या देऊ नयेत अथवा सभा भरवू नयेत, अशा आज्ञा सुलतानाने दिल्या आहेत. बादशहाच्या संमतीशिवाय संबंध ठेवण्यास त्यांना बंदी आहे. हिंदूंना चिरडून टाकण्यासाठी व बेदिली आणि बंडखोरी यास उत्तेजन देणारी संपत्ती व मिळकत त्यांच्यापासून हिरावून घेण्यासाठी नियम व नियंत्रणांची तरतूद करण्यास सुलतानाने हुशार लोकांस विनंती केली आहे. 'खूट'पासून तो बलहरापर्यंत (वलहर-भंगी) कर चुकता करण्यास एकच नियम लागू झाला पाहिजे व सर्वांत गरीब असतील, त्यांच्यावर सर्वांत डोईजड करांचा बोजा पडता कामा नये. हिंदूंची स्थिती इतकी खालावली पाहिजे की त्याला बसावयास घोडा बाळगणे, शस्त्रे धारण करणे, मूल्यवान कपडे वापरणे अथवा जीवनातील ऐषआरामाचा उपभोग घेणे अशक्य झाले पाहिजे... प्रत्येक बिसण्यागणिक ठराविक दराने मोजमाप करून सर्व लागवड करण्यात आली पाहिजे. पिकांपैकी निम्मा हिस्सा, कोणतीही घट न होता (सरकारात) भरण्यात आला पाहिजे व हा नियम.... कोणताही पंक्तिपंप्रच न करता अमलात आला पाहिजे. 'खूटां'चे विशेषाधिकार काढून घेतले पाहिजेत. दुसरा (नवीन नियम) म्हशी, शेळ्या व दूध देणाऱ्या इतर पशूंसंबंधी होता. चराईबद्दल एका नियमित दराने कर बसविण्यात आला पाहिजे व कितीही मरतुकडा असला तरी कोणताही पशू त्यातून सुटू नये म्हणून तो कर दर घरातून मागण्यात आला पाहिजे. गरिबांवर अतोनात बोजा लादला

जाऊ नये तर कर चुकता करण्याचे नियम श्रीमंत गरिबास सारखेच लागू झाले पाहिजेत. कर वसुली करणारे, कारकून व महसुली कामासाठी नेमलेले जे अधिकारी लाच घेत होते, अगर अप्रामाणिक वागत होते, ते सर्व बडतर्फ करण्यात आले... (ह्या नियमांची) कारवाई इतक्या कडकपणे करण्यात आली की चौधरी, खूट व मुकाद्दिम (ग्रामप्रमुखांचे विविध प्रकार) घोड्यावर बसण्यास, शस्त्रे वापरण्यास, मूल्यवान कपडे घालण्यास, फार काय, पान तंबाखू खाण्यास असमर्थ ठरले... आज्ञापालन करण्याची लोकांवर अशी सक्ती करण्यात आली की एक महसुली अधिकारी, २० खूटांना, मुक्काद्दिमांना व चौधरींना मानेस दोऱ्या बांधून व धक्के मारून (करांच्या) रकमा चुकत्या करण्यास भाग पाडीत असत. कोणीही हिंदू डोके वर करू शकत नसे व त्यांच्या घरावर सोने, रुपे, टंका, जिटल, (छोटी नाणी) अथवा इतर कोणत्याही प्रकारच्या संपत्तीची खूणदेखील राहिली नाही. दारिद्र्याची इतकी मजल गाठल्यामुळे खूटांच्या व मुकाद्दिमांच्या बायका मुसलमानांच्या घरी जाऊन मोलाने नोकरी करू लागल्या. (महसुली अधिकाऱ्यांच्या कडून) येणे असलेला प्रत्येक जिटल् ग्रामीण हिशेबनिसांच्या चोपड्यांवरून निश्चित करण्यात आला. अप्रमाणिकपणे, अथवा कोणत्याही हिंदू अगर मुसलमानांकडून लाचेच्या स्वरूपात, एक टंकादेखील घेतला जाण्याचा मुळीच संभव उरला नाही. महसूल वसुली करणाऱ्यांवर व इतर अधिकाऱ्यांवर अशी सक्ती व तपासणी करण्यात आली की ५०० अगर १००० टंकांसाठी त्यांना वर्षानुवर्षे अटक करून बेड्यात ठेवण्यात आले. आता महसुली अधिकाऱ्यांचे हाल कुत्रा खाईना. कारकुनी हा महान अपराध ठरला व कोणीही माणूस आपली मुलगी कारकुनास देईना. महसुली खात्यात नोकरी धरण्यापेक्षा मरण पत्करणे बरे, असे वाटू लागले. (ED ३.१७९–१८३)

यांपैकी काही उपायांचे अर्थशास्त्राशी आश्चर्यकारक साम्य आहे. अल्लाउद्दिनपाशी एक जैन टांकसाळ अधिकारी होता. नाणी पाडण्यावरील त्याची अप्रकाशित टिपणे अद्याप अस्तित्वात आहेत. त्यामुळे सुलतानास आपल्या नोकरीतील कोणाकडून तरी मौर्यकालीन नियमांबद्दल माहिती मिळाली असणे अशक्य नाही. आपला करभार बहुतांशी रोख रकमेत अथवा हत्तींच्या वा मूल्यवान सामग्रीच्या स्वरूपात भरणाऱ्या एका विशाल साम्राज्यावर नियंत्रण ठेवणारी केंद्रीय सेना बाळगणे, हे त्याचे उद्दिष्ट होते. वरील खास नियम साम्राज्याच्या प्रत्यक्ष केंद्रीय शासनाखाली असणाऱ्या भागासाठीच होते. कारण त्याखेरीज दूर अंतरावरून करभार वसूल, करण्यासाठी अशी सेना बाळगता आली नसती. 'हिंदू' याचा अर्थ, 'कोणत्याही प्रकारच्या जमीनधाऱ्यांच्या पद्धतीखालील जमीन बाळगणाऱ्या गटांचा एत्तदेशीय नेता एवढाच आहे. दिल्लीसाठी किमतींचे प्रमाण निश्चित करण्यात आले. दोआब मधील (दिल्ली, मीरज व अलिगड हे जिल्हे) करवस्तूंच्या स्वरूपात दिले जात. शहराजवळ प्रमुख

वस्तूंचे (Staple) व्यापारी व तांड्यातील लोकांना जबरदस्तीने बसविण्यात आले होते. त्यांची कुटुंबे जवळजवळ ओलिस म्हणून ठेवून घेण्यात आली होती. परंतु एकंदरीत त्यांना दिली जाणारी वागणूक बरी होती. सर्व किमतींवर नियंत्रण असल्यामुळे टंचाईच्या काळातसुद्धा किमतीत फारशी तफावत पडत नसे याचा उद्देश रोख पगार मिळणाऱ्या सामान्य सैनिकाला खूष ठेवण्याचा होता ; प्रभावी मूल्य नियंत्रणाशिवाय ते साध्य झाले नसते.

(दिल्लीतील) जीवनावश्यक वस्तूंच्या किमती मर्यादेत ठेवण्यासाठी अल्लाउद्दिनाने इतके कष्ट घेतले की त्यांचा निर्देश प्रमुख इतिहासग्रंथात करण्यात आला आहे. त्याने व्यापाऱ्यांना संपत्ती दिली. त्यांच्यापुढे भरपूर माल व अफाट सोने ठेवले. त्याने त्यांना प्रत्येक बाबतीत शाही मेहेरबानी दाखविली व त्यांच्यासाठी नियमित पगार निश्चित केले.मात्र त्याबरोबरच वजने तोकडी असल्यास अघोरी शिक्षाही ठेवल्या होत्या. वजनांची भरपाई करण्याइतके मांस विक्रेत्याच्या पृष्ठभागातून कापून घेण्यात येत असे. हेरखात्यातर्फे गरीब, अडाणी मुलांना खरेदी करण्यास पाठविण्यात येई ; त्यात कमतरता आढळून आल्यास तातडीने व प्रभावीपणे शासन करण्यात येई............ छे, आता ते माल इतक्या चांगल्या वजनावर देऊ लागले की, गिऱ्हाईकास वाजवी वजनाहून अधिक माल मिळू लागला. (ED ३.३४९, व ३.१९६)

याचा परिणाम म्हणून अल्लाउद्दिनच्या राजवटीत सरदारांचे निराशेच्या झटक्यात झालेले चार गंभीर उठाव व मूळचा गुलाम व खोजांचा प्रमुख असलेल्या मलिक काफूरसारख्या लष्करी अधिकाऱ्यांची सेनापतीपदी बढती. हे अधिकाराचे स्थान त्याने योग्यतेने सांभाळले परंतु पुढे कटबाजी सुरू केली. दोआबच्या पलीकडील मुलूखातील सरंजामी पायास धक्का लागला नसल्यामुळे अर्थशास्त्रातील राज्यव्यवस्थेचे पुनरुज्जीवन करण्यास आता फार उशीर झाला होता.

सचिवालयीन कर्मचारी व छोटे सरंजामी जमीनधारक, अशा वर्गातील मुस्लीम इतिहासकार पुढील राजवट कशी होती, याचे वर्णन करताना समाधानाच निश्वास सोडतात. घियासुद्दिनाने एकूण प्राप्तीच्या अथवा पर्यंत सारा कमी केला. जुन्या व नव्या आकारणीतील फरक मात्र उत्पादकांच्या पदरात न पडता वसुली करणाऱ्यांच्या पदरात पडला. तथापि वर्षानुवर्षे लागवडीस अधिकाधिक उत्तेजन देण्यांची कल्पना कायम होती. (ED. ३.२३०) ''हिंदूंवर इतका कर बसवावा की संपत्तीचा धूर त्यांच्या डोळ्यांवर येऊ नये व त्यायोगे त्यांनी असंतुष्ट व बंडखोर बनू नये ; त्याप्रमाणेच (दुसऱ्या टोकास जाऊन) त्यांची अन्नान्न दशा होऊन त्यांना शेतीही चालू ठेवता येऊ नये, इतका तो डोईजडही असू नये.'' या ऐसपैस तत्त्वज्ञानात एक गोष्ट विसरली गेली ती ही, की बहुतेक महत्त्वाच्या बंडाळ्या मुसलमान दरबारी

सरंजामशाही – खालून वर / ३४३

सरदारांनी अथवा लष्करी सेनापतींनी केल्या होत्या. वस्तुस्थिती होती की, जुन्या राजवटीत सर्वच वर्गांना इतके भरडून टाकले होते, की ते काहीही उत्पादन करू शकत नव्हते. प्रतीकात्मक चलन, राजधानीचे दक्षिणेतील दौलताबादेपर्यंतचे स्थानांतर व चीनच्या काल्पनिक संपत्तीच्या शोधात तथाकथित उत्तरेकडील मार्गाने करण्यात आलेली सर्वनाशक स्वारी. असे नवनवे प्रयोग महंमद तघलकाने केले. या दिवसांतील दिल्ली शासनाचे व महंमदाच्या संहारक प्रयोगांचे इब्नबतूता याने स्पष्टपणे वर्णन केले आहे. (बतूता २२५-६) अखेरीस फिरूझ तघलकाने 'खालून वर' येणाऱ्या सरंजामी व्यवस्थेपुढे शरणागती पत्करली व जवळजवळ आपल्या कारकिर्दीच्या अखेरीपर्यंत बंडाळी होऊ न देता राज्य केले. तथापि त्याच्या नशिबाने उत्तम पीक आले; त्याचे चाहते देखील असे म्हणत की,' त्याच्या राजवटीत केवळ नशिबामुळे किमती कमी राहिल्या.' (अल्लाउद्दिनच्या कारकिर्दीत त्या खाली ठेवण्यासाठी अघोरी नियम करावे लागले होते.) त्यांना सर्वात आवडलेली गोष्ट म्हणजे खेड्यांची व जमिनींची आपल्या अनुयायात केलेली वाटणी.

''दिल्लीच्या यापूर्वीच्या राज्यकर्त्यांच्या कारकिर्दीत अधिकाऱ्यांना वेतन म्हणून खेडी देऊन टाकण्याचा नियम कधीही अस्तित्वात नव्हता.... (फिरूझच्या कारकिर्दीत) एखादा सेनाधिकारी मृत्यू पावला तर त्याला मिळणारी देणगी (सरकारी मदत) त्याच्या मुलास चालू राही ; त्याला मुलगा नसल्यास ती त्याच्या जावयास मिळे ; त्याला जावईही नसल्यास ती त्याच्या गुलामास देण्यात येई; त्याच्याजवळ गुलामही नसल्यास ती त्याच्या निकटच्या नातेवाइकास मिळे... त्याच्या हद्दीतील दोआबच्या मुलूखाचा महसूल ८००,००,०० टंका इतका होता. दिल्लीच्या मुलूखाचा महसूल ६०,८५०,००० टंका इतका होता... ह्या सगळ्या महसुलाची योग्य प्रकारे वाटणीही करण्यात आली होती, प्रत्येक खानाला त्याच्या उच्च दर्जाच्या अनुरूप रक्कम मिळे. अमीरांना व मलिकांनाही आपापल्या प्रतिष्ठेनुसार भत्ते मिळत व अधिकाऱ्यांना आरामात राहण्यास पुरेसे वेतन मिळे. लष्करी सैनिकांना सुखाने राहण्यास पुरेसे वेतन मिळे व अनियमित लढाऊ लोकांना सरकारी खजिन्यातून मुशाहिरा मिळे. अशा प्रकारे वेतन अगर मुशाहिरा न मिळणाऱ्या सैनिकांना महसुलातून उत्पन्न देणाऱ्या कामगिऱ्या, नियमितपणे मिळत. जेव्हा अशा कामगिऱ्या मिळालेले सैनिक, सरंजामी मुलाखात पोहोचत तेव्हा त्यांना त्या मुलूखातील जमीनधारकांच्या सुमारे निम्मी रक्कम मिळे. त्याकाळी अशा कारागिऱ्या (देणग्या), (त्याबद्दल मिळणाऱ्या वेतनास हे) विकत घेण्याची काही लोकांची प्रथा होती. यामुळे दोन्ही पक्ष खूष रहात. त्यांना जिल्ह्यात निम्मी रक्कम मिळाली तरी, ते तिच्याऐवजी शहरात १/३ रक्कम देत. अशा देणग्या विकत घेणाऱ्यांनी, तो एक धंदा बनवून त्यातून भरपूर नफा लाटला, बरेच लोक त्यायोगे श्रीमंत झाले व त्यांनी आपले नशीब काढले''

(ED. ३.९४४-६)

सुलतान फिरूझने पूर्वीचे २३ कर रद्द केले तरी सवड मिळेल तेथे हात धुवून घेणाऱ्या लबाड अधिकाऱ्यांनी त्यांच्यापैकी बरेच कर चोरून वसूल करणे चालूच ठेवले. कायदेशीर करात, लागवडीखालील जमिनीच्या उत्पन्नाच्या १/१० असलेला खराज, दानधर्मासाठी असलेला जकात व हिंदू आणि इतर भिन्न धर्मीयांसाठी असलेला जिझिया हे समाविष्ट होते. तसेच सर्व लुटीच्या व खाणीच्या उत्पन्नाच्या १/५ घेण्यात येईल. ही आकारणी व जुन्या प्रथेनुसार बळजबरीने अथवा सरंजामी जमीनधारकाने प्रत्यक्ष लागवडीतून उभे केलेले पीक यातून जी वसूल करता येईल ती रक्कम या दोहोंमधील तफावतीवर सरंजामी वर्गाचे अस्तित्व अवलंबून होते. हिंदूंच्या मंदिराकडे मुसलमानांचेही लक्ष जाऊ लागले होते व हुकूमशहांनी यापुढे त्यांची पद्धतशीर पाडापाड सुरू केली. परंतु 'ग्रामीण जीवनाच्या मूर्खपणामुळे त्या भूमीवर स्थायिक झालेल्या मुसलमानांनी आपल्या परी हिंदूइतकेच, किंबहुन अधिक अंधश्रद्ध व धर्माहंकारी होण्याचे सोडले नाही. अर्थाच बरेच हिंदू जमीनधारक आपला दर्जा सांभाळण्यासाठी व कर टाळण्यासाठी धर्मभ्रष्ट झाले. जिझियाविरुद्ध उपोषण करणाऱ्या ब्राह्मणांपैकी बरेच जवळजवळ भिकारी होते. दिल्लीतील जिझिया (दरसाल), पहिल्या वर्षासाठी ४० टंका, दुसऱ्यासाठी २० टंका व तिसऱ्यासाठी १० टंका असे. महालाच्या देवडीशी ब्राह्मणांनी कित्येक दिवस मरणांतक उपोषण केले. इतर हिंदूंनी मध्यस्थी करून तो कर (हा सुलतानाने दरडोई १० टंका व ५० जिटल इतका ठरविला होता.) देण्याचे कबूल केले. फिरूझने यमुना व सतलज या नद्यांतून कर्नालमार्गे दिल्लीपर्यंत कालवे खणले व बरीच किरकोळ बंधाऱ्याची कामे करविली. धर्मगुरूंच्या सल्ल्यानुरूप उत्पन्नाच्या सुमारे शे. १० इतकी एक वेगळी पाणीपट्टी बसविण्यात आली. या उलेमानी अल्लाउद्दीनला असे सांगितल्यामुळे राग आला होता की, ''तुला अत्यंत क्षुद्र सैनिकांहून अधिक काहीही घेण्याचा हक्क नाही व इस्लामच्या धार्मिक लोकशाहीने काफिरापासून फायदा मिळविण्यात आर्थिक लोकशाहीइतकीच मजल मारली आहे, त्यांना आता दिलेली सवलत सुलतानी राज्यास वर्गीय आधार मिळवून देण्यास उपयोगी पडली. फिरूझने तर गुलामांच्या साहाय्याने स्वत: (धान्याचे) उत्पादन करण्याचा शौक केला.

''सुलतान फिरूझ गुलाम पुरविण्याबाबत फार दक्ष असे व त्याने याबाबत काळजी घेतली की आपल्या बड्या कुळांना व अधिकाऱ्यांना जेव्हाजेव्हा युद्ध होई, तेव्हातेव्हा गुलाम जिंकून घेण्याचा व त्यांच्यातील उत्तमोत्तम गुलामांची दरबारी सेवेसाठी निवड करण्याचा हुकूम दिला. (या भेटींची हत्ती इ. प्राण्यांप्रमाणेच किंमत करण्यात येऊन त्याबाबत जी सूट देण्यात येई, तशी पूर्वीच्या इतर कोणत्याही राज्यकर्त्याने दिली नव्हती. जास्तीत जास्त गुलाम आणणाऱ्या प्रमुखांवर राजाची जास्तीत जास्त मर्जी बसे. दरवर्षी गुलामात पडणारी भर वर्णन करण्यापलीकडे होती. त्यांची संख्या गरजेपेक्षा

जास्त झाल्यास सुलतान त्यांना मुलतान, दीपालपूर, हिसारफिरोझा, समान, गुजरात व इतर सरंजामी अंकित प्रदेशात पाठवून देई. या सर्व उदाहरणास त्यांच्या चरितार्थाची उदारपणे तरतूद केली जाई. काही ठिकाणी त्यांची सैन्यात तरतूद होई व त्यांना खेडीही दिली जात. शहरात ठेवलेल्यांना १०० टंका ते १० टंकापर्यंत रक्कम देण्यात येई. १० टंका ही किमान रक्कम होती. कमी जास्त प्रमाणात भरपूर भत्ते मिळत. खजिन्याहून दर सहा, चार अगर तीन महिन्यांनी हे भत्ते पूर्णपणे, कोणतीही कपात न करता दिले जात. काही (गुलाम) व्यापाऱ्यांकडे ठेवून त्यांना यांत्रिक कलांचे शिक्षण देण्यात येई, त्यामुळे सुमारे १२००० गुलाम निरनिराळ्या प्रकारचे कारागीर बनले. ही (गुलामगिरीची) संस्था राज्याच्या भूमीच्या अगदी केंद्रभागी दृढमूल झाली व ती नियमित करणे, हे सुलतानाने आपले आवश्यक कर्तव्य मानले........ फिरूझशहाचे गुलाम ज्यात नेमले नव्हते, असा एकही धंदा नव्हता. या सुलतानापूर्वीच्या कोणत्याही राज्यकर्त्याने इतके गुलाम जमविले नव्हते. अल्लाउद्दिन ह्या माजी सुलतानाने अदमासे ५०००० गुलाम एकत्र केले होते. परंतु त्याच्यानंतर फिरूझने ही प्रथा सुरू करेपर्यंत, कोणत्याही सुलतानाने त्यांचा संच निर्माण करण्याकडे आपले लक्ष वळविले नव्हते, ज्यावेळी बड्या सरंजामी मांडलिकांकडील गुलांमाची संख्या अतोनात वाढली. त्यावेळी सुलतानाच्या हुकुमावरून त्यातील काही त्यांनी आपापल्या नोकऱ्यातील काही कामे शिकून घ्यावी म्हणून त्यांच्या ताब्यात देण्यात आले,....... परंतु त्यांच्या (फिरूझशहाच्या) मृत्यूनंतर या त्याच्या मर्जीतील नोकरांचा (गुलामांचा) काही दयामाया न दाखविता शिरच्छेद करण्यात येऊन दरबारासमोर त्यांचे ढीग रचण्यात आले. (ED ३.३३०-३४२)

अशा प्रकारे गुलामगिरी म्हणजे आपल्या कुळावर कमी अवलंबून राहण्यासाठी सुलतानाच्या बाजूने केलेला एक प्रयत्न होता. कराराने बांधलेले हे सेवक त्याच्या खाजगी मळ्यात मदत करीत. त्यातील उत्पन्नातून केवळ महालासच पुरवठा होई, असे नव्हे, तर खुल्या बाजारातही त्याच्या गुलामांनी चालविलेल्या कारखान्यात विणलेल्या कांबळ्याप्रमाणे व कापडाप्रमाणे - काही माल विकला जाई. शाही ताफ्यात अथवा महालात ४० हजार गुलाम रक्षक म्हणून होते. या शाही गुलामांची (बंदरा इ.खास) एकूण संख्या १ लाख ८० हजार होती. त्यामानाने अल्लाउद्दिनची ५० हजार ही संख्या फारच कमी होती. फिरूझच्या पत्नीसमवेत आलेल्या आंदणाचा भाग म्हणून त्याला मिळालेला इमाद-उल-मुल्क हा गुलाम नंतर फिरूझच्या राज्यातील सर्वात श्रीमंत माणूस ठरला. त्याच्या खजिन्यात अदमासे १३ कोटी टंका इतके द्रव्य होते. त्याला राप्री येथील सरंजामी जमीन लागवडीसाठी मिळाली होती व त्याने तिची फार दक्षतापूर्वक काळजी घेतली. दिल्लीच्या पूर्वीच्या अधिक लायक असलेल्या बादशहांपैकी बहुतेक आपल्या पूर्वायुष्यात गुलाम होते, हे लक्षात

घेता त्या काळच्या उत्पादन पद्धतीत अशा प्रकारची गुलामगिरी महत्त्वाची नव्हती. फिरूझ मरताच गुलामांची मोठ्या संख्येने कत्तल करणे सरंजामी सरदारांना आपल्या दृष्टीने पुरेसे धोक्याचे वाटले. एकंदरीत सरंजामशाहीतील गुलामांपैकी बरेच घरगुती नोकर होते. कसोटीच्या प्रसंगी सरंजामी सरदारांना आपल्या लवाजम्यातील अनुयायांच्या निष्ठा जाती बांधवाप्रत जातील अशी भीती वाटे. छोटचा जमीनधारकांतर्फे व विशेषत: निवृत्त सैनिकांतर्फे तर गुलाम हा वारस म्हणून दृष्टिपथात असे व तशी त्याची नियुक्ती केली जाई. कारण आपल्या वयस्क व अपंग मालकाची त्याच्या हयातीत तो काळजी घेई. (MEI ३.४९६.७)

इ.स. १८०० च्या सुमारास उत्तर कानरा जिल्ह्यात (१.४६,८०० स्वतंत्र नागरिकांशी तुलना करिता) अंदाजे १६,२०१ गुलाम होते (BJ २.४४२). दक्षिण कानरा जिल्ह्यात एकूण ३,९६,६७२ लोकसंख्येपैकी अंदाजे ४७,३५८ गुलाम होते (BJ ३.२-६). व मलबारात १,१६,५०० स्वतंत्र नागरिक व १६,५७६ गुलाम होते (BJ २.३६२). यात स्त्रिया व मुलेही धरली असली तरी हे प्रमाण बरेच अधिक आहे. गुलामांना देण्याच्या मेहनतान्याचे कोष्टक होते. परंतु मलबारात त्यांना तिरस्कृतरीत्या वागविले जात असे (BJ २.३७१). इतक्या अलीकडील काळात देखील मर्यादित अवधीत गुलामगिरी चालू असण्याचे कारण अंशत: ऐतिहासिक व अंशत: त्या स्थळातील व काळातील वस्तूंच्या अति मर्यादित उत्पादनात सापडण्यासारखे आहे. मुसलमानी विजयामुळे खेड्यातील सामूहिक घटक, जमिनीच्या अत्यल्प भागावरील संघटनेवरील अपवाद सोडला तर मोडकळीस येऊन त्यांच्याऐवजी जमीनधारक अडत्यांची (दलालांची) एक मालिकाच निर्माण झाली होती. त्यांपैकी कोणाजवळही विस्तृत लागवड अथवा पुरेसा गुलामांचा तांडा नव्हता; फार तर एकदोन शेतगुलाम (व त्यांचे कुटुंबीय) एवढ्यावरच सामान्यत: शेती चालविल्याचे दिसून येते. हे जमीनधारक आता सामूहिक घटकांच्या पूर्वीच्या नियंत्रणातून मुक्त झाले होते. परंतु सरंजामी सोपान परंपरेचा भाग नव्हता कारण मुस्लीम (राज्यकर्ते) सामान्यत: दुरून महसूल वसुली करण्यावरच समाधान मानीत व स्थायिक झालेले मुसलमान तर व्यापारी होते. किनारपट्टीने व नदीच्या मुखातून होणारी वाहतूक अतिशय चांगली होती. स्थानिक उत्पादनासाठी विशेषत: नारळासाठी, बाहेरची मागणी अतोनात होती. त्यामुळे जातिनिर्बंधांनी व मन:प्रवृत्तींनी शारीरिक मेहनतीची कामे मनापासून करण्यास तयार नसलेल्या जमीनधारकांनी मूठभर गुलाम बाळगणेच फायद्याचे होते व हे गुलाम, दुष्काळामुळे तसेच जमातींना त्यांच्या जमिनीवरून हाकलून दिल्यामुळे कर्जात बुडालेल्या व कायमची गुलामगिरी नशिबी आलेल्या जमातीतून घेतले जात. फ्रान्सिस बुचानन या सावध निरीक्षकाने असे नमूद केले आहे की, सरंजामी बिहारमध्ये कनिष्ठ जमीन मालकांना गुलाम पळून गेल्यास

आनंदच होत असे. कारण त्यामुळे त्याला बाळगण्याचा खर्च अनायासे टळत असे. उत्तरेकडील बरेचसे जमीनधारक, सामान्यत: गुलामांचे मोठे गट बाळगून होते. परंतु ते बहुतांशी प्रतिष्ठेच्या पोटी व घरगुती कामासाठी उत्तर कानऱ्याजवळील गोव्यात आदिम सामूहिक घटक टिकून राहिल्यामुळे गुलामगिरी मुळीच नव्हती ; 'नव्या जिंकलेल्या मुलखानेच भपकेबाज सरदारकी * अस्तित्वात होती. ही गुलामगिरी करण्यास त्यांना भाग पाडणारा कोणताही कायदा नव्हता व त्यांना (गुलामांना) विकून टाकण्याचा अगर त्यांची विल्हेवाट लावण्याचा कोणताही मार्ग नव्हता. घरातील छोटी मुले त्यांना मानाने संबोधीत व वागवीत व लग्नकार्यप्रसंगी त्यांना मानाची जागा देण्यात येई. त्यापैकी तरुण असलेल्यांना त्यांच्याच जातीचे जोडीदार पाहून द्यावे लागत व त्यामुळे अपरिहार्यतेने निर्माण झालेली एक छोटीशी पृथक् जात इ.स. १९०० पूर्वी नाहीशी झाली. अशाप्रकारचे जीवन कोणत्याही प्रकारे आदर्श नसले तरी जिच्यावरून त्याच काळात अमेरिकन यादवी युद्धात भयंकर मानवी संहार चालला होता, त्या पशुसदृश गुलामगिरीशी व प्राचीन ग्रीक हा रोमन दासप्रथेशी त्याची तुलना करता येणार नाही.

---

* (उदा. माझ्या भोळ्या पणजोबांनी सरंजामी हक्काच्या बऱ्याच जमिनी सोडून जुन्या जिंकलेल्या मुलुखातील एका ओसाड गावात स्थलांतर केले. तेव्हा त्यांच्यासमवेत दोन जुन्या आनुवंशिक 'बंद्या' घरगुती गुलामांनी अज्ञातवास पत्करला. तोकड्या घरगुती उत्पन्नात भर घालण्यासाठी शेतात मजुरी केली व छावलेल्या खोपट्यात राहून निकृष्ट अन्नावर भागविले.)

+ (अंधश्रद्धा – उदा. माझ्या (वडिलांकडून) आजोबांच्या मृत्यूनंतर जन्मलेला मी पहिलाच नातू असल्याने मला त्यांचा जन्मांतरित जीव, टोपणनाव व (पाळण्यातले) नाव ह्या गोष्टी आपोआपच मिळाल्या. माझी विधवा आजी (ही इ.स. १९१६ त निधन पावली) शालीन खानदानी ब्राह्मण स्त्री असल्यामुळे मी जरी तिचा आवडता, लाडावलेला तथापि शिस्तीत वाढलेला नातू असलो तरी ती मला (आजोबांच्या) खऱ्या अगर टोपण नावाने संबोधू शकत नसे. माझ्या बालपणी दूरच्या शहरातून आजोळच्या खेड्यात कालानुसार होणाऱ्या प्रत्येक आगमनाच्या वेळी मी तिच्या पायास हात लावून नमस्कार करीत असे. मला दृष्ट लागू नये म्हणून ती विधीपूर्वक काढण्यात येत असे. त्यानंतर ती मला घरी असलेल्या सर्व कुटुबीयांच्या उपस्थितीत आपल्या मांडीवर बसवून व 'माझे शब्द गोड असोत' असा आशीर्वाद देऊन माझ्या तोंडात साखर घाली. हा मनोरंजक परंतु उपहास्यास्पद व आता विस्मृतीत बुडालेला समारंभ पाहिलेले लोक मात्र परिणामांवरून असे म्हणतात की, तिने माझ्या तोंडात पुरेशी साखर घातली नाही.)

ही संस्था ब्रिटिश हिंदुस्थानात इ.स. १८४३ च्या सरकारी हुकमाने नष्ट करण्यात आली व देशाच्या इतर भागात ब्रिटिश प्रभावापेक्षा ती आर्थिकदृष्ट्या न परवडल्यामुळे आपोआप प्रचारातून गेली. मात्र याच्याउलट खरोखर बद्धमूल झालेल्या अंधश्रद्धा + व प्रथा, जातिसंस्था धरून टिकून राहिल्या.

१०.५ : सरंजामशाहीत राजा, जमीनदार व शेतकरी

अशा सरंजामशाहीचे आर्थिक कार्य मुख्यत्वेकरून सरंजामी सरदारांतर्फे बळाचा वापर करून [७] व गुंतवणूक करून वसाहतीची घनता वाढविण्याचे असते. उदा. बंधाऱ्याची कामे, पूर नियंत्रण, शेतीसाठी पाणीपुरवठा, विशेषत: कोणत्याही एका खेड्यातील जमिनीच्या व आवाक्याच्या बाहेरच्या अशा कामांची जबाबदारी अनेक खेड्यांवर अंमल गाजविणाऱ्या जमीनदारांकडून पत्करली जाई व एका मागून एक अनेक हंगामात चालू ठेवली जाई. ही सर्वांत फायदेशी गुंतवणूक होती व जमीनदारास मिळणारे भाडे भांडवलाच्या ५० टक्क्यांइतकी अथवा त्याहूनही अधिक असते - (BPL १९६-२१०) ; असा प्रकार पिकांच्या झडपणीनंतर अवलंबिलेल्या 'अगोरबटाई' विभागणी पद्धतीनुसार असे. अपेक्षित पिकांच्या मोबदल्यासाठी 'भाओली' पद्धती अंगलात असून तिच्याप्रमाणे जमीनदारास आगाऊ नगद रक्कम देण्यात येईल. पूर्वोक्त पद्धतीनुसार सरंजामी मालक एखाद्या व्यापाऱ्याशी व्यवहार करी, तर उत्तरोक्त पद्धतीनुसार व्यापारी प्रत्यक्ष कुळाशी व्यापार करू शकत असते.

ह्या क्रमप्राप्त व त्वरित परिवर्तनाची यंत्रणा असलेल्या सरंजामशाहीच्या ह्या दोन प्रकारातील परस्परसंबंध पुढील विशिष्ट उदाहरणावरून दिसून येईल.

(उचौला) हे संस्थान मुस्लीम सत्तेने जिंकून घेतल्यानंतर राजाला खंडणी द्यावयास लावून त्याची स्वत:ची काही खेडी त्याच्याकडे राहू देण्यात आली व लखनौ सरकारने इतर सर्व मुलुखातील राजाचा हिस्सा स्वत:कडे घेतला. परंतु खेड्यातील महसूल हातचा गेल्यानंतरही त्यावरीलही राजाचे प्रभुत्व एक परी राहिलेच. व त्यानंतर त्याने एका अगर अधिक खेड्यातील पूर्ण जमीनदारी हक्क विकून अगर (मोबदल्याकरिता) देऊ करून पैसे काढण्यास सुरुवात केली ; त्यामुळे केवळ अंतर्गत व्यवस्था व नेतृत्व त्याच्या हाती आले, एवढेच नव्हे तर लागवडीखाली नसलेल्या जमिनीवरील व ह्या भागातील इतर सरंजामी हक्क त्याला मिळाले. अशा प्रकारे निर्माण झालेल्या हक्कास 'बिर्ट (Birt) जमीनदारी' असे नाव प्राप्त होऊन ती रूढ झाली. हे राज्य जिंकून ताब्यात घेणाऱ्या अफगाण आक्रमकाला मदत करणाऱ्या मुसलमान सैनिकांना जहागिरीदाखल मिळालेली बरीच खेडी ह्या राज्यात होती. हे 'जहागीरदार' कोणताही महसूल देत नसत व लष्करी मदत देण्याच्या बंधनाखेरीज एक छोटीशी वार्षिक खंडणी भरीत असत. त्यामुळे स्वाभाविकपणे अशा जहागिरी मिळालेल्यांचे कुटुंबीय,

सरंजामशाही - खालून वर / ३४९

खेड्यांचे सामाईक मालक झाले व मूळचे जमीनदार त्यांची कुळे बनले.... उदा. बंगालात मोगल सुभेदाराने ग्रामीण संस्था नाहीशा करण्याचा अगर त्यांच्या जागी एखादी नवी व्यवस्था आणण्याचा आपणहून कधीही प्रयत्न केला नाही. अकबराच्या जमीनधाऱ्यांचा परिणाम सर्वतोपरी जैसे थे कायम ठेवण्यात आला व त्यामुळे साम्राज्याला उत्पन्नातील आपल्या हिश्श्याची वसुली वेळेवर हमखास करता येऊ लागली व हा हिस्सा साम्राज्याप्रमाणेच हिंदू राज्यकर्त्यांना मिळावयाचा होता ; परंतु जेव्हा महसूल वसुलीसाठी साम्राज्याने आपले महसुली अधिकारी नेमावयास प्रारंभ केला. तेव्हा स्वभावत:च अवनतावस्थेत असलेली मूळची ग्रामीण व्यवस्था कोलमडून पडली व केवळ परिस्थितीच्या प्रभावामुळे हे महसुली अधिकारी आता संबंध मुलुखाचे एक परी मालक होऊन बसले..... बंगालप्रमाणेच जमीनदार नेहमीच्या पद्धतीने मालक होऊन बसला होता. त्याला साम्राज्यास जबरदस्त जमीनधारा चुकता करावा लागे व तो वसूल करणे, हेच ज्यांचे प्रमुख कार्य, अशा ग्रामीण शेतकऱ्यांना नोकरीत ठेवावे लागे ; परिणामत: भाकड जमीन लागवडीखाली आणण्यासाठी त्याने आपल्या मर्जीनुसार माणसे नेमली व लागवडीखाली असलेल्या जमिनीवरील मूळचे कूळ आपले काम व्यवस्थित करीत नाही, अथवा महसूल चुकते करीत नाहीत, असे आढळल्यास त्याने त्यास बेदरकारपणे हुसकावून लावले. अशा परिस्थितीत मूळची जमीनधारणा नामशेष झाली व जमीनदार हेच मालक होऊन बसले, यात नवल नाही.... (A. Lyall 'IMP' Gazeletteer Berar, पृ. ९६ यातील अवतरण) : मेतैरे (Metairies) आता प्रचारातून जात चालले आहेत. देश समृद्ध होत चालला, तसतसा संपन्न शेतकरी उत्पन्नाच्या निम्म्याइतका महसूल देण्यास काकूं करतो व भागीदारीचा हक्क मागू लागतो. हळूहळू महसूल पैशात चुकता करण्याची प्रथाही अमलात येत आहे...... आता जमीन, स्वत: शेती करणाऱ्या व ती इतरांकडे सोपविणे भाग पडलेल्या वर्गांच्या हाती जाऊ लागली आहे. आता आपल्या जमिनीवर राहणाऱ्या एखाद्या शेतकऱ्याला विकत घेणे व ती खंडाने घेणे सावकारास शक्य आहे. यापूर्वी अशा कामासाठी त्यांना कूळ मिळविणे कठीण होते.'' (B.P. Manual, पृ. ५६, ६५२-५३, ६३५).

वरील उताऱ्यावरून सरंजामी व मध्यमवर्गीय जमीनधारणा कशी निर्माण झाली हे दिसून येते. मात्र यासाठी 'केवळ' परिस्थितीचा प्रभाव कारणीभूत झाला. असे नव्हे, तर निर्वाणीचा उपाय म्हणून शस्त्रबळाचाही वापर करण्यात आला. जबरदस्त सरंजामशाही राज्यांमुळे जुन्या प्रकारची ग्रामीण मालकी तर नष्ट झालीच, परंतु नव्या प्रकारच्या मालकीस व्यवस्थित स्वरूप न दिल्यामुळे अथवा तिला स्थैर्य व सातत्य प्राप्त करून न दिल्यामुळे त्याने (सरंजामशाही राज्याने) आपला स्वत:चाच पाया नष्ट केला. आता मध्यमवर्गीय राज्यात देखील महसूल चुकता न केल्याबद्दल जमीन

मालकाची जमीन काढून घेणे चालू राहिलेच. उलट ते अधिक राजरोसपणे व किफायतशीरपणे चालू राहिले.

राजवंशात होणाऱ्या उघडउघड निरर्थक बदलांचा (विशेषत: मराठ्यांच्या) वाढत्या स्वाऱ्यांचा व सतत वाढत्या तीव्र दुष्काळांचा एकच संकलित व सुस्पष्ट असा परिणाम झाला व तो म्हणजे सरंजामशाही जमीनदार वर्गाची वाढ. वेळोवेळी येणाऱ्या नैसर्गिक संकटास तोंड देऊन टिकून राहण्याची आर्थिक शक्ती तर त्यांच्यात होतीच, परंतु त्याशिवाय गुलामाकडून अथवा पैसे देऊन उत्कृष्ट जमिनी खाजगीरीत्या कसण्यासाठी जिंकून घेण्याइतकी शक्तीही त्यांच्यात होती ; जाता जाता हे सांगितले पाहिजे की उत्पादन साधनात गुलामगिरीचे हेच एकमेव कार्य होते. घरगुती गुलाम प्रतिष्ठेसाठी व देखाव्यासाठी असतच ; परंतु जेथे कुळांना आपखुशीने वसविता येणार नाही, अशा जमिनींची लागवड, जमीनदार मोलाने विकत घेतलेल्या परंतु प्रत्यक्षात जमीनदारांच्या धान्य साठ्यातून जेमतेम पोटापुरते धान्य व एखादा जमिनीचा तुकडा देऊन कामास लावलेल्या गुलामाकडून करून घेत. या विशिष्ट प्रकारची बांधील गुलामगिरी मात्र क्वचितच प्रचारात असे. गुलामगिरीची निरनिराळी कारणे होती. बरेच जमाती लोक दुष्काळात गुलाम बनत व काही अंशी जमाती जातीतील अथवा अत्यंत गरीब वर्गातील कर्जबाजारी झालेले व पिढ्यापिढ्या कर्जाची फेड करू न शकलेले अनेक त्यांच्यासारखेच लोक होते. मलबारातील चेरूमन, अल्योराजवळील हिमालयाच्या पायथ्याशी वसलेले जौन्सार बावर येथील कोल्टा, गुजरातेतील हाली व अशाच प्रकारच्या निकृष्ट सेवक जातींचा उगम अशाच प्रकारचा आहे. प्राचीन स्मृतींसदेखील हा दुष्काळी गुलामगिरीची व कर्जबाजारी गुलामगिरीची प्रथा विदित होती. (नारद स्मृती ५.२४-२६, मनुस्मृती ८.४१५) तसे म्हटले तर मनुस्मृतीतील छोटेखानी राजाची सरंजामशाही सरदारात अथवा बड्या सरंजामी जमीनदारात परिवर्तन होणे अगदी सोपे होते. कधीकधी गुलामालाच खंडाने देऊन मालक त्या खंडाची रक्कम भाडे म्हणून वसूल करी. तथापि एकंदरीत घाऊक प्रमाणावरील गुलामगिरी फायदेशीर नव्हती. पळून जाणाऱ्या गुलामाबाबत कोणताही कायदा नव्हता व एखाद्या विशिष्ट जमीनदाराजवळ अथवा खंड घेणाऱ्या शेतकऱ्याजवळ असलेल्या सैनिक बळाखेरीज दुसरा उपाय नव्हता, पळून जाणाऱ्यास बहुधा सरंजामी सरदार वर्गातील दुसऱ्या कुळाकडून तरी आश्रय मिळत असे. गुलामगिरीमुळे काही गुलामांची जात नष्ट होत असे तर इतरांची टिकून राही, व गुलामगिरीतून व आंतरजातीय विवाहातून नव्या जातीही अस्तित्वात येत. हे अनंत व विविध फरक, ते भूतकाळातील अवशेष आहेत, एवढा भाग सोडला, तर अभ्यास करण्याच्या किमतीचे नाहीत.

या मानवनिर्मित संकटाविरुद्ध सरंजामी जमीनदाराला थोडे बहुत संरक्षण मिळू शके. कोणताही आक्रमक साहजिकच जमीनदारांच्या घरातून त्यांची संचित संपत्ती

व लूट धुऊन काढील. तथापि नियमित खंडणी घेऊ इच्छिणाऱ्या आक्रमकाला कोणाचे ना कोणाचे तरी सरंजामी हक्क मान्य करावे लागत असल्यामुळे मध्यवर्ती सत्ता दुबळी झाली, तशी सरंजामशाही जमीनदारांची संख्या वाढत गेली. वसुली करण्याइतक्या शक्तिमान असलेल्या कोणासही हे जमीनदार कर देत. त्यांनी तटबंदी असलेल्या आपल्या स्वत:च्या गढ्या निर्माण केल्या. (DR १.१०६) व विविध प्रमाणात सशस्त्र सैनिक नोकरीस ठेवले. अर्थात अशा सरदारांवर कर वसूल करण्याची अधिकाधिक जबाबदारीही पडत गेली. अकबरासारख्या प्रबळ राज्यकर्त्यांच्या कारकिर्दीत ही मागणी धान्याच्या ठरीव दरानुसार परंतु रोखीत करण्यात येई. पगारी शाही सेवक अथवा जमीन खंडाने देणारे शेतकरी ह्यांनी ठरीव महसुली वसुलाचे खजिन्यात भरण्यासाठी रोखीत रूपांतर करण्याची जबाबदारी घेतली होती. हा महसूल राजपुतान्यातील विस्तृत सरंजामी मुलूखाबाहेर, दक्षिणेत व बंगालच्या काही भागात वसूल करीत. असे असले तरी (त्या काळातील अर्थशास्त्र अथवा Doomsday Book असणाऱ्या) 'आइने अकबरी'त अबुल फझल असे नमूद करतो की, सरंजामशाही जमीनदारांच्या सेना (बूमी) ४० लाखाच्या आसपास होत्या. त्यांचे निश्चित मोजमाप नसून त्यांचा राज्यासही उपयोग नव्हता. जमीनदार नेहमीच आपले सैन्य पाठविण्यापूर्वी, कोणत्या बाजूस यश प्राप्त होण्याचा संभव आहे, याचा अंदाज घेत (Mor. B. ३४, ७४) अशा प्रकारे सरंजामी जमीनदारात विखुरलेली राज्ययंत्रणा अतोनात खर्चाची होऊन बसली. आधीच्या सुखी काळात 'जमीनदार' शब्दाचा अर्थ 'अनेक शेतकऱ्यांच्या तर्फे कर चुकते करण्याची जबाबदारी घेणारा माणूस' एवढाच असे. कधीकधी ग्रामप्रमुख, मुकादम अथवा चौधरी यांच्यातूनच तो वर आलेला असे. अशा उदाहरणात जमिनीची लागवड बहुधा भाईबंदांमार्फत (बिरादरी) होत असे, त्यावरून जमाती हक्कांच्या प्रसारामुळे अथवा सरंजामी घराण्यांच्या वाढीमुळे अस्तित्वात आलेली सामाईक मालकी सूचित होते. उत्तर प्रदेशात गेल्या शतकापर्यंत जमीनदारीचा अर्थ खालीलप्रमाणे होत असे – "जिच्यात खेड्यातील समग्र जमिनीची मालकी व व्यवस्था सामाईक असते, अशी जमीनधारणेची पद्धत. ज्या जमिनीतून मिळणारे भाडे व इतर सर्व प्रकारचा नफा एकत्र करण्यात येत व त्यातून सरकारी महसूल (मालगुजारी) व ग्रामीण खर्च (गामूखर्च) वजा करून उरलेली रक्कम भागीदारीत व ज्याच्या त्याच्या हिश्श्यानुसार, अथवा त्या खेड्यात रूढ असलेल्या कायद्यानुसार अथवा परंपरेनुसार वाटण्यात येई." (Crooke,२८४). यावरून सामान्यत: जमीनधारक, वरिष्ठ वर्ग असल्याचे सूचित होते. मूळच्या ग्रामीण सामूहिक गटाच्या विकासातील पुढील दोन सुरुवातीच्या अवस्था प्रचारात होत्या – १. भय्या – चारा जमीनधारणा (Crooke.४०) या पद्धतीत एकाच कुळातील वंशज आपापल्या भूक्षेत्राच्या प्रमाणात सामाईक कर देण्याची सामाईक जबाबदारी

घेत ; २. बुंदेलखंडातील भूज बेरार जमीनधारणा (Crooke.४३) या पद्धतीत भागीदाराची निराळी व्यवस्था असे. "प्रत्येक माणसाच्या कुटुंबातील श्रमशक्तीनुसार त्याच्या मालकीचा हिस्सा ठरे." दक्षिणेत मालकीस मिरासदारी पद्धतीनुसार मान्यता मिळे. तिच्यात एका ठरीव व काहीशा डोईजड कराची रक्कम चुकती करण्यावर मालकी हक्क अवलंबून असे. हा हक्क विकता येई. वंशपरंपरेने मिळू शके व गहाण ठेवता येई. (व कर्जफेड होताच तो परत घेण्याची तरतूद होती) त्याबरोबरच अल्प मुदतीसाठी, अथवा कमी सुपीक किंवा साफ न केलेल्या जमिनीवरील, आणखी एका प्रकारची व्यवस्था असे. तीत पेरलेल्या पिकानुसार राज्याकडून अथवा त्याच्या सरंजामी प्रतिनिधीकडून सामान्यत: उतरत्या भाजणीत जमीनभाडे आकारले जाई.

यात वरच्या थरात असलेल्या आनुवंशिक तत्त्वाचा अभाव हे अस्थैर्याचे एक कारण होते. (भारतात) व्यवस्थित स्वरूपात सरदारक्या (Daronies Dukedoms or Marquisates) अस्तित्वात नव्हत्या. मोठमोठे दरबारीही पूर्वीचे गुलाम असत. ते आपल्या स्वत:च्या हक्कानुसार सरंजामी सरदार अगर मांडलिक राजे नसल्यास (व तसे असल्यास वारसा काही अंशी नियमित असे.) बादशहातच त्यांचा वारस असून तो आपल्या वारसा हक्कांची नेहमी अंमलबजावणी करी. लष्करी नोकरीची जबाबदारी व त्याबरोबरच येणारी प्रांतोप्रांतीच्या महसूल वसुलीची जबाबदारी देखील आनुवंशिक नव्हती. मात्र त्यातही कधीकधी एखाद्या निश्चित विभागाच्या उत्पन्नावरील तात्पुरत्या सरंजामी हक्कानुसार रकमा चुकत्या करण्यात येत. त्यामुळे शाही फडणिशी कार्यालय व वरिष्ठ दरबारी सरदार वर्ग यामध्ये सतत संघर्ष चालत असे व त्यातच दरबारातील (उदा. रजपूत विरुद्ध पठाण) पक्षोपक्षांच्या काटेकोर समतोलामुळे त्यात गुंतागुंतीची भर पडत असे. यातील कोणत्याही गोष्टीमुळे स्थैर्य मिळू शकले नव्हते. औरंगजेबानंतरच्या मोगल जहागिरी व पेशव्यांच्या काळानंतरच्या मराठा जहागिरी आनुवंशिक झाल्या, परंतु त्यावरून पूर्वोक्त केंद्रीय सत्तेतील दुबळेपणा मात्र उघडकीस आला. मध्यवर्ती सत्तेस प्रत्यक्ष कर देण्यासाठी मराठ्यांजवळ जमीन भरपूर प्रमाणात होती.

सरंजामी शहरातील उत्पन्न तुलनेने गतिशील असलेल्या दरबारातील व सैन्यातील ग्राहकांच्या मर्यादित गटाकरिताच असून त्या शहरांचे स्वरूपदेखील नश्वर होते. औरंगजेबाच्या काळी औरंगाबादची लोकसंख्या ४ लाखांपर्यंत वाढली होती. कारण कित्येक वर्षे त्याने त्या केंद्रातून साम्राज्याचा कारभार चालविला होता. तेथील पाणीपुरवठ्याचे बांधकामाला त्यांचा भूमिगत उगम न सापडलेल्या एका ब्रिटिश इंजिनिअरच्या चुकीच्या प्रयत्नांमुळे जरी बराच धक्का पोहोचला, तरी आज शिल्लक असलेल्या त्या शहराला पुरेसा पुरवठा करू शकतात. आपल्या उत्कर्षाच्या काळी विजयनगर हे सर्व जगातील भव्य शहरांपैकी एक होते. मोडकळीस आलेले महाल,

डोळ्यांत भरण्यासारखे नसले व घरांची नासधूस होऊन त्यांना नांगरलेल्या शेतातील चिखलाचे स्वरूप आले असले तरी, भव्य, एकसंध मूर्ती असलेल्या कित्येक मंदिरांवरून प्रेक्षकाला त्या जागी किती अनुपम वास्तू असली पाहिजे, याची कल्पना येते. लोहमार्गामुळे विजापूर एखाद्या उपासमार झालेल्या जिल्ह्यातील शानदार खेड्यासारखेच झाले आहे. आग्रा हे मोगलांच्या काळी राजधानीचे शहर असले तरी तेथून दरबाराचे स्थलांतर होताच एक छोटेखानी वसाहत बनले. जी काही मूठभर शहरे हस्तव्यवसायाची भव्य केंद्रे होती, त्यांचे प्रत्यक्षपणे नवीन औद्योगिक केंद्रात रूपांतर न होता. ब्रिटिश औद्योगिक उत्पादनामुळे अविश्वसनीय त्वरेने संहार झाला. उदा. जेव्हा डाक्का जिल्ह्यातून दरवर्षी बहुतांशी ब्रिटिश ईस्ट इंडिया कंपनीमार्फत कोट्यवधी वार हातांनी विणलेले तलम कापड युरोप व अमेरिकेस निर्यात होत असे तेव्हा डाक्का शहराची लोकसंख्या दीड लक्ष होती. १८३७ च्या सुमारास कापडाचे स्थलांतर अगदी उलट दिशेने होऊ लागले व तेथील लोकसंख्या २० हजारापर्यंत ओसरली. ईस्ट इंडिया कंपनीचे मूळचे व्यापारी केंद्र सुरत नसून मुंबई झाले व त्या शहरातील वस्त्यांच्या नावावरून असणारी मूळ खेडी लपून राहत नसली तरी पहिल्या कापडाच्या गिरण्या तेथेच निघाल्या. त्याच प्रमाणात सुरत अवनतीच्या मार्गावर वाटचाल करू लागले. (beybs) लुटारी व पेंढारी – हे सगळे लुटारूचेच भिन्न वर्ग आहेत. त्यांचे थवे सैन्याच्या पाठोपाठ असतात व ते ज्या मुलूखातून जातात, त्याची सैनिकांच्या मानाने कितीतरी जास्त नासधूस करतात. ह्या मारेकऱ्यांना काही पगार नसतो परंतु ते ज्या सैनिक तुकडीशी जोडलेले असतात, तिच्या प्रमुखास आपल्या लुटीचा १ भाग खंडणी म्हणूना देतात व त्यांना हे लूटमारीचे जीवन, इतर कोणत्याही व्यवसायापेक्षा जास्त आवडते. सैन्याने आधीच उद्ध्वस्त केलेल्या व रहिवासी सोडून गेल्यामुळे ओसाड झालेल्या गावात भाले व तलवारींनी सज्ज होऊन व कुदळी, पहारी व इतर विनाशक अवजारांसह प्रवेश करतात व जणू धान्य, घरगुती सामान व इतर वस्तूंची लूट पुरेशी उद्वेगजनक न झाल्यामुळे हे पेंढारी घरांची कुलुपे, कड्या, बिजागिऱ्या व त्यांना योग्य वाटेल, ते प्रत्येक प्रकारचे लोखंडी सामान व इमारती लाकूड लुटून नेतात, त्यानंतर धान्याच्या शोधार्थ जमिनी उकरून व लपविलेला खजिना शोधून काढण्याच्या आशेने भिंती जमीनदोस्त करून, आपणास नेता न येणाऱ्या वस्तूंना आग लावून ते ह्या मोहिमेचा शेवट करतात ; कँपातील बाजारात जिला मोल येणार नाही अशी वस्तूच नसते. तेथे एखाद्या गंजलेल्या खिळ्याच्या मोबदल्यात देखील शिध्याच्या वस्तू मिळू शकतात.... हे पेंढारी व अशाच निरनिराळ्या स्वरूपाचे लष्करातील नि:शस्त्र साथीदार यांच्यामुळे भारतीय सैन्य अफाट फुगलेले आढळते. जेव्हा राघोबाचे सैन्य मंत्र्यांच्या तुकड्यावर चालून गेले, तेव्हा हा सगळा एकत्रित ताफा (सैन्यावरील सर्व प्रकारचे साथीदार धरून) लाखांच्या

घरात होता ; तेथील गुरे २ लाखांवर होती व त्याचे साथीदार तर संख्येने कितीतरी अधिक होते. राघोबाचा लष्करी तळ कित्येक चौरस मैल पसरलेला होता. त्याच्या स्वत:च्या व त्याच्या सेनाप्रमुखांच्या मुलुखातील बाजारात अथवा बाजारपेठेत हजारो तंबू असून त्यात एखाद्या शहराप्रमाणे अगदी नियमितपणे प्रत्येक प्रकारचा व्यापार व व्यवसाय चालेला असे. सोनार, जव्हेरी, पेढीवाले, पोशाख तयार करणारे, औषधी विकणारे, हलवाई, सुतार, शिंपी, तंबू बनविणारे, धान्य दळणारे व नाल बसविणारे (Farriers) यांना भरपूर काम मिळेल. सराफ, लोहार व तांबट यांच्या रांगा लागत; परंतु त्यातल्या त्यात ज्यांना सर्वांत जास्त व निरंतर मागणी असे, ते लोक म्हणजे आचारी, हलवाई व नाल बसविणारे (Farriers) होत, (Fom १.३४४-५).

इ.स. १७७५ मधील रघुनाथराव पेशव्यांच्या लष्करी तळाचे हे वर्णन, इतर कोणत्याही सरंजामशाही तळात तितकेच लागू पडेल. लष्कराने तळ ठोकताच त्यातील स्त्रिया, मुले, नोकराचा कर, व्यापारी व कारागिरांमुळे त्याला एका शहराचे स्वरूप येई. परंतु ते शहर, समाजोपयोगी वस्तू निर्माण करण्याचे केंद्र नव्हते तर स्थानिक उत्पादन फस्त करून त्या मुलूखाची पूर्ण नासाडी करणारे होते.

तथापि दुसऱ्या टोकास कामगारांचा एक वर्ग उदयास येऊन त्याने पूर्वीच्या गुलामांची जागा घेतली होती व त्यांच्या अस्तित्वावरच ही व्यवस्था अवलंबून राहिली. हे गुलाम नसून कामगार होते. मात्र त्यांना स्वत:ची अशी जवळजवळ मुळीच जमीन नव्हती. हंगामात अगर पावसापूर्वीच्या जमीन लागवडीच्या मोसमात त्यांचा प्रादुर्भाव होई. येथील हवामानामुळे व विशेषत: अगदी प्राथमिक स्वरूपाची अवजारे वापरात असल्यामुळे (आजच्या प्रमाणे) सर्व श्रमिक शक्ती एकदम केंद्रीभूत करणे निकडीचे होऊन बसले. सरंजामशाही जमीनदाराला अथवा मजूर कराराने लावणाऱ्या शेतकऱ्याला कुळांचे नांगर व बैल, वापरून व आपली स्वत:ची जमीन कसण्यासाठी त्यांच्या श्रमाचाच उपयोग करून घेण्यात लाज वाटत नसे. परंतु त्यामुळे कुळांच्या शेतीची नासधूस होऊन पुढील वर्षी महसूल कमी येत असे ; सक्तीने लावलेले मजूर एकतर उपासमारीस बळी पडत अथवा परांगदा होत. जहांगीरच्या कारकिर्दीच्या सुरुवातीस जारी केलेल्या हुकुमान्वये अशा प्रकारचे आक्रमण दडपून टाकण्याचा प्रयत्न केला आहे. कोकणातील खोत, सरासरीने दोन अगर तीन खेड्यांतील कर वसुली करणारे प्रतिनिधी या नात्याने राज्यास द्यावयाच्या नियमित रोख रकमेच्या मोबदल्यात, लागवड करणाऱ्यांकडून एकूण पिकाचा किमान हिस्सा घेत. पेशव्यांच्या काळापर्यंत त्यांना स्वत:च्या सरंजामी जमिनीसाठी खेडूतांचे मोफत श्रम (बिगारवेठ) घेण्याचा हक्क असे. ह्या जमिनी अगर शेते सामान्यत: एका कुटुंबास पुरण्याइतक्या आकाराच्या असत व एकूण खेडूतांचे दोन अगर तीन दिवसांचे श्रम हे काम पार पाडण्यास पुरेसे होते. कधीकधी प्रांताचा सुभेदार छोट्या कुळास राज्यास

महसूल देणारी आपली जमीन लागवडीखाली आणल्याबद्दल आपल्या हाताने सर्वांसमक्ष देहांत शिक्षा करी. परंतु जमिनीवर परिश्रम करण्यास खरे कारण म्हणजे भूक अथवा पुरेशा जमिनीचा अभाव, हेच होते. त्यामुळे श्रमिकांचा मोबदला एकतर कामाच्या दिवशी अन्नपुरवठा करून अथवा रोखीने अथवा पिकाचा हिस्सा देऊन देण्यात येई. अर्थात हा मोबदला त्यांना वर्षभर गुजराण करण्यास कधीच पुरत नसे त्यामुळे त्याच्या जोडीस दुसरे काही काम करावे लागे.

ग्रिअरसन म्हणतो : ''उत्पन्नाची दुसरी साधने वगळल्यास ह्या जिल्ह्यातील शेकडा सत्तर जमिनी लागवड करणारांचे पोषण करू शकत नाहीत. रोज दोन वेळ जेवण व पुरेसे कपडे असणाऱ्यांना लागवडीखेरीज उत्पन्नाचे इतर मार्ग असले पाहिजेत. श्रमिक वर्गातील सर्व व्यक्तींना व लागवड करणाऱ्या आणि कारागीर वर्गातील शे. १० इतक्या लोकांना अन्न, कपडा अगर दोन्ही वस्तू अपुऱ्या आहेत, असे समजले पाहिजे. म्हणजे ह्या जिल्ह्यातील लोकसंख्येपैकी अदमासे शे. ४५, अथवा स्थूलमानाने १० लाख लोक होतील........ सर्वांत गरीब वर्ग अगदी भरभराटीच्या ठिकाणी व मोसमास देखील दर आठवड्यास १ किंवा दोहोहून अधिक वेळा पोटभर जेवण्याची चैन करू शकत नाही. डोंब (Doms) सोडले तर सर्व जातीचे लोक अगदी गरिबात गरीब धरून किमान एक धातूचे ताट व एक धातू भांडे बाळगून आहेत. स्वयंपाकाची व पाणी साठविण्याची भांडी मातीची आहेत. पिके बुडालेल्या वर्षी विकून टाकावयाच्या वस्तूत धातूच्या भांड्याचा अग्रक्रम लागतो व असे प्रसंग अलीकडे वारंवार आल्यामुळे त्यांचा उपयोगही कमी होतो. उन्हाळ्यात गुरे दिवसभर वाळलेल्या सामाईक जमिनीवरील गवताची शुष्क मुळे चाटीत असतात व संध्याकाळी गोठ्यात परत ओढून आणल्यावर त्यांना फक्त काही शुष्क व न तोडलेला तांदळाचा कडबा देण्यात येतो (खेड्यातील श्रमिक शहरात स्थलांतर करून) दरवान, शिपाई व तत्सम नोकऱ्या पत्करून अगर गोणपाटाच्या गिरण्यात कोष्टी म्हणून जात आहेत. कोष्ट्यांच्या जातीतील (जुलाहा) लोक विशेषत: उतरोक्त व्यवसाय पत्करीत आहेत. हावरा येथील गिरण्या गयेच्या जुलाहाने गजबजलेल्या आहेत.'' (NDG ९५-१२६)

१९ व्या शतकाच्या अखेरीस गया जिल्ह्यातील वर्णन केलेल्या लोकांची स्थिती त्यापूर्वीच्या कित्येक शतकाहून जास्त निकृष्ट नव्हती. ब्रिटिशांनी कायमधारा पद्धती अमलात आणून व जमीनधारा आणि कर निश्चित करून त्यांची कायमची दुर्दशा करून टाकली होती. हावरा येतील गोणपाटाच्या गिरण्यांतील सर्वच्या सर्व नफा त्याकाळी ब्रिटिश भागीदारांच्या खिशात जात असल्यामुळे त्यांची स्वस्त मजुरांची गरज भागत असेल. ग्रिअरसनच्या, काळजीपूर्वक केलेल्या पाहणीस मिळालेल्या अत्यल्प प्रसिद्धीचे ते एक कारण असू शकेल. त्याने स्वत: आपल्या आयुष्याचा उर्वरित भाग भारताची भाषाशास्त्रीय पाहणी करण्यात घालविला. ब्रिटिश राज्यकर्त्या

वर्गाला, किपलिंगचे लिखाण चवीने वाचावेसे वाटले, कारण त्याने 'कायदा नसलेल्या व कमी दर्जाच्या' लोकांवर त्यांनी गाजविलेल्या यशस्वी साम्राज्यशाहीचे चित्र रंगविले.

१०.६ ऱ्हास व विनाश

ह्या काळातील काहीशी उशिरा झालेली एक घटना म्हणजे, काही नवीन पंथांनी केलेले धार्मिक बंधनांचे उल्लंघन हे होय. एकाच खेड्यातील जीवनातील हिंदू - मुसलमान शेतकऱ्यांच्या सहभागाचा हा अपरिहार्य परिणाम होता. सिल्बेनमधील ॲडम शिखरावरील (Adam's Peak) बुद्धधर्मीय अवशेषास बौद्ध, मुसलमान व ख्रिश्चनांना वंदन करताना मार्कोपोलो व इब्नबतूता ह्यांनी पाहिल्याचे नमूद आहे. आसाम व बंगालमध्ये एखाद्या दैवताच्या किंवा दैवत पदवीस पोहोचलेल्या मानवी साधू पुरुषांच्या (पीर) स्थळी एकत्र यात्रा भरण्यात याचे रूपांतर झाले. (MEI ३.४६३, ३.५१२) यांपैकी सर्वांत लक्षणीय असलेल्या सत्य पिराच्या पंथाच्या अस्तित्वाचा विश्वसनीय पुरावा १८ व्या शतकाच्या प्रारंभापर्यंत दिसत नाही. तथापि ह्या साधू पुरुषाचे जीवनचरित्र रामेश्वर महाचार्यनामक ब्राह्मणाने 'सत्यपीरेर्कथा' (बंगालीत श्री. नगेद्रनाथ गुप्त संपादित, प्रकाशित कलकत्ता विद्यापीठ, १९३०) यासारख्या हिंदू काळात त्वरेने ग्रथित करून लोकप्रिय केले होते. ह्या पंथाचा सत्यनारायणाच्या 'खरा नारायण' स्वरूपात समग्र भारतभर प्रसार झाला. ह्या लोकशाही स्वरूपाच्या लोकप्रिय पूजाप्रकारास धार्मिक मंजुरी ब्राह्मणपुरोहितांचा लाभ अथवा निश्चित तिथी यांची जरूरी नसते. तथापि एकही मुसलमान रहिवासी नसलेल्या बऱ्याच हिंदू खेड्यांत कित्येक वेळा 'ताझिया' बसविण्यात एखाद्या मुसलमानास मुद्दाम बोलाविण्यात येई व परकीय साम्राज्याखाली हिंदु - मुस्लीम तणाव वाढीस लागेपर्यंत हा प्रकार चालू होता. गुरू नानकाच्या (इ.स. १४६९-१५३८) उपदेशाकडे, त्या आधीच्या कबीर (इ.स.१४५५-१५१७) या मुसलमान कोष्ट्याच्या साध्यासुध्या कवितेकडे, मुसलमान, तसेच हिंदू आकर्षित झाले. अद्याप हिंदू आईबाप आपल्या मुलांना कबीर पंथाचा स्वीकार करावयास लावतात. अकबराने काहीसे चाचरत आपल्या स्वतःच्या नेतृत्वाखाली एका प्रायोगिक सरकारी पंथाच्या स्वरूपात सर्व धर्मांचा समन्वय साधण्याचा प्रयत्न केला. परंतु हा नवा प्रकार पूर्ण विचारांती सुरू केलेला अथवा एखाद्या प्रबल वर्गाच्या गरजांवर आधारलेला नव्हता. सुरुवातीस कुराणातील असहिष्णू धर्मशास्त्रावर उघडउघड आधारलेल्या मुस्लीम आक्रमकशीलतेमुळे नवीन पंथाचे हे एकीकरण फारसे पुढे जाऊ शकले नाही. नंतर ब्रिटिश साम्राज्यशाही धोरणामुळे भारतातील धार्मिक समाजातील मतभेदांस उत्तेजन मिळाले. अशा उपायांच्या मुळाशी उत्पादनातील घोर तुटवडा होता ; हे अगदी स्पष्ट आहे. कारण

औरंगजेबाचे ऱ्हासशील साम्राज्य पोसण्यासाठी कोणत्याही सूक्तासूक्त मार्गाने - मग ते कितीही अघोरी असोत - पैसा उभा करावा लागला ; पुन्हा लादलेला जिझिया कर व हिंदुविरोधी प्रवृत्ती ह्या त्या काळच्या फडणिशी (आर्थिक) गरजा होत्या. पुढे ब्रिटिश राज्यकर्त्यांना राजकीय निमंत्रणात निदान काही सहभाग मिळविण्याच्या भारतातील नवमध्यमवर्गीय आकांक्षा दडपून टाकण्याची गरज भासू लागली. मुसलमान हे भारताच्या लोकसंख्येच्या $\frac{१}{३}$ असले तरी त्यांच्याजवळील संपत्ती, भारतातील एकूण संपत्तीच्या $\frac{१}{९}$ हूनही कमी होती व हा निकृष्ट हिस्सादेखील अर्ध सरंजामी जमीनधारणेत गुंतून पडल्यामुळे (पेट्या, कारखाने, शेअर, गुंतवणूक यांसारख्या) आधुनिक भांडवल प्रकारात बदलता न आल्यामुळे कुजून चालला होता. म्हणजे वरून धार्मिक भासणाऱ्या ह्या तणावाखाली खराखुरा आर्थिक तणाव असून तो धर्मशास्त्राच्या आवाक्याबाहेरील होता व विदेशी राज्यकर्त्यांनी त्याचा गैरफायदा घेतला.

जातीचा संबंध देखील आर्थिक स्तराशी होता. एकंदरीत एकाच आकाराच्या जमिनीवर ब्राह्मणांना इतरांच्या मानाने कमी कर द्यावा लागे. काही अंशी हा प्राचीन (पारंपरिक) हक्क आहे, असा दावा करण्यात येई. हा ब्राह्मण - उत्तर प्रदेशात तर हा निरक्षरही असू शकत असे - आपले रक्त सांडण्याच्या, एखादे मूल जीवे मारण्याच्या, आपल्या कुटुंबातील एखाद्या वृद्ध स्त्रीला जिवंत जाळण्याच्या अथवा प्राणांतिक उपोषण करण्याच्या धमक्या देई व त्याचे पाप सरंजामशाही प्रमुखाच्या शिरावर लादण्याचा प्रयत्न करी. कधीकधी अशी कृती एखाद्या तोतयाच्या जमिनीवरील हक्काच्या समर्थनार्थ करण्यात येई. (Dr. १. APP X IV) गोविंदचंद्र गाहडवाल (प्रकरण ३, पदटीप १५) यांच्याकडून प्राचीन नगवा येथे दान मिळालेल्या वंशजांनी (हल्ली या भूमीवर बनारस हिंदू विश्वविद्यालय वसलेले आहे.) तर आपला करमुक्त लागवडीचा विशेष हक्क कायम ठेवून वृद्धिंगत करण्यासाठी आततायी मार्गाचा अवलंब केला होता.

"...नगवासारख्या काही खेड्यातील रहिवासी ह्यात एकत्र राहणारे सुमारे २ हजार ब्राह्मण सुस्थितीत असून त्यांना लागवड व शेती फायदेशीररीत्या चालू ठेवणे अगदी शक्य आहे. वरील खेड्यातील जमिनीचा विस्तार सुमारे १५०० बिघे असून हा त्यांच्या मेहनतीसाठी पुरेसा नसल्याने ते भाडोत्री करार करणाऱ्या रयतेप्रमाणे इतर २० खेड्यात आपल्या लागवडीच्या कामांचा प्रसार करीत जातात. परंतु त्यापैकी प्रत्येक खेड्यात महसूल चुकता करण्याबाबत ते बेदरकार, बेतालपणा दाखवितात. ते स्वत:च्या आत्मसमर्पणासाठी सुरा घेऊन सतत तयार असतात. त्यांच्यापैकी २०३ लोकांनी, पूर्वीच्या आमीलाचा पालखीवाला मीर शर्फ अली याच्यासमोर जीव दिला व त्याप्रसंगी इतकी गडबड झाली की आपण त्वरेने माघार घेऊन सुरक्षित

राहू शकलो, यातच मीरने धन्यता मानली. तथापि त्यानंतर लवकरच राजा चेतसिंगाने त्यांच्याकडे पाठविलेल्या एका मुसलमान जमादाराने त्यांना कठोर शासन केले.'' (Dr. App" PP XX III XX IV)

उत्तर प्रदेशातील तत्कालीन ब्राह्मणांचे गाढ अज्ञान व पूर्ण निरक्षरता लक्षात घेता, अवनतीस आलेल्या जाती पद्धतींची समाजास असलेली उरलीसुरली उपयुक्तता देखील बनारससारख्या हिंदू पावित्र्याच्या खास केंद्रातही कशी संपुष्टात आली होती, हे दिसून येते. तथापि ऐतिहासिक आलस्यामुळे (स्थितिप्रियतेमुळे) ही संस्था उत्पादक यंत्रणेत केवळ मूलभूत बदल केल्यानेच अर्थातच औद्योगिकीरणामुळेच - नष्ट करता आली असती. याबाबतीत तात्कालिक आर्थिक दबावाचा फारच योग्य उपयोग झाला असता. १९ व्या शतकातील दुष्काळात बऱ्याच उपाशी लोकांनी तथाकथित खालच्या जातीच्या लोकांनी शिजवलेले अन्न घेण्याचे नाकारले, असे निदर्शनास आले आहे. अगदी आश्चर्य वाटेल, इतक्या लोकांनी उपासमारीचे मरण पत्करले. शिरगणती करणाऱ्या अधिकाऱ्यांनी जातिनिर्बंध मोडणाऱ्यातून नव्या जाती निर्माण झाल्याचा अहवाल दिला आहे. भुकेच्या पोटी कित्येकांनी चोरटेपणाने रोटी व्यवहाराचे नियम मोडले, हे नि:संशय. परंतु त्यामुळे जातिसंस्थेस धक्का पोहोचला नाही. याचे कारण असे की बहुसंख्य जनता, कालबाह्य उत्पादन पद्धतीमुळे प्रगतिरूद्ध झालेल्या खेड्यात परतली व तेथे तर जमीनदार व करवसुली करणाऱ्या अधिकाऱ्यांपासून आपले संरक्षण करण्यासाठी त्यांना आपल्या गटातील एकी राखून ठेवणे जरुरीचे होते व तसे करण्याचा जातिसंस्था हा एकमेव मार्ग होता. ब्रिटिशांनी प्रत्यक्ष कायदे करून फारतर मानवी हत्या करण्याच्या काही प्रथांना आळा घातला. (Dr. १. P.C. (APP) ; १३५ - १३६, १४०-१४१) व जातिसंस्था अबाधित राहिली.

जमीनदार आपल्या स्वत:च्या नातेवाइकांना उच्चवर्गीय कुळांना व ब्राह्मणांना कायद्याचा कीस काढून मेहेरबानीने वागवीत. जमीन दिल्यानंतर व भाडे थकल्याबद्दल कुळावर दावा दाखल झाल्यानंतरही ते त्याच्या निकालाचा आग्रह धरीत नसत ; त्यामुळे दिलेली रक्कमच, कबूल केलेली योग्य रक्कम होय, अशा आशयाचा कोर्टाचा निर्णय कुळे मिळवत व त्यांना अगदी कमी भाडेपट्टीत ती जमीन कसण्यास खात्रीने मिळे. शेवटी एका नवीन वर्गाचे लोक, अर्थात ब्रिटिश कलेक्टर कचेरीतील नोकरशहा, आपल्या स्वत:च्या नावे कर भरून एखाद्या अडाणी शेतकऱ्याच्या ऐवजी आपल्या स्वत:च्याच नावाची मालक म्हणून नोंद करवून घेऊ लागले. कायमधारा पद्धतीतील जमिनीच्या सांगोपांग नोंदीमुळे व वारंवार होणाऱ्या तपासणीमुळे हा प्रकार बंद झाला. परंतु अशा लोकांना अथवा जमीन खंडाने देणाऱ्या शेतकऱ्याला केवळ आपल्या नावे कर भरून आपल्या मनात भरलेल्या कोणत्याही जमिनीचा मालक बनणे, ब्रिटिशपूर्व काळी अधिक सोपे होते. फक्त त्या खेडुताविरुद्ध बळजबरीने,

जमाती परंपरेने अथवा जातिविषयक शास्त्रार्थ काढून ती त्याने आपल्या हाती ठेवली म्हणजे झाले.

औरंगजेबाच्या काळी, अर्थात १७ व्या शतकाच्या मध्यास ही सरंजामी व्यवस्था मोडकळीस येण्याच्या सुमारासच बऱ्याच परकीयांच्या निदर्शनास आली होती.

''तुर्कस्थान, पर्शिया व हिंदुस्थान या तिन्ही देशांनी जमिनीच्या व इतर स्थावर मालमत्तेच्या बाबतीत 'हे माझे, हे तुझे' या तत्त्वाचा त्याग केला आहे व जगात जे काही चांगले व उपयुक्त आहे, त्याच्या मुळाशी असलेल्या खाजगी संपत्तीच्या अधिकाराबद्दल आदरच नष्ट झाल्यामुळे.... त्यांना केव्हा ना केव्हा तरी या चुकांचे स्वाभाविक परिणाम भोगावेच लागतील. जुलूमशाही, विनाश व दैन्य, देवा ज्या चतुर्थांश भागात आम्ही राहतो, तेथे जमिनीचे राजेच सर्वस्वी मालक नाहीत, याबद्दल आम्ही किती सुखी व कृतज्ञ असावे....... सक्ती केल्याखेरीज जमीन क्वचितच कसली जात असल्यामुळे व पाणीपुरवठ्यासाठी खड्डे व कालवे दुरुस्त करण्यास कोणीच तयार व योग्य नसल्यामुळे असे होते की संबंध देशात जमिनीची लागवड क्वचितच होते व पाणीपुरवठ्याच्या अभावी तिचा बराच मोठा भाग अनुत्पादक होतो..... अशा समाजस्थितीचा परिणाम पूर्ण व सार्वत्रिक अज्ञान हाच होणार... तयार मालाच्या चांगलेपणावर कामगाराची चहा होते अथवा त्याला स्वातंत्र्य आहे, असे मानण्याचे कारण नाही. अगदी भाग पडल्यामुळे अथवा मालकाचा सोटा पाठीवर बसत असल्यामुळे तो कार्यमग्न असतो ; तो श्रीमंत कधीही होऊ शकत नाही व दोन घास पोटात घालण्याचे साधन मिळाले व अंगावर जाडाभरडा कपडा आच्छादनास मिळाला, तरी ते थोडे नाही ; अशी त्याची समजूत असते. पैसा मिळाला तरी तो अल्प प्रमाणातही त्याच्या खिशात जात नाही. तर तो (पैसा) फक्त व्यापाऱ्याच्या श्रीमंतीत भर टाकतो व हा व्यापारी देखील आपल्या घरी आपल्या वरिष्ठांच्या (सरंजामी सरदारांच्या) अत्याचारापासून व उकळाउकळीपासून आपला बचाव कसा करावा, याच्याच बहुतांशी चिंतेत असतो......... ज्यांना मोगल राज्यकर्ते प्रत्यक्ष काय घडते, याचा अहवाल देण्यासाठी प्रांतात पाठवितात, असे (वाकियान वीस) अधिकाऱ्यांना काहीसे धाकात ठेवतात व असे नसते तर बहुतेक प्रसंगी घडते, त्याप्रमाणे ते (वाकियान - वीस) देखील इतरांप्रमाणेच अधाशी असल्यामुळे, आपणासही खावयास मिळावे, म्हणून अधिकाऱ्यांशी संगमनत करतात........ आपल्या आनुवंशिक संपत्तीवर व महसुलावर निर्वाह करणारे डची (Douchy), (Marqui Sate) अथवा अशाच प्रकारचे एकही श्रीमंत जमीनदार घराणे नाही........ दरबाऱ्यांच्या अखिल संपत्तीचा राजा हाच वारस असल्यामुळे त्यांची घराणी अशाच कीर्तिनिशी जास्त दिवस नांदू शकणार नाहीत, हे ओघानेच आले. उमरावांचे मुलगे अथवा फारतर नातू वडिलांच्या पश्चात गरीब होतात व

(दुसऱ्या) एखाद्या उमरावाच्या पदरी घोडदळातील साधे स्वार म्हणून त्यांना नोकरी पत्करावी लागते.''

कोलबर्टला लिहिलेल्या (बर्नियट,[८] १.२६९ – ३३० ; भाषांतर २००-२३८) पत्रावरून डेकार्ट व गासेन्डी यांचे तत्त्वज्ञान अभ्यासिलेल्या बर्नियरसारख्या एका फ्रेंच मध्यमवर्गीयांची खरे वंशपरंपरागत अधिकार नसलेल्या ऱ्हासशील सरंजामशाहीकडे पाहण्याची दृष्टी दिसून येते. तो स्वत: मध्यमवर्गात जन्मला होता. त्यालाच काही काळ तेथील सरंजामी सरदारांशी तडजोड करावी लागली होती. फ्रान्समधील धर्मगुरूखेरीज इतर न्यायाधीशांचा वर्ग (lait de justice) हा नुकताच झालेला होता व १४ व्या लुईने आपल्यापरी औरंगजेबाप्रमाणेच हुकूमशाही गाजविली होती. परंतु तेथील उत्पादनाचा वर्गीय आधार व संबंध हे अजिबात वेगळ्या प्रकारचे होते. फ्रान्समधील व्यापारी जकाती भरीत परंतु त्यांच्या नफ्यावर कर नसत. ही गोष्ट मध्यमवर्गीयांना आवडली होती. कोलबर्ट वित्तपर्यवेक्षक (Intedend of finance) होऊ शकला, या गोष्टीवरूनच फ्रान्समधील उदयोन्मुख वर्गाला काय स्थान होते हे समजून येते. असुरक्षिततेमुळे (बर्नियरने न अभ्यासिलेल्या) भारतीय बंदरातून व्यापारी वर्गाची वाढ व्हावयाची थांबली नाही. सुरतचा व्हिर्जीव्होरा (मोरलँड [९] – १५३-५५) यांची, करोडोंची उघडकीस न आलेली संपत्ती बाळगणारा 'जगातील सर्वांत श्रीमंत व्यापारी' अशी ख्याती होती. इ.स. १६४२ मध्ये सुरतेतील ब्रिटिश व्यापारी अधिकाऱ्यांनी त्याचा व्यापारातील एकाधिकार नष्ट करण्याचा प्रयत्न केला. परंतु त्यानंतर चार वर्षापर्यंत त्याने तो टिकवून धरला ; खरे पाहिले तर दीर्घकालीन व्यवहारासाठी भांडवल पुरवठ्याकरिता ब्रिटिश व्यापाऱ्यांना त्याच्यावरच अवलंबून राहावे लागे व त्यानेही ते भांडवल खुशीने पुरविले असे असले तरी त्याला स्थानिक सुभेदाराने इ.स. १६३८ मध्ये तडकाफडकी तुरुंगात टाकले. बहुधा ह्या श्रीमंत व्यापाऱ्याकडून देणग्या मिळालेल्या त्याच्या हितसंरक्षकाच्या वजनामुळे (कारण ह्याबाबत कोणत्याही खटल्याचा पुरावा नाही) सदर सुभेदाराला थेट दिल्ली दरबारातून बोलावण्यात येऊन पदच्युत करण्यात आले. जोधपूरच्या एका कुटुंबातील 'जगतशेट' पदवी असलेल्या, परंतु सरंजामी परंपरेत कोणतेही अधिकृत स्थान नसलेल्या फत्तेहचंदाने सोन्याचांदीचा बाजार (Bullion Market) वर विनिमयावर (Exchage) व म्हणून बंगालच्या अर्थव्यवस्थेवर कोणत्याही सैन्यावर ताबा नसताना देखील, पूर्णपणे प्रभुत्व गाजविले होते. १८ व्या शतकाच्या पूर्वार्धात त्याच्या मर्जीशिवाय ब्रिटिशांना काहीही करवून घेता येत नसे. त्याच्या उलट त्याला ब्रिटिशांशी असलेले व्यवहार इतके नियमितपणे फायदेशीवर वाटले की, त्याने त्यांना (ब्रिटिशांना) १२% च्या वाजवी दराहून कमी दराने कर्जाऊ रकमा दिल्या. त्याकाळी वाहतुकीस दर १०० मैलांस ते रूपये (अधिक संरक्षकांचा, जकातीचा टोल,

अंतर्गत जकातीचा (Iniand Customs) व बादशहाने अगर सरंजामी सरदारांनी लादलेल्या इतर पट्ट्याइतका खर्च येई. राज्यास बेबंदशाही एकाधिकारची घोषणा करता येत नसे. अगर तो खास कर लादून अमलात आणता येत नसे. याचे उदाहरण म्हणजे इ.स. १६३३ साली निळीच्या व्यापाऱ्यावरील लादलेला शे. ३३ कर हा, उत्पादकांना नीळ, राज्याच्या प्रतिनिधींना १८ रु. दराने विकावयास भाग पाडण्याचा परिणाम होता. (बाजारभाव २७ रु. होता.) नवसागरात राज्याने इ.स. १६५५ साली एकाधिकाराची घोषणा केली. त्याकाळी नवसागर भारतातून निर्यात होत असे. मीरजुमला याने डाक्का येथील धान्य व्यापाऱ्यांकडून ५० हजार रुपयांची नियमबाह्य मागणी केली, त्यांच्या दोन नेत्यांकडून २५ हजार रुपये उकळले व शहरातील पेटीवाल्याकडून आणखी ३ लाख रुपये मिळविले. सुरतेसारख्या बंदरात मजुराचे मासिक वेतन २ रु. अथवा त्याहूनही कमी असल्यामुळे युरोपीय व्यापाऱ्यांच्या देखरेखीखाली केवळ गरजेच्या पोटी तेथे स्थानिकरीत्या माल तयार होऊ लागला. राज्याच्या व्यवहारात महत्त्वाचा भाग घेण्यास हिंदू व्यापाऱ्यांना त्यांच्या जातीमुळे अगर मुस्लीम वर्चस्वामुळे उत्तेजन मिळत नव्हते. त्यांच्या बरोबरीचे मुसलमान व्यापारी त्या दृष्टीने अधिक महत्त्वाचे असले तरी सरंजामी सरदार बनण्याच्या वृत्तीचे होते. राजवंशातून आलेला बहामनी राजांचा कुशल सेनानी, असामान्य मंत्री व राजकारणी अशा महमूद गवान याने आपला व आपल्या कुटुंबाचा निर्वाह केवळ खाजगी भांडवलावरील व्यापाराने चालविला (Fer. २.५ ११-१३) ; त्याच्या जहागिरीच्या उत्पन्नातून त्याच्या सैन्याचा खर्च भागे व उरलेला भाग धर्मादायार्थ खर्च होई. मीरजुमला व त्याच्याच प्रकारचे इतर प्रांतीय सुभेदार, व्यापारात भाग घेण्यासाठी प्रत्यक्षपणे अगर एका अथवा त्याहून अधिक व्यापाऱ्यांवर स्वतःस भागीदार म्हणून लादून, आपल्या अधिकारपदाचा गैरफायदा घेत. इस्फहानच्या एका तेलविक्याचा हा मुलगा गोवळकोंड्यास एक प्रमुख जव्हेरी व खाणमालक बनला व पुढे क्रमाक्रमाने सरंजामी सरदार, विजापूर दरबारचा उच्चपदस्थ मंत्री, फितूर व औरंगजेबाचा सेनानी बनला. असे सरदार खास एकाधिकारावर दावा सांगत. जकात नसलेल्या मुलूखातील (उदा. शाही नोकरीवर असता) विकत घेतलेला माल वैयक्तिक नफा घेऊन पुन्हा विकीत. व्यापारी भांडवलदारीवर सरंजामी विशेषाधिकार बेजबाबदारीने लादल्यामुळे साहजिकपणेच असुरक्षितेत भर पडली. पोर्तुगीज, डच, फ्रेंच व इंग्लिश व्यापाऱ्यांना चाच्यांपासून, दरोडेखोरांपासून व परस्परांपासून संरक्षण करण्यासाठी सैन्य बाळगावे लागले. त्यामुळे ते अपरिहार्यतेने महत्त्वाकांक्षी, सरंजामी सरदारांनी चालविलेल्या कटकारस्थानात भाग घेऊ लागले ; व नंतर परस्परांशी व कमजोर भारतीयांशी लढू लागले. प्लासी येथील क्लाइव्हच्या विजयानंतर (इ.स.१७५७) जेव्हा ईस्ट इंडिया कंपनीला बंगालात सरंजामी अधिकार मिळाले, तेव्हा (पोर्तुगीजांची काय अनावस्था झाली, हे स्वतः पाहिलेल्या थॉमस रो ने घालून दिलेले) लष्करी हस्तक्षेप न करता

शांततेने व्यापार करण्याचे मूळचे धोरण बाजूस पडून नव्या फायदेशीर धोरणाचा अवलंब करण्यात आला. जबर व्याजाने सावकारी करण्यावरील इस्लामी प्रतिबंधामुळे मुसलमानांना आदिम देवघेवीतून भरपूर संचय करण्यास बंदी असे. सरतेशेवटी ब्रिटिशांच्या नमुन्यावर भांडवलदार बनलेल्यात निकृष्ट पारशी दलाल पाहिले होते आणि हिंदू दलालांनी व सावकारांनी त्यांच्याच पावलावर पाऊल टाकले.

आता आणखी एकच टिप्पणी करण्याची राहिली आहे. व्यापाऱ्यांना कामगार संघाचा पाठिंबा नव्हता. कारण ते कित्येक शतके आधीच नाहीसे झाले होते. सावकाराची चलती असली तरी कर्जे काढणाऱ्या सरंजामी सरदारांकडून, येणे असलेल्या रकमांची वसुली होण्याची निश्चिती नव्हती. परकीय व्यापाऱ्यांजवळ असलेल्या फौजा एतद्देशीय व्यापाऱ्यांच्या संघटनाजवळ (जातिनिर्बंधामुळे आपण होऊन तो व्यवसाय सोडल्यामुळे) नव्हत्या. शिवाजीने, भरभराटीस आलेले सुरत हे व्यापारी बंदर दोनदा लुटले, त्यावेळी त्याला मोगल सैन्याकडून अडथळा झाला नाही पण तटबंदी असलेला व बंदूकधारी रक्षकांनी कसाबसा संरक्षिलेला परंतु तरीही आक्रमकास पिटाळून लावण्यास पुरेसा समर्थ असलेला कारखाना ताब्यात घेऊन त्यावर त्याला खंडणी लादता आली नाही. जबरदस्तीने शिलकी उत्पादन वसूल करणारी सरंजामी यंत्रणा एकंदरीत उत्पादनास खीळ घालणारी असल्यामुळे ती स्वयंपूर्ण होऊ शकली नाही. ती जेव्हा कोसळली, तेव्हा सर्व बाजूंनी – राजकीय, आर्थिक, प्रशासकीय व लष्करी – कोसळली. तथापि भारताचे हे वैशिष्ट्य होते की, औरंगजेबाची मूळची दडपशाही व त्याच्या उकळाउकळीची प्रतिक्रिया या दोहोंना धार्मिक स्वरूप आले. जाट, मराठे व रजपूतांच्या बंडाळ्यात, तोवर मुस्लीम राज्यकर्त्यांशी गुण्यागोविदांने नांदणाऱ्या हिंदू धर्मावरच भर देण्यात आला. शीख धर्माने याच काळापासून टिकाव धरण्यासाठी शेवटचा गुरू गोविंदसिंग ह्यांच्या नेतृत्वाखाली लष्करी स्वरूप धारण केले. अफगाण बंडाळीत औरंगजेबाचे स्वत:चे सरदार अनेक प्रकारे फितूर झाले होते, त्यावरून तर तिचे मूळ धार्मिक नव्हते हेच स्पष्ट होते. सरंजामशाहीच्या ऱ्हासामुळे अंशत: नरबळीचा विधी असलेल्या ठगांसारख्या लूटमारीची वाढ झाली. सारांश, बराच आदिम संचय असून देखील भारतातील विशिष्ट प्रकारच्या सरंजामशाहीतून खास अशा मध्यमवर्गाचा उदय होऊ शकला नाही. त्याला आवश्यक असलेले उत्तेजन बाहेरून मिळेपर्यंत वाट पाहावी लागली.

१०.७ : मध्यमवर्गाचा (bourgois) विजय

भारताशी व्यापार करण्यामुळे भारतीय सोन्याच्या रूपाने मिळालेल्या अवाढव्य नफ्यातूनच नंतर भारतासंबंधी युद्धातून जी मध्यमवर्गाची वाढ झाली, ती भारतात न होता इंग्लडात झाली. आदिम स्वरूपाच्या संचयाचे व विनिमयात्मक भांडवलाचे,

यंत्रादी सामग्री निर्माण करणाऱ्या आधुनिक भांडवलात रूपांतर करण्यासाठी पुरेशी तांत्रिक व राजकीय प्रगती आधीच झाली नसती तर हा (मध्यमवर्गीय) विकास शक्य झाला नसता. (भारतातील सोन्याच्या शोधार्थ, तेथे जाण्याचे मार्ग शोधीत असता, अचानक गवसलेल्या) अमेरिकेतील चांदीसोन्यापासून स्पेनने मिळविलेल्या नफ्याचे पर्यवसान धार्मिक छळासारख्या प्रतिक्रियेस व मृत्युपंथास लागलेल्या सरंजामशाहीस बळकटी करण्यात झाले ; पोर्तुगालला आपल्या पूर्वेकडील व्यापारापासून याच्यापेक्षा फारसा अधिक लाभ झाला नाही. डचांनी थोडीबहुत प्रगती केली, पण जमिनीमार्गे स्पेन व फ्रान्सचे व समुद्रमार्गे आलेले इंग्लंडचे दडपण त्यांना गंडांतर ठरले. मध्यमवर्गीय क्रांती घडवून आणण्यात फ्रान्स १०० वर्षे मागे राहिला. अशा (मध्यमवर्गाच्या) विकासास आवश्यक असलेल्या अटी फक्त इंग्लंडातच पूर्ण होऊ शकल्या. ज्यावेळी भारत, पाकिस्तान, ब्रह्मदेश, सिलोन, इंडोनेशिया, मलाया अथवा बेल्जियम कांगोसारख्या मागासलेल्या देशात भांडवली मदत देण्याच्या प्रश्नांची तपासणी होते ! त्यावेळी युरोपने वरील देशांकडून वाजवी किमतीहून पुष्कळच कमी दराने पुरविलेल्या मालाच्या स्वरूपात कसे घवघवीत भांडवली साहाय्य मिळविले, हे देखील लक्षात घेतले पाहिजे.

व्यासंगी विद्वानांनी, असे दाखवून दिले आहे की, १६ व्या शतकात तुर्कांच्या समोर भारत जिंकून घेण्याचे स्वप्न होते ; असेही सांगण्यात येते की, तुर्की साम्राज्याजवळ याच्या भूमध्य समुद्रालगतच्या प्रांताप्रमाणे लाल समुद्रानजीक देखील जहाजबांधणीसाठी लाकूड उपलब्ध असते, तर भारताचा इतिहास पूर्णपणे पालटला असता. क्लिओपात्राचे नाक एक इंच अधिक लांब असते, तर जागतिक इतिहासात कोणते बदल झाले असते, याविषयी आडाखे बांधणाऱ्या इतिहासाच्या तत्त्वज्ञानाचाच हा एक मासला आहे. पहिल्या डेरियसप्रमाणे तुर्कांना लाल समुद्रापासून जुना पाराओनिक कालवा काढून त्याला नाईल नदीची शाखा बनविता आले असते. अफाट मनुष्यबळ दिमतीस असूनदेखील त्यांनी असे केले नाही, यावरून त्यांची प्रगती थांबली असल्याचे दिसून येते. मध्यमवर्गीय वसाहतवादी विस्तारास आवश्यक असणारा वर्गीय आधारच तुर्कस्थानामध्ये नव्हता. एखादा तुर्की मार्कोपोलो अथवा धर्मोपदेशक असल्याचे ऐकिवात नाही. पर्शियाच्या नादिरशहाने भारतावर केलेल्या आक्रमणाचे (इ.स. १७३९) कोणतेही अवशेष याच कारणामुळे आढळत नाही. पौर्वात्य सरंजामशाहीचे एका नमुन्यातून दुसऱ्यात होणारे परिवर्तन केवळ वरवरचे होते. याच्या अगदी उलट मगधाच्या उदयापासून आरंभ झालेली, परंतु सरंजामशाहीमुळे खंडित झालेली प्रक्रिया ब्रिटिश ईस्ट इंडिया कंपनीने अगदी उलट दिशेने पालटून टाकली. राज्यसंस्था स्वत:च सर्वांत मोठा व्यापारी होण्याऐवजी सर्वांत मोठ्या व्यापारी संघटनेनेच राज्यसत्ता हस्तगत केली.

लष्करी पातळीवर सरंजामशाही व मध्यमवर्गीय जीवनप्रकारातील फरक पुढीलप्रकारे प्रतिबिंबित झाला. अधिक सुसज्ज साधनसामग्री, अधिक वरिष्ठ दर्जाची निष्ठा, कार्यक्षमता, शिस्त व नीतिधैर्य - परंतु याची कारणे माहीत असली तरी त्यांचे महत्त्व क्वचितच ओळखले जाते. ब्रिटिशांनी भारताच्या सामग्रीतून पगार देऊन ठेवलेल्या भारतीय सैन्यानिशी हा देश जिंकला व आपल्या हाती ठेवला. १७ व्या व १८ व्या शतकातील भारतीय सरंजामी सैन्यात युरोपीय कवाईत शिक्षक व तोफखान्याचे तज्ज्ञ पगारावर ठेवले जात. परंतु या दोहोंतील महत्त्वाचा फरक असा की, ब्रिटिशांनी आपल्या सैनिकांना व्यवस्थित खाऊ घालून व आपल्या सैनिकांचे पगार दरमहा नियमितपणे रोखीत देऊन हिशेबनिसांची खळखळ अथवा सेनानींचे पगार अडवून ठेवणे, त्याच्या आड आले नाही, मग तो काळ युद्धाचा अथवा शांततेचा असो. सरदार, त्याचप्रमाणे जव्हेरी असलेला टॅव्हर्निअर हा फ्रेंच लेखक म्हणतो, (Travels In India), व्ही बॉलकृत अनुवाद, २ भाग, लंडन १८८९) :

"आपल्या युरोपीय सैनिकांपैकी केवळ शंभरांना अशा (औरंगजेबाच्या शरीररक्षकांपैकी) १००० भारतीय सैनिकांना जिंकून घेणे क्वचितच कठीण जाईल; परंतु दुसऱ्या बाजूने हेही खरे की, त्यांना (आमच्या सैनिकांना) भारतीय सैनिकांच्या कंजूष जीवनाची सवय करणेही कठीण जाईल. कारण त्यांच्यातील घोडेस्वार पायदळातील शिपायांप्रमाणेच पाण्यात मळलेल्या मूठभर कणकीचे काळ्या साखरेबरोबर केलेले लहानसे गोळे खाऊन आपली गुजराण करतात व संध्याकाळी, गरज पडलीच तर पाण्यात तांदुळाबरोबर वर उल्लेखिलेले धान्य, चिमटीभर मीठ टाकून त्याची चिखडी शिजवून खातात. ती खाताना देखील ते आपल्या बोटाची टोके वितळलेल्या लोण्यात बुचकळतात. भारतातील सैनिकांच्या व गरीब लोकांच्या रोजच्या अन्नाचा हा प्रकार आहे. वरील गोष्टींच्या जोडीस हेही सांगितले पाहिजे की, ह्या भारतीयांप्रमाणे आमचे सैनिक दिवसभर उन्हात राहू शकणार नाहीत. नाहीतर ते उष्णतेमुळे मृत्युमुखी पडतील." (१.३९०)........

"११ सप्टेंबर रोजी सगळे फ्रेंच गोलंदाज नवाबाच्या (गंदीकोटच्या वेढ्यानंतर मीर जुमलाच्या) तंबूत जाऊन ओरडू लागले की, 'आम्हाला चार महिन्यांचे कबूल केलेले पगार देण्यात आले नाहीत व ते चुकते न केल्यास आपण इतरत्र नोकरी पाहू', हे ऐकताच नवाबाने दुसऱ्या दिवसापर्यंत त्यांना थांबण्यास सांगितले. १२ तारखेस ह्या गोलंदाजांनी नवाबाच्या तंबूची डागडुजी करण्याचे टाळले नाही. त्यामुळे त्याने त्यांचा ३ महिन्यांचा पगार चुकता करण्याचा हुकूम दिला व चालू महिन्याचे अखेरीस चौथ्या महिन्याचाही पगार चुकता करण्याचे वचन दिले. हे पैसे मिळताच त्यांनी एकमेकांस मेजवान्या दिल्या व नृत्यांगनांनी ह्या रकमेतील अर्ध्याहून अधिक रक्कम परत केली." (१.२२८-९)

नंतरच्या पेशव्यांच्या कारकिर्दीत (खालून वर असलेल्या नंतरच्या सरंजामशाहीतील कोणत्याही राजकर्त्यांच्या बाबतीत ही स्थिती होती) एखाद्या सेनानीच्या विजयाची प्रतिक्रिया, त्याने अधिक शिरजोर बनू नये, म्हणून त्याची पुढील रसद तोडण्याची होती. रणजितसिंगानंतरचे शीख राज्यकर्ते आपल्या अनुयायांवर इतका पूर्ण अविश्वास दाखवीत की घनघोर लढाईत ब्रिटिशांकडून जिंकून घेतलेले रणक्षेत्रदेखील ते नियमितपणे सोडून निघून जात. टॅफल गार्डननंतर देखील ब्रिटिश नौदलाने आपल्या खलाशांना दडपून टाकले व त्यांना फारच थोडा पगार दिला. परंतु हा पगार स्वदेशातील बंदरास पोहोचल्यानंतर त्यांच्या स्वाधीन केला व जखमींना तसेच लढाईत कामास आलेल्यांवर अवलंबून राहणाऱ्यांना नुकसानभरपाई दिली ; त्याखेरीज लुटीची एका ठराविक प्रमाणात प्रामाणिकपणे वाटणी केली. या मोहिमेत मिळविलेल्या सर्व सामग्रीची किंमत, व बराकींच्या भाड्याची रक्कम त्यांनी चुकती केली. त्यांच्या दृष्टीने युद्ध हा एक व्यापाराचाच प्रकार असून त्याच्या खर्चाचा, नफ्याचा व धोक्याचाही अंदाज नगद रकमेत काढावा लागतो, असे होते. या प्रकारामुळे तसेच विचारपूर्वक लाच देऊन, एका सरंजामी, युद्धखोर सरदारास दुसऱ्या विरुद्ध चिथावून, क्लाइव्हला स्वतःच्या एका छोट्याशा तुकड्यानिशी प्लासीची लढाई जिंकता आली. चार वर्षांनंतर (इ.स.१७६१) पानिपत येथे, अफगाण राज्यकर्ता अहमदशहा दुराणी याच्या नेतृत्वाखाली सैन्याविरुद्ध झालेल्या घनघोर लढाईत मराठा सैन्य गारद झाले. विजेत्याच्या सैनिकांनी कित्येक वर्षांचा पगार थकल्याबद्दल लढाईनंतर बंड केले. मराठ्यांनी आपल्या पेंढारी भुरट्यांनिशी (अनियमित सैनिकांनिशी) देशातील जनतेस लुटून कंगाल केले. सरंजामी प्रमुखाच्या हाती मोठाल्या मोहिमा पार पाडण्यास क्वचितच पुरेसा पैसा असे. त्या मोहिमातूनही लूट अगर खंडणीच्या स्वरूपात लागलीच पैशांची प्राप्ती होत नसे. एका दीर्घ व शांततामय कारकिर्दीत बापाने साठविलेल्या द्रव्याने भरलेला खजिना औरंगजेबाने बराचसा हस्तगत केला खरा; परंतु आपल्या फौजा बाळगून प्रशासकीय अधिकाऱ्यांचे पगार देणे वारसपदाच्या लढाईनंतर त्याला जड जाऊ लागले. शिवाय शहाजहानच्या ह्या तथाकथित अफाट खजिन्यात फार तर ६ कोटी रु पये रोख होते. चालू खर्च भागविण्यास तख्त, जडजवाहिर हत्ती, इ.चा काहीही उपयोग नव्हता.

बंगालात अल्पकाल सरंजामी लूट केल्यानंतर ब्रिटिशांना शोषणाच्या मध्यमवर्गीय पद्धती अंगीकारून स्थिरावणे भाग पडले. हा सर्वस्वी हिशेब ठेवण्याचा व खर्चाचा भाग होता. उदा. बनारसला आधी कर्जबाजारी राजाकडे कारभार सोपवावा लागला. परंतु त्याला कर्जफेड व वसुली हा दोहोंचा खर्च भागविण्याइतका महसूल मिळेना. ब्रिटिशांनी हिशेब अधिक चांगल्या प्रकारे ठेवले. बहुतेक लाचलुचपत व उकळाउकळी दडपून टाकली व हे सारे कमी बळाचा वापर करून साध्य केले. त्यामुळे देणे न

वाढता उलट बराच अधिक नफा पदरात पडू लागला.

"कित्येक उदाहरणात रेसिडेंटला एका शिपायाबरोबर पाठविलेला बोलाविण्याचा समान हुकूम (Common Sommons) पुरेसा वाटत असे... परंतु पूर्वी (त्यावेळचा राजा बलवंतसिंग ह्याला) घोडेस्वार अगर पायदळाचा सतत उपयोग करून आपल्या बंडखोर प्रजेस वचक बसविण्यासाठी व महसूल वसूल करण्यासाठी त्यांच्या आघाडीस स्वत: राहून, आपल्या मुलूखातून सतत दौरे काढावे लागत."

ह्याच साधनावरून असेही कळून येते की, आता कर वसुली अधिकाऱ्याची प्रतिष्ठा राखण्यास एखादा सेवकही पुरेसा होत असे. त्याशिवाय जिल्ह्यात गडबड माजली असता एखाद्या कॅप्टन बुजूनिअेरच्या नेतृत्वाखाली १०० सैनिक साधे संचलन करून देखील एकही गोळी न झाडता शांतता प्रस्थापित करीत. ईस्ट इंडिया कंपनीने करवसुलीसाठी सरंजामी जमीनदार निर्माण केल्यामुळे पूर्वी मालकी हक्क कधीही नसलेल्या एका नव्या वर्गास उकळाउकळी करण्याचे जणू ताम्रपत्र मिळाले होते; याची आता जाणीव होऊ लागून खर्चास आणखीनच आळा घालता आला. इ.स. १८२० चा एक अहवाल असे सांगतो की, "सध्याची पद्धत चालू दिली तर, वैयक्तिक उकळाउकळी कितीही झाली तरी, व्यापार वाढता राहिला. जमीनधाऱ्याची पद्धत जर योग्य पायावर बसविली व भावी आक्रमणाविरुद्ध योग्य काळजी घेतली, तर आपल्या पोलीस व न्यायविषयक संभाराच्या निदान भागास तरी सुरक्षिततेस बाधा येऊ न देता व देशाचा फायदाच करून फाटा देता येईल." (Selections from revenue Record, NWP ; Allhabad, 1873)

'जमीन कोणाची आहे ?' या प्रश्नाचे मात्र उत्तर देता आले नसते ; कारण भारतीय सरंजामशाहीतून व युरोपीय मध्यमवर्गीय अगर प्राड्. मध्यमवर्गीय जीवनप्रकारात 'मालकी' या शब्दाचे अगदी निरनिराळे अर्थ होते. कर चुकते करण्यासाठी जबाबदार असलेले 'लंबरदार' मुळात केवळ स्थानिक समूहांचे प्रतिनिधी असूनही लवकरच नवीन प्रकारचा मालकी हक्क सांगू लागले. म्हणून या प्रश्नाचे उत्तर देण्यासाठी जमिनीवर नवीन प्रकारची खात्रीची मालकी – निरनिराळ्या बाह्य परंपरागत स्वरूपात मूलत: मध्यमवर्गीय असलेली मालकी निर्माण करावी लागली. हे लेखणीच्या एका फटकाऱ्यानिशी अर्थातच करता आले नाही ; परंतु ते केले, हे निश्चित. व तेही पुन्हा बदलता येणार नाही. अशा स्वरूपात ! नंतर सरंजामी करवसुलीचे शेतकऱ्यांच्या लुटीत अवमूल्यन झाले व प्राचीन परंपरेतील त्यांच्या सामूहिक दृढतेपासून जे काही थोडे संरक्षण त्यांना मिळू शकले, त्या पलीकडे त्यांना वाली राहिला नाही. (Fom.१.३७८) नव्या महसुली जमाबंदीचे पर्यवसान, नव्या मालकवर्गाची करपात्रता प्रत्यक्षपणे निर्धारित करून त्यांच्यावर कर लादण्यात झाले ; त्यांची मिळकत आता इतर वैयक्तिक मिळकतीच्या कायद्याखाली आली व व्यापारी

मालाप्रमाणेच आर्थिक व्यवहाराने तिचे हस्तांतर करता येऊ लागले. आता कोणत्याही सरंजामी सरदार वर्गापासून स्वतंत्र असलेल्या नियमित पगार मिळणाऱ्या व कायद्यानुसार अर्थात मध्यमवर्गीय कायद्यानुसार सर्व वर्गातील लोकांवर सारखीच सत्ता गाजविणाऱ्या कार्यक्षम न्यायसत्तेकडून व सुसंघटित पोलीस दलाकडून ह्या हक्कांची जपणूक होऊ लागली.

भारतातील मध्यमवर्गाच्या अव्याहत होणाऱ्या विकासात ब्रिटिशांच्या विजयाने निर्माण केलेला लक्षणीय खंड (hiatus) ध्यानात घेतला पाहिजे. नवीन भारतीय मध्यमवर्गात ज्यांची गणना होऊ लागली, त्यात श्रीमंत व्यापारी, शेट सावकार अथवा नंतरच्या सरंजामी काळातील मिरासदार नव्हते. ज्यांच्या शीतल छायेत त्यांनी आपले फायदेशीर व्यवहार चालू ठेवले होते, त्या सरंजामी सुभेदारांचेच ब्रिटिशांनी उच्चाटन करताच ह्या वर्गांनाही मार्गातून दूर सारण्यात आले. सर्वांत बड्या भारतीय व्यापाऱ्यांनी ईस्ट इंडिया कंपनीच्या नफ्यास काही काळ खीळ घातली होती. त्यांच्यापाशी शक्तिमान कामगार संघ नव्हते, त्यांचा सशस्त्र सैन्यावर राजकीय प्रभाव नव्हता, की त्यांना लोकमताचे पाठबळही नव्हते. आता आयात - निर्यातीबरोबरच प्रत्येक प्रकारचा - अगदी मिठापासून तो जमीन महसुलापर्यंत - फायदेशीर सरंजामी एकाधिकार हाती घेणाऱ्या कंपनीच्या बुभुक्षित प्रतिनिधींच्या कामात त्यांना हस्तक्षेप करू देण्याचे आता काहीही कारण नव्हते. इंग्लंडात ईस्ट इंडिया कंपनी व तिचे व्यापारी यांचीच जागा मुळी औद्योगिक क्रांतीतील नव्या उद्योगपतींनी व अर्थपुरवठा करणाऱ्यांनी घेतली होती. परंतु हे बळजबरीने लादलेले शोषण नसून यांत्रिक उत्पादनाच्या नव्या आधारावर प्रभावी भागीदाराशी घडून आलेले एक प्रकारचे एकीकरण होते. भारतात आधी ईस्ट इंडिया कंपनीशी प्रथम बरोबरीने व्यापार करून फायदा मिळविलेल्या वर्गास आता पूर्ण ग्रहण लागले व त्यांपैकी बऱ्याच लोकांना तुलनेने किरकोळ जमीनधारक म्हणून राहण्यात समाधान मानावे लागले. १९ व्या शतकाच्या उत्तरार्धात - १८५७ च्या बंडात अखेरचा सरंजामशाही उठाव दडपून टाकल्यानंतर - उदयास आलेला नवा वर्ग मध्यस्थ दलालातून विकास पावला होता. त्यांचा अंतिम आधार यांत्रिक उत्पादन हा असला तरी ते उत्पादन भारतीय कच्च्या मालातून व भारतीय बाजारपेठेसाठी, परंतु बहुतांशी इंग्लंडमध्ये झाले होते. भारतातील भांडवलशाहीपूर्व संचयातून यांत्रिकीकरण तात्काळ होऊ शकले नाही व इंग्लंडातील ब्रिटिशांप्रमाणे प्रगत कामगार वर्गही निर्माण झाला नाही. यंत्रे, तंत्रे एवढेच नव्हे तर सुरुवातीचे तंत्रज्ञही येथे आयात करावे लागले. येथे अणुयुगाच्या बाता मारणारे लोक अद्याप जमाती अवस्थेत असलेल्या देशबांधवांशी झगडत आहेत, अशा भारतात अजून इतका मागासलेपणा का आहे, याचा बराचसा बोध वरील विवेचनावरून होईल.

३६८ / भारतीय इतिहासाचा अभ्यास

टीपा व संदर्भ

१. ही वैशिष्ट्ये (लक्षणे) मॅरिऑन गिब्स् मधून उद्‌धृत केली आहेत. Feudal Order (A study of the Origins and development of English Feudal Society); past and present series, अनुक्रमे ८, लंडन १९४७.

२. उद्‌धृत केलेले उतारे, प्रामुख्याने The book of ser marco polo' (भाषांतरकार एच. मुले ४ थ्या पुस्तकाकरिता मार्सडबच्या पुस्तकाची पुरवणी जोडलेले) याच्या तिसऱ्या पुस्तकातून घेतले आहेत, संपादक जी.बी. पार्क्स्, न्यूयॉर्क १९२७. भाग १०.१ च्या शेवटी असलेल्या उताऱ्याकरिता मात्र, मी लुइगि फोस्कोलो बेनेडेट्टो (Luigal Foscolo Benedetto), फिरेन्झे १९२८ यांची टीकात्मक संपादित आवृत्ती वापरून, पोलोच्या मूळ II Milione च्या रूक्ष गद्याचे भाषांतर केले आहे. जी. बी. रॅमिसो (Ramisio) च्या N avigazionet viaggi मार्फत इंग्लिश अनुवादाची आवृत्ती शेवटी, व्हेनिस पोलो अद्याप जिवंत असताना बोलोन्ना येथील फ्रान्सेस्को पिपिनो याने सुरू केलेल्या लॅटिन पुस्तकावर आधारित आहे. (त्यातील) अर्थामध्ये मुळात काही बदल झालेला नाही ; म्हणून ज्यांना स्वत:ला वाचावयाचे आहे अशा वाचकांना सोपे जाण्याकरिता उपलब्ध आवृत्तीतून उद्‌धृत केले आहे. आणखी असे की मूलभूत फरक हा Poliar मूळापर्यंत मागे जातो.

३. ह्या विभागात अनुसरलेले (तत्त्वे, दृष्टिकोन हे माझ्या " Origins of Feudalism in Kasmir (JBBRAS, १५० वा खंड, मुंबई १९५६) ह्याचा सारांश आहे.

४. 'नागरी प्रचारिणी सभे'च्या ग्रंथमालेत (बनारस १९०४) पृथ्वीराज रासो' हे राजस्थानीत ४ थ्या क्रमांकावर प्रसिद्ध झाले होते. बहुधा काश्मिरी कवी जयानक (११७८ आणि १२०० च्या दरम्यान ; एच.बी.सारडा, JRAS १९१३, २६१) याने रचलेले संस्कृत 'पृथ्वीराज विजय' हे जोनराजच्या भाष्यासहित जी.एच. ओझा व सी. शर्मा गुलेरी यांनी संपादित केले. (अजमेर १९४१) मूर्खपणात आणि शाब्दिक फुलोऱ्यात (किंवा विखुरलेल्या शब्दात) संस्कृतला पार करणाऱ्या सध्याच्या कृत्रिम रीतीने फुगविलेल्या (प्रांतिक) भाषेपेक्षा, संस्कृत ही शिलालेखांच्या व ज्ञात माहितीच्या अधिक जवळची वाटते. मूळ (संस्कृत) दुरुस्त केले असेल तर राजस्थान पुरातत्त्व मंदिर, जयपूर ने प्रसिद्ध केलेल्या राजस्थान मालिकात (Rajasthan Series) दिसेल.

५. जी.एच. ओझा यांनी JABS. २३.१९२७ (Num.Supplement XI, १४-१८) मध्ये प्रसिद्ध केलेले ८ व्या शतकातील पात्रांपैकी श्री. बोप्पा (Sri Boppa) वाचून ; कदाचित नागड्यांचा काल भोज ७३४-७५३ A.P. परंतु पाहा EI - ३०, P.४ पृ.८-९

६. मुख्यत: रासो व तेव्हा जिवंत असलेल्या प्रतिनिधींपासून माहिती घेऊन टॉडचे Annuals of Rajasthan (१ ली संपादित आवृत्ती लंडन १८२९ Popular आवृत्ती २ खंड, लंडन १९१४) हे रजपूत परंपरेचे सहानुभूतिपूर्वक विचार करते. चूक कशात आहे, तर सरंजामशाही स्थापन करण्यास लष्करी श्रेणी इ. गोष्टी पुरेशा होत्या, अशा विचारसरणीत.

७. BJ, MEI, DR, ग्रायरसन (Grierson) चे काळजीपूर्वक NDG व अत्यंत खोलवर अभ्यास करण्यालायक असणारे अनेक District Settlement Reports यात संपूर्ण वर्णन (माहिती) सापडेल. महाराष्ट्रातील 'मिरास' जमीनधारणेकरिता पाहा. डब्ल्यू चॅप्लिन (V. Chaplin) : Report (दख्खनेतील Commissioner) चा अहवाल, मुंबई १८२४), पृ. ३१-३२, ५६-७३

८. Voyages de Fransis Bernier, २ खंड अमेस्टरडॅम १७०९-१७१०. लेखक मॉन्टपेलिअरच्या (विश्वविद्यालयात) औषधांच्या विभागात डॉक्टर (रोगचिकित्सक) होता आणि त्याहीपेक्षा जास्त महत्त्वाचे म्हणजे तो (लेखक) पिअेरे गॅसेंडी Pierre Gassendi) यांचे विद्यार्थी व अखेरचे सहकारी होते. औरंगजेबाच्या राज्याबद्दलची त्याची चर्चा (Lesetats du Grandmogot) उत्तम मध्यमवर्गीयाबद्दलच्या (bourgeois) पूर्वग्रहाने एकरंगी झाली आहे. पण नकळत सिद्धांतीकरण झाले असूनही मुळात बरोबर आहे. त्यातील काही भागाने मार्क्स व एंजल्स यांना चुकीचे मार्गदर्शन केले. कारण दिल्ली आणि आग्रा यापेक्षा बंदर - शहरातील परिस्थिती संपूर्णत: वेगळी होती. ही परिस्थिती, बर्नियरला, तो बादशहाचा ५००० (दर्जाचा) सेनापती (पंचहजारी) आगा दानिष्मंद खान याचा व्यक्तिगत रोगचिकित्सक असल्याने उत्तम तऱ्हेने ज्ञात होती. विन्सेट स्मिथने दुरुस्त केलेल्या (ऑक्सफर्ड १९१४) ए कॉन्स्टेबलचे भाषांतराला (Travels in the Mogul empire, A.P. १६५६ - १६६८) मुळातल्या उत्तम दर्जाची सर नाही.

९. मुस्लीम शासनातील डब्ल्यू एच. मूरलँड यांच्या अभ्यासाची विशेष शिफारस करावयास हवी.

(अ) (The agrarian system of Inoslem India (केंब्रिज १९२९), त्यात शब्दांचा (वाक्प्रचारांचा) विविध अर्थ अथवा निरनिराळ्या प्रांतातील शब्दसंग्रह यांचा योग्य अभ्यास केलेला आहे आणि सर्वसामान्य वाचकाला मुळातून अगर भाषांतरातून करणे शक्य नाही, असा आदर्शीकरणाचा काळजीपूर्वक प्रयत्न केलेला आहे.

(ब) India at the death of Akbar (लंडन १९२०)

(क)From Akbar to Aurangzeb ; (A study in Indian economic history (लंडन १९२३) मोगल काळाच्या अखेरीस बंगालमधील आर्थिक

सुधारणांकरिता Cf कालिनी किंकट दत्त : Studies in the history of the Bengal subah, खंड – १ (कलकत्ता विश्वविद्यालय, १९३६) ; एस्. भट्टाचार्य The East Indian Company and the economy of Bengal from 1704 to 1740" (लंडन १९५४) मुंबई – पुणे रेल्वे मार्गावर, मुंबईपासून ४२ मैलांवर असलेल्या 'बदलापूर' ह्या एकट्या खेड्यातील आर्थिक व सामाजिक परिस्थितीच्या अभ्यास (गोत्र इ. बाबतच्या मुळाबद्दल असमर्थनीय सिद्धांतीकरण केले असले तरी) कौतुकास्पद धीराने, एन.जी. चापेकर यांनी 'बदलापूर' या आपल्या मराठी पुस्तकात केलेला आहे. (पुणे १९३३) ह्या पुस्तकापाठोपाठ, बाहेरील वस्तू उत्पादनामुळे झालेल्या नासधुशीची चौकशी करणारा त्याच खेड्यावरील युद्धानंतरचा वृत्तांत पाहा.

◆ ◆ ◆

ABBREVIATIONS AND BIBLIOGRAPHY

AB   Aitareya Brahmana; translation by A. B. Keith in HOS
            25.
ABIA   Annual Bibliography of Indian Archaeology (Leiden).
ABORI   Annals of the Bhandarkar Oriental Research Institute
            (Poona).
AI   Ancient India (Archaeological Dept. Publication, nos.
            1-11).
AIb   Albiruni's India trans. Ed. Sachau, 2 Vol. London 1910;
            2 vol. in one, London 1914. Albiruni was a Khwarizmian
            (973-1048 A.D.); this work was written about 1030 A.D.
Arth   The Arthasatra of Kautalya (otherwise known as
            Chanakya, Visnugupta and Kautilya). Ed. T. Ganapati
            Sastri, TSS. 79, 80, 82. Also, 2nd ed. (text) R. Shama
            Sastry, Mysore 1924/ the same scholar's word index
            to Arth. (3 vol., Mysore 1925) is indispensable, but his
            English translation, (3rd ed., Mysore 1929) leaves much
            to be desired. The best available translation, though
            not to be used uncritically, is still that of J. J. Meyer :
            "Das altinndische Buch vom Welt-und Staatsleben, Das
            Arthasatra des Kautily" (Leipzig 1926). cf. also Meyer's
            "Ueber das Wesen der altindischen Rechtsschriften und
            ihr Verhaltnis zu einander und zu Kautilya" (Leipzig 1927)
            : valuable analysis, without an index. The Marathi trans-
            lation of Arth by J. S. Karandikar and B. R. Hivargaokar
            d(2 vol. Karjat 1927-9) cannot be recommended.
ASWI   Archaeological Survey of Western India; particularly,
            vol. IV (1876-9) where the caves used in the present
            work are described, though not too well, even with the
            supplementary aid of Burgess's *Buddhist Cave Temples*.
AV   The *Atharva-veda, mostly* from W.D. Whitney's trans-

	lation, HOS. 7-8 also the selections translated by M. Bloomfield, SBE 42.
BASOR	Bulletin of the american Schools of Oriental Research.
Bat.	"Selections from the travels of Ibn Battuta (1325-1354)" trans. H. A. R. Gibb (London 1929, reprinted 1939; "The Broadway Travellers").
Beal	*Ta-Tang-Si-Yu-Ki : Buddhist records of the western world,* translated from the chinese of Hiuen Tsang (A.D. 629) by Samuel Beal; 2nd vol., London 1884; the introductory portion contains a translation of Fa Hian's travels, and other documents.
BEFEO	Bulletin de l'Ecole Francaise de l'extreme Orient.
BJ	Francis Buchanan : "A Journey from Madras through the countries of Mysore, Canara and Malabar performed under the orders of the Most Noble the Marquis of Wellesley, Governor General of India for the express purpose of investigating the state of Agriculture, Arts and Commerce, the Religion, Manners and Customs, the History Natural and Civil, and antiquities, in the dominion of the Jajah of Mysore and the countries acquired by the Honourable East India Company in the late and former wars, from Tippoo Sultaun" (3 vol. London 1807; 2nd ed. in 2 vol. Madras 1870).
B-P.	B. H. Baden0Powell: *The land-systems of British India* (3 vol. Oxford 1892). The work is a handy digest of the Settlement Reports, most of which are not available to the ordinary reder, though the unsubstantiated theorizing about history and races should be ignored. The same author's Manual (of the Land Revenue System and Land Tenure of British India, Calcutta 1882) abbreviates, the facts without cutting down the theories.
BPL	George A. Grierson : *Bihar Peasant Life* 2nd ed. Patna 1926.

Brough	J. Brough : "The early brahmanical system of gotra and pravara" (a translation of the *gotra-pravara-manjari* of a medieval author, Purusottama). Cambridge, 1953.
BrUp.	Brahadaranyaka Upanisad.
BSOAS	Bulletin of the School of Oriental and African Studies (of the University of London).
CAI	The Cambridge History of India, vol. I, "Ancient India", ed. E.J. Rapson, Cambridge 1922, 1935.
ChUp.	*Chandogya Upanisad.*
Crooke	W. Cgooke : "Rural and arricultural glossary for the N.W. Provinces and Oude (=u.p.)" (Calcutta 1888).
Cullavagga	SBE. 20.
DB	"The book of Duarte Barbosa" (1500-1517; from the portuguese text, Lisboa 1812), trans. M. L. Dames (London 1918, Hakluyt Society, no. 44).
DHI	Louis de la Vallee Poussin : "Dynasties et histoire de l'Inde depuis Kaniska Jusqu'aux invasions musulmanes" (Paris 1935).
DKA	F.E. Pargiter : "The Purana text of the Dynasties of the Kali age" (Oxford 1913); synoptic text and translation of the historical portion of the puranas, still standared. For a general critical analysis of the pruanas, see R. C. Hazra : "Studies in the Puranic records on Hindu rites and customs", Dacca, 1940.
DN	*Digha-Nikya* (Pali Text Society's edition).
DR	A. Shakespeare: "Selections from the Duncan Records" (Benares 1873, 2 vol.) With this should be read the "Selections from the revenue records North West Provinces" (Allahabad 1873).
ED	H.M. Elliot (ed. J. Dowson) : "The history of India by its own historians; the Muhammadan period" (8 vol. London 1867+).
EL	*Epigraphia Indica* (publication of the Archaeological

Dept., for India incriptions).

Fer.   J. Briggs's translation of Md. Kasim Ferishta's "Hostory of the fise of the Mohammadan power in India till the year A.D. 1612." Original edition, London, 1829; edition used, 4 vol. Calcutta 1908-10.

Fick   R. Fick: "Die Sociale Gliederung in nordostlichen Indien zu Buddhas Zeit mit besonderer Ruckichtigung der Kastenfrage vornehmlich auf ground der Jataka dargestellt." (Kiel, 1897).

Fleet   J.F. Fleet: "Inscription of the early Gupta kings and their successors." *(Corpus Inscriptionum Indicarum* III, Calcutta 1888). A revision has been announced, but not yet published, nor the supplementary volume of Satavahana and other epigraphs.

FOM   *Oriental Memoirs*; a narrative of seventeen years residence in India by James Forbes Esq. F.R.S.; 2nd edition revised by his daughter the countess of Montalembert, 2 vol. London 1874. Forbes arrived in Bombay as Writer to the government in 1766 and sailed for home in 1784.

Har.   The Harsacaritam of Bana : Sanskrit text, with commentary of Samkarakavi, Bombay, 7th ed. (Narnaysagar) 1946; I have had the still unpublished commentary of Ranganatha (Madras Govt. MSS. Collection R. 2703) Copied out for my use. The English translation by E.B. Cowell and F.W. Thomas (London, 1897, reprinted 1929; royal Asiatic Society, oriental Trans. Fund), is useful, as is the (sometimes rather uncritical) analysis and comment in Hindi by V.S. Agrawala (*Hrsacarita eka samskrtika adhyayana*, Patna 1953).

HOS   Thavard Oriental Series (Harvard University Press, Cambridge Mass. USA).

IA   Indian Antiquary.

IAR	Indian Archaeology, a Review; begun 1953-4, with a second number for 1954-5, apparently fot for sale to the general public, but a valuable survey of recent archaeological work.
IG	Imperial Gazetteer of India (new edition) 26 vol., Oxford 1907-9. With this should be taken the various provincial gazeteers of which little use has been made in this work as they are all sadly out of date, but many of which (e.g. Gaetteer of the Central Provinces of India; ed. Charles Grant, Nagpur 1870) contain Valuable information about tribal lifeof the period.
IHQ	Indian Hostorical Quarterly.
INDIA	Annual published since 1953 by the publication division of the Ministry of Information & Broadcasting, New Delhi; compiled by its Research and Reference section. This gives the statistics and general information of interest for the whole country.
ITM	L. de la Vallee Poussin : "L' Inde aux temps des Mauryas et des barbares, Grecs, Scythes, Parthes et Yue-Tchi" (Paris 1930)
JA	Jounral Asiatique.
JAOS	Journal of the American Oriental Society.
JASB	Journal of the Asiatic Society of Bengal (three series, the society having once been changed into the 'Royal Asiatic Society', and afterwards merely the' Asiatic Society'). The numismatic supplements to the middle series are paged separately.
Jat.	Pali text in Roman ed. V. Fausboll "The Jataka together with its commentary, being tales of the anterior births of Gotama Buddha" : 7 vol. London 1877-97. The English translation by various scholars is far bess competent than the German by julius Dutoit: " Jatakam Dass Buch der Erzahlungen aus fruheren Existenzen Buddhas" (7

vol. Munchen 1906-1921).

JBBRAS   Journal of the Bombay Branch of the Royal Asiatic Society.

JBORS   Journal of the Bihar and Orissa Research Society (now only the Bihar Research Society.)

JNSI   Journal of the Numismatic Society of India.

JOR   Journal of Oriental Research, Madras (from the Kuppuswami Sastri Research Institute, Mylapore, Madras.)

JRAS   Journal of the Royal Asiatic Society of London.

Kern   Der Buddhismus und seine Geschichte in Indien; translated into German from the Dutch of Henrik Kern by H. Jacobi; 2 vol. Leipzig 1882, 1884. Treats of the Buddha as a myth, but with good presentation of the canonical source material.

KSS   The *Katha-sarit-sagara* of Somadeva-bhatta; Sanskrit text, 4th ed. (Nlrmaysagar) Bombay 1930, the excellent thanslation by C.H. Tawney, edited with explanatory notes, appendices, and index, by N. M. Penzer as "The Ocean of Story." 10 vol. London 1924 ff. is indispensable for finding anything.

Luders   H. Luders: "List of Brahmi inscriptions from the earliest times to about A.D. 400 with the exception of those of Asoka", Appendix to EI vol. 10 DR. Bhandarkar's list in EI 19-20 revised that of Kielhorn in EI 5 and 8; both are much less useful than those of Luders. A general list seems to be under publication by the Department of Archaeology.

Mahavagga SBE. 13, 17.

Mbh.   The Mahabharata, for the first time critically edited by Visnu s. Sukthankar (with the co-operation of many others). Poona 1933; the work is still being carried on, though less competently after Sukthankar's death in 1943. For finding the relevant material quickly, those who (like me) read Sanskrit far more slowly than English would be helped by P.C. Roy's English translation (continuously reprinted since the first edition in the 1880's) of the inflated vulgate text.

Meg.   J.W. McCrindle : "Ancient India as described by Megasthenes and Arrian" (Calcutta 1926, badly reprinted from IA 1876-77). The text was published as selections of the quotations or reports of Megasthenes which survive in Strabo, Diodorus Siculus, and others by E.A. Schwanbeck, Bonn 1946. For Diodoros, I have used the edition by Dindorf and Latin translation of Carl Muller, Paris 1878.

MEI   Montgomery Martin : "The history, antiquities, topography and statistics of EASTERN INDIA, comprising the districts of Behar, Sahabad, Bhagalpoor, Goruckpoor, Dinajpoor, Puraniya, Rungpoor, and Assam in relation to their geology, mineralogy, botany, agriculture, commerce, manufactures, fine arts, population, religion, education, statisics&c., surveyed under the orders of the wuperme government and collated from the original documents at the E.I.House, with the permission of the honourable court of directors" (3 vol. London 1838). This is a trimmed copy of Francis Buchanan's reports. The reader would not be able to guess that the original work was by Buchanan. The original reports pertaining to Bihar districts have later been published by the Bihar and Orissa Research Society, unedr Bunchant's name.

MN   Majjima Nikaya.

Mor.   W.H. Moreland : (A) "The agarian system of Moslem India" (Cambridge 1929). (B). "India at the death of Akbar" (London 1920). (C) "From Akbar to Aurangazeb" (London 1923).

MP   Milindapanho; apli text ed. R.D. Vadekar (Bombay 1940) English translation SBE 35, 36.

Ms.	Manusmriti, Sankrit text with commentary of Kulluka, Bombay (Nirnaysagar, 9th ed.) 1933; with the commentary of Medhatithi, ed. Ganganath Jha, 3 vol. Calcutta 1932-39 (Bibliotheca Indica 1516, 1522, 1533). English translation by G. Buhler, SBE 25.
NDG	George A. Grierson : "Notes on the district of Gaya" (Calcutta 1893).
PE	Asoka's Pillar edicts by number, as edited in the Corpus Inscriptionum Indicarum (with English translation) vol. I, new edition by E. Hultzsch (Oxford, 1925).
Raj.	"Kalhana's Rajatarangini, a chronicle of the kings of Kasmir" trans. M.A. Stein, 2 vol. London 1900; most useful for its notes, without which the sanskrit texts edited by Stein, Durga Prasad and others would be incomprehensible.
RE	Asoka's Rock Editrs by number, text and translation as for PE.
RV	The Reveda; text with commentary of Sayana, 4 vol., Poona 1933-46. Used therewith Grassmann's Worterbuch zum RV. and the Geman translation by A. Ludwig, 6 vol. Prag. 1876-88.
SB	Satapatha Brahmana, mostly, from the translation of Julius Eggeling, SBE, 12, 26, 41, 43, 44.
SBE	"Sacred Books of the East" A series of English translation by various scholars, under the general translation by various scholars, under the general editorship of F. Max Muller, published at Oxford, mostly in the last twenty years of the 19th century.
Schoff	W.H. Schoff trans : "Peripuls of the Erythraean sea, travel and trade in Indian Ocean by a merchant of the first century" (New York 1912). The text is from the edition of C. Muller Geographici Graeci Minores, Paris 1855 and B. Febricius, Leipzig 1883. Schoffs dating.

♦ ♦ ♦